பஞ்ச[illegible]

பறவைகள்

காஞ்சனா தேவி செந்தில்

Made with ♥ on the Notion Press Platform
www.notionpress.com

பொருளடக்கம்

முன்னுரை

ஹாய் சகோஸ்,

பஞ்சவர்ண பறவைகள் இது ஒரு உண்மை கதை.. நான்கு தலைமுறைகளை கொண்ட கதாபாத்திரங்களை நாம் இங்கே காணலாம்.

இந்தக் கதையில் உண்மையில் நடந்த நிகழ்வுகள் வரும்.

திருமணம் என்பது சொர்க்கத்தில் நிச்சயக்கப்படுகிறது என்பது உண்மைதான்.. என்பதை இக்கதையின் மூலம் நாம் காணலாம்.

இன்னார்க்கு இன்னாரென்று எழுதி வைத்தானே தேவன் அன்று என்ற வரிகளுக்கு ஏற்ப இக்கதையில் வரும் மூன்று ஜோடிகளின் திருமணம் அவர்களின் வாழ்க்கையை எப்படி புரட்டிப் போட்டது. சிறுவயதிலிருந்து திருமணம் செய்ய பேசி வைக்கப்பட்ட உறவுகளில் எந்த உறவுகள் இணைந்தனை என்பதை உணர்வுபூர்வமாக இக்கதையில் காணலாம்.

இக்கதை முழுக்க முழுக்க பெண்களுக்கான கதை முக்கியமாக பெண்களை வைத்தே இக்கதை நகரும்.

கதை மாந்தர்களின் அறிமுகம் :

வரதராஜன்

வரதராஜனின் மனைவி : சரோஜா தேவி.

வரதராஜனின் பெரிய மகன் : சங்கர் ராஜன்

இரண்டாவது மகன் : கணேஷ் ராஜன்

மூன்றாவது மகன் : சரவணராஜன்

வரதராஜனின் பெரிய மகள் : வான்மதி தேவி

சிறிய மகள் : வானதி தேவி.

வரதராஜனின் தங்கை : பாக்கியலட்சுமி

வரதராஜனின் பெரிய மருமகள் : வைஷ்ணவி

வரதராஜனின் இரண்டாவது மருமகள் : சர்வேஷ்வரி

வரதராஜனின் சிறிய மருமகள் (பேத்தி) : கிருத்திகா தேவி

பாக்கியலட்சுமி பெரிய மகன் : மகாதேவன்

பாக்கியலட்சுமி இரண்டாவது மகன் : பாலன்

பாக்கியலட்சுமி சிறிய மகன் : கண்ணன்

பாக்கியலட்சுமியின் மகள் :சரண்யா.

பாக்கியலட்சுமியின் கணவர் : கங்காதரன்.

வரதராஜனின் அண்ணன் மகன்:மணிவண்ணன்.

வைஷ்ணவி , சங்கர்ராஜனின் மகன் : வினித் ராஜன் மகள் : வினோதினி தேவி.

சர்வேஸ்வரி, கணேஷ் ராஜனின் மகன்கள் : திவாகர் ராஜன், ஜீவ ராஜன்.

சரவணராஜனின் மகன்கள்: கார்த்திக்

ராஜன், அபிஷேக் ராஜன்.

பாக்கியலட்சுமியின் மகன் மகாதேவனின் மகள் : அநன்யா

வரதராஜனின் அண்ணன் : சோமேஸ்வரன்.

அவரின் முதல் மனைவி : பர்வதம்மாள்

இரண்டாவது மனைவி : கண்ணகி.

தேவைக்கு ஏற்ப மத்த கதாபாத்திரங்கள் இக்கதையில் வலம் வருவர்.

வரதராஜன் பாக்யலட்சுமி இருவரும் அண்ணன், தங்கை .

வரதராஜன் தன் தங்கை பாக்கியலட்சுமி மீது உயிரையே வைத்திருந்தார். தங்கை என்றால் அவருக்கு அவ்வளவு பிரியம். இவர்களின் ஒத்துமையை பார்த்து ஊரே ஆச்சரியப்பட்டது..அவர்களுக்குள்ளும் பிரிவு என்பது வந்தது .. அந்தப் பிரிவு அவர்களை வருட கணக்கில் பிரித்து வைத்திருந்தது... அதற்கான காரணம் என்ன பார்க்கலாம். வாங்க கதைக்குள் பயணிக்கலாம்...??

வர்ணம்-1

பச்சை பசேல் என்று கண்ணை பறிக்கும் பூஞ்சோலை கிராமம்.. அந்த கிராமத்திற்கு அழகுக்கு அழகு சேர்க்கும் விதமாய் அந்த ஊரின் பெண்கள் காலை வேலைக்கு வயல்வெளிக்கு சென்றவர்கள் புரளி பேசிக் கொண்டும், அரட்டை அடித்துக் கொண்டும் வேலையை பார்த்துக் கொண்டிருந்தனர் .

வரதராஜன் ,"ஏம்மா அங்க என்ன பண்றீங்க .பேச்சை குறைச்சுட்டு மடமடன்னு வேலைய பாருங்க.."

"சரிங்கய்யா இதோ முடிஞ்சிடுச்சு.."

"அடேய் வேலு இங்க வா.."

"இதோ வந்துட்டேனுங்க சொல்லுங்க ஐயா "

"நீ இங்கிருந்து வேலையை கவனி .எனக்கு டவுன்ல கொஞ்சம் வேலை இருக்கு ,முடிச்சிட்டு வரேன். நான் இப்படி கிளம்பின உடனே வேடிக்கை பார்த்துட்டு நிக்காத புரியுதா..?"

"சரிங்கய்யா நான் பாத்துக்கறேன் நீங்க கிளம்புங்க.."என்று இவர்கள் பேசிக் கொண்டிருக்க வரதராஜனின் வீட்டின் பணியாள் அங்கே வந்தார் ,

"ஐயா சீக்கிரம் கிளம்பி வாங்க ஐயா நம்ம வான்மதி தேவி அம்மாக்கு பிரசவ வலி வந்துடுச்சு.. அம்மா உங்களை சீக்கிரமா கையோடு அழைச்சிட்டு வர சொன்னாங்க..."

வரதராஜன் ,"என்னடா சொல்ற , சந்திரன் வீட்ல தானே இருக்கான்.."

"ஆமாங்க ஐயா பாப்பா கூட தான் இருக்காரு.."

"சரி நான் வரேன் நீ போ .. என்றவர் இல்ல நீ இங்கே இரு .. வண்டி கட்டியாச்சா..?"

"அதெல்லாம் இந்நேரத்துக்கு தயாரா வச்சிருப்பாங்க ஐயா .நீங்க போனதும் கிளம்ப வேண்டியதுதானுங்க...?"

"சரிடா நான் கிளம்புறேன் நீங்க ரெண்டு பேரும் இங்க இருந்து பார்த்துக்கோங்க ..."என்றவர் தனது புல்லட்டில் சீறிப்பாய்ந்த காளையாய் பறந்தார் வரதராஜன்.

வரதராஜனின் இருசக்கர வாகனம் அந்த ஊரின் மிகவும் பிரபலம் .யானை வரும் முன்னே மணியோசை வரும் பின்னே என்பது போல இவரின் வருகையை அவரின் வண்டிச்சத்தமே உறுதிப்படுத்த தெருவில் நடந்து செல்லும் மக்கள் கூட ஒதுங்கி வழி விடுவர்.

வரதராஜன் அந்த ஊரில் பெரிய மனிதர். ஊரின் தலைவரும் கூட ,ஊரில் மக்கள் அனைவரும் அவர் மீது மதிப்பும், மரியாதையும் வைத்து

இருந்தனர்.

வரதராஜன் என்னதான் வெளியில் தைரியமானவராக வலம் வந்தாலும், இதோ இன்று தனது பெரிய மகள் மறுபிறவி எடுக்கப் போகிறாள் .ஆம் அவளுக்கு இன்று பிரசவம் ஆகப் போகிறதே .குழந்தை நல்லபடியாக சுகப்-பிரசவத்தில் பிறக்க வேண்டும் என்ற பயம் அவருக்குள் இருந்து கொண்டு தான் இருந்தது.

வரதராஜன் அவ்வளவு சுலபத்தில் எதையும் வெளியே காண்பித்துக் கொள்ள மாட்டார் .அவரின் மனைவி சரோஜாதேவி மிகவும் தைரியமான-வர்தான். இருந்தாலும் இவர் தன் மனைவி, மக்கள் எதிரில் எந்த பிரச்-சனையாக இருந்தாலும் அதை வெளிப்படுத்த மாட்டார்.இவரின் இந்த உத்-வேகமான செயல்தான் அவரின் பிள்ளைகளுக்கு பாடமாக அமைந்தது. குடும்பத்திற்கு மட்டுமல்ல அந்த ஊருக்கே நல்ல வழிகாட்டியாக திகழ்ந்தார் வரதராஜன்.

வான்மதி தேவி வலியில் துடித்துக் கொண்டிருக்க சரோஜாதேவி தன் மகளுக்கு தேவையான அனைத்து பொருட்களையும் எடுத்து வைத்தவர் தன் கணவருக்காக காத்திருந்தார்.

வரதராஜன் உள்ளே வந்தவர்," சரோஜா என்ன ஆச்சு .? எல்லாம் தயாரா எடுத்து வச்சுட்டியா..? வண்டி கட்டிட்டாங்களா..?"

சரோஜா தேவி,"எல்லாம் தயாரா இருக்குங்க .ஏங்க நம்ம மகன் சங்கர் ராஜனுக்கு தகவல் கொடுக்கலாமா.?"

"ஏண்டி அறிவு இருக்கா உனக்கு நேர்காணல் போன பிள்ளைக்கு தகவல் கொடுத்து என்ன பண்ண போற.. எங்க உன் தம்பி வீட்ல தானே இருக்-கான்..."

"ஆமாங்க இருந்தாலும் சங்கர் ராஜன் வந்தா நம்ம பொண்ணு கொஞ்சம் தைரியமா இருப்பா..?"

வரதராஜன்,"ஒரு பொண்ணுக்கு கல்யாணம் ஆனதும் அண்ணன் உறவை விடவும் கணவன் உறவு தான் முக்கியம் இதை நான் சொல்லி தான் உனக்கு தெரியனுமா.. ?என்றவர் சந்திரா எங்க இருக்க இங்க வா.."என்றார்.

தன் மனைவியின் பக்கத்தில் அமர்ந்திருந்து அவளுக்கு ஆறுதல் கூறிக் கொண்டிருந்த வான்மதி தேவியின் கணவன் சந்திரன் தன் மாமாவின் குரல் கேட்டவர் வேகமாக அங்கே வந்து,"சொல்லுங்க மாமா.."என்றார்.

"என்னடா ஏன் முகம் ஒரு மாதிரியா இருக்கு ,நீயே இப்படி இருந்தா வான்மதிக்கு யாரு ஆறுதல் சொல்வா.. உன் புள்ள நல்லபடியா இந்த பூமிக்கு வரும் புரியுதா..? அவளுக்கும், உனக்கும் தேவையானதை எடுத்து வச்சுட்டியா .எல்லாத்தையும் எடுத்து வண்டியில வைக்க சொல்லு.."

"சரிங்க மாமா எல்லாம் ரெடியா இருக்கு இனி நாம தாமதம் பண்ண வேணாம் மாமா..."

"சரி ரெண்டு பேரும் கிளம்புங்க என்றவர் தன் மகளிடம் வந்து வான்மதி இது எல்லா பெண்களும் சந்திக்கறது தான்.. இப்பதான் நீ ரொம்ப தைரியமா இருக்கனும் புரியுதா..?"

"சரிங்கப்பா" என்று பல்லை கடித்து வலியை பொறுத்துக் கொண்டே வான்மதி தேவி கூறினாள்.

என்னதான் தைரியமாக இருப்பது போல் காட்டிக்கொண்டாலும் வான்மதி தேவிக்கு உள்ளுக்குள் பயம் இருந்து கொண்டு தான் இருந்தது .தன் குழந்தை இந்த பூமிக்கு நல்லபடியாக வர வேண்டும் என்று கடவுளிடம் வேண்டுதல் வைத்தாள்.

காரணம் சரோஜா தேவியின் தம்பி தான் சந்திரன்.. இப்படி சொந்தத்தில் திருமணம் செய்ததால் குழந்தைக்கு பாதிப்பு வர வாய்ப்பு இருக்கு என்று ஏற்கனவே மருத்துவர் கூறியிருக்க குடும்பத்தில் உள்ள அனைவருமே பயந்து கொண்டு தான் இருந்தனர்...

வான்மதி தேவியை பக்கத்து டவுனில் அவள் எப்பொழுதும் மாதாமாதம் பரிசோதனைக்குச் சென்ற தனியார் மருத்துவமனைக்கு அழைத்துச் சென்றனர். செல்லும் வழியில் வரதராஜன் அந்த ஊரைச் சேர்ந்த தன் நண்பனின் வீட்டில் வண்டியை நிறுத்த சொல்லினார். மருத்துவமனைக்கு பக்கத்திலேயே இருந்தது நண்பரின் வீடு.

நண்பனின் மனைவியும், நண்பரும் வெளியே வந்தவர்கள் வானதி தேவி வலியில் துடிப்பதை பார்த்ததும் அவர்களும் தானும் வருவதாக கூறினர்.

வரதராஜனுக்கும் அதுவே சரியன பட்டது .மழை வெளுத்து வாங்கிக் கொண்டிருந்தது.

வரதராஜனின் நண்பனின் மனைவி ,"அண்ணா நான் இன்னைக்கு பிரியாணி செய்திருக்கேன் .பிள்ளை எதுவும் சாப்பிடல வேற சொல்றீங்க கொஞ்சமா பிரியாணி சாப்பிட்ட பிறகு கிளம்பலாமே அண்ணா.."என்றார்.

"என்னமா நீ வலியில் இருக்கிறவ எப்படி சாப்பிடு வா .."என்று வரதராஜன் சொல்லிக் கொண்டிருக்க..

"அப்பா இல்லப்பா பிரியாணி பா

நாம சாப்பிட்டு போகலாம் பா .."என்ற வான்மதி தேவியை பார்த்த சந்திரன் "அடியே இவ்வளவு நேரம் வலியில் துடிச்சுட்டு இருந்த ,இப்ப பிரியாணி சொன்னதும் உனக்கு வலி போயிடுச்சா..? "

"ஸ்ஸ் ஆ ஆ சும்மா இருங்க நானே வலியில் அவஸ்தைப்படறேன் நீங்க வேற.."என்றவளை பார்த்து அனைவரும் சிரித்தனர்..

சரோஜாதேவி பிரியாணி எடுத்து வர சொல்லி தன் மகளுக்கு ஊட்டி விட வான்மதி தேவி கொஞ்சம் சாப்பிட்டவர் அதற்கு மேல் வலி பொறுக்க முடியாதவராய் மீண்டும் கூச்சலிட , உடனடியாக மருத்துவமனை அழைத்துச் சென்றனர்.

மருத்துவமனை நெருங்கியதும் ,அங்கே இன்னொரு பிரச்சனை ஒரு மனிதன் தன் தங்கை குடும்பத்தில் உள்ளவர்கள் தங்கை உட்பட அனைவ-ரையும் கொன்று குவித்ததான்

அது செய்தித்தாளில் வர பயந்துக்கொண்டே பயணம் செய்தவர்கள்

வான்மதி தேவியை மருத்துவமனையில் அனுமதித்தனர்.

வான்மதி தேவி வலியில் துடிக்க அவரை அளவுக்கு அதிகமாக சோதனைக்கு உள்ளாக்காமல் அழகிய தேவதையாய் இந்த பூமிக்கு வந்தாள் வான்மதி தேவியின் மகள் .

மழை அதிகமாக பெய்து கொண்டிருக்க சூறாக் காற்று வீசிக் கொண்டி-ருந்தது.

அனைவரும் தன் குடும்பத்தின் முதல் வாரிசை கொஞ்சி கொண்டு இருக்க குழந்தைக்கு உடம்பு ஊத்த வேண்டும் அதற்காக சோப்பு வாங்கி வரும்படி தாதி ஒருவர் கூறினார்.

ஏற்கனவே அந்த ஏரியாவே கொலை நடந்ததால் பீதியில் இருக்க யாரை அனுப்புவது என்று யோசித்த வரதராஜன் தானே செல்வதாக அனைவரின் எதிர்ப்பையும் மீறி கொட்டும் மழையில் தன் செல்ல பேத்திக்காக நடந்தே சென்று சோப்பு வாங்கிக்கொண்டு வந்தார்.

அவர் இப்பொழுது செய்வது தன் பேத்திக்காக என்று நினைத்துதான் ஆனால் அந்த பேத்தி தான் வருங்காலத்தில் தனது மூன்றாவது மருமகளாக வருவாள் என்பதை அப்பொழுது அறிந்திருக்க மாட்டார் வரதராஜன்.

பிறகு தன் பேத்தியின் ஞாபகமாக ஒரு சைக்கிள் வாங்கினார்...அதை நாற்பது வருடம் கடந்தும் பத்திரமாக பாதுகாத்து வைத்துள்ளார் என்பது குறிப்பிடத்தக்கது.

வரதராஜனின் பெரிய மகன் சங்கரராஜன் குழந்தை பிறந்த அடுத்த நாள் நேர்காணல் முடிந்து ஊருக்கு திரும்பியவனுக்கு தன் தங்கைக்கு குழந்தை பிறந்திருப்பது தெரியவர உடனடியாக அந்தக் கலவரத்திலும் கஷ்டப்பட்டு மருத்துவமனை வந்தடைந்தான் .

சங்கர் ராஜன் குழந்தையை தூக்கி தன் ஆசை தீர கொஞ்சியவன் ,"அம்மா இவள் நம் குடும்பத்தின் அதிர்ஷ்ட தேவதை ..."என்றான்.

வர்ணம் -2

சங்கர் ராஜன் குழந்தையை கொஞ்சியவன் ,"நம் குடும்பத்தின் அதிர்ஷ்ட தேவதை இவள் .."என்றான்.

சரோஜாதேவி ,"ஆமா சங்கரு இன்னைக்கு நடந்த கலவரத்தில் என்ன ஆகுமோ சொல்லி நாங்க பயந்துட்டே இருந்தோம் . அதுமட்டுமில்லாம இதோ இவள் பிறந்த நேரம் நெல்லு நிறைய அறுவடை ஆகி இருக்கு , சொத்து வழக்கு நடந்துச்சு இல்லையா அந்த சொத்தும் நம் கைக்கு வந்து

இருக்கு என் பேத்தி அதிர்ஷ்ட தேவதை தான் டா ..."என்று அவரும் தன் வீட்டின் முதல் வாரிசை கொஞ்சினார்.

"அம்மா நீங்க என்ன சொல்றீங்க அதுவும் நடந்திருக்கா நான் சொல்ல வந்த விஷயமே வேற அம்மா..."என்றான் சங்கர் ராஜன்.

சரோஜாதேவி,"ஆமாண்டா சரி நீ என்ன சொல்ற எனக்கு புரியலையே...?"

"அம்மா நான் நேர்காணல் போனேன் இல்லையா அதில் செலக்ட் ஆகிட்டேன் அம்மா.."என்றான் சங்கர் ராஜன்.

சரோஜா தேவி ,"எவ்வளவு சந்தோஷமான விஷயம் சொல்லி இருக்க டா நீ..அதை வந்த உடனே சொல்லி இருக்கலாமேடா .."

சங்கர் ராஜன்,"என்னமா பண்றது இந்த செல்ல தேவதையை பார்த்ததும் எனக்கு சொல்ல வந்தது கூட மறந்து போச்சு, என்னம்மா உங்களுக்கு சந்தோஷம் தானே..?"

"ரொம்ப சந்தோஷமா இருக்குடா இதுக்காக தானே இவ்வளவு நாள் நீ ட்ரைய்னிங் போய் கஷ்டப்பட்ட அதற்கான பலன் கிடைச்சு இருக்கு , நீ வேலைக்கு போக ஆரம்பிச்ச உடனே உனக்கு வேண்டிய வேண்டுதல் எல்லாம் நிறைவேத்தனும் டா..."

சங்கர் ராஜன்," சரிங்க அம்மா கண்டிப்பா செஞ்சுடலாம் என்றவன் அப்பா என்னப்பா அமைதியா இருக்கீங்க நீங்க எதுவும் சொல்ல மாட்டீங்களா..?"

வரதராஜன்,"நான் என்னடா சொல்றது. நீ சொன்ன மாதிரி என் பேத்தி வந்த நேரம் எல்லாமே நமக்கு நல்லதாகவே நடக்குது ..உன்னுடைய ஆசை நிறைவேறிடுச்சு, சந்தோஷமா இருடா அடுத்து என்ன உன்னுடைய கல்யாணம்தான்.."

"அப்பா என்னப்பா நீங்க எனக்கு 23 வயசு தான் ஆகுது ..அதுக்குள்ள கல்யாணமா இன்னும் கொஞ்ச நாள் போகட்டும்...?"

"அதெல்லாம் நடக்கனும் இருந்தா தன்னால நடக்கும் விடுடா.."என்று இவர்கள் பேசிக்கொண்டு இருக்க வரதராஜனின் மகன்களும் ,மகளும் சோமேஸ்வரன் மனைவி கண்ணகியும் அங்கே வந்தனர்.

வரதராஜன் ,"அடேய் பசங்களா இந்த கலவரத்தில் உங்களை யார் இங்க வர சொன்னது .யார் உங்களை அழைச்சிட்டு வந்தா...?"

"நான் தான் சித்தப்பா அழைச்சிட்டு வந்தேன்.." என்று அங்கே வந்தார் மணிவண்ணன். வரதராஜனின் அண்ணன் சோமேஸ்வரனின் மகன்.

வரதராஜன்,"என்னடா ஒரே கலவரமா இருக்கே, இப்ப எதுக்கு பிள்ளைகளை அழைச்சிட்டு வந்த.."

"சித்தப்பா இது நம்ம ஊரு நம்மை யார் என்ன செய்ய முடியும் சொல்லுங்க.." என்றவன் தனது மருமகளை கொஞ்சினான் மணிவண்ணன்.

சரவண ராஜன் தன் அக்கா மகளை கொஞ்சிக் கொண்டிருக்க அதை பார்த்த அவனின் பெரியம்மா கண்ணகி ,"என்னடா கட்டிக்க போற பொண்ண இப்படி பாக்கற.."

இவங்களை மாதிரி பெரியவங்க இப்படி ஆசைப்படுவதால் தான் நிறைய பெண்களுக்கு சிறு வயதிலேயே திருமணம் நடக்கிறது.சொந்தம் விட்டுப் போகக் கூடாது சொல்லி இப்படி நடந்துக்கறா ங்க..இது எப்போ தான் மாறுமோ?

அப்போதுதான் அனைவருக்கும் மின்னலாய் ஒரு எண்ணம் தோன்ற அனைவரும் சரவண ராஜனையும் கைக்குழந்தை கிருத்திகா தேவியையும் மாற்றி மாற்றி பார்த்தவர்கள் 'பார்க்கலாம் நாம் நினைப்பது நடந்து விட்டால் சந்தோஷம்தான்..' என்று நினைத்துக் கொண்டனர்.

கிருத்திகா தேவி பிறந்து மூன்று வருடம் கழித்து மண்டபமே பிரம்மாண்டமாக ஜொலிக்க,

மாங்கல்யம் தந்துனானே மம ஜீவனம் ஹேதுனா என்ற மந்திரம் முழங்க முப்பத்து முக்கோடி தேவர்களின் ஆசியுடனும் மண்டபத்தில் குழுமி இருந்த பெரியோர்களின் ஆசியுடனும் சங்கர ராஜன் வைஷ்ணவியின் சங்கு கழுத்தில் மங்கள நாணை பூட்டினான்.

மண்டபத்தில் உள்ள அனைத்து சொந்த பந்தங்களும் இத்திருமணம் முடிந்ததும் மிகுந்த மகிழ்ச்சியுடன் காணப்பட்டனர்.

வைஷ்ணவி தலை குனிந்து அமர்ந்திருந்தவளின் மனம் தீக்கனலாய் கொதித்தது.

சங்கர்ராஜனுக்கு சிறு வருத்தம் இருந்தாலும் ,தன் அம்மா தனக்கு நல்லது தான் செய்திருக்கிறார் என்று தன் மனதை தேற்றிக்கொண்டவன் ,தன் அம்மா சரோஜா தேவியை பார்த்தான்.

சரோஜாதேவி நினைத்ததை சாதித்து விட்ட மகிழ்ச்சியில் தன் மகன் ,மருமகளை மனதார வாழ்த்தியவர் மானசீகமாக தன் மகனுக்கு நன்றி கூறினார்.

அனைத்து சடங்குகளும் நன்முறையில் நடைபெற வைஷ்ணவி தேவியின் முகம் மட்டும் பொலிவில்லாமல் இருக்க அவளின் கண்களில் கண்ணீர்.

வைஷ்ணவியின் அம்மா கனகவள்ளி தன் மகளின் நிலையைப் பார்த்து வருந்தினாலும், 'இவள் இப்படி அழுது கொண்டிருந்தால் தன் கணவர் என்ன சொல்வாரோ ...?'என்று பயந்தவர் அனைத்து சடங்குகளும் முடிந்ததும் தன் மகளை அழைத்துக் கொண்டு மணமகள் அறைக்குச் சென்றார்..

"வைஷ்ணவி இப்போ எதுக்கு நீ தேவையில்லாம கண்ணுல தண்ணி வைக்கிற.. உங்க அப்பா பார்த்தா அதுக்கும் சத்தம் போடனுமா..? அவருடைய புத்தி தெரிஞ்சி நீ ஏன் தான் இப்படி நடந்துக்கறியோ தெரியல.. ?நீ இப்படியே அழுதுட்டு இருந்தா பாக்கறவங்க என்ன நினைப்பாங்க.. நம்ம குடும்பத்துக்குன்னு ஒரு கௌரவம் இருக்கு டி அதை புரிஞ்சுக்கோ ..

உங்க மாமியார் வீட்ல இருக்கவங்க எல்லாரும் உன்னை தான் பார்த்-துட்டு இருக்காங்க ..நீ இப்படி இருந்தா உனக்கு இந்த கல்யாணத்துல விருப்பம் இல்ல..அதனால தான் அழற சொல்லி கதை கட்டி விடுவாங்க ..அதோட உங்க அப்பா உன்னையும் ,என்னையும் வெட்டியே போட்டுடுவாரு ..அதுதான் உனக்கு வேணுமா.. உன்னை பெத்த பாவத்துக்கு நான் அதையும் அனுபவிக்கனுமா சொல்லுடி..."என்றார்.

வைஷ்ணவி,"ஏன்மா இப்படி என்ன சாகடிக்கிற ,நான் தான் உங்க இஷ்-டப்படி நடந்துக்கிட்டேனே இன்னும் உங்களுக்கு என்ன வேணும் ,என்னு-டைய கனவு எல்லாத்தையும் அழிச்சிட்டீங்க இன்னும் என்கிட்ட இருந்து எடுக்க என்ன இருக்கு சொல்லுங்க ..."

"அடியே ஏண்டி இப்படி கத்தற ,யாராவது கேட்டா என்ன நினைப்பாங்க .அச்சோ இவள வச்சுட்டு எனக்கு என்ன பண்றதுன்னே தெரியலையே..? "என்று கனகவள்ளி புலம்பிக்கொண்டிருக்க ..

"அண்ணி ,அம்மாவும் ,பொண்ணும் ரூம்ல என்ன பண்றீங்க ...ரெண்டு பேரும் பேச இதுதான் நேரமா ..?அங்க எங்க அக்கா கத்துக்கிட்டு இருக்கா சீக்கிரம் வாங்க .."என்று கதவைத் தட்டிக் கொண்டிருந்தார் கனகவள்ளியின் தம்பி மனைவியும் ,சரோஜாதேவியின் தங்கையுமான மாலதி .

"ஒரு நிமிஷம் இரு மாலதி "என்ற கனகவள்ளி .'அடக்கடவுளே இவ வந்துட்டாளா ?இவளுக்கு எப்படி தான் மூக்கு வேர்க்குமோ தெரியலையே..? இவ ஒரு ஆளுக்கு தெரிஞ்சா போதுமே என் மானத்தை வாங்கிடுவா.. '

"இங்க பாரு வைஷ்ணவி உனக்கு கல்யாணம் முடிஞ்சு போச்சு .இனி இதைப் பத்தி யோசிச்சு, உன்னை நீயே குழப்பிக்காத ..நல்ல பொண்ணா லட்சணமா மாமியார் வீட்டில் ஒழுங்கா வாழ்ந்து எங்களுக்கு நல்ல பெயர் வாங்கி கொடுக்கிற வழியை பாரு..."என்றவர் கதவை திறந்தார்.

மாலதி ,"என்ன அண்ணி இப்படி பண்றீங்க.. எங்க அக்காவ பத்தி உங்-களுக்கு தெரியாது

அவளுக்கு கோபம் வந்துச்சுன்னா என்ன பண்ணுவாளோ..? சீக்கிரமா அவளை அழைச்சிட்டு வாங்க ."என்றவர் வைஷ்ணவியின் முகத்தை உத்து பார்த்து," என்ன வைஷ்ணவி அழுதியா..?" என்றும் வைஷ்ணவி பதில் சொல்லாமல் இருந்தாள்.

மாலதி,"என்ன வைஷ்ணவி கேட்கிறது காதில் விழுதா இல்லையா இதே மாதிரி பதில் சொல்லாம இருந்தா எங்க அக்காகிட்ட உன்னால சத்தியமா குப்பை கொட்டவே முடியாது. வாய திறந்து பதில் சொல்லு..."

வைஷ்ணவி,"அதெல்லாம் எதுவும் இல்ல மாமி..."

"சரி சரி நான் சொல்றதெல்லாம் உன் நல்லதுக்கு தான் சொல்றேன். புரிஞ்சு நடந்துக்கோ என் அக்காவை பத்தி எனக்குத் தான் தெரியும். முடிஞ்சு போன கதையை விடு அதையே நினைச்சு உன் வாழ்க்கையை கெடுத்துக்காத ..என் அக்கா பையன் சங்கர் ராஜன் ரொம்ப கோபக்காரன்.

நீ இப்படி இருந்தா அவன் சும்மா இருக்க மாட்டான்..

அப்புறம் என்கிட்ட வந்து ஏதாவது குறை சொன்னா நான் கடுப்பாகி-டுவேன் தெரிஞ்சுக்கோ.. இந்தக் கல்யாணத்தை முடிச்சு வைக்கிறதுக்குள்ள நான் பட்ட பாடு இருக்கே. .. அப்பப்பப்பா முடியல..."என்று அலுத்துக் கொண்டார் மாலதி.

' இவளோட ஆட்டம் தாங்க முடியல கல்யாணம் முடிஞ்சிடுச்சு இல்லடி. நேரம் பார்த்து நான் உனக்கு வைக்கிறேன் கச்சேரி 'என்று நினைத்த கனக-வள்ளி," அதெல்லாம் அவ புரிஞ்சு நடந்துப்பா மாலதி. நீ கவலையை விடு அவளைப் பத்தி உனக்கு தெரியாதா என்ன..?"

"தெரியும் தெரியும் ஏன் தெரியாம உங்க பொண்ண பத்தி நல்லா தெரி-யவே தான் நான் இவ்ளோ பேசறேன் அண்ணி.. எனக்கு கல்யாணம் ஆகி வந்ததுல இருந்து நானும் அவள பாத்துட்டு தானே இருக்கேன். சரி சரி ரெண்டு பேரும் சீக்கிரம் வாங்க.." என்று வெளியே சென்றார் மாலதி.

"இங்க பாருங்க அம்மா இந்த மாலதி மாமி ரொம்ப ஓவரா பண்றாங்க.. என்ன சும்மா சும்மா அவங்க அக்காவை பத்தி ஓவரா பில்டப் கொடுக்க-றாங்க.. இவங்க இப்படி சொன்னா நான் என்ன பயந்துடுவேனா.. கொஞ்ச நாள் போகட்டும் இவங்களுக்கு நான் யாருன்னு காட்டறேன்.."என்றாள் வைஷ்ணவி.

கனகவள்ளி,"அடியே சும்மா இருடி அப்படி ஏதாவது பண்ணி தொலைச்-சிடாத ,அவ இல்லனா உனக்கு இந்த கல்யாணமே நடந்து இருக்காது .."என்றார்.

"என்னமா பேசுறீங்க நீங்க ..என்ன பெரிய வாழ்க்கை நான் நெனச்சது ஒன்னு கூட நிறைவேறல .இந்த மாமி இவங்களால தான் என் கனவு எல்-லாம் இன்னைக்கு பாழா போச்சு..."என்று அழுதாள் வைஷ்ணவி.

"வைஷ்ணவி நீ என்ன உலகமே புரியாம இருக்க ,அவங்க வீட்டுக்கு மருமகளா போறதுக்கு நீ கொடுத்து வச்சிருக்கனும்.. அண்ணி, அண்ணா ரெண்டு பேரும் நல்ல குணம் படைச்சவங்க.. மாலதி சொல்றதெல்லாம் வச்சு நீ மனசை போட்டு குழப்பிக்காத, நான் கேள்விப்பட்டவரை சரோஜாதேவி அண்ணி ரொம்ப நல்லவங்க

உன்னை தான் அவங்க பிள்ளைக்கு கட்டணம் சொல்லி பிடிவாதமா கல்யாணம் பண்ணி வச்சிருக்காங்க ,உன்னை எப்பவும் நல்லபடியா பார்த்துப்-பாங்க புரியுதா ...?"என்று அவளை சமாதானம் செய்து வெளியே அழைத்து வந்தார் கனகவள்ளி.

வைஷ்ணவி வெளியே வந்ததும் அவரின் கையை பிடித்துக்கொண்ட சரவணராஜன் அண்ணி அண்ணி என்று அவள் பின்னே சுற்றிவர.. அதில் பொறாமை கொண்ட வைஷ்ணவியின் தம்பிகள் மணிகண்டன் , சுந்தர் இரு-வரும் ,"அவங்க உனக்கு அண்ணி இல்ல எங்க அக்கா .."என்று சண்டை போட அதில் சரவணன் ராஜனின் முகம் சுருங்கியது.

அதை தாங்காத வைஷ்ணவி மூவரையும் அமர வைத்து அவர்களுக்கு புரிய வைக்க மூவரும் நண்பர்களாக மாறினர்.

தன்னை மறந்து அந்த சின்ன சிறு பாலகன் மூவரிடமும் சிரித்துப் பேசிய வைஷ்ணவியை திரும்பிப் பார்த்த சங்கர்ராஜன் முதன் முதலில் தன் மனைவியை ரசித்துப் பார்த்தவனுக்கு தன் அம்மாவின் செலக்சன் மிக அருமை என்று தோன்ற தன் அம்மாவிற்கு சபாஷ் சொன்னான் சங்கர் ராஜன்.

வைஷ்ணவி எதேச்சையாக சங்கரராஜனை பார்க்க, அவர் தன்னையே பார்த்துக் கொண்டிருப்பதை பார்த்து மெய்சிலிர்த்தவள் தன் தலையை தொங்க போட்டுக்கொண்டு வெட்கப்பட்டவளாக அங்கிருந்து நகர்ந்தவள் எதிரே வந்த வான்மதி தேவியின் மீது தெரியாமல் இடித்து விட்டாள்.

(அட இந்த பொண்ணு இவ்ளோ நேரம் அழுதுட்டு தானே இருந்தாங்க .இப்போ கட்டின கணவனை பார்த்தவுடன் எங்கிருந்து தான் வருமோ இந்த வெட்கம்.வைஷ்ணவி தேவிக்கு சங்கர் ராஜனை பார்த்தவுடன் பிடித்து போனது என்னமோ உண்மைதான்.ஆனால் அவளின் கனவுகள் நிறைவேறவில்லையே என்ற வருத்தம் மட்டுமே இருந்தது பெண்ணைவளுக்கு...)

"அண்ணி என்ன ஆச்சு பகலில் கனவா..? என்ன எங்க அண்ணா வந்தாரா கனவுல சொல்லுங்க சொல்லுங்க.."என்று வைஷ்ணவியை கேலி செய்தாள் வான்மதி தேவி.

"அச்சோ தெல்லாம் எதுவும் இல்ல..சாரிங்க நீங்க வந்ததை நான் கவனிக்கல.." என்று இருவரும் பேசிக் கொண்டிருக்க அங்கே வந்த

சரோஜாதேவி," அண்ணியும் ,நாத்தனாரும் என்ன பேசிட்டு இருக்கீங்க .."

"அதுவா உங்க மருமகளுக்கு கனவுல உங்க பிள்ளை வந்து தொந்தரவு பண்ணிட்டே இருந்தாராம்.அதை தான் அண்ணி சொல்லிட்டு இருந்தாங்க.."என்று வான்மதி சிரித்துக் கொண்டே கூறினாள்.

"அடியே வாலு சும்மா இருடி .என் மருமகளை கேலி செய்யாத என்றவர் வைஷ்ணவியின் தலையை வருடியவர் இங்க பாரு வைஷ்ணவி இவ உனக்கு நாத்தனார் நீ அவளை மச்சி சொல்லி கூப்பிடு ..வாங்க போங்க இதெல்லாம் வேணாம் சரியா..?"என்றார் சரோஜா தேவி

"சரிங்க அத்தை " என்றாள் வைஷ்ணவி.

வர்ணம் -3

ஒரு குட்டி ஃப்ளாஷ் பேக் போயிட்டு வரலாம் வாங்க ??

வைஷ்ணவி அவளுக்கு இது விருப்பமில்லாத திருமணம் ஆனாலும் தன் மாமியார் வீட்டில் உள்ளவர்களை அவளுக்கு மிகவும் பிடித்துப் போனது .அதிலும் முக்கியமாக தன் மச்சினன் சரவணராஜனை மிகவும் பிடித்தது வைஷ்ணவிக்கு...

வானதி தேவி தன் அண்ணனுக்கு திருமணம் முடிந்ததில் அவ்வளவு மகிழ்ச்சியாக இருந்தாள். இவளின் மகிழ்ச்சி எத்தனை நாளைக்கு பார்க்கலாம்.

வைஷ்ணவி திருமணம் முடிந்ததும் தன் அம்மா வீட்டில் உள்ளவர்களிடம் பிரியா விடை பெற்று தன் மாமியார் வீட்டுக்கு பயணம் ஆனாள்.

வைஷ்ணவியின் சித்தப்பா ,பெரியப்பா என்று இவளின் அப்பா கூட பிறந்தவர்கள் பக்கத்து வீட்டில் வசித்து வந்தனர்... இவர்களின் குடும்பத்தில் பணத்திற்கும் ,மகிழ்ச்சிக்கும் பஞ்சமில்லாமல் ஒன்றாகும்.

வைஷ்ணவி அந்த வீட்டில் உள்ள அனைத்து பெண்களிலும் வித்தியாசமானவள் சுட்டிப்பெண்ணும் கூட, ஆண் பிள்ளை போல வளர்ந்தவள் ..தலை குனிந்து நடக்க வேண்டும் என்று பெரியவர்கள் சொல்லிக் கொடுத்தால் அது ஏன், எதற்கு என்று கேள்வி மேல் கேள்வி கேட்டு அவர்களை ஒரு வழி பண்ணுபவள் , அந்த ஊரில் உள்ள வாலிபர்கள் கூட இவளிடம் மிகவும் கவனமாக நடந்து கொள்வர் காரணம் ஒன்று இவள் பெரிய வீட்டின் பெண் இரண்டாவது இவளின் குணம்..

தேவையில்லாமல் தன்னை யார் சீண்டினாலும் அவருக்கு பாடம் கற்றுக் கொடுக்காமல் விடமாட்டாள்.

அந்த வீட்டில் உள்ள அக்கா ,தங்கைகள் அனைவருமே இவளை பார்த்து பயப்படவும், இவள் ஏன் தான் இப்படி நடந்து கொள்கிறார்களோ என்று அவளிடம் ஒரு சில நேரம் நேரடியாக கேட்கவும் செய்வார்கள்.

"அட என்ன நீங்க நாம பெண்கள் தைரியமா இருக்கனும் .எதுக்காக நாம தேவை இல்லாம மத்தவங்கள பாத்து பயப்படனும் .தப்பு செய்றவங்க தான் பயப்படனும் .என்னை பார்த்து கத்துக்கோங்க ஏன் தான் நீங்க எல்லாம் இப்படி பயந்தாங்கோலியா இருக்கீங்களோ..?"என்பாள்.

"ஓஹோ அப்படியா இரு சித்தப்பாவை கூப்பிடறேன் .."என்று அவள் அக்கா ஒருத்தி சொல்ல..

"அடியே அக்கான்னு பாக்கிற இல்லனா என்ன நடக்கும் என்றே தெரியாது .ஏண்டி இப்போ அந்த மனுஷனை கூப்பிடற ..நான் சந்தோஷமா பேசிட்டு இருக்கிறது உனக்கு பிடிக்கலையா...?"

"அது அந்த பயம் இருக்கட்டும் .."என்று அனைவரும் அவளை கிண்டல் செய்வார்கள்.

அந்த வீட்டில் உள்ள சித்தப்பா ,பெரியப்பா, அண்ணன் தம்பிகளுக்கு இவள் தான் செல்லப் பெண்.

அனைவரிடமும் சகஜமாக பேசுபவளுக்கு தன் அப்பா என்றால் மட்டும் பயம் வந்துவிடும்..அவர் கேட்கும் கேள்விக்கு மட்டும் ஒரு வார்த்தையில் பதில் சொல்லி அங்கிருந்து ஓடி விடுவாள்.

வைஷ்ணவி அவர்கள் வீட்டில் உள்ள பெண்களிலேயே மிகவும் நன்றாக படிக்க கூடியவள் 12ம் வகுப்பு முடித்தவள் பள்ளியில் முதல் மாணவியாக

தேர்ச்சி பெற்றிருந்தாள்.

அடுத்து தன் கனவான ஆசிரியர் பயிற்சி பெற வேண்டும் என்று நினைத்துக் கொண்டிருந்தவள் தன் அப்பாவிடம் கெஞ்சி பர்மிஷன் வாங்கி சுதந்திரப் பறவையாக சுற்றித்திரிந்தவளுக்கு அந்த மகிழ்ச்சி கொஞ்ச நாள் கூட நிலைக்கவில்லை.

ஆம் அவளின் தலையில் இடியை இறக்கினர் அவளின் பெற்றோர்.

மாலதி கனகவள்ளி வீட்டிற்கு வந்தவர்,"அண்ணி அண்ணி ஒரு சந்தோ-ஷமான விஷயம் சீக்கிரம் வாங்க..."என்றார்.

"ஏன் மாலதி இப்படி கத்தி கூச்சல் போடற.. உங்க அண்ணா வீட்ல இருக்காங்க ..அப்புறம் அவங்க சத்தம் போட்டா கோவிச்சுக்கிட்டு போயிடுவ உனக்கு அது தானே தெரியும்.. சரி நீ விஷயத்தை சொல்லு ,அது சந்தோ-ஷமான விஷயமா இல்லையான்னு நான் சொல்றேன் ...?"என்றார் கனக-வள்ளி.

"அதெல்லாம் அண்ணா திட்ட மாட்டாங்க திட்டினாலும் பரவாயில்ல .நான் சொல்றத கேளுங்க .எங்க அக்கா கடிதம் எழுதி இருக்காங்க ..."என்று விஷயத்தை கூற அதில் கனகவள்ளிக்கு மிகுந்த மகிழ்ச்சி .ஆனா-லும் தன் மகளின் கனவை நினைத்து கலங்கியவர் என்ன செய்யலாம் என்று யோசித்து மாலதியிடம் அதை பற்றி கூறினார்.

"அச்சோ அண்ணி என்ன நீங்க புரியாத ஆளா இருக்கீங்களே..? நான் சொல்றத கொஞ்சம் கேளுங்க எங்க அக்கா.. எப்பவும் சரியான முடிவு தான் எடுப்பாங்க.. எங்க அக்கா வீட்டுக்கு உங்க பொண்ணு மருமகளா போனா கண்டிப்பா சந்தோஷமா இருப்பா.. நீங்க அண்ணன் கிட்ட இத பத்தி பேசுங்க. எனக்கும் இது முடிஞ்சா ரொம்ப சந்தோஷம் தான்..."என்றார் மாலதி.

கனகவள்ளியும் மாலதி சொல்வது சரிதான் என்று யோசித்தவர், "ஏங்க மாலதி வந்திருந்தாங்க.." என்று நடந்ததை கூற அவருக்கும் இதில் மகிழ்ச்-சிதான் என்றாலும் அவரும் தன் மகளின் மனநிலையை யோசித்தவர் தன் மகளிடம் கேட்க அவளோ இதற்கு சம்மதம் சொல்லவில்லை.

"அப்பா ப்ளீஸ் அப்பா எனக்கு இப்போ கல்யாணம் எல்லாம் வேண்டாம் .நான் படிக்கனும் உங்ககிட்ட சொல்லி இருந்தேனே.. இப்ப ஏன் இப்படி மாத்தி பேசுறீங்க..."என்று அழுதாள் பெண்ணவள்.

கனகவள்ளி,"ஏய் என்னடி எப்பவும் இல்லாம அப்பாவ எதிர்த்து பேசுற.."என்றார்.

"கனகவள்ளி நீ கொஞ்சம் அமைதியா இரு .நான் பேசிக்கறேன் என்ற சண்முகநாதன் இங்க பாருமா சொன்னேன் தான் ..ஆனா இப்போ வேற வழி இல்ல அதை நீ புரிஞ்சுக்கோ,. மாலதியோட அக்கா குடும்பம் ரொம்ப பெரிய குடும்பம் .அந்த பையனும் காவல் துறையில் இருக்கான்

அவங்க கேட்கும்போதே உன்னை கட்டிக் கொடுக்கிறது தான் நல்லது.இதுக்கு மேல எதுவும் பேசாத..." என்றார்.

வைஷ்ணவி,"அப்பா நமக்கு வசதிக்கு என்னப்பா குறைச்சல்.. நாம ஒன்னும் இல்லாதவங்க இல்லையே..? ப்ளீஸ்பா புரிஞ்சுக்கோங்க நான் படிச்சு முடிச்சிடறேன் . அப்புறம் எனக்கு கல்யாணம் பண்ணி வைங்க.."

"வைஷ்ணவி உனக்கு ஒரு தடவ சொன்னா புரியாதா ..?இப்போ எதுக்கு அடம் பிடிக்கிற நான் சொல்றத செய் நாளைக்கு அவங்க வரும்போது நீ சிரிச்ச முகமா கிளம்பி இருக்கனும் மீறி ஏதாவது செஞ்சா நான் என்ன பண்ணுவேன் என்று எனக்கே தெரியாது..." என்று கோபமாக அங்கிருந்து வெளியேறினார் சண்முகநாதன்.

வைஷ்ணவியோ இரவெல்லாம் அழுது ஓய்ந்தவள் வேற வழி இல்லாதவளாக மறுநாள் பொம்மை போல கிளம்பி பெண் பார்க்கும் படலத்திற்கு தயாரானாள்.

இந்த திருமணத்தில் யாருக்கு மகிழ்ச்சியோ இல்லையோ மாலதிக்கு மிகுந்த மகிழ்ச்சி. மாலதியின் கணவன் சத்தியமூர்த்தியின் அக்கா தான் கனகவள்ளி .

கனகவள்ளியின் வீட்டுக்கு எதிர்த்த வீட்டில் தான் மாலதி தன் குடும்பத்துடன் வசித்து வருகிறாள்.

கனகவள்ளி எப்பொழுதும் மாலதியை சரியாக நடத்தினாலும், பண திமிரால் அண்ணி தன்னை அவமானப்படுத்துவதாக மாலதி நினைத்துக் கொள்வார் காரணம் தாழ்வு மனப்பான்மை...

தன் அக்கா மகனுக்கு இவளை கட்டிக் கொடுத்து விட்டால் தான் என்ன செய்தாலும் யாரும் எதுவும் கேட்கப் போவதில்லை என்று ஆகாயத்தில் மிதந்தார் மாலதி.

மறுநாள் காலை யாருக்கும் காத்திராமல் வெய்யோன் தன் பணியை சிறப்பாக செய்ய பெண் பார்க்கும் படலத்திற்கே மிகவும் ஆடம்பரமாக தன் குடும்பத்துடன் வந்து இறங்கினார் சரோஜாதேவி.

சரோஜா தேவியை தவிர அங்கு வந்திருந்த யாருக்குமே முகத்தில் மகிழ்ச்சி இல்லை.. அதைப் பெண் வீட்டாரும் கவனித்துக் கொண்டுதான் இருந்தனர் .காரணம் அவர்களுக்கு தான் தெரியுமே அதனால் அமைதியாகவே இருந்தனர்.

அதிலும் சங்கர்ராஜன் முகத்தை வைத்து அவனின் மனநிலையை யூகிக்க முடியாத அளவுக்கு அமர்ந்திருந்தான்.

வைஷ்ணவி அழகிய தேவதையாய் கிளம்பி வர , அவளைப் பார்த்த சரோஜாதேவிக்கு மிகுந்த மகிழ்ச்சி ஏற்கனவே பார்த்து இருந்தாலும் தன் மகனுக்கு மனைவியாக வரப்போகிறாள் என்று இப்பொழுது நன்றாக பார்த்தார்.

மாப்பிள்ளை வீட்டார் அனைவருக்கும் வைஷ்ணவி தேவியை பிடித்துப் போனது. இதை வெளிப்படையாக சரோஜாதேவி சபையில் கூறினார்.

"ரொம்ப சந்தோஷம் தங்கச்சி மாப்பிள்ளைக்கு பெண் பிடிச்சிருக்கா கேட்டு சொல்லுங்க .."என்றார் சண்முகநாதன்.

சங்கர்ராஜன் தன் அம்மாவை பார்க்க சரோஜா தேவியின் முகத்தில் கண்ட உணர்ச்சி போராட்டங்களை குறிப்பெடுத்தவன் இப்பொழுது தெளிந்த மனதுடன் வைஷ்ணவி பார்க்க அவனுக்கும் பெண் மிகவும் பிடித்துப் போனது.

சங்கர்ராஜனும் பெண் பிடித்திருப்பதாக சொன்னான்.

சங்கர் ராஜன் தன் தம்பி சரவணராஜனை எப்படி தன் மகன் போல பார்த்தானோ அதேபோலவே வைஷ்ணவியின் தம்பிகளை பார்த்தவனுக்கு அவர்களையும் பிடித்து போக அதிலும் மிகவும் சின்ன பெண்ணாக இருந்த வைஷ்ணவியின் குட்டி தங்கை தீபாவை பார்த்தவன் அவளை தூக்கி கொஞ்சினான்.

அனைவருக்கும் வைஷ்ணவியை பிடித்து விட சரோஜாதேவி தன் வருங்கால மருமகளுக்கு பூ வைத்தவர் நிச்சயதார்த்த தேதியை குறித்து விட்டு செய்தி அனுப்புவதாக சொல்லியவர் நிறைந்த மனதுடன் தன் ஊருக்கு வெற்றி புன்னகையுடன் பயணமானார் சரோஜா தேவி.

சரோஜா தேவி வீட்டிற்குச் சென்று தன் கணவனிடம் நடந்த அனைத்தையும் கூற ,வரதராஜனுக்கு என்ன தான் மகிழ்ச்சி இருந்தாலும் ,தன் தங்கையின் முகம் அவர் மனதினில் வந்து போக வரதராஜன் முகம் ஒளி இழந்து காணப்பட்டது.

அதைக் கண்டு கொண்ட அனுபவ சாலியான சரோஜாதேவி," என்னங்க இப்போ எதுக்கு நீங்க இப்படி இருக்கீங்க இவ்வளவு நேரம் நல்லா தானே இருந்தீங்க..."

வரதராஜன்,"அதெல்லாம் ஒன்னும் இல்ல சரோஜா நீ போய் வேலையை பாரு நிச்சயதார்த்தத்திற்கு நாள் குறிக்க புரோகிதரை பார்த்துட்டு வரலாம்.."

"அதெல்லாம் போகலாம். கொஞ்சம் எனக்கு பதில் சொல்லுங்க .நான் செஞ்சது தப்பாங்க..எனக்கு வேற வழி தெரியலங்க. உங்க தங்கச்சி அப்படி பேசும்போது என்னால என்ன பண்ண முடியும் சொல்லுங்க..."

"சரோஜா முடிஞ்சு போன கதையை விட்டுட்டு நடக்கபாபோவதை பார்ப்போம் .பிள்ளைங்க எல்லாம் சந்தோஷமா இருக்காங்க .அங்க பாரு உன் பெரிய மகன் சங்கர் ராஜன் கூட வைஷ்ணவியை பார்த்துட்டு வந்ததுல இருந்து நல்லா தான் இருக்கான் .நான் அவன் தான் இந்த திருமணத்திற்கு சம்மதம் சொல்ல மாட்டானோ என்று பயந்துட்டு இருந்தேன் .ஆனா இப்போ தான் நிம்மதியா இருக்கு .."என்றார்.

"சரிங்க நீங்க எதையும் மனசுல போட்டு குழப்பக்காதீங்க. நாம எதையும் சரியா தான் செய்றோம் சரிங்களா..?"

"சரி சரோஜா நான் வெளியே போயிட்டு வரேன் நீ பிள்ளைகளை கவனி.."என்று வெளியே கிளம்பினார் வரதராஜன்.

சரோஜா தேவியின் வீடு மகிழ்ச்சியை தத்தெடுத்திருந்தது. அதிலும் கிருத்திகா தேவி சிறு குழந்தை ஆனதால் அக்குழந்தை செய்யும் சேஷ்டையை பார்த்து அனைவரும் நீண்ட நாள் கழித்து மனம் விட்டு சிரித்தனர்.

வான்மதி தேவி தன் மகளை கொஞ்சி கொண்டிருக்கும் வானதி தேவியை பார்த்து கண் கலங்கியவர் தன் கணவனிடம், "எங்க அண்ணனுக்கு இனி எந்த பிரச்சனையும் இல்ல ஆனா எனக்கு வானதியை நினைச்சா தான் பயமா இருக்குங்க.."என்றாள்.

"நீ என்னடி லூசா? இப்போ எதுக்கு நீ தேவையில்லாம பயப்படற.. வானதி ரொம்ப புத்திசாலி பொண்ணு . அவ தெளிவா முடிவு எடுத்து இருப்பா கவலைப்படாத..."என்றார் சந்திரன்.

"ஆமா அவ என்ன முடிவெடுத்து இருப்பா உங்ககிட்ட ஏதாவது சொன்னாளா ..?நம்ம வீட்ல என்னைக்கு பெண் பிள்ளைகளை முடிவு எடுக்க விட்டு இருக்காங்க. ஒரு விதத்தில் பார்த்தா வானதி மனதில் தேவையில்லாத ஆசைய வளத்துக்காம இருந்ததால தான் இப்போ அவளால நிம்மதியா இருக்க முடியுது..

பெரியவங்க அத சொன்னாங்க இதை சொன்னாங்கன்னு சொல்லி அவ ஆசைய வளத்து இருந்தா இந்நேரம் அவளோட வாழ்க்கை எப்படி இருந்திருக்கும் . அதை நினைத்தாலே எனக்கு பயமா இருக்குங்க.."

"அடியே அறிவு பொண்டாட்டி நானும் அதை தானடி சொல்ற, என் மச்சினிச்சி ரொம்ப புத்திசாலி உன்னை மாதிரி கிடையாது.."

"ஏதே என்ன மாதிரி கிடையாதா அப்படின்னா என்ன அர்த்தம் நான் என்ன முட்டாளா..?"

" அதை நான் என் வாயால் வேற சொல்லனுமா..?"

"என்ன விளையாடறீங்களா இருங்க நான் எங்க அப்பா கிட்ட சொல்றேன்.."

"அடியே புருஷன் பொண்டாட்டி பிரச்சினையை ஏண்டி உங்க அப்பா வரைக்கும் கொண்டு போற.. அந்த மனுசன பார்த்தாலே கை, கால் உதறுதா இல்லையா..?"

"ஹ ஹ ஹ அது அந்த பயம் இருக்கட்டும், சரி வாங்க நாம அண்ணா கிட்ட பேசிட்டு வரலாம்.." என்று இருவரும் சங்கரைத் தேடிச் சென்றனர்.

சந்திரன்,"சங்கர் என்னடா பண்ற.."

"வாங்க மாமா சும்மாதான் உட்கார்ந்து இருக்கேன்..வன்மதி பாப்பா என்ன பண்றா.."

வான்மதி தேவி,"இந்த சரவண ராஜன் எங்க அண்ணா அவளை விடறான் .எப்ப பாரு அவளை தூக்கி வச்சுட்டே இருக்கான். அவன் கூட தான் விளையாடிட்டு இருக்கா.."

சங்கர் ராஜன்,"பாரேன் வருங்கால பொண்டாட்டியை தூக்கி வச்சுட்டு சுத்துறதே அந்த பயபுள்ளைக்கு வேலையா போச்சு.. ஒரு விதத்தில் என் தம்பி கொடுத்து வச்சவன் தான் போ.."

வான்மதி தேவி,"அது என்னமோ சரி தான் அண்ணா பாப்போம் ,அம்மா ,அப்பா ஆசைப்படறாங்க கடவுளோட அருள் அப்படி இருந்தா என் பொண்ணை என் தம்பிக்கு கொடுக்கிறதுல எனக்கு எந்த பிரச்சனையும் இல்ல.."

"அதுவும் சரிதான் ஆனால் யாருமே அதிகமா ஆசைய வளத்துக்காம இருக்கிறது நல்லது..." என்றான் சங்கர் ராஜன்.

சந்திரன்,"என்னடா சங்கர் அனுபவம் பேசுதா .."

சங்கர் ராஜன்,"ஆமா மாமா நானும் ,வானதியும் பெரியவங்க சொல்றாங்கன்னு சொல்லி ஆசை வளத்திருந்தா இப்போ எங்களால நிம்மதியா இருந்திருக்க முடியுமா சொல்லுங்க.."

சந்திரன்,"அது என்னமோ உண்மைதான் டா அதுக்கு காரணம் எங்க அக்காவோட வளர்ப்புதான் எங்க அக்காவ நெனச்சாலே எனக்கு பெருமையா இருக்குடா.."

"மாமா எங்க அம்மா என்னைக்கும் எங்களுக்கு நல்லது தான் செய்வாங்க என்று நம்பிக்கை எங்களுக்கு இருக்கு, பாக்கலாம் மாமா இனி என்ன நடக்க போகுதோ..?"

வர்ணம்-4

வரதராஜன் தன் தங்கையின் மீது அதீத பாசம் கொண்டவர் .தன் தங்கை எது சொன்னாலும் அதை உடனடியாக செய்யும் குணம் கொண்டவர்.ஆனால் அது நன்மையாக இருந்தால் மட்டுமே.

வரதராஜனின் சிறிய மகள் வானதி தேவி பிறந்த உடன் அக்குழந்தையை பார்த்த பாக்கியலட்சுமிக்கு அவளை மிகவும் பிடித்து போனது. வானதி தேவி அப்படியே பாக்கியலட்சுமியை போலவே இருந்தாள்.

இப்படியாக பிள்ளைகள் அனைவரும் வளர பாக்கியலட்சுமி," அண்ணா எனக்கு ஒரு ஆசை அண்ணா அதை நிறைவேத்துவியா..?"என்றார்.

"என்னம்மா எதுவா இருந்தாலும் சொல்லு என்னால முடிஞ்சா செய்ய போறேன்.."என்றார் வரதராஜன்.

"அண்ணா நம்ம வானதி தேவியை என் மகன் மகாதேவனுக்கு நீ கட்டிக் கொடுக்கனும் செய்வியா..?"

"சரிமா அது நடக்கும் போது பார்க்கலாம். அவங்க இப்ப சின்ன பிள்ளைங்க தானே..?"

"அண்ணா அதுமட்டுமில்ல என் பொண்ணு சரண்யாவை உன் பையன் சங்கர் ராஜனுக்கு கட்டிக் வைக்கனும் விரும்பறேன். இப்படி பொண்ணு

கொடுத்து பொண்ணு எடுத்தா நம்ம உறவு இன்னும் பலமாகும் அண்ணா..."

"சரி மா பாக்கலாம் .இது நாம ரெண்டு பேரும் மட்டும் பேசி முடிவு எடுக்கிற விஷயம் இல்ல .பசங்க வளரட்டும் அவங்களுக்கும் ஆசை இருந்தா முடிச்சு வச்சிடலாம் .நீ அதையே நினைச்சுட்டு இருக்காத..."

"சரி அண்ணா நீ இவ்வளவு தூரம் சொன்னதே எனக்கு போதும் .."என்று அன்றையில் இருந்த சங்கர் ராஜனை தன் மருமகனாகவும் ,வானதி தேவியை தன் வீட்டிற்கு வர போகும் மகாலட்சுமியாகவும் பார்க்க ஆரம்பித்-தார் பாக்கியலட்சுமி.

அண்ணன் ,தங்கை ஒற்றுமை அந்த வீட்டில் உள்ள இவர்களின் கூட பிறந்தவர்களுக்கே பிடிக்காமல் போனது.

வானதி தேவி அறியா பிள்ளையாக இருக்கும் போது மகாதேவனை அத்தான் என்று அழைத்து வந்தாள். அப்படி கூப்பிட சொல்லி அவளுக்கு யார் சொல்லி கொடுத்தாங்க அதுவே அவளுக்கு இன்று வரை ஞாபகம் இல்லை..

மகாதேவன் வானதி தேவியின் மீது அதிக நேசம் கொண்டிருந்தார்.

சங்கரராஜன் ,சரண்யாவை தனக்கு திருமணம் செய்து வைக்க விரும்-புகிறார்கள் என்று கேள்விப்பட்டவன் அவளிடம் சகஜமாக பேச ஆரம்பித்-தான்.

ஆனால் வானதி தேவிக்கு மட்டும் மகாதேவன் பேரில் அப்படி எந்த அபிப்ராயமும் இல்லை என்பது குறிப்பிடத்தக்கது. அப்பொழுது அவள் மிக-வும் சிறிய பெண்.

சரோஜாதேவியின் வளர்ப்பு அப்படி வானதி தேவி தன் மனதில் ஆசையை வளர்த்துக் கொள்ளவில்லை. மத்த அத்தை மகன்களை பார்ப்ப-தைப் போலவே மகாதேவனையும் பார்த்து வந்தாள்.

வானதி தேவி சிறுவயதில் பாக்கியலட்சுமி வீட்டிற்கு செல்லும் போதெல்-லாம் அவரின் கணவர் கங்காதரன் தன் மகள் சரண்யாவுக்கும் ,தான் மரு-மகளாக நினைக்கும் வானதி தேவிக்கும் பூ வாங்கி வந்து கொடுப்பார்.

சரண்யா அதைப் பார்த்தவள் தன் அப்பா அவளுக்கும் வாங்கி வந்து கொடுத்தது பெண்ணவளுக்கு எப்படி இருந்ததோ தெரியவில்லை .."அவளுக்கு மட்டும் பூ அதிகமா இருக்கு, எனக்கு இவ்வளவு கம்மியா வாங்கி வந்து இருக்கீங்க .."என்று கங்காதரணியிடம் சண்டை போடுவாள்.. பிறகு கங்காதரன் தன் மகளை சமாதானம் செய்வார்.

கங்காதரன் குடும்பத்தில் உள்ள அனைவரும் வானதி தேவியை தன் வீட்டின் மருமகளாகவே கருதினர்.

இப்படியே நாட்கள் சென்று கொண்டிருக்க மகாதேவன் லாரி வேன் டிரைவராக பணிபுரிந்து வந்தார். அப்பொழுது அவருக்கு தீய பழக்கம் ஏற்-பட்டது.

பாக்கியலட்சுமி," அண்ணா இந்த மகாதேவன் குடிக்கு அடிமையாகிட்-டான் ..அது மட்டுமல்லாமல் வீட்டுக்கு சீக்கிரமா வராம ஊர் சுத்திட்டு இருக்கான்..." என்று ஒரு சில குற்றச்சாட்டுகளை தன் மகன் மீது வைத்தார்.

இதையெல்லாம் கேட்ட வரதராஜன் யோசிக்க ஆரம்பித்தார். அவரை விடவும் சரோஜாதேவி யோசனைக்கு உள்ளானவர் தன் மகளின் எதிர்கா-லத்தை நினைத்து கலங்க ஆரம்பித்தார்.

பாக்கியலட்சுமி உண்மைகளை தன் அண்ணனிடம் கூறக் காரணம் தன் அண்ணன் தன் மீது உள்ள பாசத்தால் தன் மகன் தீயவழியில் சென்றாலும் தனக்காக பெண் கொடுப்பார் என்ற நம்பிக்கையில் இச்செயலை செய்தார்.

இந்த நிலையில் வானதி தேவி வயதுக்கு வந்தாள்.இந்தச் செய்தி பாக்-கியலட்சுமிக்கு மிகவும் மகிழ்ச்சியான ஒன்றாக இருந்தது.

வானதி தேவி வயதுக்கு வந்து மூன்று மாதம் முடிந்திருந்த நிலையில், பாக்கியலட்சுமி தன் அண்ணனை தேடி வயல் வெளிக்கு சென்றார்.

வரதராஜன்,"பாக்கியலட்சுமி வாம்மா என்ன இங்க வந்திருக்க வீட்டுக்கு போக வேண்டியது தானே..?"

"இல்லன்னா நீ இங்க தானே இருப்ப ,அதான் உன்கிட்ட பேசிட்டு போகலாம் என்று வந்தேன்.."

"ஓஹோ அப்படியா சரி சொல்லு ,என்ன விஷயம் வீட்ல எல்லாம் எப்-படி இருக்காங்க.."

"ஏதோ இருக்கோம் என்றவர் வானதி தேவி மகாதேவன் திருமணத்தை முடிச்சிடலாம் அண்ணா..." என்றார் பாக்கியலட்சுமி.

இதைக் கேட்ட வரதராஜனுக்கு அதிர்ச்சியாக இருந்தாலும், அதை வெளிக்காட்டிக் கொள்ளாதவராய் ,"என்னம்மா சொல்ற இதுக்குள்ள என்ன கல்யாணத்துக்கு அவசரம் ஏன் இப்படி நீ அவசரப்படற..."

"இல்ல அண்ணா மகாதேவனுக்கும் வயசாகிட்டே போகுது, அவனுக்கு சீக்கிரமா கல்யாணம் பண்ணி வச்சா தான் ஒழுங்கா இருப்பான்..."

"இங்க பாருமா வானதி தேவி வயசுக்கு வந்து மூன்று மாசம் தான் ஆகுது, நீ நினைக்கிறது நடக்காது..."

"அண்ணா நீ என்ன சொல்ல வர எதுவா இருந்தாலும் வெளிப்படையா சொல்லிடு.."என்று ஆவேசப்பட்டார் பாக்கியலட்சுமி.

"என்னம்மா சொல்ல சொல்ற.. உன் பையனோட யோக்கியதை தெரிந்து நான் எப்படி என் பொண்ண கொடுப்பேன்.

நீ சரண்யாவை இப்படி ஒரு மாப்பிள்ளைக்கு கட்டிக் கொடுப்பியா..?"

"அண்ணா என்ன பேசுற நீ.. என் பிள்ளைக்கு என்ன குறைச்சல். ஆம்பள பிள்ளை கொஞ்சம் அப்படி ,இப்படி இருக்கத்தான் செய்வான் .அதுக்காக பொண்ணு கொடுக்க மாட்டேன்னு சொல்லுவியா..?"

வரதராஜன்,"ஆமா எப்படி பொண்ணு கொடுக்க சொல்ற ..என் பொண்ணு நல்லா வாழனும் என்ற எண்ணம் எனக்கு இருக்காதா..?"

"ஓஹோ அப்படியா.. அப்போ அன்னைக்கு கட்டி தரேன்னு சொன்னியே அதுக்கு என்ன அர்த்தம்.."

"இங்க பாரு பாக்கியலட்சுமி நீதான் பொண்ணு கொடுத்து பொண்ணு எடுக்கலாம்னு சொன்னியே தவிர நானோ, உங்க அண்ணியோ அதை பத்தி உன்கிட்ட பேசவே இல்ல .அப்போ பார்க்கலாம் தானே நான் சொன்னேன் நல்லா யோசிச்சு பாரு..."என்றார் வரதராஜன்.

"அண்ணா நீ சொல்றது எதுவும் சரியில்ல அண்ணா .. நான் சொல்றதை கேளு

நீ வானதி தேவியை என் மகனுக்கு கட்டிக் கொடு.. அவ ராணி போல வாழ்வா என்னை நம்பு அண்ணா..."

"பாக்கியம் என் பொண்ணு ராணி போல வாழலனாலும் பரவாயில்ல. ஆனால் எந்த கெட்ட பழக்கமும் இல்லாத ஒருத்தனுக்கு தான் என் பொண்ணை நான் கட்டிக் கொடுப்பேன்.."என்று சொல்லிவிட்டார் வரதராஜன்.

"என்ன அண்ணா நீ இப்படி சொல்ற.. ஏற்கனவே அண்ணி உனக்கு எல்லாம் சொல்லிக் கொடுத்துட்டாங்களா..? அதனால்தான் இப்படி பேசறியா ..?நீ எப்போதிலிருந்து பொண்டாட்டி பேச்சை கேட்க ஆரம்பிச்ச.."என்று ஆவேசமாக கத்தினார் பாக்கியலட்சுமி.

"பாக்கியலட்சுமி இதுக்கு மேல எதுவும் பேசாத ..பொண்டாட்டி பேச்சை கேட்டுட்டு ஆட எனக்கு தெரியாது. என் பொண்டாட்டியா இருந்தாலும் சரி ,நீயா இருந்தாலும் சரி ,என் பிள்ளைகளாய் இருந்தாலும் சரி நீங்க சொல்றது நியாயமா இருந்தா மட்டும்தான் நான் செய்வேன் .இதில் எதுக்கு தேவையில்லாம உன் அண்ணியை இழுக்குற இந்த கல்யாணம் நடக்காது அவ்வளவுதான்..."என்றார்.

பாக்கியலட்சுமி எண்ணம் என்னவென்றால் வீட்டில் போய் திருமணம் விஷயம் பேசினால் கண்டிப்பாக சரோஜாதேவி தன் மகனுக்கு பெண்ணை கொடுக்க மாட்டார் ..அதுவே தன் அண்ணனிடம் பேசினால் தன் அண்ணன் .தான் என்ன சொன்னாலும் செய்வார் என்ற எண்ணத்தில் இருந்தவருக்கு ஏமாற்றமே மிச்சம்.

பாக்கியலட்சுமி நம்பி வந்தவர் ஏமாற்றத்துடன் அழுது கொண்டே வீட்டுக்கு திரும்பினார்.

மகாதேவன் தன் அம்மா எப்பொழுது வீட்டுக்கு வருவார் என்று ஆவலோடு காத்திருந்தவனின் தலையில் இடியை இறக்கினார் பாக்கியலட்சுமி.

"டேய் உங்க மாமா உனக்கு வானதியை கட்டிக் கொடுக்க மாட்டேன்னு சொல்லிட்டாரு.. நான் என்ன பண்ணுவேன்.. எல்லாம் உன்னால தான் டா.

நீ ஒழுங்கா இருந்திருந்தா இந்த நிலைமை எனக்கு வந்து இருக்காதே ..இப்போ இப்படி புலம்ப வச்சுட்டியே ..?"என்று கத்தினார் பாக்கியலட்சுமி.

மகாதேவன் இந்த செய்தியை கேட்டு அதிர்ச்சிக்கு உள்ளானவர் மிகவும் ஒடுங்கிப் போனார்.. தான் விரும்பிய பெண் தனக்கு இல்லை என்றால் யாருக்கு தான் கஷ்டமாக இருக்காது.

ஆனால் அதற்குத் தகுந்தாற்போல இவர் ஒழுங்காக நடந்திருக்க வேண்டும் இல்லையா ..?கூடா நட்பு கேடாய் விளையும் என்பது உண்மையாகியதே.. இவர் இப்படி கெட்டழிந்து வந்தால் இவருக்கு யார் தான் பெண் கொடுப்பா..

பாக்கியலட்சுமியும், மகாதேவனும் வானதி தேவி தன் வீட்டுக்கு மருமகளாக வரப்போவதில்லை என்று நினைத்தவர்கள் பதினைந்து நாட்கள் காய்ச்சலில் விழுந்தனர்.

வரதராஜனுக்கு தன் தங்கை என்றால் உயிர் தான் .ஆனால் அதுக்காக தான் பெத்த பெண்ணை பலி கொடுப்பாரா என்ன...

இந்தச் செய்தி காட்டுத் தீ போல அனைவருக்கும் பரவியது. அதில் சொந்தம் பந்தங்கள் ஒரு சிலர் மகிழ்ச்சியும் ,ஒரு சிலர் வேதனையும் அடைந்தனர்.

வரதராஜன் வீட்டுக்குச் சென்றவர் தன் மனைவியிடம் நடந்த விஷயத்தை கூற சரோஜாதேவி தன் மகளின் வாழ்க்கையை நினைத்து பயந்து கொண்டிருந்தவர் இப்பொழுது கொஞ்சம் மன நிம்மதி அடைந்தார்.

ஆனாலும் தன் நாத்தனார் பாக்கியலட்சுமியையும், அவரின் மகனையும் நினைத்து வேதனையும் அடைந்தார்.

சரண்யா இந்த செய்தியை கேட்டவளுக்கு மனம் மிகுந்த வேதனை அடைய தன் அண்ணன் செய்த செயலை நினைத்து அவன் மீது கோபம் கொண்டாள்.

"அம்மா நீ ஏன் இப்போ இப்படி அழற என்னை கட்டிக்க போறவன் , குடிகாரனாகவும் எல்லா கெட்ட பழக்கமும் இருக்கிறவனாகவும் இருந்தா பரவாயில்லன்னு என்னை கட்டிக் கொடுத்திடுவியா என்ன ..?

அப்படித்தானே மாமியும், மாமாவும் நினைப்பாங்க .அதை விடுமா விட்டுட்டு வேலையை பாரு என்ன நடக்குதுன்னு பார்க்கலாம்.."என்றாள் சரண்யா.

"அடியே அறிவு கெட்டவளே வாய மூடுடி .என்னடி பேசற நீ. அவன் உன்னோட அண்ணன் அந்த எண்ணம் கொஞ்சமாவது உனக்கு இருக்கா..?"

"அம்மா அவளை ஏன் இப்போ திட்றீங்க.. அவள் உண்மை தானே சொல்றா. அதுக்கு அண்ணன் ஒழுக்கமா இருந்திருக்கனும் .

வானதி தேவியை திருமணம் செய்ய ஆசைப்பட்டா மட்டும் போதாது .அவளுக்கு தகுந்தாற் போல இவரும் இருக்கனும் இல்லையா ..?அதை ஏன் நீங்க யோசிக்க மாட்டீங்கறீங்க.." என்றான் பாலன் மகாதேவனின் தம்பி.

கங்காதரன் நடந்த அனைத்தையும் கேட்டவர் மனம் வேதனை அடைந்தாலும் தன் மகள் ,மகன் கூறுவதை கேட்டவர் ,'அவர்கள் கூறுவது உண்-

மைதானே ?எந்த பெற்றவர்கள் தான் இப்படி ஒருவனுக்கு பெண்ணை கொடுக்த நினைப்பார்கள்..' என்று நினைத்தவர் தன் மனதை தேற்றிக்-கொண்டார்.

அவரும் வானதி தேவி தனக்கு மருமகளாக வரவேண்டும் என்று மிகவும் ஆசைப்பட்டவர் தானே ..?அவரும் வேற என்னதான் செய்வார் பாவம். மனைவியின் சொல்லே மந்திரம் என்று வாழ்ந்து வருபவர் தான் கங்காதரன்.

யார் என்ன சொன்னாலும் வரதராஜன் கூறியது மீண்டும் மீண்டும் பாக்-கியலட்சுமியின் காதில் ஒலித்துக் கொண்டிருக்க அனைவரின் நிம்மதியையும் குலைக்கும் விதமாக ஒரு காரியத்தை செய்ய குடும்பமே ஸ்தம்பித்து போனது.

வர்ணம் -5

பாக்கியலட்சுமி பக்கத்தில் வீட்டில் உள்ளவரிடம் தன் அண்ணன் கூறியதை சொல்லி அழுதவர் ,"நான் அவங்கள சும்மா விடமாட்டேன்..பொண்ணு கேட்டு போன என்னை எங்க அண்ணன் அசிங்கப்படுத்தி அனுப்பிட்டாரு ..அவங்க பொண்ணு கேட்டு வரட்டும் நான் என்ன பண்றேன் பாரு ..அவங்கள அசிங்கப்படுத்தி தலை குனிய வச்சு தான் அனுப்புவேன்.." என்று வன்மமாக பேசினார்.

அதைக் கேட்ட பக்கத்து வீட்டு பெண்மணிக்கு மிகுந்த வருத்தம் .ஏனென்றால் அண்ணன், தங்கை இரண்டு பேரும் எப்படி இருந்தார்கள் என்று அவருக்கு தெரியும் .அதுவும் இல்லாமல் சரோஜாதேவியின் குணத்-திற்காகவே அவருக்கு சரோஜா தேவியை மிகவும் பிடிக்கும்.

சரோஜாதேவி என்னதான் தன் நாத்தனார் என்று பார்த்து பார்த்து செய்-தாலும் பாக்கியலட்சுமி அவரை எப்பொழுதும் குறை கூறிக் கொண்டே தான் இருப்பார்.

ஆனால் அதை எல்லாம் கண்டும் காணாததை போல இருந்து வந்தார் வரதராஜன் .வரதராஜனுக்கு தன் தங்கையின் மீது பாசம் இருக்கத்தான் செய்தது.ஆனாலும் தன் மனைவியை யாருக்காகவும், எதுக்காகவும் விட்டுக் கொடுத்துப் பேச மாட்டார் .தன் மனைவியின் மீது உயிராய் இருந்தார் வரத-ராஜன்.

சரோஜாதேவி வந்த பிறகு தான் அந்த வீட்டில் பல மாற்றங்கள் நடந்தன .சரோஜாதேவி அந்த வீட்டின் குலவிளக்கு என்று தான் சொல்ல வேண்-டும் .சரோஜாதேவி அந்த வீட்டில் மூன்றாவது மருமகள் ஆனாலும் சரோ-ஜாதேவி வந்த பிறகுதான் குலதெய்வ கோவிலை கண்டுபிடித்து குலதெய்வ கோவிலுக்கு அனைவரையும் அழைத்துச் செல்ல ஆரம்பித்தார்.

சரோஜாதேவியின் மாமியார் அவ்வளவாக சாமி கும்பிட மாட்டார். அதுக்காக அவர் இதுவரை குலதெய்வம் கோவிலுக்கு சென்றதும் கிடை-யாது.

சரோஜா தேவியோ கடவுள் மீது நம்பிக்கை வைத்தவர் நாளும் கிழமை வந்துவிட்டால் சரோஜாதேவி இருக்கும் இடமே அவ்வளவு தெய்வக் கலையாக இருக்கும்.

மூத்தார்களின் (மூத்தார் கணவனின் அண்ணன்)மத்தியில் சரோஜாதேவி நல்ல பெயர் வாங்கி இருந்தார் .பிறகு இப்படி பார்த்து பார்த்து செய்யும் மருமகள் தன் வீட்டிற்கு வந்தால் அவரை யாருக்குத்தான் பிடிக்காமல் இருக்கும் .சரோஜா தேவியின் ஓரகத்திகள் இருவருக்கும் கூட சரோஜாதேவி என்றால் பிரியம் தான்.

மாமியாரிடமும் நல்ல பெயர் வாங்கி அவருக்கு பணிவிடைகளை செய்து ,தன் கடமையை சரிவர செய்து வரும் சரோஜாதேவியை பார்த்தாலே பாக்கியலட்சுமிக்கு பிடிப்பது இல்லை.

பாக்கியலட்சுமி தன் கணவரை தன் கட்டுப்பாட்டில் வைத்திருந்தார் .மாமியாரையும் அதிகமாக கண்டு கொண்டதில்ல. ஏதோ கடமைக்கு என்று அவருக்கு செய்வார்.. இப்படி இருந்தவருக்கு அவரை பிடிக்காமல் போனதில் ஒன்றும் அதிசயம் இல்லையே.

பங்காளிகளின் வீட்டின் மத்தியிலும் சரோஜாதேவிக்கு நல்ல பெயர் தான் .ஆம் அனைவருக்கும் குலதெய்வ கோவிலில் காண்பித்து வைத்தவர் அவர் தானே? அவர் திருமணமாகி வீட்டிற்கு வந்த பிறகுதான் அனைவரும் குலதெய்வ கோவிலுக்கு செல்ல ஆரம்பித்தனர்.

பாக்கியலட்சுமி இப்படி கூறியதும் அந்த பக்கத்து வீட்டு பெண்மணி சரோஜாதேவிக்கு ஒரு கடிதம் எழுதினார் .

அண்ணி சரண்யாவை பொண்ணு கேட்டு தயவுசெய்து வந்துடாதீங்க ..உங்க நாத்தனார் உங்களையும் ,அண்ணாவையும் அசிங்கப்படுத்தும் நோக்கத்தில் இருக்காங்க .நீங்க பெண் கேட்டு வந்தா அசிங்கப்பட்டு தான் திரும்பனும் என்று நல்ல எண்ணத்தில் கடிதம் ஒன்றை எழுதி அனுப்பி இருந்தார் அப்பெண்மணி.

வரதராஜன் இக்கடிதத்தை படித்தவர் கடும் கோபம் கொள்ள ,ஆனால் பொறுமைசாலியான சரோஜா தேவியோ ,"ஏங்க நான் சொல்வதை கொஞ்சம் கேளுங்க அவசரப்படாதீங்க .கொஞ்ச நாள் போகட்டும் அதன் பிறகு நாம் இதைப் பத்தி யோசிக்கலாம் .நம்மால ஒரு பெண்ணோட வாழ்க்கை வீணாக வேணாம் .சரண்யா தான் நம்ம வீட்டு மருமகள் சொல்லி முடிவு பண்ணிட்டோம் .அதில் எந்த மாற்றமும் கிடையாது ..."என்றார் சரோஜாதேவி.

தன் மனைவி சொல்வது சரியாக இருக்க அதை ஏற்றுக் கொண்ட வரதராஜன் அமைதியாக இருந்தார்.

இந்த நிலைமையில் சரோஜா தேவியின் ஓரகத்தி சுசீந்தரா வரதராஜன் ,பாக்கியலட்சுமி உறவின் மீது பொறாமை கொண்டவர் ஒரு காரியத்தை செய்தார்.

சோமேஸ்வரனின் பெரியமகன் மணிவண்ணன். சிறந்த படிப்பாளி.. மணிவண்ணன் தன் அப்பாவிடம் சென்றவன்..."அப்பா நான் வழக்கறிஞருக்கு படிக்க ஆசைப்படறேன் .என்னை படிக்க வையுங்கள் .."என்றான்.

சோமேஸ்வரன் ,"என்னடா விளையாடறியா.? உன்னை படிக்க வச்சா மத்த பசங்களை எல்லாம் யார் பார்ப்பா.. அவங்களுக்கு கல்யாணம் பண்ணனும் ,அதுக்கு எல்லாம் எவ்வளவு செலவாகும் .நீ படிச்சவரை போதும் வேலைக்கு போற வழிய பாரு ..."என்றார்.

அதில் மனம் உடைந்த மணிவண்ணன் மிகவும் சோர்ந்து இருக்க இதை வைத்து காயை நகர்த்தினார் சரோஜாதேவியின் ஓரகத்தி சுசீந்தரா.

மணிவண்ணனை அழைத்துக் கொண்டு பாக்கியலட்சுமி வீட்டிற்கு சென்றவர் , "இங்க பாரு பாக்கியலட்சுமி அண்ணி சொல்றதை கேளு .பாவம் மணிவண்ணன் படிக்கனும் ஆசைப்படறான் .ஆனா உங்க அண்ணன் படிக்க வைக்க மாட்டேன்னு சொல்லிட்டாரு.."என்றார்.

"அதுக்கு நான் என்ன பண்றது அண்ணி.நானே ஏற்கனவே ரொம்ப மன கஷ்டத்தில் இருக்க...நீங்க வேற ஏன் என் நிலைமை புரிஞ்சுக்காம இப்படி பண்றீங்க.."

"அச்சோ நான் சொல்றதை கேளு பாக்கியம் ஏன் இப்படி அவசர படற.. நீ இவன படிக்க வச்சு இவனையே சரண்யாவுக்கு கட்டிக் கொடுத்துடு உங்க அண்ணன் உன் பிள்ளைக்கு பொண்ணு கொடுக்க மாட்டேன்னு சொன்னாரு... இல்லையா நீயும் அதையே செய்.. அப்புறம் அவங்க அசிங்கப்பட்டு தானே போகனும்..." என்று விஷத்திற்கு மேலும் மேலும் விஷம் ஊட்டினார் சுசீந்தரா.

பாக்கியலட்சுமிக்கும் இதுவே சரியென பட ஏற்கனவே தன் சின்ன அண்ணன் குடும்பத்தின் மீது குரோதத்தில் இருந்தவர் தன் மகளின் ஆசைக்கு தீயிட்டு கொளுத்தினார்.

பாக்கியலட்சுமி மணிவண்ணனை வழக்கறிஞருக்கு படிக்க வைத்தார்.

இந்தச் செய்தி சரோஜாதேவியை வந்தடைய அதில் அதிர்ச்சி அடைந்த சரோஜாதேவிக்கு முதன்முதலாக தன் நாத்தனாரின் மீது வெறுப்பு வர ஆரம்பித்தது.

'என்னதான் கோபம் இருந்தாலும் ,ஒரு பெண் இப்படியா இருப்பாங்க தன் பெண்ணோட வாழ்க்கை கெட்டுப் போனாலும் பரவாயில்ல..ஆனாலும் பழி வாங்கனும் , நினைக்கிறாங்களே ..'என்று வேதனை அடைந்தவர் தன் கணவனிடம் இதைச் சொல்லி புலம்ப ஆரம்பித்தார்.

சங்கர் ராஜன் ,சரண்யா இருவருக்கும் இந்தச் செய்தி உயிர் போகும் வலியை கொடுத்தது...

சங்கர் ராஜனுக்கு சரண்யா தான் என்று பெரியோர்களால் முடிவு செய்த பிறகு தான் இருவரும் பேசவே ஆரம்பித்தனர்...

கொஞ்ச நாட்களுக்கு முன் சங்கர் ராஜன் தனக்கு மனைவியாக சரண்யா தான் வரப்போகிறார் என்று பெரியவர்களின் மூலமாக கேள்வி பட்டான்.

தான் ஒருமுறை மகாபலிபுரம் சுற்றுலா சென்றவன் அங்கே ஒரு சங்கில் சங்கர் ராஜன் ,சரண்யா என்று எழுதி அதை பரிசாக சரண்யாவுக்கு கொடுக்க வேண்டும் என்று நினைத்தவன் முதன் முதலாக இத்தனை நாள் தான் அத்தை பெண் என்ற கோணத்தில் மட்டும் பார்த்தவன் இப்பொழுது தனக்கு மனைவியாக வரப்போகிறவள் என்ற கோணத்தில் அவளை காண தயங்கிக்கொண்டே பாக்கியலட்சுமி வீட்டுக்கு சென்றான்.

பாக்கியலட்சுமி தன் மருமகனை வர வேற்றவர் அவனை நன்றாக உபசரிக்க சரண்யா அவளும் அவனை வரவேற்றாள்.

சிறிது நேரம் சரண்யாவிடம் அமர்ந்து பேசிக் கொண்டிருந்தவன் அந்த சங்கை அவளுக்கு கொடுக்க அவளும் மகிழ்ச்சியாக அதை ஏற்றுக் கொண்டாள்.

அதன் பிறகு ஓரிருமுறை இப்படி அவர்கள் வீட்டில் சந்தித்து இருக்கின்றனர்.

அதுவும் அத்தை மகள் ,மாமா மகள் ,கட்டிக்க போகும் உறவு என்ற எண்ணத்தில் மட்டுமே..

இருந்தாலும் இவர் தான் கல்யாணம் பண்ண போகிறவர் என்ற எண்ணம் வந்து விட்ட பிறகு அந்த எண்ணத்தை போக்குவது என்பது கொஞ்சம் சிரமம் தானே..

ஆண்களின் மனது ஓரளவுக்கு ஏற்றுக் கொண்டாலும் பெண்களின் மனது அதை ஏற்றுக் கொள்வது கடினம் தானே..? ஆனாலும் பெண்கள் அதை மனதினில் பூட்டி வைத்து கொள்வார்களேத் தவிர அதை வெளிப்படுத்த மாட்டார்கள் இல்லையா..?

சரண்யாவின் நிலைமை தான் இதில் மிகவும் பாவமாக இருந்தது .சங்கரராஜன் ஓரளவுக்கு நிதர்சனத்தை புரிந்து கொண்டவர் தன் அம்மா என்ன சொன்னாலும் அதை செய்யும் மன நிலைமையில் இருந்தார் .

ஏனென்றால் தவறு தங்கள் பக்கம் இல்லையே.. தவறு செய்ததெல்லாம் தன் அத்தை பாக்கியலட்சுமி தானே.. அவர் ஏன் இப்படி ஆணவத்துடன் நடந்து கொள்கிறார் .. தான் பெற்ற பெண்ணுடைய வாழ்க்கை என்று கூட பார்க்காமல் இப்படி ஒரு முடிவு எடுப்பவர்களை என்ன செய்யலாம் இவங்க கிட்ட நாம் இறங்கி போக கூடாது.. பெண்களைப் பெற்ற அவர்களுக்கு அக்கறை இல்லையே...?' என்று நினைத்தார் சங்கர் ராஜன்.

மணிவண்ணன் தன் அத்தை தன்னை படிக்க வைப்பதால் வேறு வழி இல்லாமல் அமைதியாக சென்றார்.

சோமேஸ்வரனுக்கு இரண்டு மனைவிகள் சோமேஸ்வரனின் பெரிய மனைவி பர்வதாம்மாள்

அவருக்கும் சோமேஸ்வரனுக்கும் ஒரே வயது என்பதால் பல கருத்து வேறுபாடுகள் வந்து இருவரும் சட்டப்படி விவாகரத்து வாங்கி பிரிந்தனர்.

இரண்டாவதாக சோமேஸ்வரன் கண்ணகியை மணந்தார்.

சோமேஸ்வரன், பர்வதம்மாளுக்கு பிறந்தவர்கள் மூன்று ஆண் மகன்கள் ,இரண்டு பெண்கள்.

பெரிய மகன்தான் மணிவண்ணன்.

சோமேஸ்வரன் கண்ணகிக்கு பிறந்தவர்கள் நான்கு பெண் பிள்ளைகள் ,ஐந்தாவதாக ஒரு ஆண் பிள்ளை.

இவ்வளவு பிள்ளைகளுக்கு படிக்க வைக்க திருமணம் செய்ய என்று பல பொறுப்புகள் அவருக்கு இருந்ததால் தன் பெரிய மகனை மேற்கொண்டு படிக்க வைக்க மாட்டேன் என்றார்.

இவ்வளவு பொறுப்புகளையும் கொண்ட சோமேஸ்வரன் சரியாக விவசாயம் பார்க்கவில்லை என்பதுதான் வேதனைக்குரிய விஷயம்.. எப்பொழுதும் அவர்கள் வீட்டில் கஷ்டம் இருந்து கொண்டே இருந்தது ..அவ்வளவு நிலங்கள் இருந்தும் அதை சரியாக பயிரிடாமல் விட்டுவிட்டார் சோமேஸ்வரன்.

ஊர் சுற்றும் வாலிபனாகவே வயதான பிறகும் இருந்து வந்தார் சோமேஸ்வரன் ..எப்பொழுதும் தேவையில்லா கதை பேசிக்கொண்டும் த,ன் தம்பியின் குடும்பத்தை எப்படி சாய்க்கலாம் என்று திட்டம் போட்டுக் கொண்டும் இருந்தார்.

வரதராஜன் தன் அயராத உழைப்பால் மேலும் மேலும் உயர்ந்து கொண்டே இருந்தார் ..அண்ணன் இருக்கையிலே வரதராஜனின் கொண்ட மதிப்பால் அவருக்கு ஊரார் முக்கியத்துவம் கொடுத்து வந்தனர் .

அவர் நடந்து கொண்ட விதம் அப்படி அதற்கு யார் என்ன செய்ய முடியும்.

சோமேஸ்வரன் சரியான சொத்து ஆசை பிடித்தவர் ,வரதராஜன் அந்த காலத்திலேயே படித்துவிட்டு ஒரு கம்பெனியில் பணியில் அமர்ந்தார்.

விவசாயத்தை தன் அண்ணன் பார்த்துக் கொள்கிறாரே என்று தைரியத்தில் இருந்தவரை ஊருக்கு வரவழைத்த அவரின் அப்பா கண்ணபிரான் தன் மகனிடம் பெரிய மகனை பற்றி கூற அதில் அதிர்ச்சியானார் வரதராஜன்.

வர்ணம்-6

கண்ணபிரான்," நான் சொல்றத நீ கேளு உடனடியா அந்த வேலையை விட்டுட்டு வந்து விவசாயத்தை பார்க்கிற வேலைய பாரு..."என்றார்.

"அப்பா நீங்க என்ன சொல்றீங்க .அது எப்படி செய்ய முடியும் .கண்டிப்பா என்னால முடியாது அப்பா . நான் விரும்பி எனக்கு கிடைத்த வேலைப்பா..இப்போ வேலை கிடைக்கிறதே பெரிய விஷயமா இருக்கு ,விவசாயத்தை தான் அண்ணன் பாத்துக்கறாரே பிறகு எதுக்கு என்னை நீங்க

கூப்பிடறீங்க..?"

"அடேய் உங்க அண்ணனை நம்பினா அவன் உன்னை நடுத்தெருவில் தான் நிறுத்துவான்.. எதையும் சொல்ல கூடாதுன்னு பார்த்தா என்ன சொல்ல வைக்கிறியேடா..?"என்றார் கண்ணபிரான்.

"அப்பா என்னப்பா நீங்க அண்ணனை பத்தி நீங்களே இப்படி சொல்லலாமா அண்ணா இதைக் கேள்விப்பட்டா என்ன நினைப்பாரு..."

அடேய் அறிவு கெட்டவனே அவன் உன் நிலத்தையும் சேர்த்து பயிர் பார்க்கிறேன்னு சொல்லி அதையும் அவனே எடுத்துக்க பார்க்கிறான் .அவனுக்கு எவ்வளவு கொடுத்தாலும் பத்தாது டா ... கேட்டா என்ன சொல்லுவான் ஒன்னுக்கு ரெண்டு குடும்பம் இருக்கு ,எனக்கு எவ்ளோ வந்தாலும் போதாது சொல்லுவான்.."

"சரிப்பா அதுக்காக இப்போ வேலையை விட்டுட்டு வந்துட்டா திரும்ப இந்த வேலை கிடைக்காதே பா..."

"டேய் இப்போ இருக்கிற நிலைமையில வேலை முக்கியம் கிடையாது .உனக்கு பரம்பரை நிலம் வேணுமா வேணாமா அவன் சொத்துக்காக எந்த எல்லைக்கும் போவான்..."

"சரிப்பா அண்ணா தானே ?நான் தான் வேலை செஞ்சு சம்பாதிக்கிறேன் அவர் எடுத்துக்கட்டும் பரவால்ல விடுங்க .அவரும் ரெண்டு குடும்பத்தை பாக்கனும் இல்லையா..?"

"டேய் முட்டாளாடா நீ .விட்டுக் கொடுக்கறதுக்கு ஒரு அளவு இல்லையா..? உன் இரண்டாவது அண்ணனை பாரு அவனுடைய நிலத்தை அவன் அழகா பயிரிட்டு பராமரிக்கிறான். நீ என்னதான் பார்த்து பார்த்து செஞ்சாலும் அவன் உனக்கு பங்காளி தான்டா. அவன் அப்படித்தான் நடந்துக்கிறான் .

அண்ணன் தம்பி உறவு நல்லபடியா இருக்கணும் அப்படின்னா அதுக்கு ரெண்டு பேருமே ஒழுங்கா நடந்துக்கனும் .அவனுக்கு ரெண்டு குடும்பம் இருக்கு ,ஆனா முதல் பொண்டாட்டி தான் இவனை விட்டு நிரந்தரமா பிரிஞ்சிட்டாளே ..அந்த பிள்ளைகளுக்கும் இவன் செலவு பண்றது கிடையாது .

மணிவண்ணனுக்கு மட்டும் ஏதோ செய்றான் அவ்வளவுதான் .அந்த பிள்ளைகள் எல்லாம் அவங்க பெரியப்பா வீட்டில் தான் இருக்காங்க.."என்றார் கண்ணபிரான்.

மணிவண்ணன் கூட பிறந்தவர்கள் இரண்டு தம்பிகள், இரண்டு தங்கைகள் மணிவண்ணனைத் தவிர மீதி நான்கு பேரையும் பர்வதம்மாளின் அக்காவும் அவரின் கணவரும் அவர்களை வளர்த்து படிக்க வைத்தனர்... அவர்களுக்கு குழந்தைகள் இல்லை..

மணிவண்ணனுக்கு தன் அப்பா வீட்டு குடும்பத்தை விட்டு பிரிய மனம் வரவில்லை ..அதிலும் வரதராஜன் குடும்பத்துடன் மிகவும் நெருக்கமாகவே

இருப்பார் மணிவண்ணன். அதனால் சோமேஸ்வரன் அவரை மட்டும் படிக்க வைத்தார்.

"சரிங்கப்பா நீங்க சொல்றத நான் கேட்கிறேன் .."என்ற வரதராஜன் தன் பணியை விடுத்து விவசாயத்திற்குள் நுழைந்தவர் தன் அப்பாவின் ஆலோசனை படியும் அந்த ஊரில் உள்ள பெரிய மனிதர்களின் ஆலோசனை படியும் விவசாயத்தை கற்றுக் கொண்டவர் சோமேஸ்வரனை விடவும் அதிகமாக பயிர் விளைச்சலில் முன்னேற்றம் கண்டார்.

இதைப் பார்த்த சோமேஸ்வரன் வயிறு எரிந்தவராக தன் தம்பியிடம் விரோதம் வளர்க்க ஆரம்பித்தார் .பிறகு வரதராஜனின் திருமணத்திற்கு பின் சரோஜா தேவியும் குடும்பத்தை நல்லபடியாக பார்த்துக் கொள்வது ,மட்டுமல்லாமல் விவசாயத்திலும் தன் கணவனுக்கு உதவியாக இருக்க வரதராஜன் மேலும் மேலும் விவசாயத்தில் பலன் அடைந்து கொண்டே சென்றார் .

உழைப்பிற்கு தகுந்த பலனை அடைந்தார் என்று தான் சொல்ல வேண்டும்..

இப்பொழுது சோமேஸ்வரனின் கோபம் சரோஜாதேவியின் மீதும் திரும்பியது.

சரோஜா தேவியும் சோமேஸ்வரனின் இரண்டாம் மனைவி கண்ணகியும் கூட பிறந்த அக்கா, தங்கை போலவும் தோழிகள் போலவும் நன்றாக பழகி வந்தனர்

கண்ணகிக்கு என்னதான் சோமேஸ்வரன் செய்வது தவறு என்று புரிந்தாலும் தன் கணவனை விட்டுக் கொடுக்க முடியாதவராக தவித்து வந்தார் கண்ணகி.

சோமேஸ்வரன் இப்படி தன் தம்பி குடும்பத்தின் மீது விரோதத்தை வளர்த்துக் கொண்டவருக்கு அவரை பழிவாங்க நல்ல வாய்ப்பாக அமைந்த ஒன்றுதான் மணிவண்ணனின் படிப்பு.

மணிவண்ணனை தன் தங்கை படிக்க வைக்கிறாள் அவனுக்கு தன் மகளை திருமணமும் செய்து வைக்க விரும்புகிறாள் என்பது தித்திப்பான செய்தியாக இருந்தது.

சோமேஸ்வரன் இந்த சந்தர்ப்பத்தை பயன்படுத்திக் கொண்டு தன் தங்கையிடம் ஒட்டும் ஒட்டாமல் இருந்து வந்தவர், இப்பொழுது அடிக்கடி தன் மகன் அங்கே இருக்கும் காரணத்தை வைத்து அங்கே சென்று தன் மகனை பார்ப்பது போல தன் தங்கையிடமும் நயவஞ்சகமாக பேசியவர் அவளின் மனதில் விஷத்தை விதைத்து வந்தார்

தன் தங்கையும் ,தனது தம்பியும் ஒத்துமையாக இருப்பது அவருக்கு பிடிக்காது காரணம் வரதராஜன் தன் தங்கைக்கு செய்ய வேண்டிய சீர்வரிசை அனைத்தையும் ஒழுங்காக செய்து வந்தார் .ஆனால் சோமேஸ்வரன் தன் பொருளாதாரத்தை காரணம் காட்டி அதை தவிர்த்து வந்தார்..

சரோஜாதேவியை பொறுத்தவரை வீட்டில் பிறந்த பெண்ணுக்கு நாம் முறைப்படி அனைத்தையும் செய்ய வேண்டும்

.அவர் வயிறு குளிர்ந்து இருக்க வேண்டும் அப்பொழுதுதான் நம் குடும்பமும் நன்றாக இருக்கும் என்று அடிக்கடி கூறுவார் .இதையே தன் பிள்ளைகளுக்கும் சொல்லிக் கொடுத்து வளர்த்தார் சரோஜாதேவி.

சோமேஸ்வரன் ,"பாக்கியம் இப்ப நீ எடுத்து இருக்கிற முடிவு சரியான முடிவுமா... அந்த அண்ணன் மகனுக்கு உன் பெண்ணை கட்டிக் கொடுக்கலனா என்ன ...?இந்த அண்ணன் நான் எதுக்கு இருக்கேன் சங்கர் ராஜன் போலீசா இருக்கலாம் .ஆனா என் மகன் மணிவண்ணன் வக்கீலுக்கு படிக்கிறானே ..அதனால நீ கவலைப்படாம என் பையனுக்கு உன் பெண்ண கொடுமா.."என்று தூபம் போட்டார்.

இந்த நிலையில் வரதராஜன் வீட்டுக்கு பாக்கியலட்சுமி மணிவண்ணனை படிக்க வைத்து அவருக்கே தன் பெண்ணை கட்டிக் கொடுக்கப் போவதாக செய்தி வரவும் என்ன செய்வது என்று புரியாது குழம்பி போய் நின்றிருந்தனர் குடும்பத்தில் உள்ள அனைவரும் இதனால் சரண்யாவின் மனநிலை எப்படி இருக்கும் என்றுதான் நினைத்துப் பார்த்தனர் .

ஆனால் அதை நினைத்து பார்க்க வேண்டிய அவளின் தாய் நினைத்து பார்க்கவில்லையே ..?பாக்கியலட்சுமிக்கு அவரின் பிடிவாதம் தான் பெரிதாக தெரிந்தது.

இவரின் இந்த பிடிவாதத்தால் எவ்வளவு பிரச்சினை பார்க்கப் போகிறார் என்று அவர் அப்பொழுது அறிந்திருக்க வாய்ப்பில்லையே..

சரோஜாதேவி, "என்னங்க இது கேள்விப்பட்டது எதுவும் சரியில்லை .அன்னைக்கு கடிதம் வந்தது இன்னைக்கு இந்த மாதிரி செய்தி வந்து இருக்கு, நாம என்ன பண்ணலாம்.. எனக்கு ஒரே குழப்பமா இருக்குங்க ..எனக்கு சரண்யாவை நினைச்சா தான் மனசு கஷ்டமா இருக்கு, அந்த பொண்ணு மனசுல ஏதாவது ஆசையை வளர்த்திருந்தா என்னங்க பண்றது.."

"என்னை என்ன பண்ண சொல்ற சரோஜா. என் தங்கச்சி ரொம்ப ஆணவத்தால ஆடறா.. கொஞ்சமாவது ஆண் பிள்ளை சொல்ற பேச்சை கேட்கனும் ..அவன் புருஷன் கங்காதரன் அந்த ஆளும் எதையும் கேட்கிறதில்ல.. கொஞ்சமாவது அவளை அடக்கி வைக்கலாம் .அதையும் செய்யுறது இல்ல. அதான் அவ இஷ்டத்துக்கு ஆட்டம் போடறா..

பிள்ளைங்க அவளுக்கு தகுந்த மாதிரியே தலை ஆட்டறவங்களா இருக்காங்க.. அப்படியே பாக்கியம் என் அம்மாவை மாதிரியே இருக்கா ..தாயை போல பிள்ளை, நூல போல சேலை ,இவங்க விஷயத்தில் கரெக்டா இருக்கு, எங்க அம்மாவுக்கு இருக்கிற ஆணவம் அப்படியே அந்த பொண்ணுக்கு இருக்கு.." என்றவர் அன்று தன் தங்கை தன்னை சந்தித்து விட்டுப் போனதை கூறினார்.

"இங்க பாரு பாக்கியம் வானதிய உன் பிள்ளைக்கு கொடுக்க முடியாது . அதை விட்டுட்டு நீ சரண்யாவை சங்கர் ராஜனுக்கு கட்டிக் கொடுக்கிற வழியை பாரு அவனுக்கும் வேலை கிடைச்சிருச்சு இல்லையா..?"என்றார் வரதராஜன்.

"என்ன அண்ணா சொல்ற நீ .நான் என்னோட பெண்ண படிக்க வைக்க போறேன்.. இப்பவும் ஒன்னும் கெட்டு போகல. நீ வானதி தேவியை என் பையனுக்கு கொடு எல்லாம் சரியா நடக்கும்..."என்றார் பாக்கியம் .

"ஓஹோ அப்படியா நீ எதை வச்சு இப்படி சொல்ற எனக்கு தெரியாதா என்ன..? இப்பவும் சொல்றேன் உன் பையனுக்கு என் பொண்ணு கிடையாது .இனி இதைப்பற்றி என்கிட்ட பேசாத..."என்றதும் பாக்கியம் அழுது கொண்டே அங்கிருந்து கிளம்பினார்.

"என்னங்க இவ்வளவு நடந்து இருக்கா..? உங்க தங்கச்சி வீட்டுக்கு வந்து பேசினா என்ன ..?ஏன் அங்க வந்து பேசனும் .நீங்க என்கிட்ட அப்பவே இதை பத்தி பேசி இருக்கலாமே..?

"சொல்லி இருப்பேன் சரோஜா .நீ மனசு கஷ்டப்பட்டுட்டே இருந்திருப்ப ,வீட்டுக்கு வந்தா நீ சம்மதம் சொல்ல மாட்டேன்னு சொல்லி தான் அவ தனியா என்கிட்ட பேசி என் மனச மாத்த வந்தா.. அது நடக்காது சொன்னதும் கோபத்தோட அங்க இருந்து கிளம்பிட்டா.."

"ஏங்க இவ்வளவு தூரம் போனதுக்கு அப்புறம் நான் ஒரு முடிவு எடுத்து இருக்கேன் .அதை சொல்றேன் நீங்க தப்பா எடுத்துக்க மாட்டீங்களே..?"

"என்ன சொல்ற எதுவா இருந்தாலும் சொல்லு, இதில் நான் தப்பா எடுத்துக்க என்ன இருக்கு ,நீ எதுவாயிருந்தாலும் பிள்ளைங்களோட நல்லதுக்காக தான் செய்வ அதனால தயங்காம சொல்லு சரோஜா..."

"நம்ம மாலதியோட நாத்தனார் பொண்ணு வைஷ்ணவி அவளை நம்ப பிள்ளைக்கு பெண் கேட்டு போலாம்னு எனக்கு தோணுது .உங்க தங்கச்சி இவ்வளவு தூரம் முடிவு எடுத்துட்ட பிறகு பெண் கேட்டு போனாலும் நம்மை அசிங்கப்படுத்தி தான் அனுப்புவாங்க. அவங்களுக்கு விருப்பம் இல்லாத போது நாம என்ன செய்ய முடியும் என்னுடைய முடிவு இதுதான் நீங்க என்ன சொல்றீங்க..?"

"நீ எதையாவது செய் .ஆனால் நான் வரமாட்டேன் என்னை எதிர்பார்க்காத சரோஜா.."

"சரிங்க நீங்க சம்மதம் சொன்னதே எனக்கு போதும் .."என்றவர் முதன்முதலாக தன் நாத்தனாருடன் சவால் விடும் விதமாக,'நீ என்ன உன் பொண்ணுக்கு கல்யாணம் பண்றது ..நான் என் பிள்ளைக்கு நல்ல பெண்ணா கல்யாணம் பண்ணி வைக்கிறேன் .அவன் நல்லா வாழறத நீ பார்க்க தான் போற..' என்ற எண்ணத்தில் தன் மகள், மருமகன் சொந்த பந்தங்கள் புடைச்சூழ தன் தங்கையின் நாத்தனார் மகளை தன் மகனுக்கு பெண் பார்க்கச் சென்றார் சரோஜாதேவி.

முதலில் மாலதிக்கு கடிதம் போட மாலதியின் மூலமாக கனகவள்ளிக்கு செய்தி செல்ல கனகவள்ளி முதலில் நம்பாதவர் பிறகு தன் கணவரிடம் சொல்லி தன் மகளையும் சமாதானம் செய்து இந்த திருமணத்திற்கு சம்மதிக்க வைத்தார்.

வைஷ்ணவிக்கு முதலில் இந்த திருமணத்தில் கொஞ்சம் கூட விருப்பம் இல்லை. மேற்கொண்டு படிக்க வேண்டும் என்று நினைத்த பெண்ணவளுக்கோ இது ஏமாற்றத்தை தர அவள் தொடர்ந்து அழுது கொண்டே இருக்க, சொந்த பந்தங்கள் அவளுக்கு எடுத்துச் சொல்லி புரிய வைத்து பெண்பார்க்கும் படலத்திற்கு அவரை தயார் செய்தனர்.

கனகவள்ளிக்கு என்னதான் தாங்கள் பணக்காரராக இருந்தாலும், நம் வீட்டில் சரோஜாதேவி பெண் எடுப்பாரா என்று நினைத்தவர் கொஞ்சம் யோசிக்க செய்தார் .

சங்கர் ராஜன் தன் அத்தை இப்படி சொல்லியதை கேள்விப்பட்டவன் தன் அம்மாவின் பேச்சை மீற முடியாதவனாக வேற வழி இல்லாமல் பெண்பார்க்கும் படலத்திற்கு சம்மதம் சொன்னான்.

சரோஜாதேவி தன் சொந்த பந்தங்களை திரட்டிக்கொண்டு வைஷ்ணவி தேவியை பெண்பார்க்க சென்றவர்களுக்கு பெண் மிகவும் பிடித்துப் போனது.

வைஷ்ணவி உயரமாக அதே நேரம் செதுக்கி வைத்த தங்கச் சிலை போல மின்னுவாள் பெண்ணவள்.

பெண் பார்க்கும் படலத்தின் போது சிறியவர்கள் மிகவும் மகிழ்ச்சியாக இருந்தனர் .இரண்டு குடும்பமும் ஒன்றாக கூடிய அந்த சபையில் வைஷ்ணவி சோகமாகவும், சங்கர் ராஜன் சிந்தனையுடனும் அமர்ந்திருந்தனர்.

வர்ணம்-7

பெண்ணை அழைத்து வர சொல்ல வைஷ்ணவி வந்து நின்றதும் அதுவரை சிந்தனையில் இருந்த சங்கரராஜன் பெண்ணை பார்த்தவனுக்கு மிகவும் பிடித்து போக தன் சம்மதத்தை உடனடியாக தெரிவித்தான்.

தன் அம்மாவுக்காக பெண் எப்படி இருந்தாலும் சம்மதம் சொல்ல வேண்டும் என்று நினைத்தவனுக்கு அந்த அழகு தேவதையை பார்த்த உடனே பிடித்து போனது.

வைஷ்ணவி இதில் அதிர்ச்சியானவள்,' சரியான மாங்கா மடையன் இவனை உடனே சம்மதம் சொல்ல சொல்லி யார் கேட்டா..?' என்று அவனை அர்சித்தவள் அவனை நிமிர்ந்து பார்த்து அவனின் பார்வையை கண்டவள் மீண்டும் தலைகுனிந்தாள்.

அவளைப் பார்த்த சங்கரராஜனுக்கு சிரிப்புதான் வந்தது தன் மகனின் முகத்தை பார்த்த சரோஜாதேவிக்கு அவனின் செயலிலே அவனுக்கு முழு சம்மதம் பெண்ணை பிடித்து விட்டது என்று நினைத்தார்.

இதில் சரோஜாதேவிக்கு மிகுந்த மகிழ்ச்சியே.

நிச்சயதார்த்தமும் நன்முறையில் நடைபெற்றது. குடும்பமே என்னதான் மகிழ்ச்சியாக இருந்தாலும் சரண்யாவை நினைத்து அனைவரும் கவலைப்பட-டவும் செய்தனர்.

பாக்கியலட்சுமிக்கு சரோஜாதேவியின் இந்த செயல் அவரின் மீது மிகுந்த கோபத்தை வரவழைத்தது .ஏற்கனவே அவரின் மீது கோபமாக இருந்தவ-ருக்கு மேலும் மேலும் அவரை எப்படியாவது பழி வாங்கியேஆக வேண்டும் என்ற எண்ணம் ஊற்றெடுத்தது.

அவ்வளவுதாங்க பிளாஷ்பேக் முடிஞ்சது இவ்வளவுதான் நடந்த விஷயம் இதில் யார் மீது தவறு என்று சொல்ல எனக்கு மனம் வரவில்லை தெரிந்தும் அதைப்பற்றி யோசித்து என்ன பலன் .தன் வரட்டு கௌரவத்தால் தன் மகளின் வாழ்க்கையை பணையம் வைக்கும் தாயை என்னவென்று சொல்-வது..

ஒரு ஆண் பிள்ளை சரி இல்லை என்று தெரிந்தும் யார் தான் அவனுக்கு பெண் கொடுப்பார்கள். பாக்கியலட்சுமி போன்ற ஒரு சிலர் இருக்-கத்தான் செய்கின்றனர் .நான் சொல்வதை தான் அனைவரும் கேட்க வேண்-டும் என்ற எண்ணத்தில் ஆணவம் கொண்டார் பாக்கியலட்சுமி.

பாக்கியலட்சுமி எடுத்த இந்த முடிவால் அவர் பல பிரச்சனைகளை எதிர்காலத்தில் சந்தித்து இருக்கிறார், அதையும் போக போக பார்க்கலாம்.

திருமணம் முடிந்த அனைவரும் வீட்டிற்கு வர சங்கரராஜன் தன் மனை-வியிடம் மிகவும் சகஜமாக பழகினான்.

அவனுக்கு தன் மனைவி படிக்க வேண்டும் என்று எண்ணத்தில் இருந்-தாள் என்பது தெரியும் அதனால் அவளை அந்த நினைப்பில் இருந்து வெளியே கொண்டு வருவதற்காக அவனும் முயற்சி செய்தான்.

அந்த காலத்தில் அவ்வளவு சுலபத்தில் திருமணம் ஆன பெண்ணை படிக்க வைக்க யாரும் முயற்சி செய்ய மாட்டார்கள் . அதிலும் வரதராஜன் குடும்பத்தில் அதுக்கு வாய்ப்பில்ல . வைஷ்ணவியும் அவர்களிடத்தில் தன்னை படிக்க வைக்க சொல்லி கேட்கவில்லை என்பது தான் உண்மை.

சங்கர் ராஜன் ,வைஷ்ணவி இருவரும் ஒருவருக்கு ஒருவர் புரிந்து கொண்டு நல்ல தம்பதியராக வாழ தொடங்கினர்.

காதல் தோல்வி அடைந்தவர்கள் திருமணம் செய்து கொண்டு மகிழ்ச்சி-யாக வாழ்வதில்லையா? அதே போல தான் சங்கர் ராஜனின் வாழ்க்கையி-லும் நடந்தது. அதிலும் நல்லது என்னவென்றால் சங்கர் ராஜன் சரண்யாவை விரும்பவில்லை.

அதாவது தன் அத்தை மகள் என்று எப்போதாவது நேரில் பார்த்தால் மட்டும் ஒரு புன்னகையோடு செல்பவன் இவளை தனக்கு கட்டி வைக்கப் போகிறார்கள் என்று தெரிந்தவுடன் அவளுடன் பேச ஆரம்பித்தான் அவ்வ-ளவே இருந்தாலும் மனதில் ஓரத்தில் காதல் துளிர்ந்து இருக்கலாம் ஆனால்

அந்த ஆசை விருட்சகமாக வளர்வதற்கு முன் அதற்கு தடையும் வந்து விட்டது என்று தான் சொல்ல வேண்டும்.

சரண்யாவும் அதே போல தான் ஆனாலும் பெண்ணவள் தான் இதில் அதிகமாக பாதிக்கப்பட்டாள் என்று தான் சொல்ல வேண்டும் .தன் அம்மா-வின் பேச்சை மீறவும் முடியவில்லை .

.தன் மாமா மாமி தன்னை கைவிட மாட்டார்கள் என்று நினைத்தவ-ளுக்கு அது உண்மையாக போகும் நேரத்தில் அதை அவளின் அம்மாவே கெடுத்து விட்டார் என்பது மிகவும் அதிர்ச்சியாக தான் இருந்தது.

இந்த நிலையில் சரண்யா நிதர்சனத்தை புரிந்து கொண்டவளாக வாழ்ந்து வர ஆரம்பித்தாள்.

என்ன இந்த மாமா பிள்ளைக்கு திருமணம் செய்வதற்கு பதில் பெரிய மாமா பிள்ளைக்கு திருமணம் செய்கிறார்கள் என்று மனநிலைக்கு வந்தாள் சரண்யா.

இதில் இன்னொரு விஷயம் என்னவென்றால் நல்லவேளை இவர்களுக்கு சின்ன வயதில் இருந்தே இவளுக்கு அவன் தான் , இவனுக்கு அவள்தான் என்று பேசி முடிக்கவில்லை. அப்படி பேசி இருந்தால் இவர்கள் மனதில் எவ்வளவு ஆசையை வளர்த்திருப்பார்கள்.

அந்த பேச்சை எடுத்ததும் பாக்கியலட்சுமி தான். இப்போ அந்த பேச்-சுக்கு தன் வரட்டு கௌரவத்தால் முற்றுப்புள்ளி வைத்து தன் அண்ணன் உறவையும் முறித்துக் கொண்டவர் அதே பாக்கியலட்சுமி தான் .இவரை என்னவென்று சொல்வது என்று எனக்கு தெரியவில்லை.

இப்படியே நாட்கள் சென்று கொண்டிருக்க சங்கர் ராஜன் ,வைஷ்ணவி இருவரும் ஒருவரை ஒருவர் மனதார விரும்ப ஆரம்பித்தவர்கள் இவர்களைப் போல் நம் வீட்டில் ஒத்துமையான தம்பதியினர் கிடையாது என்று பெயர் வாங்கினர்.

சரவண ராஜன் காவல்துறை பணிக்கு சென்றவன் வாரத்திற்கு ஒருமுறை வீட்டிற்கு வருபவன் திருமணம் ஆனதிலிருந்து இரண்டு நாட்களுக்கு ஒரு முறை வீட்டிற்கு வர ஆரம்பித்தான்.

அதை பார்த்த வரதராஜனுக்கு தன் மகனின் நிலை புரிந்தாலும்," சங்கரு என்னடா இது ரெண்டு நாளுக்கு ஒரு தடவை இப்போ எதுக்கு நீ வீட்டுக்கு வர ,வாரத்துக்கு ஒரு முறை வந்தால் போதும் உடம்பு அசதியாகிடும் ஏன் இப்படி பண்ற.."என்றார் வேண்டும் என்றே..

"அப்பா இல்லைங்கப்பா அது வந்து அது வந்து .."என்று மழுப்பியவனை காப்பாத்த ஆபத் ஆண்டவனாய் அங்கு வந்தார் சரோஜாதேவி.

"என்னங்க நீங்க கல்யாணம் ஆன பிள்ளைய இப்படியா மிரட்டுவீங்க விடுங்க அவன் ஏன் வந்திருப்பான் உங்களுக்கு தெரியாதா .."

"ஏன் தெரியாமா சரோஜா..திருட்டு பையன் இவன்..." என்று சிரித்துக் கொண்டே கூற அங்கிருந்து எஸ்கேப் ஆனான் சங்கர்ராஜன்.

இவர்களைப் பார்த்த சொந்த பந்தங்கள் அனைவருமே திருமணம் வேண்டாம் என்று அழுத வைஷ்ணவியா இவள் என்றும், தன் அம்மா சொன்னதற்காக மட்டுமே பெண் பார்க்கச் சென்ற சங்கர்ராஜனா இவன் என்றும் அனைவரும் ஆச்சரியமடைந்தனர் .

அந்த அளவுக்கு இருவரும் அவ்வளவு ஒற்றுமையாகவும் ஒருவரை ஒருவர் விட்டுக் கொடுக்காமல் அவ்வளவு காதலுடன் வாழ்ந்து வந்தனர்.

சங்கர் ராஜன் ஒரு ரொமாண்டிக் பெர்சன் .அப்படித்தான் சொல்ல வேண்டும் தன் மனைவியிடம் அவர் எப்பொழுதும் காதலை உணர்த்திக் கொண்டே இருப்பார் .ஆனால் கோபம் என்று ஒன்று வந்துவிட்டால் எத்தனை பேர் இருந்தாலும் சரி சத்தம் போட்டு விடுவார், வைஷ்ணவியும் எதையும் எதிர்த்து பேசாமல் அழுது கொண்டே அறைக்குள் சென்று அடங்கி விடுவாள்.

சரோஜாதேவி இதை பார்ப்பவர் தனது மகனை கடிந்து கொள்ள சங்கர் ராஜன் தன் மனைவியை சமாதானம் படுத்துவான். வலியை கொடுப்பவனும் அவனே அந்த வலியை தன் இதழ் முத்தத்தால் சரி செய்பவனும் அவனே.

வைஷ்ணவியை, சங்கரராஜன் முகம் சிவக்க வைத்தார்..

தன் மனைவியை உள்ளங்கையில் வைத்து தாங்கினார் .வைஷ்ணவியும் தன் கணவனுக்கு தகுந்தாற் போல நடந்து கொண்டாள் .

பெரிய வீட்டில் பிறந்து வளர்ந்த வைஷ்ணவி இங்கே தனது மாமியார் வீட்டில் அனைத்து வேலைகளையும் பார்க்க வேண்டும் .அதிலும் ஆட்களுக்கு சமையல் செய்வார். மற்றவர்கள் அவரை பாராட்டும் படி நடந்து கொண்டார் .சரோஜாதேவியின் மருமகள் போல உண்டா என்று ஊரார் போற்றினர்.

தன் நாத்தனார்களுக்கு அனைத்தையும் பார்த்து பார்த்து செய்தார்.தன் கொழுந்தன்கள் இருவருக்கும் நல்ல அண்ணியாகவும் நடந்து கொண்டார் அதிலும் சிறியவன் சரவண ராஜன் அண்ணியை அம்மா போல பார்த்தான் .

வைஷ்ணவிக்கு திருமணமாகும் போது சரவணராஜானுக்கு பத்து வயதுதான் அண்ணி அண்ணி என்று அவரை சுத்தி சுத்தி வந்தான்.

பகல் நேரத்தில் அனைவரும் ஒன்றாக படுக்க அவளின் பக்கத்திலேயே படுத்து கொள்வான் சரவணராஜன். வைஷ்ணவி தன் கணவனைப் போலவே தன் சிறு கொழுந்தனை தன் மகனைப் போலவே பாவித்து வந்தார்.

தன் மாமியாரிடம் அனைத்தையும் கற்றுக் கொண்ட வைஷ்ணவி இப்பொழுது திருமணம் ஆகி ஆறே மாதத்தில் எத்தனை பேர் வந்தாலும் சமைத்து போடும் அளவுக்கு திறமைசாலியாக மாறினார்.

தன் அம்மா வீட்டில் இருக்கும் பொழுது சமைக்கவே தெரியாமல் இருந்தவருக்கு சரோஜாதேவி அவ்வளவு பயிற்சி கொடுத்திருந்தார்.

சரோஜாதேவி மருமகளை மருமகளாக பார்க்காமல் தன் மகளாக பார்த்தவர் அவருக்கு கொடுக்க வேண்டிய அன்பையும் ,மரியாதையையும் கொடுத்து வர வைஷ்ணவிக்கு சரோஜா தேவியை மிகவும் பிடித்து போனது.

அதிலும் வரதராஜனும் ,வைஷ்ணவியும் அப்பா பெண் போலவே பழகி வந்தனர் .இருவரும் நாட்டு நடப்புகள் அனைத்தையும் செய்தித்தாளை வாசித்து விவாதித்துக் கொள்வர்.

இப்படியே நாட்கள் சென்றடைய வைஷ்ணவி ஒரு மகிழ்ச்சியான செய்தியை கூறினார் .ஆம் வைஷ்ணவி தாய்மை அடைந்திருந்தாள்.

வைஷ்ணவி பெற்றோர்கள் இதைக் கேள்விப்பட்டவர்கள் தன் சொந்த பந்தங்களுடன் வந்து தன் மகளை ஆசீர்வாதம் செய்தனர் அவளுக்கு பிடித்த உணவு வகை செய்து எடுத்து வந்து அத்துடன் துணிமணியும் கொண்டு வந்து அனைவரையும் ஆச்சர்யப்பட வைத்தனர்.

சங்கர் ராஜன் தன் மனைவி உண்டாகி இருப்பதை கேள்விப்பட்டவன் மிகுந்த மகிழ்ச்சி அடைந்தவன் அதை அனைவரிடமும் பகிர்ந்து கொண்டான்.

சங்கர் ராஜனும் தன் மனைவியின் தம்பிகள் , தங்கையை தன் பிள்ளைகளாகவே பாவித்து வந்தான்.

சங்கர் ராஜன் தன் மாமியார் வீட்டில் உள்ள அனைவருக்கும் கதாநாயகனாகவே தெரிந்தான் .சினிமாவில் வரும் நாயகன் தன் மனைவியை தாங்குவது போல் இவன் தன் மனைவியை அப்படி பார்த்துக் கொண்டான்

அதைப் பார்த்த அவனின் ,பெரிய மாமியார் மாமனார் . சின்ன மாமியார் மாமனார்,அனைவரும் ஆச்சரியம் அடைந்தனர்.

அவன் கொழுந்தியா, மச்சினிச்சிகள் அனைவருக்கும் அவன் மிகவும் பிடித்த மாமாவாக திகழ்ந்தான்.

அவனின் மச்சினிச்சிகள் அனைவரும் தனக்கு இப்படி ஒரு கணவன் தான் அமைய வேண்டும் என்று நினைத்தனர் .அவன் ஊருக்கு சென்றாலே அனைவரும் இவனிடம் மகிழ்ச்சியாக பேசி நேரத்தை செலவழிப்பர்.

வைஷ்ணவிக்கு முதலில் ஒரு ஆண் குழந்தை பிறக்க குடும்பமே அந்த குழந்தையை தூக்கி வைத்து கொண்டாடினர் .

அந்தக் குழந்தைக்கு பெயர் சூட்டும் விழாவும் வந்தது அதில் கலந்து கொண்ட மணிவண்ணன் இந்த குழந்தைக்கு ராஜன் என்று முடியும் பெயர் வைத்தால் நன்றாக இருக்கும் என்றார்.

" வீட்டில் உள்ள அனைவருக்கும் ராஜன் என்ற பெயர் வருது சித்தப்பா நீங்க என்ன சொல்றீங்க.." என்று தனது கருத்தை கூறினார்.

அவரின் கருத்தை ஏற்றுக் கொண்ட வரதராஜன் தன் பேரனுக்கு அனைவரின் சம்மதத்துடனும் வினித் ராஜன் என்று பெயர் வைத்தார்.

வர்ணம்- 8

மணிவண்ணன் சொல்லியதைப் போல் வினித் ராஜன் என்று குழந்தைக்கு பெயர் வைத்தனர்.

அனைவருக்குமே ராஜன் ராஜன் என்று முடிவதால் குழந்தைக்கும் அந்த பெயர் வைக்க முடிவு செய்தனர்.

வினித் ராஜன் வீட்டுக்கு முதல் பேரனாக இருந்ததால் அனைவரும் அவனை அப்படி பாதுகாத்து வளர்த்தனர் .வைஷ்ணவி வீட்டுக்கும் வினித் ராஜன் தான் முதல் பேரன் என்பதால் இரண்டு வீட்டுக்கும் மட்டுமல்லாமல் பங்காளி வீடுகள் அனைத்துக்கும் வினித் செல்ல பேரனாக வலம் வந்தான்.

இப்படியே நாட்கள் சென்று கொண்டிருக்க மணிவண்ணன் தன் படிப்பை முடித்தார்.. அப்படி முடித்தவருக்கு பயம் இருந்து கொண்டே இருந்தது காரணம் சரண்யாவை தனக்கு திருமணம் செய்து வைப்பார்களே இதை எப்படி தடுக்கலாம் என்று யோசித்தார் மணிவண்ணன்.

மணிவண்ணனுக்கு அவ்வளவு பணத்தை கொட்டி வெளியூரில் படிக்க வைத்தார் பாக்கியலட்சுமி அதனால் அவர் பெண்ணை நான் கட்டிக்க மாட்டேன் என்று சொல்லவும் மணிவண்ணனுக்கு மனம் வரவில்லை .அதே நேரத்தில் சரண்யாவின் மீது எந்த அபிப்ராயமும் அவனுக்கு தோன்றவும் இல்லை.

காரணம் மணிவண்ணனின் அம்மா பர்வதம்மாளின் பேத்தி முறைக்கொண்ட ஒரு பெண்ணை மணிவண்ணன் விரும்பினார். பெண்ணின் வீட்டில் உள்ளவர்களும் மணிவண்ணனுக்கு பெரிய பெண்ணையும் இரண்டாவது பெண்ணை மணிவண்ணனின் தம்பி தர்மேந்திரனுக்கும் கொடுக்க முடிவு செய்தனர்.

மணிவண்ணன் தான் விரும்பிய பெண்ணின் வீட்டார் அவளை தனக்கு கட்டிக் கொடுக்க சம்மதம் சொல்லினர்.அதனால் மகிழ்ச்சியில் இருந்தவர் பெண்ணின் மீது மேலும் ஆசை வைக்க ஆரம்பித்தார்.

ஆனால் திடீரென்று எந்த காரணத்தையும் கூறாமல் பெண்ணின் வீட்டினர் இவர்கள் அண்ணன், தம்பி இருவருக்கும் பெண் கொடுக்க மறுத்தனர்.

இருந்தாலும் மனதில் ஆசை வைத்த மணிவண்ணனால் அப்பெண்ணை மறக்க முடியவில்லை.மணிவண்ணன் தான் படித்து முடித்த வழக்கறிஞர் ஆன பிறகு பெண் கேட்டு போகலாம் என்று முடிவு செய்தார் .ஆனால் விதியோ வேறு மாதிரி அல்லவா திட்டம் போட்டது.

பாக்கியலட்சுமியின் ரூபத்தில் மணிவண்ணனுக்கு நன்மையும் வந்தது .தான் நினைக்கும் பெண்ணை திருமணம் செய்ய முடியாத அளவுக்கு தீமையும் நடந்தது.

சரண்யாவை மணிவண்ணனால் மனைவியாக ஏற்றுக் கொள்ள முடியும் என்று நம்பிக்கை இல்லாமல் போனது.

ஆனால் சரண்யா கொஞ்சம் கொஞ்சமாக பழைய நிகழ்வுகளை மறக்க ஆரம்பித்தவள் மனதளவில் தன் அம்மா சொல்லும் மாப்பிள்ளையை திருமணம் செய்ய தயாராகி கொண்டு வந்தாள்

இந்த திருமணம் வேண்டாம் என்றாலும் பாக்கியலட்சுமி விடப்போவதில்லை .பாக்கியலட்சுமியை பொறுத்தவரை அவர் சொல்வது மட்டுமே நடக்க வேண்டும் என்ற குணம் கொண்டவர் .இவருக்கு இந்த குணம் அவரின் அம்மா ராஜேஸ்வரயிடமிருந்து வந்தது தான்.

ராஜேஸ்வரி தன் கணவனிடம் ஒரு சில நேரம் மரியாதையாக நடக்க மாட்டார் என்பது குறிப்பிடத்தக்கது.

அதற்கு பல காரணம் இருந்தாலும் கட்டின கணவன் தானே என்று பொறுத்துக் கொள்ளும் ரகம் இல்லை ராஜேஸ்வரி .அதனால் தானோ என்னவோ ராஜேஸ்வரிக்கும் ,அவரது இளைய மகன் வரதராஜனுக்கும் கொஞ்சமும் ஒத்துப் போவதில்லை.

ராஜேஸ்வரி ஒரு முறை தன் கணவன் கமலக்கண்ணனிடம் சண்டை போட்டுக் கொண்டிருக்க அப்பொழுது அங்கே அனைத்து குழந்தைகளும் அமைதியாக நின்று வேடிக்கை பார்த்தனர்.ஆனால் வரதராஜன் சிறு பிள்ளையாக இருந்தாலும் அவருக்கு தன் தந்தையை கேவலப்படுத்தி பேசும் தன் அன்னையை மீது கோபம் வந்தது.

" அம்மா என்ன பேசறீங்க நீங்க அவர் யாரு உங்களுடைய புருஷன் அந்த ஞாபகம் உங்களுக்கு இருக்கா இல்லையா.? நீங்க ஏன் இப்படி நடந்துக்கறீங்க.மத்த வீட்ல இருக்க பெண்கள் இப்படித்தான் நடந்துக்கறாங்களா.? "என்று சத்தம் போட்டார்.

"அடேய் வாய மூடுடா வந்தே பிச்சுடுவேன் பாத்துக்க, நீ எல்லாம் எனக்கு புத்தி சொல்ல வந்துட்டியா..? நான் பெத்த மகனே.போடா போய் வேலையை பாரு வந்துட்டான் அப்பனுக்கு வக்காலத்து வாங்கிட்டு ."என்று ராஜேஸ்வரி சொல்லவும் அங்கிருந்த வரதராஜனின் கூட பிறந்தவர்கள் சிரித்து விட அதை பார்த்த வரதராஜன் கோபம் கொண்டவர் தன் அம்மாவை முறைத்து விட்டு தன் அப்பாவை அழைத்துக் கொண்டு அங்கிருந்து சென்றார்.

கமலக்கண்ணன் தன் மனைவியை மிகவும் பொறுத்துப் போனார் .குடும்பம் இரண்டு பட்டு விடக்கூடாது என்ற எண்ணமே அதற்கு காரணமாக இருந்தது . கமலக்கண்ணன் செய்யும் ஒரு சில தவறை மனதில் வைத்து தான் ராஜேஸ்வரி அவரிடம் சண்டை போடுவது ஆனால் அது பிள்ளைகளுக்கு தெரியாது அல்லவா..

கமலக்கண்ணனுக்கு பார்த்து பார்த்து பணிவிடை செய்வது எல்லாம் அவரின் பேத்தி வான்மதி தேவி .அதாவது வரதராஜனின் பெரிய மகள் தான். வான்மதி தேவிக்கு திருமணம் நடப்பதற்கு முன் கமலக்கண்ணன் இறந்து போனார்.

கமலக்கண்ணன் இறந்ததும் தன் அண்ணனை பழிவாங்க பாக்கியலட்சுமி எடுத்த முதல் ஆயுதம் அவரிடமிருந்து தன் அம்மாவை பிரித்து தன்னிடம் வைத்துக் கொண்டது தான்.

வரதராஜனும் பிரச்சனை வேண்டாம் என்று தன் அம்மா ராஜேஸ்வரியை தன் தங்கையிடமே அனுப்பி வைத்தார்.

பிறகு என்ன அம்மாவும் ,பெண்ணும் சேர்ந்து அந்த குடும்பத்தை ஆட்சி செய்தனர்.

சரவணராஜனுக்கு தன் பாட்டி ராஜேஸ்வரி என்றால் அவ்வளவு உயிர் .அவர் கையை பிடித்து எப்பொழுதும் கிள்ளிக் கொண்டே இருப்பான்.தனது தாத்தாவும் இறந்து ,பாட்டியும் தன்னை விட்டு தன் அத்தை வீட்டுக்கு கிளம்பியதில் சரவணராஜன் தான் அழுதுக்கொண்டே இருந்தான்.

வானதி தேவி அவளை மகாதேவனுக்கு கட்டிக் கொடுக்காமல் போனது ராஜேஸ்வரிக்கும் கோபம் வந்தது. அவரும் தன் மருமகள் சரோஜாதேவி மீது மிகவும் கோபப்பட்டார்.

இப்படியாக நாட்கள் சென்று கொண்டிருக்க ஏதாவது விசேஷம் என்றால் மட்டும் ராஜேஸ்வரி தன் மகன்கள் வீட்டுக்கு வந்து செல்வார்.

இப்படியாக இரண்டு வருடம் கடக்க வைஷ்ணவி மீண்டும் கருத்தரித்தவள் இரண்டாவதாக பெண் குழந்தையை பெற்றெடுத்தாள்.

அதில் யாருக்கு சந்தோசமோ இல்லையோ சரவணா ராஜனுக்கு மிகுந்த சந்தோஷம் .சரவணராஜனுக்கு பெண் குழந்தை என்றாலே மிகவும் பிடிக்கும் .சரவண ராஜன் அப்பெண் குழந்தைக்கு பார்த்து பார்த்து அனைத்தையும் செய்தான்.

ஏற்கனவே தன் அக்கா மகள்களுக்கும் செய்தவன் தான். இருந்தாலும் இப்பொழுது தன் அண்ணன் மகள் தன் பக்கத்திலேயே இருக்கும் பொழுது அவளை பூ போல தாங்கினான் சரவண ராஜன். அவள் மீது உயிரையே வைக்க ஆரம்பித்தான்.

அவளுக்கு வினோதினி தேவி என்று பெயர் வைத்தனர். வினோதினி தேவி அழகோ அழகு கொள்ளை அழகு.

வான்மதி தேவிக்கு வினித் ராஜன் பிறப்பதற்கு முன்பே இரண்டாவது பெண் குழந்தை பிறந்தாள் .தீபிகா என்று அவளுக்கு பெயர் வைத்தனர். பிறகு வினோதினி தேவி பிறப்பதற்கு முன் மூன்றாவது பெண் குழந்தை பிறந்தால் அவளுக்கு அனிதா என்று பெயர் வைத்தனர். சந்திரன் அவருக்கு மூன்றும் பெண் குழந்தையாக பிறந்ததில் அவ்வளவு மகிழ்ச்சி .அவருக்கு பெண் குழந்தை என்றால் அவ்வளவு பிடிக்கும்.

சங்கர்ராஜனுக்கு இப்போதுதான் தன் வாழ்க்கை முழுமை பெற்றது போல் தோன்றியது. ஒரு நாள் தன் அம்மாவிடம் சென்றவன் அவரின் மடியில் படுத்து கொண்டவன் ,"அம்மா நீங்க எனக்கு எதுக்காக வைஷ்ணவியை கல்யாணம் பண்ணி வைக்கிறீங்கன்னு எனக்கு சிறு வருத்தம் இருந்தது..

ஆனா இப்போ சொல்றேன் அம்மா எனக்கு நீங்க நல்ல வாழ்க்கையை அமைச்சுக் கொடுத்து இருக்கீங்க .இப்படி என்னை புரிந்து கொண்டு நடக்கும் மனைவி எனக்கு அமைஞ்சு இருக்கா இதுக்கு மேல எனக்கு என்னமா வேணும் .நான் ரொம்ப சந்தோஷமா இருக்கேன் .அதற்கு காரணம் நீங்கள் தான்.." என்றான்.

இதைக் கேட்ட சரோஜாதேவிக்கு மகிழ்ச்சிக்கு அளவு இல்லாமல் போனது .அவருக்கு மனசாட்சி உறுத்திக்கொண்டே இருந்தது .ஒருவேளை சங்கரராஜன் அப்பெண்ணை மிகவும் விரும்பி இருப்பானோ என்று குற்ற உணர்ச்சியில் இருந்தவருக்கு இப்பொழுது தன் மகன் கூறியது வயிற்றில் பால் வார்த்ததைப் போல் இருந்தது.

வைஷ்ணவியும் தன் அத்தையிடம் அதையே கூற அவர் மிகவும் மகிழ்ந்தே போனார் .அதை பார்த்த வரதராஜனுக்கு தன் மனைவி எடுத்த முடிவு சரிதான் என்று எண்ணம் தோன்ற அவரும் தன் மக்களை பார்த்து மகிழ்ச்சி அடைந்தார்.

இப்படியே நாட்கள் சென்று கொண்டிருக்க வானதி தேவிக்கு திருமணம் செய்ய, மாப்பிள்ளை பார்க்க ஆரம்பித்தனர்.

சரோஜாதேவி," என்னங்க இத்தனை மாப்பிள்ளை பாத்தாச்சு இருந்தாலும் நம்ம பொண்ணுக்கு ஏத்த மாதிரி எதுவும் அமையலையே..?"என்றார்

"அதுதான் சரோஜா எனக்கும் புரியல .என்ன பண்றதுன்னு தெரியல.." என்று பேசிக் கொண்டிருக்க வரதராஜனின் நண்பர் ஒருவர் அங்கே வந்தார்.

வரதராஜனும் சரோஜா தேவியும் அவரை வரவேற்று அவரை உபசரித்து கொண்டிருக்க அவரும் ஒரு நற்செய்தியை கூறினார்.

வரதராஜனின் நண்பர் கணபதி இவரின் ஒரே மகனான கிருப ராஜனுக்கு வானதி தேவியை திருமணம் செய்து வைக்கலாம் என்று கணபதி விரும்புவதாக கூறினார்.

வரதராஜன் இதில் மிகவும் மகிழ்ந்து போனாலும் சரோஜாதேவி யோசிக்க ஆரம்பித்தார்.

கணபதி ஒரு சிறு துணிக்கடை வைத்திருந்தார்

தேவைக்கு அதிகமாகவே அவரிடம் பணம் இருந்தது.ஆனால் இப்போ எதுவும் இல்லை அனைத்தையும் விற்று விட்டனர்.

பையனோ வீட்டிற்கு ஒரே பையன் சரி இங்கே பெண் கொடுத்தால் தன் பெண்ணை அவர்கள் மகள் போல பார்த்துக் கொள்வார்கள் என்று வரதராஜன் நினைத்தார்.

ஆனால் சரோஜாதேவிக்கு கணபதியின் மனைவியின் மீது நல்ல அபிப்பிராயம் கிடையாது. அவர் எப்பொழுதும் சோம்பேறித்தனமாகவே இருப்பார் .வீட்டில் சமைப்பது என்பது மிகக் குறைவு எப்பொழுதும் ஓட்டலில் மட்டுமே உணவு வாங்கி வந்து உண் பார். அது மட்டுமில்லாம கணபதியின் மகள் இறந்து போனதால் அவரின் பிள்ளையையும் இவர்கள்தான் வளர்த்து வரு-

கின்றனர் ..இதெல்லாம் யோசித்தவர் அவசரப்பட வேண்டாம் என்று தன் கணவனிடம் கூறினார்.

"ஏன் சரோஜா இப்படி சொல்ற ,ஏன் கணபதியோட பேரன் வீட்டில் இருக்கிறதால யோசிக்கிறியா..? அவன் சின்ன குழந்தை நம்ம வானதி தேவி அவனையும் நல்லபடியா பார்த்துப்பா.நம்ம வளர்ப்பு பற்றி உனக்கு தெரியாதா இல்ல அந்த பையன் இருக்கிறது உனக்கு ஏதாவது தொந்தரவு இருக்கா...?"

"அச்சோ என்னங்க நீங்க இப்படி சொல்றீங்க .நான் அதுக்கு சொல்லல அந்த அண்ணிய நினைச்சா தான் எனக்கு கொஞ்சம் சங்கடமா இருக்கு.."

"ஓஹோ நீ அதை யோசிக்கறியா எனக்கும் புரியுது.ஆனா நம்ம மாப்பிள்ளை எப்படி இருக்கான் மட்டும் பார்த்தா போதாதா சரோஜா? அந்த பொண்ணு வீட்ல சமைக்காது மத்தபடி அந்த பொண்ணு நல்ல பொண்ணு தான். நீ கவலைப்படாத நம்ம பொண்ணை அவங்க பொண்ணு மாதிரி பார்த்துப்பாங்க. "என்று கூறவும் சரோஜா தேவியும் வேற வழி இல்லாமல் அமைதியாக இருந்தார்.

பெண் பார்க்கும் படலம் ஆரம்பிக்க வானதி தேவி அழகிய தேவதையாய் கிளம்பி வர ,கிருபராஜன் பெண்ணை பார்த்தவனுக்கு மிகவும் பிடித்துப் போனது.

மாப்பிள்ளை பற்றி கவலை இல்லை ஆனால் மாப்பிள்ளையின் அம்மா வரலட்சுமியை பார்த்த யாருக்கும் நல்ல அபிப்பிராயம் இல்லை.. வரலட்சுமி அவ்வளவு அழகாக தங்க சிலை போல் மிளிந்தார். ஆனால் அவரது பேச்சில் உண்மை இல்லையோ என்று அனைவருக்கும் தோன்ற ஆரம்பித்தது.

வர்ணம் -9

கிருபாவை அனைவருக்கும் பிடித்து போனாலும் வரலட்சுமியை பார்த்த அனைவருக்கும் வானதி தேவிக்கு இந்த இடம் அமைய வேண்டாம் என்று தோன்றியது .ஆனால் வரதராஜனோ இந்த மாப்பிள்ளையை தான் தன் மகளுக்கு திருமணம் முடிக்க வேண்டும் என்று நினைத்துக் கொண்டிருந்தார்.

பெண் பார்த்து சென்றவர்களும் பெண்ணை மிகவும் பிடித்து விட்டதாக கூறினர். நிச்சயதார்த்தமும் நன்முறையில் நடைபெற திருமண நாளும் வந்தது.

வானதி தேவி தன் புகுந்த வீட்டில் அடி எடுத்து வைக்கும் எண்ணத்தில் மகிழ்ச்சியாக வலம் வந்தாள்.

வீட்டில் செல்ல பிள்ளையான வானதி தேவிக்கு திருமணம்.. குடும்பமே அதற்கு ஆவலாக காத்துக் கொண்டிருந்தனர்.

திருமண நாள் வந்ததும் அனைவரும் மண்டபத்திற்குச் செல்ல வரலட்சுமி அவரின் புத்தியை காண்பிக்க ஆரம்பித்தார் .தன் அக்காவுடன் சபைக்கு வந்தவர்," என்ன சீர்வரிசை செஞ்சி இருக்கீங்க.." என்று அனைத்தையும்

ஆராய ஆரம்பித்தார் . அதை பார்த்த வரதராஜனுக்கு கோபம் வந்தாலும் தன் மகளின் வாழ்க்கை என்பதால் அமைதியாக நின்றார்.

சரோஜாதேவி தன் கணவனை பார்க்க தன் மனைவி சொன்னது ஞாபகம் வர எதுவும் செய்ய முடியாதவராய் நின்றிருந்தார் வரதராஜன்.

கணபதி ,"வரலட்சுமி என்ன பண்ற நீ.அவங்க என்ன செஞ்சாலும் உனக்கு என்ன ?அது அனுபவிக்க போறது நம்ம மருமகளும் ,பிள்ளையும் தான் .நீ அதெல்லாம் கேட்காத" என்று சண்டை போட்டார்.

"என்ன சொல்றீங்க நீங்க நான் பிள்ளையைப் பெத்தவ இதெல்லாம் கேட்க தான் செய்வேன் அவங்க எனக்கு பதில் சொல்லித்தானே ஆகனும்"

"இங்க பாருமா நீங்க சொன்னதை நாங்க செஞ்சிருக்கோம் .அதுக்கு மேலயும் செஞ்சிருக்கோம். இதுக்கு மேல நீ தேவையில்லாம எதையும் பேச வேண்டாம் "என்றார் வரதராஜன்.

"அச்சோ அண்ணா என்ன அண்ணா நீங்க இதுக்கு போய் கோச்சிக்கிட்டீங்களா ? நான் சும்மா ஒரு பேச்சுக்கு தான் அண்ணா கேட்டேன் .எனக்கு உங்கள பத்தி தெரியாதா? ஊர்ல பெரிய மனுஷன்நீங்க சொன்னதை செஞ்சுட்டீங்க."என்று பதுமை போல் பேசினார் வரலட்சுமி.

சரோஜாதேவிக்கு குழந்தை உள்ளம் கொண்ட தன் மகள் எப்படி இவர்கள் வீட்டில் வாழ்வாள் என்று கவலை அதிகமாக ஆரம்பித்தது.

இந்த மாப்பிள்ளை தன் பெண்ணுக்கு வேண்டாம் என்று சரோஜாதேவி எவ்வளவோ தடுத்தும் ,வரதராஜன் அதெல்லாம் முடியாது இவனை தான் என் பெண்ணுக்கு நான் கட்டி வைப்பேன் என்று வாதம் செய்துதான் இந்த திருமணத்தை நடத்தி வைக்கிறார்.

கிருபாராஜன், வானதி தேவி திருமணம் நல்ல முறையில் நடைபெற்றது.

சரோஜாதேவியின் வற்புறுத்தலின் பெயரில் வரதராஜன் பாக்யலட்சுமி வீட்டுக்கு பத்திரிக்கை வைக்க சம்மதம் சொன்னார் ..

பாக்கியலட்சுமி தன் மருமகளின் திருமணத்திற்கு வந்தவர் பெண்ணை அழைத்துக் கொண்டு வந்ததும் மண்ட பத்தின் ஓரமாக தூணை பிடித்துக் கொண்டு கண்களில் கண்ணீருடன் தன் மருமகளை திருமண கோலத்தில் பார்த்தவர் அழுது கொண்டே அங்கிருந்து வெளியேறினார்.

அவரின் அந்த செயல் அனைவருக்கும் மன கஷ்டத்தை கொடுத்தாலும் இதுதான் விதி இதை யாராலும் மாற்ற முடியாது என்று நினைத்தவர்கள் அடுத்த வேலையை பார்த்தனர்.

திருமணம் முடிந்தது இனி என்ன தன் கணவனுடன் மகிழ்ச்சியாக வாழலாம் என்ற வானதி தேவியின் நினைவு நடக்குமா பார்க்கலாம்.

திருமணம் முடிந்து அனைவரும் மணமக்களை அழைத்துக் கொண்டு வீட்டிற்கு சென்றனர். அங்கே ஆரத்தி எடுத்து மணமக்களை உள்ளே வரவேற்றனர்.

வரலட்சுமி ,"என்ன இது வீட்டுக்குள்ள வந்து இவ்வளவு நேரம் ஆகுது .சம்மந்திங்களுக்கு கொஞ்சம் கூட மரியாதையே கிடையாது .ஒரு தம்ளர் காபிக்கு கூட வழியில்லேயே ?இந்த ஊர்ல இந்த வீட்டுக்கு அவ்வளவு நல்ல பேர் இருக்குது .ஆனா சம்மந்தியை கவனிக்கும் முறை சரியில்ல.." என்று கத்தி அனைவரின் கவனத்தையும் தன் புறம் திருப்பினார் வரலட்சுமி.

அவ்வளவுதான் உடனே அங்கிருந்த வானதியின் பெரியம்மாக்கள், அண்ணி ,சரோஜாதேவி என்று அனைவரும் வரலட்சுமியை கவனிக்க ஆரம்பித்தனர் .இதை பார்த்த வரலட்சுமிக்கு இனி இதுதான் வழி .இதை வைத்தே நாம் இவர்களை தன் கட்டுப்பாட்டில் வைத்துக் கொள்ளலாம் என்றும் முடிவு செய்தார்.

வைஷ்ணவி காபி எடுத்துக்கொண்டு வர ,"இந்தா மா பொண்ணு நீ எதுக்கு எடுத்துட்டு வர ,எங்க வீட்டு மகாராணி

அதான் எங்க வீட்டு மருமக அவள கூப்பிடு கொஞ்சமாவது பயம் இருக்கா அந்த பொண்ணுக்கு கூப்பிடு அவளை.. "என்று கர்ஜித்துக் கொண்டிருந்தார்.

"பெரியம்மா சொல்றேன்னு தப்பா எடுத்துக்காதீங்க. அவ எங்களை எல்லாம் விட்டு பிரிஞ்சு போறதால அவங்க அம்மா கூட பேசிட்டு இருக்கா.. பாவம் அழறா பெரியம்மா .உங்க வீட்டுக்கு வந்த உடனே அவதானே உங்களுக்கு பார்த்து பார்த்து பணிவிடை செய்யப் போறா..."

"இது என்ன கதையா இருக்கு கல்யாணம் பண்ணா மாமியார் வீட்டுக்கு போய் தான் ஆகனும் அவ என்ன ஒரேடியா வித்தை காட்றாளா ..?என்ன பொண்ண வளர்த்து வச்சிருக்கீங்க ..கூப்பிடுங்க அவ இப்போ வெளியே வருவாளா? மாட்டாளா..?நான் சொன்னதை செய்மா.. என் கூட இப்படி எல்லாம் பேசினா எனக்கு பிடிக்காது... "என்றவரைப் பார்த்த அனைவருக்கும் கோபமாக வந்தது .அதிலும் வானதி தேவியின் பெரியப்பா மக்களான அண்ணன் ,தம்பிகள் மிகவும் கொதித்திருந்தனர்.

வரதராஜன் சரோஜாதேவி மீது பொறாமை கொண்டவர்கள் இவர்களுக்கு இப்படி ஒரு சம்மந்தி வீடு கிடைத்தது சரிதான் என்றும் மகாதேவனுக்கு பொண்ணு கொடுக்க மாட்டேன்னு சொன்னாங்க இல்ல இவங்க இன்னும் அனுபவிக்க வேண்டும் என்றும் நினைத்துக் கொண்டனர் .

கண்ணகி தனது ஓரகத்தி சுசீந்திராவிடம்,"அக்கா என்னக்கா இந்த பொம்பளை இப்படி நடந்துக்குது .ஐயோ வானதி ரொம்ப நல்ல பொண்ணாச்சே ..இவகிட்ட மாட்டிகிட்டு என்ன அவஸ்தைப்பட போகுதோ தெரியல .அன்னைக்கே நம்ம சரோஜா தலப்பாடா அடிச்சுக்கிட்டா ,இந்த இடம் வேண்டாம் .நான் சொல்றதை கேளுங்கன்னு சொல்லி இந்த மனுஷன் அதை காதில் வாங்கவே இல்ல .பெரிய மாப்பிள்ளை பிடிச்சிருக்காரு மாப்பிள்ளை.."

"அடி ஏண்டி கூறு கெட்டவளே இங்க நின்னு இந்த விஷயத்தை பேசற .அந்த பொம்பள அதை கேட்டுட்டு அதுக்கும் குதிக்கனுமா..?"

"அட ஏன் கா நீ வேற இல்லாததையா சொல்றேன். அந்த பையன் கொஞ்சமாகவது சிரிச்ச முகமா இருக்கானா.. இந்த கல்யாணத்துல அவனுக்கு விருப்பமா இல்லையான்னு கூட தெரியல.. அவன் சரியான அப்பாவுக்கு பயந்த பையனாம் அவர் என்ன சொன்னாலும் அப்படியே கேட்டுப்பானாம்..பெத்தவங்க பேச்சைக் கேட்க வேண்டியது தான் அதுக்கு ஒரு அளவு இல்லையா..?"

"சரி சரி விடு நாம போய் வானதி தேவியை அழைத்து வர சொல்லலாம் வைஷ்ணவி வேற போயிருக்கா, அவளே ஒரு அம்மாஞ்சி அவ போய் ஏதாவது சொல்லி சரோஜாதேவி பயப்பட போறா வா.."என்று கண்ணகியை அழைத்துக் கொண்டு உள்ளே சென்றார் சுசீந்திரா.

வானதி தேவி தன் அன்னையை கட்டிக்கொண்டு அழுது கொண்டிருக்க ,சரோஜாதேவி அவளை சமாதானப்படுத்தினார்.

வான்மதி தேவி," இங்க பாரு வானதி இதெல்லாம் பெண்கள் விஷயத்தில் சகஜம்டா .ஏன் இப்படி இருக்க நீ எப்போ அம்மா அப்பாவை பாக்கனும்னு நினைக்கிறியோ..? அப்போ வந்து பார்த்துட்டு போ. உங்க வீட்டுக்காரர் உன்னை அழைச்சிட்டு வருவார் .உங்க மாமியார், மாமனாரோ உன்னை பத்திரமா பாத்துப்பாங்க ..அவங்களுக்கு பொண்ணு இல்ல இல்லையா அதனால நீ தான் அவங்களுக்கு பொண்ணா இருந்து பாத்துக்கனும். அவங்களுக்கு செய்ய வேண்டியது எல்லாம் சரியா செய்யுமா அது போதும்..."

"என்னக்கா நீ எனக்கு அம்மா அப்பா ஞாபகம் மட்டும் தான் வருமா.? எனக்கு உன் ஞாபகம் நான் ஞாபகம் எல்லாம் வருமே ..நான் என்ன பண்றது அக்கா .எங்க மாமியார் பார்த்தா எனக்கு பயமா இருக்கு, அவங்க என்னை பத்திரமா பார்த்துப்பாங்கன்னு எனக்கு நம்பிக்கை இல்ல .அவங்க பாக்கற பார்வையே ஏதோ எதிரியை பாக்கற மாதிரியே பாக்குறாங்க அக்கா.." என்று அழுதாள் வானதி.

இதை அனைவரும் அறிந்தது தான் திருமணத்திலேயே மருமகள் என்று கூட பார்க்காமல் அவர் பார்த்த பார்வை ஏனோ வில்லியை பார்ப்பது போல தான் இருந்தது .அதை பார்த்த வான்மதி தேவிக்கு முதலில் பயம் தான் ஏற்பட்டது .

பிறகு கணபதி மிகவும் நல்ல உள்ளம் கொண்டவர் அவர் தன் மருமகளை பாதுகாப்பார் அது மட்டும் இல்லாமல் கிருப ராஜனும் தன் மனைவியை பத்திரமா பார்த்துப்பார் என்று அமைதியாக இருந்தாள். இவள் நினைப்பது நடக்குமா பார்க்கலாம்.

"அச்சோ அசடு மாமியார் அப்படித்தான் இருப்பாங்க. நீ ஏன் இதுக்கெல்லாம் கவலைப்படற அவங்க ஏதாவது சொன்னா எங்களுக்கு உடனே தகவல் கொடு .நாங்க வந்து பார்த்துக்கிறோம் நாங்க எல்லாம் எதுக்குமா இருக்கோம். இவ்ளோ பெரிய கூட்டு குடும்பத்தில் பிறந்துட்டு நீ இதுக்கெல்-

லாம் பயப்படலாமா.." என்று கண்ணகி கூறினார்.

"பெரியம்மா எனக்கு பயமா இருக்கு பெரியம்மா .அவங்க அவங்கள பார்த்தாலே எனக்கு உடம்பெல்லாம் நடுங்குது..."

உடனே அங்க வந்த கண்ணகியின் பெரிய மகள் கௌசல்யா ,"வானதி இதுக்கெல்லாம் எதுக்கு நீ பயப்படற ,மாமியாரை எல்லாம் தூசி தட்டி உட்கார வச்சிடனும் .நீ இங்கிருந்து போன உடனே அவங்களுக்கு ஓவரா பணிவிடை செஞ்சுட்டு இருக்காத.. அப்புறம் உன்னை அடிமைப்படுத்த ஆரம்பிச்சிடுவாங்க.. அதிலும் உங்க மாமியார் இருக்கு பாரு அவங்க முகத்தை பார்த்தாலே எரிச்சலா இருக்கு சரியான புத்து மூஞ்சி காரி. உனக்கு ஏதாவது சந்தேகமா இந்த அக்காவை கேளு நான் உனக்கு உதவி செய்றேன் புரியுதா..?"

வான்மதி," அடியே கௌசல்யா கொஞ்ச நேரம் அமைதியா இருக்கியா.. கல்யாணமாகி மாமியார் வீட்டுக்கு போற பொண்ணுக்கு இப்படித்தான் சொல்லிக் கொடுப்பியா..? ஏன் பெரியம்மா இவ திருந்தவே மாட்டாளா ..?இவள் மாமியார் மாதிரியே எல்லா மாமியாரும் நல்லவங்களா இருந்திடுவாங்களா..?"

"வான்மதி இந்த ஜென்மம் எல்லாம் திருந்தவே திருந்தாது பாவம் என் சம்மந்தி அவ்வளவு நல்ல பெண்மணி. ஆனா இவள் அவங்கள படுத்துற பாடு இருக்கு பாரு

நல்லா செய்வா. ஆனா கோபம் வந்துட்டா அப்படி மூஞ்சால அடிக்கிறா..நல்ல வேலை கட்டின புருஷனும் நல்லவனா அமைஞ்சிட்டான். இல்லனா பஞ்சாயத்து வைக்க அடிக்கடி நான் இவ வீட்டுக்கு போற மாதிரி இருந்திருக்கும்

ஏதோ நான் செஞ்ச புண்ணியம் இப்படி ஒரு இடம் இவளுக்கு கிடைச்சிருக்கு..." என்றார் கண்ணகி.

இவர்கள் இப்படியே பேசிக் கொண்டிருக்க,"வானதி என்ன பண்ற நீ .மணி ஆகுது, கிளம்பனும் உனக்கு அறிவு இல்லையா ..?"என்று குரல் கேட்க அனைவரும் அதைக் கேட்டு அதிர்ந்து போயினர்.

வர்ணம்-10

"வானதி மணி ஆகுது அறிவு இருக்கா இல்லையா..? எவ்வளவு நேரம் இங்கே அம்மா வீட்ல உக்காந்துட்டு கொஞ்சிட்டு இருப்ப சீக்கிரம் கிளம்பு ..."என்றான் கிருப ராஜன்.

இந்த பூனையும் பால் குடிக்குமா என்று இருந்து கொண்டு இவன் இப்படி பேசியதும் அனைவரும் ஒருவரை ஒருவர் பார்த்துக் கொள்ள வானதி தேவி கண் கலங்கினாள்.

சரோஜாதேவி ,"தம்பி இப்போ எதுக்கு நீங்க இவ்ளோ சத்தம் போடறீங்க.

எதைச் சொன்னாலும் பொறுமையா சொல்லுங்க, என் பொண்ணு சமத்தா கேட்டுப்பா.." என்றார்.

"அச்சோ இல்லைங்க அத்தை. என் பொண்டாட்டி தானே எனக்கு அதை சொல்லக்கூட உரிமை கிடையாதா..?"

"உங்களுக்கு உரிமை இல்லைன்னு யார் சொன்னா ?அதுக்காக இப்படி தான் பேசாவீங்ளா ?அது எங்களுக்கு பிடிக்காது தயவு செய்து புரிஞ்சுக்கோங்க..."

"சரிங்க அத்தை"

கணபதி," டேய் என்ன இங்க வந்து அதிகாரம் பண்ணிட்டு இருக்க, என்ன உங்க அம்மா சொல்லி கொடுத்தாளா..? கால உடைச்சிடுவேன் பாத்துக்க.. என் மருமகளை அதிகாரம் பண்ற வேலையெல்லாம் வச்சுக்காத ,என்றவர் சரோஜா நீ ஒன்னும் தப்பா எடுத்துக்காதம்மா அவன் அப்படித்தான் அவங்க அம்மா ஏதாவது ஒன்னு சொன்னா போதும் அப்படியே கேட்டுட்டு ஆடுவான்.." என்றார்.

சரோஜாவின் ஓரகத்தி சுசீந்திரா ," அண்ணா அம்மா பேச்சைக் கேட்க வேண்டியதுதான் .அதுக்கு ஒரு அளவு வேணாமா..? புதுசா கல்யாணம் ஆன பொண்ணை பத்து பேர் எதிர்ல இப்படி பேசுவாங்க..."

"சரிமா சரிமா ஏதோ தெரியாம சொல்லிட்டான் .நீங்க அதை பெருசா எடுத்துக்காதீங்க .முக்கியமா வரதராஜன் கிட்ட அதை சொல்லாதீங்க .அவரு மனசு கஷ்டப்படுவாரு. என் மருமகள சீக்கிரமா அனுப்பி வைங்க நாங்க கிளம்பறோம்.." என்றவர் தன் மகனை அழைத்துக் கொண்டு வெளியே சென்றார்.

"டேய் அறிவு கெட்டவனே.. உனக்கு அறிவே கிடையாதா.? உங்க அம்மா மாதிரி நடந்துக்கிட்டு காரியத்தையே கெடுத்துடுவ போல இது வரதராஜனோட ஊரு .அவனையோ அவன் பொண்ணையும் ஒரு வார்த்தை நீ தேவையில்லாம பேசினியோ அவ உன் மனைவியா இருந்தாலும், சரி அவன் பங்காளி எத்தனை பேர் இருக்காங்க பார்தததானே..? நம்ம குடும்பத்தை ஒரு வழி பண்ணிடுவாங்க.. கொஞ்ச நாளைக்கு அடக்கி வாசி டா ..திருமணமான ஒரே நாளில் பொண்டாட்டிய இப்படியா நடத்துவ."

"இல்லப்பா அம்மா தான் மணி ஆகுது உன் பொண்டாட்டி இன்னும் உட்கார்ந்து பேசிக்கிட்டு இருக்கா நம்ம வீட்டுக்கு போகனும், எனக்கு தலை வலிக்குது சொன்னாங்க ..."

"அவ கிடக்கா அறிவு கெட்டவ, அந்த நாய்க்கு என்னைக்கு தான் உடம்பு நல்லா இருந்திருக்கு, அவளை கட்டிக்கிட்டு நான் படற அவஸ்தை இருக்கு பாரு ..சரியான சோம்பேறி கழுதை. இனி அம்மாவும் பிள்ளையும் தேவையில்லாம ஏதாவது பேசினீங்க இரண்டு பேரையும் கொன்னு புதைச்சிடுவேன் பாத்துக்கோங்க..."

"சாரிப்பா இனி இப்படி பேச மாட்டேன் என்றவன் தன் அம்மாவிடம் சென்று உனக்கு ஏதாவது இருக்காமா உன்னால தான் அப்பாகிட்ட திட்டு வாங்கிட்டு வரேன்..

. நீ வீட்டுக்கு போய் என்ன பண்ண போற தூங்கி தானே எந்திரிக்க போற, சமைக்க போறதும் இல்ல, அதையும் ஹோட்டல்ல இருந்து வாங்கிட்டு வர சொல்ல போற, இந்த லட்சணத்திற்கு சீக்கிரம் கிளம்பு சீக்கிரம் கிளம்புன்னு சொல்ற ..அதான் வந்ததுல இருந்து அதிகாரம் பண்ணிட்டு இருக்கியே அப்புறம் என்ன..?

இங்க பாருமா அப்பா சொல்றத பார்த்தா நாம ரொம்ப கவனமா இருக்கனும் சும்மா தேவையில்லாம யாரையும் எதையும் சொல்லாத ,அவங்க குடும்பத்தை பார்த்த தானே எவ்ளோ பெரிய குடும்பம் நான் கொஞ்சமாவது நல்ல பேர் வாங்கணும்னு நினைக்கிறேன் அதை கெடுத்து விட்டுடாத.."

"என்னடா நீ இப்படி பேசற. நான் உன் நல்லதுக்கு தானடா சொன்னேன் பெத்தவளை இப்படி பேசறியே டா .."என்று நீலி கண்ணீர் வடித்த வரலட்சுமியை பார்த்தவனுக்கு எரிச்சல் வந்தாலும் ,"சரி சரி அழாத கொஞ்ச நேரம் பொறு கிளம்பலாம்..."என்றான் கிருபராஜன்.

"அம்மா பாருங்கம்மா எனக்கு பயமாயிருக்கு, இப்படி தான் அவரு காலைல இருந்து ரெண்டு மூணு தடவை திட்டிட்டாரு.. ஒரு வார்த்தை கூட நல்லா பேசல ...எனக்கு அவங்க வீட்டுக்கு போறதை நினைச்சாலே ஸ்கூலுக்கு போற மாதிரி இருக்குமா ..இன்னும் ரெண்டு நாள் நான் இங்கேயே இருந்துட்டு போறேன் ப்ளீஸ்மா அப்பாட்ட சொல்லுங்கம்மா .."என்று திரும்பி அழுதவளை எப்படி சமாதானம் செய்வது என்று அனைவரும் தத்தளித்தனர்.

வானதி தேவியின் வீட்டில் அவளின் பெரியப்பா மகள்களோடு சேர்த்த மொத்தம் பத்து பேர் அதில் மிகவும் குழந்தை உள்ளம் கொண்டவள் வானதி தேவி தான் .மிகவும் செல்லமாகவும் வளர்க்கப்பட்டவள் .அதே நேரத்தில் தேவையான நேரத்தில் கண்டிப்புடன் வளர்த்தனர். அவள் கேட்பதை எல்லாம் வாங்கிக் கொடுத்தும் தன் செல்ல பெண்ணை பார்த்து பார்த்து வளர்த்தார் வரதராஜன்.

வரதராஜனுக்கு தன் தங்கையை அப்படியே உறித்து வைத்திருக்கும் வானதி தேவியின் மீது எப்பவும் பாசம் அதிகம் தான்.

" என்ன எல்லாரும் வேடிக்கை பார்த்துட்டு இருக்கீங்க..? பொண்ண அவங்க மாமியார் வீட்டுக்கு அனுப்பனும் ஞாபகம் இருக்கா இல்லையா..? சரோஜா உனக்கு என்ன ஆச்சு ஏன் இப்படி நிக்கிற..." என்று அங்கே வந்தார் வரதராஜன்.

"ஆமா வந்துட்டார் இவ்ளோ நேரம் எங்க போனாரோ தெரியல.." என்று மூணு முணுத்தார் கண்ணகி.

சுசீந்திரா,"ஏங்க தம்பி இவ்ளோ நேரம் நீங்க எங்க போனீங்க ..."என்றவர் நடந்த விஷயத்தை கூறினார்.

அதைக் கேட்டு கோபம் கொண்ட வரதராஜன், "கணபதி என்ன நடக்குது இங்க கல்யாணமாகி கொஞ்ச நேரம் கூட ஆகல ,அதுக்குள்ள உங்க புள்ள இப்படி நடந்துக்கிறான் ..நான் இதை அவன்கிட்ட இருந்து எதிர்பார்க்கல. உங்கள் பொண்டாட்டி வந்ததுல இருந்து ஓவரா பேசுறாங்க .சரி சம்மந்தி வீடு சொல்லி நான் அமைதியா போயிட்டு இருக்கேன் .இது தொடர கூடாது என்னை பற்றி உங்களுக்கு நல்லாவே தெரியும். உங்க பிள்ளை மனைவி இரண்டு பேர்கிட்டயும் சொல்லி வைங்க.." என்றார்.

"அச்சோ வரதா நீங்க கவலைப்படாதீங்க .அவங்க பண்ணது தப்புதான் .நான் அதுக்காக உங்ககிட்ட மன்னிப்பு கேட்டுக்கறேன் ..எங்களை மன்னிச்சிடுங்க..."

"தப்பு செய்யாத நீங்க எதுக்கு மன்னிப்பு கேக்கறீங்க என்றவர் இங்க பாரு கிருபா என் பொண்ணை நான் ரொம்ப செல்லமா வளர்த்திருக்கேன். அதுக்காக எந்த வேலையும் சொல்லிக் கொடுக்காம வளர்க்கல.. பெரியவங்களுக்கு மரியாதை கொடுப்பா.வீட்டு வேலை எல்லாத்தையும் அவ சரியா செய்வா.. ஆனால் என் பெண்ணை தேவையில்லாம யாரும் பேசக்கூடாது

முக்கியமான நீ ஒரு கணவனா உன்னுடைய கடமையை ஒழுங்கா செய். நீ உன் மனைவியை எவ்வளவு வேண்டுமானாலும் திட்டலாம். ஆனால் மத்தவங்க எதிர்ல விட்டுக் கொடுத்துப் போகக்கூடாது புரியுதா திருமணமாகி ஆனா கொஞ்ச நேரத்திலேயே புது பொண்டாட்டியை இப்படித்தான் திட்டுவாங்களா..? உனக்கு இந்த திருமணத்தில் சம்மதமா கேட்டு தானே திருமணம் நடந்தது..."என்று கோபத்துடன் கேட்டார் வரதராஜன்.

"மாமா ஏதோ தெரியாம நடந்து போச்சு மாமா என்னை மன்னிச்சிடுங்க.."

"நான் கேட்ட கேள்விக்கு பதில் சொல்லு உன் சம்மதத்தோடு தான திருமணம் நடந்துச்சு .என் பெண்ணை உனக்கு திருமணம் செய்ய சம்மதமான்னு நான் உன்கிட்ட கேட்டேன் தானே? அப்புறம் எதுக்கு நீ இப்படி நடந்துக்கிற ,நீங்க மாப்பிள்ளை வீட்டுக்காரங்க என்ன செய்தாலும் நான் அமைதியாக இருப்பேன் நினைச்சீங்களா..? என் பொண்ணு கண்ணுல இருந்து ஒரு சொட்டு கண்ணீர் வந்தாலும் என்ன நடக்கும் என்றே தெரியாது பார்த்துக்கோங்க..."என்று வரதராஜன் சத்தம் போட்டுக் கொண்டிருந்தார்.

சரோஜாதேவியின் முதல் தங்கை ராகவியும் அவர் கணவர் காவல்துறை அதிகாரியுமான கர்ணனும் அங்கே வந்தனர் .அவர்கள் அங்கே வந்ததும் இப்போ உங்களுக்கு இருக்கு கச்சேரி என்று அனைவரும் நினைத்து கொண்டனர்.

"என்னங்க இங்க என்ன சத்தம் புதுசா கல்யாணமான வீடு எவ்ளோ சந்தோஷமா இருக்கனும் .இங்க என்ன சத்தம் போட்டுட்டு இருக்கீங்க..."என்றார் கர்ணன்.

அதை ஏன் கேக்கறீங்க என்ற கண்ணகி நடந்த அனைத்தையும் கூற, ராகவி," இது என்ன அநியாயமா இருக்கே .கல்யாணம் ஆகி கொஞ்ச நேரம் தான் ஆகுது

அந்த அம்மா மண்டபத்திலே அவங்க ஆட்டத்தை காண்பிக்கும் போதே எனக்கு தெரியும் .ஏன் மாமா அவசரப்படாதீங்க ன்னு சொன்னா கேட்டீங்களா..? இப்ப பாருங்க அம்மா உன் பிள்ளையும் எப்படி நடந்து க்கறாங்க..."

கர்ணன் ,"அறிவு கெட்டவளே என்ன பேசுற நீ புள்ளைக்கு கல்யாணமே முடிஞ்சு போச்சு இப்ப பேச வேண்டிய பேச்சா இது?மிஸ்டர் கணபதி என்னவாம் உங்க பிள்ளைக்கும் ,உங்க மனைவிக்கும் ஏன் இப்படி நடந்துக்கிறாங்க .

.எல்லாரும் திருமணத்துக்கு சம்மதம் சொன்ன பிறகு தானே திருமணம் நடந்தது .எங்க வீட்டு பொண்ணு கண்ணுல இருந்து ஒரு சொட்டு தண்ணீர் வரக்கூடாது. என் சகலையும் என் கொழுந்தியாவும் அந்த பொண்ண பார்த்து பார்த்து செல்லமா வளர்த்தாங்க அதே நேரத்தில் அவளுக்கு சொல்லிக் கொடுக்க வேண்டிய அனைத்தையும் ஒழுங்கா சொல்லிக் கொடுத்து வளர்த்து இருக்காங்க.. அவ உங்க வீட்டுக்கு வந்தா உங்களுக்கே சொல்லிக் கொடுப்பா அந்த அளவுக்கு புத்திசாலி பொண்ணு.. அவளை தேவையில்லாம அழ வைக்கக் கூடாது.. நான் உங்க வீட்டு பக்கத்துல தான் இருக்கேன் தெரியும் தானே..? ஏதாவது ஒன்னுனா நான் தான் முதல்ல வந்து நிற்பேன் .அப்புறம் உங்க நிலைமை எப்படி மாறும் தெரியாது.."

"அச்சோ சின்ன சம்பந்தி நீங்க என்ன இப்படி சொல்றீங்க .ஏதோ தெரியாம நடந்து போச்சு. அதை விட்டுடுங்களேன்..."

ராகவி ,"அது எப்படிங்க அண்ணா தெரியாம நடக்கும் .எங்க வீட்டு பொண்ணு சொக்க தங்கம்

அவளுக்கு ஏதாவது நடந்தா பக்கத்து தெருவுல இருக்க நான் முதல்ல வந்துடுவேன் பாத்துக்கோங்க .."என்று வரலட்சுமி பார்த்து முறுக்கிக் கொண்டே கூறினார் ராகவி.

கர்ணன்,"ஏம்மா சரோஜா நீ என்ன மா எதுவும் சொல்ல மாட்டேங்கற..."

"என்ன சொல்ல சொல்றீங்க நான் இதெல்லாம் எதிர்பார்த்ததுதான் .

அதனாலதான் இந்த திருமணம் வேணாம்னு சொன்னேன்

. சரி விடுங்க இது முடிஞ்சு போச்சு இனி இதைப்பற்றி பேசி பிரயோஜனம் கிடையாது. பக்கத்துல இருக்க நீங்க எதுவா இருந்தாலும் பாத்துக்கோங்க .என் பொண்ணு சந்தோஷமா வாழ்ந்தால் எனக்கு அதுவே போதும் ..."என்று கலங்கினார் சரோஜாதேவி.

சரோஜாவின் கலக்கத்தை பார்த்த கர்ணன் மனம் சங்கடமடைந்தார்

. தன் கொழுந்தியா இதுவரை தேவையில்லாமல் எதுக்கும் கண் கலங்கியதில்லை

அவரை பொறுத்தவரை சரோஜாதேவி ஒரு வீரமங்கை ,சேற்றில் பூத்த செந்தாமரை என்று அடிக்கடி சரோஜாதேவியை பாராட்டி பேசுவார் கர்ணன்.

வர்ணம் -11

சரோஜாதேவி வந்து தான் அவர்களின் மாமியார் வீட்டில் நிறைய மாற்றங்களைக் கொண்டு வந்தார் என்று உங்கள் அனைவருக்கும் தெரியுமே அதுபோல ஒரு சில மனிதர்களை திருத்தவும் செய்தார் சரோஜாதேவி .அதனால்தான் வரதராஜன் தன் மனைவியை எப்பொழுதும் விட்டுக் கொடுக்கவே மாட்டார் .தன் மாமியாரையே திருத்த முயற்சி செய்தவர் தான் சரோஜாதேவி.

கர்ணன் முதன் முதலில் திருமணம் முடிந்து சரோஜாதேவி வீட்டுக்கு சென்ற போது சரோஜாதேவி பிறரிடம் நடந்து கொண்ட விதத்தை பார்த்தவருக்கு அவரின் மீது மதிப்பு தோன்றியது..

பொறுமைக்கு பொறுமையானவர் ஆனால் தேவையான நேரத்தில் வெகுண்டு எழுந்து பேசவும் கூடியவர் சரோஜாதேவி.

சரோஜாதேவி வீட்டு வேலைகள் மட்டுமல்லாமல் தன் கணவனுடன் சேர்ந்து அவருக்கு உதவி செய்வதையும் பார்த்த கர்ணன் ,"ஏண்டி ராகவி வீட்டு வேலை செய்யறதுக்கும் என் அம்மாவை பார்த்துக்கொள்வதற்குமே உனக்கு கஷ்டமா இருக்கு ,உன் அக்காவை பாரு எவ்வளவு கஷ்டப்படறாங்க ..கொஞ்சமாச்சும் அவங்களுக்கு ஓய்வு இருக்கா...?"

"ஆமா போங்க அவளுக்கு வேற வேலையே இல்ல. இப்படித்தான் எல்லாத்தையும் இழுத்து போட்டு செஞ்சுட்டு இருக்கா.. இவ போய் சொன்னா மட்டும் அந்த வீட்ல இருக்கறவங்க திருந்த போறாங்களா என்ன..?"

"அடியே உங்க அக்கா போய் திருத்த அவங்க எல்லாம் சரி இல்லாமலா இருக்காங்க.. ஒரு சில விஷயத்தை மாத்தினாங்க இருந்தாலும் தன் மாமியார் வீடு என்ற எண்ணம் வந்தது பார்த்தியா .அந்த விதத்தில் சரோஜாதேவியை பாராட்டியே ஆகனும்..ஆனா நீ திருமணமாகி உனக்கே பிள்ளைகள் வந்தாச்சு.ஆனாலும் அம்மா வீட்டுக்கு போய் ரெஸ்ட் எடுக்கனும்ங்கறதுல தான் குறியா இருக்க அங்கேயும் உனக்கு பார்த்து பார்த்து செய்வது யாரு உன் அக்கா பொண்ணு வான்மதி தேவி தானே ..?

உன் அண்ணியா உனக்கு எல்லாத்தையும் செய்றாங்க.உன் அண்ணன் இருக்கான் பாரு சரியான பொண்டாட்டி தாசன் .நீ வேணா பாரு பிற்காலத்தில் உன் தம்பி உங்களுக்கு செய்யறது கூட உன் அண்ணன் செய்ய மாட்டான் .இப்பவே அவன் எதுவும் செய்யறது கிடையாது... உன் அக்காவோட வளர்ப்பு வான்மதி தேவி சின்ன பொண்ணா இருந்தாலும் எப்படி குடும்பத்தை எடுத்துக்கிட்டு செய்ய வேண்டிய கடமையை செய்யுது பாரு... "என்று அடிக்கடி சரோஜாதேவியும் வான்மதியையும் புகழ்ந்து பேசுவார் கர்-

ணன்.

கர்ணன் இப்போ வானதி தேவி அழுவதை பார்த்தவருக்கு மனம் சங்கடமடைய ,"வானதி மா இங்க பாரு இப்ப எதுக்கு அழற ,உன் சித்தப்பா நான் இருக்கேன்.ஏதாவது ஒன்னுனா நம்ம வீட்டுக்கு வா நான் பாத்துக்கறேன் .என் பொண்ணு இதுக்கெல்லாம் அழக்கூடாது சரியா...?" என்றார்.

"சரிங்க சித்தப்பா ஆனா எனக்கு பயமாயிருக்கே..."

"அடடா எதுக்கு இந்த பயம் பயப்படாத என்றவர் ராகவி பிள்ளையை சமாதானப்படுத்து ..."என்றார் கர்ணன்

"வானதி அழாதடி இங்க பாரு உன் அக்காங்க எல்லாரும் எவ்வளவு தைரியமா இருக்காங்க

நீ மட்டும் ஏன் இப்படி இருக்க பயப்படக்கூடாது.. "என்று அவளை சமாதானம் செய்தார் ராகவி.

நடந்த அனைத்தையும் பார்த்துக் கொண்டிருந்த சங்கர் ராஜனுக்கு,' தன் தங்கையின் வாழ்க்கை எப்படி இருக்குமோ...?' என்று பயம் தோன்ற ஆரம்பித்தது.

அதிலும் தன் அத்தை ,' பாக்கியலட்சுமி திருமணத்திற்கு வந்தவர் அழுது விட்டு போயிருக்கார். அவர் அப்படி செய்து சிறிது நேரம் கூட ஆகல.. அதுக்குள்ள இப்படி நடக்குது சரி எதுவா இருந்தாலும் பாத்துக்கலாம்

பக்கத்துல இருக்க சித்தப்பா எல்லாத்தையும் பார்த்துப்பார் ...'என்று தன் மனதை சமாதானப்படுத்திக் கொண்டான் சங்கர் ராஜன்.

கணேஷ் ராஜன் ,"வானதி நீ உங்க மாமியார் வீட்டுக்கு கிளம்பு .. உனக்கு எது வேணும்னாலும் ஒரு லெட்டர் போடு நான் வாங்கிட்டு வந்து கொடுக்கிறேன் புரியுதா அழாத .."என்று தானும் கலங்கினான் .

கணேஷ் ராஜன் தன் சகோதரர்கள் சங்கர் ராஜன் ,சரவண ராஜனைப் போல எதையும் தைரியமாக எதிர்கொள்ள மாட்டான் . கணேஷ் ராஜன் கொஞ்சம் பயந்த சுபாவம் .தன் தங்கை அழுவதை பார்த்தவனுக்கு அவளின் மாமியார் வீட்டினர் மீது கோபம் வந்தாலும் ,தான் ஏதாவது சொல்ல போக அவளின் வாழ்க்கை என்ன ஆகுமோ என்று பயத்தில் அமைதியாக இருந்தான்.

"வானதி நீ எதுக்கு இப்ப அழற நாங்க இத்தனை பேர் இருக்கோம் தானே ..?எதுவா இருந்தாலும் தைரியமா நின்னு அதை எதிர்கொள்ள கத்துக்கோ ..உன் தம்பி உடனே ஓடி வந்து உனக்காக எதையும் செய்வேன் புரியுதா..?" என்றான் சரவண ராஜன்.

கிருப ராஜனுக்கு தன் மனைவின் மீது இத்தனை பேர் அன்பு வைத்திருந்ததை பார்த்தவன் நாம கொஞ்சம் கவனமா தான் இருக்கனும் என்று தோன்றியது.

கிருபராஜனை பொறுத்தவரை வீட்டிற்கு ஒரே பிள்ளை கிருப ராஜனின் அக்கா திருமணமான கொஞ்ச நாட்களில் தன் மகன் இந்த பூமிக்கு வந்ததும் இறந்து போனார்.

தன் ஒரே மகளை இழந்து துடி துடித்தனர் வரலட்சுமி, கணபதி இருவரும். தன் அக்காவின் இழப்பை தாங்க முடியாமல் சுற்றி வந்தான் கிருப ராஜன்.

ஆனால் அவர்களுக்கு எல்லாம் ஒரு கடமை காத்திருந்தது ஆம் கிருப ராஜனின் அக்கா வீட்டுக்காரர் தன் பிள்ளையை ஏற்றுக் கொள்ள மாட்டேன் என்று கூற வேறு வழி இல்லாமல் இவர்கள்தான் அந்தப் பையனை வளர்த்து வருகின்றனர்

அவனைப் பார்த்து தன் மனதை தேற்றிக் கொள்வர் குடும்பத்தில் உள்ளவர்கள்..

வானதி தேவியை சமாதானப்படுத்தி அனைவரும் அவளை மாமியார் வீட்டுக்கு அனுப்பி வைத்தனர்.

மாமியார் வீட்டுக்கு சென்றவளுக்கு அங்கே அதிர்ச்சி காத்திருந்தது .இவளை பார்த்ததும் மாமி என்று ஓடி வந்து நிறைய பிள்ளைகள் கட்டிக் கொண்டனர்.

வரலட்சுமியின் அக்கா பெண்ணின் பிள்ளைகள் தான் அவர்கள் அனைவரும் மாமி மாமி என்று இவள் மீது பாசமாக இருந்தனர்.

அதிலும் கிருபராஜனின் சொந்த அக்கா மகன் கண்ணன் மாமி மாமி என்று மழலை பேச்சால் வானதி தேவியை குளிரவைத்தான்.

அவனைப் பார்த்தவளுக்கு தன் அக்கா பெண் கிருத்திகா தேவி நினைவில் வர கண்கள் கலங்க அவனைத் தூக்கிக் கொஞ்சியவள் அவனுக்கு சோறு ஊட்ட ஆரம்பித்தாள்.

இதைப் பார்த்த கணபதி கண்கள் கலங்க தன் மனைவியையும் பிள்ளையையும் முறைத்து வானதி தேவியின் தலையை வருடியவர் ,"எனக்கு ரொம்ப சந்தோஷமா இருக்குமா ..இவனை எப்படி நாங்க வளர்க்க போறோம் என்று நினைத்தேன்.. ஆனா நீ வந்த அஞ்சு நிமிஷத்திலேயே இவனை இப்படி பார்த்துக்கிற நீ நல்லா இருக்கனும் வானதி..." என்று மனதார வாழ்த்தினார்.

வானதி தேவியின் பெரிய மாமியாரின் பெரிய மகள் கனகா," வானதி எனக்கு உன்ன நெனச்சா சந்தோசமா இருக்குமா..என் அக்கா பையன் என்ன ஆவானோ என்று நாங்க ரொம்ப பயந்தோம். நாங்களும் எடுத்துட்டு போய் வளர்க்க முடியாது .எனக்கு ஏற்கனவே மூணு பிள்ளைங்க. ஆனா நீ இவ்ளோ நல்லா பாத்துக்கற.. உங்க அம்மா உன்ன நல்லா வளர்த்து இருக்காங்கம்மா..." என்றாள் கனகா.

வரலட்சுமியின் அக்கா சொர்ண லட்சுமி ,"மருமகளே நீ ஒன்னும் கவலைப்படாத. வரலட்சுமி கத்துவாளேத் தவிர மனசுல எதுவும் வச்சுக்க மாட்டா.. உன்ன அவங்க பத்திரமா பாத்துப்பாங்க.. மீறி ஏதாவது நடந்தால்

உன் மாமனார் உனக்கு பாதுகாப்பா இருப்பார். இவள் ஏதாவது பிரச்சனை பண்ணா எங்களுக்கு கடிதம் போடு .நாங்க பாத்துக்கறோம் என்றவர் ..

இங்க பாரு வரலட்சுமி கிறுக்குத்தனமா ஏதாவது பண்ணிட்டு இருக்காத என் மருமகளைப் பாரு எனக்கு பச்ச தண்ணி எடுத்து கொடுக்க கூட அப்படி தயங்கறா, உன் மருமக வந்த உடனே உன் பேரனோட பொறுப்பை எடுத்துக்கிட்டா

. இப்படி ஒரு மருமக கிடைச்சதுக்கு நீ கொடுத்து வச்சிருக்கனும் அவளை பத்திரமா பாத்துக்கோ..." என்றவர்கள் அவர்களும் ஊருக்கு கிளம்பினார்.

அனைவரும் கிளம்பியதும் வானதி தேவிக்கு வெறுமையாக இருந்தது

கட்டின கணவன் ஒரு வார்த்தை கூட இதுவரை நன்றாக பேசவில்லை .திட்ட மட்டும் அவனுக்கு நன்றாகவே வந்தது. தன் வாழ்க்கை எப்படி இருக்குமோ என்று நினைத்தவளுக்கு இங்கே இந்த குழந்தை மன நிம்மதியை கொடுத்தது.

வரலட்சுமிக்கு வீட்டுக்கு வந்தவுடன் நல்ல பெயர் வாங்கிய தன் மருமகளை பார்க்க பார்க்க கோபம் தான் வந்தது

அது மட்டுமில்லாமல் தன் அக்கா வீட்டில் உள்ள அனைவரும் அவளை புகழ்ந்து பேசியதும் கோபத்தின் உச்சத்திற்கு சென்றவர் கணபதி வெளியே சென்றதும் ,"ஏய் வானதி அங்கே என்ன பிள்ளையை தூக்கி வச்சிட்டு நேரத்தை கடத்தற, வீடு எப்படி இருக்கு பார்த்தல்ல ..வீட்டை பெருக்கிட்டு போய் சாப்பாடு செய்யுற வேலைய பாரு. எனக்கு பசிக்குது அதுக்கு முன்னாடி ஒரு காபி போட்டு கொண்டு வா .குடிச்சிட்டு நான் கொஞ்ச நேரம் தூங்கி எந்திரிக்கிறேன்.." என்றார்.

பாருங்க வீட்டுக்கு வந்து இரண்டு மணி நேரம் கூட ஆகல அதுக்குள்ள வேலை செய்ய சொல்றாங்க இருந்தாலும் வானதி தேவி பாலை அடுப்பில் வைத்தவள் பால் காய்வதற்குள் வீட்டை பெருக்கி சுத்தம் செய்தாள்.

பிறகு காபி போட்டு எடுத்துக் கொண்டு தன் கணவனுக்கும் தன் மாமியாருக்கும் கொடுத்தாள் .குழந்தைக்கு பாலை ஆறவைத்து குடிக்க வைத்து அவனை தூங்க வைத்தவள் அடுத்து உணவு தயாரிக்க ஆரம்பித்தாள்.

இதையெல்லாம் பார்த்த கிருப ராஜனுக்கு," தன் அம்மா என்ன சொன்னாலும் இவள் அமைதியாக இருப்பா போலவே நல்ல வேலை இவங்க ரெண்டு பேருக்கும் பஞ்சாயத்து செய்து வைக்கிற வேலை தனக்கு வராது .."என்று மகிழ்ச்சி அடைந்தான்.

கணபதி வெளியே சென்று வந்தவர் தன் மருமகள் வேலை செய்வதை பார்த்ததும்," அச்சோ கண்ணு நீ என்னமா பண்ற

ஏன் இப்போ நீ இதையெல்லாம் செய்ற உங்க அத்தை என்ன பண்றா..?"

"மாமா நம்ம வீட்டு வேலை தானே மாமா பரவாயில்ல நான் எல்லாத்தையும் முடிச்சுட்டேன்.ஒரு அஞ்சு நிமிஷம் இருங்க சாப்பிடலாம் .."என்று

இன்முகத்துடன் கூறியவள் சுவையாக உணவு படைத்து அனைவருக்கும் பரிமாறினாள்.

வரலட்சுமிக்கு இவளின் இந்த செயலில் அவள் மீது பாசம் துளிக்க ஆரம்பித்தது.

கணபதி தன் மருமகளின் உணவை சாப்பிட்டவர் அப்படி புகழ்ந்து பேசினார் .வானதி தேவி சிறு வயதிலேயே சமையல் கற்றுக் கொண்டவளுக்கு சுவையாக சமைப்பது என்பது ஒரு வரமாய் அமைந்தது

எதையும் மீறாத அளவுக்கு திட்டமாக செய்வாள் அதுவும் சுவையாக செய்வாள்.

ஆனால் வரலட்சுமி நிறைய செய்து வைப்பார். சுவை இருக்கத்தான் செய்யும் . ஆனாலும் காலையில் செய்ததையே மூன்று வேளை வைத்து விட்டு தூங்கி தூங்கி எழுந்திருப்பது தான் இவரின் தலையாய கடமையாக இருந்தது.

வர்ணம்-12

கணபதி தன் மருமகளை பாராட்ட அதைப் பார்த்த வரலட்சுமிக்கு ஏற்கனவே அவள் மீது இருந்த கோபம் அதிகமாகியது.'இப்படி எல்லார்கிட்டயும் நல்ல பேர் வாங்கறாளே இவளை நாம் இப்படியே சும்மா விடக்கூடாது ...'என்று முடிவு செய்தார் வரலட்சுமி.

இதன் பலனாக கிருப ராஜனிடம் அவளைப் பற்றி எதையாவது சொல்லி அவனுக்கு கோபத்தை வரவழைத்தார்.

மீண்டும் மணமக்கள் மாமியார் வீட்டுக்கு சென்றனர்.

பெண்ணை அவர் கூடவே அழைத்து வந்த வானதி தேவியின் பெரியப்பா மகள் அவளின் கணவரும் இங்கு நடந்ததை எல்லாம் பார்த்துக் கொண்டுதான் இருந்தனர்.மாமியார் வீட்டுக்கு வந்து அரை நாளில் இவ்வளவு வேலைகளை இழுத்து போட்டு செய்த தன் தங்கையை பார்த்தவளுக்கு ஆச்சரியமாகவும் அவளின் மாமியார் மீது கோபமும் வந்தது.. இது எங்குமே நடக்காத ஒன்றாக இருந்தது .

புது மருமகள் தன் வீட்டிற்கு வந்தால் அவள் மீண்டும் தன் அம்மா வீட்டிற்கு செல்லும் வரை அவளை தாங்கும் மாமியாரை தான் பார்த்து இருக்கின்றனர். ஆனால் அந்த நேரம் கூட தன் தங்கையை வேலை வாங்கிய மாமியாரை பார்த்த கௌசல்யாவுக்கு ,'தன் மாமியார் எவ்வளவோத் தேவலாம் என்றும் தனக்கு இப்படி ஒரு மாமியார் கிடைத்திருந்தால் அவரை காலை உடைத்து மூலையில் போட்டு இருப்பேன்..' என்றும் தன் கணவரிடம் நேரடியாக கூறி கண்கலங்கினாள்.

அதைக் கேட்டஅவளின் கணவர் குமரன்," ஏன்டி எவ்வளவு தைரியம் இருந்தா என்கிட்டயே எங்க அம்மாவை காலை உடைச்சிடுவேன்னு சொல்-

லுவ இதெல்லாம் அநியாயம் டி.."

"அச்சோ என்னங்க நீங்க ஒரு பேச்சுக்கு சொன்னா அப்படியே செஞ்சுடுவாங்களா என் மாமியார் தங்கம்ங்க .."

"சரி விடுடி அழாத இந்த பொண்ணோட தலையெழுத்து இப்படித்தான் இருக்கும் போல எவ்வளவு நல்ல பொண்ணு உங்க வீட்டிலேயே அமைதியான பொண்ணும் கூட, சரி நீ அவ கூட போய் உதவி செய்..." என்று அனுப்பி வைத்தார்.

ஆனால் வானதி தேவி கொஞ்சம் கூட அவளின் உதவியை எதிர்பார்க்கவில்லை .அவளையும் உட்கார வைத்து அவளுக்கும் பணிவிடை செய்து அவ்வளவு அழகாக அந்த வீட்டையை மாற்றி இருந்தாள்..

இரவு சடங்குக்காக அனைத்து ஏற்பாடும் நடக்க ஆரம்பித்தது.வானதி தேவிக்கு தன் கணவன் எப்படி நடந்து கொ ள்வானோ என்ற பயம் இருக்க அதற்குள் புத்தி சொல்கிறேன் என்ற பெயரில் பெண்மணிகள் ஆளாளுக்கு ஒன்று ஒன்று கூற அதில் பயந்தவளாக அறைக்கச் சென்றாள்.

கிருப ராஜன் உள்ளே வந்து தன் மனைவியை பார்த்தவன் எதையும் பேசாமல் தன் கடமையேக் கண்ணாக இருந்தான்.

ஒரு பெண்ணின் உணர்வுகளை அவளின் வலியை எதையும் புரிந்து கொள்ளாதவனாய் இருந்தான் கிருபராஜன்.

இது மேலும் வானதி தேவிக்கு பயத்தை கொடுத்தது

இதை நாம் தினம் தினம் அனுபவிக்க வேண்டுமா என்று நினைத்து நடுங்கினாள் .

பெண்ணவள் நடுக்கத்தை கூட பார்க்காமல் அவளை அனைத்து கொஞ்சி உறவாடினான் கிருப ராஜன்.

வானதி தேவிக்கு," என்ன மனுஷன் இவன் ஒரு வார்த்தை கூட என்கிட்ட இதுவரை நல்லா பேசல ஆனா இப்படி நடந்துக்கிறானே...?" என்று நினைத்தவள் தன்மீதே கழிவிரக்கம் ஏற்பட அழுது கரைந்தாள் பெண்ணவள் .ஆனால் அது எதுவும் ஆடவனுக்கு தெரியவில்லை அவனுக்கு தேவையானதை அவன் எடுத்துக் கொண்டான்.

பிறகு நான்கு நாட்கள் கழித்து மீண்டும் மாமியார் வீட்டுக்குச் செல்ல வீட்டில் வேலைகள் பெண்ணவளை பாடாய்படுத்த உட்காரவும் நேரம் இல்லாமல் வரலட்சுமி இல்லாத வேலையெல்லாம் அவளை வாங்கிக் கொண்டு இருந்தார்.

பகல் முழுக்க தன் மாமியாருக்கு சேவை செய்தவள் இரவானால் தன் கணவனின் ஏச்சுக்கும், பேச்சுக்கும் ஆளாவது மட்டுமல்லாமல் அவனின் தேவைக்கும் கசங்கினாள் பெண்ணவள்.

வானதி தேவிக்கு இந்த வாழ்க்கை மீது பற்று இல்லாமல் போனது.' தன் அப்பா ஏன் இப்படி ஒரு இடத்தில் தன்னை கட்டி கொடுத்தார். ஒரு பெண்ணோட உணர்வுகளை கூட புரிந்து கொள்ள முடியாதவனாய் இருக்கும்

தன் கணவனை நினைத்து கோபம் வந்தாலும் ,கூடலில் இருக்கும் பொழுது அவள் முகம் சுளித்தாலும் அதற்கும் கோபம் கொண்டான் கிருப ராஜன்.

அவன் கொடுக்கும் வலியையும் பொறுத்துக் கொண்டு அவன் பேச்சால் கொடுக்கும் வேதனையும் பொறுத்துக் கொண்டு நரக வேதனையை அனுப-வித்து வந்தாள் பெண்ணவள்.

ஆனாலும் அவளுக்கு அந்த வீட்டில் இருக்கும் ஒரே ஆதரவு அந்த ஆறு வயது குழந்தை கண்ணன் மட்டுமே..

நாட்கள் ஆக ஆக வீட்டில் நடக்கும் கொடுமைகளை தன் அம்மா வீட்-டிலும் சொல்ல முடியாமல், தன் மாமனாரிடமும் சொல்ல முடியாமல் இருந்-தாள் வானதி.

இரவு தன் கணவனிடம் எதையாவது சொல்ல வாயைத் திறந்தால் அவன் எங்கே அதற்கு இடம் கொடுத்தால் தானே ?அவனுடைய தேவையை நிறைவேற்றிக் கொண்டு நிம்மதியாக படுத்துக் கொள்வான்.

அவன் வாயை திறப்பது எல்லாம் பகலில் தன் அம்மா அவளைப் பற்றி குறை சொல்வதை கேட்டுக் கொண்டவன் அவளை திட்டுவதற்கு மட்டுமே..

"ஏய் வானதி உனக்கு என்ன பெரிய மகாராணி நினைப்பா..? எங்க அம்மா சொல்ற வேலையை செய்யக்கூடாது முடிவு பண்ணிட்டியா..? அவங்க உடம்பு முடியாதவங்க தானே என்ன நினைச்சிட்டு இருக்க நீ .எங்க அப்பா கிட்ட ஒரு மாதிரி நடந்துக்கற ,எங்க அம்மா கிட்ட ஒரு மாதிரி நடந்துக்கற ஒழுங்கா அவங்க சொன்ன வேலையை செய் புரியுதா ...? என்று வசப்பாடினான்.தினமும் இதே புராணத்தை கேட்ட பெண்ணவளுக்கு வெறுப்பு மட்டுமே மிஞ்சியது.

தன் மனைவி தன் மருமகளை படுத்தும் பாட்டைப் பார்த்தும் பார்க்-காதபோல் இருக்க ஆரம்பித்தார் கணபதி .பெண்ணவள் வாயைத் திறந்து ஏதாவது சொல்லியிருந்தால் யோசித்து இருப்பாரா என்னவோ ..?மருமகள் அமைதியாக இருப்பது அவருக்கு வசதியா போச்சு.. அதற்கு தகுந்தாற் போல் அவரும் அடிக்கடி..

" என் மருமக ரொம்ப அமைதியான பொண்ணு, என் மருமக வரலனா உன் நிலைமை என்ன ஆகி இருக்கும் .நீ ஒரு சோம்பேறி. என் மருமக வந்த பிறகு இந்த வீடே எப்படி இருக்கு பாரு ,தெய்வ கலாட்சியத்தோட இருக்கு ..."என்று அடிக்கடி வானதி தேவிக்கு தலையில் ஐஸ் கட்டியை வைத்துக் கொண்டே இருந்தார் கணபதி.

தன் மாமனார் தன் மீது வைத்திருக்கும் இந்த எண்ணத்தை பார்த்தவ-ளுக்கு அவராவது தன்னை புரிந்து கொண்டாரே என்று மகிழ்ச்சி அடைந்-தாள் பெண்ணவள்.

பகல் முழுக்க வேலை இரவு தன் கணவன் செய்யும் அனைத்தையும் பொறுத்துக் கொண்டு இருந்தவளுக்கு, மாமனார் போட்ட ஒரே கட்டளை காலையில் 4 மணிக்கு எல்லாம் எழுந்திருக்க வேண்டும்.

தன் வீட்டில் செல்லமாய் சுத்தி வந்தவளுக்கு காலையில் நான்கு மணிக்கு எழுந்து குளித்து தன் வேலையை செய்தாள் வானதி .தன் கணவனும் ,மாமியாரும் எழுந்து வருவதற்குள் மாமனாருக்கும் குழந்தைக்கும் குடிக்க போட்டுக் கொடுத்து காலை உணவு ,மதிய உணவு என்று அனைத்தையும் முடித்து விடுவாள்.

அனைத்து வேலையும் முடித்து விட்டாலும் பகல் முழுவதும் ஏதாவது ஒரு வேலையை சொல்லி சொல்லி அவளின் உயிரை எடுப்பார் வரலட்சுமி.

அதிலும் அந்த மூன்று நாட்களில் அப்பெண் படும் அவதி அதிகமாக இருந்தது. காலையில் ஒரு வேலை தலைப்பு குளிக்க வேண்டும் மீண்டும் மாலை ஒருவேளை தலைக்கு குளிக்க வேண்டும் என்று மாமியார் கட்டளையிட அதையும் செய்து வந்தாள்.

ஆனால் வேலை மட்டும் குறையவில்லை அப்படா ஐந்து நிமிடம் உட்காரலாமா என்று நினைத்து உட்காருவாள் .ஆனால் ,"என்ன உக்காந்துட்ட ஏதாவது வேலை இருந்தா பாரு .."என்று அவளை உருட்டி மிரட்டுவார் வரலட்சுமி.

வைஷ்ணவியும் ,சங்கர் ராஜனும் அடிக்கடி சென்று வானதி தேவியை பார்த்து வந்தனர்.

ஒரு ஐந்து நிமிடம் இவர்களை தனியாக பேசக்கூட அனுமதிக்க மாட்டார் வரலட்சுமி.

வைஷ்ணவி தன் நாத்தனாருக்கு உதவி செய்தால் அதையும் தடுத்து விடுவார் வரலட்சுமி ."அவ செய்வா வைஷ்ணவி நீ வா என் கூட வந்து பேசிட்டு இரு..." என்றவர் ஊரில் நடந்த அனைத்து கதையையும் கேட்க வைஷ்ணவி தனக்கு தெரிந்ததை மட்டும் அதிலும் அவரிடம் எதை சொல்லனுமோ அதை மட்டும் சொல்லி அவரிடம் இருந்து தப்பித்துக் கொள்வாள்.

சங்கர் ராஜன் தன் தங்கையை பார்த்துக் கொண்டிருந்தவனுக்கு அவளின் முக வாட்டத்தைப் பார்த்தவன் ,"என்ன வானதி நீ சந்தோஷமா இருக்கியா..? உன் புருஷன் உன்னை நல்லா பாத்துக்கரானா...?"என்று கேட்க,

"நல்லா பாத்துக்கிறார் அண்ணா .எனக்கு எந்த பிரச்சினையும் இல்ல.." என்று வாய்மொழியால் கூறினாலும் அவளின் கண்கள் தன்னால் கலங்க இதை பார்த்தவன் தன் தங்கை வான்மதி தேவியிடம் இதைப் பற்றி பேசினான்.

வான்மதி தேவி அப்பொழுது விட்ட காலாண்டு பரீட்சையின் விடுமுறையில் தன் பிள்ளைகளை அழைத்துக் கொண்டு வானதி தேவி வீட்டுக்கு சென்றாள்.

வான்மதி தேவியை பார்த்ததும் வரலட்சுமிக்கு கொஞ்சம் பயம் இருந்தாலும் அவளை வரவேற்று தன் மருமகளுடன் வேலை செய்வது போல நடிக்க ஆரம்பித்தார் வரலட்சுமி.

வான்மதி தேவி கொஞ்சம் நறுக்கென்று பேசிவிடுவாள் .அதனால வரலட்சுமிக்கு அவள் மீது கொஞ்சம் பயம் .கணபதி தன் மருமகளிடம் நன்றாக நடந்து கொள்வதையும் ஆனால் தான் இருப்பதை மறந்து வரலட்சுமி ஏதாவது வானதியை குறை கூறுவதையும், கிருப ராஜன் எதையும் கண்டுகொள்ளாமல் இருந்ததையும் பார்த்த வான்மதி தேவி தன் தங்கை இங்க வாழும் இலட்சணத்தை தெரிந்து கொண்டவள் எரிமலையாக பொங்கினாள்.

வானதி தேவியை தனியே அழைத்துச் சென்று," வானதி ஒழுங்கு மரியாதையா இங்கே என்ன நடக்குதுன்னு சொல்லு, நீ ஏன் இப்படி இருக்க உன் முகத்தில் கொஞ்சம் கூட சிரிப்பு இல்ல ..இந்த சின்ன வயசுல முகம் இப்படி சோர்ந்து கண்களில் கருவளையம் வந்து எப்படி இருக்க பாரு..எவ்வளவு அழகா இருப்ப நீ என்ன நடந்தது சொல்லு.." என்றாள்.

சந்திரன் தன் அக்கா மகளை பார்த்தவன் அவனும் கலங்கினார்.' தன் அக்கா வீட்டில் எப்படி வாழ்ந்தவள் இங்கே வந்த பின் இப்படி இருக்கிறாளே இதற்கு ஒரு தீர்வு எடுத்தே ஆக வேண்டும் ..'என்று அவனும் முடிவு செய்தான்.

வரலட்சுமியை பெருமாள் கோவிலுக்கு அழைத்து செல்வதாக சந்திரன் கிளம்பி விட கணபதியும் வீட்டில் இல்லாத நிலையில் வானதி தேவி அனைத்து உண்மைகளையும் சொன்னாள். அதில் தானும் கலங்கிய வான்மதி தேவி உடனடியாக ஒரு முடிவு எடுத்தாள்.

வர்ணம்-13

வான்மதி தேவி அனைவரும் வீட்டுக்கு வந்ததும்," மாமா வானதி தேவிக்கு உடம்பு சரியில்ல..அதனால நான் அவளை அம்மா வீட்டுக்கு அழைச்சிட்டு போறேன் ஒரு வாரம் போனதும் திரும்ப வந்துடுவா.."என்றாள்.

"ஏன் மா வானதி என்னாச்சு உடம்புக்கு எங்கிட்ட ஒரு வார்த்தை சொல்லி இருக்கலாம் தானே..?"

"இல்லங்க மாமா காய்ச்சல் தான் வேறு எதுவும் இல்ல.."

"ஓஹோ சரி இது உன் புருஷனுக்கு தெரியுமா என்றவர் டேய் அவளுக்கு உடம்பு சரியில்லையே உனக்கு ஏதாவது தெரியுமா..?"

"அது வந்து அது வந்து அப்பா எனக்கு எதுவும் தெரியாது அவ எங்கிட்ட எதுவும் சொல்லல.."

"என்ன மனுஷன் டா நீ .ஒரு பொண்டாட்டிக்கு உடம்பு சரியில்ல .அவளோட முகத்தை வச்சு அதெல்லாம் கண்டுபிடிக்க வேணாமா .?ஒரு நல்ல புருஷன் எப்படி இருக்கனும் தெரியுமா..? அவளோட வலி ,உணர்வுகளை புரிஞ்சுக்கனும் .உனக்கு உங்க அம்மாவுக்கும் வேலா வேலைக்கு ஆக்கிப்போட்டு அவ கடமையை செய்றாளே..? உங்க ரெண்டு பேருக்கும் கொஞ்சமாச்சும் அவ எப்படி இருக்கா என்னன்னு பாக்கனும் தோணுச்சா

என்ன ஜென்மன்டா நீங்க எல்லாம்.."

"நீங்க சும்மா நிறுத்துங்க உடம்பு சரியில்லைன்னா வாயை திறந்து சொன்னா தானே தெரியும் .சொல்லாம எங்களுக்கு எப்படி ஜோசியமா தெரியும் .வானதி உண்மையா உடம்பு சரியில்லையா இல்ல அம்மா வீட்டுக்கு போகனும் சொல்லி அதுக்கு ஏதாவது ஐடியா பண்றியா .."என்ற தன் மனைவி வரலட்சுமியை கணபதி ஓங்கி அறைந்தவர்...

"வாய மூடுடி கல்யாணமாகி நாலு மாசம் ஆகுது. விருந்துக்கு போய் வந்ததோடு சரி அந்த பொண்ணு அதன் பிறகு நான் அம்மா வீட்டுக்கு போறேன்னு சொல்லி இருக்குமா.. இல்ல நீயும், உன் பிள்ளையும் தான் அனுப்பி வச்சு இருப்பீங்களா ..?எதுக்கும் ஒரு அளவு இருக்குடி அளவுக்கு மீறி ஆடறீங்க.

ஏதாவது ஏடாகூடமா செஞ்சீங்க இரண்டு பேரையும் தொலைச்சிடுவேன் பாத்துக்கோங்க.."என்றவர் தனது மருமகளை அவர் அம்மா வீட்டுக்கு அனுப்பி வைத்தார்.

வான்மதி தேவி திடீரென்று தன் தங்கையுடன் அங்கே போய் நிற்கவும் சரோஜாதேவிக்கு தன் சிறிய மகளை பார்த்ததில் கண்கள் கலங்க ஓடிவந்து தன் மகளைக் கட்டிக் கொண்டவர் ,"வானதி எப்படிமா இருக்க நல்லா இருக்கியா..? புகுந்த வீட்ல ஒழுங்கா நடந்துக்கறியா? உங்க மாமியார எப்படி இருக்காங்க? நல்லா பேசுறாங்களா இல்ல அதே மாதிரி தான் இருக்காங்களா..?"

வான்மதி தேவி,"அம்மா இப்பதான் அவ வீட்டுக்குள்ள வந்து இருக்கா அவளை கொஞ்ச நேரம் விடுமா ஏதாவது கேள்வி கேட்டுட்டே இருக்க...?"

"என்னடி இது என் பொண்ணு எப்படி இருக்கான்னு நான் தெரிஞ்சுக்க வேணாமா? "

"அச்சோ பாரேன் எவ்வளவு அக்கறை அதான் உன் புள்ள அடிக்கடி போயிட்டு பார்த்துட்டு வந்தானே உன்கிட்ட எதுவும் சொல்லலையாக்கும் ,நீயும் ஒரு முறை போனியே அவ வாழற லட்சணத்தை பார்த்தியா இல்லையா..?"

"அடி போடி கூறு கெட்டவளே .அவ மாமியார் குத்தி பேசுது தான் .அதுக்காக என்ன பண்ண முடியும் .சண்டை போட்டுட்டு நம்ம பொண்ணை வீட்டோட கூட்டிட்டு வர முடியுமா.?"

"ஆமா ஆமா அங்கேயே அவள விட்டுட்டு அவளுக்கு ஏதாவது ஆனா பிறகு உட்கார்ந்து அழு.."

"அடி செருப்பால நாயே என்னடி பேச்சு பேசுற. என் பொண்ணுக்கு ஏதாவது நடக்கிற வரைக்கும் நாம வேடிக்கை பார்த்துட்டு சும்மா இருப்போமா என்ன..?"

"அட ஏன்மா நீ வேற ,இப்ப இவ்வளவு நடந்து இருக்கு ,உன்னால என்ன பண்ண முடிஞ்சது .நான் போய் நேர்ல பார்த்ததால் எனக்கு தெரிஞ்-

சது ..எனக்கு தெரிஞ்சு அவங்க மாமனார் டபுள் கேம் ஆடறாரு

அவங்க வீட்டுக்காரன் இவ என்ன பண்றாங்கறதை கண்டுக்கறதே கிடையாது .ஒரு வார்த்தை கூட பாசமா பேச மாட்டேங்கறாரு .

மாமியார் எப்ப பார்த்தாலும் இவள குறை சொல்லிட்டு இருக்கு, நான் இருக்கிறது தெரிஞ்சும் அப்படி பேசுச்சு.. இன்னும் நாம இல்லாதப்ப என்ன பேசி இருக்கு தெரியுமா உனக்கு..?"

என்றவள் தன் தங்கை கூறிய அனைத்தையும் கூறினாள்.

சரோஜாதேவி ,"ஏன் வானதி இவ்வளவு நடந்து இருக்கே..? உன் அம்மா ,அப்பா நாங்க உயிரோட தானே இருக்கோம் ஒரு வார்த்தை சொல்ல மாட்டியா..?"

"என்னம்மா சொல்ல சொல்றீங்க கொஞ்சம் கூட உட்கார நேரம் இல்லமா ..எப்ப பாரு வேலை இருந்துகிட்டே இருக்கு , இது சுத்தமில்ல அது சுத்தமில்லன்னு குறை சொல்லிட்டு இருக்காங்க. நான் என்னமா பண்றது. நான் யாரை குற்றம் சொல்ல முடியும்.

என்னை ஏன்மா அந்த வீட்டில் கட்டி கொடுத்தீங்க எனக்கு அங்க இருக்கவே பிடிக்கலமா. செத்துப்போலாமான்னு இருக்கு ,என்னால அந்த நரக வேதனையை அனுபவிக்க முடியல .வீட்டுக்கு தள்ளிப்போள அந்த மூணு நாள் கூட என்னால ரெஸ்ட் எடுக்க முடியல.. எப்ப பாரு வேலை வேலை தான்.அவங்க ஒரு வேலை கூட செய்ய மாட்டேங்கிறாங்க

அப்படியே உக்காந்துட்டு இருக்காங்க அது கூட பரவாயில்லை அவங்களுக்கு எல்லாத்தையும் நான் கையில எடுத்துட்டு போய் கொடுக்கனும்...

இல்லனா அதுக்கும் சண்டை போடுவாங்க அந்த மனுஷன் ஆபீஸ் வந்ததும் அவர்கிட்ட இல்லாத பொல்லாததை எல்லாத்தையும் சொல்லி அவரை ஏத்தி விடறாங்க.. அவரு அமைதியாக இருப்பார் நைட் ஆனதும் என்னை அவ்வளவு திட்டு திட்டறார்

.புருஷனும் இப்படி இருந்து ,மாமியாரும் இப்படி இருந்தா நான் என்னம்மா பண்றது..."

"நல்லா சொல்லுடி ஏன்மா மாமியார் எப்படி இருந்தாலும் கொண்டவன் துணை இருந்தால் எதையும் சாதிக்கலாம் அந்த ஆள் என்னம்மா இப்படி நடந்துக்கிறான் .நாங்க போன உடனே வாங்க அப்படின்னு ஒரு வார்த்தை சொன்னதோட சரி ,அதன் பிறகு ஒரு வார்த்தை கூட பேசல ..அப்பனுக்கு அப்படி பயப்படுறார்..

அப்போ அந்த அப்பா நினைச்சிருந்தா அவனை மிரட்டி ஒழுங்கா இவ கூட வாழ வைக்கலாம் .கட்டண பொண்டாட்டி தன் சுகத் துக்கங்களை பகிர்ந்துக்க,ஆதரவா சாஞ்சிக்க கணவன் தோளை தானே தேடுவா.. அது எதுவுமே அவருக்கு புரியாதா..?"

"சரி சரி விடு அப்பா வரட்டும் இத பத்தி பேசலாம் ஆம்பளைங்க அப்படித்தான் இருப்பாங்க.."

"என்னம்மா இப்படி சொல்ற ஆம்பளைங்க அப்படித்தான் இருப்பாங்க. சரி அதுக்காக கட்டின மனைவியை எந்த நேரமும் திட்டிட்டே இருந்தா என்னமா அர்த்தம். கொஞ்சம் கூடமா ஒரு மனைவி என்கிற பாசம் இருக்காது ..இந்த லட்சணத்துல அந்த ஆளுக்கு நம்ம வானதி எப்படி வளர்ந்தால் எல்லாமே தெரியும் .அவங்க வேண்டுமென்றே பண்றாங்க மா. அந்த பொம்பள மனசுல ஏதோ வச்சுட்டு தான் இப்படி பண்ணுது .ஒன்னும் சரியில்ல அம்மா அது மட்டும் இல்லாம இவ போய்தான் தினமும் சமைக்கிறாங்களாம் ..

எப்பவும் ஹோட்டலில் தான் வாங்கி சாப்பிடுவாங்களாம். எனக்கு இதெல்லாம் கேட்டாலே எரிச்சலா இருக்கு அம்மா..இதையெல்லாம் அவங்க மாமனார் தான் சொன்னாரு அது மட்டும் இல்லாம இவ திருமணமான அன்னைக்கு போனாளே அப்ப என்ன நடந்தது தெரியுமா...?என்று தன் அக்கா கௌசல்யா கூறிய அனைத்தையும் கூற ..

"என்னடி இது வேற நடந்திருக்கா அச்சோ அதுக்கு தான் நான் தலப்பாடா அந்த இடம் வேண்டாம் உங்க அப்பா கிட்ட சொன்னேன் .கொஞ்சமாவது அந்த மனுஷன் கேட்டாரா .ஆண் பிள்ளை என்ற திமிரு வேற என்ன நான் சொல்றது.இது எங்க போய் முடிய போகுது தெரியலையே ..?உன் அத்தை இதைக் கேள்விப்பட்டா என்ன நினைப்பா அவளுக்கு இளக்காரமா போய்டாதா ..

என் பிள்ளை குடிக்கிறான்னு சொல்லி பொண்ணு கொடுக்க மாட்டேன்னு சொன்னீங்க. இப்ப மாமியார் ,மாப்பிள்ளை கொடுமை படுத்துறாங்கன்னு சொல்லி கேவலமா பேசுவாளே ..?அச்சோ என் பையன் விஷயத்தில் நான் ஜெயிச்சுட்டேன் .ஆனா என் பொண்ணு விஷயத்துல இந்த மாதிரி ஆயிடுச்சே..." என்று கலங்கினார் சரோஜாதேவி.

வரதராஜன் வீட்டுக்கு வர நடந்த அனைத்தையும் கேட்ட வரதராஜன் என்ன செய்வது என்று தெரியாதவராய் தன் மகன் சங்கர் ராஜனை அழைத்து அவனிடம் இதைப் பற்றி பேசினார்.

" அப்பா நான் தான் அன்னைக்கே சொன்னேனே அவனுக்கு எல்லாம் எதுக்கு கல்யாணம் . அவங்க அம்மா எது சொன்னாலும் அப்படியே வேடிக்கை பார்த்துட்டு அமைதியா உட்கார்ந்திருக்கான் .நம்ம பொண்ணு நம்ம வீட்ல எப்படி வாழ்ந்தா. இப்ப .அவ வாழற வாழ்க்கையை பாருங்க

எனக்கு கஷ்டமா இருக்குப்பா .இப்பவே இந்த லட்சணம் அப்படின்னா இன்னும் போகப் போக அவங்க எப்படி எல்லாம் நடத்துவாங்களோ தெரியல ...

இப்பவாவது இவளுக்கு எல்லாம் சொல்லனும் புத்தி வந்துச்சே.

ஆனா இவள் இப்பவும் வாயை திறந்து இருக்க மாட்ட அதுக்கு காரணம் வான்மதி தேவி தான்...."என்றான் சங்கர் ராஜன்.

"என்னடா சொல்ற நீ.."

" ஆமா அப்பா நான் தான் வான்மதி வீட்டுக்கு போயிருந்தப்ப ,வானதி வீட்டில் நான் போகும் போதெல்லாம் நடந்ததை கூறினேன். அவ தான் இந்த முடிவு எடுத்து அவங்க வீட்டுக்கு விடுமுறைக்கு போன மாதிரி போனா ..இல்லனா நமக்கு எப்படி இந்த விஷயம் எல்லாம் தெரிஞ்சுருக்கும் ..இனி என்ன பண்ணலாம் நீங்க தான் அப்பா சொல்லனும் யோசிச்சு முடிவு எடுக்-கலாம் கவலைப்படாதீங்க...

நாம இத பத்தி சித்தப்பாகிட்டயும் மணிவண்ணன் அண்ணா கிட்டயும் பேசலாம் பா அதன்பிறகு முடிவு செய்யலாம்..."

"சரிடா அதுவும் சரிதான் நம்ம வீட்டிலேயே அவ மேல ரொம்ப பாசம் வச்சிருக்கவங்க அவங்க ரெண்டு பேரு தான் ..அது இல்லாம அவங்க ரெண்டு பேரும் போலீஸூம் ,வக்கீலும் கூட,நம்ம வீட்ல போலீஸ் வக்கீலு எல்லாம் இருக்கும்போதே அவங்க அந்த ஆட்டம் ஆடறாங்களே என்னடா செய்யலாம் அவங்கள..."என்றவர் தன் மகளை சமாதானம் செய்தார்.

கர்ணனையும் ,மணிவண்ணனையும் வரவழைத்து நடந்ததை கூற மணி-வண்ணன் ,"என்ன சித்தப்பா இவ்வளவு லேட்டா சொல்றீங்க .முதலில் சொல்லியிருந்தால் அவனை ஒரு வழி பண்ணி இருக்கலாம் இல்ல ..அவனும் அவன் மூஞ்சியும் பாருங்க ...எனக்கு அவனை பாத்தாலே எரிச்-சலா இருக்கு ,சரி விடுங்க எனக்கு ஒரு ஐடியா தோணுது சித்தப்பா ..."என்று தன் விருப்பத்தை சொன்னார்.

மணிவண்ணனுக்கு அது என்னமோ கிருபராஜனை ஆரம்பத்திலிருந்தே பிடிக்கவில்லை .ஆனாலும் நமக்கு மட்டும் தான் இப்படி இருக்கு மற்ற எல்லோருக்கும் அவனை பிடித்திருக்கிறதே என்று நினைத்து அமைதியாக இருந்து விட்டான். அவர்கள் இப்படி மோசமாக இருப்பார்கள் என்று அவனுக்கு மட்டும் தெரியுமா என்ன..?விதி யாரைத்தான் விட்டு வைக்கி-றது..??

வர்ணம் -14

மணிவண்ணன்,"சித்தப்பா நான் சொல்றபடி கேளுங்க இது நம்ம பொண்-ணோட வாழ்க்கை அவசரப்பட்டு நாம போய் எதை கேட்டாலும் அவங்க மாமனாரும் நமக்கு எதிரா திரும்பிட்டா என்ன பண்றது. இதுக்கு மேல அவங்க ஏதாவது பண்ணாங்கன்னா நாம முடிவு எடுக்கலாம் .இப்போ பாப்-பாவை ஒரு வாரம் தங்க வச்சிட்டு அப்புறமா அழைச்சிட்டு போய் அங்க விடலாம்..." என்றார்.

கர்ணனுக்கும் இதுவே சரியென பட ,'சரி சகல மணிவண்ணன் சொல்-றதும் சரிதான் ஆனால் பாப்பாவை நான் அழைச்சிட்டு போய் விட்டுட்டு அவங்களுக்கு கொஞ்சம் மிரட்டல் கொடுத்துட்டு வரேன்.." என்றார் .

அனைவரும் இதற்கு சம்மதம் சொல்ல ஒரு வாரம் வானதி தேவி தன் குடும்பத்துடன் நாட்களை மகிழ்ச்சியாக கடத்தினாள்..

கிருப ராஜன் ஒருநாள் கூட தன் மனைவியை வந்து பார்க்கவில்லை .அது ஒரு விதத்தில் அவளுக்கு பயத்தை கொடுத்துக் கொண்டுதான் இருந்தது,' நேரில் போனால் என்ன ஆகுமோ..?' என்று பயந்தாள் பெண்ணவள்.

சரவண ராஜன் தன் அக்காவை பார்த்தவன் மிகவும் நொந்து போனான் சரவண ராஜனுக்கு வானதி தேவி என்றால் அவ்வளவு உயிர் .வானதி தேவி வீட்டில் செல்லமாக வளர்ந்தவள் ஒரு சிறு வேலை செய்தால் கூட உடனே கை கால் வலி வந்து விடும் ," சரவணா எனக்கு கால் கொஞ்சம் அழுத்தி விடுடா ரொம்ப வலிக்குதுடா .."என்றும் தன் தம்பியிடம் கேட்பாள் வானதி தேவி.

"என்ன நீ எப்ப பாரு வேலை வாங்கிட்டே இருக்க, என்னால அழுத்த முடியாது போ ,நீயே அழுத்திக்கோ..." என்று அங்கிருந்து சென்று விடுவான் சரவண ராஜன்.

"போடா போ நான் இல்லாத அப்போதான் உனக்கு என்னோட அருமை தெரிய போகுது பாரு.." என்று வானதி தேவி சொல்லியதும் உடனே மனம் உருகுபவன் தன் அக்காவுக்கு கால் அழித்து விடுவான்.

வானதி தேவி தன் வீட்டில் படுத்து கொண்டு இருக்க அதை நினைத்துக் கொண்ட சரவணன் வானதி தேவியின் காலை பிடித்து விட ,"டேய் என்னடா பண்ற கால விடுடா..."

"வானதி எப்பவுமே உனக்கு நான் தானே காலை பிடித்து விடுவேன் இப்ப மட்டும் என்னவாம் அமைதியா படு வானதி..."

"அடேய் நீ என்னடா பேசற .அப்ப நாம ரெண்டு பேரும் சின்ன பிள்ளைங்க .இப்ப வளர்ந்துட்டோம்டா .ஆண் பிள்ளை என் காலைத் தொடாத விடுடா..."

"அதெல்லாம் முடியாது நான் அழுத்துவேன் தான் .."என்று இவனும் அழுத்திக் கொண்டிருக்க சங்கர் ராஜன் அங்கே வந்தவன் தன் தங்கை இந்த ஒரு வாரமாக மகிழ்ச்சியாக இருந்தாலும் அடிக்கடி அவள் முகத்தில் பயம் வந்து போவதும் ,எதையோ யோசித்துக் கொண்டிருப்பதையும் பார்த்தவன்,"வானதி இங்க பாரு உன் வீட்டுக்காரர் என்ன சொல்லுவான்னு நீ பயப்படாத.. அவன் ஏதாவது சொன்னா உடனே எனக்கு தகவல் கொடு .நானும் இதோ இருக்கானே பெரிய மனுஷன் ரெண்டு பேரும் வந்து நிற்கிறோம் புரியுதா..?"என்று சரவணராஜனை காண்பித்து கூறினான்.

"அண்ணா அவள் எனக்கும் தங்கச்சி தான் ஞாபகம் இருக்கா இல்லையா ஏன் நீங்க ரெண்டு பேரு மட்டும் தான் போவீங்களா...? என் தங்கச்சிக்கு ஏதாவதுன்னா நான் போக மாட்டேனா..?" என்று அங்கே வந்தான் கணேஷ் ராஜன்.

சங்கர் ராஜன் ,"அடேய் அப்படி சொல்லல டா. நீ பூஞ்சை மனசுக்காரன் யாரையும் எதிர்த்து ஒரு வார்த்தை பேச மாட்ட நாங்க அப்படி இல்லையே..?"

"அது சரி அதெல்லாம் நாங்களும் கேட்போம் ..."என்று பேசிக் கொண்டிருக்க அவர்களின் பெரியப்பா மகன்கள் அங்கே வந்தவர்கள்," நாங்களும் கேட்போம் டா என்றவர்கள் இங்க பாரு வானதி இனி தேவை இல்லாம நீ பயப்படக்கூடாது . உனக்கு இத்தனை அண்ணன் ,தம்பிங்க இருக்கும்போது ஏன் பயப்படற..."என்றனர்.

இந்த உறவுகளை பார்த்த வானதி தேவிக்கு கண்கள் கலங்கியது .அவள் நடுவில் உட்கார்ந்து இருக்க அவளை சுத்தி அண்ணன் தம்பிகள் அமர்ந்து அவளிடம் பாசம் கொஞ்ச அதில் நெகிழ்ந்து தான் போனாள் பெண் ணவள்.

இப்படியே ஒரு வாரம் கடக்க வானதி தேவி தன் சித்தப்பா கர்ணணனுடன் பயந்து கொண்டே தன் மாமியார் வீட்டுக்கு சென்றாள்.

வீட்டுக்குள் காலடி எடுத்து வைத்ததுமே வீடு அவ்வளவு மோசமாக இருந்தது .அங்காங்கே குப்பைகள் சேர்ந்திருக்க ஹோட்டலில் இருந்து வாங்கிக் கொண்டு வந்த பாலித்தீன் பைகள் கூட அகற்றப்படாமல் அங்கே சிதறி கிடந்தது. அந்த குப்பையிலே விளையாடிக் கொண்டிருந்தான் குழந்தை கண்ணன்..

அதை பார்த்ததும் மனம் தாங்காத வானதி தேவி அந்த குழந்தையை தூக்கிக் கொஞ்சியவள் அவனை தன் மாமனாரிடம் கொடுத்தவள் அந்த வீட்டை சுத்தம் செய்து சமைக்க ஆரம்பித்தாள்.

இதையெல்லாம் பார்த்த கர்ணணனுக்கு பெறுமையாக இருந்தது.தன் சம்மந்தி கணபதியை முறைத்தவர் ,"என்ன சார் நான் கல்யாணம் நடந்த அன்னைக்கு என்ன சொன்னேன். உங்களுக்கு ஞாபகம் இருக்கா இல்லையா..?"

"அச்சோ சம்பந்தி என்னை என்ன பண்ண சொல்றீங்க அம்மாவும் பிள்ளையும் அடங்கவே மாட்டேங்கிறாங்க ..நான் என்ன பண்றது சொல்லுங்க.."

"ஆமா ஆமா உங்களுக்கு எதுவுமே தெரியாது அதை நான் நம்பனுமா..?வீட்ல நடக்கறது தெரியாதுன்னு சொல்றீங்களே ..?அது எப்படி சார் நம்புறது ..அப்படி ஒன்னும் நீங்க வேலைக்கும் போகிற ஆள் கிடையாது .வீட்டில் தானே வெட்டியா இருக்கீங்க.. ஒரு மருமகளை கொடுமை படுத்தறாங்கன்னு தெரிஞ்சும் அமைதியாக போறீங்களே உங்க பொண்ணா இருந்தா இப்படித்தான் நடந்துப்பீங்களா...?

நீங்க துணிக்கடை வச்சிருந்தீங்க.. ஒரு காலத்துல நல்லா வாழ்ந்தவங்க வரதராஜனுடைய நெருங்கிய நண்பர் எளிமையான குடும்பமா இருந்தாலும் மாப்பிள்ளை ஒழுக்கமானவன் நல்ல வேலையில் இருக்கான் சொல்லி நம்பி தானே பொண்ணு கொடுத்தாங்க .உங்க பையன் எத்தனை தடவை சொன்னாலும் அடங்கவே மாட்டான்.. அவனுக்கு என்ன தான் பிரச்சனையாம்..விசாரிக்கிற விதமா விசாரிக்கனுமோ..." என்று பேசிக் கொண்டிருக்க

மாலை அலுவலகம் முடிந்து வீடு வந்து சேர்ந்தான் கிருபராஜன்..

கடைசியாக அவர் கூறிய வார்த்தையை கேட்டுக்கொண்டே வந்தவன் நடுங்கியவனாக ,"மாமா வாங்க மாமா எப்படி இருக்கீங்க ..?வீட்ல அத்தை எல்லோரும் நல்லா இருக்காங்களா..?" என்று ஒன்னும் தெரியாதவரைப் போல் பேசினான்.

"வா ராஜா வா உன்னை பத்தி தான் பேசிட்டு இருக்கேன் .என்ன என் பொண்ணு கூட ஒழுங்கா வாழற ஆசை உனக்கு இல்லையா என்ன..?"

"என்ன மாமா இப்படி சொல்றீங்க அப்படி எல்லாம் இல்லைங்க மாமா அவ தான் என்கிட்ட ஒரு வார்த்தை கூட சொல்லாம அவங்க அக்கா கூட கிளம்பி ஊருக்கு போயிட்டா...".

"ஓஹோ அவ சொல்லாம போனாளா . நீ வீட்ல இருந்தா தானடா அவ சொல்லு வா..ஞாயிற்றுக்கிழமை ஒரு நாள் வீட்ல இருந்து மனைவி கூட நேரம் செலவழிக்காம உன்னை யாரு ஊர் சுத்த போக சொன்னது.

உங்க அம்மா கிட்ட கேளு உங்க அம்மா கிட்ட சொல்லிட்டு தான் என் பொண்ணு வீட்டை விட்டு கிளம்பினா.. அதுவும் உங்க அப்பாவோட பர்மி-ஷனோட தான் போனா.. ஏன் அதை உன் பெத்தவங்க உங்கிட்ட சொல்ல-லையோ ..?"என்று வரலட்சுமி ,கணபதியை முறைத்துக் கொண்டே கேட்டார் கர்ணன்.

"என்னம்மா சம்மந்தி அம்மா என் பொண்ணு உங்ககிட்ட எதுவும் சொல்-லலையா..?"

"அது வந்து அண்ணா சொன்னா ஆனா நான் தான் சொல்ல மறந்துட்-டேன் .."என்றதும் முதன்முறையாக தன் அம்மாவை தீர்ப்பார்வை பார்த்தான் கிருபராஜன்.

வான்மதி தேவி அவளை அம்மா வீட்டிற்கு கிளம்ப சொல்லியும் வானதி தேவி அவ்வளவு சீக்கிரம் கிளம்பவில்லை .."அக்கா ஏற்கனவே அவர் திட்-டிகிட்டு இருக்கார் .அவர் கிட்ட சொல்லாம கிளம்ப முடியாது.."

"என்னடி பேசற நீ கொழுந்தியா ,சகலன் ,பிள்ளைங்க வந்து இருக்காங்-கன்னு தெரிந்தும் உன் வீட்டுக்காரருக்கு வீட்டில தங்க கூட நேரம் இல்லாம ஊர் சுத்த போயிட்டாரு.. அவர் கிட்ட உங்க மாமியார் சொல்லிப்பாங்க நீ வேலைய பாத்துட்டு கிளம்பு.."என்றாள்.

"அத்தை நான் போயிட்டு வரேன் அத்தை. அவர் கிட்ட நான் போயிட்டு வரேன்னு சொன்னதா சொல்லிடுங்க..." என்று சொல்லிவிட்டு கிளம்பினாள் வானதி.

தன் மருமகளை தன் மகனிடம் மாட்டி விடுவதற்காக ,"பாருடா கிருபா இப்ப கிளம்பாதமா .உன் புருஷன் வந்தவுடனே அவங்கிட்ட சொல்லிட்டு கிளம்புன்னு எத்தனையோ முறை சொன்னேன் .ஆனா உன் பொண்டாட்டி அதை கேட்கவே இல்ல டா.." என்றார்.

கணபதிக்கும் தன் மருமகள் தன்னிடம் சொல்லாம கிளம்பிட்டாளே என்ற கோபம் இருந்ததால் அவரும் அமைதியாக இருந்தார். அவருக்கு தன் மனைவியிடம் தன் மருமகள் சொல்லிவிட்டு கிளம்பிய விஷயம் தெரியாது.

கணபதி கர்ணன் சொன்னதை கேட்டவர் கோபம் கொண்டு தன் மனைவியை ஓங்கி அறைந்தவர்,"நீ எல்லாம் திருந்தவே மாட்டியாடி..? இருக்கிறது ஒத்த புள்ள அவனோட வாழ்க்கையை கெடுக்காம நீ நிம்மதியா இருக்க மாட்ட அப்படித்தானே..? என்ன ஜென்மம் டி நீ .அந்த பொண்ணு உங்கிட்ட சொல்லிட்டு போயிருக்கா...

எங்கிட்டயாவது ஒரு வார்த்தை இந்த மாதிரி அவ சொல்லிட்டு தான் போனான்னு சொன்னியா.?. நானுமே என் மருமகளை தப்பா நினைச்சுட்டேன் என்றவர்...

அம்மாடி வானதி என்னை மன்னிச்சிடுமா. போமா போய் நீ வேலையை பாரு. இனி இவ எதுவும் செய்யாம நான் பார்த்துக்கறேன். மீறி செய்தா நான் அவளை அவங்க அம்மா வீட்டுக்கு துரத்தி விடறேன்.."என்றார் கணபதி.

"பாரேன் என்ன மனுஷன்யா நீ .இந்த வயசுல அந்த அம்மாவை அம்மா வீட்டுக்கு அனுப்ப போறியா.? ஏன் அங்க இருக்கறவங்க நிம்மதியா இருக்கிறது உனக்கு பிடிக்கலையா..? இங்க பாருங்க கணபதி உங்க மனைவியை அனுப்பி வைக்கறீங்களோ இல்லையோ ?உங்க பிள்ளைக்கு நல்ல புருஷனா நடந்துக்க சொல்லி கொடுங்க ..ரெண்டுமே இல்லன்னா நீங்கதான் எது நடந்தாலும் பதில் சொல்லும் படி இருக்கும் .."என்றவர் தன் மகளுக்கு தைரியம் சொல்லி விட்டுச் சென்றார் கர்ணன் .

வானதி தன் சித்தப்பா இருக்கும் வரை தைரியமாக இருந்தவள் அவர் கிளம்பியதும் கிருப ராஜனும் ,வரலட்சுமியும் அவளை முறைக்க அதில் நடுங்கியவள் அனைத்து வேலையும் முடித்து அறைக்குள் சென்று ஒடுங்கிக் கொண்டாள்.

மனைவி சமைத்து விட்டு சென்றிருக்க அதை ஒரு பிடி பிடித்த கிருப ராஜன் அறைக்கு சென்றான்.

கிருப ராஜன் மனைவியை முறைத்தவன் எதுவும் சொல்லாமல் படுத்து விட இவளோ,' எதுக்கு இப்படி கோபமா இருக்காரு தெரியலையே..? சித்தப்பா தான் நடந்த எல்லாத்தையும் சொல்லிட்டாரே..' என்று பயந்து கொண்டு இருந்தவள் தன் கணவனை அழைத்தாள்.

வர்ணம்-15

வானதி,"என்னங்க ஏங்க எதுவும் பேச மாட்டேங்கிறீங்க எனக்கு பயமா இருக்குங்க, எதுவா இருந்தாலும் சொல்லுங்க.." என்று அழுதாள் பெண்ணவள்.

"ஏய் அடச்சே போதும் நிறுத்து சும்மா சும்மா எப்ப பாரு நீலி கண்ணீர் வடிக்காத ..உனக்கு இதே வேலையா போச்சு..ஏண்டி உனக்கு எவ்வளவு தைரியம் இருந்தா அந்த ஆளு உங்க சித்தப்பனை அழைச்சிட்டு வருவ நீ. என்ன எங்க வீட்ல போலீஸ் இருக்காங்கன்னு குடும்பமே கெத்து காட்டறீங்-களோ கொன்னு பொதச்சிடுவேன் பாத்துக்க...

உங்களால என்ன பண்ண முடியும் எங்களை.. மிஞ்சி மிஞ்சி போனா ஜெயில்ல போடுவீங்க அவ்வளவு தானே.."

"அச்சோ என்னங்க இப்படி சொல்றீங்க ..அப்படி எல்லாம் எதுவும் கிடையாதுங்க..."

"எனக்கு எல்லாம் தெரியும் டி .திமிருடி உனக்கு கட்டின புருஷன்கிட்ட ஒரு வார்த்தை சொல்லிட்டு போகணும்னு தோணல.. நீ எல்லாம் என்னடி பொண்ணு .உன்னை இப்படி தான் வளர்த்து இருக்காங்களா ..?இந்த லட்-சணத்துல உங்க அம்மா அன்னைக்கு எனக்கு அட்வைஸ் என்கிற பெயரில் அவ்வளவு சொல்றாங்க ..பொண்ண ஒழுங்கா வளர்க்க துப்பு இல்ல ,உங்க குடும்பத்துக்கு ரோஷத்துக்கு ஒன்னும் குறைச்சல் கிடையாது.."

"போதும் நிறுத்துங்க ப்ளீஸ் இதுக்கு மேல ஒரு வார்த்தை பேசாதீங்க. எங்க அம்மாவை பத்தி பேசறதுக்கு உங்களுக்கு என்ன இருக்கு சொல்லுங்க ..உங்க அம்மா மாதிரி எங்க அம்மா ஒன்னும் மனுசங்களோட நிலைமை புரிஞ்சுக்காதவங்க கிடையாது .எங்க அம்மா எங்க அண்ணியை எப்படி தாங்கறாங்க போய் பாருங்க .."என்ற அடுத்த நொடி தன் தாடையில் கை வைத்து அழுது கொண்டிருந்தாள் வானதி தேவி.

"என்னடி என்ன எவ்வளவு தைரியம் இருந்தா என்னையே எதிர்த்து பேசுற ஒரு வார்த்தை சொல்லிட்டு போகலன்னு சொன்னதுக்கு இவ்வளவு கோபம் வருதா..? நீ செய்த தவறை சொன்னா அதை நீ கேட்க மாட்டியா ..?என்ன ஒரு வாரம் அம்மா வீட்ல இருந்துட்டு வந்து திமிரா எல்லாம் உனக்கு சொல்லிக் கொடுத்து அனுப்பி இருக்காங்களா..?

என்னை விட்டுட்டு ஒரு வாரம் போய் தங்கிட்டு வந்து இருக்க, நீ இல்-லாம என்னால இருக்க முடியாது நினைச்சியா..! நீ இல்லாம நான் உயி-ரோட இல்லாம செத்தா போயிட்டேன்.."

"அச்சோ என்னங்க நீங்க இப்படி பேசுறீங்க .இப்படி எல்லாம் அபசகு-னமா பேசாதீங்க. .."

"அடச்ச நிறுத்து புருஷனுக்கு ஏத்த பொண்டாட்டியா அவன் சொல்றத கேட்டு நடக்க உனக்கு துப்பு இல்ல ..அழுதழுது காரியத்தை சாதிக்கனும்னு நினைக்கிறியா..?"

"ஏங்க நான் அத்தை கிட்ட சொல்லிட்டு தாங்க போனேன் . அதை ஏன் நீங்க புரிஞ்சுக்க மாட்டேங்கறீங்க .உங்க அம்மா சொல்லாததுக்கு நான் என்னங்க பண்ண முடியும்.

"என்னடி நானும் பாத்துட்டே இருக்கேன் .எப்ப பாரு எங்க அம்மாவ குறை சொல்லிக்கிட்டே இருக்க, என்ன திமிர்ல ஆடறியா..?ஏன் நான் வந்த பிறகு என்கிட்ட சொல்லிட்டு போக வேண்டியதுதானே?வெட்டி விட்டுடுவேன் பாத்துக்கோ ..அதோட நீ உங்க அம்மா வீட்டிலேயே போய் வாழ வெட்டியா வாழ வேண்டியதுதான் ..

நான் இல்லாம நீ ஒரு வாழ்க்கை வாழ்ந்துடுவியா ..?எனக்கு பிரச்சனை இல்லடி நான் இரண்டாவது கல்யாணம் பண்ணிட்டு நிம்மதியா இருப்பேன் .

உன்னால தான் எதுவும் பண்ண முடியாம .வாழாவெட்டியா வீட்டிலேயே அடங்கி ஒடுங்கி அழுது அழுது சாக வேண்டியதுதான்.

அதோட உன் குடும்பமே தலை குனிந்து தான் நிற்கனும் புரியுதா.." என்றவன் அவளின் உணர்வுகளுக்கு சிறிதும் மதிப்பு கொடுக்காமல் படுத்து உறங்கினான்..அவளோ மீண்டும் நரகத்திற்குள் வந்து புகுந்து விட்டோமே என்று அழுது கரைந்தாள்.

அடுத்த நாள் காலையிலிருந்து அவளுக்கு எப்போதும் நடப்பதை விட-வும் அதிகமான கொடுமைகள் ஆரம்பித்தன.

குழந்தை கண்ணனை தூக்கினால் அவனை தூக்கக் கூடாது என்று குழந்தையை பிடுங்கி வைத்தார் வரலட்சுமி.

இப்படியே நாட்கள் சென்று கொண்டிருக்க மணிவண்ணனுக்கும் ,சரண்-யாவுக்கும் திருமணம் ஏற்பாடு செய்தவர்கள் அனைவருக்கும் பத்திரிக்கை வைக்க தன் மகளுக்கு திருமணம் நடப்பதை எண்ணி மகிழ்ச்சியடைந்தார் பாக்கியலட்சுமி.

வரதராஜனின் குடும்பத்தில் உள்ள அனைவருமே தன் மகன் போல் நினைக்கும் மணிவண்ணனுக்காக அந்த திருமணத்திற்கு சென்று சரண்யா-வையும், மணிவண்ணனையும் மனதார வாழ்த்தி விட்டு வந்தனர்.

மணிவண்ணனுக்கு இந்த திருமணத்தில் விருப்பம் இல்லை என்றாலும் கூட தன் அத்தைக்காக அத்தை மகளை மணக்க முடிவு செய்தார் .சரண்-யாவும் முழு மனதுடன் மணிவண்ணனை மனதார ஏற்று மணந்து கொண்-டார்.

வானதியும் தன் கணவர் மாமனார் மாமியாருடன் அந்த திருமணத்திற்கு சென்றாள்.

திருமணத்திற்கு சென்ற இடத்தில் அனைவரும் வானதியை நலம் விசா-ரித்தனர்.

திருமணத்திற்கு வந்த உறவினர்களில் ஒரு சிலர் வானதி தேவியை மகாதேவனுக்கு திருமணம் செய்து வைக்க பாக்கியலட்சுமி விரும்பியதாகவும் மகாதேவன் நடவடிக்கையில் மாற்றம் ஏற்பட்டதால் வரதராஜன் தன் மகளை மகாதேவனுக்கு கட்டிக் கொடுக்க மறுத்து விட்டதாகவும் ...

அதனால் பாக்கியலட்சுமி கோபமாக தன்மகள் சரண்யாவையும் சங்க-ரராஜனுக்கு கட்டிக் கொடுக்க மறுத்து விட்டதாகவும் பேசிக் கொண்டிருக்க

கிருப ராஜன் அனைத்தையும் கேட்டு விட்டான்.

திருமணம் முடிந்து வீட்டுக்கு வந்ததும் கிருப ராஜன் ,"வானதி இங்கே வா.."என்று அவளை அழைத்தான்.

"என்னங்க சொல்லுங்க ஏதாச்சும் வேணுமா..?"

"அதெல்லாம் எதுவும் வேணாம் அது என்ன என்னங்கன்னு கூப்பிடற.."என்றவனைப் பார்த்து விழித்தவள்

"வேற எப்படி கூப்பிடறது ..நான் உங்களை இப்படி தானே கூப்பிட்டு இருக்கேன்..."

"அத்தான் சொல்லிக் கூப்பிடு எங்க அம்மாவும் திருமணமான புதிதில் எங்க அப்பாவை அப்படித்தான் கூப்பிடுவாங்களாம்..." என்றான்.

ஆமா உங்க அம்மா அத்தான் சொல்லி யும் கூப்பிடுவாங்க கட்டின கணவர் என்று கூட பார்க்காமல் வாடா போடா என்றும் கூப்பிடுவாங்க (இது நானுங்கோ...)

"அச்சோ அதெல்லாம் வேண்டாங்க .நான் எப்பவும் போல உங்களை வாங்க போங்கன்னு சொல்லியே கூப்பிடறேன்..."

"அது என்ன உன் அத்தை மகன் மகாதேவனை மட்டும் அத்தான் அத்தான்னு கூப்பிட்ட தானே அதே மாதிரி என்னையும் கூப்பிடு .."என்றதும் 'இது இவருக்கு எப்படி தெரியும் ..'என்று அதிர்ச்சி அடைந்தவள்.

"ஏங்க அது அறியாத வயசு யாரோ சொல்லிக் கூப்பிட்டேன்.. இப்போ நான் அவர்கிட்ட பேசி ரொம்ப வருடம் ஆகுது..."

"ஓஹோ"

"ஆமாங்க இது உங்களுக்கு எப்படி தெரியும்.."

"அதுவா திருமணத்தில் பேசிக்கிட்டாங்க..." என்றதும் இவளோ பயத்தில் தன் கணவனை பார்க்க அவனும் எதையும் கூறாமல் படுத்துக் கொண்டான்.

'யப்பா நல்ல வேலை மனுஷன் எதுவும் தேவையில்லாம பேசல ,ஏற்கனவே நாம படற கஷ்டத்துல இவரு நம்மை புரிஞ்சுக்காம மனசு நோகும்படி பேசி இருந்தா என் நிலைமை என்ன ஆகும் ..'என்று நினைத்தவள் அவளும் படுத்து உறங்கினாள்.

வானதி தேவிக்கு திருமணத்திற்கு முன்பு இருந்தே அடிக்கடி கால் வலி வரும் அப்பொழுது எல்லாம் தன் தம்பி சரவணராஜனை கால் அழுத்த சொல்லி கேட்பாள் பெண்ணவள்.

இப்பொழுது தன் மாமியார் வீட்டில் அளவுக்கு அதிகமான வேலை செய்வதால் கால் வலி அடிக்கடி வர அதில் அவதிப்பட்டாள் வானதி தேவி.

கணபதி இதை பார்த்தவர்," என்னம்மா ஏன் ஒரு மாதிரி சோர்ந்த மாதிரி அடிக்கடி உட்கார்ந்திருக்க , என்ன ஆச்சு உனக்கு ..?"என்றார்.

"அது வந்துங்க மாமா எனக்கு கால் வலி அதிகமாக இருக்கு வலி தாங்க முடியல.." என்று தன்னையும் மீறி அழுதாள் வானதி தேவி.

"என்னம்மா சொல்ற சரி இரு உன் புருஷன் வரட்டும் நாம ஹாஸ்பிடல் போயிட்டு வரலாம் .."என்றவர் தனது நண்பர்களிடம் இதற்கு எந்த டாக்டர் கிட்ட காமிக்கலாம் என்று விசாரித்து வைத்தார்.

கிருப ராஜன் வந்ததும் தன் மகனையும் அழைத்துக் கொண்டு பாண்டிச்சேரியில் உள்ள மருத்துவமனைக்கு தன் மருமகளை அழைத்துச் சென்றார் கணபதி.

பாண்டிச்சேரியில் வானதி தேவியின் பெரியம்மா மகள் சுஜாதா இருந்ததால் அவர்கள் வீட்டிற்கு சென்று அன்று இரவு தங்கியவர்கள் மறுநாள் சுஜாதாவின் கணவர் மாதவனையும் அழைத்துக் கொண்டு மருத்துவமனை சென்றனர்.

மாதவன் அந்த காலத்திலேயே நன்றாக படித்து பெரிய கம்பெனியில் மேனேஜராக பணிபுரிந்தவர்.. மருத்துவர் இவளுக்கு செய்ய வேண்டிய அனைத்து பரிசோதனையும் செய்தனர்..அவளுக்கு இருப்பது கீழ்வாதம் என்று உறுதியானது.

மருத்துவர் இதை இவர்களிடம் கூற மாதவன் ஆங்கிலத்தில் ," டாக்டர் கீழ்வாதத்திற்கு மருந்து கொடுக்க வேண்டாம் ..ஏதாவது பக்க விளைவுகள் ஏற்படப்போகுது..." என்று பேசிக் கொண்டிருக்க அதை புரிந்து கொண்ட கிருப ராஜனுக்கு அவர் மீது கோபம் வந்தது.

மருத்துவரிடம் காண்பித்ததும் சுஜாதாவும் அவரின் கணவரும் ஒரு சைக்கிளில் சென்று விட..

கிருபராஜன் தன் மனைவியை அழைத்துக்கொண்டு இன்னொரு சைக்கிளில் கிளம்பியவன் தன் மனைவியிடம் ,"உன் மாமனுக்கு என்ன பெரிய அறிவாளி நினைப்பா. அவன் ஏன் உன் விஷயத்தில் தலையிடறான் ..மருந்து கொடுக்கக் கூடாதுன்னு டாக்டர் கிட்ட சொல்றான் . என்ன நினைச்சுகிட்டு இருக்கான்

உங்க வீட்ல இருக்கிறவங்க எல்லாரும் எதுக்கு இப்படி நடந்துக்கிறாங்க .."என்று தன் கோபம் முழுவதையும் தன் மனைவியிடம் காட்டினான் கிருபராஜன்.

அன்று இரவும் அங்கேயே தங்கியவர்கள் மறுநாள் காலை சுஜாதா தன் அம்மா வீட்டுக்கு விடுமுறைக்கு பிள்ளைகளை அழைத்துக் கொண்டு செல்வதால் அவளும் இவர்களுடன் கிளம்பினாள்.

சுஜாதா வானதி தேவியின் மாமியாரிடம் மருத்துவர் கூறிய அனைத்தையும் கூறினார்.

"ஆமா இதுக்கு ஒன்னும் குறைச்சல் இல்ல.. சரியான நோயாளி பொண்ணை என் பிள்ளை தலையில கட்டி வச்சுட்டாங்க ..இன்னும் எதையெல்லாம் மறச்சு இருக்காங்களோ தெரியல .."என்று கண்டபடி வார்த்தைகளை சிதற விட்டார் வரலட்சுமி.

இதில் கோபம் கொண்ட சுஜாதா வாய் திறப்பதற்குள் அவளை கண்களால் எதுவும் பேச வேண்டாம் என்று வானதி தேவி இறைஞ்ச வேறு வழி இல்லாமல் அமைதியாக இருந்த சுஜாதா அங்கு அவர்கள் எவ்வளவோ தங்க சொல்லியும் தன் தங்கையின் நிலையை பார்த்தவருக்கு அங்கு தங்க விருப்பமில்லாமல் தன் அம்மாவின் ஊருக்கு பயணம் ஆனார்.

வானதி தேவியின் மாமியார் வீட்டில் இருந்த சுஜாதாவின் அம்மா வீடு அரை மணி நேரம் பயணம் தான் .சுஜாதாவும் ,வானதி தேவியும் பெரியப்பா சித்தப்பா மக்கள் வானதி தேவியின் அப்பா வரதராஜனின் அண்ணன் மகள் தான் சுஜாதா.

சுஜாதா வீட்டுக்கு சென்றவள் தன் அம்மாவிடம் தன் பிள்ளைகளை ஒப்படைத்து மனம் கேளாதவளாக தன் சித்தி சரோஜாதேவியிடம் அவள் மாமியார் கூறிய அனைத்தையும் கூறி அழுதவள்," ஏன் சித்தி இப்படி அவசரப்பட்டு அவளை அங்க கொடுத்தீங்க ..அந்த அம்மா எப்படி பேசுது தெரியுமா ..?நான் இருக்கும் போதே அப்படி பேசுறவங்க நான் இல்லாதப்ப இன்னும் என்னென்ன பேசுவாங்களோ பாவம் சித்தி நம்ம வானதி.." என்றார்.

இதைக் கேட்ட சரோஜாதேவி அதிரடியான முடிவு ஒன்றை எடுத்தார்.

வர்ணம்_16

சரோஜாதேவி சுஜாதா கூறியதை கேட்டவள் உடனடியாதெரியும்.தேவியின் வீட்டுக்கு சென்றார்.

சரோஜாதேவி கோபமாக வந்ததை பார்த்த கணபதி,' என்ன பிரச்சனை தெரியலையே..? இந்த அம்மா கோபமா வந்திருக்கே இவங்க காரணம் இல்லாமல் வர மாட்டாங்களே ..?'என்று நினைத்தவர் ஏதாவது பிரச்சனை அப்படின்னா அது தன் மனைவியின் வேலையாக தான் இருக்கும் என்று சரியாக கணித்தவர் வரலட்சுமியை பார்த்தார்.

வரலட்சுமி சரோஜாதேவியின் முகத்தில் கோபத்தைக் கண்டவர் திருதிருவென்று முழித்துக் கொண்டிருக்க,' இவள் முழியிலே தெரியுது. இவள்தான் எதுவோ பண்ணி இருக்கா என்று நினைத்தவர் சரோஜா தேவியை எப்படி சமாளிக்கலாம் முதலில் விஷயம் என்ன என்று தெரியட்டும் ..'என்று அமைதி காத்தார்.

சரோஜாதேவி," அண்ணி நீங்க பண்ற ஒவ்வொரு விஷயத்துக்கும் நாங்க பொறுத்து போறோம் .காரணம் எங்க பெண்ணை கொடுத்துட்டோம் அதுக்காக மட்டும்தான் .அதுக்காக நீங்க என்ன சொன்னாலும் நாங்க அமைதியா இருப்போம்னு நினைக்காதீங்க.. எங்க குடும்பத்தை பத்தி உங்களுக்கு தெரியும். என் பெண்ண நீங்க இப்படி எல்லாம் நடத்துறீங்கன்னு சொல்லி அவங்களுக்கு தெரிஞ்சா ..உங்க நிலைமை என்ன ஆகும் யோசிச்சு பாருங்க ..என்னங்க அண்ணா உங்க பொண்டாட்டி என்ன செஞ்சாலும் அமைதியா

வேடிக்கை பார்த்துட்டு இருப்பீங்களா..?"என்று கேட்டார்.

கணபதி,"சரோஜா நீ என்னம்மா சொல்ற என்ன நடந்துச்சுன்னு சொன்னாதானே எனக்கு தெரியும்..."

"உங்களுக்கு தெரியாம கூட உங்க மனைவி ஒரு காரியம் பண்ணுவாங்களா என்ன..?"

"இல்லம்மா தங்கச்சி உண்மையா தெரியாது .அவ என்ன பண்ணா சொல்லு மா.."

"அண்ணி இங்க பாருங்க என் பொண்ணு ஒன்னும் வியாதிக்காரி கிடையாது .நல்ல ஆரோக்கியமா இருக்கறவளைத் தான் உங்க பிள்ளைக்கு நாங்க கட்டிக் கொடுத்தோம் .அதுவும் எந்த குறையும் இல்லாம தான் கட்டிக் கொடுத்து இருக்கோம் .

ஆனா நீங்க வாய்க்கு வந்தபடி எல்லாம் பேசினா இனி நான் சும்மா இருக்க மாட்டேன். இனி ஒரு தடவை என் பெண்ணை வியாதிக்காரி மறைத்து கட்டிக் கொடுத்துட்டாங்க அந்த வார்த்தையை சொல்லாதீங்க..."என்றார்.

"அண்ணி என்னை மன்னிச்சிடுங்க நான் ஏதோ தெரியாம பேசிட்டேன் .இனி அப்படி நடக்காது என்னை நம்புங்க அண்ணி..." என்று நீலி கண்ணீர் வடித்தார் வரலட்சுமி.

"ஏண்டி நீ இப்படி எல்லாம் பண்ணி இருக்கியா. நீ திருந்தவே மாட்டியா..? அந்த பொண்ண நிம்மதியா வாழவே விட மாட்டியா என்ற கணபதி சரோஜா இனி எப்படி நடக்காதுமா நான் பார்த்துக்கறேன் .இந்த விஷயத்தை வரதராஜனுக்கு தெரியாமல் பார்த்துக்கோமா அவரு ரொம்ப கோபக்காரர்.. சரி இந்த விஷயம் உனக்கு எப்படிமா தெரிஞ்சது. யார் சொன்னா..?"

"எங்க ஓரகத்தி பொண்ணு சுஜாதா வந்திருந்தாளே அவ எதிரில் உங்க பொண்டாட்டி அப்படி பேசி இருக்காங்க .அவ வந்து சொல்லி எப்படி கஷ்டப்பட்டாத் தெரியுமா...? இனி ஒரு தடவை இப்படி நடக்க கூடாது அண்ணா பாத்துக்கோங்க.. எங்க வீட்டுக்காரருக்கு தெரிஞ்சா அவரை என்னால கண்ட்ரோல் பண்ணவே முடியாது.." என்று கிளம்பினார் சரோஜாதேவி.

வான்மதி தேவி தன் அம்மா வீட்டுக்கு விடுமுறைக்காக வந்திருந்தவள் அனைவரையும் அழைத்துக் கொண்டு பக்கத்து ஊரில் அதாவது வானதி தேவி ஊரில் சினிமா பார்க்க வந்தவள் தன் தங்கையின் வீட்டிற்கு வந்து ,"அத்தை வானதி தேவியை சினிமாவுக்கு அழைச்சிட்டு போறோம் அனுப்பி வையுங்கள் .."என்றாள்

"என்னம்மா சினிமாக்கு எதுக்கு இப்போதான் நாங்க போயிட்டு வந்தோம் நீங்க மட்டும் போயிட்டு வாங்க அவ வர வேண்டாம்.." என்றார் வரலட்சுமி

காரணம் மருமகள் சினிமாக்கு போய்ட்டா சமைக்கிறது, துணி துவைப்பது இதெல்லாம் யார் செய்வா? மருமகள் அவள் சம்பளம் வாங்காத வேலைக்காரி தானே வரலட்சுமி பொறுத்தவரை.

"என்னத்த இப்படி சொல்றீங்க என் தங்கச்சி கூட சினிமாக்கு போலாம்னு நாங்க ஆவலா வந்தோம் .எங்க பெரியம்மா பொண்ணுங்க எல்லாம் வந்திருக்காங்க. எல்லாரும் தியேட்டரில் காத்து இருக்காங்க இவளும் வந்தா எல்லாரும் சந்தோஷப்படுவாங்க புரிஞ்சுக்கோங்க.."

"வேணாம் வான்மதி நான் சொல்றதை கேளு .நீ மட்டும் போயிட்டு வாமா..."

வானதி தேவி ,"அத்தை நான் என் அக்கா கூட சினிமாக்கு போயிட்டு வரேன் .. எனக்கு ஆசையா இருக்கு அத்தை..."என்று கெஞ்சலாக கேட்க..

"வானதி என்ன பெரிய மனுஷி ஒரு தடவ வேணான்னு சொன்னா புரிஞ்சுக்க மாட்டியா..? சினிமாக்கு போகலனா இப்போ என்ன போய் வேலையை பாரு போ .."என்று சத்தம் போட வானதி தேவி அழுது கொண்டே உள்ளே சென்று விட வான்மதி தேவியும் அழுது கொண்டே சென்றவள் தன் வீட்டிற்கு சென்றதும் தன் அம்மா சரோஜாதேவியிடம் நடந்ததை கூறினாள்.

" அம்மா என்னம்மா அந்த அம்மா அப்படி பேசுது .பாவம் வானதி பிள்ளை முகம் வாடி போச்சு. அழுதுட்டே உள்ள போய்ட்டாமா, எனக்கு கஷ்டமா இருக்கு..." என்று அழுதாள் வான்மதி தேவி.

சரோஜாதேவி," அந்த அம்மா என்ன சொன்னாலும் திருந்த போறதில்லை விடுடி .இன்னொரு தடவை இப்படி நடந்தா பாத்துக்கலாம்.." என்று வான்மதி தேவியை சமாதானம் படுத்தினார்.

இன்னொரு முறை மீண்டும் சந்திரன் தன் மனைவியுடன் சென்று வானதி தேவியை சினிமா தியேட்டருக்கு அழைக்க ,"வரலட்சுமி என் மருமக சினிமா தியேட்டருக்கு வந்தா நானும் வருவேன்.." என்றதும் வேறு வழி இல்லாமல் அவரையும் அழைத்துக்கொண்டு சினிமா தியேட்டர் சென்றனர் அனைவரும்...

வான்மதி தேவியின் குடும்பத்தில் உள்ள அனைத்து அக்கா தங்கைகளும் விடுமுறைக்கு அனைவரும் ஒன்றாக சேர்வார்கள் .அப்பொழுதெல்லாம் காலையில் உணவை முடித்துக் கொண்டு மதியம் உணவையும் எடுத்துக்கொண்டு கிளம்புவார்கள் .காலையில் ஒரு படம் பார்த்துவிட்டு மதியம் உண்டு விட்டு மதியம் ஒரு படம் பார்த்துவிட்டு மாலை வீடு திரும்புவது வழக்கமாகக் கொண்டிருந்தனர்.

இதற்கு அனைத்து கணவர்மார்களும் சம்மதம் சொல்வதோடு, ஒரு சில நேரம் அப்பொழுது விடுமுறைக்கு வந்திருந்த கணவன்மார்களும் அவர்களுடன் செல்வர்.

ஆனால் வானதி தேவிக்கு வந்த மாமியார் வீடு சரியில்லையே என்ன செய்வது.. தன் அக்காக்களுடன் ஒரு மூன்று மணி நேரம் செலவழித்து சினிமா பார்க்க கூட அவளால் முடியவில்லை...

கிருபராஜன் தன் மனைவியை அத்தான் என்று கூப்பிட சொல்லுவது மட்டும் இல்லாமல் வெளியே செல்லும் போதெல்லாம் தன் கூட கைகோர்த்து வரும்படி கூறுவார் .ஆனால் வானதி தேவியோ பொது இடத்தில் அப்படி நடந்து கொள்ள விருப்பம் இல்லாதவள் அதை தவிர்த்து விடுவாள்.

தன் அம்மா, அப்பா தன் மனைவியை எப்படி நடத்தினாலும் கிருபராஜன் எதையும் கண்டுகொள்ள மாட்டார் .தன் அம்மா அவளை திட்டி தீர்த்தாலும் அமைதியாக நிற்பார் கிருப ராஜன்.

கிருப ராஜனின் அப்பா கணபதி சரியான குடிகாரர் மருமகள் மீது பாசமாக இருந்தாலும், தினமும் குடித்துவிட்டு வருபவர் அவளை உக்கார் ,எந்திரி ,உட்கார் என்று மாறி மாறி கூறினாலும் அதை வானதி தேவி செய்து தான் ஆக வேண்டும் .அவர் செய்யும் அந்த செயலை பார்த்து ஒரு கணவனாய் கிருப ராஜனுக்கு கோபம் வர வேண்டும் .ஆனால் அவரோ அப்படியே கை கட்டி வேடிக்கை பார்த்துக் கொண்டு நிற்பார். அந்த அளவுக்கு அப்பாவின் மீது பயம் கொண்டவர்.

ஒருமுறை கணபதி குடித்துவிட்டு வீட்டுக்கு வந்தவர் பாத்ரூம் சென்று வாந்தி எடுத்துவிட்டு அறைக்கு வந்து படுத்து விட்டார்.

வான்மதி தேவி வேலைகள் அனைத்தையும் முடித்து படுத்து தூங்கி இருப்பவளை எழுப்பிய வரலட்சுமி," உன் மாமா பாத்ரூம்ல வாந்தி எடுத்துட்டார் .போய் தண்ணி ஊத்தி கழுவி விட்டுட்டு வா ..."என்றார்.

வானதி தேவிக்கு இதெல்லாம் பழக்கம் இல்லை. தன் வீட்டில் மகாராணியாய் வளர்ந்தவள் அவர்கள் வீட்டில் யாருக்குமே அந்த பழக்கம் இல்லாத பட்சத்தில் தன் மாமனார் குடிப்பது என்பதே அவளால் ஏற்றுக்கொள்ள முடியவில்லை .இந்த லட்சணத்தில் இதுவுமா என்று நினைத்துக் கொண்டவள் பாத்ரூம் கதவை திறக்க அப்படியே குமட்டிக் கொண்டு வர பெண்ணவள் கண்கள் கண்ணீர் வர அதை கழுவி விட்டு வந்து படுத்துக்கொண்டாள்.

கணபதி ஒரு முறை குடித்துவிட்டு கீழே விழுந்து கையை உடைத்துக் கொண்டு வந்தார். .அவரை மருத்துவமனைக்கு அழைத்துச் சென்று கட்டுப்போட்டு அழைத்து வந்தனர்.

கையில் கட்டு போட்டதால் அவரால் சாப்பிட முடியாத நிலையில் ஒரு மனைவியாக வரலட்சுமி அவருக்கு ஊட்டி இருக்க வேண்டும் .ஆனால் அவரோ பிடித்து வைத்த பிள்ளையார் போல நாற்காலையில் அமர்ந்தவர் அமர்ந்தவர் தான்..

குடித்துவிட்டு வந்ததால் பசி அதிகமாக எடுக்க பசிக்குது என்று கணபதி கூறியும் வரலட்சுமி அப்படியே அமர்ந்திருக்க தன் மாமியாரின் செயலில் முகம் சுளித்த வானதி தேவி தன் வீட்டில் இருக்கும் பெண்களோடு இவரை ஒப்பிட்டுப் பார்த்தவள் மனம் கேளாதவளாய் உணவு எடுத்துக் கொண்டு வந்து தன் மாமனாரை தன் அப்பாவாய் நினைத்து அவருக்கு ஊட்டி விட்டு வாய் துடைத்து மாத்திரை போட வைத்தாள்.

திருமணமாகி நாட்கள் இப்படியே சென்று கொண்டிருக்க, வானதி தேவியும் கிருபராஜனும் கிருபராஜனின் அக்காவின் வீட்டிற்கு விருந்துக்கு சென்றனர்.

பொதுவாக அழகாக இருப்பவர்களை ரசிப்பது என்பது மனித இயல்பு தானே ?பேருந்தில் பயணம் செய்து கொண்டிருக்கும் பொழுது ஒரு வாலிபன் எதேர்ச்சையாக வானதி தேவியை பார்த்தான். வானதி தேவி தன்னை யாரோ பார்த்துக் கொண்டிருப்பதை உணர்ந்தவள் திரும்பி பார்த்தவள் உடனே தன் முகத்தை திருப்பிக் கொண்டாள்

அப்பொழுதுதான் கிருப ராஜன் தன் மனைவியை முறைத்துக் கொண்டிருந்தான்.

கிருபாகரன் அவனை," என்ன அப்படி பார்க்கிற .."என்று கேட்க அவனும் பதிலுக்கு" என்ன இப்போ உனக்கு .."எனவும் வானதி தேவி தன் கணவரை அமைதி படுத்தினாள்.

வானதி தேவி இயற்கையிலேயே அழகு கொண்டவள். அவள் தன்னை அலங்கரித்துக் கொள்ள எந்த முயற்சியும் எடுப்பதில்லை .குளித்துவிட்டு வந்து தன் நெற்றியில் ஒரு பொட்டு வைப்பதோட சரி வேற எந்த ஒப்பனைகளும் செய்து கொள்வதில்லை இருந்தாலும் அவ்வளவு அழகாக மிளிருவாள் வானதி தேவி..

கிருபாராஜன் இறங்க வேண்டிய இடம் வந்ததும் தன் மனைவியின் கைப்பிடித்து கீழே இறங்க அவளோ அவனின் கையை தட்டி விட," என்னடி உனக்கு திமிரா.." என்று திரும்பிப் பார்த்தவன் அதிர்ச்சியில் உறைந்தான் .

அதே நேரம் வானதி தேவியோ ,"என்னங்க நான் இங்கே இருக்கேன்..."என்று சத்தமிட அனைவரும் அந்த இடத்தை நோட்டமிட கிருப ராஜன் தன் மனைவி என்று நினைத்து வேறு ஒரு பெண்ணின் கையைப் பிடித்து பேருந்தில் இருந்து இறங்கி இருக்கிறான்.

கோபம் அவன் கண்ணை மறைத்து விட்டது என்று தான் சொல்ல வேண்டும் மனைவியின் மீது உள்ள கோபத்தில் வேறு யாரையோ தன் மனைவி என்று தவறாக புரிந்து கொண்டு கையைப் பிடித்துக் கொண்டு இறங்கினான்.

அந்தப் பெண் அவனை திட்டி விட்டுச் செல்ல அந்த அவமானமும் சேர்ந்து கொள்ள தன் மனைவியை முறைத்தான் கிருப ராஜன் .ஆனால் அவளோ ,'தெரியாமல் இவர் இப்படி பண்ணிட்டார் போலவே அச்சோ பாவமே என்று சுற்றியுள்ளவர்களை பார்த்தவள்," சரி வாங்க போலாம்.."என்று தன் கணவரை அழைத்துச் சென்றாள். ஆனால் அவன் தான் செய்த தவறை மறந்து தன் மனைவியை கண்டபடி பேச ஆரம்பித்தான்.

"ஏண்டி அவன் தான் பார்க்கிறானா நீயும் எதுக்கு பாக்கற. ஏண்டி இப்படி பண்ற. உன்னை பாதுகாக்கிறதே எனக்கு பெரிய வேலையா இருக்கும்

போல இருக்கு.. என் அழகுக்கு நீ கொஞ்சமாவது ஈடாவியா .. நீ பெரிய அழகினு சொல்லி எங்க அப்பா உன்னை எனக்கு கட்டி வச்சாரு பாரு அந்த ஆள சொல்லனும் ..பெரிய உலக அழகின்னு நினைப்பு அவன் பார்த்-தானா இவளும் பார்க்கிறா .."என்று அவளை திட்ட பெண்ணவளோ எதை-யும் கூறாமல் அழுது கொண்டே வந்தாள்

ஏங்க நானும் தெரியாம தான் கேக்கறேன் பொதுவா ஒரு இடத்துக்கு போகும்போது எதேர்ச்சையா ஒருத்தவங்கள ஒருத்தவங்க பார்க்கிறது என்-பதை இயல்பான விஷயம் . இப்படி பேசுறவரு இவரு பொண்டாட்டியை இவரு வெளியே அழைச்சிட்டு போகாம வீட்டுக்குள்ளேயே வச்சிருக்கனும் .இந்த மாதிரி ஆட்கள் கூட எல்லாம் வாழறது ரொம்ப கஷ்டம்.

வானதி தேவி அவ்வளவு அழகாக இருப்பாள் கிருப ராஜனுடன் ஒப்-பிட்டு பார்க்கும்போது வானதி தேவி அழகில் பாதி கூட வர மாட்டார் கிரு-பராஜன் .ஆனால் அவர் பேச்சும் பேச்சைப் பாருங்க அப்பொழுதே ஒரு வார்த்தை அவரை கேட்டிருந்தால் பின்னாடி வரும் நிறைய பிரச்சனை வரா-மல் இருந்திருக்குமோ என்னவோ..?

அன்னைக்கே அவள்," நான் ஒழுங்காக நடந்து கொண்டேன் .நீங்கள் நடந்து கொண்ட முறையை பார்த்தீர்களா.?" என்று ஒரு வார்த்தை கேட்-டிருந்தால் கூட போதும் ஆனால் அவள் எதையும் கூறாமல் அழுது கொண்டே இருந்தாள்.

நாத்தனார் வீட்டுக்கு போன இடத்தில் கூட அனைவரும்," என்ன உன் முகம் ஒரு மாதிரியா இருக்கு..." என்று கேட்க தலைவலி என்று சமாளித்-தாள் வானதி.

வீட்டில் உள்ள அனைவருக்கும் இவளை மிகவும் பிடித்து போனது. அவ்வளவு நன்றாக பழகியவள் அனைத்து வேலைகளையும் இழுத்துப் போட்டு செய்தவள் அனைவரிடமும் நல்ல பெயர் வாங்கினாள்.அது என்-னமோ அவளிடம் வேண்டுமென்றே சண்டை போட்டுக் கொண்டும் அவளை வார்த்தையால் வதைத்துக் கொண்டும் இரவு நேரம் தேவையான போது மட்-டும் அவளுடன் உறவாடிக் கொண்டும் வந்தான் கிருப ராஜன்.

கிருப ராஜன் அதிலிருந்து அவளை சந்தேகப்பட்டு பேசிக்கொண்டே இருந்தான். நகை போட்டுக்கொண்டு அவள் வெளியே வந்தால் ,"நகையை எதுக்கு வெளியே தூக்கி போடற ,என்னைப்பார் என் அழகை பாருன்னு ரோட்ல இப்படித்தான் வருவியா..? எவனாவது நகையை அறுத்துட்டு போனால் என்ன பண்றது நகையை தூக்கி உள்ள போடுடி என்றும் என்னடி அவன் அப்படி பாக்கற ஏன் என்னை விட அவ அழகா இருக்கானா என்ன..?" என்று அவளை வார்த்தையால் குத்தி கிழித்துக் கொண்டிருந்தான் கிருப ராஜன் .

வானதி தேவிக்கு மருத்துவம் பார்த்தே ஆக வேண்டும் என்ற நிலையில் கீழ்வாதத்திற்காக சித்தமருத்துவம் எடுத்துக் கொண்டால் பெண்ணவள்.. சித்த

மருத்துவம் எடுத்துக்கொண்டு ஆறு மாதம் சாப்பிட்டுக் கொண்டிருக்கும் பொழுது

ஒரு மகிழ்ச்சியான செய்தியை கூறினாள் வானதி தேவி.. ஆம் வானதி தேவி கருத்தரித்திருந்தாள் இந்தச் செய்தியை அனைவரும் கொண்டாட கிருபராஜன் உண்மையாகவே தன் மனைவியிடம் கொஞ்சம் அன்பாக நடந்து கொள்ள ஆரம்பித்தான் ..

அதிலும் ஒரு சுயநலம் இருக்கத்தான் செய்தது .தன் மகன் அவள் வயிற்றில் வளர்வதால் அவளை எதுவும் சொல்லக்கூடாது என்று தன் அம்மாவிடம் கட்டளை பிறப்பித்தவன் கொஞ்சம் அவளை தாங்க ஆரம்பித்தான் என்று தான் சொல்ல வேண்டும். ஆனாலும் வீட்டில் வேலை எப்போதும் அவளுக்கு இருந்து கொண்டு தான் இருக்கும்.

அவர்கள் வசிக்கும் இடத்தில் தண்ணீர் பற்றாக்கும் குறை. தினமும் காலையில் எழுந்து தண்ணீர் அடித்துக் கொண்டு வந்து ஊற்ற வேண்டும்.

கிருப ராஜன் தண்ணீர் எடுக்க அவளுக்கு உதவி செய்ய வானதிதேவி அதை தூக்கிக் கொண்டு வந்து ஊத்துவாள். இது தினமும் நடப்பது தான்.

காலை அந்த வேலை முடிந்ததும் கிருப ராஜனும் குளிக்க சென்று விட்டான். அனைவரும் குளித்ததால் தண்ணீர் காலியானதால் ,'எங்கே தான் தண்ணீர் தூக்க வேண்டிய நிலைமை வந்துடுமோ ..?'என்று நினைத்த வரலட்சுமி தன் மருமகளை அழைத்துக் கொண்டு பெரிய குடத்தை எடுத்து அவளிடம் கொடுத்தவர் தண்ணீர் தூக்கி வரச் சொன்னார்..இதை பார்த்து அங்கிருந்தவர்கள் ,"இது என்ன அநியாயமா இருக்கு முழுகாமல் இருக்கும் பெண்ணை இவ்வளவு பெரிய குடம் தூக்க வைக்கிறாங்களே ..?"என்று பேசிக் கொண்டனர்.

ஆனால் வெளியே உட்கார்ந்து பேப்பர் படித்துக் கொண்டிருந்த கணபதி இதை பார்த்தும் எதுவும் சொல்லவில்லை.. .

இவளும் வேறு வழி இல்லாமல் அந்தக் குடத்தை தூக்கிக்கொண்டு உள்ளே வர திடீரென்று ஒரு கை அவளை முதுகில் ஓங்கி அடித்தது.

வர்ணம்_17

வானதி தேவி அந்த அதிர்ச்சியில் குடத்தை கீழே போட்டவள் " ஓ " என்று கதறி முதுவை பிடித்துக் கொண்டு அழ சத்தம் கேட்டு வேகமாக ஓடி வந்த கணபதி .அங்கே பார்த்த காட்சியில் அதிர்ச்சியில் உறைந்து போய் நின்றார்.

அங்கிருந்த குழந்தையும் கத்திக் கொண்டிருக்க வரலட்சுமி குழந்தையை மட்டும் தூக்கியவர் ,"ஒரு குடத்த ஒழுங்கா தூக்கிட்டு வரதுக்கு துப்பு இல்ல.. என்னதான் இவங்க அம்மா இவளுக்கு சொல்லிக் கொடுத்து வளர்த்தாங்களோ தெரியல...?" என்று கத்திக் கொண்டிருந்தார்.

"ஏய் வானதி வயித்துல பிள்ளையை சுமந்துட்ட என்ன காரியம் பண்ற நீ.. உனக்கு அறிவு இருக்கா இல்லையா..? ஏன் என் பிள்ளை ஒழுங்கா வளர்வது உனக்கு பிடிக்கலையா..? எதுக்காக இப்போ முழுகாம இருக்கிற நேரம் இவ்வளவு பெரிய குடத்தை தூக்கிட்டு வர உனக்கெல்லாம் புத்தியே கிடையாதா..?" என்று கிருபராஜன் சத்தம் போட்டான்.

"டேய் மருமகளை எதுக்குடா சத்தம் போடற ,எல்லாத்துக்கும் இவள் தான் காரணம்..." என்ற கணபதி தன் மனைவியை முடியை இழுத்து போட்டு அடித்தார்.

"எல்லாம் உன்னால தான்டி. இதுக்கு காரணம் நீ தானே? ஏண்டி நீயும் ஒரு பிள்ளையை பெத்தவ தானே..? ஏன்டி இப்படி மனசாட்சியே இல்லாம நடந்துக்கற, அடங்காப்பிடாரி நீ எல்லாம் என்ன பொம்பள பைத்தியக்காரி பைத்தியக்காரி.." என்று தன் மனைவியை வெளுத்து வாங்கினார் கணபதி.

கிருப ராஜன் அவனும் தன் அம்மாவை பார்த்தவன்,' இவங்க திருந்தவே மாட்டாங்க ..'என்று நினைத்தவன் தன் அம்மா செய்த காரியத்துக்கு மனை-வியை திட்டி விட்டோமே என்று நினைத்த

கிருப ராஜன் தன் மனைவியிடம் அன்பாக நடந்து கொண்டான். இப்படி நடந்து கொண்டது வானதி தேவிக்கு மிகவும் மகிழ்ச்சியாக இருக்க அவளோ ,"ஏங்க நான் கொஞ்ச நேரம் உங்க மடியில் படுத்துக்கவா.. எனக்கு எங்க அம்மாவோட ஞாபகமா இருக்கு "என்றாள்.

"சரி வா படுத்துக்கோ.." என்று கூறியவனை அதிசயமாக பார்த்தவள் அவனின் மடியில் படுத்துக் கொண்டாள்.

அவனும் தன் மனைவியை சமாதானம் செய்து ,"சரி இனி இப்படி நடக்-காது .இனி நீ வெயிட் தூக்காத ,எங்க அம்மா எது சொன்னாலும் உடனே கேட்காத நானும் ,அப்பாவும் இருந்தா எங்தகிட்ட சொல்லிட்டு செய் புரி-யுதா..?"

"சரிங்க எனக்கு தூக்கம் வருது நான் கொஞ்ச நேரம் தூங்கறேன் ப்ளீஸ்ங்க.."

"சரி தூங்கு "என்றவன் அன்று மாலை அவளை மாதாந்திர பரிசோ-தனைக்காக மருத்துவமனை அழைத்துச் சென்றான்.

மருத்துவர் அவளை பரிசோதித்தவர் ,"என்ன மிஸ்டர் கிருப ராஜன் உங்-கள் மனைவி என்ன சாப்பிடறாங்க எதையாவது நீங்க கவனிக்கிறீர்களா இல்லையா ..?உடம்புல சத்தே இல்லாம இருக்காங்க .குழந்தையோட வெயிட் ரொம்ப கம்மியா இருக்கு, இப்படியே போனா பிரசவம் நேரத்துல சிக்கல் வந்துடும் ..அவங்க நல்லா ரெஸ்ட் எடுக்கனும் . அளவுக்கு மீறிய வேலை செய்யக்கூடாது .அதை முதலில் ஞாபகம் வச்சுக்கோங்க. நல்லா தூங்கி எந்-திரிச்சு ரெஸ்ட் எடுத்தால் தான் அவளோட உடல்நிலை நன்றாக இருக்கும் . சத்தான ஆகாரமா சாப்பிட கொடுங்க..."என்றார்..

"சரிங்க டாக்டர் நான் இனிமே அவளை கவனிச்சிக்கறேன் .."என்றவன் வீட்டிற்கு அழைத்து வந்தான்.

கணபதியிடம் நடந்ததை கூறியவன் ,"அப்பா அம்மா இனிமேல் இவளை அதிகமா வேலை வாங்காதபடி பார்த்துக்கோங்க...டாக்டர் திட்றாங்க . நான் ஒருத்தவன் தான் சம்பாதிக்கிறேன் .அந்த ஞாபகம் உங்களுக்கு இருக்கா இல்லையா..? நான் சம்பாதிச்சு இவளோட மருத்துவ செலவையும் பாக்கனும்

நம்ம குடும்பத்தையும் பார்க்கனும் அப்படி இருக்கும்போது வீட்டுக்கு வேலையாட்களையா வைக்க முடியும்

அம்மாவை வேலை செய்ய சொல்லுங்க..." என்றான்.

கணபதி இதை தன் மனைவியிடம் கூற அவ்வளவுதான் வரலட்சுமி இது அனைத்துக்கும் தன் மருமகள் தான் காரணம் என்று நினைத்தவர் ,"என்னமா மகராசி கொஞ்ச நேரம் என் பிள்ளையை உன் கூட தனியா அனுப்பி வச்சேன் அதற்குள் அவனுக்கு சொல்லிக் கொடுத்து கூட்டிட்டு வந்துட்டியா..? என்னதான் நினைச்சுகிட்டு இருக்க நீ .நான் வேலை செய்யாம இருக்கிறேனா உனக்கு எவ்வளவு உதவி செய்றேன்.

இப்படி என் பிள்ளையை எனக்கு எதிராக பேசும்படி மாத்திட்டியே ..? "என்றார்.கிருப ராஜன் ,"அம்மா இங்க பாருமா உனக்கு உன்னுடைய பேரன் நல்லபடியா இருக்கணும்னு ஆசை இருக்கா இல்லையா.?

அப்படி இருந்தா நான் சொல்றத கொஞ்சம் கேளு. நம்ம வீட்டு பிள்ளைக்காக தான் நான் இவ்வளவும் சொல்றேன்.." என்று பொறுமையாக தான் அம்மாவுக்கு எடுத்துக் கூறினான். வரலட்சுமி வேறு வழி இல்லாமல் தன் மருமகளுக்கு உதவி செய்ய ஆரம்பித்தார்.

இப்படி நாட்கள் செல்ல வானதி தேவிக்கு வளைகாப்பு நடத்த ஏற்பாடு செய்தனர்.

அப்பொழுது வரதராஜன் ஒரு யோசனை கூறினார் .சங்கர் ராஜனின் மகன் வினோத் ராஜ் அவனுக்கு காதணி விழா வைக்க ஏற்பாடு செய்திருப்பதால் வளைகாப்பு ,காதணி விழா இரண்டையும் ஒரே நேரத்தில் வைக்கலாம் என்று முடிவு செய்ய அனைவருக்கும் இது சரியெனப் பட சம்பந்தப்பட்ட அனைவரும் தன் சம்மதத்தை தெரிவித்தனர்.

இரண்டு விசேஷமும் ஒரே நாளில் நடக்க இருப்பதால் சொந்த பந்தங்கள் அனைவரும் இதில் எதிர்பார்ப்புடன் காத்திருக்க வானதி தேவியின் மாமியார் வீட்டில் உள்ளவர்களும் இதற்கு சம்மதம் தெரிவித்தனர்.

காலை வானதி தேவிக்கு சீமந்தமும் ,மதியம் வினோத் ராஜனுக்கு காதணி விழாவும் நன்முறையில் நடைபெற அவளுக்கு பிரசவத்திற்கான நாளும் நெருங்கியது.

இதற்கிடையில் திருமண நாள் வருவதால் கிருப ராஜன் வளைகாப்பு முடித்து தன் அம்மா வீட்டிற்கு சென்ற தன் மனைவியை அழைத்து வர சென்றான். அப்பொழுது வானதி தேவியின் மீது உயிராய் இருக்கும் வான்-

மதி தேவியின் மகள் கிருத்திகா தேவி வானதி தேவியுடனே சுற்றிச் சுற்றி வந்தாள்.

அதைப் பார்த்த கிருபாராஜன் அந்த குழந்தையை தூக்கி கொஞ்சியவர் ,"நீ எங்க கூடவே ஊருக்கு வந்துடு .நான் உன்னை லக்ஷதீபம் அழைச்சிட்டு போறேன் .."என்றார்.

கிருத்திகா தேவிக்கும் தன் சித்தியை பிரிய மனம் வராதவளாக ,"நானும் வரேன்.." என்று மழலை பேச்சில் கூறியவளை கொஞ்சிய கிருப ராஜன் குழந்தையையும் தன் மனைவியையும் அழைத்துக் கொண்டு வீட்டிற்கு சென்றார்.

மறுநாள் திருமணநாள் அன்று கோவிலுக்குச் சென்று சாமி கும்பிட்டவர்கள் பெரியவர்களிடத்தில் ஆசிர்வாதம் வாங்கினர். கிருத்திகா தேவியை அழைத்துக்கொண்டு மாலை நேரம் லக்ஷ தீபம் சென்று அந்த குழந்தைக்கு தேவையான விளையாட்டுப் பொருட்களை வாங்கி கொடுத்தான் கிருப ராஜன்.

மறுநாள் அவர்களை மீண்டும் அழைத்துக் கொண்டு ஊரில் விட நினைத்தவன் அதற்குள் ஒரு முக்கியமான வேலை வந்ததும் அதை முடித்துக் கொண்டு வரலம் என்று நினைத்து தன் மனைவியை கிளம்பி இருக்கும்படி கூறியவர் வெளியே சென்று விட்டான் கிருப ராஜன்.

இங்கே மீண்டும் பிரச்சினை வர ஆரம்பித்தது.

வானதி தேவி தனது துணிமணிகளை எடுத்து வைக்க ஒரு துணிப்பை ஒன்றை எடுக்க அங்கே வந்த வரலட்சுமி அந்தப் பையை அவள் கையில் இருந்து பிடுங்கியவர் ,"இதை எடுத்துட்டு போகாத இது எங்க அக்காவோட பை .."என்றார்.

மறுபடியும் வானதி தேவி வேற ஒரு துணிப்பையை எடுக்க அதையும் "இதை எடுக்காத "என்று பிடுங்கி வைத்துக் கொண்டார் வரலட்சுமி.

வானதி தேவி ,"எனக்கு எந்தப் பையும் வேண்டாம் .நான் எதையும் எடுத்துட்டு போகல.."என்று அழுது கொண்டே கூறினாள்.

அதுவரை தன் மனைவி செய்து கொண்டிருப்பதை பார்த்து அமைதியாக இருந்த கணபதி ,"இப்போ என்ன நடந்தது உனக்கு எதுக்கு இவ்வளவு கோபம் வருது ..பெரியவங்க கிட்ட இப்படித்தான் நீ பேசுவியா..?" என்று சத்தம் போட்டார்.

வரலட்சுமி," இப்ப நான் என்ன சொல்லிட்டேன் நீ இப்படி பேசுற .."என்று கத்திக் கொண்டிருந்தார்.

வேலையை முடித்துக் கொண்டு வந்த கிருப ராஜனிடம் கணபதி ,"பாருடா இந்த பொண்ணு எப்படி பேசுது .

ஒன்னும் இல்லாத விஷயத்துக்கு இதுக்கு எவ்ளோ கோவம் வருது பாரு ..."என்றார்.

உடனே கிருப ராஜன்," அப்பா நான் இப்போ என்ன செய்யட்டும் அவளை அழைச்சிட்டு போய் விட்டுட்டு வரவா?இல்ல இங்கே இருக்கட்டுமா ..?"என்று கேட்டான்

வானதி தேவிக்கு தன் கணவர் இப்படி ஒரு கேள்வியை கேட்டதும் எங்கே மீண்டும் இங்கே இருக்க வேண்டி வருமோ என்று பயந்தாள்.

குழந்தை பிறக்கும் வரை தன் அம்மா வீட்டில் மகிழ்ச்சியாக இருக்கலாம் என்ற எண்ணத்தில் இருந்தவளுக்கு பயம் தொற்றிக் கொண்டது.

"அதெல்லாம் எதுவும் வேண்டாம் டா. நீ அவளை அழைச்சிட்டு போய் விட்டுட்டு வா கிளம்பு .."என்றார் கணபதி .

அதுவரை அங்கு நடந்த அனைத்தையும் தன் சித்தி அழுவதையும் அவர் எதுக்காக அழுகிறார் என்று புரியாமல் தன் சித்தப்பா தனக்கு வாங்கிக் கொடுத்த விளையாட்டு சாமான் பையை கையில் பிடித்துக் கொண்டு வேடிக்கை பார்த்துக்கொண்டு நின்றிருந்தாள் கிருத்திகா தேவி.

தன் மனைவியையும் கிருத்திகா தேவியையும் அழைத்துக் கொண்டு கிருபராஜன் ஊருக்கு கிளம்பியவர் வானதி தேவியிடம்," இங்கு நடந்த எதையும் உங்க அம்மா வீட்டுல சொல்லக்கூடாது .."என்றான்.

வானதி தேவிக்கு தன் அக்கா மகள் எங்கே இங்கு நடந்ததை வீட்டில் சொல்லி விடுவாளோ..' என்று பயந்து கொண்டே இருந்தாள்.

கிருத்திகா தேவிக்கு இரயிலில் பயணம் செய்வது என்பது மிகவும் பிடிக்கும் .அவளோ தன் சித்தப்பா தன் கையில் கொடுத்த சில்லறை காசுகளை ஜன்னல் ஓரம் அமர்ந்து ஒவ்வொரு சில்லறையாக வெளியே போட்டுக்கொண்டே வந்தாள். இவர்கள் இருவரும் சுவாரஸ்யமாக பேசிக் கொண்டிருப்பவர்கள் அதை கவனிக்கவில்லை.

குழந்தைக்கு அது காசு என்பது தெரியவில்லை .அவளை பொறுத்தவரை அது ஒரு விளையாட்டு பொருள் அவ்வளவுதான். கிருப ராஜன் தன் மனைவியை வீட்டில் விட்டவர் மீண்டும் அங்கிருந்து கிளம்பி விட்டார்.

அங்கு நடந்த விஷயத்தை வானதி தேவி,கிருத்திகா தேவி இருவரும் யாரிடமும் கூறவில்லை.

வளைகாப்புக்கு வந்த வானதி தேவியின் மாமியார் வீட்டு தெருவில் உள்ளவர்கள் வானதி தேவியின் வீட்டில் எப்பொழுதும் தண்ணீர் வந்து கொண்டே இருப்பதும் குளிப்பதற்கு என்று தனியாக தொட்டி கட்டி அதில் 24 மணி நேரமும் தண்ணீர் வந்து கொண்டே இருக்கும் என்பதை நேரில் பார்த்தவர்கள் ,"அந்த பொண்ணு அவங்க அம்மா வீட்டில் எவ்வளவு வசதியாக வாழ்ந்தவ, இந்த வீட்டுக்கு வந்து கொடுமையை அனுபவிக்கிறதும் இல்லாம தண்ணிர் தூக்கி ரொம்ப கஷ்டப்படறாளே.. பாவம் எப்படித்தான் இந்த பொண்ணு இதெல்லாம் அனுசரிச்சு போறாளோ...?" என்று அனைவரும் பேசிக்கொண்டனர்.

வானதி தேவியின் வீட்டைச் சுற்றி வயல்வெளி வானதி தேவியின் வீட்டுக்கு பின்புறம் பெரிய தொட்டி அதில் மோட்டார் மூலமாக தண்ணீர் வந்து கொண்டே இருக்கும்.. யார் வேண்டுமானாலும் எப்போது வேண்டுமானாலும் அந்த தொட்டியில் இறங்கி விளையாடி குளிப்பர்.விடுமுறைக்கு வரும் அந்த வீட்டின் பெண்கள் , குழந்தைகள் அனைவரும் காலை , மாலை அதில் குளித்து மகிழ்வர்.

வானதி தேவி முதல் நாள் வலியால் மருத்துவமனையில் அனுமதிக்கப்பட்டவளுக்கு அடுத்த நாள் வரை குழந்தை பிறக்காததால் அவரை பரிசோதித்த மருத்துவர் குழந்தையை ஆயுதம் போட்டு தான் எடுக்க வேண்டும் என்றவர்கள் அப்படியே செய்ய வானதி தேவி அழகிய ஆண்மகனை ஈன்றெடுத்தாள்.

ஆண் குழந்தை கொழுகொழுவென்று குண்டாக அவ்வளவு அழகாக பிறந்திருந்தான்.

ஆயுதம் போட்டு குழந்தையை எடுத்ததால் அவனுக்கு தலையில் முட்டையாக வீங்கி விட்டது.

பிரசவம் பார்த்த மருத்துவர் ,"அதை கீறி விடலாமா இல்லை அப்படியே விடவா அப்படியே விட்டால் அதுவே தானாக அழுந்தி விடும் .."என்றார்.

இவர்களும் ,"வேண்டாம் டாக்டர் அப்படியே இருக்கட்டும்.." என்று சொல்லினர்.

கருமை நிறம் கொண்டு பிறந்து இருந்தால் அந்த குழந்தை அவ்வளவு அழகாக இருந்தான் .அவனுக்கு அந்த தலையில் முட்டையாக இருப்பது கிருஷ்ணர் தலையில் மயிலிறகுடன் காட்சியளிப்பார் இல்லையா அப்படி இருந்தான் அந்தக் குழந்தை.

அதனால் வைஷ்ணவி அக்குழந்தையை கிருஷ்ணா கிருஷ்ணா என்று அழைத்து வந்தார்.

வர்ணம்-18

கிருபாராஜன் பிரசவம் முடிந்து வீட்டிற்கு சென்றவன் அடுத்த நாள் மீண்டும் தன் மனைவியை பார்க்க மருத்துவமனை சென்றான். அந்த நிலையிலும் தன் அம்மாவின் பேச்சைக் கேட்டு தன் மனைவியை திட்டி விட்டு சென்றான்.

வைஷ்ணவி தனக்கு இரண்டாவது பிறந்த மகளுக்கு வாங்கிய பால் கொடுக்கும் பாட்டிலை அப்படியே பிரிக்காமல் வைத்திருந்ததாள். அதை எடுத்துக்கொண்டு வந்து தன் நாத்தனாரிடம் கொடுத்து இதில் குழந்தைக்கு பால் கொடுக்கும்படி கூறினார் .இதை பார்த்த வரலட்சுமி தன் மகனிடம் ஒன்றுக்கு இரண்டாக பத்த வைத்தார்.

அதை கேட்ட அம்மாவின் பேச்சை மீறாத கிருபராஜன் தன் மனைவியை திட்டியவர்," என்ன நினைச்சுட்டு இருக்காங்க உங்க வீட்ல ஒரு பால்

பாட்டில் கூட வாங்க முடியாதா..? பழைய பாட்டில் கொண்டு வந்து கொடுப்பாங்களா..? உங்க அம்மா ஓவரா ஆடறாங்க .ஒரு நாளைக்கு உங்க அம்மாவுக்கு பேய் ஓட்டினா தான் சரிவரும்.." என்று கத்துவிட்டு சென்றார்.

மருமகன் தன் மகளை பார்க்க வந்ததால் சரோஜாதேவி எழுந்து வெளியே சென்று விட்டார்.

கிருப ராஜன் கிளம்பியதும் சரோஜாதேவி வர வானதி தேவி அழுது கொண்டு படுத்திருந்தாள்.

அதைப் பார்த்து அதிர்ச்சி அடைந்த சரோஜாதேவி," வானதி இப்போ எதுக்கு அழற.. பிள்ள பெத்து ஒரு நாள் கூட ஆகல. இப்படி அழுதா ஜன்னி வச்சிடும். என்ன நடந்தது சொல்லு.." என்றார்.

தன் அம்மாவை பற்றி தன் கணவன் கூறியதை மறைத்தவள் பாட்டில் விஷயத்தை மட்டும் கூற,,"உன் புருஷன் திருந்தவே மாட்டான் .."என்றவர் தன் மகன் வரும்பொழுது புதிய பாட்டில் வாங்கி வரச் சொன்னார்..

சரோஜாதேவி தன் தங்கை மாலதியின் மகள் மஞ்சள் நீருக்கு செல்ல வேண்டும் என்பதால் இன்று ஒரு நாள் மட்டும் வானதி தேவியின் மாமியாரை வானதி தேவிக்கு பாதுகாப்பாக விட்டு விட்டு சென்றார்.

வரலட்சுமி தன் பேரனை பார்த்துக் கொள்வதற்குள் வானதி தேவியை அவ்வளவு பாடாய்படுத்தினார் . குழந்தை பெற்றவள் என்று கூட பார்க்காமல் குழந்தையை தூக்கி அவளின் கையில் கொடுக்க கூட செய்யாமல் அப்படியே அமர்ந்திருந்தார் .அனைத்தையுமே படுக்கையில் இருந்து எழுந்து வந்து வானதி தேவியே செய்தாள்.

அங்கிருந்த அனைவருமே வரலட்சுமியின் இந்த செயலை பார்த்தவர்கள் முகம் சுளித்தனர். சரோஜாதேவி தன் மகளை அப்படி தாங்கினார் அதையும் அவர்கள் பார்த்துக் கொண்டு தானே இருந்தனர்..

சரோஜாதேவி வருவதற்குள் ,"உங்க அம்மா இன்னும் என்ன பண்றாங்க நான் எவ்வளவு நேரம் இங்கே உட்கார்ந்து இருக்க முடியும் ..."என்று அதற்கும் வானதி தேவியை திட்டிக் கொண்டே இருந்தார் வரலட்சுமி.

அது மட்டும் இல்லாமல் வரலட்சுமி தன் பேரனுக்கு தலையின் ஏற்பட்ட காயத்தை காண்பிக்க மருத்துவர் கூறியதையும் மீறி வேறு ஒரு மருத்துவமனைக்கு அழைத்துச் சென்றார்.

மருத்துவர் காலையில் வந்தவர் குழந்தையை காணாததால் வானதி தேவியிடம் என்னவென்று கேட்க வானதி தேவி அழுது கொண்டே விஷயத்தை கூறினாள். அதில் கோபப்பட்ட மருத்துவர் வானதி தேவியை திட்டி விட்டு அங்கிருந்து சென்று விட்டார்.

வரலட்சுமி குழந்தையை அழைத்துச் சென்றவர் மருத்துவர் இல்லாததால் மீண்டும் இதே மருத்துவமனைக்கு வந்து விட்டார்.. சரோஜாதேவி வரவும் வரலட்சுமி அழுது கொண்டிருக்க என்ன நடந்தது என்று சரோஜாதேவி கேட்டார்.

வானதி தேவி அனைத்தையும் கூற அதில் கோபம் கொண்ட சரோஜாதேவி வரலட்சுமி வந்தவுடன் ,"ஏன் இப்படி பண்ணிங்க. குழந்தையை எதுக்காக வெளியே அழைச்சிட்டு போனீங்க.." என்று சத்தம் போட்டார்.

"என் பேரனை நான் எங்க வேணா அழைச்சிட்டு போவேன். அதைக் கேட்க நீங்க யார் ..?"என்றவர் அங்கிருந்து ஒரு நொடியும் தாமதிக்காமல் வீட்டிற்கு சென்று விட்டார் வரலட்சுமி.

இவங்களுக்கு மருமகளையும் ,பேரனையும் பார்த்துக்க முடியாதாம். ஆனா என் பேரன் சொல்லி மட்டும் உரிமை கொண்டாடுவாங்களா.ம் இது என்னங்க நியாயம்..?

பிறகு சரோஜாதேவி மருத்துவரிடம் மன்னிப்பு கேட்க ,"அவங்க செய்த தவறுக்கு நீங்க ஏன்மா மன்னிப்பு கேட்கறீங்க.. நான்தான் குழந்தைக்கு எந்த ஆபத்தும் இல்லை சொல்லி இருந்தேனே..? பிறகு என்னை நம்பாம அவங்க எதுக்கு இப்படி பண்றாங்க .நீங்க உங்க பெரிய பொண்ணுக்கு மட்டுமில்லாம உங்க ஓரகத்தி பொண்ணுங்க எத்தனை பேரை என்கிட்ட பிரசவத்துக்கு அழைச்சிட்டு வந்தீங்க ..நம்பிக்கை இருக்கவே தானே வந்தீங்க .அந்த நம்பிக்கை ஏன் அந்த அம்மாவுக்கு வரல சரி விடுங்க..." என்று கூறினார்.

குழந்தை பிறந்து அம்மா வீட்டுக்கு வானதி தேவி சென்றவள் அவ்வளவு மகிழ்ச்சியாக நாட்களைக் கடத்தினாள். மூன்று மாதங்களுக்குப் பிறகு ,"ஒரு நாள் கூட குழந்தையை அங்கு விட்டு வைக்க மாட்டேன்.." என்ற வரலட்சுமி தன் மருமகளை மூன்றாவது மாதம் முடிந்தவுடன் தன் வீட்டிற்கு அழைத்து வந்தார்.

வந்ததிலிருந்து பெண்ணவளுக்கு மீண்டும் எப்பொழுதும் போல் வேலையே சரியாக இருந்தது.

வானதி தேவி மாமியார் வீட்டுக்கு வந்தவளுக்கு தொடர்ந்து வேலை இருந்து கொண்டே இருந்தது .அதில் குழந்தையையும் சேர்த்து கவனிக்க வேண்டும்.. குழந்தைக்கு செய்ய வேண்டிய அனைத்தையும் செய்ததும் வரலட்சுமி தன் பேரனை தன் பக்கத்திலேயே வைத்துக் கொண்டார்.

அதைவிட கொடுமை பால் கொடுக்கும் நேரம் மட்டும்தான் குழந்தை வானதி தேவியிடம் இருப்பான் .மற்ற நேரம் முழுவதும் வரலட்சுமி குழந்தையை தன் பக்கத்தில் படுக்க வைத்துக் கொண்டும், குழந்தைக்கான துணிமணிகளை தன் அறையில் வைத்துக் கொண்டும் அவனை எப்பொழுதும் கையில் வைத்து கொஞ்சிக் கொண்டுமே இருப்பார்.

குழந்தையை வானதி தேவி பால் கொடுக்கும் நேரம் தவிர மற்ற நேரத்தில் கேட்டால் கொடுக்கவே மாட்டார் வரலட்சுமி.

வானதி தேவி இதை தன் கணவனிடம் சொல்லி அழுதும் பிரயோஜனம் இல்லை.

பெற்றவளுக்கு தன் பிள்ளையை பார்த்துக் கொள்ள தெரியாதா என்ன?மாமியார், அம்மா இருவருமே புதிதாக குழந்தை பெற்ற பெண்ணுக்கு

குழந்தையை வளர்க்கும் முறையை சொல்லிக் கொடுப்பார்களேத் தவிர பெத்த தாயிடம் கூட குழந்தையை கொடுக்காமல் இருக்க மாட்டார்கள்..ஆனால் வரலட்சுமி அளவுக்கு அதிகமாக நடந்து கொண்டார் என்று தான் சொல்ல வேண்டும்.

தன் பிள்ளையை குழந்தை பருவத்தில் அவன் இருக்கும் பொழுது தான் அவ்வளவாக தூக்கிக் கொஞ்சவில்லையே ?அவனுடன் நேரம் செலவழிக்க முடியவில்லையே..? என்று இன்று அளவிலும் வானதி தேவி அதை நினைத்து வருத்தப்பட்டுக் கொண்டுதான் இருக்கிறார்.

தன் மகள் வயிற்றுப் பேரனுக்கு அனைத்தையும் செய்ய மட்டுமே வானதி தேவியை அனுமதித்தார் வரலட்சுமி .அவனுக்கு தேவையானது அனைத்தையும் வானதி தேவி தான் செய்ய வேண்டும் .அத்துடன் தன் பெத்த பிள்ளைக்கு பால் கொடுக்க மட்டும் செய்ய வேண்டும் .இது எந்த விதத்தில் நியாயம் இவ்வளவு கொடுமையை அனுபவித்த வானதி தேவி அனைத்தையும் பொறுத்துக் கொண்டு அமைதியாக தான் இருந்தார்.

வானதி தேவி கருத்தரித்ததால் அந்த சித்த மருந்தை நிறுத்தினாள். இப்பொழுது குழந்தை பிறந்து விட்ட நிலையில் மீண்டும் தன் மாமனார் கூறியதால் அந்த மருத்துவமனைக்கு சென்று வந்தாள்.. அவர்களோ," இந்த மருந்து சாப்பிடுவதால் குழந்தைக்கு எதுவும் ஆகாது. நீங்க தாராளமா பால் கொடுக்கலாம் தப்பில்லை .."என்று கூறினர்.

குழந்தை பிறந்து ஐந்தாவது மாதம் மீண்டும் சென்று மருந்து எடுத்துகொண்டவள் தன் குழந்தைக்கு பால் கொடுக்க குழந்தைக்கு அது சேராமல் சீதபேதி ஆனது.

இந்த நிலையில் பால் கொடுக்க வேண்டாம் என்று பெரியவர்கள் கூறிவிட்டனர். வானதி தேவிக்கு பால் கட்டிக்கொண்டு அவதிப்பட்டாள். அதை கேள்விப்பட்ட சரோஜாதேவி தன் மகளை வந்து பார்த்தார்.

"அம்மா என்னால வலித் தாங்க முடியல ..ப்ளீஸ்மா நான் வீட்டுக்கு வந்துட்றேன் .என்னை அழைச்சிட்டு போங்க .."என்று அழுதாள் வானதி தேவி.

பெண்ணவள் அந்த நிலையிலும் வேலை செய்ய வேண்டும் ஏற்கனவே வேலை அதிகம் .இந்த லட்சணத்தில் கிருபராஜன் சபரிமலைக்கு மாலை போட்டிருந்ததால் வேலை அதிகமாக இருக்க வானதி தேவி சோர்ந்து தான் போனாள்.

சரோஜாதேவி ,"அண்ணி நான் வானதி தேவியை ஊருக்கு அழைச்சிட்டு போறேன். ஒரு நான்கு நாள் கழித்து திரும்பக் கொண்டு வந்து விடறேன் .."என்று கேட்டார்.

"அதெல்லாம் முடியாது நானே பார்த்துக்கறேன். நீங்க கிளம்புங்க..." என்று சரோஜாதேவியை அனுப்பி வைக்க அவரும் கோபத்துடன் எதுவும் செய்ய இயலாதவராய் தன் வீட்டிற்கு கிளம்பினார்.

கிருப ராஜன் மாலை அலுவலகம் விட்டு வர தன் மனைவி படுத்துக் கொண்டிருந்தவள் சிறிது நேரத்தில் வாந்தி எடுக்க அதை பார்த்து அனைவரும் பயந்தனர்.

கணபதி ,"இங்க பாரு கிருபா அந்த பொண்ணுக்கு உடம்பு முடியாததால் தான் படுத்துட்டு இருக்கா.. அவளை நாம அவங்க அம்மா வீட்டுக்கு அனுப்பி வைக்கலாம் ..இரண்டு நாள் ஓய்வெடுத்தா எல்லாம் சரியா போயிடும்... வேலை செய்துகொண்டே இருக்கிற பொண்ணு இப்படி படுத்து இருக்கானா ..அவளுக்கு உண்மையில் உடம்பு முடியல போல இருக்கு டா..." என்றார்.

தன் கணவர் கூறியதை கேட்ட வரலட்சுமி உடனே திட்டம் தீட்ட ஆரம்பித்தார் .மருமகள் சென்றுவிட்டால் வீட்டு வேலையை யார் கவனிப்பது என்று நினைத்தவர் ,"நீங்க அவசரப்படாதீங்க கொஞ்சம் அமைதியா இருங்க நான் பாத்துக்கறேன் .."என்றவர் அங்கிருந்து மூன்று தெரு தள்ளியுள்ள மருத்துவமனைக்குச் சென்று ஊசி போட்டால் அடுத்த குழந்தைக்கு பால் கிடைக்குமா என்று விசாரித்து விட்டு வந்தார்.

பிறகு தன் மருமகளை அழைத்துக் கொண்டு நடந்தே மருத்துவமனை சென்றார்

ஏற்கனவே வலியை அனுபவித்தவள் நடந்து செல்வதில் அவளுக்கு உடல் மீண்டும் பலவீனமாக காய்ச்சலில் அவதிப்பட்டவள் அங்கு சென்று சிகிச்சை முடிந்து திரும்ப வீட்டுக்கு வந்து கொண்டிருந்தனர். அப்பொழுது வரலட்சுமி கூறியதை கேட்டவளுக்கு கோபமும் , அழுகையும் தான் வந்தது.

"இங்க பாரு வானதி இதுதான் சாக்குனு சொல்லி போய் மறுபடியும் தூங்கிடாத.. போய் இட்லி ஊத்தி சட்னி அரைச்சிடு புரியுதா.." என்றார்.

தன் மாமியாரை பார்தத வானதிக்கு ,"இவர் என்ன ஜென்மமோ..?" என்று தான் தோன்றியது வேற வழி இல்லாமல் வீட்டுக்கு வந்து தன் வேலைகளை முடித்தவள் படுத்து உறங்கினாள்.

இந்த அநியாயத்தை மாமனாரும் கேட்கவில்லை .கட்டின கணவனும் கேட்கவில்லை.

சித்த மருந்து சாப்பிடுவதால் அது பசும்பாலில் தான் சாப்பிட வேண்டும் என்று மருத்துவர் கூறி இருந்தார்

,சரோஜாதேவி தன் வீட்டில் அவ்வளவு மாடு இருக்க தன் பெண் எதற்கு காசு கொடுத்து வாங்க வேண்டும் என்று நினைத்தவர் தினமும் அரை லிட்டர் பசும்பாலை தன் வீட்டிற்கு பால்கரக்க வருபவரிடம் தன் மகளுக்கு கொடுத்து அனுப்பினார்.

பால்காரர் அந்தப் பாலை சரோஜாதேவியின் தங்கை ராகவி வீட்டில் கொடுத்துவிட ராகவி விடு வானதி தேவியின் வீட்டிலிருந்து மிகவும் அருகில் என்பதால் வரலட்சுமியின் பேரன் தினமும் அந்த பாலை வாங்கி வருவான்.

கிருபராஜன் அன்று தாமதமாக அலுவலகம் சென்றதால் தன் கணவ-ருக்கு பால் காய்ச்சி கொடுத்தாள் வானதி தேவி.

அரை லிட்டர் பாலில் இவள் மிகவும் கம்மியாக எடுத்துக்கொண்டு மீதி பாலை தன் மாமியாரிடம் கொடுத்து விடுவாள் இது தினமும் நடப்பதே.

வானதி தேவிக்கு டீ ,காபி குடிப்பது என்பது பிடிக்கவே பிடிக்காது .அதனால் சரோஜாதேவி ,"அண்ணி அவ மருந்துக்கு மட்டும் பால் எடுத்-துட்டு தருவா.. மீதியை நீங்க உபயோகப்படுத்திக்கோங்க ..."என்று சொல்லி இருந்தார்.

தன் மகனுக்கு மருமகள் பால் காய்ச்சி கொடுப்பதை பார்த்து கோபம் கொண்ட வரலட்சுமி தன்மகன் அங்கிருந்து கிளம்பும் வரை அமைதி காத்த-வர் அவர் கிளம்பியதும் ," வானதி நீ என்ன நினைச்சுட்டு இருக்க ,இப்போ எதுக்காக அவனுக்கு பாலை காய்ச்சி கொடுத்த நீ,அவன் டிபன் சாப்பிட்-டானே அது போதாதா..? ஏன் இப்படி பண்ண சொல்லு.." என்று சத்தம் போட்டார்.

சத்தத்தைக் கேட்டு உள்ளே வந்த கணபதி," ஏன்டி இப்படி கத்தற .."என்று தன் மனைவியை கடிந்து கொண்டார்.

"ஏங்க நான் அந்த பாலை காய்ச்சி குடிச்சிடுவேன்னு சொல்லி இந்த பொண்ணு அவன் புருஷனுக்கு பாலை காய்ச்சி கொடுத்துட்டாங்க .இது என்ன அநியாயம் அதைக் கேட்டா நீங்க என்ன திட்றீங்களா..?"

"இதெல்லாம் ஒரு பிரச்சனையாடி அவளோட புருஷனுக்கு தானே காய்ச்சி கொடுத்தா ..?அது அவங்க அம்மா வீட்டில் இருந்து வந்த பால் தானே..? இதுக்கு ஏன்டி இப்படி பிரச்சனை பண்ற.. என்றவர் வானதி என்ன நடந்தது சொல்லுமா..? "என்று கேட்டார்.

"மாமா அத்தை காலையில் டீ போட்டு குடிச்சிட்டாங்க .நான் மருந்துக்கு எடுத்துக்கிட்டு அவர் இன்னைக்கு ஆபீஸ்க்கு லேட்டா போறாரு.. அதிலும் அவர் டிபன் சரியா சாப்பிடவே இல்ல. அதுக்காக அவருக்கு கொஞ்சமா தான் காய்ச்சி கொடுத்தேன். மீதி பால் இருக்கு மாமா.." என்று அழுது கொண்டே கூறினாள் வானதி தேவி.

வரலட்சுமி தன் சம்மந்தி வீட்டிலிருந்து வரும் பாலை காலையில் டீ போட்டு குடித்து மீண்டும் பத்து மணிக்கு ஒரு முறை காபி போட்டு குடிப்பார்.

"சரிமா அந்த பாலை எடுத்துட்டு வா.." என்றார் கணபதி.

அவளும் எடுத்து வந்து கொடுத்தாள்.கணபதி பாலை

ஒரு பெரிய தம்ளரில் அதை ஊற்ற அது நிறைய இருந்தது. அதைப் பார்த்து கோபப்பட்ட கணபதி ,"ஏன்டி உன் குடலுக்கு இந்த பால் போதாதா..? காலையில ஒரு டீ உடனே பத்து மணிக்கு ஒரு காபி தினமும் இப்படித்தானே குடிக்கிற.. இந்த பாலே உனக்கு அதிகம். ஏன்டி இப்படி பண்ற.

நீ இருக்கிற வீட்ல இந்த பிள்ளையால நிம்மதியா வாழ முடியாது. அவளை நீ வாழ விடவே மாட்ட உடனடியா இங்க இருந்து கிளம்பு .."என்றார் கணபதி.

"ஓஹோ அப்படியா மருமகளுக்காக என்னை வீட்டை விட்டு போக சொல்றியா நீ . என்னுடைய தோடு அடமானம் வச்சியே .அதை முதல்ல மூட்டு கொடு நான் கிளம்பறேன்.." என்றார் வரலட்சுமி.

உடனே இவரும் தன் மருமகளின் ஜிமிக்கியை எடுத்துக்கொண்டு சென்றவர் அதை அடமானம் வைத்து பிறகு அதிலிருந்து வந்த பணத்தில் தன் மனைவியின் தோடை மூட்டு கொண்டு வந்து கொடுக்க அதை வாங்கிக்கொண்ட வரலட்சுமி தன் அக்கா வீட்டிற்கு பயணமானார்.

வர்ணம் -19

சரோஜாதேவி தன் தங்கை ராகவி மகளின் வீட்டு விசேஷத்திற்கு வெளியூர் செல்வதால் இன்று ஒரு நாள் மட்டும் தனது பேத்தி வினோதினி தேவியை கணபதி அவரிடம் சொல்லி பள்ளியிலிருந்து அழைத்து வர சொல்லியவர் தனது தங்கையின் வீட்டுக்கு சென்றார்.

வினோதினி தேவி சிறிய குழந்தை என்பதால் பள்ளியில் இருந்து அழைத்து வர தினமும் கிராமத்தில் இருந்து யாராவது ஒருவர் வந்து அவளை அழைத்துச் செல்ல பெரியவன் வினித் ராஜன் எப்பொழுதும் போல பள்ளி வாகனத்தில் வந்து விடுவான்.

கணபதி வினோதினி தேவியை அழைத்துக்கொண்டு வந்து வீட்டில் விட்டவர் வெளியே சென்று விட்டார்.

தன் மாமியார் வீட்டை விட்டு கிளம்பியதை நினைத்த வானதி தேவி அழுது கொண்டிருந்தாள். அப்பொழுது பக்கத்து வீட்டில் உள்ள வானதி தேவியின் மீது அக்கறை கொண்ட பெண்மணி, "என்ன வானதி நடந்தது இப்போ எதுக்கு அழுதுகிட்டு இருக்க..?"என்று கேட்டார்.

வானதி தேவி நடந்த அனைத்தையும் அவரிடம் சொல்லி முடித்தாள்.

அந்தப் பெண்மணி," உங்க மாமியாரை கடைசி வரை திருத்தவே முடியாது வானதி. இப்போ நீ அழுதுகிட்டு இருந்தா எப்பவும் அழுதுட்டே தான் இருக்கனும் .விட்டுட்டு வேலைய பாரு .அந்த அம்மாவால் வேற எங்கேயும் வாழ முடியாது .உன்னை மாதிரி யாரும் பார்த்து பார்த்து செய்ய மாட்டாங்க கவலைப்படாத.." என்றார்.

வானதி தேவி அனைத்தையும் சொல்லி முடித்தவள் தன் அண்ணன் மகளுக்கு சாப்பிட கொடுக்கலாம் என்று பிள்ளையை பார்க்க பிள்ளை அங்கே இல்லை

ஏற்கனவே மனம் வேதனையில் இருந்தவளுக்கு இது பெரும் சோதனையாக அமைந்தது.

"அச்சோ அம்மா என் அண்ணன் மகளை காணோம் .."என்று அவள் அழ..

"என்னம்மா குழந்தை இங்க தானே இருந்தது நாம ரெண்டு பேரும் பேசிக்கிட்டு இருந்ததால கவனிக்கல

.." என்று அந்த பெண்மணியும் பதறினார். அப்பொழுது வெளியே சென்று வந்த கணபதி வீட்டிற்குள் நுழைய அவரிடம் விஷயத்தை கூறியதும் அவர் ஒரு புறம் குழந்தையைத் தேடிச் சென்றார்.

அந்தப் பெண்மணியின் மகனை அழைத்த வானதி தேவி அவரிடம் தன் சித்தியின் விலாசத்தை கூறியவர் தன் அம்மாவிடம் செய்தி சொல்ல சொல்லி அனுப்பினாள்.

அவரும் அங்கே சென்று சொல்ல அப்போதுதான் கிளம்ப தயாராக இருந்தவர்கள் இந்த செய்தியை கேட்டதும் அனைவரும் பதறினர்

அனைவரும் குழந்தையை தேடி ஆளுக்கு ஒரு புறம் சென்றனர். சரோஜாதேவி அங்கிருந்து வேகமாக கிளம்பியவர் குழந்தையை தேடிக் கொண்டிருக்க அங்கே ஓரிடத்தில் கூட்டம் அதிகமாக நின்று கொண்டிருந்தது.

அதைப் பார்த்த சரோஜாதேவி சந்தேகத்துடன் அங்கே செல்ல வினோதினி தேவி அழகாக சிரித்துக்கொண்டு எந்த பயமும் இன்றி நின்றிருந்தாள்.

அங்கிருந்த அனைவருக்கும் அவளை பார்க்கும் போது ஆச்சரியம் தான் இந்த இடத்தில் வேறு ஒரு குழந்தையாக இருந்திருந்தால் கண்டிப்பாக அழுது கொண்டிருக்கும் என்று நினைத்தவர்கள் அந்த குழந்தையிடம் விசாரித்துக் கொண்டிருந்தனர்.

சரோஜாதேவி கூட்டத்தை விளக்கி தன் பேத்தி அங்கு இருப்பதை பார்த்தவர் அவளை தூக்கி கொஞ்சி குழந்தையை உச்சி முகர்ந்தார். கண்கள் கலங்கி நின்றிருந்தவரை பார்த்த குழந்தை சிரித்துக்கொண்டிருந்தது.

பிறகு அங்கிருந்தவர்களுக்கு நன்றி கூறியவர் குழந்தையை அழைத்துக் கொண்டு வந்து தன் மகள் வீட்டில் விட்டுவிட்டு அவர் ஊருக்கு கிளம்பி விட்டார்.

வானதி தேவி தன் அம்மா ஊருக்கு கிளம்புவதால் அவரிடம் எதுவும் கூறாமல் மறைத்து விட்டாள்.

பதினைந்து நாட்கள் வரலட்சுமி அங்கே தங்கி இருந்தார்

அந்த பதினைந்து நாட்களும் கிருப ராஜன் தன் மனைவியிடம் மிகவும் அன்பாக ஒரு சராசரி கணவனாக நடந்து கொண்டான். குழந்தை பிறந்து ஐந்து மாதம் ஆன நிலையில் அப்போதுதான் வீடு கட்ட வேண்டும் என்று நினைத்த கிருப ராஜன் குடும்பத்தினர் வரலட்சுமி கோபித்துக் கொண்டு போகும் ஒரு வாரம் முன் தான் வீட்டு வேலையை ஆரம்பித்தனர்..

வீடு கட்டுவதால் வீட்டில் அவ்வளவு வேலை இருக்கும் தானே..? இந்த நிலையில்தான் தன் மருமகளை தனியாக விட்டுவிட்டு தன் அக்கா வீட்டிற்கு மனசாட்சியே இல்லாமல் சென்றிருந்தார் வரலட்சுமி.

வேலைகள் நடந்து கொண்டிருக்க வானதி தேவி குழந்தையையும் பார்த்துக்கொண்டு வீட்டில் வேலை செய்பவர்களுக்கு சமைத்துக் கொடுக்க வேண்டும் .அதை எடுத்துக் கொண்டு கணபதி வீடு கட்டும் இடத்திற்கு சென்று விடுவார்.

ஒருநாள் ஞாயிற்றுக்கிழமை தொலைக்காட்சியில் சிந்து பைரவி படம் போடுவதால் வானதி தேவி தன் அதற்குள் சமைத்து விடலாம் என்று அனைத்து சமையலையும் முடித்துவிட்டு வந்து அமர சரியாக ஆட்டோ வர சத்தம் கேட்டது. யார் என்று பார்க்க வரலட்சுமியும் அவரின் அக்காவின் பெரிய மகள் கனகாவும் வந்திருந்தனர்.

வரலட்சுமி தன் அக்கா வீட்டிற்கு சென்ற இடத்தில் அமைதியாக இல்லாமல் அவரின் அக்காவின் மருமகள்களை அதிகாரம் செய்தாள்.. உட்கார்ந்த இடத்திலிருந்து அவருக்கு அனைத்தையும் கொண்டு வந்து கொடுக்க அவர்கள் என்ன வானதி தேவியா..? சென்னையில் தண்ணீர் பற்றாக்குறை இருக்கும் இடத்தில் அவர்கள் வசித்து வந்ததால் இவர் இஷ்டத்துக்கும் இங்கே ஆள்வது போல அங்கேயும் தண்ணீரை அளவுக்கு அதிகமாக செலவழிக்க அதை அக்கா மருமகள் ,"ஏன் இப்படி பண்றிங்க.." என்று கேட்க அங்கே ஆரம்பித்தது பிரச்சனை..

"என்ன நீ ரொம்ப அதிகாரம் பண்ற தண்ணியை செலவழிக்கிறதுக்கு இப்படி பேசற.." என்று அவரிடம் வரலட்சுமி சண்டைக்கு போனார்.

அதை பார்த்த வரலட்சுமி அக்கா இவள் நாம இங்கே தங்குவதற்கும் சேர்த்து ஆப்பு வச்சிடுவா போலவே என்று நினைத்தவர் தன் தங்கையை அதட்டி சமாதானப்படுத்தினார்.

அடுத்த மருமகளிடம் அவளின் சமையலை குறை சொல்லும் விதமாக சட்னியில் காரமில்லை ,உப்பு இல்லை என்று தேவையில்லாமல் பேச அதில் பிரச்சனை அதிகமாக வரலட்சுமி அங்கிருந்து கோபித்துக் கொண்டு கிளம்பி விட்டார்.

வானதி தேவி ,"வாங்காத்த ,அண்ணி வாங்க எப்படி இருக்கீங்க ?பசங்க எப்படி இருக்காங்க ?ஏன்நீங்க மட்டும் வந்து இருக்கீங்க அண்ணா வரலையா..?"என்று கேட்டாள்.

கனகா," ஆமா நீ செய்து வச்சிருக்க வேலைக்கு உங்க அண்ணா எப்படி வருவார் ..வந்தா மட்டும் என்ன செய்ய போற ,வழி விடு .."என்று முகம் சுளித்து உள்ளே சென்றார் கனகா.

நல்லா கேட்டுக்கோங்க இதுக்கே அவங்க சொந்த நாத்தனார் கூட இல்லைங்க பெரிய மாமியாரின் மகள்.

அப்போதுதான் கண்ணன் விளையாடிவிட்டு வர அவனிடம் காசு கொடுத்த வரலட்சுமி ,"அதுகிட்ட முட்டை வாங்கிட்டு வந்து கொடுத்து பொறிக்க சொல்லு .."என்றார்.

அது என்னங்க அது கிட்ட அந்த பொண்ணு ஆடா, இல்ல மாடா.? சொல்லுங்க..யாரும் தன்னைக் கேட்க ஆளில்லை என்ற தைரியத்தில் அப்பொழுது வரலட்சுமி ரொம்ப ஓவரா ஆட்டம் போட்டாங்க..

அதையும் வானதி தேவி சமைத்து வைத்தாள்.

அன்று ஞாயிற்றுக்கிழமை கிருபராஜனுக்கு விடுமுறை என்பதால் அவன் வீட்டு வேலை செய்யும் இடத்தில் இருந்தவன் மதியம் உணவுக்காக வீட்டுக்கு வந்தான் .தன் அக்கா ,அம்மாவை வரவேற்றவன் அவர்களிடம் பேசிக் கொண்டிருந்தான்.

கனகா , ஏன்டா ராஜா நீ என்னடா இப்படி மாறிட்ட ,வர வர பொண்டாட்டி பேச்சை கேட்டுட்டு ஓவரா ஆடற போல..பொண்டாட்டி வந்துட்டா அம்மாவ மறந்துடுவியா என்ன? இதை நான் உன்கிட்ட இருந்து எதிர்பார்க்கல டா .."என்றார்.

வரலட்சுமி," இங்கே பாருடா நான் அவளுக்கு மாமியார் .என்னை இதுவரை ஒரு வார்த்தை அத்தை என்று அவ சொன்னதில்ல... உன் பொண்டாட்டி நான் உட்கார சொன்னா உட்காரனும் .எழுந்திருக்க சொன்னா எழுந்திருக்கனும். இங்கே இருக்க பொருளை எடுத்து அங்க வைக்க சொன்னா வைக்கனும் .துவைத்த துணியை மீண்டும் துவைக்க சொன்னா துவைக்கனும் ..இதெல்லாம் செய்துதான் ஆகனும் டா.

எங்க அம்மா சொல்றத நீ கேட்டா தான் இங்க வாழ முடியும்னு உன் பொண்டாட்டிக்கு எடுத்து சொல்லு ,அதை விட்டுட்டு அவ பேச்சைக் கேட்டுட்டு ஆடாத .."என்றார்.

இவர்கள் இருவரும் சத்தமாக பேச அங்கே வானதி தேவிக்கு உடலில் நடுக்கம் ஏற்பட அழுக்கு பாத்திரம் என்று கூட பாராமல் அதில் இருந்த தண்ணீரில் எலிபாய்சானம் மருந்து எடுத்து அதில் கலந்தவள் குடித்து விட்டாள்.

கிருபராஜன் தன் அக்கா, அம்மாவின் பேச்சைக் கேட்டு தன் மனைவியை விசாரிப்பதற்காக ,"வானதி தேவி இங்க வா .."என்றதும் அவளோ சமையலறையில் இருந்து வெளியில் வந்தவள் அந்த மருந்தின் நெடி தாங்காமல் இருமிக் கொண்டே வந்தாள்.

கிருபராஜன்,"என்ன ஆச்சு எதுக்கு இப்போ இரும்பிட்டே வர நீ.."

"நான் எலிமருந்து சாப்பிட்டேன்.." என்று அவர்களின் தலையில் இடியை இறக்கினாள் வானதி தேவி. அதில் அனைவரும் அலற அவளின் நாத்தனார்," ஐயோ போச்சே டேய் தம்பி இந்த பொண்ணு என்ன டா இப்படி ஒரு காரியம் பண்ணிட்டா ..என்ன பொண்ணு இவ , நம்ம எல்லாரையும் ஜெயில்ல உட்கார வைக்காம விடமாட்டா போலவே.. டேய் தம்பி என்னடா அப்படியே நிக்கிற சைக்கிள் ரிக்ஷாவை கூப்பிடு டா .."என்று அழுது புலம்பினார்.

கிருப ராஜன் சைக்கிளை எடுத்துக்கொண்டு பதட்டமாகச் சென்றவன் ஆட்டோ ரிக்ஷாவை அழைத்துக்கொண்டு வந்தான்.

அதில் வானதி தேவியை அழைத்துக்கொண்டு மருத்துவமனை சென்றனர். செல்லும் வழியில் அவளின் நாத்தனார் ,"அம்மாடி வானதி உன்னை பத்தி எனக்கு தெரியாதம்மா ..ஏன் மா இப்படி பண்ண ..என்கிட்ட ஒரு வார்த்தை சொல்லி இருக்கக் கூடாதா..?" என்று நீலிக் கண்ணீர் வடித்து அப்படியே மாற்றிப் பேசினார்.

பக்கத்தில் உள்ள மருத்துவமனைக்கு அழைத்துச் செல்ல அங்கு இருந்த சரோஜாதேவியின் குடும்ப மருத்துவர் ,"என்ன நடந்தது கிருபராஜன். எதுக்கு அவ பாய்சன் சாப்பிட்டா.."என்று கேட்டார்.

"எனக்கும் ,அவளுக்கும் சண்டை சார் .."என்று சமாளித்து விட்டான் கிருபராஜன் .மாமியார், மருமகள் சண்டை என்று சொன்னால் அது போலீஸ் கேஸ் ஆகுமே தன் அம்மாவை காப்பாற்றுகிறாராம்..??

உடனே அந்த மருத்துவர் இவளை பொது மருத்துவமனைக்கு அழைத்துச் செல்லும்படி கூற அப்படியே செய்தனர்.

இந்தச் செய்தி வீடு கட்டும் இடத்தில் இருந்த கணபதிக்கும் தெரிய வர அவரும் மருத்துவமனை விரைந்தார்.

வானதி தேவியின் பெரிய மாமியார் தன் சிறிய மகள் வீட்டுக்கு வந்திருக்க அவர்களுக்கும் செய்தி பரவ அவர்களும் மருத்துவமனை சென்றனர்.

வரலட்சுமியின் தம்பி வடிவேலை வீட்டு வேலை செய்ய, ஆட்களுக்கு சாப்பாடு எடுத்துக் கொண்டு செல்ல , மற்ற வேலைகளை கவனிக்க என்று இங்கே வரவழைத்து இருந்தார் கணபதி..

வடிவேலை வரதராஜன் குடும்பத்திற்கு செய்தி சொல்லும் படி கணபதி கூறினார்.

அப்பொழுது பேருந்து எப்போதாவது ஒரு தடவை வரும் என்பதால் வடிவேலு சைக்கிளை எடுத்துக் கொண்டு வரதராஜன் ஊருக்கு சென்றவர் விஷயத்தை தெரிவித்தார். அப்பொழுதுதான் வரதராஜன் வீட்டிற்கு வைஷ்ணவி அம்மா வந்திருக்க அனைவரும் அமர்ந்து சிந்து பைரவி படம் பார்த்துக் கொண்டிருந்தனர்.

விஷயத்தைக் கேள்விப்பட்டு அதிர்ந்த வரதராஜன் தன் பெரிய மகனை அழைத்தவர்," சங்கர் கிளம்பு டவுனுக்கு போகனும் .."என்றதும் ஏன் என்று கூட கேள்வி கேட்காமல் தன் அப்பா சொல்லியதும் வண்டியில் ஏறி உட்கார்ந்தான் சங்கர் ராஜன்.தன் தங்கை வீட்டில் வீடு கட்டும் வேலை நடப்பதால் அங்கு தான் அழைத்துச் செல்கிறார் என்று நினைத்தவன் தங்கை வீட்டை கடந்து வண்டி செல்லவும் ,"அப்பா என்னப்பா ஆச்சு எங்க போறோம் ..?என்று கேட்க...

வரதராஜன் எதுவும் கூறாமல் அமைதியாக வந்தவர் மருத்துவமனையில் வண்டியை நிறுத்தினார் ," குழந்தைக்கு உடம்பு சரியில்லையோ ..?"என்று

நினைத்து உள்ளே சென்றான் சங்கர் ராஜன்.

அங்கே வானதி தேவி படுத்திருந்த நிலையை பார்த்து வரதராஜன் ஒடுங்கியவர் ஓரமாக நின்று அழுது கொண்டிருந்தார்.

தன் தங்கையின் நிலையைப் பார்த்த சங்கரராஜன் கத்தி ஆர்ப்பாட்டம் செய்தான். தன் தங்கையிடம் சென்றவன் அவளை பார்த்து அழுது கொண்டு நின்றிருந்தான்.

மூக்கில் வாயில் டியூப் சொருகப்பட்டு இருக்க வானதி தேவி மயக்க நிலையில் படுத்திருந்தாள்.

வரதராஜன் அங்கு இருக்கும் எவரிடமும் எதுவும் பேசாமல் ,"சங்கர் சாயங்காலம் பாப்பாவ கார் வச்சு அழைச்சிட்டு வீட்டுக்கு அழைச்சிட்டு வந்துடு.." என்று அங்கிருந்து கிளம்பினார் .இவரின் இந்த செயல்தான் கணபதி குடும்பத்துக்கு பயத்தை கொடுத்தது.

சங்கராஜன் தன் தங்கையின் இந்த நிலையை பார்த்தவன் வேகமாக வெளியே வந்தவன் வரலட்சுமியை நெருங்கினான். வரலட்சுமி அக்கா சொர்ண லட்சுமி நடக்கவிருக்கும் விபரீதத்தை புரிந்து கொண்டவர் சங்கர் ராஜனை தடுத்தார்.

"என்ன நினைச்சிட்டு இருக்காங்க உங்க தங்கச்சி . என் தங்கச்சிக்கு ஏதாவது ஆச்சுன்னா உங்க குடும்பத்தையே உண்டு இல்லைன்னு பண்ணிடுவேன்.. என் பெரிய தங்கச்சி சினிமா தியேட்டர் கூப்பிட்டா .இந்த அம்மா அனுப்ப மாட்டேன்னு சொல்லுது ,இல்ல இதுவும் கூட வருது , ஒரு அக்கா தங்கச்சி தனியா சினிமாக்கு போக கூட உரிமை இல்லையா..?

உங்க வீட்டுக்கு மருமகளா வந்துட்டா அவ எங்களுக்கு வேற யாரோ வா மாறிடுவாளா..?

வயசானவங்களா லட்சணமா ஒரு நாளாவது இந்த அம்மா நடந்து இருக்கா..? என் தங்கச்சி எப்படி வளர்ந்தவ தெரியுமா அவளுக்கு ஏதாவது ஒன்னு ஆகட்டும் அப்புறம் இருக்கு உங்களுக்கு எல்லாம்.." என்று கத்தி ஆர்ப்பாட்டம் செய்தான்.

வர்ணம்-20

சங்கரஜன் ஒவ்வொரு முறையும் தன் தங்கையை பார்க்க போது போகும்போதெல்லாம் அவளின் முகம் அழுது வீங்கி இருப்பதை பார்த்தவன் அவளை வெளியே அழைத்து என்ன நடந்தது என்று கேட்பான்.

" ஒன்றும் இல்லை ஒன்றும் இல்லை .."என்று உண்மையை மறைத்து வந்தாள் வானதி.

கணபதி இதை பார்ப்பவர் ,"சங்கரராஜன் நம்ம வீட்டுக்கு வராமல் இருந்தாலே பிரச்சனை வராது .."என்று கூற ஆரம்பித்தார்.

இவர் மனைவியும்,பிள்ளையும் அந்த பொண்ண என்ன வேணா சொல்லுவாங்களாம். அத கூட பிறந்தவன் என்ன நடந்தது என்று கேட்க கூடாதா ம்இது என்னங்க நியாயம்.???

சொர்ண லட்சுமி வானதி தேவியின் பெரிய மாமியார்," இங்க பாருமா வானதி..யாரு என்ன கேட்டாலும் உண்மைய சொல்லாத மா... இன்னொரு விஷயம் நீ நம்ப வீட்டிலேயே இரு.. உங்க அம்மா வீட்டுக்கு போகாத .."என்று கூற வானதிதேவி எதுவும் கூறாமல் அமைதியாக இருந்தாள்.

இவரின் பெரிய மகள் கனகா வானதி தேவியை மருத்துவமனையில் விட்டு போனவர்தான் போனவருக்கு காய்ச்சலே வந்து விட்டது.

சங்கர் ராஜன் மாலை தன் தங்கையிடம் வந்தவன்,'என்ன நடந்தது..?' என்று கேட்க அனைத்தையும் சொல்லி அழுதாள் வானதி.

அதில் கடும் கோபம் கொண்டவன் சிறிது நேரம் கழித்து தன் தங்கையிடம் ,"வானதி வீட்டுக்கு போலாமா டா .இப்போ பரவாயில்லையா ..?"

வானதி தேவி," போலாம் அண்ணா .."என்றதும் கார் எடுத்து வரச் சொல்லியவன் வானதி தேவி வீட்டிற்கு சென்று அங்கே தன் பேரனை கையில் வைத்துக் கொண்டிருந்த வரலட்சுமியை முறைத்து விட்டு அவரிடம் இருந்து குழந்தையை பிடுங்கினான்.

பிறகு குழந்தையின் துணிமணிகளை எடுத்து வைத்தவன் தங்கையை அழைத்துக் கொண்டு ஊருக்கு சென்றான்.

கார் வந்து இறங்கவும் பக்கத்து வீட்டில் உள்ள கண்ணகி ,"சங்கரு என்னப்பா என்ன நடந்தது ... வானதி தேவியை கார்ல அழைச்சிட்டு வந்திருக்க..."என்று கேட்டார்.

"ஒன்னும் இல்லை பெரியம்மா சாப்பிட்டது ஒத்துக்கல , ஃபுட் பாய்சன் ஆகிடுச்சு .."என்று சமாளித்தான் சங்கர் ராஜன்.

வரதராஜன் வீட்டுக்குச் சென்றவர் தன் மனைவியும் வீட்டில் இல்லாத நிலையில் மருமகளிடமும் ,சம்மந்தியிடமும் தன் மகள் விஷம் சாப்பிட்டதை சொல்லவே இல்லை.

சரோஜாதேவி அடிக்கடி தன் பெரிய மகள் வீட்டிற்கு சென்று விடுவார் .வான்மதி தேவிக்கு மூன்று மகள் .அவள் பெரிய மகள் கிருத்திகா தேவி அடிக்கடி தன் பாட்டியை பார்க்க வேண்டும் என்று அடம் பிடிப்பதால் அங்கே சென்று விடுவார் அப்படித்தான் அந்த நேரமும் சென்றிருந்தார்.

கணபதி ,"டேய் கிருபா இந்த குட்டி அதான் உன் மனைவி என்ன வேலை பண்ணி வச்சிருக்க பாத்தியா ..?என்றவர் நல்ல வேலை இப்போ அந்த சரோஜா ஊருல இல்ல.. அந்த அம்மா இருந்திருந்தா இந்த மருத்துவமனையே இரண்டா போயிருக்கும் அப்படி கத்தி இருப்பாங்க..." என்று தன் மனைவியை திட்டினார்.

வரதராஜன் தன் பெண் வீட்டுக்கு வந்தும் அவளிடம் ஒரு வார்த்தை கூட பேசவில்லை.

மறுநாள் சரோஜாதேவி வீட்டுக்கு வந்ததும் வானதி தேவி இருட்டில் படித்துக் கொண்டிருக்க," யாருங்க அங்க படுத்திட்டு இருக்கா..?" என்று தன் கணவனை கேட்டார் .

"எல்லாம் உன் பொண்ணு தான் .வேற யாரு .."என்று வரதராஜன் கோபமாக கூறினார்.

"என்ன சொல்றீங்க வானதி தேவியா ?அவ எப்போ இங்க வந்தா என்ன ஆச்சு அவளுக்கு..?"

"அதை நீ அவகிட்டயே கேளு..' என்றார் வரதராஜன்.

சரோஜாதேவி தன் மகளிடம் வந்தவர் என்ன நடந்தது என்று கேட்க வானதி தேவி அனைத்தையும் சொல்லி என்று அழ தன் மகளை சமாதானம் செய்தவர் ,"இதுக்காக மருந்து குடிப்பியா .?நீ என் பொண்ணுடி .இப்படித்தான் இருப்பியா ?எதுவாயிருந்தாலும் தைரியமா பேசி சமாளிக்க மாட்டியா..?"என்று சத்தம் போட்டவர் ஒரு முடிவு எடுத்தார்.

சரோஜாதேவி தன் கணவனிடம் ,"என்னங்க இதை இப்படியே விடக்கூடாது கிளம்புங்க .நாம அவங்கள போய் என்னன்னு கேட்டுட்டு வரலாம்..." என்றதும் வரதராஜனும் தன் மனைவியை அழைத்துக் கொண்டு கிளம்பினார்.

இவர்களை பார்த்ததும் வரலட்சுமி ,"ஐயோ அண்ணா ,அண்ணி என்ன மன்னிச்சிடுங்க ..நீங்கதான் அண்ணா எனக்கு கோடி போடனும் ..நீங்க தான் அண்ணா என்கூட பிறந்த பிறப்பு மாதிரி.." என்று பேசி அவர்களை சமாதானம் செய்தார்.

கோபம் இருந்தாலும் தன் பெண் வாழ வேண்டிய வீடு என்று அவர்களும் அமைதியாக வீட்டிற்கு திரும்பினர்..

இந்த நிலையில் கிருபராஜன் தன் மாமியார் வீட்டுக்கு வந்தான் .அவன் நல்ல நேரமோ என்னமோ அப்பொழுது வரதராஜனும், சங்கர் ராஜனும் இருவருமே வீட்டில் இல்லை.

வந்ததும் வராததுமாக வானதி தேவியிடம் மருந்து குடித்ததற்கு சண்டை போட்டவன் ,"உங்க பொண்ணு உங்க கூடவே இருக்கட்டும் .அதைப் பற்றி எனக்கு ஒன்னும் கவலை இல்லை. எப்போ ஒன்றும் இல்லாத விஷயத்துக்கு இப்படி ஒரு காரியத்தை செய்தாளோ அதோட எல்லாம் முடிஞ்சு போச்சு .."என்று சத்தமிட அதைக் கேட்டு அக்கம் பக்கத்தினர் அனைவரும் ஒன்று கூடியவர்கள் அதிர்ச்சியில் நின்றனர்.

கிருப ராஜன் இப்படி சத்தம் போட்டதால் தான் அனைவருக்கும் ,'வானதி மருந்து குடித்துவிட்டு தான் இங்கே வந்திருக்கிறாள் ..'என்று தெரிய வர கண்ணகி ,"என்ன சரோஜா இது ?நம்ம பொண்ணு மருந்து குடிக்கிற அளவுக்கு அங்கு அவளுக்கு கொடுமை நடந்து இருக்கா..? மாப்பிள்ளை இப்படி பேசிட்டு போறாரு ..கொஞ்சம் கூட அவருக்கு மனைவி என்கிற பாசமே கிடையாதா..?

இந்த வெட்டி வீராப்புக்கு ஒன்னும் கொறச்சல் இல்ல .இதையெல்லாம் அவங்க அம்மா, அப்பா கிட்ட காண்பிக்க வேண்டியது தானே..? இவனெல்லாம் என்ன மனுசனோ தெரியல.."என்று வேதனையுடன் பேசினார்.

"அக்கா விடுங்க அக்கா இதை பெருசு படுத்தினா நம்ம பொண்ணோட வாழ்க்கை தான் கேள்விக்குறியாகும்

.ஏற்கனவே உங்க மச்சினர் ரொம்ப மன வருத்தத்தில் இருக்கார். இவளை அங்கே அழைச்சிட்டு போய் விட்டுட்டு வந்தாதான் எனக்கு நிம்மதியா இருக்கும்..." என்றார் சரோஜாதேவி.

வரதராஜன் வீட்டுக்கு வர அங்கு நடந்த அனைத்தையும் கேள்விப்பட்டவர் தன் மனைவியிடம் ,"இங்க பாரு சரோஜா இனி இதுக்கு மேல என்னால பொறுமையா போக முடியாது.. அவனுக்கு எவ்வளவு தைரியம் இருந்தா வீடு தேடி வந்து சத்தம் போட்டுட்டு போவான்..நம்ம பொண்ணு இங்கேயே இருக்கட்டும் .அவன் என்னைக்கு திருந்தி வரானோ அன்னைக்கு வரட்டும் ..அம்மா அப்பா மட்டும்தான் முக்கியம் என்றவனுக்கு எதுக்கு கல்யாணம்.

நான் இவளை அங்கு அனுப்பறதா இல்ல .அங்க போய் அவ கஷ்டப்படனும் அவசியம் கிடையாது.." என்றார்.

"என்னங்க பேசறீங்க நீங்க அவர்தான் அப்படி சொல்றார்னா நாமும் இப்படி நடந்துக்க முடியுமா?

.. அவன் என்னைக்கு திருந்தி நம்ம பெண்ணை அழைச்சிட்டு போறது

அதுக்கெல்லாம் வாய்ப்பே இல்ல. நாம பெண்ணை பெத்தவங்க கொஞ்சம் பொறுமையா தான் போகனும். பொண்ண கொடுத்தாச்சு இனி அதைப்பத்தி பேசி பிரயோஜனம் இல்ல. நாம இன்னும் இரண்டு நாள் கழித்து இவளை அவங்க மாமியார் வீட்ல விட்டுட்டு வரலாம்.." என்றார் சரோஜாதேவி.

மற்றவர்களும் அதையே கூற வரதராஜனும் ,சங்கர் ராஜனும் வேற வழி இல்லாமல் அமைதி காத்தனர்.

சரோஜாதேவி மீண்டும் தன் குடும்பம் மருத்துவரிடம் தன் மகளை அழைத்து சென்றார். விஷம் சாப்பிட்டதால் குடல் புண்ணாகி இருக்குமோ..? என்று சந்தேகம் இருந்தது.

குடும்ப மருத்துவரிரம் சரோஜாதேவி உண்மையை கூற," என்னம்மா சொல்றீங்க.. அப்போ அவங்க மாமியாரால தான் பிரச்சனையா .?ஏம்மா வானதி நீ என்ன இப்படி இருக்க.. அவங்க சண்டை போட்டா நீயும் திரும்ப சண்டை போடு ,இதுக்காக மருந்து சாப்பிடுவியா ..?எனவும் வானதி சிரித்துக் கொண்டே அமைதியாக இருந்தாள்.

பிறகு ஒன்னும் பிரச்சனை இல்ல நல்லா இருக்கா என்று அனுப்பி வைத்தார் மருத்துவர்.

வானதி தேவி மருந்து குடித்து இருந்த பொழுது ராகவியின் கணவர் வெளியூர் சென்றிருந்ததால் அவருக்கு விஷயம் தெரியவில்லை .அவர்

ஊருக்கு வந்ததும் தன் மனைவி கூறியதை கேட்டவர் அதிர்ச்சி அடைந்தார்.

"என்ன ராகவி இந்த பொண்ணு இப்படி ஒரு முட்டாள் தனத்தை செய்திருக்காளே,.? எனக்கு கேட்கும்போதே மனசு பதறுது .ஏதாவது உயிருக்கு ஆபத்தா ஆகி இருந்தா என்னவாகி இருக்கும் ..அந்த ஆளு கிட்ட நான் அன்னைக்கு அவ்வளவு தூரம் சொல்லிட்டு வந்தேன். ஆனா அந்த பொண்ணு விஷம் சாப்பிடற அளவுக்கு அந்த பொண்ணுக்கு மன உளைச்சலை கொடுத்து இருக்காங்க .அந்த குடும்பம் திருந்தவே மாட்டாங்க போல . சரி கிளம்பு நாம உங்க அக்கா வீட்டுக்கு போயிட்டு வருவோம்.." என்று இருவரும் சரோஜா தேவியின் வீட்டுக்கு கிளம்பினர்.

வானதி தேவியை பார்த்த அவளின் சித்தப்பா ,"வானதி நீ என்ன காரியம் பண்ணி இருக்க கொஞ்சம் கூட உனக்கு தைரியமே கிடையாதா ..?ஏன் இப்படி எதுக்கெடுத்தாலும் பயந்து சாகற.. நான் இருக்க பயப்படாதே அப்படின்னு நான் உனக்கு எத்தனை முறை சொல்லி இருப்பேன்..."

"சித்தப்பா என்னை மன்னிச்சிடுங்க சித்தப்பா. எங்க மாமியாரும் எங்க நாத்தனாரும் சத்தம் போட்டு பேசினாங்க.. இவரும் எதுவும் பேசாம அமைதியா இருந்தாரு ..அதன் பிறகு அவர் என்ன செய்வார் எனக்கு தெரியுமே..? என்னை திட்டுவது மட்டும் இல்லாமல் அதையே சொல்லி சொல்லி என் மனச காயப்படுத்திட்டே இருப்பாங்க அந்த பயத்தில் தான் இப்படி பண்ணிட்டேன் .."என்றாள்.

"சரி அழாத இப்படி எதுக்கெடுத்தாலும் அழறதை நிறுத்து மா.. உங்க அக்கா எல்லாரும் எப்படி இருக்காங்க பாக்கற தானே..?நீ மட்டும் ஏன்மா இப்படி பூஞ்சை மனசுக்காரியா இருக்க உன் பிள்ளையை கொஞ்சமாவது நீ நினைச்சு பார்த்தியா..? எத்தனை பேர் இருந்தாலும் சரி பெத்த தாய் இல்லனா அந்த பிள்ளையோட நிலைமை என்ன ஆகும் சொல்லு பாக்கலாம்..."

"அதை நினைச்சுப் பார்த்திருந்தா அவ ஏன் அப்படி செய்யப் போறா .?நானும் தப்பு பண்ணிட்டேன் சகல ..அவங்களை நம்பி நான் பொண்ணு கொடுத்து இருக்க கூடாது. சரோஜா எத்தனையோ தடவை சொன்னா நான் தான் கேட்கல..."

"சரி விடுங்க சகல இனி முடிஞ்சதை பத்தி பேசி என்ன பிரயோஜனம் .நாம மறுபடியும் அவங்க வீட்டுக்கு போய் பேசிட்டு வருவோம் நீங்க கவலைப்படாதீங்க .."என்றார்.

பிறகு வானதியை அழைத்து சென்று மாமியார் வீட்டில் விட்டு வந்தார் சரோஜாதேவி.

வர்ணம்- 21

சரோஜாதேவி வானதி தேவியை மாமியார் வீட்டில் விட்டுவிட்டு வந்தார்.

இந்த நிலையில் வீடு கட்டி முடிக்க வீடு கட்ட ஆரம்பித்ததில் இருந்து வானதி தேவியின் அப்பா வீட்டில் உள்ளவர்கள் தான் அதிகமாக இங்கே உழைத்துக் கொட்டினர்.. ஆனாலும் எதற்கெடுத்தாலும் கிருப ராஜனும் ,கணபதியும் அவர்களை குறை சொல்லி வானதி தேவியை திட்டிக் கொண்டே இருந்தனர்.

வீடு கட்டி பால் காய்ச்சும் நன்னாளும் வந்தது.. வானதி தேவியின் குடும்பத்தில் உள்ளவர்கள் எந்த கௌரவமும் பார்க்காமல் அனைத்து வேலைகளையும் செய்தனர். வானதி தேவியின் அண்ணன், தம்பிகள் மூவ-ரும் விடிய விடிய தூங்காமல் சமையல் செய்யும் இடத்தில் இருந்து அனைத்து வேலைகளிலும் சரியாக நடக்கிறதா என்று கவனித்துக் கொண்டே இருந்தனர்.

வீடு கட்டி சுண்ணாம்பு அடித்தது அனைத்தும் சரவண ராஜனும் அவனின் நண்பர்களும் தான்.

பால் காய்ச்சுதல் நன்முறையில் நடைபெற்றது.. இருந்தாலும் வானதி தேவி அனுபவிக்கும் கொடுமைக்கு மட்டும் ஓய்வு இல்லாமல் போனது. வானதி தேவியின் மாமியார் எப்பொழுதும் போல அவளை தேளாய் கொட்-டிக் கொண்டே இருந்தார். அக்கம் பக்கத்து வீட்டினரிடம் பேசினால் கூட இரவு கிருப ராஜன் வந்ததும் அவனிடம் ,"உன் பொண்டாட்டி வீடு தங்கு-வதே கிடையாது. பக்கத்து வீட்டில் பேசிக்கிட்டே இருக்கா..? "என்று சொல்-லவும் அதற்கும் சண்டை போட்டான் கிருப ராஜன்.

வானதி தேவியின் வீட்டில் அருகில் குடியிருப்பவர்கள் ஒரு நாள் இவளிடம் பேசிக் கொண்டிருந்தனர்.அப்பொழுது தூங்கி எழுந்த குழந்தை ஹரி தன் அம்மாவை காணாமல் அழுது கொண்டிருந்தான்.

இவளோ தன் பிள்ளையை பார்க்கச் செல்ல வரலட்சுமி அவனை உள்ளே வைத்துக் கொண்டு கதவை அடைத்து விட்டார் .அந்த குழந்-தையோ "அம்மாவை பார்க்கனும் .."என்று கத்திக் கொண்டே இருந்தது.

வானதி தேவியோ அவரிடம் போராட முடியாமல் ஓரிடத்தில் அமர்ந்து அழ ஆரம்பித்து விட்டாள். சிறிது நேரம் கழித்து வெளியே வந்த வரலட்-சுமி," நீ உன் பிள்ளையை எப்படி பார்த்து பார்த்து வளக்கறியோ அதேபோல தானே நானும் வளர்த்திருப்பேன்..." எனவும் அதற்கும் வாயை திறக்காமல் அப்படியே அமர்ந்திருந்தாள் பேதையவள்.

இந்த அம்மாவுக்கு என்னதாங்க பிரச்சனை.. இவங்க கிட்ட வானதி தேவி வாழ்ந்ததே பெரிய சாதனை தாங்க.

மனசு சரியில்லாமல் இருப்பதால் திருமணத்திற்கு முன் தன் சித்தி மகளு-டன் துர்க்கை கோவிலுக்கு அடிக்கடி சென்று வந்த வானதி தேவி இப்பொ-ழுதும் கோவிலுக்கு செல்லலாம் என்று கோவிலுக்கு சென்றாள்.

அங்கே அவளைப் பார்த்த ஒருவர் வரலட்சுமியிடம்," உங்க மருமக கோவிலில் கரித்துண்டு வைத்து என்னமோ செய்து கொண்டிருக்கா .."என்று

பொய்யுரைக்க அதையும் நம்பினார் வரலட்சுமி.

வானதி தேவி தன் கணவனுடன் கிரகப்பிரவேசம் ஒன்றுக்கு சென்று வந்தவள் ,"என்னங்க எனக்கு மனசு சரியில்ல அதனால் துர்க்கை கோவிலுக்கு போயிட்டு வரலாம் . நம்ம குடும்பத்துக்குள் அடிக்கடி பிரச்சனை வந்துகிட்டே இருக்கு.." எனவும் கிருபராஜனும் சரி என்றார்.

கிருப ராஜன் வெளியே நின்று இருக்க வானதி தேவி அம்மனை வழிபட்டவள் விளக்கேற்றி விட்டு வீட்டிற்கு திரும்பினர்.

அதேபோல அடுத்த வாரமும் வானதி தேவி கோவிலுக்கு செல்ல வானதி தேவியின் மாமியார் வரலட்சுமி தன் அக்கா மகளின் வீட்டிற்கு சென்றிருந்தார்.

வானதி தேவி கோவிலுக்கு செல்லும் முன் பக்கத்து வீட்டினரிடம் ,"எங்க மாமியார் வந்தா இந்த சாவியை கொடுத்துடுங்க .."என்று கோவிலுக்கு சென்று விட்டாள்.

வானதி தேவி வீட்டுக்கு வர வரலட்சுமி தன் ஆட்டத்தை ஆரம்பித்தார் ."அம்மா தாயே உன்கிட்ட என்னால போராட முடியாது .உனக்கு இப்போ என்ன குறை சொல்லி நீ கோவிலுக்கு போற நீ.கண் நிறைந்த புருஷன். அழகான குழந்தை அந்த கடவுள் உனக்கு கொடுத்து இருக்கான்..நல்லா தானே வாழ்ந்துட்டு இருக்க , நம்ம குடும்பத்துல இப்படி கோவிலுக்கு போற பழக்கம் கிடையாது .கோவிலுக்கு இனி நீ போகக் கூடாது ..."என்றார்.

"அத்தை கோவிலுக்கு போறதுக்கு எதுக்கு இப்படி சொல்றீங்க.. எனக்கு மனசு சரியில்ல ..குடும்பத்தில் அடிக்கடி பிரச்சனை வந்துகிட்டே இருக்கு ,கோவில்ல போய் விளக்கு போட்டா நல்லதுன்னு சொன்னாங்க அதனால்தான் போனேன் .."என்றாள்.

இரவு பணி முடித்து வந்த கிருப ராஜனிடம் வானதி தேவி நடந்ததை கூறினாள். தினமும் இவர்கள் பேசிக் கொண்டிருப்பதை ஒட்டு கேட்டுக் கொண்டிருக்கும் வரலட்சுமி கதவை வேகமாக தட்டினார். அதில் அதிர்ச்சி அடைந்தனர் கணவன், மனைவி இருவரும்.

கதவைத் திறந்ததும்," நைனா நான் சொல்றேன்னு தப்பா நினைச்சுக்காதடா .அம்மா சொல்றதை கொஞ்சம் கேளுடா.. கோவிலுக்கு போக வேணாம் தான் நான் சொன்னேன் ..இந்த பொண்ணு கேட்க மாட்டேங்குது. நம்ம வீட்ல யாராவது இப்படி தனியா போய் இருக்காங்களா.. நம்ம வீட்டுக்கு அந்த பழக்கமே கிடையாதுடா.." என்று கூறினார்.

கிருப ராஜன் பூஜை அறைக்கு சென்றவர் கோபத்தில் அங்கே இருந்த பிள்ளையார் படத்தை எடுத்து உடைத்தவர் வீட்டை விட்டு வெளியே சென்று விட்டார்.

இந்த நேரம் கணபதி இல்லாதது வரலட்சுமிக்கு வசதியா போச்சு. கொஞ்சம் நாட்கள் முன் வரலட்சுமி ,கணபதி இருவரும் வானதி தேவியிடம் சண்டை போட்டுக்கொண்டு சென்னைக்கு சென்று விட்டனர்.

அப்பொழுதுதான் பொங்கல் வந்து இருக்க, பொங்கல் வரிசை வைக்க சங்கர்ராஜனும் ,வைஷ்ணவியும் அவர்கள் வீட்டுக்கு வந்தனர்.

கிருப ராஜன்,"நாங்க தனியே தான் பொங்கல் கொண்டாடனும் போல அம்மா ,அப்பா கோச்சுக்கிட்டு ஊருக்கு போயிட்டாங்க .."என்றான்.

"என்ன மச்சான் சொல்றீங்க.சரி நீங்க போய் அவங்கள அழைச்சிட்டு வாங்க என்ற சங்கர் ராஜன் வானதி இங்க பாரு அவங்க எந்த தவறு வேணா செய்திருக்கட்டும். உன் வீட்டுக்காரர் அவங்க கூட பொங்கல் கொண்டாட விரும்பறார் .. நீயும் கிளம்பி போய் அவங்களை அழைச்சிட்டு வா .."என்றார் சங்கர் ராஜன் .

கிருப ராஜன் தன் மனைவியை அழைத்துக் கொண்டுஊருக்கு சென்றவர் தன் பெற்றோரை சமாதானம் செய்தார்

வரலட்சுமி மட்டும் இவர்களுடன் வந்தார் கணபதி அங்கேயே இருந்து விட்டார்.

கிருப ராஜன் கோபித்துக் கொண்டு போனவர் எங்கே போனார் என்று யாருக்கும் தெரியவில்லை

இவளோ தன் கணவருக்காக காத்திருந்தவள் படுத்து உறங்கி விட்டாள்.

மறுநாள் காலை இவள் வீட்டு வேலையை பார்த்துக் கொண்டிருக்க வரலட்சுமி,' புருஷனை காணோம் உனக்கு கொஞ்சமாச்சும் பயம் இருக்கா கிளம்பு என்கூட.." என்று வானதி தேவியை சத்தம் போட்டார்.

"அத்தை இப்போ எங்க கூப்பிடறீங்க. அவர் எங்கேயும் போயிருக்க மாட்டார்..கண்டிப்பா வந்துடுவார். குழந்தைகள் இரண்டு பேரும் தூங்கிட்டு இருக்காங்க. தனியா விட்டுட்டு எங்கே போறது.."

வரலட்சுமி கண்ணனை எழுப்பி ஹரியையும் தூக்கிக்கொண்டு தன் மருமகளை அழைத்துக் கொண்டு நேராக தனது அக்கா மகளின் வீட்டிற்கு சென்றார்.

வரலட்சுமி தன் அக்கா மகள் மீனாவிடம் விஷயத்தை கூற அவரும் ,"ஆமாம் வானதி நம்ம வீட்ல இருக்க பெண் பிள்ளைங்க எங்கேயும் தனியே போக மாட்டாங்க ..நமக்கு அந்த பழக்கம் எல்லாம் கிடையாது .இனி நீ அந்த மாதிரி கோவிலுக்கு எல்லாம் போகாத .."என்றார்.

பிறகு அங்கிருந்து அழைத்துக் கொண்டு ராகவியின் வீட்டிற்கு சென்றார் வரலட்சுமி.

வானதி தேவி அங்கே சென்றதும் தன் சித்தியின் வீட்டில் அழுது கொண்டிருந்தாள். அப்போதுதான் தூங்கி எழுந்து வந்த ராகவியின் கணவர் கர்ணன் வானதி தேவியை பார்த்ததும் ,"வானதி என்னம்மா ஆச்சு ஏன் இப்போ அழுதுகிட்டு இருக்க..?" என்று கேட்க அவளும் எதுவும் கூறாமல் தன் அழுகையை தொடர்ந்தாள்.

வரலட்சுமி ராகவியிடம் வானதி தேவியை பற்றி குறை கூறிக் கொண்டிருக்க ராகவியும் பதிலுக்கு பேசிக் கொண்டிருந்தார். அங்கு சென்ற ராக-

வியின் கணவர் " ஏன் மா நீ கொஞ்சம் கூட சும்மா இருக்க மாட்டியா..? அந்த பொண்ண நிம்மதியா வாழ விட மாட்டியா.? என்ன நினைச்சுகிட்டு இருக்க நீ.. என் பெண்ணை அழ வச்சிக்கிட்டே இருப்பியா ..?" என்று சத்தம் போட்டார்.

வரலட்சுமி வானதி தேவியை பற்றி குறை கூறினால் அவளை அவர்கள் திட்டுவார்கள் என்று நினைத்துக் கொண்டு சென்றவர் இவரே நேரில் சென்று திட்டு வாங்கிக் கொண்டு அமர்ந்திருந்தார்.

கிருப ராஜன் அப்பொழுது அவர்கள் வீட்டிற்கு வந்தார்.. கோபித்துக் கொண்டு சென்றவர் தன் உயிர் தோழன் ராமன் வீட்டில் இரவு தங்கி விட்டு விடிந்ததும் தன் வீட்டுக்கு சென்றார்.

அங்கே வீடு பூட்டி இருக்கவும் தன் அக்கா மீனா வீட்டுக்கு சென்றிருப்பார்கள் என்று நினைத்து அங்கே செல்ல அவர் ராகவியின் வீட்டிற்கு இருவரும் சென்றிருப்பதாக கூற அங்கே அவர்களை தேடி வந்தார்.

"ஏன்பா தம்பி நீ ஏன் இப்படி இருக்க ,தவறு செய்தா என் பொண்ணை இரண்டு அடி ..உங்க அம்மாவை இரண்டு அடி .. அதை விட்டுட்டு ஒரு ஆண் பிள்ளை வீட்டை விட்டு இப்படித்தான் போவியா..?என் பொண்ணு உன்னை காணாம அழுதுட்டு இருக்கா தானே..? இனி இப்படி நடக்கக்கூடாது. என் பொண்ண அழைச்சிட்டு போய் நல்லா வாழுற வழிய பாரு.." என்று அனுப்பி வைத்தார்..

இப்படியே நாட்கள் சென்று கொண்டிருக்க ஒருநாள் கிருப ராஜன் பணி முடிந்து வந்தவர் தன் மனைவியைத் தேட வானதி தேவி தன் பிள்ளையை தூங்க வைக்க உள்ளே சென்றவள் அசதியில் தூங்கிவிட்டாள்.

வானதி தேவியிடம் மீண்டும் சண்டை போட்ட வரலட்சுமி தன் மருமகளை பற்றி தன் மகனிடம் குறை கூறிக்கொண்டு இருக்க, அதைக் கேட்ட கிருபராஜன் உள்ளே அறைக்குச் செல்லாமல் அங்கேயே நடுக்கூடத்தில் படுத்து விட்டார்.

வானதி தேவி நேரமாவது உணர்ந்தவள் பசி எடுக்க ஆரம்பிக்கவும், 'என்ன இவர் எப்போது வந்து இருப்பாரே. இன்னும் காணலையே..? 'என்று நினைத்தவள் ஹாலுக்கு வர அங்கே படுத்திருந்த தன் கணவனை பார்த்தவள் என்ன நடந்திருக்கும் என்று யூகித்தாள்.

தன் அம்மா எவ்வளவுதான் மனைவியை பற்றி குறை கூறினாலும், இப்படியா ஒரு மனிதன் அதை அப்படியே நம்பிக் கொண்டு இருப்பான்.. இனி நாம் இங்கே இருப்பதில் பிரயோஜனம் கிடையாது இனியும் பொறுக்க முடியாது..

அம்மா என்ன கூறினாலும் மனைவி ,அம்மா இருவரையும் உட்கார வைத்து என்ன நடந்தது என்று கேட்பவன் தான் ஆண் பிள்ளை என்று நினைத்தவள் தன் அறைக்குச் சென்று தனக்கும், தன் பிள்ளைக்கும் தேவையான உடைய எடுத்து வைத்தவள் தன் கணவனிடம்," ஏங்க எனக்கு மனசு

சரியில்ல நான் இரண்டு நாள் எங்க அம்மா வீட்டுக்கு போயிட்டு வரேன் .."என்று கிளம்பினாள்.

கிருபாகரன்,"கிளம்பு கிளம்பு உனக்கு ஜீவனாம்சம் கிடையவே கிடையாது.." என்றதும் திரும்பி தன் கணவனை பார்த்தவள் வேறு எதுவும் கூறாமல் அங்கிருந்து சென்று விட்டாள்.

செய்வதை எல்லாம் செய்துவிட்டு வரலட்சுமி தன் பேரன் கண்ணனை வானதி தேவியின் பின்னே அனுப்பி வைக்க அவனும்," மாமி மாமி நில்லுங்க எங்கேயும் போகாதீங்க .."என்றான்.

பிள்ளையும் கிள்ளி விட்டு தொட்டிலையும் ஆட்டும் இவரை என்ன செய்வது..???

"இங்க பாரு கண்ணா என்னை தடுக்காத.. நீ வீட்டுக்கு போ ஒழுங்கா படி ..வேலைக்கு சாப்பிடு நல்ல பிள்ளையா நடந்துக்கோ புரியுதா..?" என்றவள் வேகமாக சென்றுவிட்டாள்.

வர்ணம்- 22

பெண்ணவள் வீட்டை விட்டு கிளம்பும்போது இன்னும் இரண்டு மூன்று நாட்களில் திருமண நாள் என்பதால் தன் கணவன் அவரது நண்பன் துணிக்கடையில் வாங்கி வைத்திருந்த புடவையை எடுத்துக்கொண்டு எப்படியும் திருமண நாளுக்கு வருவார் என்ற நம்பிக்கையில் வீட்டை விட்டு சென்றாள்.

வீட்டிற்கு சென்றவள் தன் அப்பா ,'மாமியார் வீட்டை விட்டு வந்தது தெரிந்தால் என்ன சொல்வாரோ..?' என்று பயந்து கொண்டே தான் சென்றாள்.

வானதி தேவி தன் அம்மாவிடம் நடந்ததைக் கூறி அழுதாள் ,"வானதி விடுமா .அவன் என்னைக்கு பொண்டாட்டி ,பிள்ளை முக்கியம் சொல்லி திரும்பி வரானோ அன்னைக்கு வரட்டும் .."என்று குரல் கேட்க இவளோ அதிர்ச்சியில் திரும்பி பார்க்க அங்கே அவ்வளவு நேரம் இவள் பேசிய அனைத்தையும் கேட்டுக் கொண்டு அமர்ந்திருந்தார் வரதராஜன்.

நானும் போன போகட்டும் வீட்டு மாப்பிள்ளை சொல்லி அவனுக்கு மரியாதை கொடுத்துட்டு இருந்தேன் .வக்கில்லாத அவனே அவனின் அக்கா பிள்ளையை வளர்த்து ஆளாக்கும் பொழுது இவ்வளவு சொத்து வைத்திருக்கும் நான் என் பேர பிள்ளைய வளர்க்க மாட்டேனா..? என்னைக்கு அவன் வரானோ அன்னைக்கு வரட்டும் .."என்றார்.

இதைக் கேட்ட வானதிக்கு பெரிய பாரம் இறங்கியது போல் இருந்தது

தன் அப்பா என்ன சொல்வாரோ என்று பயந்து கொண்டே வந்தவளுக்கு தான் மருந்து குடித்த பொழுதும் தன்னிடம் பேசாமல் இருந்தவர் ஆயிற்றே என்று நினைத்து பயந்தவளுக்கு அவர் கூறியது கொஞ்சம் மன நிம்மதியை கொடுத்தது.

பணி முடித்து வந்த சங்கர் ராஜன் அங்கே தன் தங்கையை பார்த்தவன் "என்ன நடந்தது?" என்று கேட்டான் .

சரோஜாதேவி," முதல்ல உட்கார்ந்து சாப்பிடுடா .அப்புறம் அதைப்பத்தி பேசலாம் .."என்றவர் தன் மகன் ,மகள் ,மருமகள் மூவருக்கும் சாப்பாடு பரிமாற அப்பொழுதும் விடாப்பிடியாக என்ன நடந்தது என்று சங்கர் ராஜன் கேட்க வானதி நடந்த அனைத்தையும் கூறினாள்.

சங்கராஜன் தன் தங்கையை பார்த்து "ஓ "வென்று அழ அதை பார்த்து சரோஜாதேவியும், வைஷ்ணவியும் ,வானதி தேவியும் அழுதனர்.

சங்கர் ராஜன் அவரே நிலைமையை சகஜமாக்கும் பொருட்டு அனைவரையும் சாப்பிட வைத்தவன்,"இதுக்கு ஒரு முடிவு எடுக்கலாம் வானதி பயப்படாத ..."என்றான்.

மறுநாள் காலை தன் மனைவியை அழைத்துக்கொண்டு சங்கர் ராஜன் கிருப ராஜனை பார்க்க சென்றார்.

கிருப ராஜன் அலுவலகத்திற்கு சென்றவர்கள் ,"மச்சான் என்ன ஆச்சு என்ன நடந்தது ..?"என்று சங்கராஜன் கேட்க

"என்ன மச்சான் உன் தங்கச்சி எதுவும் சொல்லலையா..?இன்னும் இரண்டு நாள்ல எங்களுடைய திருமண நாள் வருது .. ஆனால் அவ கிளம்பி உங்க வீட்டுக்கு வந்துட்டா.."

"சரி மச்சான் என் தங்கச்சி பண்ணது தப்புதான் . அதுக்கு என்ன செய்யலாம் சொல்லு.. அப்படி இல்லன்னா நான் அவளை அழைத்து வந்து விடறேன்.."

"நீ வீட்டுக்கு கிளம்பு பதில் வரும் .." என்று அவர்களை அனுப்பி வைத்தான் கிருபராஜன்.

இவர்களும்,' சரி வானதி தேவியை வந்து அழைச்சிட்டு போவார்..' என்று நினைத்தவர்கள் அங்கிருந்து கிளம்பினர்.

மறுநாள் கணபதி அவரின் நண்பர் பாஸ்கர் வானதி தேவியின் வீட்டுக்கு வந்தார் .அவரை அழைத்து உபசரித்து பேசிக் கொண்டிருந்தவர்கள் அவர் எப்படியும் தன் மகள் ,மருமகன் பற்றி தான் பேச வந்திருப்பார் என்று நினைத்த சரோஜாதேவி அக்கம் பக்கத்தில் யாருக்கும் கேட்கக்கூடாது என்று நினைத்தவர் அவர்களை அழைத்துக் கொண்டு மொட்டை மாடியில் உள்ள அறைக்கு சென்றார்.

சரோஜாதேவி, வரதராஜன், வானதி தேவி கணபதியின் நண்பர் பாஸ்கர் அனைவரும் பேசிக் கொண்டிருந்தனர் .பாஸ்கர் ,"சார் கணபதி வீட்டை விற்க போறேன் சொல்லிட்டு இருக்காரு .."என்று கூறிக் கொண்டிருக்க போஸ்ட்மேன் வந்தார்.

வந்தவர்," வானதி தேவிக்கு போஸ்ட் வந்திருக்கு, அவங்க தான் கையெழுத்து போட்டு வாங்கனும் .."என்றதும் அனைவருக்கும் ,'அந்த போஸ்டில் என்ன இருக்கு தெரியலையே ..?' என்று குழப்பமாக இருந்தது.

வானதி தேவி கையெழுத்து போட்டு வாங்கியவள் அதை பிரித்துப் படித்தவள் அதிர்ந்து போனாள். கிருப ராஜன் தன் மனைவிக்கு வக்கீல் நோட்டீஸ் அனுப்பி இருந்தார்.

வானதி தேவி இதை பார்த்தவளுக்கு மனம் கல்லாகி போக," ச்சே இப்படி ஒரு மனுஷன் கூட வாழ்ந்து பிள்ளை பெற்றதை நினைத்தால் எனக்கே கேவலமா இருக்கு ,இனி அவர் கூட நான் வாழ மாட்டேன் ..."என்று அழுதாள்.

வரதராஜன் ,"வினை விதைச்சிட்டானுங்க ..இனி இந்த பிரச்சினையை முழுக்க முழுக்க நான் பார்த்துக்கிறேன் .நான் நிலம் வாங்கிக் கொடுத்து அதில் வீடு கட்டிட்டு அந்த வீட்டை விற்கக போறாங்களா ..?நான் உடனே ஸ்டே ஆர்டர் வாங்கறேன்.. என்று கூறி பாஸ்கரனை அனுப்பி வைத்தவர் அவனுக்கே அவ்வளவு திமிர் இருந்தா எனக்கு எவ்வளவு திமிரு இருக்கனும் நானா அவனா ஒரு கை பார்க்கிறேன்.." என்று ஆக்ரோஷமாக பேசினார் வரதராஜன்.

வக்கீல் நோட்டீசில் வானதி தேவி வீட்டு வேலையை செய்வதில்லை. தனியாக செல்ல வேண்டும் என்று அடம் பிடிக்கிறாள்.. என் அம்மா ,அப்பாவை சரியாக பார்த்துக் கொள்வதில்லை என்று மனசாட்சியே இல்லாமல் அந்தப் பெண் மீது குற்றச்சாட்டு வைத்தனர்.

அவள் எப்பொழுதும் தன் மாமியார் மாமனருக்கு சேவகம் செய்து கொண்டும், தனிக்குடித்தனத்தை பற்றி நினைத்தும் பார்க்காமல் ,எப்பொழுதும் வேலை செய்து கொண்டு தானே இருக்கிறாள்.. இதை அப்படியே மாற்றி கூறினால் அந்த பெண்ணின் மனநிலை எப்படி இருக்கும் யோசித்துப் பாருங்கள்.

உடனே அந்த வக்கீல் நோட்டீசை எடுத்துக்கொண்டு வானதியையும் அழைத்துக் கொண்டு சரோஜாதேவியும், வரதராஜனும் தன் சகலனை பார்க்க சென்றனர்.

வக்கீல் நோட்டீசை பார்த்த ராகவியின் கணவர்," நீங்க பாப்பாவ இங்கேயே விட்டுட்டு போங்க.. வக்கீல் நோட்டீசை பார்த்தவுடன் ஒரு வாரத்தில் நாம் பதில் அனுப்பனும் என்று இதில் போட்டிருக்காங்க. அப்பனும் பிள்ளையும் வரட்டும் நான் பேசிக்கிறேன். நீங்க கவலைப்படாம கிளம்புங்க.." என்றார்.

வானதி தேவி தன் சித்தியின் வீட்டில் இருந்தவள் எப்பொழுதும் அழுது கொண்டே இருந்தாள்

அவளை சமாதானம் செய்யும் விதமாக அவள் மனநிலைமையை மாற்ற ராகவியின் பெரிய மகள் அவளை அழைத்துக்கொண்டு லக்ஷ தீபம் சென்றாள். அங்கே தன் கணவனை எதேர்ச்சையாக பார்த்த வானதி தேவி பயத்தில் அவரைப் பார்த்ததும் திரும்பிக் கொண்டாள் .கூட்டம் நெரிசலில் கிருப ராஜன் தன் மனைவியை பார்க்கவில்லை.

ராகவியின் கணவர் கிருப ராஜனுக்கு ,"வானதி தேவி இங்கே வந்திருப்பதாகவும், நீ கிளம்பி வா .."என்று தகவல் கொடுக்க அவனும் உடனே வந்தான்.

"என்ன கிருபராஜன் வாழ்க்கை என்றால் நீ என்ன நினைச்சுட்டு இருக்க ,உங்க இஷ்டத்துக்கு திருமணம் செய்வதற்கும் வேண்டாம் சொன்னா வெட்டி விடுவதற்கும் இது என்ன விளையாட்டு சமாச்சாரமா.. ?என்னதான் நீ முடிவு பண்ணி இருக்க சொல்லுப்பா..நீ என் பொண்ணை பிளாட்பாரத்தில் வச்சு கூட குடும்பம் நடத்து எங்களுக்கு சம்மதம். ஆனா என் பொண்ணை நீ அழைச்சிட்டு போ .."என்றார்.

"அச்சோ இல்லைங்க மாமா என்னால இவகிட்டயும் போராட முடியல. அந்த அம்மா கிட்டயும் போராட முடியல. அதனால இரண்டு பேரும் ஒரே வீட்டில் இருந்தா சரி வராது ..நான் வேற வீடு பார்த்துட்டு அழைச்சிட்டு போறேன்.." என்றார் கிருப ராஜன்.

கர்ணன் ,"சரி தம்பி நல்ல முடிவு தான்..நீங்க அனுப்பிய நோட்டீஸ்க்கு நாங்களும் பதில் நோட்டீஸ் அனுப்பியிருக்கோம்.." என்று சொல்லி அனுப்பி வைத்தார்.

அப்பாவும், மகனும் அந்த நோட்டீசை எடுத்துக் கொண்டு ராகவியின் பெரிய மகள் லதாவின் மாமியார் வீட்டிற்கு சென்றனர்.

அங்கே சென்று பதில் நோட்டீஸ் வானதி தேவியின் வீட்டினர் அனுப்பியதை கூற லதாவின் மாமனார் ,"எங்க வீட்ல என்னுடைய பொண்ணும் வாழாம வந்திருக்கா.. நாங்களே நொந்து போயிருக்கோம் .என்னுடைய மருமகளும் ,மகனும் வந்து பேசுவாங்க .நீங்க கிளம்புங்க..." என்று அனுப்பி வைத்தார் லதாவின் மாமனார். அதுவும் போதாது என்று அவர்கள் அடுத்து சென்ற இடம் வைஷ்ணவியின் அம்மா வீடு.. அங்கேயும் இதே போல் கூறினர் .

கணபதி ,"எனக்கு ஒரு வாய் சாப்பாடு போட மாட்டேங்குது மா அந்த பொண்ணு .."என்று அபாண்டமாக பொய் கூறினார்.

அதை நம்பாத கனகவள்ளி எதுவும் கூறாமல் அவர்களை சாப்பிட வைத்து அனுப்பி வைத்தார்.

இத்தனை நாள் கணபதி,"பாத்திரத்தில் இருக்கும் உணவு எவ்வளவு இருக்கிறது என்று பிறருக்குத் தெரியக்கூடாது .குறைவாக இருந்தால் மற்றவர்கள் சரியா சாப்பிட மாட்டாங்க என்று பார்த்து பார்த்து போடுவாடா உன் பொண்டாட்டி அவளுக்கு இருக்குதோ இல்லையோ நம்ம அனைவரையும் வயிறார சாப்பிட வைப்பா.." என்று அடிக்கடி சொல்லுவார்.இப்போது அதே வாய்தான் இப்படி சொல்கிறது .காலக்கொடுமை என்னவென்று சொல்வது...

வானதி தேவி ஒரு வாரத்திற்கு மேல் ஆனதால் ,"என்னதான் தான் சொந்த சித்தி வீடாக இருந்தாலும் இங்கே தங்க வேண்டாம்.." என்று நினைத்தவள் தன் அம்மா வீட்டிற்கு சென்றாள்..

அங்கே சென்றவள்," இனி நான் அங்கு போய் வாழ மாட்டேன்.." என்று அழுதாள்.

வரதராஜனும்," என் பொண்ணு இங்கே இருக்கட்டும் .தான் செத்தாலும் பரவாயில்லை மாமியார் வீட்டை விட்டு வெளியே போகக்கூடாது என்று மருந்து குடித்தவள் இன்று எவ்வளவு கொடுமையை அனுபவித்து இருந்தால் வீட்டை விட்டு வெளியே வந்திருப்பாள் .அந்த அளவுக்கு அதிகமான டார்ச்சர் அனுபவித்ததால் தானே வீட்டை விட்டு வந்தாள் .."என்றார்.

இப்படிப்பட்ட சூழ்நிலையில் ஒரு பெண் அதுவும் ஒரு தாயாய் என்ன முடிவு எடுப்பாரோ அந்த முடிவைத்தான் எடுத்தார் சரோஜாதேவி. ராகவி-யின் மகள் லதாவும் அவரின் கணவர் மதனும் வானதி தேவியிடம் பேச வந்தனர். இவளும் நடந்த அனைத்தையும் கூறினாள்.

மதன் ,"இவ்வளவும் அவங்க செஞ்சிட்டு உன் மேல இப்படி அபாண்டமா பழி போடறாங்க மா என்றவர் சரிங்க அத்தை நான் சொல்றதை கேளுங்க .வக்கீல் மாமா மணிவண்ணனை அழைத்து பேசுங்க .."என்றார் .

"ஆமாம்பா நாங்களும் அந்த எண்ணத்தில் தான் இருக்கிறோம். அவனும் இவளை தன் சொந்த தங்கை போல தான் பார்ப்பான் .."என்ற சரோஜாதேவி மணிவண்ணனுக்கு தகவல் கொடுத்தார்.

மணிவண்ணன் தன் தங்கையையும் ,தங்கை கணவரையும் அமர வைத்து பேசினார்.

மணிவண்ணன் ,"வானதி நான் பேசி முடிக்கும் வரை நீ எதுவும் பேசாத.."என்று சொல்ல இவளும் தன் அண்ணனின் சொல்லுக்கு கட்டுப்-பட்டாள்.

பிறகு மீண்டும் தன் அம்மா வீட்டிலேயே இருந்தாள் வானதி தேவி.

கிருப ராஜனும் தன் வீட்டிற்குச் சென்றவர் ஒரு முடிவை எடுத்தார் .அது எப்படி பட்ட முடிவாக இருக்கும் பார்க்கலாம்.

வர்ணம்- 23

ஒரு நாள் மணிவண்ணன் போன் செய்தவர்," சித்தப்பா வானதியை பண்-ருட்டியில் தனிக்குடித்தனம் வைக்க போறாங்களாம்..." என்றார்.

வரதராஜன்,"ஏன் மணிவண்ணா அந்த ஊரிலேயே தனிக்குடித்தனம் வைக்க வேண்டியது தானே ஏன் இதுக்காக பண்ருட்டி போகனும்..."

"சித்தப்பா கிருப ராஜன் என்ன சொன்னார் அப்படின்னா கடை தெரு-வுக்கு நாங்க இரண்டு பேரும் போனா எங்க வீட்டு ஆட்களைப் பார்த்தா அவ ஓரமாக ஒதுங்கி நிற்பா .நான் போய் பேசுவேன் .அவங்க வீட்டு ஆட்க-ளைப் பார்த்தால் நான் ஓரமா ஒதுங்கி நிற்பேன்..அவ போய் பேசனும் .இந்த தொல்லையே வேண்டாம். அதனால் பண்ருட்டிக்கு குடித்தனம் போகிறோம் சொல்லிட்டாரு சித்தப்பா .."

"ஓஹோ அப்படியா இந்த முடிவுக்கு நான் சம்மதம் சொல்ல மாட்டேன் பா .பண்ருட்டிக்கு எல்லாம் என் பெண்ணை நான் அனுப்ப மாட்டேன்.."என்றார் வரதராஜன்.

வானதி தேவியும் ,"தெரியாத ஊருக்கு நான் போக மாட்டேன்.." என்று அழ ஆரம்பித்து விட்டாள்.

சரோஜாதேவி ஒரு தாயாய் தன் கடமையை செய்தார் ."என்னங்க என்ன நீங்க இப்படி பேசறீங்க .எத்தனை நாளைக்கு நம்ம பொண்ணு வாழாம நம்ம வீட்ல இருக்க முடியும். என்னதான் நமக்கு சொத்து எல்லாம் இருந்தாலும் அவங்க அவங்க அந்த அந்த இடத்தில் இருக்கிறது தான் நல்லது. நான் சொல்றத புரிஞ்சுக்கோங்க .."என்று தன் கணவனுக்கு புரிய வைத்து அவரை தன் தங்கையின் வீட்டிற்கு அழைத்துச் செல்ல அங்கேயும் அனைவரும் இதையே கூறினர் .

பிறகு இவர்கள் மூவரும் வீட்டிற்கு வர வரதராஜன் தன் மகளை அழைத்தவர் ,"இங்க பாருமா உன் புருஷனுக்கு இன்னும் ஒரு சந்தர்ப்பம் கொடுத்து பார்க்கலாம். நீ போய் அங்கே இரு. உன்னால முடியலன்னா உடனே பிள்ளையை தூக்கிட்டு கிளம்பி வந்துடு.. உன்னை மணிவண்ணன் அண்ணன் அடிக்கடி வந்து பார்த்துட்டு வருவான்.." என்று கூற அவளும் வேறு வழி இல்லாமல் தன் சம்மதத்தை கூறினாள்.

பிறகு தன் மகளை அழைத்துக் கொண்டு மீண்டும் ராகவி வீட்டிற்கு சென்றவர்கள் சரோஜாதேவி தன் மருமகன் வருவான் என்று உள்ளேயே அமர்ந்திருந்தார். கிருப ராஜன் வந்து தன் மனைவியை அழைத்துக்கொண்டு பண்ருட்டிக்கு சென்று விட்டார். அதற்கு முன் கிருப ராஜனின் பெற்றோர்கள் அந்த வீட்டில் பால் காய்ச்சி விட்டனர்.

வரதராஜன் தன் மகளுக்கு கடிதம் எழுதினார்." வானதி இப்போ இருக்கிறவங்க எப்பவும் ஒரே மாதிரி இருக்க மாட்டாங்க .கண்டிப்பா நல்ல மாற்றம் வரும் அதை நம்பு .."என்று எழுதினார்.

வானதி தேவி தன் அம்மா வீட்டில் இருந்து கிளம்பும்போது கோபித்துக் கொண்டுதான் கிளம்பினாள்."எனக்கு அது புதிய இடம் ,புதிய ஊர் ,யாரையும் தெரியாத இடத்தில் என்னை தனியா அனுப்புறிங்களே..?" என்று தன் பெற்றோரிடத்தில் கோபம் கொண்டுதான் கிளம்பினாள் வானதி தேவி.

இந்த நிலையில் வாரம் வாரம் சனி ,ஞாயிறு இரண்டு நாட்களும் தன் பிள்ளை ஹரியை அழைத்துக் கொண்டு தன் பெற்றோரிடத்தில் விட்டுவிட்டு வருவான் கிருப ராஜன்.

சனிக்கிழமை காலை அழைத்துச் சென்றால் ஞாயிற்றுக்கிழமை இரவு தான் அழைத்து வருவான்

கிருப ராஜன் தினமும் காலை பண்ருட்டியில் இருந்து தான் ஏற்கனவே பணி செய்த ஊருக்கு செல்பவர் திரும்பி வர இரவு ஆகிவிடும்.

சனி, ஞாயிறு இரண்டு நாட்களும் தன் பிள்ளை இல்லாமல் தனியாகத்-தான் இருப்பாள் வானதி தேவி.

பிறகு அக்கம்பக்கத்தில் இருந்த பெண்கள் கிருப ராஜனிடம் வானதி தேவியை தையல் வகுப்புக்கு அழைத்துச் செல்வதாக கூற அவரும் அதிச-யமாக சரி என்று விட்டார்.

வானதி தேவிக்கு தையல் கற்றுக்கொள்ள வேண்டும் என்று அவ்வளவு பிரியம் .

தன் மாமியார் வீட்டில் இருக்கும் பொழுது தன் கணவனிடம் எத்தனை முறை கேட்டும் அதற்கு சம்மதம் சொல்லவில்லை கிருபராஜன் என்பது குறிப்பிடத்தக்கது.

இப்படியாக இவர்கள் வாழ்க்கை சென்று கொண்டிருக்க தன் மனைவி-யிடம் நன்றாக நடந்து கொண்டான் கிருப ராஜன்.

வானதி தேவி காலையில் தையல் வகுப்புக்கு செல்பவள் தன் மகனை வீட்டில் விட்டு பூட்டிவிட்டு சென்று விடுவாள்.

இதைக் கேள்விப்பட்ட சரோஜாதேவி ,"என்ன வானதி இப்படி பண்ற

சின்ன பிள்ளை தானே அவன் .தனியா இருக்கும் போது கேஸ் சிலிண்-டரை திறந்து விட்டா என்ன பண்ணுவ..."என்றதும் இவளுக்கும் பயம் எடுக்க ஆரம்பிக்க பக்கத்தில் உள்ள நர்சரி பள்ளியில் தன் மகனை சேர்த்து விட்ட-வள் அவனை அங்கே விட்டுவிட்டு பிறகு தையல் வகுப்புக்கு சென்று வந்-தாள்.

ஹரி அவன் தான் அப்பொழுது அவர்கள் வீட்டில் சிறு குழந்தை வான்மதி தேவியின் மூன்று மகள்களும் வளர்ந்திருக்க சங்கர் ராஜனின் மகன் ,மகள் இவர்களும் வளர்ந்திருக்க இவன் மட்டுமே இரண்டரை வயது குழந்தை என்பதால் இவன் மீது அனைவரும் அவ்வளவு உயிராக இருந்-தனர் .

அதிலும் கிருத்திகா தேவிக்கு தன் தம்பி ஹரி என்றால் அவ்வளவு உயிர் .அவனை விட்டு பிரிவது என்றாலே பெண்ணவள் அழுது கொண்டே இருப்-பாள்.

சரவண ராஜன் அவனும் ஹரி தூங்கியதும் அவனை தூக்கி தன் மார்பில் போட்டுக் கொண்டு அவனை அனைத்தபடியே அவனும் தூங்கு-வான் .அவனுக்கும் ஹரி என்றால் அவ்வளவு உயிர்.

வானதி தேவி தன் அக்கா வான்மதி வீட்டுக்கு சென்றால் மிகுந்த மகிழ்ச்சி அடைவது கிருத்திகா தேவியாக தான் இருப்பாள்.. தன் தம்பியை தூக்கிக் கொண்டு தன் தோழிகளின் வீட்டிற்கு எல்லாம் சென்று அவனை விளையாட வைத்து அவனை செல்லம் கொஞ்சி ,அவனுக்கு சோறு ஊட்டி தன் பிள்ளையை வளர்ப்பது போலவே அவன் மீது அன்பு காட்டினாள் கிருத்திகா தேவி அப்பொழுது அவளுக்கு வயது பத்து..

உண்மையை சொல்ல வேண்டுமானால் அந்த பத்து வயதில் தன் தம்பியை தன் மகனாக பார்த்தவளுக்கு தாய்மை உணர்வு பெருக்கெடுத்தது என்றுதான் கூற வேண்டும் .அவன் மீது ஏன் என்றே காரணம் தெரியாமல் அவ்வளவு அன்பாக இருந்தாள் கிருத்திகா தேவி.

மணிவண்ணன் மட்டும் மாதம் ஒருமுறை தன் தங்கை வானதி தேவியை பார்த்துவிட்டு வருவான்.. அவனிடம் சரோஜாதேவி தன் மகளுக்கு பிடித்த அல்வா மற்றும் இதர திண்பண்டங்களை வாங்கி அனுப்புவார். அதை தன் கணவன் இல்லாத நேரம் வானதி தேவி மறைத்து வைத்து சாப்பிடுவாள்.

இந்த நிலையில் ஒருநாள் திடீரென்று மணிவண்ணனுடன் வானதி தேவியின் சொந்த அண்ணன் கணேசனும் வந்து நின்றான்

அதில் அதிர்ச்சியும் ,மகிழ்ச்சியும் கலந்து உணர்வில் தவித்தாள் வானதி தேவி.

பண்ருட்டிக்கு தனி குடித்தனம் வரவேண்டும் என்று முடிவு செய்ததும் கிருபராஜன் ஒரு சில கண்டிஷன்களை கூறினார். அதில் முக்கியமானது அவர்கள் வீட்டில் உள்ளவர்கள் இங்கே வரக்கூடாது .அதே போல வானதி தேவியின் வீட்டில் உள்ளவர்களும் யாருமே இங்கே வரக்கூடாது .வைஷ்ணவி மட்டும் வரலாம் .அதுவும் வைஷ்ணவியின் அப்பா சண்முகநாதனுக்கு மகளாக மட்டும் வர வேண்டுமே தவிர ,சரோஜாதேவியின் மருமகளாகவோ, சங்கர் ராஜனின் மனைவியாகவோ வரக்கூடாது என்றும் கூறியிருந்தான்.

அதனால் யாருமே இவளை வந்து பார்ப்பதில்லை .ஆனால் இப்பொழுது தன் அண்ணனை பார்த்ததும் அவனை கட்டிக்கொண்டு அழ அவளை சமாதானம் செய்து சிறிது நேரம் பேசிவிட்டு அவளுக்கு பிடித்ததை வாங்கிக் கொண்டு வந்து கொடுத்தவன் மகிழ்ச்சியுடன் வீடு திரும்பினான் கணேசன்.

மணிவண்ணனும் கணேசனும் அந்த ஊருக்கு ஒரு திருமணத்திற்கு வந்திருக்க மணிவண்ணன்," கணேசா வா நாம போய் பாப்பாவ பாத்துட்டு வரலாம் .."என்றான்.

கணேசனுக்கும் இவ்வளவு தூரம் வந்துவிட்டு தன் தங்கையை பார்க்காமல் எப்படி போவது என்று எண்ணும் ஓடிக்கொண்டு இருந்தாலும் தயங்கியவனாக "அண்ணா மாமா வீட்ல இருந்தா பிரச்சனை ஆகிடுமே.." என்றான்.

"அட அவன் காலையில போனா இரவு தான் வருவான் நீ வா .."என்று அழைத்துச் சென்றான் மணிவண்ணன்.

அன்று இரவு பணி முடிந்து கிருபராஜன் வீட்டுக்கு வர ஹரி எப்பொழுதும் போல் தன் அப்பாவிடம் விளையாடிவன் ,"அப்பா இன்னைக்கு நம்ம வீட்டுக்கு கணேசன் மாமா வந்தார் என்பதை சொல்ல வந்தவன் அப்படியே நிறுத்தி மணிவண்ணன் மாமா வந்தாருப்பா.." என்று பேச்சை மாற்றினான்.

ஹரி இரண்டரை வயது குழந்தை என்றாலும் அவ்வளவு சமத்துப் பிள்ளை.. அவ்வளவு அறிவாக நடந்து கொள்வான்.. இரண்டரை வயது குழந்தை இது எல்லாம் யோசிக்குமா என்று யோசித்துப் பாருங்களேன் ..

தன் அம்மா ,அப்பாவுக்கு பிரச்சனை என்று தெரிந்த குழந்தை தன் மாமன் வந்ததை மறைத்து தன் அம்மாவை அந்த இக்கட்டான நிலைமையில் இருந்து காப்பாற்றி இருக்கிறான்.

வானதி தேவி ,'தன் மகன் எங்கே கூறிவிடுவானோ ..?'என்று ஒரு நிமி-டம் பயந்தவளுக்கு தன் மகனின் புத்தி கூர்மையை நினைத்து பெருமையாக இருந்தது..

வானதி தேவி ஊருக்கு செல்ல வேண்டும் என்றால் ராகவி வீட்டுக்கு அழைத்துச் சென்று விடுவான் கிருபராஜன் .

பிறகு வானதிதேவியை இங்கு இருந்து சங்கர் ராஜனோ அல்லது சரோஜா தேவியோ தன் வீட்டிற்கு அழைத்துச் செல்வர் .இது இப்படியே தொடர்ந்து கொண்டே இருந்தது.

அப்படி ஒரு முறை சென்று வரும் பொழுது வைஷ்ணவியின் மகன் வினித் ராஜனுக்கு எடுத்த துணி ஒன்று அவனுக்கு பத்தாமல் போனதால் அதை தன் நாத்தனார் மகனுக்கு கொடுத்தாள் வைஷ்ணவி.

அதை தன் மகனுக்கு போட்டு விட்டாள் வானதி தேவி

அதை பார்த்திருப ராஜன்," இது ஏது..?" என்று கேட்க இவளும் உண்-மையை கூற "இந்த சட்டையை என் பிள்ளைக்கு நீ போட்டு விடக்கூ-டாது.."என்றான் கிருப ராஜா ன்.

"என்ன பேசுறீங்க நீங்க ..அவன் உங்களுக்கும் பிள்ளை. எனக்கும் பிள்ளை .."என்றவளை முறைத்தவன் "அதெல்லாம் நீ இதை போட்டு விடக்கூடாது .."என்று மீண்டும் கூறினான்.

அதில் கடுப்பானவள் ,"நான் இனி இருந்து என்ன பிரயோஜனம்

செத்துப் போறேன் .."என்றவள் தன் அம்மா வீட்டுக்கு கடிதம் எழுதி போட்டாள்..

கடிதம் வரும் நேரம் சரோஜாதேவி ஊருக்கு சென்றிருக்க அதை பார்த்த வரதராஜன் ,"இந்த பொண்ணுக்கு கொஞ்சம் கூட தைரியமே கிடையாது .என்று திட்டியவர் எங்கேயாவது செத்துப் போகட்டும் விடுடா .."என்று சத்-தம் போட்டார்.

ஆனால் மனம் கேட்காத சங்கர் ராஜனும் ,வைஷ்ணவியும் திடீரென்று பண்ருட்டிக்கு சென்று வானதி தேவியின் முன் நின்றனர். கொட்டும் மழை-யில் அதைக் கூட பார்க்காமல் நனைந்து கொண்டே இருவரும் இருசக்கர வாகனத்தில் பண்ருட்டி சென்றனர்.

அவர்கள் வந்ததும் அவர்களை மகிழ்ச்சியுடன் வரவேற்றாள் வானதி.

சங்கர் ராஜன்," இனி நீ ஒரு தடவ சாகப் போறேன் என்ற வார்த்தையை சொல்லவே கூடாது புரியுதா .." என்று சத்தம் போட்டான்

வைஷ்ணவி,"ஏன் பாப்பா இப்படி பண்ற நீ .மறுபடியும் அந்த வார்த்-தையை சொல்லிட்டே இருக்காத.. நீ எதையும் போட்டு குழப்பிக்காம நிம்-மதியா இரு.." என்றவர்கள் கிருபராஜன் பணியில் இருந்து வருவதற்குள்

கிளம்பினர்.

வர்ணம் -24

வானதி தேவிக்கு தன் மகனே வாழ்க்கை என மாறினான். அவன் செய்யும் சேட்டைகளையும் அவன் தன் அம்மாவை கொஞ்சும் கொஞ்சலிலும் உருகி தான் போனாள் வானதி தேவி.

அவளுக்கு மட்டுமல்ல அக்கம் பக்கத்து வீட்டில் உள்ள அனைவருக்குமே இவன் கிருஷ்ணனாகவே மாறிப்போனான் .

இவனைச் சுற்றி எப்பொழுதும் பெண்கள் கூட்டம் இருந்து கொண்டே இருக்கும் .அவனை தூக்கி வைத்து கொஞ்சி கொண்டே இருப்பார்கள்...அவ்வளவு அழகாக அந்த கண்ணனைப் போலவே இருப்பான் ஹரி.

வானதி தேவி தன் அக்கா மகள்களுக்கும் தன் அண்ணன் மகளுக்கும் அழகாக துணி தைத்துக் கொடுப்பாள்.அதைப்போல ஊருக்குச் செல்வதற்கு இரண்டு நாட்கள் முன் பேன்சி ஸ்டோரில் தன் அக்கா மகள்களுக்கும் ,தன் அண்ணன் மகளுக்கும் தேவையான அனைத்தையும் வாங்கி தன் கணவருக்கு தெரியாமல் எடுத்துச் செல்வாள்.

அடிக்கடி தன் அண்ணன் மக்களை பார்க்க செல்வதால் அவர்களுக்கு போகும் போதெல்லாம் உடை எடுத்துக்கொண்டு செல்வாள். தன் அப்பாவுக்கு பார்த்து பார்த்து சால்வை பிண்ணியவள் அதை தன் கணவனுக்கு தெரியாமல் செய்தாள்.. கிருப ராஜன் வரும் வரை சால்வை பிண்ணுபவள் அவர் வந்தவுடன் மறைத்து வைத்து விடுவாள்.

'ஒரு பொருளைக் கூட தான் ஆசைப்பட்டபடி தன் அக்கா பிள்ளைகளுக்கும் ,அண்ணன் பிள்ளைகளுக்கும் வாங்கித் தர முடியலையே? தன் கணவனுக்கு தெரியாமல் வாங்கி தரும்படி இருக்கிறதே ..'என்று அடிக்கடி வருத்தப்படுவாள்.

இந்த நிலையில் மகாதேவன் அவருக்கு திருமணம் பேசி முடித்து இருந்தனர் .அதே நேரம் வானதியின் பெரியம்மா மகள் சுமதிக்கும் திருமணம் பேசி முடித்திருக்க இருவருக்கும் ஒரே நாளில் வெவ்வேறு ஊரில் திருமணம்நடந்தது.

கொஞ்சம் கொஞ்சமாக வானதி தேவியின் திருமணத்தின் பிறகு அவளை மறக்க முயற்சி செய்து கொண்டிருந்த தன் மகனுக்கு திருமணம் முடிவானதும் மகிழ்ச்சியில் இருந்தார் பாக்கியலட்சுமி..பிறகு ஃபோன் செய்து கிருப ராஜனை அழைத்தார்.

கிருப ராஜன்," அம்மா எங்க மாமியார் வீட்டில் இருக்கிறவங்க எந்த கல்யாணத்துக்கு வராங்க .."என்று கேட்டான்.

"இங்கதான்பா வருவாங்க .."என்று பாக்கியலட்சுமி கூறியதும்," அப்போ கோச்சுக்காதீங்க நான் சுமதி கல்யாணத்துக்கு போறேன்.. "என்றார்.

அதன்படி கிருபராஜன் சுமதி திருமணத்திற்கும் ,வானதி தேவியும் ,ஹரியும் மகாதேவன் திருமணத்திற்கும் சென்றனர்.

மகாதேவன் வானதியை மறக்க முயற்சி செய்தவர் தன் அம்மாவின் வற்புறுத்தலின் பேரில் இந்த திருமணத்திற்கு சம்மதம் சொன்னார்.

பாக்கியலட்சுமி சொந்தத்தில் ஒரு பெண்ணை பார்த்து முடித்து வைத்தார். அப்பெண் அரசாங்க மருத்துவமனையில் செவிலியராக பணிபுரிந்து வருகிறார். அப்பெண்ணுக்கு இதய நோய் இருக்கிறது என்பது குறிப்பிடத்தக்கது.

பாக்கியலட்சுமி இதை எதையும் பார்க்கவில்லை .பெண் நன்றாக சம்பாதிக்கிறாள்

. அதுவும் பேருந்து ஓட்டுனராக பணி புரியும் தன் மகனுக்கு செவிலியர் மருமகளாக வருவது அவருக்கு மிகவும் பெருந்தன்மையாக இருந்தது .அதனால் இந்த திருமணத்தை முடித்து வைத்தார்.

வரதராஜன் தன் உழைப்பின் மூலம் மேலும் மேலும் முன்னுக்கு வர சோமேஸ்வரன் தன் சோம்பேறித்தனத்தின் காரணமாக அடி பாதாளத்துக்கு சென்று கொண்டே இருந்தார் ..தன் தம்பியின் வளர்ச்சியை பார்த்து பொறாமை கொண்ட சோமேஸ்வரன் தன் தங்கையை தூண்டிவிடுவதோடு மட்டுமல்லாமல் அனைவரையும் தன் தம்பிக்கு எதிராக திருப்ப முயற்சி செய்து தோற்றுத்தான் போனார்.

வரதராஜன் மிகுந்த நல்ல குணம் படைத்தவர் .கோபக்காரரே தவிர அனைவருக்கும் நன்மையை செய்பவர் .அதனால் இவர் மீது சோமேஸ்வரன் பிள்ளைகளையும் சேர்த்து அனைத்து பிள்ளைகளும் உண்மையான அன்பு வைத்திருந்தனர் .

சோமேஸ்வரன் தன் அப்பா தனக்கு வீடு கட்டிக் கொடுப்பதாக சொல்லும் பொழுது அந்த வீட்டை வேண்டாம் என்று கூறி பணமாக வாங்கிக் கொண்டார். பிறகு தன் அப்பா இறந்ததும் தான் சோம்பேறி தனத்தால் அனைத்தையும் இழந்தவர் வரதராஜனிடம் சண்டை போட்டு அவர் வீட்டில் ஒரு பகுதியை தனக்கு எழுதி வைக்கும்படி கூறினார்.

சோமேஸ்வரன் தொடர்ந்து கேட்டுக் கொண்டிருக்க வரதராஜன் வேறு வழியில்லாமல் தன் அண்ணன் தானே என்று நினைத்து அவருக்கு வீட்டில் ஒரு பகுதியை எழுதிக் கொடுக்க சோமேஸ்வரனின் குடும்பம் அங்கே வசிக்க ஆரம்பித்தனர்.

அந்த நன்றியைக் கூட நினைக்காமல் தன் தம்பியை எப்படி வீழ்த்தலாம் என்று திட்டம் போட்டுக் கொண்டே இருந்தவர் கொஞ்சம் கொஞ்சமாக தன் பிள்ளைகளின் நெஞ்சில் விஷத்தை கலந்தார்.

மணிவண்ணன் வரதராஜன் மீது பாசமாக இருக்க அதை கெடுக்க வேண்டும் என்று நினைத்தவர் ,"உன் சித்தப்பா உன்னை பத்தி தப்பா சொல்லிட்டு இருக்கான்டா. உன் எதிரில் மட்டும் தான் அவன் நடிக்கிறான் .."என்று சொல்ல மணிவண்ணனும் கொஞ்சம் கொஞ்சமாக நம்ப ஆரம்பித்-

தார்.

அது உண்மைதான் என்பது போல் பாக்கியலட்சுமியும் நடந்து கொண்டார்.

மணிவண்ணன், சரண்யா திருமணமாகி சந்தோஷமாக மற்ற தம்பதியினர் போல வாழ்ந்து வந்தனர்.

ஆனால் கொஞ்ச நாள் கழித்து ஒரு பிள்ளை பிறந்தவுடன் கொஞ்சம் கொஞ்சமாக மணிவண்ணன் குடிக்கு அடிமையானார்.. பிறகு வீட்டிலேயே குடிப்பதை பழக்கமாகக் கொண்டார் .அவருக்கென்று ஒரு அறை அந்த அறையில் அவரின் சட்ட புத்தகங்கள் மட்டுமே நிறைந்து இருக்கும். யாரும் அவரை தொந்தரவு செய்யக்கூடாது ..எப்பொழுதும் வீட்டில் இருக்கும் நேரம் முழு போதையில் இருந்தார்.

சரண்யா இதை தன் அம்மாவிடம் சொல்லி அழ பாக்கியலட்சுமி," மணிவண்ணா நீ செய்வது எதுவும் சரி இல்ல ..ஏன் இப்படி பண்ற எ.ன் பொண்ணுடைய வாழ்க்கையே வீணாக்கிடாத .உனக்கு ஒரு குழந்தை பிறந்துடுச்சு இப்படி பொறுப்பில்லாமல் இருக்காத .."என்றார்.

மணிவண்ணன்,"என்னத்த மிரட்டறீங்களா? விருப்பமில்லாத கல்யாணம் பண்ணாலும் உங்க பொண்ணு கூட நல்லா தானே வாழ்ந்திட்டு இருக்கேன். என் மனதில் உள்ள பாரம் தீரும் வரை நான் குடிச்சிட்டே தான் இருப்பேன். .."என்றார்.

கொஞ்ச நாள் மகிழ்ச்சியாக வாழ்ந்த இருவரும் பிறகு கடமைக்கு என்று பிள்ளைகளுக்காக வாழ ஆரம்பித்தனர் .இந்த நிலையில் சரண்யாவுக்கு இரண்டாவது ஆண்மகன் பிறந்தான்.

நாட்கள் செல்ல செல்ல மணிவண்ணன் குடித்துக் கொண்டே இருந்தவர் தன் அப்பாவின் பேச்சைக் கேட்டு சித்தப்பாவை முற்றிலுமாக வெறுக்க ஆரம்பித்தார்.

சங்கர் ராஜனின் குழந்தைகளை பள்ளிக்கு அழைத்துச் செல்வார் மணிவண்ணன்.. அதேபோல வைஷ்ணவி அவளிடமும் மிகவும் மரியாதையுடன் நடந்து கொள்வார் .

வைஷ்ணவியும் மாமா என்று மிகுந்த பண்போடு நடந்து கொள்வாள்.

இரண்டு ஜோடிகளுக்கும் திருமணம் முடிந்த கொஞ்ச நாட்களில் வைஷ்ணவி தேவி அனைவரிடமும் நல்ல மருமகள் என்று பெயர் எடுத்தாள்.ஆனால் சரண்யாவோ தன் கணவனும் இப்படி மாறிக் கொண்டிருக்க விரக்தியில் தான் என்ன செய்கிறோம் என்பதை மறந்தவளாய் ஒரு சில காரியத்தை செய்ய ஆரம்பித்தாள்.

வைஷ்ணவியை பார்த்ததும் அவரின் மனதில் தாழ்வு மனப்பான்மை ஏற்பட வேண்டுமென்றே சங்கரராஜன் ,வைஷ்ணவி காதில் விழும் படி தன் சின்ன மாமியாரிடம் ,"உங்க பிள்ளை சம்பாதிக்க ஆரம்பிச்சுட்டா .நாங்க கார், பங்களா எல்லாம் வாங்கி சந்தோஷமா வாழ்வோம் பாருங்க.."என்பாள்.

இதைக் கேட்ட வைஷ்ணவிக்கு முகம் மாறினாலும் தன்னை நிதானப்படுத்திக் கொள்வாள். சங்கர் ராஜன் சிரித்துக் கொண்டே அங்கிருந்து நகர்ந்து விடுவான்.

பொதுவாக அந்த வீட்டு பெண்கள் ,மருமகள்கள் யாருமே நாற்காலியில் அமர மாட்டார்கள் .ஆனால் சரண்யா மட்டும் சொந்தக்கார மருமகள் என்ற திமிரில் நாற்காலியில் அமர்ந்து அனைவரிடமும் பேசுவாள் .இது எந்த மாமியாருக்கும் பிடிக்காமல் போனாலும் தன் நாத்தனார் பாக்கியலட்சுமி வாய்க்கு பயந்து எதுவும் கேட்டுக் கொள்ளாமல் சரண்யாவிடம் சிரித்து பேசிவிட்டு பிறகு அவளை திட்டி தீர்ப்பர்.

ஆனாலும் பெண்ணவளின் மனதில் அவ்வளவு மன காயங்கள் நிறைந்திருந்தன.

சரண்யா, மணிவண்ணன் சிறுவயதிலேயே ஏதோ அறுபது வயது அடைந்த கணவன், மனைவி போல வாழ்ந்து கொண்டிருந்தனர் .ஆனாலும் சரண்யா முகத்தில் சோகம் என்பது சிறிது கூட இல்லாமல் பார்த்துக் கொண்டாள். எப்பொழுதும் சிரித்த முகமாகவே வலம் வந்தாள்.

தன் அம்மா அவர் இஷ்டத்துக்கும் இந்த திருமணத்தை செய்து வைத்தாலும் அதை மனதார ஏற்றுக்கொண்டவளுக்கு கணவனின் இந்த மாற்றம் எரிச்சலை கொடுத்தாலும் தன் கணவனை யாரிடமும் விட்டுக் கொடுக்காமல் அவரைப் பற்றி யாராவது பேசினாலும் ,"அவரை அப்படி எல்லாம் சொல்லாதீங்க.."என்று கூறியும் தன் கணவனை பாதுகாத்து வந்தார் சரண்யா.

சரண்யா ஒரு விதத்தில் கொடுத்து வைத்தவள் .காரணம் அண்ணன் தம்பிகள் மூவருமே அவளை பார்த்து பார்த்து கவனித்தனர் .அவளுக்கு பண பிரச்சினை என்று ஒன்று தெரியாத அளவுக்கு பார்த்துக் கொண்டனர்.

சரண்யாவின் தம்பி சிறியவனாக இருக்க அண்ணன் மகாதேவனும் பாலனும் சரண்யாவுக்கு தேவையான நேரத்தில் அனைத்தையும் செய்தனர் .கணவனாய் மணிவண்ணன் எதையும் செய்ய வேண்டும் என்று அவளுக்கு எதிர்பார்ப்பு இல்லாமல் பார்த்துக் கொண்டனர்.

இருந்தாலும் ஒரு பெண்ணுக்கு எதுங்க கௌரவம் தன் கணவன் தனக்கு உடை வாங்கி தர வேண்டும் அல்லது ஒரு முழம் பூவாவது வாங்கித் தர வேண்டும் என்று நினைப்போம் இல்லையா..? எங்கே அவருக்கு குடிப்பதற்கே நேரம் சரியாக இருந்தது.

இப்படி நாட்கள் சென்று கொண்டிருக்க வரவர மாமி கழுதைப் போல் தேய்ந்ததாம் என்பது போல மணிவண்ணன் தன் பணியிடத்திலும் தான் வாங்கி இருந்த நற்பெயரை கெடுத்துக் கொண்டு வந்தார்.

எந்த கேசையும் ஒழுங்காக எடுத்து நடத்துவதில்லை .பணம் வாங்குவதோடு சரி எப்பொழுதும் குடித்துக் கொண்டே இருப்பவர் ஒரு சில நேரம் கேஸ் இருப்பதையே மறந்து விடுவார் .

இதனால் மிகவும் திறமைசாலியாக இருந்த மணிவண்ணன் குடிப்பழக்-கத்தால் அவர் எந்த கேஸை எடுத்தாலும் ஜெயிக்க மாட்டார் என்று பெயர் வாங்க ஆரம்பித்தார்.

இது வேலை செய்யும் இடத்தில் மட்டுமல்லாமல் அவர் சொந்த ஊரிலும் பரவ சங்கர் ராஜன் போலீஸ் ,மணிவண்ணன் வக்கீல் என்றும் பெருமையாக கூறிக் கொண்டவர்கள்," இவன் எதுக்கு தான் அந்த வேலையை செய்-றானோ ..?"என்று மணிவண்ணனை திட்ட ஆரம்பித்தனர்.

குடி குடி என்று எப்பொழுதும் குடிக்கு அடிமையானார் .ஆனால் மாமி-யாருக்கு மட்டும் கொஞ்சம் பயப்படுவார் மணிவண்ணன்.

பாக்கியலட்சுமி தன் அண்ணன் குடும்பத்துடன் ராசியானார். ஒருமுறை-கிருத்திகா தேவியை மருத்துவமனைக்கு அழைத்துச் சென்ற சரோஜாதேவி பாக்கியலட்சுமி வற்புறுத்தலின் பெயரில் அவர்களின் வீட்டில் தங்கினார்.

பத்து வயதான கிருத்திகா தேவியை பாக்கியலட்சுமி சிறிய மகன் தலை-யில் கொட்டிக் கொண்டும் அவளை கிள்ளிக் கொண்டும் அவளை வெறுப்-பேற்றிக் கொண்டும் இருந்தான்.

அவனின் செயலில் கிருத்திகா தேவி அழுதவள் அன்றிலிருந்து அவனைப் பார்த்தாலே முகம் சுழிக்கவும் ,அவன் மீது கோபமாகவும் இருக்க ஆரம்பித்தாள்.

இப்படியாக பாக்கியலட்சுமி வரப்போக இருக்கவும் வரலட்சுமி வீட்டுக்கு இவர்கள் போகவும் இவர்கள் உறவு மீண்டும் நல்ல முறையில் இருந்தது.

ஆனாலும் தன் பெரிய அண்ணன் சோமேஸ்வரனின் பேச்சை கேட்டுக் கொண்டு பாக்கியலட்சுமி வரதராஜனுக்கு ஒரு சில தொல்லைகள் கொடுக்க ஆரம்பித்தார்.

கிட்டதட்ட 40 ,50 வருடங்களுக்கு முன் அந்த காலத்திலேயே பெண்-ணுக்கும் சொத்து எழுத வேண்டும் என்று நினைத்த கமலக்கண்ணன் ஆண் பிள்ளைகளுக்கு நிலத்தை பிரித்துக் கொடுக்கும் பொழுது தன் மகள் பாக்கி-யலட்சுமிக்கும் பிரித்துக் கொடுத்தார். அதுதான் பிற்காலத்தில் வரதராஜனுக்கு பெரும் தலைவலியாக அமைந்தது.

நிலத்திற்கு தண்ணீர் பற்றாக்குறை வரும் காலத்தில் பக்கத்து நிலத்தில் தண்ணீர் கேட்டு பாய்ச்சுவது என்பது பொதுவான கிராமங்களில் நடக்கும். இதில் கூட பாக்கியலட்சுமி சோமேஸ்வரன் பேச்சைக் கேட்டு வரதராஜனுக்கு தண்ணீர் விடாமல் காலம் கடத்தி வந்தார். இதனால் வரதராஜன் தன் தங்கை மேல் கோபம் வந்தாலும் தன் வசதிக்கு ஏற்ப மோட்டார் போட்டு அனைத்தையும் பார்த்துக் கொண்டார்.

இதில் கடுப்பாக ஆரம்பித்தார் பாக்கியலட்சுமி.

சங்கர் ராஜனும் ,வைஷ்ணவியும் ஒருமித்த கருத்து கொண்ட தம்பதி-யினராக அதாவது தன் அண்ணன் ,அண்ணி வரதராஜன் ,சரோஜாதே-வியை போல் வாழ்ந்து வருவதை பார்த்த பாக்கியலட்சுமி தன் பெண்ணின்

வாழ்க்கை இப்படி அமைந்து விட்டதே. தன் மருமகன் இப்படி குடிகாரனாய் மாறிட்டானே என்று மனதினில் புழுங்கி தவித்தார் .

வர்ணம்--25

பிள்ளைகள் வளர ஆரம்பிக்க பிள்ளைகளை படிக்க வைப்பது கூட பாக்கியலட்சுமி பிள்ளைகள் தான் .பாக்கியலட்சுமி சிறிய மகன் கந்தன் வளர்ந்ததும் அவனும் தன் அக்காவுக்காக செலவு செய்ய ஆரம்பி த்தான். இப்படி குடும்பமே தன் வீட்டில் ஒரே பெண்ணான சரண்யாவுக்கு பார்த்து பார்த்து செய்தனர்.

இப்படி செய்தது தான் அவர்கள் செய்த மிகப்பெரிய தவறு.. 'தன் பிள்ளைகளையும் தன் மனைவியையும் பார்த்துக் கொள்ள தன் மாமியார் வீடு இருக்கிறதே .?"என்ற தைரியத்தில் மணிவண்ணன் ஜாலியாக சுற்றிக்கொண்டு வந்தார்.

கூடவே தன் அப்பாவின் பேச்சைக் கேட்டு நல்ல மனிதர்களை இழக்கவும் ஆரம்பித்தார் அதாவது வரதராஜன் குடும்பத்தின் உறவை இழக்க ஆரம்பித்தார்.

இவர்களின் செயல் சோமேஸ்வரனின் இரண்டாவது மகன் தர்மேந்திரனுக்கும், மூன்றாவது மகன் சுரேந்திரனுக்கும் பிடிக்கவே இல்லை.

நாம் ஏற்கனவே பார்த்தது போல சுரேந்திரனும் அவன் இரண்டாவது அக்கா வசந்தியும் தங்கள் பெரியப்பா வீட்டில் வளர்ந்து வந்தனர்.

மணிவண்ணன் அவரின் பெரிய தங்கை விஜயா ,தர்மேந்திரன் மூவரும் சோமேஸ்வரனிடம் வளர்ந்து வந்தனர் .ஆனால் இவர்களும் அதிகமாக அவர்களின் பெரியப்பா வீட்டிற்கு சென்று விடுவர்.

எப்பொழுதும் ஏதாவது பிரச்சனை செய்து கொண்டே இருந்தார் சோமேஸ்வரன். இதனால் சோமேஸ்வரனுக்கும் ,சரோஜாதேவிக்கும் சண்டை வந்து கொண்டே இருந்தது .

"இப்படி ஒரு புத்திசாலியான மனைவி வரதராஜனுக்கு கிடைத்துவிட்டாளே.? நாம எதை செய்தாலும் இந்த பொண்ணு கண்டுபிடிக்கிறாளே..?' என்று தேவையே இல்லாமல் அவள் மீது கோபம் கொண்டார் சோமேஸ்வரன்.

அண்ணன் ,தம்பிகள் இருவரும் பேசாமல் இருந்தனர் ,ஆனால் இருவர் வீட்டு பிள்ளைகளும் எப்பொழுதும் விடுமுறைக்கு வரும்பொழுது எல்லாம் பேசிக் கொண்டும், ஜாலியாக வெளியே செல்வதும், இந்த வீட்டில் செய்யும் பதார்த்தங்களை அடுத்த வீட்டில் மாத்தி மாத்தி கொடுத்து உண்டு மகிழ்ந்தனர்.

சுசீந்திரா வீட்டில் சுஜாதா விடுமுறைக்கு வரும்போது எல்லாம் அனைத்து அக்கா ,தங்கைகளும் செய்யும் சேஷ்டைகளுக்கு அளவே இல்-

லாமல் இருக்கும் .

அண்ணன் ,தம்பிகள் இதை எதையும் கண்டுகொள்ளாமல் அவர்களும் கூடவே சேர்ந்து மகிழ்ச்சியாக வலம் வருவர்.

பொதுவாக இந்த மூன்று வீட்டிலும் உள்ள பேரன் ,பேத்திகள் எப்போது விடுமுறை விடுவார்கள் என்று ஆவலாக காத்துக் கொண்டிருப்பர். அப்போது தானே அனைவரும் ஒன்று சேர்ந்து விடுமுறை நாட்களை மகிழ்ச்சியாக கொண்டாடலாம்.

கிருத்திகா தேவியின் பெரியம்மா மகள் அதாவது சுஜாதாவின் மகள் கனிஷ்கா தேவி ,கிருத்திகா தேவியின் மீது மிகுந்தம் பாசம் கொண்டவள் இருவரும் விடுமுறை நாட்களில் ஒன்றாக சேர்ந்தால் தன் அம்மா ,சித்திகளையே மிஞ்சி விடுவர்.

விடுமுறை முடிந்து போகும் பொழுது கிருத்திகா தேவி அழுது ஆர்ப்பாட்டம் செய்ய கனிஷ்கா தேவி," இங்க பாரு கிருத்திகா நீயும், நானும் பக்கத்து பக்கத்து ஊரு தானே.? நீ கவலைப்படாத நாம இரண்டு பேரும் அடிக்கடி கடிதம் எழுதலாம் .

அப்பா, அம்மா கிட்ட சொல்லி நான் உன்னை எங்க வீட்டுக்கு அழைச்சிட்டு வர சொல்றேன் நாம வெளியே போகலாம் சரியா..

"சரி அக்கா ஆனாலும் என்னால உன்னை விட்டுட்டு இருக்கவே முடியல அக்கா .நீ ஏன் அக்கா என் கூட பிறக்கல ...எனக்கு உன்னை விட்டுட்டு பிரியறதை நினைச்சா அழுகை அழுகையா வருது.."

என்று அழுதவளை பார்த்த வான்மதி தேவியும் ,சுஜாதாவும் இவர்களின் ஒற்றுமையை நினைத்து மகிழ்ந்தவர்கள் அவர்களை சமாதானம் செய்யும் பொருட்டு..

"அட டா என்னங்கடி நீங்க எப்போதும் எல்லாரும் ஒரே இடத்தில் இருக்க முடியுமா? தனித்தனியா இருந்து எப்போதாவது ஒன்னா சேர்ந்தா தான் அங்க மகிழ்ச்சிக்கு குறைவில்லாம இருக்கும் உறவுகளும் பலப்படும் புரியுதா..?" என்றாள் வான்மதி தேவி.

கனிஷ்கா தேவி ,"போங்க சித்தி நீங்க என்ன சொன்னாலும் என்னாலயும் இவளை விட்டு பிரிய முடியல.." என்று இருவரும் அனைத்துக் கொண்டு முத்தம் மழை பொழிந்தனர்.

சுஜாதா," அடியே செல்லங்களா கவலைப்படாதீங்க அடுத்த விடுமுறைக்கு நாம இங்க வரவேணாம் .வான்மதி இங்க பாருடி நீ பிள்ளைங்களை அழைச்சிட்டு நம்ம வீட்டுக்கு வந்துடு வெளியே எங்கேயாவது போய் சுத்தி பாக்கலாம் சரியா..?"

"சரிக்கா கண்டிப்பா நாம அப்படியே செய்யலாம்.. என்ன பிள்ளைகளா உங்களுக்கு சந்தோஷம் தானே..?"

"ஹேய் ஜாலி ஜாலி ஜாலி ஆனா லீவுக்கு இங்கேயும் வரனும் . பெரியம்மா வீட்டுக்கு போயிட்டு அப்புறம் நம்ம இங்க வரலாம் அம்மா.." என்-

றாள் கிருத்திகா தேவி.

வான்மதி தேவி," சரிடி சரிடி நாம கிளம்பலாமா மணி ஆகுது..."

"அம்மா இன்னும் நீங்க கிளம்பலையா..? எனக்கு க்ளாஸ் இருக்கு ஞாபகம் இருக்கா இல்லையா..?" என்று கத்திக்கொண்டு அங்கே வந்தான் லோகேஸ்வரன் சுஜாதாவின் பெரிய மகன் இவன் பெரிய படிப்பாளி.

"இருடா கிளம்பறேன் இவன் ஒருத்தவன் அவங்க அப்பா மாதிரியே எங்க வந்தாலும் காலில் சுடு தண்ணி ஊத்திக்கிட்டு பறப்பான்.."

"பெரியம்மா நீங்க இருங்க நான் உண்மையாவே அண்ணா காலில் சுடு-தண்ணீர் ஊத்தி விடறேன்..."என்றாள் கிருத்திகா தேவி.

"ஏன் பாப்பா நான் உனக்கு என்ன பாவம் செஞ்சேன்டா .."என்று லோகேஸ்வரன் சோகமாக கேட்க..

"அண்ணா உங்களுக்கு கொஞ்சமாவது தங்கைங்கற பாசம் இருக்கா..? லீவுக்கு இப்போ எல்லாம் நீங்க வருவதே கிடையாது .

எப்போ பாரு படிப்பு படிப்புன்னு சொல்லி ஊரிலேயே இருக்கீங்க. இப்போ உங்களால தான் பெரியம்மா சீக்கிரமா கிளம்புறாங்க ..நீங்க கிளம்புறதால எங்க அம்மாவும் எங்களை அழைச்சிட்டு போறாங்க போங்க அண்ணா.. நீங்க ரொம்ப கெட்டுப் போயிட்டீங்க .." என்று அழுதாள்.

கனிஷ்காவின் தங்கை எழிலரசி அங்கே வந்தவள்," அடடா அழுமூஞ்சி கிருத்திகா தேவி. அழறத கொஞ்சம் நிறுத்துடி .அவன் நல்லா படிச்சா தானே டாக்டராக முடியும். அப்பதானே நாம பெருமையா நம்ம அண்ணன் டாக்-டர் சொல்லிக்கலாம். செல்லம் தானே அழக்கூடாது... நீ நம்ம ஊருக்கு வா நம்ம ஜாலியா இருக்கலாம் சரியா..?"

"சரிக்கா கண்டிப்பா வரேன் .." என்று தன் அக்கா அண்ணனுக்கு பிரி-யாவிடை கொடுத்தவள் தன் குடும்பத்துடன் ஊருக்கு பயணமானாள் கிருத்-திகா தேவி.

சரண்யா, மணிவண்ணன் இருவருக்குமே பக்கத்து ஊரான தன் சொந்த கிராமத்துக்கு வருவது என்பது பிடிக்காத ஒன்றாக இருந்தது .அனைவரும் விடுமுறைக்கு வரும் போது எல்லாம் எத்தனை தடவை அழைத்தாலும் அவர்கள் வர மறுத்தனர்

அதனாலேயே சரண்யா ,மணிவண்ணன் பிள்ளைகளுக்கு இங்கே இருக்-கும் சொந்தங்களை பற்றி சரியாக தெரியவில்லை.

கண்ணகியின் மகள் கௌசல்யாவின் பிள்ளைகள் ,வான்மதியின் பிள்-ளைகள், சுஜாதாவின் பிள்ளைகள் இவர்கள் மூன்று குடும்பத்தின் பிள்ளை-கள் மட்டும் மிகவும் க்ளோசாக இருந்தனர் ..

அடிக்கடி விடுமுறையில் சந்தித்துக் கொள்வதும் இவர்களே மற்றவர்க-ளின் பிள்ளைகள் எல்லாம் சிறு சிறு குழந்தைகள் தான். பாசம் என்பது என்ன என்பதை இந்த குழந்தைகளை பார்த்தாலே பெரியவர்களும் கற்றுக்-கொள்வர் ...அவ்வளவு ஒற்றுமையாக இருந்தனர் ..இந்த குழந்தைகளுக்கு

விடுமுறை விட்டால் போதும் அனைவரும் இங்கே வந்துவிடுவர்.

மோட்டார் செட்டில் குளிப்பதும் உடனடியாக இளநீர் வெட்டி குடிப்பதும் பிறகு சுட சுட சாப்பாடு உண்பதும் என்று மகிழ்ச்சியாக நாட்களை கடத்துவர்.

உணவிலும் சரி இளநீர் குடிப்பதிலும் சரி உங்க வீட்டு பொருள் , எங்க வீட்டுப் பொருள் என்று எந்த பாகுபாடுமே இருக்காது ..எல்லாம் ஒன்றாகவே இருக்கும்.

சுஜாதா அவளுக்கு வரதராஜன் என்றால் அவ்வளவு உயிர் .சுஜாதாவின் அப்பா சிறுவயதிலேயே இறந்துவிட்டார் .அதனால் தன் சித்தப்பாவின் மீது மிகவும் அன்பாக இருப்பாள் சுஜாதா .அவரும் தன் அண்ணன் மகள் மீது பாசத்தை பொழிவார். அனைவரும் ஒற்றுமையாக இருந்தாலும் , சோமேஸ்வரன் மட்டும் வரதராஜன் குடும்பத்தின் மீது வன்மத்தை வளர்த்துக் கொண்டே வந்தார்.

மகாதேவன் கடமைக்கு என்று திருமணம் செய்தாலும், தன் மனைவியுடன் மகிழ்ச்சியாக வாழ்ந்து வந்தார் .அதுவும் சிறிது காலமே கடவுள் அந்த வாழ்க்கைக்கும் வழியில்லாமல் செய்துவிட்டார் .இதனால் அனைவரும் இவன் என்ன ராசியோ என்று பேச ஆரம்பித்து விட்டனர் .மகாதேவனின் மனைவி சிறிது நாட்களில் இறந்து போனார்.

அதில் வாழ்க்கையை வெறுத்துப் போன மகாதேவன் மீண்டும் குடிக்கு அடிமையானவர் ..அவர் இஷ்டத்துக்கும் கண்டபடி நடக்க ஆரம்பித்தார்.

கிருத்திகா தேவி படிக்கும் பள்ளியின் பக்கத்து பள்ளியின் பேருந்து ஓட்டுனராக இருந்தார் மகாதேவன் கிருத்திகா தேவிக்கு மகாதேவன் என்றால் மிகவும் பிடிக்கும்

அவரை சித்தப்பா சித்தப்பா என்று அழைத்துக் கொண்டே இருப்பாள்.அவர் தான் செல்லும் பேருந்து பக்கத்தில் வந்து ஹாரன் அடிக்கும் பொழுது அவரை பார்த்து அனைவரிடமும் அவர் என்னுடைய சித்தப்பா என்று பெருமையாக கூறுவாள் கிருத்திகா தேவி.

ரயில் போகும் பொழுது கேட் மூடி இருப்பதால் இரண்டு பள்ளியின் பேருந்தும் சிறிது நேரம் நிறுத்தி வைக்கப்படும் அப்போது இறங்கி வந்து கிருத்திகா தேவியிடம் பேசி விட்டு செல்வார்.

இவளும் ஜாலியாக சித்தப்பா என்று பேசிக் கொண்டிருப்பாள். "கிருத்திகா அம்மா, அப்பா தங்கச்சி எல்லாம் நல்லா இருக்காங்களா..?"

"நல்லா இருக்காங்க சித்தப்பா. நீங்க எப்படி இருக்கீங்க பாட்டி எப்படி இருக்காங்க..?"

"நல்லா இருக்காங்க மா.உங்க தாத்தாவும் ,பாட்டியும் எப்படி இருக்காங்க .என்னை பத்தி விசாரிப்பாங்களா? நீ ஏதாவது சொல்லுவியா ?கேட்டா சொல்லு நான் எப்படி இருக்கேன் என்று அவங்களுக்கு சந்தேகமே வேணாம் நான் ரொம்ப சந்தோஷமா ஜாலியா இருக்கேன் அப்படின்னு சொல்லு புரி-

யுதா..?"என்று சொல்பவரை கூர்ந்து கவனிப்பாள் கிருத்திகா தேவி அதுவரை நன்றாக பேசிக் கொண்டிருப்பவர் தன் மாமா மாமியை பற்றி பேசும்போது மட்டும் அவரின் முகத்தில் ஏதோ வித்தியாசத்தை உணர்வாள்.

"நல்லா இருக்காங்க சித்தப்பா அடுத்த வாரம் வரேன்னு சொல்லி இருக்காங்க அப்போ நீங்களும் எங்க வீட்டுக்கு வாங்களேன்.."

"நல்லா இல்லாம எப்படி இருப்பாங்க.. அவங்க வரும்போது நான் வரமாட்டேன். அவங்கள பார்க்க நான் விரும்பல. நான் இன்னொரு நாள் வரேன்.."

"ஏன் சித்தப்பா இப்படி சொல்றீங்க"

"அது அப்படித்தான் சரி இந்தா புடி சாக்லேட் சாப்பிடு.."

"எனக்கு வேண்டாம் போங்க .எனக்கு என் தாத்தா, பாட்டி ரொம்ப பிடிக்கும் .நீங்க அவங்கள திட்டிக்கிட்டே இருக்கீங்க உங்க சாக்லேட் நீங்களே வச்சுக்கோங்க.."

"அட பாருடா கோபத்தை சரி சரி இனி திட்டல நீ சாப்பிடு.."

"இனி எதுவும் சொல்ல மாட்டீங்க தானே..?"

"சொல்ல மாட்டேன் மா .நீ சாப்பிடு சரி ட்ரெயின் வந்துடுச்சு .நான் கிளம்பறேன் .இன்னொரு நாள் பார்க்கலாம் சரியா நல்லா படிக்கனும்..."

"ஓகே சித்தப்பா போயிட்டு வாங்க "என்று விடை கொடுத்தவளுகு மாகாதேவனின் செயல் குழப்பத்தையே தந்தது.

வர்ணம் - 26

மகா தேவனிடம் பேசிவிட்டு வீட்டிற்கு வந்த கிருத்திகா தேவி குழப்பத்தில் அமர்ந்திருந்தாள். ஏற்கனவே பள்ளியில் இருந்து வந்திருந்த வான்மதி தேவியின் இரண்டாவது மகள் தீபிகாவும் ,மூன்றாவது மகள் அனிதாவும் தன் அக்காவை பார்த்தவர்கள் ,'ஏன் இவ இப்படி இருக்கா .?"என்று நினைத்து அவளிடம் சென்றனர்.

தீபிகா," கிருத்திகா அம்மா நீ பள்ளியில் இருந்து வரும் நேரமாச்சு இன்னும் காணலையே சொல்லி எங்களை பார்க்கச் சொன்னாங்க .நீ என்ன வீட்டுக்கு வந்துட்டு உள்ள வராம வெளியே உட்கார்ந்து இருக்க.."என்றும் அவளிடம் பதில் வராமல் போக..

அனிதா," கிருத்திகா என்ன ஆச்சு ஸ்கூல்ல ஏதாவது நடந்துச்சா மிஸ் அடிச்சிட்டாங்களா..?"என்று கேட்டவளுக்கும் அதே நிலைமை தான் இதை பார்த்தவர்கள் தன் அம்மாவை அழைத்து வந்தனர்.

வான்மதி தேவி தன் மகளை பார்த்தவர் ,"கிருத்திகா என்னாச்சு உனக்கு ஏன் இப்படி இருக்க ஸ்கூல்ல ஏதாவது நடந்துச்சா சொல்லு.." என்று அவளின் தோலை பிடித்து லுக்க அதில் தன்னிலை அடைந்தவள்.

"அம்மா என்ன பண்றீங்க நீங்க விடுங்க வலிக்குது.."

தீபிகா,"ஏதே வலிக்குதா ? இவ்ளோ நேரம் நாங்க காட்டு கத்தல் கத்தறோம் உனக்கு காதுல விழவே இல்லையா.?"

"என்னடி உளர்ற சும்மா போ அந்த பக்கம்.."

கிருத்திகா ,"அவ ஒன்னும் உளரல

.இவங்க ரெண்டு பேரும் உன்னை மாத்தி மாத்தி கூப்பிட்டு இருக்காங்க .உனக்கு தான் காதுல விலையே..இந்த வயசுல உனக்கு அப்படி என்ன சிந்தனை சொல்லு.."என்று கேட்டார் வான்மதி தேவி.

கிருத்திகா தேவி நடந்த அனைத்தையும் கூற தீபிகாவுக்கும் ,அனிதாவுக்கும் எதுவும் புரியாததால் அவர்கள் அங்கிருந்து தன் அம்மா பார்த்துக் கொள்வார்கள் என்று சென்று விட்டனர்.

தன்மகள் கூறியதை கேட்ட வான்மதி தேவிக்கு,' இந்த மகாதேவன் மாமா ஏன் தான் இப்படி நடந்துக்கறாரோ தெரியல .சின்ன பிள்ளை கிட்ட எதை சொல்றது தெரியாதா என்ன ..?அவருக்கு இன்னும் நம்ம அம்மா ,அப்பா மேல கோபம் போகவே இல்ல போல இருக்கு , இதுக்கு என்ன தான் தீர்வு தெரியலையே பார்ப்போம் கடவுள் விட்ட வழி..' என்று நினைத்தவர் இவளை எப்படி சமாளிக்கலாம் என்று யோசித்துக் கொண்டிருந்தார்.

பிறகு ,"அதெல்லாம் ஒன்னும் இல்ல கிருத்திகா. நீ மறுபடியும் அவர் அப்படி பேசினா அந்த மாதிரி பேசாதீங்க சொல்லு ,ஓகேவா. சரி போ போய் சாப்பிடு .."என்றவரை பார்த்த கிருத்திகா தேவிக்கு தன் அம்மா தன்னிடம் இருந்து எதையோ மறைக்கிறார் என்று தெரிந்தாலும் அப்போதைக்கு அமைதியாக அங்கிருந்து சென்றாள்.

இப்படியே ஒரு வாரம் கடந்து இருக்க மீண்டும் மகாதேவன் கிருத்திகா தேவியை பார்த்தவர் வரதராஜன் சரோஜாதேவியை பற்றி வெறுப்புடன் பேச," சித்தப்பா இனிமே எங்க தாத்தா பாட்டியை பத்தி நீங்க இப்படி பேசாதீங்க .இல்லனா என்கிட்ட பேசவே பேசாதீங்க போங்க .."என்று முறுக்கிக் கொண்டவள் தன் வீட்டிற்கு வந்ததும் தன் அம்மாவிடம் இதைப் பற்றி கூறி இப்போதே எனக்கு உண்மை தெரிஞ்சாகனும் சொல்லுங்கம்மா . ஏன் மகாதேவன் சித்தப்பா இப்படி பேசறார் ..."என்று கேட்டாள்.

வான்மதி தேவி யோசித்தவர் வேறு வழி இல்லாமல் தன் மகளும் வளர்ந்து கொண்டே செல்கிறாள்

அவளுக்கும் இந்த விஷயத்தை சொல்வதால் அவள் வாழ்க்கைக்கும் பிரயோஜனமாக இருக்கும் என்று நினைத்தவர் ,"இங்க பாரு கிருத்திகா நம்ம வானதி சித்திய அந்த சித்தப்பாவுக்கு திருமணம் செய்து வைக்கணும் நினைச்சாங்க ஆனா அவரு குடிக்க ஆரம்பிச்சதால நம்ம தாத்தா ,பாட்டி அவருக்கு பொண்ணு கொடுக்க மாட்டேன்னு சொல்லிட்டாங்க.. அதனால அவருக்கு நம்ம தாத்தா ,பாட்டி மேல கோபம் அவ்வளவு தான்டா..?"

"ஓஹோ அப்படியா அம்மா அப்போ தாத்தா பாட்டி செஞ்சதுல ஒன்னும் தவறு இல்ல. யார் தான் இப்படி ஒரு பையனுக்கு பொண்ணு கொடுக்க

விரும்புவாங்க.." என்று பெரிய மனுஷியைப் போல் பேசியதை ஆச்சரியமாக பார்த்த வான்மதி தேவி தன் மகளும் வளர்ந்துவிட்டாள் என்று நினைத்தவர் பூரித்து போனார்.

"அம்மா எனக்கு ஒரு சந்தேகம் நம்ம வானதி சித்திக்கு இந்த கல்யா-ணத்துல விருப்பம் இருந்ததா..?"

"இல்லடா வானதி அவரை பற்றி எதுவும் பேசவும் மாட்டா ..நினைக்க-வும் இல்ல.

அதுதான் அவளுக்கு நல்லதா போச்சு இல்லனா ரொம்ப கஷ்டமாகியி-ருக்கும் நான் சொல்றது உனக்கு புரியுதா..?"

"புரியுது அம்மா "என்றவளுக்கு சரவண ராஜனின் முகம் வந்து போனது.

சரவண ராஜனை தனக்கு திருமணம் செய்து கொடுக்க வேண்டும் என்று பெரியவர்கள் அடிக்கடி அவளின் முன்னே பேசிக் கொண்டனர். அப்பொ-ழுது எல்லாம் அது அவளுக்கு பெரிய விஷயமாக தெரியவில்லை .ஆனால் அவள் வளர வளர அதையே அனைவரும் பேசிக்கொண்டிருக்க அதை பற்றி அவள் எப்போதாவது யோசிப்பாள்.ஆனால் இப்பொழுது ஒரு தீர்க்க-மான முடிவு எடுத்தாள்..நம் சித்தியைப் போலவே நாமும் இருக்க வேண்டும் என்று நினைத்தாள்.

இப்பொழுது அவள் பெரியவளாக வளர்ந்து கொண்டிருந்தவளுக்கு ஏற்-கனவே சரவண ராஜன் அவளை திட்டிக் கொண்டிருப்பான் என்பதால் அவன் மீது மாமா என்ற பிடிப்பே இல்லாமல் இருந்தது.

இப்பொழுது தன் சித்தியின் விஷயத்தை கேள்விப்பட்டவள் எந்த எண்-ணத்தையும் மனதில் வளர்த்து கொள்ளக் கூடாது என்று முடிவெடுத்தாள்.

நாட்கள் இப்படியே சென்று கொண்டிருக்க சிறியவர்கள் வளர்ந்து விட்ட-தால் தன் பாட்டி வீட்டுக்கு விடுமுறைக்கு செல்வது கொஞ்சம் கொஞ்சமாக குறைந்து வந்தது.

கிருத்திகா தேவிக்கு கனிஷ்கா தேவி விடுமுறைக்கு வராததால் அவளை மிகவும் அவளின் மனம் தேடியது..

இதை தன் அம்மாவிடம் கிருத்திகா தேவி கூற அவளை அழைத்துக் கொண்டு கனிஷ்கா தேவியின் வீட்டிற்கு சென்றார் வான்மதி தேவி.

அழைத்துச் சென்றவர் அவளை அங்கே விட்டு விட்டு வர கிருத்திகா தேவி விடுமுறை நாட்களை தன் அக்கா கனிஷ்காவுடன் ,எழிலரசியுடனும் மகிழ்ச்சியாக அனுபவித்தாள். யோகேஸ்வரன் எப்பொழுதும் படிப்பு படிப்பு என்று ஓடுபவன் வீட்டிற்கு வந்ததும்கிருத்திகா தேவி யுடன் சிறிது நேரம் செலவழித்தான்.

விடுமுறை முடிந்து மீண்டும் கிருத்திகா தேவி ஊருக்கு திரும்பியவள் அழுது கொண்டே திரும்பினாள் .அவளை கனிஷ்கா தேவி சமாதானம் செய்து அனுப்பி வைத்தாள்.

கிருத்திகா தேவிக்கு பள்ளிக்கு செல்ல வேண்டும் என்றாலே எட்டிக்காய் கசப்பாய் கசக்கும்.. அதிலும் விடுமுறை விட்டு மீண்டும் பள்ளி ஆரம்பித்தால் அழுது கொண்டுதான் பள்ளிக்குச் செல்வாள்.

பள்ளியில் ஆசிரியர்கள் கொடுக்கும் எந்த வீட்டு பாடத்தையும் முடிக்க மாட்டாள் .அதனால் இன்னும் கொஞ்சம் அழுபவள் தன் அம்மா ,அப்பாவிடம் பள்ளிக்குச் செல்ல மாட்டேன் என்று அடம் பிடிப்பாள்.

பெற்றோர் அவளை சமாதானம் செய்து அனுப்பி வைக்க பள்ளிக்குச் சென்றதும் முடிக்காத வீட்டு படத்திற்காக அந்த ஆசிரியரிடம் திட்டும் ,அடியும் வாங்குபவள் வீட்டுக்கு வந்து தலையெழுத்தே என்று அதை எழுதி முடிப்பாள்.

தீபிகா ,அனிதா இருவரும் ஒரே பள்ளியில் படித்ததால் அவர்கள் எப்பொழுதும் சிரித்துக் கொண்டே ஒன்றாகச் சென்று தனது வேலையை சரியாக முடித்து மகிழ்ச்சியாக நாட்களை கடத்தினர். ஆனால் கிருத்திகா தேவியோ ஆசிரியர்களுக்கு பயந்து கொண்டே செல்வாள்.

வைஷ்ணவி தன் பிள்ளைகள் வினித் ராஜன் ,வினோதினி தேவி இருவரையும் பபள்ளி முடித்து வந்ததும் படிக்க வைத்து பிறகு வீட்டில் உள்ள வேலைகளை முடிப்பாள். அனைவருக்கும் உணவு கொடுத்து அவரும் சாப்பிட்ட பிறகு படுக்க தினமும் தாமதமாகிவிடும் இருந்தாலும் தன் பிள்ளைகளுக்கு சொல்லிக் கொடுப்பதை மட்டும் அவள் நிறுத்தவே இல்லை.

காரணம் தன்னால் தான் நினைத்த படிப்பை படிக்க முடியவில்லை

தன் பிள்ளைகளாவது நன்றாக படிக்க வேண்டும் என்று நினைத்தார் வைஷ்ணவி .

சங்கர் ராஜன் வெளியூரில் பணியில் இருப்பதால் வாரத்திற்கு இரண்டு முறை அல்லது மூன்று முறை வந்து செல்வான்.

சங்கர்ராஜன் உள்ளே வரும்போதே ,"என்னங்க வந்துட்டீங்களா வாங்க நீங்க அங்க நிம்மதியா இருக்கீங்க ..?இந்த வாண்டுங்க என்னை படுத்தி எடுக்கறாங்க.. சொன்ன பேச்சைக் கேட்பதே இல்ல.

" என்று தன் மக்களைப் பற்றி புகார் வாசிக்க ஒரு சில நேரம் அமைதியாக இருக்கும் சங்கர் ராஜன் ஒரு சில நேரம் அவர்களை அடித்து வெளுத்து விடுவார்.

தன் அண்ணன் பிள்ளைகளை அடிக்க ஆரம்பிக்கும்போதே சரவண ராஜனும் , கணேஷ் ராஜனும் அவனை தடுத்து பிள்ளைகளை அழைத்துச் சென்று விடுவர்.

சரோஜாதேவி," வைஷ்ணவி உனக்கு எத்தனை முறை சொல்லி இருக்கேன் .வெளியே போயிட்டு வர ஆண்பிள்ளை உள்ளே நுழையும்போதே வீட்டில் நடக்கிற எதையும் சொல்லக்கூடாது

ஆனா நீ பிள்ளைகளைப் பற்றி அவன் கிட்ட குறை சொல்ற.. அவன் எந்த மன நிலையில் வருவான் அது உனக்கு தெரியாதா .? வினித் உடல்-

நிலை மோசமாக இருக்கும் பொழுது நாம் எவ்வளவு கஷ்டப்பட்டோம் எப்படி அழுதோம் உனக்கு ஞாபகம் இருக்கா.

ஆனால் நீ பிள்ளையோட அருமை தெரியாம நடந்துக்கிற . படிப்பு முக்கியம்தான் அதுக்காக இப்படித்தான் படிக்கும் பொழுது எப்ப பாரு அடிச்சுக்கிட்டே இருப்பியா? சங்கர் வந்தவுடனே பிள்ளைகளை குறை சொல்லிக்கிட்டு இருப்பியா இதெல்லாம் சரி இல்ல மாத்திக்கோ.."என்று கோபமாக சென்று விட்டார் சரோஜாதேவி.

வரதராஜன்," வைஷ்ணவி உனக்கு நான் தனியா சொல்லணும் என்று அவசியம் கிடையாது

பிள்ளைகளை அளவுக்கு அதிகமாக அடிக்காதமா. பிறகு அவங்களுக்கு அடிக்கத்தானே போறாங்க வேற என்ன செய்யப் போறாங்க என்ற மனநிலை வந்துடுச்சுன்னா அவர்கள் செய்த தவறு அவங்களுக்கு புரியாது புரிஞ்சுக்கோமா .."என்று கூறிய வரதராஜனும் அங்கிருந்து சென்று விட்டார்.

வினித் ராஜன் குழந்தையாக இருக்கும் பொழுது அவனுக்கு இருமல் வர வைஷ்ணவியின் அம்மா கனகவள்ளி மருந்தை மாற்றி கொடுத்து விட்டார் .அதாவது உடல் புண்ணுக்கு கொடுக்கப்படும் மருந்தும் இருமல் சிறப்பும் ஒரே மாதிரி இருந்ததால் புண்ணுக்கான மருந்தை குழந்தைக்கு கொடுத்து விட சிறிது நேரத்தில் குழந்தை வாயில் நுரை வர அவனை பார்த்து வைஷ்ணவி தேவி பதினாள்

உடனே அவனைத் தூக்கிக் கொண்டு மருத்துவமனை சென்றவர்கள் நடந்த விஷயத்தை கூற மருத்துவர் குழந்தையை காப்பாற்றினார் அதைத்தான் சரோஜாதேவி கூறினார்.

வினோதினி தேவி படு சுட்டியாக இருந்தாள். தன் அண்ணனுக்கு பாடம் கற்பிக்கும் அளவுக்கு புத்தி கூர்மை கொண்டவளாக வளர்ந்தாள்.வினோதினி தேவி அவளை பார்க்கும் வைஷ்ணவிக்கு எப்பொழுதும் தன் மகளின் அறிவாற்றலை நினைத்து கர்வம் இருந்து கொண்டே இருந்தது.

அந்த வீட்டில் பெண் பிள்ளைகள் அனைவரும் அமைதியாக இருக்க ஆனால் வினோதினி தேவி மட்டும் வான்மதி தேவி மகளிடம் சண்டை போட்டுக் கொண்டும் அவர்களை வம்பு இழுத்துக் கொண்டும் இருந்தாள் .. அதைப் பார்த்து அனைவரும் அவளின் பெரிய அத்தை வான்மதி தேவி போலவே வினோதினி தேவி இருக்கிறாள். என்று சொல்ல ஆரம்பித்தனர்.

வர்ணம் _ 27

வினோதினி தேவி தன் அத்தை வான்மதி தேவியை போல துடுக்கானவள் ,சுட்டிப்பெண் என்று பெயர் வாங்கினாள்.

வான்மதி தேவி பொதுவாகவே வெளியிடங்களுக்குச் செல்லும் பொழுது யாராவது தேவையில்லாமல் சண்டை போட்டால் அவர்களுக்கு பதிலடி

கொடுக்காமல் திரும்ப வரமாட்டாள். அது யாராக இருந்தாலும் சரி கோபம் வந்தால் வான்மதி தேவி அவர்கள் கொடுப்பதை திருப்பி கொடுத்துவிட்டு தான் வருவாள்

வைஷ்ணவி அடிக்கடி இதைக் கூறி வான்மதி தேவியை கேலி செய்து கொண்டே இருப்பார்.," ஏன் மச்சி ஏன் நீங்க இப்படி இருக்கீங்க எல்லார்-கிட்டயும் சண்டை போட்டுட்டே இருக்கீங்க

அண்ணா நீங்க எப்படித்தான் இவங்ளை வைத்து சமாளிக்கிறீங்ளோ தெரியல பாவம் தான் நீங்க போங்க.." என்பார்.

ஆனால் இன்று தன் மகள் தன் நாத்தனாரை போல மாறிக்கொண்டி-ருக்க ஒரு நேரம் தன்மகள் வாயாடி என்று பெயர் எடுத்து விடுவாளோ என்ற பயம் இருந்தாலும் ஒரு நேரம் தன் மகள் மிகவும் தைரியமாகவும் அனைவ-ரையும் அடக்கி ஆளும் விதமாக நடந்து கொள்கிறாள் என்று அமைதியாக விட்டுவிட்டார் வைஷ்ணவி.

சங்கர் ராஜனுக்கு தன் மகளின் இந்த துடுக்குத்தனம் மிகவும் பிடித்தி-ருந்தது ..தன் பெரிய தங்கை வான்மதி தேவியையே போலவே அனைத்து செயல்களிலும் நடந்து கொள்வது அவருக்கு மகிழ்ச்சியை கொடுத்தது.

வைஷ்ணவி தங்கை தீபா அடிக்கடி விடுமுறைக்கு வரும் போதெல்லாம் அவளும் தன் அக்கா மகளின் இந்த துடுக்கு தனத்தை கண்டு ஆச்சரியப்-பட்டு தான் போனாள்.

அனைவரையும் ஆட்டுவிக்கும் வினோதினி தேவியை கிருத்திகா தேவி எப்பொழுதும் தன் அன்பெனும் பாச வலையில் கட்டிப் போட்டு வைத்திருந்-தாள்.

ஒருமுறை அனைத்து பிள்ளைகளும் அமர்ந்து டிவி பார்த்துக் கொண்-டிருக்க அமைதியின் சிகரமான தீபிகா தன் தம்பி ஹரி சேனலை மாற்ற சொல்லி கேட்டும் வினோதினி தேவி அதை செய்யாததால் தீபிகா," ஏன் வினோதினி இப்படி பண்ற, அவன் சின்ன பிள்ளை தானே அவனுக்கு விட்-டுக் கொடுக்க கூடாதா..?" என்று கேட்டாள்.

"இங்க பாரு தீபிகா இது எங்க அப்பா வாங்கி கொடுத்த டிவி. இதில் என்ன பண்ணனும் எனக்கு தெரியும் .அவன் நான் என்ன பார்க்கிறேனோ அதையே பாக்கட்டும் .நீ உன் வேலையை பாரு.." எனவும் தீபிகா உடனே அழுதவள் அங்கிருந்து சென்றுவிட்டாள்.

அதைப் பார்த்த கணேஷ் ராஜன் அவ்வளவு நேரம் அமைதியாக இருந்-தவன் ," இங்க பாரு வினோதினி இப்படியெல்லாம் பேசக்கூடாது. அவ யாரு உன்னுடைய அக்கா தானே விட்டுக் கொடுத்துப் போகனும் புரியுதா..?"

"சித்தப்பா எனக்கு எப்பவும் அட்வைஸ் பண்ணிட்டு இருக்காதீங்க.

உங்களுக்கு உங்க அக்கா பொண்ண எதுவும் சொல்லிட கூடாது போங்க சித்தப்பா .நான் டிவி பாக்கனும் .என்னை தொந்தரவு பண்ணாதீங்க.."என்-றாள் வினோதினி தேவி.

தீபிகா அழுது கொண்டே இருக்க சங்கர்ராஜன் தன் பணி முடிந்து வந்தவர் என்ன என்று கேட்க தீபிகாவும் அனிதாவும் நடந்த விஷயத்தை கூற கணேஷ் ராஜன் அங்கே வந்தவன் ,"ஆமா அண்ணா வினோதினி ரொம்ப அதிகமா பேசிட்டா.." என்று நடந்ததை கூறினான்.

சங்கர் ராஜன் ,'தன்மகள் இப்படி எல்லாம் பேசுகிறாளா ?தன் தங்கை வான்மதி தேவி இப்படி பேச மாட்டாளே? வீண் வம்புக்கு செல்ல மாட்டாள் . ஆனால் வரும் பம்பை விடமாட்டாள் இதுதானே அவளுடைய பாலிசி .ஆனால் தன் மகள் அளவுக்கு மீறி போகிறாளோ..?' என்று நினைத்தவர் தன் மகளை அழைத்து " வினோதினி இப்படி எல்லாம் பேசக்கூடாது. தீபிகா உன்னை விட பெரியவ அவளை இப்படித்தான் எதிர்த்து பேசுவியா .

சித்தப்பா ஒன்னு சொன்னா அதை கேட்கனும்.. ஹரி சின்ன பையன் அவனுக்காக விட்டுக்கொடுத்து போனால் என்ன? இருப்பது இரண்டு சேனல் அதில் எதைப் பார்த்தால் என்ன ..?"

"அப்பா நீங்க எப்பவும் இப்படித்தான் வான்மதி அத்தை பிள்ளைங்க வந்தா என்னை திட்டிட்டே இருக்கீங்க போங்க .."என்று அழுது கொண்டே ஓடிவிட்டாள் வினோதினி தேவி.

வான்மதி தேவி தன் அண்ணன் மகளை சமாதானம் செய்து அழைத்து வர அனைவரும் ஒன்றாக விளையாடினர்

வினோதினி தேவி பாசமாகத்தான் இருப்பாள் . ஆனால் அவளிடம் அடம் அதிகமாக இருந்தது அதை யாரும் அதிகமாக கண்டு கொள்ளவில்லை .

சிறிய பெண் வீட்டிற்கு ஒரே பெண் என்று அவளுக்கு அளவுக்கு அதிகமாக செல்லம் கொடுத்து வளர்த்து வந்தனர்.

இங்கே தான் இப்படி என்றால் வினோதினி பாட்டி கனகவள்ளி வீட்டிற்குச் சென்றால் கேட்கவே வேண்டாம். அங்கே வினோதினியும் ,வினாத் ராஜனும் சென்றால் அவர்களுக்கு சேவகம் செய்வதற்காகவே ஒரு சிலர் காத்திருப்பர் . பிள்ளைகள் சென்றதும் அவர்களை அழைத்து கொண்டு கடைக்கு செல்வதும், அவர்களுக்கு தேவையானதை வாங்கிக் கொடுப்பதும் அவர்களுடன் விளையாடுவதும் என்ற அவர்களை மகிழ்ச்சியாக இருக்க செய்வர்.

கனகவள்ளியும் அவரின் கணவரும் தன் பேரன் பேத்திகளுக்கு தேவையான அனைத்தையும் உடனடியாக செய்து கொடுக்க தீபா அவர்களை மிஞ்சி விடுவாள் .தன் அக்கா மக்களுக்கு ஒவ்வொன்றையும் பார்த்து பார்த்து செய்ய வைஷ்ணவி தம்பிகளும் தன் அக்கா மக்களை உள்ளங்கையில் வைத்து தாங்கினார்.

கிருத்திகா தேவிக்கு வைஷ்ணவி வீட்டுக்கு செல்வது என்றால் அவ்வளவு பிடிக்கும் .

ஏனென்றால் இங்கே தன் தாத்தா பாட்டி தன்னை எவ்வளவு நன்றாக பார்த்துக் கொண்டாலும் இதே போல அங்கேயும் தன்னை கனகவள்ளி பாட்டி பார்த்துக் கொள்வார் என்று அங்கே செல்ல மிகவும் ஆவலாக இருப்பாள் .வைஷ்ணவியும் எப்பொழுதாவது கிருத்திகா தேவியை அங்கே அழைத்துச் செல்வாள்.

கிருத்திகா தேவியின் அத்தை மாலதி வீடும் அங்கே இருப்பதால் இரண்டு வீட்டிலும் மாற்றி மாற்றி தங்கி கொண்டு மகிழ்ச்சியாக நாட்களை கடத்துவாள் கிருத்திகா தேவி.

தீபிகாவும் ,அனிதாவும் வான்மதி தேவி சென்றால் மட்டுமே தனது அத்தை மாலதி ஊருக்கு செல்வார்கள்.

சரவண ராஜன் தன் அண்ணன் மகளான வினோதினியின் மீது உயிரையே வைத்திருந்தான்.ஆனாலும் அவள் செய்யும் தவறை சுட்டிக்காட்டி அவளுக்கு எடுத்துக்கூறி அவளை வளர்த்து வந்தான்.

சரவண ராஜன் தன் அண்ணன் மகளை போலவே தன் அக்கா மகள் மூன்று பேர் மீதும் அன்பாக இருப்பான்.. ஆனால் கிருத்திகா தேவி மீது அன்பு இருந்தாலும் காரணமே இல்லாமல் ஒரு சில நேரம் திட்டிக் கொண்டே இருப்பான்

அது அவளின் மனதில் அப்படியே படிந்து விட்டது.

சரவண ராஜன் தன் அண்ணன் மக்களுக்கு சொல்லிக் கொடுப்பது மட்டுமில்லாமல் அவர்கள் தவறு செய்தாலும் அவர்களை அடித்து வெளுத்து வாங்குவான் . தன் மச்சினர் தன் பிள்ளைகளை அடித்தாலும் வைஷ்ணவி மனதில் என்ன நினைக்கிறாரோ என்னவோ ஆனால் ஒரு வார்த்தை கூட என் பிள்ளையை அடிக்காதீங்க என்று இதுவரை கூறியது இல்லை

அதனால் தான் என்னவோ சரவணன் ராஜனுக்கு தன் அண்ணியின் மீது மதிப்பும், மரியாதையும் அதிகமாகியது.

அதேபோல வரதராஜனும் பேரப்பிள்ளைகள் தவறு செய்தால் அவரும் அடிப்பார். ஒருமுறை கனகவள்ளியும் அவரின் கணவரும் அங்கே வந்தவர்கள் கண்ட காட்சி வரதராஜன் தன் பேரன் பேத்திகளை அடித்துக் கொண்டிருப்பதை தான்.

கனகவள்ளியின் கணவர் சண்முகநாதன் அதில் ஸ்தம்பித்து போய் அப்படியே நிற்க ஆனால் வைஷ்ணவி எதையும் கண்டு கொள்ளாமல் அவர்களை உள்ளே அழைத்துச் சென்று விட்டார்.

தன் பிள்ளைகளை தன் வீட்டில் உள்ளவர்கள் யார் அடித்தாலும் தன் பிள்ளைகளின் நல்லதுக்காக தான் அடிக்கிறார்கள் என்று அமைதியாக போவதால் அக்கம் பக்கத்தில் உள்ளவர்களும் கூட அவளை தூக்கி வைத்துக் கொண்டாடினர் .

இப்படி ஒரு மருமகள் இருந்தால் போதுமே தாத்தா ,பாட்டியும் சித்தப்பாவும் எதுக்கு அடிக்கிறாங்க என்பதை புரிந்து கொண்டு நடந்துக்கறா பாருங்க

.அவதான் பொண்ணு என்று பேச ஆரம்பித்தனர்.

(ஆனா எந்த புற்றில் எந்த பாம்பு இருக்கோ யாருக்கு தெரியும்.??)

கணேஷ் ராஜன் தான் பணிக்கு செல்லும் இடத்தில் ஒரு பெண்ணை விரும்பினார் .அதை தன் அம்மாவிடம் சொல்ல அவரோ அதற்கு சம்மதம் தெரிவிக்காததால் அந்த வேலையை விட்டு வீட்டிற்கு வந்தவர் அவளின் ஞாபகத்தில் தவித்தவர் தன் கையில் சூடு வைத்து கொண்டார்.

பிறகு அவரை மருத்துவமனைக்கு அழைத்துச் செல்ல அந்த காயம் வடுவாக மாறியது.

சரோஜாதேவிக்கு இருக்கும் ஒரே கவலை தன் இரண்டாவது மகன் கணேஷ் ராஜனை பற்றி தான். அனைவரும் நல்லபடியாக வாழ கணேஷ் ராஜன் மட்டும் சரியான வேலை அமையாமல் அலைந்து கொண்டிருந்தான் .இதனால் யாரும் பெண் கொடுக்க மாட்டார்களோ என்று பயந்து கொண்டே இருந்தார் சரோஜாதேவி.

அதுவும் தன் வீட்டில் அண்ணி இருக்கும் நிலையில் எப்படி வேலை இல்லாமல் வீட்டில் இருப்பது என்று கணேஷ் ராஜனுக்கு மிகவும் அவமானமாக இருந்தது . என்னதான் வயல்வெளிக்கு சென்று தன் அப்பாவுக்கு உதவியாக இருந்தாலும் தன் அண்ணன் அரசாங்க பணியில் இருக்க தன் தம்பியும் எலக்ட்ரீசியன் வேலை செய்து நன்றாக சம்பாதித்து கொண்டு இருக்க தன் நிலைமை இப்படி இருக்கிறது என்று புழுங்கி தவித்தான் கணேஷ் ராஜன்.

காதலித்த பெண்ணும் கிடைக்காமல் வேலையும் கிடைக்காமல் சுற்றித்திரிந்தான் கணேஷ் ராஜன்.

கணேஷ் ராஜன் அந்த பெண்ணை சென்னையில் ஒரு அலுவலகத்தில் பணிபுரியும் போது விரும்பினான். அது கணேஷ் ராஜனின் ஒன்றிவிட்ட சித்திக்கு தெரியும்

அவர் தன் அக்காவிடம் அந்த பெண்ணை அவனுக்கு திருமணம் செய்து வைக்கும்படி கூற சரோஜாதேவி அவரை திட்டி அனுப்பியவர் தன் மகனையும் அந்தப் பெண்ணை மறக்கும்படி கூறினார் .

அதனால் வேலையை விட்டு வந்தவருக்கு வாழ்க்கையே சூனியமாக மாறியது .அதிலிருந்து கணேஷ் ராஜனின் நடத்தையில் மாற்றம் ஏற்பட்டது. யாரிடமும் அதிகமாக பேசாமல் , யார் எந்த கேள்வி கேட்டாலும் விரக்தியாக பதில் சொல்லிக் கொண்டும் வந்தார் கணேஷ் ராஜன்.

வான்மதி தேவி ,வானதி தேவிக்கு தன் சகோதரனின் இந்த நிலைமையை மன கஷ்டத்தை கொடுக்க எவ்வளவு எடுத்துக் கூறியும் அவர் அதை கேட்பதாக இல்லை.

வானதி தேவி தன் கணவர் ,பிள்ளையுடன் மகிழ்ச்சியாக வாழ்ந்து கொண்டிருக்க ஒருநாள் கிருப ராஜன் தன் மனைவியிடம் வானதி நாம நம்ப குலதெய்வ கோவிலுக்கு போயிட்டு வரலாமா..?" என்று கேட்க வானதி

தேவியும் கோவில் என்றாலே விருப்பமாக செலவாள் அதனால் உடனே சரி என்று கூறினாள். தன் மனைவியை அழைத்துக்கொண்டு கிளம்பினார்.கிருபராஜன். அங்கே போனவளுக்கு பெரிய அதிர்ச்சி காத்திருந்தது.

வர்ணம்- 28

மணிவண்ணன் பண்ருட்டிக்கு தங்கையை பார்க்க வந்தவர் ,"வானதி நம்ம ஊரில் செடல் திருவிழா நடக்கப்போகுதுன்னு உனக்கு தெரியும் தானே..? அதனால உன்னை கிளம்பி வரச் சொல்லி சித்தப்பாவும் ,சித்தியும் சொல்லி அனுப்பினாங்க .என்றவர் ராஜா பாப்பாவையும் பிள்ளையையும் அனுப்பி வை ..'என்றார்.

கிருப ராஜன்,"இப்போ செடல் திருவிழா போகணும்னு என்ன அவசியம் அதெல்லாம் இவள் வரமாட்டான்னு நீங்களே சொல்லிடுங்க.."

"என்னப்பா பேசற நீ. பாப்பாவுக்கு ஏதோ வேண்டுதல் இருக்காம் அதை நிறைவேற்றி ஆகனும் தானே..?

"இங்க பாருங்க அவங்க வீட்ல இருக்கும்போது வேண்டிக்கிட்டதுக்கெல்லாம் என்ன செய்ய முடியும். இனி அந்த வேண்டுதலை நிறைவேற்ற முடியாது நான் அனுப்ப மாட்டேன்..."

"இங்க பாருப்பா பெத்தவங்க அவங்க பொண்ண பார்க்கனும் ஆசைப்படறாங்க அதே நேரம் செடல் திருவிழாவுக்கும் வந்து செடல் போட்டுக்கிட்டு பாப்பா வந்துடுவா.. சாமி விஷயத்தில் நீ விளையாடாதே அது குடும்பத்துக்கு நல்லதில்ல.."

"இங்க பாரு மா வானதி இவர் அழைச்சிட்டு வந்தா பாரு .அப்படி இல்லையா எனக்கு கடிதம் போடு நான் வந்து உன்னை அழைச்சிட்டு போறேன்.." என்ற மணிவண்ணன் கிளம்பினார்.

செடல் திருவிழா என்பது வானதி தேவியின் ஊரில் வருடா வருடம் ஆடி மாதம் மூன்றாம் வெள்ளிக்கிழமை நடைபெறும். பக்தர்கள் அம்மனிடம் தன் வேண்டுதலை வைப்பவர்கள் அதை நிறைவேற்ற ஊசி போல இருப்பதை எதற்காக வேண்டிக் கொண்டனரோ அங்கே குத்தி குங்குமம் வைத்து விடுவர் .

அதாவது ஒருவருக்கு தொடர்ந்து தலைவலியோ அல்லது வயிற்று வலியோ ,கால்வலியோ இருந்தால் அது சரியா போகனும் என்று வேண்டிக்கொண்டு வருடா வருடம் அந்த இடத்தில் ஊசி போட்டு க்கொள்வர் .இதற்கு பெயர் தான் செடல் திருவிழா.

இப்படி சின்ன சின்ன நோய்கள் செடல் போட்டுக் கொள்வதால் சரியாகிவிடும் என்பது அந்த ஊர் மக்களின் நம்பிக்கை..இப்படி வேண்டிக் கொண்டவர்களுக்கு அந்த அம்மன் அருள் புரிந்துள்ளார் என்பது குறிப்பிடத்தக்கது... அதனால்தான் இப்பொழுதும் அந்த செடல் திருவிழா அந்த ஊரில்

தொடர்ந்து நடந்து கொண்டு இருக்கிறது.

கிருப ராஜன் மணிவண்ணனை எதிர்த்து பேச முடியாதவனாய் தன் அம்மா, அப்பாவிடம் நடந்ததை கூறினான்.

வரலட்சுமி ,"சரிடா அனுப்பி வை ஆனால் நான் சொல்றபடி செய் என்றவர் குழந்தைக்கு மொட்டை அடித்து காதுகுத்தி அனுப்பி வை . அதைப் பார்த்ததும் அவங்க வயிறு பக் என்று தீப்பிடித்து எறியனும் .."என்று வன்மமாக பேசினார்.

அதன்படி தன் அம்மாவின் பேச்சை தட்டாத மகனாக செயல்பட ஆரம்பித்தார் கிருப ராஜன்.

கிருபராஜன் தன் மனைவியிடம்,"நாம நாளைக்கு நம்ம குலதெய்வ கோவிலுக்கு போயிட்டு வரலாம் கிளம்பு ."என்றார்.

பெண்ணவளுக்கோ கோவிலுக்கு போவது என்பது அலாதி பிரியம் அதிலும் தன் குலதெய்வம் கோவில் என்றால் மிகுந்த மகிழ்ச்சியுடன் செல்வாள் .உடனே சரி என்று ஒப்புக்கொண்டவள் அதற்கான ஏற்பாட்டை கவனித்தாள்..

கிருப ராஜன் ஊரில் இருந்து வரும் பொழுது தன் நண்பன் சுந்தரம் வீட்டிற்கு சென்றவர் அவர் கையில் ஒரு துணி பையை ஒப்படைத்தவர் "நாங்க நாளைக்கு குலதெய்வம் கோவிலுக்கு போறோம். நீங்களும் கொஞ்சம் வரிங்களா.?" என்று கேட்டார்.

சுந்தரமும் தன் மனைவியை கேட்க அவரும் சரி என்று சொல்ல சுந்தரம் தன் குடும்பத்துடன் கிருபராஜனின் குலதெய்வம் கோவிலுக்கு வருவதாக ஒப்புக்கொண்டார்.

மறுநாள் காலை அனைவரும் குலதெய்வ கோவிலான மேலீமலையனூர் கோவிலுக்கு செல்ல அங்கே சுந்தரத்தின் மனைவியும், வானதி தேவியும் பொங்கல் வைத்துக் கொண்டிருந்தனர்.

அப்பொழுது பதட்டத்துடன் அங்கே வந்த சுந்தரம் ,"வானதி என்னம்மா இது ஹரிக்கு மொட்டை அடித்து காது குத்தனும் சொல்லி கிருப ராஜன் சொல்லிட்டு இருக்கான்

எனக்கு ஒன்னுமே புரியல என்னமா நடக்குது இங்கே.." என்று கேட்டார்.

அதில் அதிர்ச்சி அடைந்த வானதி தேவி," அச்சோ அண்ணா நீங்க என்ன சொல்றீங்க .எனக்கு எதுவுமே தெரியாதே ..?ஏன் இவர் இப்படி பண்றார் புரியலையே ..?"என்று அங்கே அழுதவர் கோவிலுக்குள் வரமாட்டேன் என்று அடம் பிடித்தார் .

கிருபராஜன் ,"நீ கோவிலுக்கு வந்து தான் ஆகனும் .வேற எதுவும் பேசாத.." என்று சொல்லிக் கொண்டிருக்க இருவருக்குள் வாக்குவாதம் வர ஆரம்பித்தது.

வானதி தேவி அழுதவள் கோவிலுக்கு வர மாட்டேன் என்று மீண்டும் அதையே சொல்லிக் கொண்டிருக்க அங்கே இருந்த பெண்மணி ஒருவர்

,"அம்மா இங்கே பாருமா உன் கோபத்தை சாமி மேல காமிக்காத ..எது எப்படி நடந்தாலும் பரவாயில்லை சொல்லி கோவிலுக்குள் போயிட்டு மனதார அந்த அம்மனை கும்பிடு. கண்டிப்பா உனக்கு நல்லதே நடக்கும் .."என்றார்.

அந்தப் பெண்மணி கூறியதை கேட்ட வானதி தேவி அழுது கொண்டே கோவிலுக்கு சென்றவர் .தன் பிள்ளைக்கு மொட்டை அடித்து காது குத்து நடைபெற அனைத்தையும் அழுது கொண்டே பார்த்துக் கொண்டிருந்தாள்.

சுந்தரராஜன் வீட்டுக்கு சென்ற கிருபராஜன் அவரிடம் கொடுத்த துணிப்பையில் தன் மகனுக்கு விலை உயர்ந்த உடையை கொடுத்துவிட்டு வந்திருந்தார்.

மறுநாள் காலை கிருப ராஜன் தன் மனைவியை ஊருக்கு அழைத்துச் சென்றார். அங்கே மணிவண்ணன் வீட்டுக்கு சென்றால் குழந்தை மொட்டை அடித்து இருப்பதை வைத்து கேள்விகள் எழும் என்று நினைத்தவர் தன் மனைவியையும் ,பிள்ளையையும் தெருவின் முனையிலே இறக்கி விட்டு பணிக்கு திரும்பினார்.

வானதி தேவி அங்கே தன் அம்மாவை பார்த்தவள் அவரை கட்டிக்கொண்டு அழுதவள்," அம்மா இப்படி எனக்கே தெரியாம கோவிலுக்கு அழைச்சிட்டு போயி இப்படி பண்ணிட்டாங்கமா.." என்று அழுது கரைந்தாள்.

சரோஜாதேவிக்கு இதில் வருத்தமும் ,கோபமும் இருந்தாலும் ,"சரி விடு வானதி எப்படி காது குத்தினாலும் நாங்க பிள்ளைக்கு செய்யப் போறத ,செய்ய தான் போறோம். நீ ஒன்னும் கவலைப்படாத.." என்று தன் மகளை சமாதானம் செய்தார்.

சரோஜாதேவி செடல் திருவிழாவுக்காக தன் மகளுக்கு புது புடவை எடுத்துக் கொடுத்தவர் அவளை தன் வீட்டிற்கு அழைத்துச் சென்றார் .

வானதி தேவி அங்கே தன் அப்பாவை பார்த்ததும் அவரை கட்டிக் கொண்டு அழுதவள் ,"அப்பா எனக்கே தெரியாம அவர் இப்படி ஒரு முடிவு எடுத்துட்டாருப்பா. என்னால தடுக்க முடியல .என்னை வெறுத்து ஒதுக்கிடாதீங்கப்பா.." என்று அழுதாள்.

வரதராஜனுக்கும் கோபம் வந்தாலும் தன் மகனின் வாழ்க்கைக்காக வேற வழி இல்லாமல் பொறுத்துக் கொண்டவர்," சரி விடுமா ,உன்னை நான் வெறுத்து ஒதுக்கறதுக்கு நீ என்ன தப்பு செய்த பிள்ளையை அழைச்சிட்டு உள்ள போமா.." என்று தன் மகளுக்கு சமாதானம் கூறினார்.

செடல் திருவிழாவுக்கு வரதராஜன் அவரின் அண்ணன் இருவரின் வீட்டில் உள்ள வெளியில் கட்டிக் கொடுத்த அனைத்து பெண்களுமே இந்த திருவிழாவிற்கு ஒன்று கூடுவர் .அனைவருமே வேண்டுதல் வைத்திருப்பர் .அதனால் பிள்ளைகளை பள்ளிக்கு அனுப்பி விட்டு வந்து வேண்டுதலை நிறைவேற்றிவிட்டு திரும்பவும் மாலை வீடு செல்வார்..இது இப்பொழுதும் நடந்து கொண்டுதான் இருக்கிறது என்பது குறிப்பிடத்தக்கது.

ஒருமுறை சரோஜாதேவி வானதி தேவியின் மாமியார் வீட்டில் பக்கத்தில் ஏதோ வேலையாக செல்ல அங்கே இருந்தவர்கள் ,"உங்க சம்மந்தி அம்மா கொடுத்த ஐடியாவால தான் உங்க மாப்பிள்ளை உங்க பேரனுக்கு யாருக்கும் தெரியாம மொட்டை அடிச்சு காது குத்தி இருக்காரு.." என்றனர்.

சரோஜாதேவிக்கு ஏற்கனவே இதில் சந்தேகம் இருந்தாலும்," இது உங்களுக்கு எப்படி தெரியும்.. யார் சொன்னது..?" என்று கேட்டார்.

" உங்க சம்மந்தி அம்மா தான் சொன்னாங்க.பிள்ளைக்கு காது குத்தி, மொட்ட அடிச்சு போய் நிறுத்துடா ..அப்பதான் அவங்க வயிறு பக்குனு பத்திகிட்டு எரியும்னு நான் தான் என் பிள்ளைக்கு சொல்லிக் கொடுத்து அனுப்பினேன் என்று சொன்னாங்க.."

"என் வயிறு எதுக்கு பக்குன்னு பத்திகிட்டு எரியனும் ..எனக்கு ஏற்கனவே ஐந்து பேரபிள்ளைங்க இருக்காங்க .அவங்க ஐந்து பேருக்குமே காது குத்தல் சிறப்பா நடந்து சந்தோஷமா அதை நான் பார்த்து இருக்கேன்.

எனக்கு எந்த பிரச்சினையும் இல்ல.. அவங்களுக்கு இருக்கிறது ஒரு பேர பிள்ளை அவன் காது குத்தலை அவங்களால கண்ணால பார்க்க முடியல ..அவங்களுக்கு தான் வயிறு எரியனும்.." என்றார் சரோஜாதேவி.

ஹரியை பண்ருட்டியிலேயே ஒரு பள்ளியில் சேர்த்து படிக்க வைத்தனர் .இந்த நிலையில் வைஷ்ணவியின் .தங்கை தீபாவிற்கு மஞ்சள் நீராட்டு விழா நடத்துவதால் அவர்கள் வந்து பத்திரிக்கை வைத்து அழைத்துவிட்டு சென்றனர்.

கிருப ராஜன்," நான் வரவில்லை நீ மட்டும் போயிட்டு வா.."என்றதும் இதில் மனம் வருத்தப்பட்டாலும் வேறு வழி இல்லாமல் வானதி தேவி மட்டும் சென்று வந்தாள்.

இப்படியே சென்று கொண்டிருக்க ஒரு நாள் கிருபராஜன் ,"வானதி என்னால நான் வாங்கற சம்பளத்தை வைத்து இரண்டு குடும்பத்தையும் பார்க்க முடியல ..அதனால நாம ஒன்றாகவே போயிடலாம் .அப்பதான் என்னால சமாளிக்க முடியும் .."என்றார்.வானதி தேவியும் வேறு வழி இல்லாமல் சம்மதம் சொன்னாள்.

வானதி தேவி தன் அப்பாவுக்கு ஒரு கடிதம் எழுதினாள்."அப்பா உங்க மாப்பிள்ளை இந்த மாதிரி சொல்றாரு எனக்கு என்ன பண்றதுன்னு தெரியல .அதனால சம்மதம் சொல்லிட்டேன்.."

அதற்கு பதில் கடிதம் எழுதுகிறார் வரதராஜன்," சரிமா ஒன்னும் பிரச்சனை இல்ல.

நீ அவங்க கூட போ. மனிதர்கள் எப்போதும் ஒரே மாதிரி இருக்க மாட்டாங்க.. ஏதாவது மாற்றம் இருக்கா பாக்கலாம் .."என்றார்.

வானதி தேவியும் அதன்படி தன் மாமியார் வீட்டுக்குச் செல்ல அங்கே மீண்டும் பழைய குருவி கதவைத் திறடி என்பது போல் வரலட்சுமி அனைத்திற்கும் கதை எடுக்க ஆரம்பித்தார். மீண்டும் ஆரம்பித்தது அங்கே யுத்த

களம்.

கணபதி அவரும் திருந்தவில்லை அவர் சுவரில் எருமை, பெருமை, கௌரவம் என்ற வார்த்தைகளை ஒரு பேப்பரில் எழுதி சுவற்றில் ஒட்டியவர் இது உங்க அம்மா, இது உங்க அப்பா என்று கூற வானதி தேவி எதையும் கூறாமல் அமைதியாக நின்று இருந்தாள்..

அப்பொழுது வரலட்சுமி மீண்டும் பிரச்சினை செய்வதை கேள்விப்பட்ட ராகவியும் அவரின் கணவர் கர்ணனும் வானதி தேவியை பார்க்க வந்தனர்.

"என்ன நடந்தது வானதி மறுபடியும் என்ன பிரச்சனை ..?"என்று கேட்-டார் கர்ணன்..

வானதி தேவி முதன்முதலாக தைரியம் வரப்பெற்றவளாக ,"இங்க பாருங்க சித்தப்பா

இந்த மாதிரி எழுதி இது அம்மா, இது அப்பான்னு எங்க மாமனார் சொல்றார்.." என்றாள்.

அதில் கோபம் கொண்ட கர்ணன் ,"ஹலோ என்ன சார் இது இப்படி எழுதி இருக்கீங்க? முதல்ல அந்த பேப்பரை கிழிங்க.." என்றதும் கணபதியும் அந்த பேப்பரை கிழித்தார்

வர்ணம் - 29

ஹரியை அந்த ஊரில் உள்ள பெரிய பள்ளியில் சேர்த்தனர். ஹரி சிறு குழந்தை ஆனாலும் பயங்கர புத்திசாலி .கிருப ராஜன் தன் மகனுக்கு மாலை போட்டு அவனையும் அழைத்துச் செல்ல முடிவெடுத்தார் ..சபரிமலைக்கு செல்லும் போதெல்லாம் அந்த வீடு கோவிலாக காட்சியளிக்கும்.

அதுக்கு முழு காரணமும் வானதி தேவி மட்டுமே .காலையில் எழுந்தும் தலைக்கு குளித்து அனைத்து வேலைகளையும் பார்த்து பார்த்து செய்பவள் தன் கணவனையும் சாமி என்று அழைப்பாள்.

ஹரி மாலை போட்டதும் இருமுடி கட்ட கோவிலுக்கு செல்லும் பொழுது அவன் அங்கே பாடிய ஐயப்பன் பாட்டை கேட்டு அனைவருமே மெய் சிலிர்த்து நின்றனர் .அதிலும் கிருத்திகா தேவி தன் தம்பி இருமுடி கட்டுவ-தற்காக வந்தவள் அவன் பாடியதை கேட்டதும் ஓடி சென்று அவளை வாரி அணைத்து முத்த மழை பொழிந்தவள் ,"நீ சூப்பரா பாடறடா என் செல்லம் ,தங்கம்.." என்று கொஞ்சம் ஆரம்பித்தாள்.

அவன் பாடியதைக் கேட்டு அங்கிருந்த பெரியவர்கள் அவனிடம் வந்து அவன் காலில் விழுந்து ஆசீர்வாதம் வாங்கியவர்கள் அவர்களும் அவனை மனதார வாழ்த்தினார்.

வரலட்சுமிக்கு உடல் நிலையில் அடிக்கடி கோளாறு ஏற்பட்டு கொண்டே இருக்க மருத்துவமனை சென்றவருக்கு புற்று நோய் என்று மருத்துவர்கள் அறிவித்தனர்.

அப்பொழுது அதில் அழுது துடித்த வரலட்சுமி தன் மருமகளிடம்," வானதி இதுவரைக்கும் நான் பண்ண எல்லாத்துக்கும் என்னை மன்னிச்சுடுமா .."என்று மன்னிப்பு கேட்டார்.

"அத்தை இந்த மாதிரி மன்னிப்பு கேட்காதீங்க .நீங்க என்னோடா அம்மா மாதிரி ,நீங்க இந்த அளவுக்கு புரிந்து கொண்டதே போதும் அத்தை

நீங்க கவலைப்படாதீங்க உங்கள நான் பத்திரமா பாத்துக்கறேன் .."என்றவள் தன் மாமியாருக்கு நன்றாக பணிவிடை செய்தாள். ஒரு மாதம் காலம் மட்டுமே வரலட்சுமி அடங்கி இருந்தார்... பிறகு மீண்டும் அவரின் புத்தியை காண்பிக்க ஆரம்பித்தார்.

வரலட்சுமி அக்கா தன் தங்கைக்கு உடல்நிலை சரியில்லை என்று பார்க்க வந்தவர் தன் தங்கையின் மருமகள் இப்படி அவளை பார்த்துக் கொள்வதைக் கண்டவர் ஆச்சரியம் அடைந்தார். ஆனாலும் தன் தங்கை இன்னும் திருந்தவே இல்லை என்பது அவருக்கு வருத்தத்தை கொடுத்தது.

ஊருக்கு திரும்பிய சொர்ண லட்சுமி தன் மகன் ,மகளிடம் ,"அந்த பொண்ணு வானதி தேவி நம்ம வரலட்சுமியை அவ்வளவு பத்திரமா கண்ணும் கருத்துமா பாத்துக்கறா.. ஆனா இந்த வரலட்சுமி திருந்தவே மாட்டா போல எப்போதும் போல உடல்நிலை சரியில்லாத நேரத்துல கூட அந்த பொண்ணு கிட்ட சண்டை போட்டுட்டு இருக்கா.." என்று வருத்தமாக கூறினார்.

இந்த நிலையில் ஒருநாள் கணபதி தன் மருமகளிடம் ," வானதி உன் புருஷன் அப்போவே டிப்ளமோ படிக்கனும் ஆசைப்பட்டான் .என்னால தான் படிக்க வைக்க முடியலைமா .."என்றார்.

வானதி தேவி தன் கணவனை டிப்ளமோ படிக்க வைக்க முடிவு செய்தாள்.

வான்மதி தேவியின் வீட்டில் சந்திரன் அவர் வேலை செய்த கம்பெனி நஷ்டத்தில் செல்வதால் இழுத்து மூடினர். வருமானத்திற்கு என்ன செய்யலாம் என்று நினைத்தவர் பைனான்ஸ் ஆரம்பிக்கலாம் என்று முடிவு செய்தார்.

தன் மச்சான் கணேஷ் ராஜன் ,சங்கரராஜன் இருவரையும் ஆளுக்கு 10,000 அதில் போட சொல்ல அவர்களும் லாபம் வரும் என்று அதன் படி செய்தனர்.

வானதி தேவியிடம் சொல்ல அவளோ ," அக்கா என்கிட்ட பணம் இல்ல .."என்றவள் மூன்று பவுன் தங்கத் தாலிச் செயினை அடமானம் வைத்து பத்தாயிரம் அவளும் கொடுத்தாள். அதில் வரும் பணத்தை வைத்து தன் கணவன் படிக்க உதவி செய்யலாம் என்று நினைத்தாள்.

கிருப ராஜன் படிக்க போவது உறுதியாக அவர் சிதம்பரத்திற்கு செல்ல வேண்டும் .இந்த நிலையில் கிருப ராஜன் ," வானதி நான் சொல்றதை கேளு நான் ஆறு மாசம் இங்கே இருக்க போறது இல்ல. எங்க அம்மாவும்

,அப்பாவும் சும்மா இருக்க மாட்டாங்க .அதனால் நீ அதுவரை உங்க அம்மா வீட்டுக்கு போய் தங்கிக்கோ.." என்றான்..

வானதி தேவிக்கும் அதுவே சரியென பட தன் கணவர் சொல்வது போல தன அம்மா வீட்டிற்கு கிளம்பினார்.

அந்த நேரம் சரோஜாதேவிக்கு கிட்னி ஸ்டோன் என்பதால் அவருக்கு அறுவை சிகிச்சை செய்திருக்க கணபதி தன் சம்மந்தி அம்மாவை பார்த்துவிட்டு நன்றாக பேசிவிட்டு வந்தார்.

ஆனால் அடுத்த ஒரு வாரத்தில் வைஷ்ணவி ,வானதி தேவி கனகவள்ளி (வைஷ்ணவி அம்மா)மூவரும் கடைத்தெருவுக்கு செல்ல அங்கே இவர்களை பார்த்து எதுவும் பேசாமல் சென்றார் கணபதி.

வானதி தேவி ,"ஏன் இவர் இப்படி நடந்துக்கிறார் ?"என்று குழம்பித்தான் போனாள்.

சிதம்பரத்தில் வீடு பார்க்க வேண்டும் என்ற தன் மனைவியை அழைத்துக்கொண்டு சிதம்பரம் கிளம்பினார் கிருபாராஜன்.வீடும் பார்த்துவிட்டு வந்தனர்.

சரி வீட்டுக்குச் சென்று தன் சாமான்களை எல்லாம் எடுத்து வரலாம் என்று வானதி தேவி நினைத்துக் கொண்டிருக்க வரலட்சுமி," உன் பொண்டாட்டி இங்கே பாத்திரம் எடுக்க வரக்கூடாது வந்தா என்ன நடக்கும் என்று தெரியாது .."என்று பேய் ஆட்டம் ஆடினார்.

இதை தன் மனைவியிடம் சொல்லவும் முடியாமல் ,"நீ பாத்திரம் எடுக்க வர வேண்டாம்.. நானே எடுத்துக் கொண்டு வரேன்..?"என்றான் கிருபராஜன்.

"என்னங்க என்ன சொல்றீங்க அது நம்ம வீடு தானே..? நான் என்ன வேற யாரோ வீட்டுக்கோவா போக போறேன்.. பாத்திரத்தை எடுத்துட்டு அத்தை ,மாமா கிட்ட சொல்லிட்டு கிளம்பலாம்.."என்றாள் வானதி.

"ஒன்னும் வேண்டாம் உனக்கு நான் முக்கியமா இல்ல உன் பாத்திரங்கள் முக்கியமா..?நீயே முடிவு பண்ணிக்கோ டி .."என்று கத்த ஆரம்பித்தார் கிருபராஜன்.

பிறகு ,"என்னடி பண்ண சொல்ற .அந்த இரண்டு பிசாசுகளும் பாத்திரம் எடுக்க நீ வரக்கூடாதுன்னு சொல்றாங்க.. நான் இரண்டு பக்கமும் மாட்டிகிட்டு முழிக்கிறேன் .நீயாவது கொஞ்சம் என்னை புரிஞ்சுக்கோ .."எனவும் வானதி தேவி அமைதியாக இருந்தாள்

அதைக் கேட்டுக் கொண்டிருந்த சரவண ராஜன்

," வானதி அவருக்கே அவங்க அம்மா அப்பா பண்றது தப்புன்னு தெரியுது அப்படி இருக்கும்போது நீ எதுவும் பேசாத ..அவருக்கு நிம்மதி இல்லாத எந்த செயலையும் நீயும் செய்யாத விட்டுடு.." என்று தன் அக்காவிற்கு அறிவுரை கூறினான்.

பிறகு கிருப ராஜன் மட்டும் பொருட்களை வண்டியில் ஏற்றிவிட்டு ஊருக்கு திரும்பினார்.

இவர்கள் அனைவரும் சிதம்பரம் சென்றனர் .கணேஷ் ராஜன் சரவண ராஜன் ,வானதி தேவி, ஹரி ,கிருபராஜன் வேலையாட்களை ஒருவரை அழைத்துக் கொண்டு வீட்டை சுத்தம் செய்வது பொருட்களை ஏற்றுவது என்று அனைத்து வேலையும் செய்து முடித்தனர்.

இந்த நிலையில் ஊரிலிருந்து பொருட்கள் வர அதை பார்த்த வானதி தேவிக்கு தன் அப்பா தனக்கு தைத்துக் கொடுத்த படுக்கையை காணவில்லையே அதேபோல கிரைண்டர் ஸ்டாண்ட் அதுவும் காணலையே என்று தன் கணவனிடம் ,"பெட் ,கிரைண்டர் ஸ்டாண்ட் எங்கங்க.." என்று கேட்டாள்.

"வானதி பெட் எங்க அம்மா வேணும்னு சொல்லி வாங்கிட்டாங்க கிரைண்டர் ஸ்டாண்ட் நான்தான் அங்கே விட்டுட்டு வந்துட்டேன்.."

"என்னங்க சொல்றீங்க அந்த பெட் எங்க அப்பா எனக்கு தைச்சு கொடுத்தது ஏங்க இப்படி பண்றீங்க.."

"உனக்கு நான் வேணுமா இல்ல அந்த பெட் வேணுமாடி நீயே முடிவு பண்ணிக்கோ.." என்று கத்தியவர் வீட்டை விட்டு வெளியேறினார்.

ஆமா இந்த மனுஷனுக்கு எப்ப பாரு இதுதான் வேலை பிரச்சனையிலிருந்து தப்பித்துக் கொள்ள இப்படி ஒரு யுக்தியை கையாளுகிறார் போலும்..

சரவண ராஜன் எலக்ட்ரீசியன் வேலை செய்து கொடுக்கத்தான் அங்கே சென்றிருந்தான் .அப்பொழுது அனைத்தையும் கேட்டுக் கொண்டு அமைதியாக படுத்திருந்தவன் ," வானதி பெட் தானே போனா போகுது திரும்ப வாங்கிக்கலாம் அவர்கிட்ட எதையும் கேட்டு சண்டை போடாத.." என்றான்.

வரலட்சுமிக்கு உடல்நிலை மோசமாக போவதால் பெட்டில் படுத்து கொண்டே அவர் அவரையும் அறியாமல் சிறுநீர் கழிப்பதாக கேள்விப்பட்ட வானதி தேவி தன் கணவனிடம்," அது எங்க அப்பா எனக்கு வாங்கி கொடுத்த பெட். அதை நான் காலம் முழுக்க முடிஞ்ச அளவுக்கு பத்திரமா பாத்துக்கனும் நினைக்கிறேன். நான் உங்களுக்கு 500 ரூபாய் பணம் தருகிறேன். அதை எடுத்துட்டு போய் அவங்களுக்கு ஒத்தை பெட் வாங்கி கொடுத்துட்ட அதை எடுத்துட்டு வாங்க .."எனவும் கிருபராஜன் பணத்தை வாங்கிக் கொண்டு சென்றவர் அதன்படி செய்தார்.

இப்படியே வானதி தேவி ,கிருபராஜன் ,ஹரி மூவரும் மகிழ்ச்சியாக வாழ்ந்து கொண்டிருந்தனர் .ஹரிக்கு 9 வயது ஆகி விட அடுத்த குழந்தை அவர்களுக்கு நிற்கவேயில்லை ..வானதி தேவி பக்கத்து ஊரில் உள்ள மருத்துவமனையில் காண்பித்து சிகிச்சை செய்து கொண்டாள்.ஆனால் அதற்கும் பலன் இல்லாமல் போனது...

அடுத்து ஒரு குழந்தை இல்லையே என்று வானதி தேவிக்கு ஏக்கம் இருந்தாலும் , பெண் குழந்தை மீது பாசமாக இருக்கும் வானதி தேவி தன்

அக்கா மகள்கள் மீது அதிக அன்பு கொண்டிருந்தாள்.அதிலும் கிருத்திகா தேவியை தன் சொந்த மகள் போலவே பாவித்து வந்தாள்.

கிருபராஜன் அவருக்குமே கிருத்திகா தேவியை ரொம்பவும் பிடிக்கும்.ஹரி படிப்பில் படு சுட்டியாக இருந்தான் .அனைத்து பாடங்களிலும் அதிக மதிப்பெண்கள் பெற்றான் .

இதை கேள்விப்பட்ட வரதராஜன் சங்கர் ராஜன் பிள்ளைகளிடம்," நீங்க இரண்டு பேரும் மார்க் ரொம்ப கம்மியா வாங்கறிங்க .ஆனா அவனை பாருங்க எப்படி படிக்கிறான்.. நீங்க இப்படி படிச்சா ஆடு தான் மேய்க்கனும்.." என்று உருட்டி மிரட்டி தன் பேரப்பிள்ளைகளை நன்றாக படிக்க வைக்க முயற்சி செய்து வந்தார்.

வினோதினி தேவி ஓரளவுக்கு நன்றாக படிப்பாள்

ஆனால் வினித் ராஜனுக்கு படிப்பு என்றாலே எட்டிக்காய் கசப்பாய் கசக்கும்.

வைஷ்ணவி தேவி அவனை படிக்க வைக்க மிகவும் சிரமப்பட்டார் என்பது தான் உண்மை..

இந்த நிலையில் வானதி தேவிக்கு இருபது நாட்கள் தள்ளி போக பிறகு திடீரென்று மாதவிடாய் வந்துவிட அதிக வயிற்று வலியை அனுபவித்தவள் தன் கணவனும் பணிக்கு சென்றிருக்க கீழ் வீட்டில் உள்ள ஹவுஸ் ஓனர் அக்காவை அழைத்துக் கொண்டு மருத்துவமனை சென்றாள்.

அந்த அக்கா மிகவும் நல்லவர் வானதிக்கு அனைத்து விதத்திலும் உதவியாக இருந்தார்.

மருத்துவர் அவளை பரிசோதித்தவர் கருதான் நின்று உடனே வெளியாகி இருக்கு என்றவர் அதை முற்றிலுமாக சுத்தம் செய்து அவருக்கு மாத்திரை மருந்து எழுதிக் கொடுத்து அனுப்பினார்.

வானதி தேவி பிறகு ஊருக்கு விடுமுறைக்கு வந்தவள் தன் அம்மாவிடம் இதைக் கூற அவரும் கருஞ்சீரகம் வறுத்து பொடி செய்து சாப்பிட வைக்க சிறு முட்டை போல கரு வெளியேறியதாம்

இதில் வானதி தேவிக்கு மிகுந்த வருத்தம் தான் ..

'என்ன செய்வது எப்பொழுது கடவுள் நமக்கு இரண்டாவது குழந்தையை கொடுப்பார்..' என்று ஏங்கிக் கொண்டிருந்தாள் வானதி தேவி.

ஹரிக்கு அடுத்து கிருப ராஜன் வானதி தேவிக்கு வாரிசு வருமா பார்க்கலாம்...?

வர்ணம் -30

வானதி தேவி நிலை அங்கே அப்படி என்றால் இங்கே வான்மதி தேவி உடல்நிலை சரியில்லாத வயதானவர்களை வைத்து மிகவும் கஷ்ப்பட்டாள்.திருமணமான புதிதில் சந்திரன் அவருக்கு நிலையான பணி இல்லாத-

தால் வான்மதி தேவி மிகுந்த செல்வ செழிப்புடன் வளர்ந்தவள் அடிப்படை வசதி கூட இல்லாமல் தவித்து வந்தார் ..இந்த நிலையில் அவர்களுக்கு மூன்றுமே பெண் பிள்ளைகள்.

இரண்டாவது குழந்தை பிறக்கும் பொழுதே சந்திரன் தன் மனைவிக்கு குடும்ப கட்டுப்பாடு செய்ய வேண்டும் என்று கூறினார்.

ஆனால் சந்திரனின் அம்மா ராஜாம்பளும் ,சரோஜா தேவியும் அடுத்து ஆண் குழந்தையாக இருக்க வாய்ப்பு இருக்கு அவசரப்பட வேண்டாம் என்று கூற சந்திரனும் பெரியவர்களின் பேச்சை மீற முடியாமல் விட்டுவிட்டார். ஆனால் மூன்றாவது பிறந்ததும் பெண் குழந்தை.

பல பேர் மூன்றும் பெண் குழந்தை பிறந்திருக்கு என்று தூற்றி பேசினர்.. ஆனால் சந்திரன் தன் பெண் குழந்தை மூவரையும் ஒரே மாதிரி நடத்தியவர் அவர்களை உள்ளங்கையில் வைத்து தாங்கினார்.

வான்மதி தேவிக்கு திருமணமான புதிதில் தலையில் எண்ணெய் வைக்க கூட எண்ணெய் இல்லாத நிலையில் ஒருநாள் அங்கே சென்ற சங்கர் ராஜன் தன் தங்கை படும் அவஸ்தையை பார்த்தவன் தன் அப்பாவிடம் ,"அப்பா நீங்க என்ன கட்டிக் கொடுத்தா போதும் சொல்லி அமைதியாக இருக்கீங்களா..? கட்டிக் கொடுத்த பொண்ணு எப்படி இருக்கா அது எல்லாம் பார்க்க மாட்டீங்களா..?"

"டேய் என்னடா வாய் ரொம்ப நீளுது .என் பொண்ண பாத்துக்க எனக்கு தெரியாதா.? இப்போ எதுக்கு நீ இப்படி பேசுற.."

"பின்னே என்னப்பா வான்மதி தேவி அங்க தலைக்கு எண்ணெய் வைக்க கூட எண்ணெய் இல்லாம அவ்ளோ கஷ்டப்பட்டுட்டு இருக்கா ..நீங்க இது எல்லாம் தெரியாம இருக்கீங்க.."

"என்னை என்னடா பண்ண சொல்ற. கஷ்ட ப்படறாங்கன்னு தெரியும் ஆனா இந்த அளவுக்கு கஷ்டப்படறாங்கன்னு எனக்கு தெரியாது ..உன் தங்கச்சியும் கௌரவம் பார்த்துட்டு சொல்ல மாட்டா... அந்த சந்திரன் பயனும் சொல்ல மாட்டான் .. எல்லாத்துக்கும் மேல உன் தாத்தா (தண்டபாணி) மாப்பிள்ளை வீட்டில் இருந்து எதுவும் இங்கே வரக்கூடாதுன்னு சொல்லிட்டார். நான் என் மாப்பிள்ளைக்கு கொடுத்து உதவுகிறேன் என்றாலும் வேண்டாம் என்று மறுத்துட்டார்.. நான் என்ன பண்றது..?

அதாவது தண்டபாணியின் மகன் தான் சந்திரன் .சரோஜாதேவியின் சொந்த தம்பிக்கு தான் தன்மகள் வான்மதி தேவியை கட்டிக் கொடுத்தார் வரதராஜன்.

வரதராஜன் உதவி செய்தால் தண்டபாணி," மாப்பிள்ளை மாமனார் வீட்டுக்கு உதவி செய்ய கூடாது. அது கௌரவ பிரச்சனை ஆகிடும் புரிஞ்சிக்கோங்க.." என்று தடுத்து விட்டார்.

வரதராஜன் யோசித்தவர்,"மாமா உங்களுக்கு தானே நான் மாப்பிள்ளை. ஆனால் என்னுடைய மாப்பிள்ளை ,மகள் இருவரும் கஷ்டப்படும்போது

நான் எப்படி சும்மா இருப்பேன் மாமா .நான் மளிகை சாமான் வாங்கிட்டு வரேன் .."என்பதற்கு தண்டபாணி முதன்முதலாக தன் மருமகனை எதிர்த்து பேசியவர் ..

"இங்கே என்னுடைய மருமகனா வந்து சந்தோஷமா இருந்துட்டு போகனும் என்ற எண்ணத்தோட வாங்க மாப்பிள்ளை..இந்த வீட்டு சம்பந்தி-யாகவோ அல்லது உங்க மாப்பிள்ளைக்கு மாமனராகவோ எதையும் எடுத்-துட்டு வர வேண்டாம் .."என்றார்.

இதில் கோபம் கொண்ட வரதராஜன் தன் மகளுக்கு திருமணம் முடிந்த பிறகு அதிகமாக தன் மாமனார் வீட்டுக்கு செல்வதை குறைத்துக் கொண்-டார்.

பிறகு வரதராஜன் வலுக்கட்டாயமாக தன் மகளுக்கு உதவி செய்ய பிள்ளைகளும் வளர ஆரம்பித்தனர் . சந்திரனின் அம்மா ராஜாம்பாள் அவரின் சித்தி ,தில்லை இருவரும் மூன்று பிள்ளைகளை வளர்த்து வான்மதி தேவிக்கு உதவியாக இருந்தனர்.. அதில் ராஜாம்பாளை விட தில்லை தான் இந்த பிள்ளைகள் மீது அவ்வளவு அன்பாக இருப்பார் .

அதிலும் கிருத்திகா தேவி மீது அவருக்கு அவ்வளவு பிரியம். மிளகு அம்மா என்று தான் அவளை அழைப்பார் .ஏனென்றால் அவரின் அம்மா மிளகு நூறு வயது வரை உயிரோடு இருந்தாராம் அதுபோலவே தன் பேத்தி கிருத்திகா தேவி உயிருடன் இருக்க வேண்டும் என்று சொல்லி அவளுக்கு அந்த பெயரை வைத்தார் தில்லை.

ராஜாம்பாளுக்கு தன் சின்ன பிள்ளையை விட பெரிய பிள்ளையான சண்முகம் மீதுதான் அன்பு அதிகம் .அவரின் குடும்பத்திற்கு தான் செய்ய வேண்டும் என்று விருப்பப்படுவார் ஆனால் தில்லையும், தண்டபாணியும் தங்களுக்காக உழைக்கும் சின்ன பிள்ளைக்கு தான் செய்ய வேண்டும் என்று நினைப்பார்கள்.

இதனால் ராஜாம் பாளுக்கும் ,தண்டபாணிக்கும் அடிக்கடி பிரச்சினை வரும்.

தில்லை இவரின் சொந்த தம்பி தான் தண்டபாணி.. ராஜாம்பாளின் அப்-பாவின் இரண்டாவது மனைவி தான் தில்லை .தன் தம்பிக்கு தன் கணவரின் மகளை கட்டிக் கொடுத்தார் தில்லை.

தில்லையின் கணவர் அதாவது ராஜம்பாளின் அப்பா காவல்துறை அதி-காரியாக இருந்தவர் ,அவரின் சொத்து தான் இப்பொழுது இவர்கள் அனுப-வித்து கொண்டிருப்பது .

தில்லைக்கு பிள்ளை இல்லாததால் சொத்தை சண்முகத்துக்கும் ,சந்தி-ரனுக்கும் பிரித்துக் கொடுத்து விட்டனர்.

நிறைய சொத்து இருக்க கண்மணி ,சரோஜாதேவி ,ராகவி ,மாலதி இவர்களுக்கு திருமணம் செய்து வைக்க நிறைய சொத்துக்களை விற்று திருமணம் செய்தார் தண்டபாணி.அவருக்கும் நிலையான வேலை இல்லை

.தண்டபாணி அந்த ஊரில் மிகப்பெரிய ஜவுளிக்கடையில் பணிபுரிந்தார். அங்கே எல்லாமே இவர்தான். கடையின் உரிமையாளர் கூட அனைத்தையும் இவரை கேட்டு தான் செய்வார்.. தண்டபாணி அந்த ஊரில் மிகவும் பிரபல-மானவர்.

தில்லைக்கும் ,ராஜாம்பாளுக்கும் அடிக்கடி சண்டை வந்து கொண்டே இருக்கும் .ஆனால் ஒருவருக்கு உடல்நிலை சரியில்லை என்றால் இன்னொ-ருவர் துடித்து போவர்.

சந்திரனின் முதல் அக்கா கண்மணியை அவரின் சொந்த அத்தை மகனுக்கே கட்டிக் கொடுத்திருக்க அவர் வயிற்றில் பிள்ளையை சுமந்து கொண்டிருக்கும் தன் மனைவியை மனசாட்சியே இல்லாமல் வயிற்றில் எட்டி உதைக்க அப்பொழுது வலியில் துடித்த கண்மணியை மருத்துவமனையில் சேர்த்தனர். தன் குழந்தையை பெற்றெடுத்த கண்மணி தன் கணவன் செய்த காரியத்தால் தன் உயிரை விடுத்தார்.

அப்பொழுதுதான் ராஜாம்பாள் சந்திரனை வயிற்றில் சுமந்து இருந்தார்.

தன் மகளுக்கு இப்படி ஆனதும் துடித்துப் போன ராஜாம்பாள் தன் மகன் பிறந்தும் அவனை சரியாக கவனிக்காமல் எப்பொழுதும் தன் மகளின் நினை-வாகவே அழுது கொண்டே இருப்பார்.

சந்திரனுக்கு பசிக்கும் போதெல்லாம் அவனை தாயாக இருந்து பார்த்துக் கொள்வது சரோஜாதேவி மட்டுமே .சரோஜாதேவி அவனை அழைத்துக்-கொண்டு பால்வாடி சென்று அங்கே கொடுக்கும் பாலை வாங்கி தன் தம்-பியை குடிக்க வைத்து அவனின் பசியை ஆற்றுவார்.

சந்திரன் வளர வளர தன் அம்மாவை விடவும் தன் அக்கா மீது அன்-பாக இருந்தான். அவளை தன் தாயைப் போலவே பார்த்துக் கொண்டான்.

சந்திரனை விடவும் கண்மணியின் மகள் நாள் கணக்கில் பெரியவள். அவள் அவனின் அப்பா வீட்டில் வளர்ந்தாலும் அடிக்கடி தன் பாட்டி வீட்-டிற்கு வந்து போவாள் .

இருவரின் வீடும் ஒரே தெருவில் தான் இருந்தது. சந்திரனின் அக்கா கணவர் இரண்டாவது திருமணம் செய்து கொண்டார்.

சரோஜாதேவிக்கு திருமணம் நடந்ததும் வரதராஜனும் சந்திரனை கவன-மாக பார்த்துக் கொண்டவர் தன் ஊருக்கு அழைத்துச் சென்று அவனை படிக்க வைத்தார்.

சந்திரன் வரதராஜனை தன் தந்தையை போலவே பாவித்து வந்தான்.

பிறகு அனைவரும் மீண்டும் சந்திரன் ஊருக்கு வந்து படித்தனர் .

சங்கர் ராஜன் ,வான்மதி தேவி இருவருமே தன் பாட்டி வீட்டில் அதாவது சந்திரனின் வீட்டில் தங்கி படித்தனர் .அவர்களுக்கான அனைத்து செலவை-யும் வரதராஜன் செய்து விடுவார் அவர்களுக்கு தேவைப்படும் போதெல்லாம் பணம் அனுப்பிக் கொண்டே இருப்பார் .

கணேஷ் ராஜன் இவனும் அங்கேயே படித்தான் .

வானதி தேவி படிக்கச் சென்றவள் தன் அம்மா அப்பாவை விட்டு இருக்க முடியாததால் அழுது கொண்டே தன் பெற்றோரிடம் வந்துவிட்டாள்.

வானதி தேவியும் ,சரவண ராஜனும் மட்டுமே வரதராஜன் வீட்டில் இருந்து படித்தனர்.

வயதுக்கு வந்த உடனே வான்மதி தேவியை சாரோஜா தேவி அழைத்து வந்து தன் ஊரில் படிக்க வந்தார்.

சண்முகம் அவர் மனைவி ஜமுனா இருவரும் ஜாடிக்கேத்த மூடி என்பார்களே.அப்படித்தான் ஒருவருக்கு ஒருவர் சலித்தவர் கிடையாது.

தன் குடும்பம் நன்றாக இருக்க வேண்டும் ..தன் குடும்பத்தை பார்க்க வேண்டும் என்று தான் இருவருமே நினைப்பார்கள்...சண்முகம் சுயநலம் பிடித்தவர் என்றால் அவரையே மிஞ்சி விடுவார் ஜமுனா.

மாமனார் , மாமியார் இருவருக்கும் சிறிதும் செய்ய மாட்டார் ஜமுனா.அவர்களை பார்த்துக் கொள்வது எல்லாம் சந்திரனும் ,வான்மதி தேவி மட்டுமே..

தண்டபாணி அவர்களின் கூடப்பிறந்தவர்கள் ஐந்து பேர் தண்டபாணி அம்மா அவ்வளவு அழகாக சினிமா நடிகை போல் இருப்பார்கள் என்று அனைவரும் கூறுவர்.

அதனால் அவரை திருமணம் செய்ய ஒரு பணக்கார விரும்பினாராம் .ஆனால் தண்டபாணியின் தாத்தா அவரை தன் வசதிக்கு சமமான இடத்தில் திருமணம் செய்து கொடுத்தாராம்.

அதனால் கோபம் கொண்ட அந்த பணக்காரர் அந்த பெண் நன்றாக வாழக்கூடாது என்று செய்யக்கூடாத ஒரு சில செயல்களை செய்தாராம்.

(இதை நான் இங்கே விளக்கமாக சொல்ல விரும்பவில்லை . ஏனென்றால் அவர்களுக்கு சூனியம் போல் ஏதோ செய்தார்கள் என்று கூறினார்கள்..இதை சொல்லினாலும் எத்தனை பேர் ஏற்றுக் கொள்வீர்கள் தெரியவில்லை. அதனால் சாதாரணமாக சொல்லுகிறேன்.)

தண்டபாணியின் பெற்றோர்கள் சின்னசாமி அவரின் மனைவி லட்சுமி இவர்களுக்கு ஐந்து பிள்ளைகள்... அந்த பணம் படைத்தவர் செய்த செயலால் இவர்கள் இருவரும் தாம்பத்தியத்தில் இணையும் போதெல்லாம் அங்காங்கே ஒரு சில இடத்தில் நெருப்பு பற்றி கொண்டு எரியுமாம் ..

அப்பொழுது பிறந்தவர் தான் பெரிய மகன் முத்துசாமி. அவர் இயல்பாக இல்லாமல் இருந்தார்.. இரண்டாவது பெண் குழந்தை வளர்மதி . மூன்றாவது தில்லை .நான்காவது தண்டபாணி .ஐந்தாவது குமாரசாமி .

இவர்களுக்கு சொத்துக்கள் அதிகமாக இருக்க தன் பிள்ளைகளையும் மனைவியையும் கண்ணும் கருத்துமாக பார்த்துக் கொண்டார் சின்னசாமி.

குமாரசாமி பிறந்து கொஞ்ச நாட்களில் லட்சுமி உடல் நலக்குறைவால் இறந்து விட அவர் இறந்தது கூட தெரியாமல் குமாரசாமி தன் அம்மாவிடம் பால் குடித்தாராம்.. இந்த நிகழ்வை இப்பொழுது உள்ள சந்ததியினரும் கேள்-

விப்பட்டு மனம் சங்கடம் அடைந்தனர்.

மனைவியும் இறந்த நிலையில் சின்னச்சாமி தன் ஐந்து பிள்ளைகளையும் வளர்க்க படாத பாடு பட்டவர் தன் சொத்துக்களை விற்று தன் பிள்ளைகளை வளர்த்து வந்தார்.

பெரிய மகன் முத்துசாமிக்கு திருமணம் நடக்காது என்ற நிலையில் இரண்டாவது மகளை வளர்மதியை சொந்தத்திலேயே கட்டி கொடுத்தார். வளர்மதியும் நன்றாக தன் கணவன் பிள்ளையுடன் வாழ்ந்து வந்தார். அவர்களுக்கு ஆண் குழந்தை பிறக்க அந்த ஆண் குழந்தைக்கு கோபாலகிருஷ்ணன் என்று பெயர் வைத்தனர்.

மூன்றாவது மகள் தில்லையை காவல்துறை அதிகாரியான இரத்தின வேலுக்கு இரண்டாம் தாரமாக கட்டிக் கொடுத்தனர் .அவருக்கு ஏற்கனவே இரண்டு மகள்கள். முதல் மகள் தனலட்சுமி .இரண்டாவது மகள் தான் ராஜாம்பாள்.

தில்லைக்கு ஆண்குழந்தை பிறந்து இறந்து போனது.. அதன்பின் வாரிசு இல்லாமல் போனது ..

வர்ணம்- - 31

சின்னசாமியின் பெரிய மகனான முத்துசாமி இறந்துவிட்டார். அதேபோல ஐந்தாவது மகனான குமாரசாமியும் திருமணம் ஆகாமலே இறந்து போனார்.

ரத்தினவேல் தன் மாமனார் சின்னசாமி விற்ற அனைத்து சொத்துக்களையும் திரும்ப வாங்கி நிறைய சொத்துக்களை சேர்த்தார்.

ரத்தினவேல் தன் பெரிய மகளான தனலட்சுமிக்கு திருமணமாகியும் வாரிசு இல்லாததால் தன் இரண்டாவது மகளான ராஜாம்பாளுக்கு அனைத்து சொத்துக்களையும் எழுதி வைத்துவிட்டார்.

தண்டபாணி ,ராஜம்பாளுக்கு நான்கு மகள்கள் ,இரண்டு மகன்கள் பிறந்தனர்.

கண்மணி ,சண்முகம் ,சரோஜாதேவி ,ராகவி ,மாலதி ,சந்திரன்.

தண்டபாணி தன் பெரிய மகள் கண்மணியை தன் அக்கா வளர்மதியின் மகனான கோபாலகிருஷ்ணனுக்கு கட்டிக் கொடுத்தார். ..

கோபாலகிருஷ்ணன் தன் மனைவி கண்மணி தன் பிள்ளையை வயிற்றில் சுமந்து கொண்டிருக்கிறார் என்றும் பார்க்காமல் வயிற்றில் எட்டி உதைக்க அவர் குழந்தை பிறந்ததும் இறந்துவிட்டார். (இதை நாம் ஏற்கனவே போன பகுதியில் பார்த்திருப்போம்.)

கண்மணிக்கு பெண் குழந்தை பிறந்தது. அந்தக் குழந்தைக்கு ஜமுனா என்று பெயர் வைத்தனர்.

ராஜாம்பாளும் அப்பொழுது சந்திரனை வயிற்றில் சுமந்தவர் தன் மகள் இறந்த கொஞ்ச நாட்களிலேயே மகனை பெற்றவர் தன் மகளின் நினைவி-

லேயே தன் மகனை கவனிக்க மறந்தார். (இதையும் நாம் போன பதிவில் பார்த்திருப்போம்.)

இப்படியே நாட்கள் சென்று கொண்டிருக்க ,வான்மதி தேவியின் பிள்ளைகள் வளர்ந்து கொண்டிருந்தனர். ஒருநாள் ராஜாம்பாள் உடல்நிலை சரி இல்லாமல் மருத்துவமனையில் அனுமதிக்கப்பட்டார்.

அங்கே அவருக்கு ஊசி போட கை ,கால் துவண்டு போக அவரால் பேச முடியாமல் போனது.. உடனடியாக பக்கத்து டவுனில் உள்ள மருத்துவமனைக்கு அழைத்துச் செல்ல மருத்துவம் பார்த்தும் பலன் இல்லாமல் ராஜாம்பாள் உயிரிழந்தார்..ராஜாம்பாள் கடைசியாக தன் சித்தி தில்லையை பத்திரமாக பார்த்துக் கொள்ளும்படி கூறியவர் மாரடைப்பால் உயிரிழந்தார்.

அவரின் இழப்பு அனைவருக்கும் பெரிய இழப்பாக இருந்தாலும் , சந்திரன் ஏற்கனவே தன் அம்மாவின் பாசத்தை அதிகமாக அனுபவிக்காதவன் அழுது கரைந்தான்.

தில்லை அவருக்கும் வாயில் புற்றுநோய் வந்துவிட அவரும் அவதிப்பட்டவர்," வான்மதி இந்த மூன்று பிள்ளைகளும் வச்சுட்டு நீ என்னடி பண்ண போற .."என்று அழுது புலம்பினார் தில்லை.

ராஜாம்பாள் இருக்கும்பொழுது தில்லைக்கு புற்றுநோய் வந்துவிட்டது .ஆனால் அதை அவர் சரியாக கவனிக்கவில்லை

பிறகு வலி வரவும் சீழும் ,ரத்தமும் ஒழுகவும் மருத்துவரை அணுக புற்றுநோய் என்று உறுதியானது .

அவருக்கு வாயைத் துடைத்து பணிவிடை செய்தது எல்லாம் வான்மதி தேவி மட்டுமே ..அவரையும் சிறிதும் கண்டு கொள்ளவில்லை சண்முகம் குடும்பத்தினர்.

சொத்து தில்லையின் சொத்துதான் என்று தெரிந்தும் சண்முகம் ஒருநாளும் அவரை மதித்ததில்லை .அவரை தேவையில்லாமல் திட்டுவதும் அவரிடம் சண்டை போடுவதுமாக இருப்பார்.

ராஜாம்பளுக்கு இது பிடிக்காததால் தன் மகனை கண்டித்தும் சண்முகம் கொஞ்சம் கூட அடங்கவே இல்லை.

தில்லைக்கு புற்று நோய் என்று கேள்விப்பட்ட வானதியின் மாமனார் கணபதி," வந்தவாசி பக்கத்தில் உள்ள எறும்பூர் என்ற ஊரில் புற்று நோய்க்கு மருந்து கொடுக்கிறாங்க .அவங்களை அங்கு அழைச்சிட்டு போங்க நிறைய பேருக்கு சரியாகி இருக்கு சொல்றாங்க.."என்றார்.

வான்மதி தேவி மூன்று குழந்தைகளையும் வைத்து அவதிப்பட்டதால் அவரால் எங்கும் செல்ல இயலவில்லை .சந்திரன் அவரும் தன் அம்மா இறப்பிற்கு அதிக விடுமுறை எடுத்ததால் அவராலும் எங்கும் செல்ல முடியாத நிலையில் சண்முகம் தன் அத்தை தில்லையை எறும்பூருக்கு அழைத்துச் சென்றார்.

மருத்துவம் பார்க்கத் தொடங்க தில்லைக்கு சிறிது சிறிதாக புற்றுநோய் குணமாக ஆரம்பித்தது .வாயில் சீழ் ,ரத்தம் ஒழுகுதல் நின்று நாற்றம் குறைந்து அந்த புண் அப்படியே சரியாக ஆரம்பித்தது.

எறும்பூரில் மருத்துவர் தில்லை அசைவ உணவு சாப்பிடவே கூடாது என்று சொல்ல அவரும் அதன்படி வீட்டில் அனைவருக்கும் சமைத்துக் கொடுப்பாரே தவிர அவர் சாப்பிடாமல் இருந்தார்.

அது போதாது என்று அலோபதி மருத்துவரிடமும் காண்பித்து அவருக்கு கரண்ட் வைக்கப்பட்டது .அப்பொழுது அவருக்கு ரத்தம் தேவைப்பட்டதால் சண்முகம் தன் அத்தைக்கு ரத்தம் கொடுத்தார்.

இதைக் கேள்விப்பட்ட சண்முகத்தின் மனைவி ஜமுனா ,"அச்சோ என் புருஷன் ரத்தம் கொடுத்துட்டு வந்துட்டாரே..அவர் இறந்துட்டா நான் என்ன பண்றது .."என்று அழுது ஆர்ப்பாட்டம் செய்தார்.

இவங்களையெல்லாம் திருத்தவே முடியாது .சண்டை போட இவங்களுக்கு ஒரு காரணம் வேணும் கொஞ்சம் யோசிச்சு பாருங்க ரத்தம் கொடுத்தா இறந்திடுவாங்களா என்ன..? ??

தில்லைக்கு புற்றுநோய் சரியாக வான்மதி தேவியின் பிள்ளைகளை கண்ணும் கருத்துமாக மீண்டும் வளர்க்க ஆரம்பித்தார்.அதிலும் கிருத்திகா தேவியை மிளகு அம்மா என்று அழைத்துக் கொண்டே இருப்பார்.

புற்றுநோய் சரியான பிறகு ஒரு வருடம் எந்த பிரச்சினையும் இல்லாமல் நன்றாக போய்க் கொண்டிருந்தது. தீபாவளி நேரம் மழை வெளுத்து வாங்க சந்திரன் அலுவலகத்திற்கு கிளம்பினார்

அவரை அனுப்பிவிட்டு உள்ளே வந்த வான்மதி தேவி எப்பொழுதும் போல தன் வேலையை செய்து கொண்டிருந்தார் .

அன்று விடுமுறை என்பதால் சண்முகத்தின் மகள் சுகுணா தனது சித்தப்பா மக்களை எழுப்பி விளையாட அழைத்துச் செல்ல உள்ளே வந்தவள் நாற்றம் அடிக்க சுற்றி பார்த்தாள்.அங்கே தில்லை மட்டுமே படுத்திருக்க அவரின் பக்கத்தில் சென்றவள், "அச்சோ சித்தி இங்க வாங்களேன் இந்த தில்லை அத்தை என்ன பண்ணி இருக்காங்க பாருங்க .."என்று குரல் கொடுக்க வான்மதி தேவி சமையலறையில் இருந்து வேகமாக ஓடி வந்தார்.

தில்லை படுத்த படுக்கையிலேயே மலம் கழித்து நாக்கு துறுத்திக் கொண்டு சுயநினைவு இல்லாமல் இருந்தார். வான்மதி தேவி இதை பார்த்தவர் கத்தியதும் சண்முகம் குடும்பத்தினரும் ஓடி வர அக்கம் பக்கத்தினரின் உதவியுடன் அவரை உடனடியாக மருத்துவமனையில் சேர்த்தனர்.

பிறகு சந்திரனுக்கு தகவல் கொடுக்க அவரும் தன் அத்தையை காண மருத்துவமனை விரைந்தார்..

மருத்துவர் தில்லையை பரிசோதித்தவர்கள் அவருக்கு பல்ஸ் குறைந்து விட்டதாகவும் வீட்டிற்கு அழைத்துச் செல்லுங்கள் என்றும் கூறிவிட்டனர்..

பிறகு சொந்தம் பந்தங்கள் அனைவரும் வந்து பார்க்க அடுத்த இரண்டு நாட்களில் நோன்பு வருவதால் அனைவரும் ஊருக்கு திரும்பினார்.

மூன்று நாட்கள் தில்லை சுயநினைவின்றி இருக்க தீபாவளி அடுத்த நாள் நோன்பு என்பதால் பெரியவர்கள் கூறியது போல வான்மதி தேவி வீட்டுக்கு வந்தவர் அவசர அவசரமாக தீபாவளி , நோன்பு படைத்து விரதத்தை முடித்தார்.

அன்று மாலை வான்மதி தேவி குடும்பத்தினருக்கு மிகவும் தெரிந்தவரும் உறவினருமான செண்பகம் பாட்டி தில்லையை பார்க்க வந்தவர் அவர் கையால் தில்லைக்கு பால் ஊற்ற தில்லையின் உயிர் பிரிந்தது.

அனைவருக்கும் இது பெரிய இழப்பாக இருந்தாலும் தண்டபாணி தன் மனைவியும் இல்லாத நிலையில் தன் அக்காவும் இப்படி இறந்து விட முழுக்க முழுக்க தன் பேரப்பிள்ளைகளுக்காகவும் முக்க்கியமாக சந்திரனின் மூன்று பெண் பிள்ளைகளுக்காக வாழ ஆரம்பித்தவர் அவர்களுக்காக ஓயாது பணம் சம்பாதிக்க ஆரம்பித்தார்.

இந்த நிலையில் சண்முகத்தின் பெரிய மகள் ரேவதியை ஜமுனாவின் உடன் பிறந்த தம்பி மனு வேந்தனுக்கு திருமணம் செய்து கொடுத்தனர்.

இருவரும் சென்னையில் குடியேறினர். ரேவதியின் அண்ணன் ரவி படித்த முடித்து பணிக்குச் செல்ல தன் தங்கையின் வீட்டில் தங்கினான்.

இந்த நிலையில் ரேவதி தாய்மை அடைய அதை இரு வீட்டில் உள்ளவர்களும் அவ்வளவு மகிழ்ச்சியாக கொண்டாடினர் .அதிலும் சந்திரன் ரேவதியை தன் மகனைப் போலவே பார்ப்பவர் அவளுக்கு தேவையான அனைத்தையும் வாங்கி கொடுத்தார்.

மனுவேந்தன் தன் மனைவியை கண்ணும், கருத்துமாக பார்த்துக் கொள்ள அவர்களுக்கு ஒரு பெண் குழந்தை பிறந்தது. அந்தக் குழந்தை இரண்டு வருடம் வரை நன்றாக இருந்தது.. அதன் பிறகு அந்த குழந்தைக்கு உடல் நிலையில் கோளாறு ஏற்பட்டதால் இனி இந்த குழந்தையை காப்பாற்ற முடியாது என்று மருத்துவர் கூறிவிட்டனர்.

கடைசியாக அந்த குழந்தை அஞ்சலி படத்தில் வரும் குழந்தையை போல ரேவதியை அம்மா என்று அழைத்தது அத்துடன் தன் உயிரை விட்டது.

ரேவதியின் உடன் பிறந்தவர்களுக்கு மட்டுமல்லாமல் சந்திரனின் மகள்களுக்கும் அந்த குழந்தை என்றால் அவ்வளவு உயிர். குழந்தை பிறக்கும் போதே மிகவும் வெண்மை நிறத்துடன் பிறந்திருந்தாள். அப்படியே அவளின் அப்பாவை உரித்து வைத்திருந்தாள். சொந்தத்தில் திருமணம் செய்ததால் இந்த குழந்தைக்கு இப்படி ஆகிவிட்டது என்று மருத்துவர்கள் கூறினர்.

குழந்தை இறந்துவிட்டாள் என்பதை கேள்விப்பட்ட இரு வீட்டினரும் உடனடியாக தன் பிள்ளைகளை மட்டும் விட்டுவிட்டு சென்னைக்கு பயணமாயினர்.

இந்தச் செய்தி காலையிலேயே வந்திருக்க சண்முகம் பிள்ளைகள் பக்கத்து தெருவில் உள்ள பள்ளியிலேயே படிப்பதால் தாமதமாக தான் பள்ளிக்குச் செல்வர் .அதனால் யாரும் அன்று பள்ளிக்குச் செல்லவில்லை .

ஆனால் சந்திரன் பிள்ளைகள் பள்ளிக்கு கிளம்பியதால் அவர்களுக்கு விஷயம் தெரியவில்லை. மாலை தீபிகாவும் ,அனிதாவும் தன் தாத்தாவின் மூலமாக விஷயத்தை கேள்விப்பட்டவர்கள் அழுது கொண்டிருந்தனர்.

கிருத்திகா தேவி பள்ளி முடிந்து வந்தவள் தன் தங்கைகள் அழுது கொண்டிருக்க தன் தாத்தா அவர்களை சமாதானம் செய்து கொண்டிருப்பதை பார்த்தவள் ,"தாத்தா என்ன ஆச்சு எதுக்கு இவங்க ரெண்டு பேரும் அழறாங்க .சரி எங்க அம்மா அப்பா இரண்டு பேரும் எங்க போனாங்க. எனக்கு பசிக்குது ..."என்றாள்.

தண்டபாணி,"அம்மா அப்பா இரண்டு பேரும் ஊருக்கு போய் இருக்காங்க .நீ போய் சாப்பிடு போ..."

"ஊருக்கு போய் இருக்காங்களா தாத்தா நீங்க என்ன சொல்றீங்க ?அம்மா அப்பா எங்க கிட்ட சொல்லாம எங்கேயும் போக மாட்டாங்களே .எனக்கு உண்மைய சொல்லுங்க.இவளுங்க ரெண்டு பேரும் அழுதுட்டு இருக்காங்க என்ன விஷயம் சொல்லுங்க தாத்தா.."

தண்டபாணி,"கிருத்திகா நீ போய் சாப்பிட்டு வா தாத்தா அப்புறம் சொல்றேன்.."என்றார்

"அதெல்லாம் முடியாது தாத்தா, நீங்க சொன்னா தான் நான் சாப்பிட போவேன் சீக்கிரம் சொல்லுங்க.."

"அடம் பிடிச்ச கழுதை, அடம் பிடிச்ச கழுதை சொன்ன பேச்சைக் கேட்கிறியா ..?அப்படியே திமிரு இந்த பெரிய பொண்ணு ரேவதி மாதிரியே அக்காளை மாதிரியே வந்து வாச்சி இருக்கு பாரு .."என்று திட்டியவர் நடந்ததை கூறினார்.

அவ்வளவுதான் அதைக் கேட்ட கிருத்திகா தேவிக்கு எடுத்த பசி காணாமல் போக வீட்டின் வாசப்படியிலேயே அமர்ந்து" ஓ "வென்று அழுது கதற ஆரம்பித்தாள்.

'அச்சோ இவள் இப்படி கத்துறாளே .?'என்று நினைத்த தண்டபாணி அவளை சமாதானம் செய்ய எவ்வளவோ முயற்சி செய்யும் பலன் என்னமோ பூஜ்ஜியம் தான்.

தன் தங்கையின் அழுகுரல் கேட்டு வெளியே வந்த சண்முகத்தின் மகள் சுகுணா அவள் அழுவதை பார்த்தவள் தன் தாத்தாவை பார்க்க அவரோ திருட்டு முழி முழித்தார்.

சுகுணா ,"கிருத்திகா இப்போ எதுக்கு அழற ,வசாப்பிட்டியா நீ வா சாப்பிடலாம்.."

"சாப்பாடும் வேணாம் ஒன்னும் வேணாம் போடி

அங்க பாப்பா இப்போ உயிரோட இல்ல .இவ என்ன சாப்பிட கூப்பிடறா.." என்று கத்தினாள் கிருத்திகா தேவி.

கிருத்திகா தேவி இப்படித்தாங்க கோபம் வந்தாலும் அழுகை வந்தாலும் தன் அக்கா யாராக இருந்தாலும் அவர்களுக்கு மரியாதை கிடைக்காது ..மரியாதை காற்றில் பறந்து விடும்.??

சுகுணா இப்பொழுது தண்டபாணியை நேரடியாக முறைக்க அவரோ எதுவும் பேசாமல் அமைதியாக இருந்தார்.

சுகுணா," தாத்தா உங்க கிட்ட நான் என்ன சொன்னேன் .கிருத்திகா தேவி வந்தா எதுவும் சொல்லாதீங்க நான் அவகிட்ட பக்குவமா சொல்லிக்கிறேன் சொன்னேனா இல்லையா ?இப்ப பாருங்க இவளை எப்படி சமாதானம் செய்யறது நீங்க வாய வச்சிட்டு சும்மாவே இருக்க மாட்டீங்களா...?"என்றாள்.

அதுவரை அழுது கொண்டிருந்த கிருத்திகா தன் அக்காவை திட்டி தீர்த்தாள்.

வர்ணம்-32

சுகுணா தன் தாத்தாவை திட்டிக் கொண்டிருக்க கிருத்திகா தேவி,"ஹே வாயை மூடுடி இப்ப எதுக்கு தாத்தாவை திட்ற. இந்த விஷயத்தை என்கிட்ட இருந்து மறைக்கலாம்னு பாத்தியா..? என்றவள் தாத்தா நீங்க வாங்க நாம உள்ள போலாம் இவ இப்படித்தான்.. இவளுக்கு உங்களை திட்டுவதற்கு ஒரு காரணம் வேணும். .."என்று தன் தாத்தாவை உள்ளே அழைத்துச் சென்றாள்.

கிருத்திகா தேவி இப்படிதாங்க அழுவாள் .ஆனால் அடுத்த நிமிடமே தன் கவலையை மறந்து எப்போதும் போல் இருப்பாள்.. அதிலும் அவளுக்கு ஏற்கனவே தன் அப்பாவின் அம்மா உயிரோடு இல்லையே அவரின் ஞாபகமே தனக்கு இல்லையே என்று ஏங்கிக் கொண்டிருந்தவளுக்கு தன் தாத்தாவே முழுக்க முழுக்க எல்லாமாக மாறினார். அவர் மீது அவ்வளவு அன்பு வைத்திருந்தாள் .அவரை யாராவது ஏதாவது ஒன்று கூறினால் இவளுக்கு உடனடியாக கோபம் வந்துவிடும்.

சுகுணா," அடிப்பாவி ஏண்டி இவளை என்னதான் பண்றது. இவள் அழறாளே சொல்லி நான் தாத்தாவை திட்டினா இவள் என்னை திட்டிட்டு போறா.." என்று தன் இரு தங்கையிடம் கூறி சிரிக்க அவர்களும் சிரித்தவர்கள்," அவள் அப்படித்தான் உனக்கு தெரியாதா விடுக்கா"என்றனர்.

தீபிகா ,அனிதா இருவரும் அழுது கொண்டிருந்தவர்கள் தன் அக்கா கிருத்திகா தேவி வந்ததும் அதன் பிறகு நடந்த அனைத்தையும் அதாவது சுகுணாவுக்கும் ,கிருத்திகா தேவிக்கும் நடந்த சண்டையையும் பார்த்து ரசித்துக் கொண்டிருந்தனர்.

பெரியவர்கள் சென்னைக்கு சென்றவர்கள் பெண் குழந்தைகள் மீது எப்பொழுதும் அன்பாக இருக்கும் சந்திரன் ரேவதியின் குழந்தையை கையில் ஏந்தியவர் சுடுகாட்டிற்கு எடுத்துச் சென்றார்.

அந்த குழந்தையை பார்த்து அனைவரும் அழுது கொண்டிருக்க ரேவதியின் நிலைமையோ மிகவும் மோசமாக இருந்தது யாரிடமும் பேசாமல் எதையோ பறி கொடுத்தது போல் அமர்ந்திருந்தாள்.

சந்திரன் இதை பார்த்தவர் தன் அண்ணனிடம் ,"நானும் வான்மதியும் கிளம்பறோம் . அங்க பிள்ளைங்க தனியா இருப்பாங்க கங்கா ,சுகுணா ,சுகன்யா பற்றி கவலைப்படாத நாங்க பார்த்துக்கறோம்.நீ இன்னும் இரண்டு நாள் இங்கே இருந்து வரும் பொழுது ரேவதியை கையோட அழைச்சிட்டு வந்துடு அவளை நாம இங்கே தனியா விட வேண்டாம் . .."என்றார்.

சண்முகத்துக்கும் அதுவே சரியென பட தம்பி தம்பி மனைவியை மட்டும் ஊருக்கு அனுப்பி வைத்தார்.

அதேபோல நான்கு நாட்கள் கழித்து சண்முகமும் ,ஜமுனாவும் தன் பெண்ணையும் ,மாப்பிள்ளையும் அழைத்துக் கொண்டு ஊருக்கு திரும்பினார்.

மனுவேந்தன் நான்கு நாட்கள் அங்கே தங்கியவன் தன் பிழப்பை பார்க்க சென்னைக்கு பயணமாக ரேவதி மட்டும் தன் அம்மா வீட்டில் இருந்தாள்.

ரேவதி தன் தங்கைகளின் அன்பால் கொஞ்சம் கொஞ்சமாக சகஜ நிலைக்கு திரும்ப அப்பொழுது அந்த வாரம் ஞாயிற்றுக்கிழமை அஞ்சலி படம் ஓடிக் கொண்டிருக்க ஜமுனா தொலைக்காட்சியை நிறுத்தியவர் அழுது கொண்டிருந்தார்.அவருக்கு தன் பேத்தியின் ஞாபகம் வந்துவிட்டது.

ரேவதி," அம்மா எதுக்கு இப்போ டிவியை நிறுத்தின .ஒரு படம் பாக்க கூட விட மாட்டியா ..?"

"எப்படி டி உன்னால நிம்மதியா உட்கார்ந்து அந்த படத்தை பார்க்க முடியுது. உனக்கு எதுவுமே ஞாபகம் வரலையா.?"

"அம்மா ஞாபகம் வந்து அழுதா மட்டும் என் பொண்ணு திரும்ப வர போறாளா ?எனக்கு நம்பிக்கை இருக்கு என் பொண்ணு எனக்கு திரும்பவும் வந்து மகளா பிறப்பா நீ டிவியை போடு. "

"முடியாதுடி முடியாது உன்னை மாதிரி என்னால இருக்க முடியாது "என்றவரை எதுவும் சொல்ல முடியாதவளாய் தன் தங்கை மூவரையும் அழைத்துக் கொண்டு தன் சித்தப்பா வீட்டுக்கு படம் பார்க்க சென்றாள் ரேவதி.

வான்மதி தேவியின் பிள்ளைகள் படித்துக் கொண்டிருப்பதால் வான்மதி தேவி தொலைக்காட்சி பார்க்காமல் இருந்தார்," சித்தி டிவி போடுங்க அஞ்சலி படம் ஓடுது பார்க்கலாம் .."என்றாள் ரேவதி.

வான்மதி தேவிக்கு அஞ்சலி படம் என்றதுமே அந்த குழந்தையின் ஞாபகம் வர,"என்ன ரேவதி வீட்டில் டிவி வரலையா என்ன..?"

"அதெல்லாம் எதுவும் இல்ல சித்தி இந்த படத்தை பார்த்ததும் அம்மா டிவியை நிறுத்திட்டாங்க பாப்பா ஞாபகமா இருக்காம் ..அதனால்தான் நான் இங்கே வந்தேன்.."என்றவளை ஆச்சரியமாக பார்த்த வான்மதி தேவி 'எப்படித்தான் இவள் இவ்வளவு சகஜம பேச முயற்சி செய்றாளோ? பாவம் இந்த பொண்ணு இவளுக்கு கூடிய விரைவில் அடுத்த குழந்தை பிறக்கனும் என்று கடவுளை வேண்டிக் கொண்டார்.

வான்மதி தேவி தொலைக்காட்சியை போட்டதும் தன் தங்கைகளுடன் அந்த படத்தை பார்த்தாள் ரேவதி .அவளுக்கும் தன் குழந்தையின் ஞாபகம் வாட்டவே செய்தது

ஆனால் தன் அழுகையை கட்டுப்படுத்தி தன் தங்கைகளுடன் நேரத்தை செலவழித்தாள்.

பிறகு ரேவதி மனுவேந்தனுடன் சென்னைக்குச் சென்றவள் இயல்பு வாழ்க்கையை வாழ்ந்து கொண்டிருந்தாள். இந்த நிலையில் மீண்டும் ஒரு நல்ல செய்தியை கூறினாள். ஆம் ரேவதி இரண்டாவது கருத்தரித்திருக்க அவள் ஒரு ஆண் குழந்தையை பெற்றெடுத்தாள்.

பிறகு என்ன மீண்டும் அவளின் தங்கைகளுக்கு கொண்டாட்டம்தான் ஆண் குழந்தை பிறந்ததும் அவன் கொஞ்சம் வளர்ந்ததும் இங்கே வரும் பொழுதெல்லாம் சந்திரனின் பெண்கள் அவனை கீழே விடுவதில்லை .அவனை எப்பொழுதும் தூக்கிக் கொஞ்சி கொண்டே இருந்தனர்.

பிறகு இரண்டு வருடம் கழித்து ஒரு பெண் குழந்தையை பெற்றெடுத்தாள் ரேவதி.

இந்த நிலையில் ரேவதியின் தங்கை கங்காவுக்கு திருமணம் நிச்சயமானது

ரேவதி தான் சென்னையில் வசிக்கும் இடத்திற்கு பக்கத்திலேயே கங்காவுக்கு மாப்பிள்ளை பார்க்க அந்த ஜாதகம் பொருந்தி வர கங்காவுக்கு இன்னும் மூன்று மாதங்களில் திருமணம் என்று நிச்சயமானது..

தொடர்ந்து மரணச் செய்தி அந்த குடும்பத்தை ஆட்டி படைத்தாலும் ராஜாம்பாளும் ,தில்லையும் இல்லாதது அனைவருக்கும் இது பெரிய இழப்பாக இருந்தது

தண்டபாணி தன் மனைவியும் இல்லாத நிலையில் தன் அக்காவும் இப்படி இறந்து விட முழுக்க முழுக்க தன் பேரப்பிள்ளைகளுக்காகவும் முக்கியமாக சந்திரனின் மூன்று பெண் பிள்ளைகளுக்காக வாழ ஆரம்பித்தார் .

ஒரு நாள் பணி முடிந்து மிதிவண்டியில் வந்தவர் திடீரென்று மயங்கி விழுந்தார். அதில் அவருக்கு எதுவும் ஞாபகம் இல்லாமல் போக குழந்தை போல மாறினார்.

வானதி தேவி தன் தாத்தாவை பார்த்துக் கொண்டாள்.

சந்திரன் இருக்கும் பொழுது தன் தாத்தாவை உடம்பு ஊற்றி உடல் முழுக்க பவுடர் அடித்து அவருக்கு உணவு கொடுத்து தூங்க வைப்பார்.

வான்மதியின் பிள்ளைகளுக்கு ராஜாம்பாள் பாட்டி சுத்தமாக நினைவில் இல்லை. அவர் இருக்கும் பொழுது மிகவும் சின்ன குழந்தைகள் இவர்கள்.. அதேபோல தில்லை இறந்ததும் ஞாபகம் இல்லை.

அப்பாவின் பெற்றோர்கள் இதில் தாத்தா தண்டபாணி மட்டுமே அவர்களுக்கு ஞாபகம் இருந்தார். அவர் தன் பேத்திகள் மூவரின் மீதும் உயிராக இருந்தார். அவர்கள் எதை கேட்டாலும் பணிக்கு செல்பவர் திரும்பும் பொழுது உடனே வாங்கி வந்து விடுவார். அதேபோல சண்முகத்தின் பிள்ளைகளுக்கும் வாங்கிக் கொடுப்பார்.

தண்டபாணி இப்படி இருப்பதைப் பார்த்த வான்மதியின் பிள்ளைகள் மூவரும் தன் தாத்தாவின் நிலையை பார்த்து அழுது கொண்டே இருந்தனர்

அவர்களை சமாதானம் செய்யவே வான்மதிக்கு நேரம் போதாமல் இருந்தது.

இந்த நிலையில் வீட்டில் உடல்நிலை சரியில்லாத வயதானவரையும் வைத்துக்கொண்டு இந்த மூன்று பிள்ளைகளை வைத்துக்கொண்டு வான்மதி தேவி பெறும் அவஸ்தைக்கு உள்ளானாள்.

எப்போதும் போல சரோஜாதேவி வந்து தன் அப்பாவையும் பார்த்துவிட்டு தன் பேத்திகளை சமாதானம் செய்து விட்டு செல்வார்.

ஒரு நாள் அவர் எப்போதும் போல பழைய ஞாபகத்தில் தன் பெரிய பிள்ளை வீட்டுக்கு நடக்க முடியாமல் குழந்தை போல் தவழ்ந்து கொண்டே அங்கே சென்றார்

அப்பொழுது அவர் மலம் கழித்து இருக்க இருந்தார். தன் தாத்தா இப்படி வருவதை பார்த்த சண்முகத்தின் பெரிய மகள் ரேவதி கதவை அடைத்து விட்டு உள்ளே சென்று விட்டாள்.

வான்மதி தேவி அதை பார்த்தவர் எதிர்த்த வீட்டில் உள்ள ஒருவரின் துணைக் கொண்டு தன் தாத்தாவை உள்ளே அழைத்துச் சென்றவர் அவருக்கு உடல் தேய்த்து ஊற்றியவர் அவர் உடல் முழுவதும் பவுடர் அடித்து அவரை தூங்க வைத்தார்.

தண்டபாணியின் உடல் மிகவும் மோசமாக இருக்க அப்பொழுதுதான் சண்முகத்தின் இரண்டாவது மகள் கங்காவுக்கு திருமணம் நிச்சயமாக கங்கா தன் தாத்தா இப்படி இருக்கிறாரே என்று கவலைப்படாதவள் தனக்கு திருமணம் நிச்சயமாக இருக்கும்போது இவர் இப்படி இருக்கிறாரே இந்த திருமணம் நடக்குமா என்று அழ ஆரம்பித்தாள்.

அப்பொழுதுதான் சரோஜாதேவியின் இரண்டாவது மகன் கணேஷ் ராஜனுக்கு திருமணம் முடிவாக வான்மதி தேவி தன் தாத்தாவை விட்டுவிட்டு திருமணத்திற்கு எப்படி செல்வது என்று யோசிக்க சந்திரன் தன் அண்ணன் செய்ய மாட்டார் என்று தெரிந்தவர் எதிர்த்த வீட்டில் உள்ள நபரை வைத்து தன் அப்பாவை பார்த்துக் கொள்ளும்படி சொல்லியவர் திருமணத்திற்கு குடும்பத்துடன் சென்றார்.

கணேஷ் ராஜன் திருமணம் முடிந்து தன் மனைவியுடன் தன் தாத்தாவை பார்க்க வந்தவன் அவரின் காலில் விழுந்த ஆசீர்வாதம் வாங்கிவிட்டு சென்-றான்.

இந்த நிலையில் பத்திரிகை வைக்க சண்முகம், ஜமுனா இருவரும் வெளியே செல்பவர்கள் இங்கே வயதானவர் எப்படி இருக்கிறார் என்று கண்டு கொள்ளவும் இல்லை .இப்படியே நாட்கள் செல்ல ஒரு வாரத்தில் தண்டபாணி இறந்து விட்டார்.

இதில் தண்டபாணி மீது உயிராய் இருந்த வான்மதி தேவியின் பிள்-ளைகள் கதறினர் .சண்முகம் பிள்ளைகளோ கடமைக்கே என்று அவரின் மரணத்திற்கு கலந்து கொண்டு மீண்டும் அவரவர்கள் அவரவர் வேலையை பார்த்தனர்.

அதன் பிறகு கங்காவின் திருமணம் நன்முறையில் நடைபெற்றது.

நாட்கள் இப்படியே சென்று கொண்டிருக்க கிருத்திகா தேவியின் தங்கை தீபிகா வயதுக்கு வந்தாள். இதில் பெற்றவர்கள் இருவரும் தன் பெரிய மகள் இப்படியே இருக்கிறாளே என்று வேதனை கொண்டனர். அனைவரும் ஒன்று கூட மூன்றாவது நாள் தீபிகாவிற்கு தண்ணீர் ஊற்றும் சடங்கு நடந்தது

வைஷ்ணவியின் அம்மா கனகவள்ளியிடம் அவரின் சிறிய மகள் தீபா-வின் ரவிக்கையை எடுத்துக் கொண்டு வரச் சொன்னாள் வான்மதி தேவி. கனகள்ளி எதற்கும் இருக்கட்டும் என்று இரண்டு ரவிக்கையை எடுத்து வந்-தார்.

வான்மதி தேவி பணம் எடுக்க உள்ளே செல்ல அங்கே படுக்கையில் படுத்திருந்த வரதராஜன் கண்கள் கலங்கி படுத்திருந்தார்.அவர் ஏன் இப்படி இருக்கிறார் என்று வான்மதி தேவிக்கு நன்றாக தெரியுமே. தன் பெரிய பேத்தி இன்னும் வயதுக்கு வரவில்லையே ஊரார் என்ன சொல்வார்களோ என்று பயந்தார் வரதராஜன்.

வைஷ்ணவியின் அம்மா கனகவள்ளி வான்மதியின் வீட்டுக்குள் நுழைய இன்னொரு நற்செய்தி அவரின் செவிக்கு எட்டியது.

வர்ணம்- 33

கனகவள்ளி உள்ளே நுழையும்போது சரியாக கிருத்திகா தேவியும் வயதுக்கு வர அது அங்கிருந்த அனைவருக்கும் மகிழ்ச்சியாக இருந்தனர்.அதுவரை வரதராஜன் தன் பெரிய பேத்தி வயதுக்கு வரவில்லையே என்று நினைத்தவர் இதுவரை எதற்கும் கலங்காதவர் கண்கலங்க அமர்ந்திருக்க இப்பொழுது இதைக் கேட்டவர் தன் மகிழ்ச்சியை கொண்டாடினார். உடனடியாக தாய் மாமன்கள் கிருத்திகா தேவிக்கு தேவையான அவள் ஆசைப்பட்ட அனைத்-தையும் வாங்கிக் கொண்டு வந்து குவித்தனர்.

இந்த நிலையில் சரவண ராஜன் தன் நண்பன் முருகனுடன் எலக்ட்ரிஷன் பணிக்காக வெளியூர் சென்றிருந்தான் .அது மட்டும் இல்லாமல் வானதி தேவி தன் பெரிய நாத்தனார் வீட்டுக்கு சென்னை சென்றிருந்தாள். இவர்கள் இருவராலும் தன் அக்கா மகள்களின் சடங்கை பார்க்க முடியாமல் போனது.

அப்பொழுது போன் வசதியும் இல்லாததால் இவர்கள் இருவர் தங்கி இருக்கும் வீட்டின் விலாசமும் தெரியாததால் இந்த செய்தியை அவர்களுக்கு சொல்ல முடியாமல் வான்மதி தேவி தவித்தவள் அரைகுறை மனதுடனே பெரியவர்கள் இப்பொழுதே இதை செய்தாக வேண்டும் என்று கூறியதால் இருவருக்கும் ஒன்றாக தண்ணீர் ஊற்றி பட்டு புடவை அணிவித்து விதவிதமாக போட்டோக்கள் எடுத்து சிறப்பாக கொண்டாடினர்.

மூன்று நாட்கள் பிறகு முதலில் சரவண ராஜனும் ,முருகனும் வந்தனர். வரும் வழியிலேயே இந்த விஷயத்தை கேள்விப்பட்ட சரவணன் ராஜன் தன் அக்கா மகள்களை பார்த்து சிரித்தவன் அவர்களின் தலையில் கொட்டி விளையாடினான்.

வானதி தேவி சென்னையில் இருந்து தன் வீட்டிற்கு சென்றவள் அங்கே தன் சித்தி ராகவியின் மூலம் விஷயத்தை தெரிந்து கொண்டவள் கண்கள் கலங்கியவளாக தன் கணவரை உடனே அழைத்துக்கொண்டு தன் பெண்களுக்கு தேவையான உடை அதற்கு தேவையான வளையல், மணி அனைத்தையும் வாங்கிக் கொண்டு தன் அக்காவின் ஊருக்கு பயணமானாள்.

அங்கே சென்றதும் ஓடிவந்து தன் மகள்களை கட்டிக்கொண்டு கண்ணீர் சிந்தினாள் .அதிலும் கிருத்திகா தேவியின் முகம் முழுவதும் தன் இதழ் பதித்தவள் அவளை அனைத்து கொண்டாள்.

கிருத்திகா தேவியும் தன் அம்மாவாக நினைக்கும் வானதி தேவி இந்த நிகழ்ச்சியில் இல்லாமல் இருப்பதை நினைத்து வருத்தம் கொண்டவள் அதை வெளியே காண்பித்துக் கொள்ளவில்லை

.இப்பொழுது அவளும் தன் சித்தியை கட்டிக்கொண்டு அவளின் பிரிவை அவளுக்கு முத்தம் கொடுத்து தீர்த்தாள்.

அதிலும் தன் இரு மகள்களும் புடவையில் இருந்ததை பார்த்த வானதி தேவிக்கு மகிழ்ச்சி தாள முடியவில்லை .அவர்களுக்கு தான் கொண்டு வந்து உடைகளை அணிவித்து அழகு பார்த்தாள் வானதி தேவி.

வான்மதி தேவிக்கும் எத்தனை பேர் இருந்தாலும் இப்பொழுது தான் சபை நிறைந்தது போல இருந்தது .

அடுத்தடுத்து வந்த நாட்கள் ஒவ்வொரு சடங்காக நடைபெற மூன்று மாதம் பிறகு அவர்களுக்கு அந்த ஊரிலேயே மிகப்பெரிய மண்டபத்தில் இருவரையும் ஒன்றாக அமர வைத்து மஞ்சள் நீர் கொண்டாடினர் .

அப்பொழுது அந்த விசேஷத்திற்கு வந்த அனைவருமே வாய்பிளந்து ஆச்சரியமாக பார்த்தனர். இரு பெண்களும் இரு தேவதைகளாய் காட்சியளித்தனர்.

கிருத்திகா தேவிக்கு சரவணராஜனை திருமணம் செய்ய வேண்டும் என்று சிறுவயதிலேயே முடிவெடுத்து இருந்தனர். ஆனால் ராகவி தன் மகன் பிரவீனுக்கு தன் தம்பி மகள் தீபிகாவை எடுக்க வேண்டும் என்று நினைத்திருந்தார். இதில் ராகவியின் கணவர் கர்ணனுக்கு முழு உடன்பாடு இல்லை என்றாலும் பிரவீனுக்கு இதில் ஆசை இருந்தது.

அதேபோல சந்திரனின் மூன்றாவது அக்கா மாலதி தன் பிள்ளை பாலுக்கும் தன் தம்பியின் மூன்றாவது மகள் அனிதாவை கட்டிக் கொடுக்க வேண்டும் என்று நினைத்தார் இவர்களின் எண்ணம் எல்லாம் ஈடேறுமா போக போக பார்க்கலாமே.

மஞ்சள் நீராட்டு விழா அந்த ஊரில் உள்ள அனைவருமே பிரமிக்கும் வழியாக மிகச் சிறப்பாக நடைபெற்றது .வந்தவர்கள் அனைவருமே மாப்பிள்ளைகள் இருந்திருந்தால் திருமணமே நடத்தி இருக்கலாம் என்று பேசிக் கொண்டனர்.

அவ்வளவு பணத்தை தண்ணியாக செலவழித்து இருந்தார்

சந்திரன் .அவர் வேலை செய்யும் கம்பெனி மூடிய நிலையில் பைனான்ஸ் வைத்து நடத்தியவர் அதன் மூலம் இவ்வளவு சம்பாத்தியத்தை பெற்றிருந்தவர் தன் சொந்த பந்தங்கள் பணம் கேட்பவர்களுக்கு உதவி செய்து கொண்டும் தன் மகள்களுக்கும் சேமித்து வைத்துக் கொண்டும் இருந்தவர் இவ்வளவு பிரம்மாண்டமாக இந்த மஞ்சள் நீர் விழாவை நடத்தினார் .

பாக்கியலட்சுமி யின் மகன் மகாதேவன் முதல் மனைவி இறந்த நிலையில் அவருக்கு அரசாங்க வேலையில் பணிபுரியும் இன்னொரு பெண்ணை திருமணம் செய்து வைத்தார் பாக்கியலட்சுமி.

மகாதேவன் இரண்டாவது மனைவி சிவசங்கரியுடன் வாழ்க்கையை தொடங்கியவருக்கு அந்த வாழ்க்கையிலும் பிடிப்பு இல்லாமல் போக அவரையும் விவாகரத்து செய்யும் முடிவில் இருந்தார். அவருக்கு ஒரு மகன் பிறந்தான். அதனால் இப்பொழுது விவாகரத்து செய்ய யோசித்தவர் மகனுக்கு ஒரு வயதை தாண்டியதும் தன் மனைவியிடம் பேசி விவாகரத்துக்கு சம்மதிக்க வைத்தார்.

சிவசங்கரிக்கும் மகாதேவன் தன்னுடன் பிடித்தம் இல்லாமல் வாழ்வது புரிந்தது. அவருக்கும் தன் கணவனின்ன் ஒரு சில செயல்கள் பிடிக்காமல் தன் பெற்றோரின் சம்மதத்துடன் விவாகரத்துக்கு சம்மதம் சொன்னாள்.

மகா தேவனுக்கும் ,சிவசங்கரிக்கும் பிறந்த குழந்தை அழகோ அழகு அவ்வளவு அழகு

அந்த பிள்ளையை பார்ப்பவர் யாருக்கும் அவனை விட்டுச் செல்ல மனமே வராது.. மகா தேவனின் இரண்டாவது மனைவியோ அவ்வளவு அமைதியானவர் .நல்ல குணம் படைத்தவர் .இப்படி ஒரு மனைவியிடனும் அழகான குழந்தைகயுடனும் வாழ மகா தேவனுக்கு கொடுப்பினை இல்லை என்று தான் சொல்ல வேண்டும்.

சிவசங்தரி அவரும் வானதி தேவி தற்போது குடியிருக்கும் சிதம்பரத்தில் தான் வசித்து வருகிறார்.

உறவினர்கள் மூலமாக மகாதேவனின் இரண்டாவது மனைவி சிதம்பரத்தை சேர்ந்தவர் தான் என்றும் அந்தப் பெண் மிகவும் நல்ல பெண் அவர்களுக்கு ஒரு குழந்தை இருக்கு என்றும் கிருபராஜனுக்கும், ,வானதி தேவிக்கும் தெரியவந்தது.

வானதி தேவி தன் அம்மாவின் சம்மதத்துடன் அந்த பெண்ணை சந்திக்க விரும்பியவள் இதை தன் கணவனிடம் கூறினாள்.

வானதி தேவி," என்னங்க நாம

சிவசங்கரியையும் அவங்க பிள்ளையையும் போய் பார்த்துட்டு வரலாம். அப்படி என்னதான் மகாதேவன் மாமாவுக்கும் அந்த பொண்ணுக்கும் பிரச்சனை கேட்டு அவங்களை சேர்த்து வைக்கலாம்.." என்றாள்.

கிருபராஜனுக்கும் அதுவே சரியேன பட உறவினரிடம் அவரின் விலாசத்தை விசாரித்தவர்கள் அவர்கள் வீட்டுக்குச் சென்றனர்.

அங்கே சென்றதும் இவர்கள் தாங்கள் யார் என்று அறிமுகப்படுத்திக் கொள்ள அவர்களுக்கு வரவேற்பு பலமாக இருந்தது அதில் ஆச்சரியப்பட்டு போயினர். கிருப ராஜனும் ,வான்மதி தேவியும் இருவரும்..

வானதி தேவி ,"அம்மா நான் உங்க சம்மந்தி பாக்கியலட்சுமியோட அண்ணன் பொண்ணு, இவர் என் கணவர், இவன் என்னுடைய பிள்ளை.." என்று அறிமுகப்படுத்திக் கொண்டாள்.

"ஓஹோ அப்படியா உள்ளே வாங்கமா நீங்க வந்ததில் ரொம்ப சந்தோஷம்" என்று அவர்களை அமர வைத்தவர் தன் பெண் சிவசங்கரியையும் தன் கணவர் கிருஷ்ணனையும் அழைத்தார்.

அவர்களிடம் இவர்கள் யார் என்று கூற சிவசங்கரி வானதி தேவியிடம் நன்றாக பேச ஆரம்பித்தாள்.

வானதி தேவிக்கு சிவசங்கரியை பார்த்த நேரத்திலேயே பிடித்து விட்டது 'இவ்வளவு அமைதியான பெண்ணை ஏன் தான் இந்த மாமா இப்படி படுத்தறாரோ தெரியலையே ..?"என்று நினைத்தவள் அவளும் சிவசங்கரியிடம் சகஜமாக பேசிக் கொண்டிருந்தாள்.

கிருபராஜன் ,"அப்பா நாங்க நடந்த விஷயத்தை கேள்விப்பட்டு தான் வந்திருக்கும் கவலைப்படாதீங்க மறுபடியும் இவங்க இரண்டு பேரையும் சேர்த்து வைக்கலாம்.." என்றான்.

கிருஷ்ணன்,'"அதற்கு வாய்ப்பு இல்ல தம்பி அவர் சேர்ந்து வாழலாம் நினைத்தாலும் ,அவர் அம்மா பாக்கியலட்சுமி அதற்கு சம்மதம் சொல்ல மாட்டாங்க. ஒரு பிள்ளையோட வாழ்க்கையை ஏன் தான் இப்படி கெடுக்கறாங்களோ தெரியல.."என்று வருத்தத்துடன் கூறினார்.

கிருபராஜன் ,"சிவசங்கரி மேடம் நீங்க என்ன சொல்றீங்க உங்களுக்கு அவர் கூட வாழ விருப்பம் இருக்கா..?"

சிவசங்கரி ,"சார் எனக்கு விருப்பம் இருந்து என்ன பண்றது சார்

ஒரு பிள்ளையை பெத்த பிறகும் அவர் என்கூட வாழ விருப்பம் இல்லாத மாதிரி நடந்துக்கிறார் .விருப்பம் இல்லாதவங்களை நா ம எவ்வளவு தூரம் தான் கட்டாயப்படுத்த முடியும் சொல்லுங்க பார்ப்போம் ..

என் தலையெழுத்து இதுதான் போல கடவுள் புண்ணியத்தில் நான் கை நிறைய சம்பாதிக்கிறேன் .அதை வைத்து நான் என் பிள்ளையை படிக்க வைத்து அவனுக்கு ஒரு வாழ்க்கையை அமைத்து தருவேன் இப்போதைக்கு என்னால் இதுதான் சார் சொல்ல முடியும் ..."என்றாள்.

கிருபராஜனும், வானதி தேவியும் எங்களால் ஆன முயற்சியை நாங்கள் செய்கிறோம் என்று கூறிவிட்டு வந்தனர்.

ஊருக்குச் சென்று இருந்த போது இதன் விஷயமாக பாக்கியலட்சுமியிடம் வானதி தேவி பேசினாள்.

"அத்தை நீங்களாவது மாமாக்கு எடுத்து சொல்லக்கூடாதா? அந்த பெண்ணை பார்த்தா நல்ல பெண்ணா தானே தெரியறாங்க.."

"வானதி உனக்கு தெரியாதுமா .அந்த பொண்ணு பார்க்க அமைதியான பொண்ணு மாதிரியே இருப்பா

ஆனா சரியான திமிரு புடிச்சவ..நல்லா சம்பாதிக்கிறேன் என்ற திமிர். அது மட்டும் இல்லாமல் அவளுக்கு இந்த சின்ன வயசிலேயே நிறைய வியாதி இருக்கு அது தெரியாம நான் அவனுக்கு அவளை திருமணம் செய்து வச்சிட்டேன்.

அந்தப் பொண்ணு மகாதேவனை மதிக்கிறதே கிடையாது. நம்ம வீட்ல யாராவது மனைவிக்கு அடங்கி போய் நீ பார்த்து இருக்கியா மனைவி பேச்சைக் கேட்கலாம் ஆனால் மனைவிக்கு அடங்கி போகக்கூடாது இல்லையா.? ஆனால் அவள் இவனை அடக்கியாள விரும்பறா அதனால்தான் மகாதேவன் அவ கூட வாழ மாட்டேன்னு சொல்றான்..."

அதை யார் சொல்றாங்க பாருங்க இந்த அம்மா தான் இவங்க கணவரை அடக்கி வச்சிருக்காங்க. அது எல்லோருக்கும் தெரிந்தது தானே.

"சரிங்க அத்தை நான் சொல்ல வேண்டியதை சொல்லிட்டேன் .அவங்களும் வாழ வேண்டிய வயசு மாமாவும் அப்படித்தான் அதனால நீங்க பார்த்து செய்யுங்க .."என்ற வானதி தன் அத்தை ஏன் தான் இப்படி இருக்கிறாரோ தெரியலையே என்று நினைத்தவள் அங்கிருந்து கிளம்பினாள்.

கிருப ராஜனிடம் நடந்த அனைத்தையும் கூற ," கொஞ்ச நாள் போகட்டும் வானதி இரண்டு வீட்டிலும் சேர்ந்து அவங்க என்ன முடிவு எடுக்கிறாங்க பார்க்கலாம் .." என்றான்.

அதுதான் முடிவு எடுத்துட்டாங்களே இன்னும் என்ன முடிவு எடுக்கனுமாம்..?

வானதி தேவியின் வீட்டுக்கு விடுமுறைக்கு கிருத்திகா தேவி வர அவளையும் அழைத்துக்கொண்டு மீண்டும் மகதேவனின் மாமியார் வீட்டுக்கு

சென்றாள் வானதி.

வர்ணம்-34

கிருத்திகா தேவி அங்கே மகாதேவனின் மகனை பார்த்தவளுக்கு அந்த பிள்ளையை மிகவும் பிடித்து போனது ..அப்படியே தன் தம்பி ஹரிப்போல அமைதியான குணம் கொண்டவன் என்று பார்த்ததுமே புரிந்து கொண்டாள் கிருத்திகா.

பெரியவர்கள் பேசிக் கொண்டிருக்க கிருத்திகா தேவி ஹரியையும் அந்த குழந்தையையும் அழைத்துச் சென்று விளையாட வைத்தாள். மிகவும் பிடித்த மகாதேவன் சித்தப்பா மீது அவளுக்கு கோபம் வந்தது. ஏன் சித்தப்பா இப்படி மனைவியையும் ,பிள்ளையையும் விட்டு பிரியணும்னு நினைக்கிறார். இவங்க இரண்டு பேரும் பாவமில்லையா..?" என்று வருத்தப்பட்டாள்.

கிருபராஜன் நேரடியாக மகா தேவனிடம் பேசலாம் என்று முடிவு செய்தவர் ஊருக்கு சென்று இருக்கும் போது அவர்களின் வீட்டுக்கு சென்று மகாதேவனை சந்தித்து பேசினார்.

மகாதேவன் இவரை பார்த்ததும் ஆச்சரியமாக வரவேற்றவர் சாதாரணமாக பேசிக் கொண்டிருந்தார்.கிருப ராஜன் கூறியது கேட்டு கோபம் கொண்ட மகாதேவன் ,"ராஜா அவங்க சிதம்பரத்தில் தான் இருக்காங்க அப்படின்னு உங்களுக்கு யார் சொன்னா ..?எதுக்காக அவங்களை போய் சந்திச்சீங்க.." என்று சத்தம் போட்டார்.

கிருபராஜன்," மகாதேவன் கோபப்படாதீங்க வானதி தேவி தான் அவங்கள போய் சந்திச்சு உங்க ரெண்டு பேரையும் சேர்த்து வைக்கனும் சொல்லி என்கிட்ட கேட்டா அதனால தான் நான் இதற்கு சம்மதம் சொன்னேன்.." என்றதும் மகாதேவன் ஸ்விட்ச் போட்டது போல ஆஃப் ஆனார்.

"சரிங்க ராஜா இதுவரை போனது போகட்டும் .இனி அவளை போய் நீங்க பார்க்காதீங்க

என்னுடைய வாழ்க்கையை நான் பாத்துக்கிறேன் புரிஞ்சுக்கோங்க .."என்றார் மகாதேவன்.

கிருபராஜன் இனி நாம் செய்வதற்கு ஒன்னும் இல்லை என்று நினைத்தவர் வீடு திரும்பினார்.

கிருப ராஜன் வீட்டுக்கு வந்ததும் தன் மனைவியிடம் நடந்து அனைத்தையும் கூறினார்.

"அந்த மாமாக்கு என்னங்க கிறுக்கு பிடிச்சிருக்கா.? ஏற்கனவே ஒரு பெண்ணை திருமணம் செய்து அவங்க இப்ப உயிரோட இல்ல இரண்டாவது பெண்ணையும் ,டிவோர்ஸ் பண்ணா சொந்த பந்தங்கள் என்ன பேசுவாங்க அதுக்கூடவா அவருக்கு தெரியாது .

எல்லாம் என் அத்தையை சொல்லனும். அவர் இஷ்டத்துக்கு ஆடிட்டு இருக்காங்க.. நாம இன்னும் ஒரு தடவை அந்த குழந்தைக்காக போய் அவங்கள பாக்கலாம்ங்க அந்த பொண்ணுக்கு அவர் கூட வாழ விருப்பம் இருந்தா நாம மறுபடியும் பேசி பார்க்கலாம்.."என்றாள்.

கிருபராஜனுக்கும் அதுவே சரியென பட சரி போய் பார்க்கலாம் என்று தன் சம்மதத்தை கூறினார்.

மறுபடியும் கணவன் மனைவி இருவரும் சிவசங்கரியை சென்று பார்த்தவர்கள் அவரிடம் அதை பற்றி பேச," எனக்கு எந்த பிரச்சனையும் இல்ல அவரு ஓகே சொன்னா அவர் கூட வாழ நான் ரெடி... அவருக்கு விருப்பமில்லாமல் அவருடைய வெறுப்பை சம்பாதிச்சிட்டு என்னால எப்படி அவர் கூட நிம்மதியா வாழ முடியும் சொல்லுங்க.. அதனால வேணாம் எனக்கு என் பிள்ளை மட்டும் போதும் என் அம்மா அப்பா காலத்துக்கு பிறகு நாங்க இரண்டு பேரும் ஒருத்தருக்கு ஒருத்தர் துணையாக இருந்துப்போம்.." என்றாள்.

சிவசங்கரி இவ்வளவு தெளிவாக கூறவும் வேறு வழியில்லாமல் கிருபராஜனும், வானதியும் அந்த விஷயத்தை அப்படியே விட்டு விட்டனர் .ஆனால் இவர்கள் சென்று வந்தது கேள்விப்பட்ட மகாதேவன்," உங்களுக்கு நான் அன்னைக்கே சொன்னேன் .அவளை போய் பார்க்காதீங்கன்னு உங்களுக்கும் ,அவளுக்கும் என்ன உறவு. எதுக்காக அவளை போய் பார்த்தீங்க .."என்றும் இன்னும் தகாத வார்த்தைகளால் கூற கிருப ராஜன் எதையும் கூறாமல் சிரித்துக் கொண்டே அமைதியாக இருந்து விட்டார்.

வானதி தேவி இதை கேள்விப்பட்டவள் தன் கணவனை மகாதேவன் இப்படி பேசியதும் கோபம் கொண்டாள் .அவள் மட்டும் இல்லாமல் சரோஜாதேவி வீட்டில் அனைவரும் மகாதேவன் மீது கோபம் கொண்டனர்.

வரதராஜன்," ராஜா இனி நீ அவங்க விஷயத்தில் தலையிடாத. அப்படியே விட்டுடு அவங்க வாழ்க்கையை அவங்களுக்கு பாத்துக்கத் தெரியும் .."

என்று சொல்ல கிருப ராஜன். அதற்கு சம்மதம் கூறினார்.

இந்த நிலையில் வானதி தேவி ஒரு மகிழ்ச்சியான செய்தியை கூறினாள்.

வானதி தேவி இரண்டாவது கருத்தரித்திருந்தாள் .அதில் அனைவருகக்கும் மகிழ்ச்சியோ மகிழ்ச்சி என்றால் ஹரி அவனுக்கும் கிருத்திகா தேவிக்கும் மிகுந்த மகிழ்ச்சி. கிருத்திகா தேவி தன் சித்திக்கு பெண் குழந்தை பிறக்க வேண்டும் என்று மிகவும் ஆவலோடு காத்திருந்தாள்.

வானதி தேவி இத்தனை வருடம் கழித்து உண்டாகி இருப்பதால் சொந்த பந்தங்கள் அனைவரும் அவளுக்கு வாழ்த்து சொல்லினர். ஆனால் அவளின் சொந்த மாமியார் வரலட்சுமி அவரிடம் ஒரு வார்த்தை கூட பேசவில்லை.

கிருப ராஜன் தன் மகனை தன் பெற்றோர்களிடம் காண்பிக்க சென்றிருந்தான். அப்பொழுது அவர் கிளம்பும்போது வரலட்சுமி," ராஜா அந்த பொண்ணுக்கு ஸ்வீட்டும் ,பூவும் வாங்கி கொடுடா .."என்றார்.

தன் மனைவியை ஒரு வார்த்தை எப்படி இருக்கா என்று கூட கேட்காதவர் ,அதுவும் இத்தனை வருடம் கழித்து உண்டாகி இருப்பவளை விசாரிக்காதவர் எதற்காக இதை மட்டும் கூறுகிறார் என்று கோபம் கொண்டவர் ,"ஆமா இப்போ ஸ்வீட்டும் பூவும் தான் அவ இல்லாம இருக்கா எனக்கு வாங்கி கொடுக்க தெரியாதா? அங்க வந்து பாருமா .யாரும் தெரியாத ஊரில் அழைச்சிட்டு போறோமே என்று பயந்துட்டே இருந்தேன். ஆனா அங்க அவ எல்லார்கிட்டயும் சகஜமா பேசி சொந்தமாகிட்டா

இப்போ அவ வாந்தி எடுத்துட்டு இருக்கும் போது அவங்க தான் மாத்தி மாத்தி செய்றாங்க.

எல்லாரும் உன்னை மாதிரி இருப்பாங்களா என்ன ..?என்னை எதுவும் பேச வைக்கா.த உன் வேலையை பாரு.." என்று சத்தம் போட்டவன் தன் மகனை அழைத்துக் கொண்டு சிதம்பரம் கிளம்பி விட்டான்.

வானதி தேவியின் வீட்டின் உரிமையாளர் வானதி தேவியை அப்படி பார்த்துக் கொண்டார் .அவள் வாந்தி எடுக்கும் போது பக்கத்திலேயே இருந்து அவளுக்கு சுடுதண்ணி வைத்துக் கொடுத்து உணவு சமைத்துக் கொடுத்து என்று ஒரு சில வேலைகளை செய்து கொடுத்தார் . வானதி தேவி எவ்வளவு மறுத்தும் அவர் கேட்கவில்லை.

வானதி தேவி ஓரிரு நாட்களுக்கு மேல் அவரை எதையும் செய்ய வேண்டாம் என்று வலுக்கட்டாயமாக கூறிவிட்டாள். அப்பொழுதுதான் வைஷ்ணவி தேவி தன் நாத்தனாரை கவனித்துக் கொள்ள பிள்ளைகளுக்கு விடுமுறை விட்டதும் அவர்களையும் அழைத்துக் கொண்டு சிதம்பரம் சென்றாள்.

வைஷ்ணவி வந்தவள் தன் நாத்தனாரை கண்ணும் கருத்துமாக பார்த்துக் கொண்டவள் அனைத்து வேலையும் அவரே செய்தாள்.

வானதி தேவிக்கு வைஷ்ணவியின் உதவி பெறும் உதவியாக இருந்தது .நிம்மதியாக தூங்கி எழுந்தாள்.

பிறகு விடுமுறை முடிந்ததும் வைஷ்ணவி தன் பிள்ளைகளை அழைத்துக் கொண்டு ஊருக்கு சென்று விட்டாள். பிறகு வான்மதியின் குடும்பமும் ,கணேஷ்ராஜன் மனைவி சர்வேஸ்வரியும் வானதி தேவியை பார்க்க வந்தனர்.

வான்மதி தேவியும் தன் தங்கையை பார்த்துக் கொண்டவர் அனிதாவுக்கு பள்ளி ஆரம்பிக்க அவரும் கிளம்பினார்.

மாதங்கள் கடக்க வானதிக்கு ஒன்பது வருடம் கழித்து குழந்தை பிறப்பதால் ரிஸ்க் எடுக்க வேண்டாம் என்று நினைத்தவர்கள் பெரிய மருத்துவமனையில் அனுமதித்தனர் அங்கே அவள் பெண் குழந்தையை பெற்றெடுத்-

தாள்.

அனைவரும் எதிர்பார்த்தது அங்கே நடந்தது அனைவருக்குமே வானதி தேவிக்கு பெண் குழந்தை பிறக்க வேண்டும் என்பதுதான் ஆசையாக இருந்-தது.

கிருத்திகா தேவி தன் தங்கையை பார்க்க வந்தவள் குழந்தை போடும் அளவுக்கு சிகப்பு வண்ணத்தில் வலையல் வாங்கிக் கொண்டு வந்தாள் . ஓம் சக்தியின் பக்தையான கிருத்திகா தேவி. தன் சித்திக்கு நன்முறையில் குழந்தை பிறந்தால் அந்த குழந்தைக்கு சிகப்பு வளையல் வாங்கி அணிவிப்-பதாக வேண்டிக்கொண்டாள். .

கிருத்திகா தேவிக்கு ஹிந்தி பரீட்சை இருப்பதால் குழந்தை பிறந்தவுடன் சென்று பார்க்க முடியவில்லை

பிறகு தன் அம்மாவையும் ,தங்கைகளையும் அனுப்பி வைத்தவள் தன் அப்பாவுடன் ஹிந்தி பரீட்சை முடிந்து அங்கே செனறவள் குழந்தையை பார்த்ததும் தூக்கி கொஞ்சினாள்.

குழந்தைக்கு தான் வாங்கிக் கொண்டு வந்த சிகப்பு வளையலை அணி-வித்தாள்.சிகப்பு வளையல் போடக்கூடாது என்று சரோஜாதேவி கூற," அதெல்லாம் முடியாது என் தங்கச்சி இந்த வளையல் தான் போட்டுட்டு இருப்பா..." என்று அடம் பிடித்தாள்.

வானதி தேவி ,"அம்மா அவளை எதுவும் சொல்லாதீங்க . அவ விருப்பப்படி எது வேணாலும் செய்யட்டும் அவளுக்கு இல்லாத உரிமையா ..?"என்று தன் அம்மாவை சமாதானம் செய்தாள்.

கணேஷ் அவனுக்கு திருமணம் நடந்து அவன் வாழ்க்கையில் பல பிரச்-சனைகள் நடக்த அவனுக்கும் ஒரு ஆண் குழந்தை இருக்கிறது. வானதி தேவி குழந்தை பிறப்பதற்கு இரண்டு வருடம் முன்பு அவர்களுக்கு ஆண் குழந்தை பிறந்தது. வினோதினி தேவிக்கு அந்த ஆண் குழந்தை திவாகரை மிகவும் பிடிக்கும்.

வினோதினி தேவி தன் சித்தப்பா மகன் திவாகரை தூக்கி வைத்து சுத்திக் கொண்டிருப்பாள். வைஷ்ணவிக்கு அவளை படிக்க வைப்பதற்குள் போதும் போதும் என்றாகி விட்டது.

அப்படியே வினோதினி தேவி படிக்க உட்கார்ந்தாலும் அந்த குள்ள வாண்டு திவாகர் தன் அக்காவை தேடி முட்டி போட்டுக் கொண்டே வந்து விடுவான் பிறகு என்ன வைஷ்ணவியின் பாடு திண்டாட்டம் தான்.??

வைஷ்ணவிக்கு சர்வேஸ்வரி மீதுதான் கோபம் வரும் ஆனால் அவரால் எதையும் சொல்லவும் முடியவில்லை. சர்வேஸ்வரி வைஷ்ணவி எதை சொன்னாலும் அதை பெரிய கதையாக மாற்றி சண்டை போடுவதில் குறியாக இருந்தாள்.

வினோதினி தேவி ,"அம்மா நான் தம்பியை அழைச்சிட்டு போய் சித்தி கிட்ட விட்டுட்டு வந்துடறேன் சரியா..?" என்று அங்கிருந்து திவாகரை

அழைத்துக் கொண்டு வெளியே வருபவள் அதன் பிறகு படிப்பதற்கு அறைக்-குள் செல்லவே மாட்டாள்.

தன் தங்கை வெளியே சென்றதும் "தான் எப்படி தப்பிக்கலாம் "என்று வினித் ராஜன் திட்டம் போடுவான்.. ஆனால் அவன் என்ன கூறினாலும் அவனை தலையில் கொட்டி படிக்க உட்கார வைத்து விடுவார் வைஷ்ணவி.

இப்படியே இது தொடர்ந்து கொண்டிருக்க வைஷ்ணவி பொறுத்து பொறுத்து பார்த்தவர் ,"சர்வேஸ்வரி பசங்க படிக்கிற வரைக்கும் பிள்ளையை கொஞ்ச நேரம் நீ கையிலே வச்சுக்கோ இல்லையா அத்தை கிட்ட கொடு. அவங்க எங்கேயாவது பக்கத்துல தூக்கிட்டு போயிட்டு வருவாங்க பசங்க படிக்கவே மாட்றாங்க.. திவாகர் வந்ததும் வினோதினி எழுந்து வெளியே வந்-துடறா.." என்றார்.

"என்ன சொல்றீங்க நீங்க அப்போ என் பையனை தூக்கறதால தான் உங்க பொண்ணுடைய படிப்பு கெட்டுப் போகுதா..? நான் ஒன்னும் தூக்கி வச்சுக்க சொல்லலையே .?நீங்க இரண்டு மணி நேரம் மூன்று மணி நேரம் படிக்க வைப்பீங்க.

அது வரைக்கும் நான் எந்த வேலையும் செய்யாம அவனை கையிலே வைத்திருக்க முடியுமா ?

உங்க பிள்ளைங்க படிப்பதற்காக நான் எதுக்கு என் பிள்ளையை மத்-தவங்க வீட்டுக்கு அனுப்பி வைக்கனும் ..இது எந்த ஊர் நியாயம் சொல்-லுங்க.."என்று குரலை உயர்த்தி பேசினாள் சர்வேஸ்வரி.

"என்னதான் நினைச்சுட்டு இருக்கீங்க ?இங்க எதுக்கு இவ்வளவு சத்தம் .."என்று குரல் கேட்க இருவரும் திரும்பி பார்த்தவர்கள் அமைதியாக அவரவர் அறைக்கு சென்றனர்.

வர்ணம் -35

வரதராஜன் வெளியே சென்றவர் உள்ளே வர இங்கே இரண்டு மருமகள்க-ளும் சத்தம் போட்டுக் கொண்டிருக்க கடும் கோபத்துக்கு உள்ளானார். எப்-பொழுதும் அவர்கள் வீட்டில் சத்தம் வெளியே வரவே வராது. சந்தோஷ-மாக பேசுவது வேண்டுமென்றால் பிறருக்கு தெரிய வாய்ப்பிருக்கு.. ஆனால் சண்டை என்று இதுவரை யாரும் போட்டதில்லை ..

வரதராஜனை மீறி யாரும் நடந்து கொண்டதுமில்லை.. வைஷ்ணவி அவர்களின் வீட்டுக்கு தகுந்த மருமகளாகவே நடந்து கொண்டதால் பிரச்-சனை இல்லாமல் போனது .ஆனால் சர்வேஸ்வரி வந்ததிலிருந்தே கொஞ்சம் கொஞ்சமாக எல்லாம் மாற ஆரம்பித்தது என்று தான் சொல்ல வேண்டும்.

வரதராஜன் மறுநாள் அனைவரையும் அழைத்தவர் நேற்று இரு மரும-கள்களும் சத்தமாக பேசிக் கொண்டிருந்ததை கூறியவர் இருவரையும் உட்-கார வைத்து என்ன நடந்தது என்று கேட்டார்.

கணேஷ் ராஜனுக்கு உள்ளுக்குள் பயம் எடுக்க ஆரம்பித்தது..' எப்படியும் தன் மனைவி சர்வேஸ்வரின் மீது தான் தவறு இருக்கும் ..'என்று நினைத்தவன் அவளை முறைக்க அவளோ அலட்சியமாக தன் கணவனை பார்த்தாள் .

சரோஜாதேவி ,"என்ன ஆச்சு மாமா கேட்கிறார் தானே..? ரெண்டு பேரும் சொல்லுங்க.."

வைஷ்ணவி நடந்ததை கூற சர்வேஸ்வரி ,"இங்க பாருங்க அத்தை இவங்க பிள்ளைங்க படிக்கணும் சொல்றதுக்காக என் பிள்ளையை நான் தூக்கி வச்சிட்டே இருக்க முடியுமா.. அதெல்லாம் முடியாது வேணும்னா கதவை சாத்திக்க சொல்லுங்க யார் வேண்டாம் சொன்னா..?"

சரோஜாதேவி ,"அது என்ன சர்வேஸ்வரி உன் பிள்ளை என் பிள்ளை என்று பிரித்து பேசற.. என்னைக்காவது அவ அப்படி பேசி இருக்காளா ..?நீ குழந்தைய பாத்துக்க வேண்டாம் என்கிட்ட கொடுத்துடு நான் பாத்துக்கறேன் புரியுதா ..?அவள் சொல்லிக் கொடுத்துட்டு வர்றதுக்குள்ள நீ வேலைய பாரு

..இது ஒரு சின்ன விஷயம் இதுக்கு போய் இவ்வளவு ஆர்ப்பாட்டம் தேவைதானா..?படிக்கிற பிள்ளைங்க இருக்கிற வீட்ல அவங்கள தொந்தரவு பண்ணாம நாம தான் ஒரு சில விஷயங்களை விட்டுக் கொடுக்கனும் புரியுதா. இனி எந்த பிரச்சனையும் வரக்கூடாது .. நம்ம வீட்ல சத்தம் போட்டு பேசி யாருக்கும் பழக்கம் கிடையாது .

இனி நீ சத்தம் போட்டு பேசாத.

எதை சொல்றதா இருந்தாலும் ,பொறுமையா சொல்லு ,அவ கிட்ட சொல்ல விருப்பம் இல்லனா என்கிட்ட சொல்லு நான் பாத்துக்கறேன்.."என்று சரோஜாதேவி சுமுகமாக முடித்து விட்டார்.

அதற்கும் கணேஷ் ராஜனிடம் சர்வேஸ்வரி ,"உங்க அம்மாக்கு எப்போதும் பெரிய மருமக தான் நல்லவங்களா தெரிவாங்களா .?இதெல்லாம் ஒன்னும் சரியில்ல பார்த்துக்கோங்க .."என்று சண்டை போட கணேஷ் ராஜன் மிகவும் நொந்து போனான்..

கணேஷ் ராஜனின் மனைவி சர்வேஸ்வரி மிகவும் திமிர் பிடித்தவள் பெரிய பணக்கார வீட்டில் இருந்து வந்தவள் தன் மாமனார் ,மாமியாரை சுத்தமாக மதிக்க மாட்டாள் .

அவளை பொறுத்தவரை அவர்கள் வைஷ்ணவிக்கு மட்டுமே முக்கியத்துவம் கொடுப்பதாக எண்ணியவள் அடிக்கடி கோபித்துக் கொண்டு தன் அம்மா வீட்டிற்கு சென்று விடுவாள்.

வரதராஜனின் சித்தப்பாவின் பெண் ராணியின் ஓரகத்தி மகள் தான் சர்வேஸ்வரி. கணேஷ் ராஜனுக்கு பெண் தேடிய போது சொந்தத்தில் பெண் இருப்பதாக உறவினர்கள் கூற தன் தங்கையின் ஓரகத்தியின் மகள் இருக்கிறாள் என்று கேள்விப்பட்ட வரதராஜன் தன் தங்கையிடம் விசாரிக்க அவரும் ஓரகத்தியின் மகளைப் பற்றி குறை சொல்ல தோன்றாதவராய் எதுவும் சொல்-

லாமல்," நல்ல பெண் தான் அண்ணா .ஒன்னும் பிரச்சனை இல்லை .."என்று சொல்லிவிட்டார்.

ஆனால் அடிப்படையில் சர்வேஸ்வரி பிறரை மதிக்க மாட்டாள் .தன் சித்தி, பெரியம்அமா அனைவரையும் எடுத்து எறிந்து பேசுவாள்.அந்த வீட்டில் என்ன சண்டை வந்தாலும் அது இவளின் மூலமாகத்தான் வரும்..

சர்வேஸ்வரியின் சித்தி தான் வரதராஜனின் தங்கை முறை கொண்ட ராணி.. அவரிடமே நிறைய முறை சண்டை போட்டிருக்கிறாள் சர்வேஸ்வரி .

ஆனால் தன் மாமியார் வீட்டில் உள்ளவர்களை விட்டுக் கொடுக்க முடியாதவளாய் அப்பெண்மணி அதை மறைத்து விட்டார்.

ராணியின் எண்ணம் என்னவென்றால் ,'கணேஷ் ராஜன் மிகவும் அமைதியானவன் .அவன் இவள் என்ன செய்தாலும் அவ்வளவாக கண்டுகொள்ள மாட்டான்.. பொருத்துப் போவான்

.அதனால் பிரச்சனை வராது ..இவளுக்கு அவன் தான் சரியான ஜோடி ..இவளை போலவே சண்டை போடும் குணம் உள்ள ஒருவன் இவளுக்கு மாப்பிள்ளையாக வந்தால் இவள் கண்டிப்பாக அங்கே வாழ மாட்டாள்..' என்று நினைத்து தன் மூத்தார் அதாவது சர்வேஸ்வரியின் அப்பா அவரிடமும் இந்த திருமணத்திற்கு சம்மதம் சொல்லும் படி கூறினாள்.

சர்வேஸ்வரி அப்பா ஈஸ்வரனுக்கு ஏற்கனவே வரதராஜனின் குடும்பத்தை பற்றி நன்றாகவே தெரியும்.

அவருக்கும் தன் மகளை அவர்கள் வீட்டில் கட்டி கொடுக்க வேண்டும் என்ற எண்ணம் இருந்தது... உறவினர்களும் அவர்கள் குடும்பத்தை பற்றி பெருமையாக பேச மாப்பிள்ளை பற்றியும் கேள்விப்பட்டவர் தன் மகளுக்கு அவர்தான் பொருத்தமாக இருப்பார் என்று முடிவு செய்தார்..

நல்லா முடிவு செய்தீங்க போங்க . கணேஷ் ராஜன் திருமணம் முடிந்ததிலிருந்து இத்தனை வருடமும் நிம்மதி இல்லாமல் வாழ்ந்து கொண்டிருக்கிறார்.. அதற்கு முழுக்க முழுக்க காரணம் அவரின் மனைவி சர்வேஸ்வரி தான்.

ஈஸ்வரன்,"சர்வேஸ்வரி இந்த மாப்பிள்ளையை தான் நீ திருமணம் செய்துக்கனும்.. *என்று கூறிவிட வேற வழி இல்லாமல் தான் அப்பாவுக்காக இந்த திருமணத்திற்கு சம்மதம் சொன்னாள். சர்வேஸ்வரிக்கு அவளின் அப்பா என்றால் அவ்வளவு பிடிக்கும்... ஆனால் பிற்காலத்தில் அவரின் நிம்மதி முற்றிலுமாக குறையப்போவதற்கு இந்த பெண் தான் காரணம் என்று அறிவாரா ஈஸ்வரன்?

கணேஷ் ராஜன் எந்த விதத்திலும் குறைந்தவன் இல்லை படிப்பிலும் சரி அழகிலும் சரி. ஆனால் சர்வேஸ்வரிக்கு அவ்வளவாக இந்த திருமணத்தில் பிடித்தம் இல்லை என்று தான் சொல்ல வேண்டும்...

சர்வேஸ்வரி திருமணமாகி மாமியார் வீட்டுக்கு வந்தவுடன் அனைவரும் வைஷ்ணவியை பற்றி பெருமையாக கூற அவர் மீது சர்வேஸ்வரிக்கு பொறாமை ஏற்பட்டது..

உண்மை என்னவென்றால் வைஷ்ணவி தன் கடமையை சரியாக செய்வாள். மற்றவர்கள் பேசும் எதையும் கருத்தில் கொள்ள மாட்டாள் ..ஆனால் சர்வேஸ்வரியோ யார் எதை சொன்னாலும் அதற்கு எதிர்த்துப் பேசிக் கொண்டும் ,வீண் விவாதம் செய்து கொண்டும் இருந்ததால் வைஷ்ணவி வாங்கிய நல்ல பெயரில் பாதி கூட சங்கேஸ்வரி வாங்கவில்லை .

வைஷ்ணவி நற்பெயர் வாங்கிக் கொண்டிருக்க சர்வேஸ்வரியோ யாரிடத்திலும் அதிகமாக ஒட்டுவதில்லை... தன் மாமியார் வீட்டில் யாரிடமும் சரியாக பேசாதவள் பக்கத்து வீட்டில் அதாவது சோமேஸ்வரன் வீட்டில் உள்ள அனைவரிடமும் நன்றாக பேசி தன் மாமியார் ,மாமனார் ,ஓரகத்தியை பற்றி குறை சொல்லிக் கொண்டிருந்தாள்.

யாருக்கும் பயப்படாமல் இருந்த சர்வேஸ்வரிக்கு சங்கர் ராஜன் என்றால் கொஞ்சம் பயம்

அதை விடவும் சரவண ராஜன் என்றால் பயம் அதிகமாகவே இருந்தது. அவன் அண்ணி என்று அழைத்தவன் சர்வேஸ்வரியின் செயல்களை பார்த்தவன் அவளை அண்ணி என்று அழைப்பதையே நிறுத்தி விட்டான். அவளிடம் கண்டிப்புடன் நடந்து கொண்டது மட்டுமில்லாமல் தன் அண்ணனுக்கும் அறிவுரை கூறினான்.

"அண்ணா அவங்களை தேவையில்லாமல் பேச வேண்டாம் சொல்லு, நம்ம வீட்டுக்கு இது பழக்கம் கிடையாது .."என்று சர்வேஸ்வரியின் முகத்திற்கு நேராகவே சொல்லி விடுவான்.

வைஷ்ணவி பற்றி அதிகமாக தேவையில்லாத வார்த்தைகளை பேசிக்கொண்டிருந்தாள் சர்வேஸ்வரி அதற்கு சங்கர் ராஜன் ஒரு அளவுக்கு மேல் எதுவும் பேச முடியாதவனாய் இருக்க, அதற்கும் சேர்த்து சரவணன் ராஜன் சர்வேஸ்வரிக்கு பதிலடி கொடுத்தான்.

சர்வேஸ்வரிக்கு சரவண ராஜன் சிம்ம சொப்பனமாக மாறினான்..

சர்வேஸ்வரியின் வீட்டில் உள்ளவர்கள் அனைவரும் மிகவும் நல்லவர்கள் .ஆனால் இந்த ஒரு பெண் மட்டும் தான் இப்படி நடந்து கொள்கிறாள்.. அவளின் தங்கை கீதா அவளுக்கு சர்வேஸ்வரியின் மாமியார் வீட்டில் உள்ள அனைவரையும் மிகவும் பிடித்துப் போனது.

சர்வேஸ்வரி சண்டை போட்டுக் கொண்டு அம்மா வீட்டிற்கு போகும் போதெல்லாம் கீதா ,"நீ ஏன் சர்வேஸ்வரி இப்படி இருக்க ..உங்க மாமியார் வீடு மாதிரி நல்லவங்க இருக்க இடத்திலே உன்னால வாழ முடியல ..வேற எங்க போனாலும் உன்னால ஒரு நாள் கூட இருக்க முடியாது.. நல்ல வாழ்க்கையை இழந்துடாத.. "என்றவள் "அப்பா உங்க பொண்ணு பேச்சைக் கேட்டுட்டு அவ இஷ்டத்துக்கும் நீங்க ஆடினீங்கன்னா அவ நிரந்தரமா வாழ

வெட்டியா இந்த வீட்ல வந்து உட்கார்ந்திடுவா.. நான் சொல்ல வேண்டியதை சொல்லிட்டேன். பிறகு உங்க இஷ்டம்.." என்று அடிக்கடி கூறுவாள்.

சர்வேஸ்வரி ,"கீதா என்ன அளவுக்கு அதிகமா பேசுற .அது என்னோட மாமியார் வீடு .. அங்க என்ன நடக்குதுன்னு எனக்கு தெரியாதா..? நான் என்னமோ பொய் சொல்ற மாதிரியும், நீ என்னமோ உண்மை விளிம்பி மாதிரியும் பேசற.. என்னை விட்டுட்டு அவங்களுக்கு சப்போர்ட் பண்ணியே..உனக்கு நான் முக்கியமா இல்ல அவங்க முக்கியமா..,? உனக்கு கொஞ்சம் கூட என் மேல அக்கறையும், பாசமும் கிடையாது அப்படித்தானே..?"

கீதா ,"அச்சோ அக்கா நீ ஏன் புரிஞ்சுக்கவே மாட்டேங்கற.. நான் உன் நல்லதுக்காக தான் சொல்றேன்

உன் மீது அக்கறையும் ,பாசமும் இருக்கவே தான் சொல்றேன் .அது ஏன் தான் உனக்கு புரிய மாட்டேங்குதோ தெரியல ..இது உன்னுடைய வாழ்க்கை. நீ தான் அந்த வாழ்க்கையை பத்திரப்படுத்திக்கனும்.. இனி நான் சொல்றதுக்கு எதுவும் இல்ல.. "என்றவள் அன்றிலிருந்து தன் அக்காவின் விஷயத்தில் தலையிடாமல் இருந்தாள்.

சர்வேஸ்வரி,"ஆமா இவளுக்கு வேற வேலையே இல்ல .எப்போ பாரு அவங்களுக்கு பரிந்து பேசுறதே வேலையா போச்சு .அப்பா அவ பேச்சை கேட்டுட்டு என்னை நீங்க வீட்டை விட்டு போக சொல்லிடுவீங்களா..? "என்று ஒன்றும் அறியாதவளை போல் முகத்தை வைத்து பேசுபவளை பார்த்த ஈஸ்வரன்," அவ சொல்றதிலும் நியாயம் இருக்குமா .. சின்ன பெண்ணா இருந்தாலும் ஒவ்வொன்னையும் கருத்தா பேசறா..இருந்தாலும் உனக்கு இவ்வளவு கோபம் ஆகாது உன் கோபத்தை குறைத்துக்கொள் அவ்வளவுதான் நான் சொல்லுவேன் சரி இப்போ உள்ள போ.."என்றார்.

இது ஒவ்வொரு தடவையும் சர்வேஸ்வரி கோபித்துக் கொண்டு போகும்பொழுது நடப்பதுதாங்க.. முதலில் ஈஸ்வரனின் அண்ணன் ,அண்ணி அவளுக்கு அட்வைஸ் பண்ண அவங்களை எதிர்த்து பேச அவர்கள் ஒதுங்கிக் கொண்டனர் ..பிறகு ராணியும் அவரின் கணவரும் அறிவுரை கூற அவர்களையும் எதிர்த்துப் பேசினாள். இப்படியே ஒவ்வொருவராக இவளின் விஷயத்தில் தலையிடுவதை நிறுத்திக் கொண்டனர்.

சர்வேஸ்வரி செய்யும் அனைத்து காரியத்திற்கும் அவரின் அப்பா ஈஸ்வரன் அடிக்கடி அவளின் மாமியார் வீட்டுக்கு வந்து சமாதானம் செய்வதும் தன் மகளை விட்டுச் செல்வதுமாக இருந்தார் .. ஈஸ்வரன் சர்வேஸ்வரியால் மிகவும் தலை குனிந்தார் என்றுதான் சொல்ல வேண்டும்.

சரோஜாதேவியும் ,வரதராஜனும் அவரின் தலைகுனிவுக்கு சிறிதும் காரணம் இல்லை என்றாலும் அவர்களுக்கும் தன் சம்மந்தியின் நிலையை நினைத்து சங்கடமாகத்தான் இருந்தது.

திவாகர் பிறந்தும் கூட அடிக்கடி கோபித்துக் கொண்டு தன் அம்மா வீட்டிற்கு சென்று விடுவாள் சர்வேஸ்வரி.

வர்ணம்-36

வரதராஜன் வீட்டில் அடிக்கடி சர்வேஸ்வரி சண்டை போடுவது வைஷ்ணவியிடம் மட்டுமே.. வைஷ்ணவியை தவறான வார்த்தைகள் பேசியும், தன் கணவரையும் அவரையும் சம்மந்தப்படுத்தி பேசியும் வந்தாள் சர்வேஸ்வரி.

சங்கர் ராஜன் ,"இங்க பாரு சர்வேஸ்வரி தேவை இல்லாம வார்த்தையை விடாத ,அவங்க இரண்டு பேருக்குள்ள இருக்க உறவு புனிதமான அம்மா,பிள்ளை உறவு

இந்த மாதிரி பேசினா நான் சும்மா இருக்க மாட்டேன்.. என் மனைவியை பற்றி இனி ஒரு வார்த்தை பேசினா என்ன நடக்கும் தெரியாது..." என்று மிரட்டி வைத்திருந்தார் .

சர்வேஸ்வரிக்கு எப்பொழுதும் சங்கர் ராஜன் என்றாலே கொஞ்சம் பயம் தான் .அவரிடம் ஜாலியாக பேசுவார் இருந்தாலும் ,பயம் இருந்து கொண்டே இருக்கும். சங்கர் ராஜன் அப்படி நடந்து கொள்வார்.

வரதராஜன் இந்தப் பெண்ணை தான் கணேஷ் ராஜனுக்கு கட்ட வேண்டும் என்று சொன்னதும் அனைவருக்குமே அந்த பெண்ணை பிடித்து விட்டது. அதிலும் வான்மதி தேவிக்கு அவளை மிகவும் பிடித்துப் போனது என்று தான் சொல்ல வேண்டும் பார்ப்பதற்கு அமைதியாக ஒன்றும் தெரியாதவளை போல் இருந்தாள் சர்வேஸ்வரி .ஆனால் திருமணமாகி வந்த பிறகு தான் அவளின் ஆட்டத்தை ஆரம்பித்தாள்.

சர்வேஸ்வரி அடிப்படையில் நல்ல பெண்தான் .வீட்டில் செல்வ செழிப்போடு எந்த வேலை செய்யாமல் வளர்ந்தவள் .தன் மாமியார் வீட்டிற்கு வந்ததும் அனைத்து வேலைகளையும் எடுத்து போட்டு செய்தாள் . அந்த விதத்தில் அவளை குறை சொல்ல முடியாது.

அவளுக்கு தாழ்வு மனப்பான்மை ,'தன் மூத்தார் அரசாங்க உத்தியோகத்தில் இருக்க தன் கொழுந்தனாரும் எலக்ட்ரிக்கல் வேலை செய்து நன்றாக சம்பாதித்துக் கொண்டிருக்க எதிர்காலத்தில் அவருக்கு மத்திய அரசாங்கத்தில் வேலை கிடைத்து விடும்..ஆனால் தன் கணவர் சரியான வேலையில் இல்லையே ..?'என்று நினைத்தவளுக்கு பிறர் மீது கோபம் வர இதுவே காரணமாக இருந்தது.

அமைதியான குணம் கொண்ட கணேஷ் ராஜன் வேற வழியே இல்லாமல் தன் பெற்றோரின் அறிவுரைப்படி தன் மனைவியை சகித்துக் கொண்டு வாழ்ந்து கொண்டிருந்தான்.

இங்கே வானதி தேவியின் குடும்பத்தில் செல்ல பெண்ணாக வலம் வந்தாள் அவர்களின் மகள் பிரதிபா அழகோ அழகு அவ்வளவு அழகு அப்ப-

டியே தன் பாட்டி வரலட்சுமியின் உடல்வாகை கொண்டிருந்தாள்.

ஹரி அவரின் தாத்தா கணபதி போல கருமை நிறம் கொண்டவன். பிரதீபா அவரின் பாட்டி வரலட்சுமி போல தங்கப்பதுமையாய் மிளிர்வாள்.

திவாகரன் வளர்ந்து பள்ளிக்குச் செல்ல ஆரம்பித்தான்.. திவாகர் வளர்ந்த பிறகு தன் அக்கா வினோதினி தேவி மீது அவ்வளவு பாசமாக இருந்தான்.

சர்வேஸ்வரிக்கு பக்கத்து வீட்டில் உள்ள சோமேஸ்வரன் வீட்டில் உள்ளவர்களும் சரோஜாதேவியின் இரண்டாவது ஓரகத்தி சுசீந்திரா வீட்டில் உள்ளவர்களும் எரிகின்ற நெருப்பில் எண்ணெய் ஊற்றும் படி அவளுக்கு எதையாவது சொல்லிக் கொடுத்துக் கொண்டிருந்தனர்.

அதாவது உங்க மாமனார் ,மாமியாருக்கும் சரி உன் வீட்டுக்காரர் ,கொழுந்தனார் நாத்தனார் அனைவருக்கும் வைஷ்ணவி தான் மிகவும் முக்கியம் .அதனால நீ பார்த்து நடந்துக்கோ.. இல்லன்னா கூடிய சீக்கிரம் நீ செல்லாக்காசா மாறிடுவ.. அந்தப் பொண்ணு வினோதினி தேவியை தான் எல்லாருக்கும் ரொம்ப பிடிக்கும் ..நீ இப்படியே இருந்தா உன் பையன் திவாகரனை யாரும் சீண்ட கூட மாட்டாங்க..." என்று கூற கேட்பார் பேச்சை கேட்டுக் கொண்டு சர்வேஸ்வரி மிகவும் மோசமாக நடந்து கொள்ள ஆரம்பித்தாள். இவளின் இச்செயலால் அடிக்கடி அவளின் அப்பாவும் அம்மாவும் இங்கே வந்து நிற்கும்படி ஆனது.

சர்வேஸ்வரியின் நடவடிக்கையைப் பார்த்த அவளின் கூட பிறந்தவர்களும் அவளை வெறுக்க ஆரம்பித்தனர் .எவ்வளவோ எடுத்துக் கூறியும் அவள் திருந்துவதாக இல்லை.

வான்மதி தேவியும் தன் தம்பிக்கு இப்படி ஒரு பெண்ணை கட்டி வைக்க தானும் காரணமாக இருந்து விட்டோமே என்று மிகவும் வருந்தினார்.

வரதராஜனும் சொந்தம் விட்டு போகக்கூடாது என்று இந்த பெண்ணை கட்டி வைத்தது தவறா போச்சே இப்போ என் மகன் நிம்மதி இல்லாமல் வாழ்ந்து கொண்டிருக்கிறானே என்று நினைத்து நினைத்து தன்னையே வருத்திக் கொண்டார்.

ஆனால் சர்வேஸ்வரியோ பிள்ளை வளர்ந்தும் கோபித்துக் கொண்டு தன் அம்மா வீட்டிற்கு செல்வதை நிறுத்தவில்லை.

இந்த நிலையில் வைஷ்ணவியின் தங்கை தீபாவிற்கு திருமணம் நடந்தது... வரதராஜன் வீட்டில் உள்ளவர்கள் அனைவரும் குடும்பத்துடன் அந்த திருமணத்திற்கு சென்று மணமக்களை மனதார வாழ்த்து விட்டு வந்தனர்.

வரதராஜனின் அம்மா ராஜேஷ்வரி உடல்நிலை குறைவால் உயிர் இழந்தார் அவர் தன் மகனை விட்டு தன் மகள் வீட்டுக்கு சென்றவர் தன் வாழ்நாளில் கடைசி நிமிடம் வரையும் பாக்கியலட்சுமியின் வீட்டில் தான் இருந்தார்.

சரண்யா, மணிவண்ணன் இருவருமே எப்போதும் போல கடமைக்கு என்று வாழ்ந்து வந்தனர் இந்த நிலையில் சரண்யாவின் இரண்டாவது அண்ணன் பாலனுக்கு திருமணம் முடிந்தது அரசாங்க பள்ளியில் பணி புரியும் ஒரு ஆசிரியரை பாலனுக்கு பெண் பார்த்து முடித்து வைத்தார் பாக்கியலட்சுமி. பாலனும் அரசாங்க பணியில் இருந்தார்.

பாக்கியலட்சுமிக்கு இப்பொழுது கொஞ்சம் பயம் வர ஆரம்பித்தது .' சரண்யாவுக்கு பாலன் பண உதவி செய்வதை பார்த்து மருமகள் என்ன செய்வாளோ? என்ன நடக்குமோ என்று பயந்தவர் தன் மகனிடம் தன் யோசனையை கூறினார்.

"இங்க பாரு பாலு வரப்போகிற பொண்ணு எப்படி இருந்தாலும் சரி. நீ எப்போதும் போல உன் தங்கச்சிக்கு செய்றதுல எந்த குறையும் வைக்க கூடாது. அவள் பாவம் அவள் வாழ்க்கை இப்படி ஆகிடுச்சு.. அவன் புருஷன் பொறுப்பு இல்லாமல் சுத்திட்டு இருக்கான் .நாம தான் அந்த இரண்டு பிள்ளைகளையும் படிக்க வைக்கனும்.. நான் சொல்றது உனக்கு புரியும் நினைக்கிறேன்.."

"அம்மா எனக்கு எல்லாம் புரியுது அம்மா.. முதல்ல நான் அவ எப்படின்னு தெரிஞ்சுட்டு பிறகு அவகிட்ட விஷயத்தை சொல்லலாமா வேணாமா முடிவு பண்றேன்

சம்பாதிக்கிறவன் நான் அந்த பணத்தை என்ன செய்யணும்னு எனக்கு தெரியும்

அது மட்டும் இல்லாமல் நான் என் மனைவியையும் வரப்போகின்ற பிள்ளைகளையும் உங்க மாப்பிள்ளை மாதிரி கண்டுக்காம விடப்போவதில்லை. என் குடும்பத்துக்கு செஞ்சிட்டு என் தங்கை குடும்பத்துக்கும் தேவையானதை நான் செய்வேன் நீங்க கவலைப்படாதீங்க .."என்றார் பாலன் .

பாக்கியலட்சுமிக்கு இப்பொழுதுதான் கொஞ்சம் நிம்மதியாக இருந்தது

ஏற்கனவே பெரிய மகன் மகாதேவன் தன் தங்கை குடும்பத்திற்கு செய்து கொண்டிருந்தாலும் அவனுக்கு தற்பொழுது குடும்பம் என்று எதுவும் இல்லை . அதனால் மகாதேவனுக்கு சரண்யாவுக்கு செய்வதில் எந்த பிரச்சினையும் இல்லை.

ஆனால் பாலன் தன் அம்மாவை எப்படி மதிக்கிறானோ.. அதேபோல வரப் போகின்ற மனைவியையும் மதிக்க வேண்டும் .அவளது உணர்வுகளை புரிந்து கொள்ள வேண்டும் என்று நினைப்பவன்

ஒருவேளை மனைவியின் பேச்சை கேட்டுக் கொண்டு தன் மகள் சரண்யாவுக்கு எதுவும் செய்ய மாட்டானோ என்று பயந்து கொண்டு இருந்தவருக்கு இவரின் இந்த வார்த்தை கொஞ்சம் நம்பிக்கை அளித்தது.

பாலன் அதன்படி தன் மனைவியிடம் தன்மையாக நடந்து கொண்டவன் தன் தங்கையின் நிலைமையை எடுத்துரைக்க அவளும்," கண்டிப்பா உங்க தங்கச்சிக்கு நாம செய்ய வேண்டியதை செய்யலாங்க .ஆனா நம்ம குடும்பம்

முதல்ல முக்கியம் அதை மனதில் வச்சுக்கோங்க .. அதுக்காக அளவுக்கு அதிகமா செய்யாதீங்க. நீங்க மட்டும் இல்ல உங்க அண்ணன் ,தம்பியும் இருக்காங்க இல்லையா? எல்லாரும் சமமா செய்யுங்க.. நமக்குன்னு நாளைக்கு பிள்ளைகள் வருவாங்க..அவங்களுக்கும் நாம சேர்த்து வைக்க-ணும் இல்லையா..?"என்றாள்

அந்தப் பெண் கூறியதும் நியாயம் தானே தனக்கு தேவையானதை வைத்துக் கொண்டு பிறருக்கு செய்ய வேண்டும் இல்லையா..? அது சொந்த தங்கையாக இருந்தாலும் ,பெற்ற தாயாக இருந்தாலும் சரி.. ஆனால் செய்ய வேண்டிய கடமைகளில் இருந்து தவறக்கூடாது.. என்று நினைப்பவள் தான் அந்தப் பெண். ஆனால் இதை பாலன் ஏற்பாரா..?

தன் மனைவி கூறியது அனைத்தும் நியாயம் தான் என்று பாலனுக்கு தெரிந்தாலும் இது தன் அம்மாவுக்கு தெரியாதே.? தன் அம்மா சொல்லும் போதெல்லாம் தன் தங்கையின் குடும்பத்திற்கு உதவி செய்யவில்லை என்-றால் அவரின் கோபம் தன் பக்கம் திரும்பும் என்று பயந்த பாலன் தன் மனைவிக்கு தெரிந்து கொஞ்சமும் ,தெரியாமலும் தன் தங்கைக்கு செய்து வந்தார்.

இந்த நிலையில் பாலனுக்கு பெண் குழந்தை பிறக்க குழந்தைக்கு பாக்கி-யலட்சுமி தன் அம்மாவின் நினைவாக ராஜேஸ்வரி என்று பெயர் வைத்தார்.

பாக்கியலட்சுமி தன் இரண்டாவது மகனுக்கு திருமணம் ஆன பிறகு கொஞ்சம் கொஞ்சமாக கோபம் குறைந்தவர் தன் அண்ணன் வரதராஜன் குடும்பத்தினருடன் மீண்டும் பழையபடி நன்றாக பேச ஆரம்பித்தார்.. இதை பிடிக்காத சோமேஸ்வரன் அண்ணன் ,தங்கை இருவருக்குள்ளும் பிரிவி-னையை ஏற்படுத்த மீண்டும் சகுனி வேலை பார்க்க ஆரம்பித்தார்.

வரதராஜன் சொல்லாத ஒரு சில விஷயங்களை அவர் சொல்லியதாக தன் தங்கையிடமும் ,தன் மகனிடமும் ஒன்றுக்கு இரண்டாக சொல்ல அவர்-களும் அதை அப்படியே நம்பினர். சோமேஸ்வரனின் கடைசி மகன் சிவேந்-திரனுக்கு இது கொஞ்சம் கூட பிடிக்கவில்லை

தன் அம்மாவிடம் எப்பொழுதும் இது சம்பந்தமாக சண்டை போட கண்-ணகியோ ,"நான் என்னடா பண்றது .உங்க அப்பன் அந்த ஆளு எத்-தனை தடவை சொன்னாலும் திருந்தவே மாட்டேங்கறாரு.. உங்க சித்தப்பா வீட்டில் கஷ்டப்பட்டு உழைக்கிறாங்க அதற்கு தகுந்த பலனை அனுபவிக்கி-றாங்க.. ஆனா உங்க அப்பாவுக்கு உழைக்கிறதுன்னா கஷ்டமா இருக்கு , உங்க அக்கா எல்லாரையும் கட்டிக் கொடுப்பதற்குள் நான் என்ன பாடுபட போறேனோ தெரியல .ஏற்கனவே செய்த பாவம் போதாதுன்னு மேலும் மேலும் பாவம் செஞ்சுகிட்டே இருக்காரு...

இந்த மனுஷன் இந்த ஜென்மத்தில் திருந்த மாட்டார் போல இன்னும் சின்ன மக திருமணமாகாமல் இருக்கா.. அதை பற்றி கவலை இல்லாமல் எப்படி தன் தம்பி குடும்பத்தை அழிக்கலாம் என்று சுத்திக்கிட்டு இருக்-

காரு.."என்று கண்கலங்கியவளை சிவேந்திரனும் அவனின் சிறிய அக்கா சுந்தரியும் சமாதானம் செய்தனர்.

சுந்தரிக்கு திருமண வயதைத் தாண்டியும் திருமணம் ஆகவில்லை அவளை திருமணம் செய்து கொடுக்க

சோமேஸ்வரனிடம் எந்த வசதியும் இல்லாமல் போனது. காரணம் சோமேஸ்வரனின் சோம்பேறித்தனம் மட்டுமே.

பிறகு கண்ணகியின் தம்பி மகன் சிவபாலனுக்கு சுந்தரியை பெண் கேட்டு வந்தனர்.

சுந்தரியை தன் வீட்டு மருமகளாக கொண்டுவரக் கூடாது என்று நினைத்த கண்ணகியின் தம்பி மனைவி கோதை இப்பொழுது இந்த திருமணத்திற்கு சம்மதம் சொல்லி பெண் கேட்டு வந்தது அனைவருக்கும் ஆச்சரியமாக இருந்தது.

வர்ணம் -37

சுந்தரிக்கு மாப்பிள்ளை பார்த்துக் கொண்டு இருக்க ஆனால் அவளுக்கு திருமணம் முடிவாகவில்லை காரணம் வந்தவர்கள் எல்லாம் அதிகமாக சவரன் போடும்படி கேட்க சோமேஸ்வரன் தன்னால் முடியாது என்று மறுத்துவிட்டார்.

கண்ணகி இதில் வருத்தப்பட்டவர் தன் அம்மாவிடம்," அம்மா கையில வெண்ணைய வச்சுக்கிட்டு நெய்க்கு அலைகிறவ நானா தான் இருப்பேன். என்ன இருந்து என்ன பிரயோஜனம் ஆனா நான் நினைப்பது எதுவும் நடக்க மாட்டேங்குதே." என்று வருத்தமாக பேசினார்.

"அடியே மவளே நீ என்ன பேசுற எனக்கு எதுவுமே புரியல

ஏதாவது புரியும்படி சொல்றியா.? உன் மனசுல அப்படி என்ன இருக்கு சொல்லு.." என்றார் வள்ளி

கண்ணகி,"என்னம்மா உனக்கு இன்னும் புரியலையா.? மாப்பிள்ளை பக்கத்திலேயே இருக்கும் போது என் பொண்ணுக்கு நான் மாப்பிள்ளை தேடி அலையறேனே அதைத்தான் சொல்றேன்.."

"யாரடி சொல்ற நீ.."

"அம்மா ஒன்னும் தெரியாத மாதிரி நடிச்சு என் கோபத்தை கிளப்பாத.."

"அடியாத்தி இதென்னடி வம்பா போச்சு ..நீ யாரை சொல்ற தெரிஞ்சா இந்நேரம் நான் அந்த மவராசனுக்கு என் பேத்தியை பேசி முடிச்சிருக்க மாட்டேனா..?"

"அம்மா நான் உன் பிள்ளை அதான் என் தம்பி பெத்து வச்சிருக்கானே சீமை ராஜா போல என் மருமகன் சிவபாலனை தான் சொல்றேன்.."

"அடியே கூறு கெட்டவளே உனக்கு ஏதாவது இருக்கா .?உன் தம்பி பொண்டாட்டி தான் நம்ம வீட்டுப் பெண்ணை கட்ட மாட்டேன்னு சொல்-

லிட்டாளே.? அப்புறம் எப்படி அவகிட்ட போய் இதைப்பற்றி பேச முடியும். இங்க பாரு கண்ணகி நம்ம சுந்தரிக்கு சிவபாலன் வேணாம் அவ்வளவுதான் சொல்லிப்புட்டேன் இனி அதைப் பற்றி பேசாத."

"என்னம்மா பேசுற நீ சிவபாலன் எவ்வளவு அழகா இருக்கான்.. படிக்-காதவனா இருந்தாலும் ஏதோ லாரி ஓட்டி சம்பாதிக்கிறான்.. சம்பாதிக்கிற பணத்தை அப்படியே கோதை கிட்ட தானே கொடுக்கிறான் .இப்படி ஒரு பிள்ளை எத்தனை பேருக்கு கிடைக்கும் சொல்லு ,அவன் நம்ம சுந்தரிய நல்லபடியா பார்த்துப்பான் எனக்கு நம்பிக்கை இருக்குமா..

நீ அடுத்த வாரம் ஊருக்கு போகும்போது இதைப்பற்றி நம்ம தம்பி கிட்ட பேசிட்டு வா

நான் முடிவு பண்ணிட்டேன் .சுந்தரிக்கு சிவபாலனை தான் திருமணம் செய்து வைக்கணும்னு பிறகு அந்த கடவுள் விட்ட வழி பார்த்துக்க-லாம்.."என்றார்.

வள்ளியும் இதைப்பற்றி யோசித்தவர் தன் மருமகன் சோமேஸ்வரனிடம் கலந்து ஆலோசித்தார். அவரும் தனக்கு இதில் முழு விருப்பம் என்று கூறி-யதும் தன் பேத்தி சுந்தரியிடம் கேட்க அவளும் தன் சம்மதத்தை சொல்ல உடனடியாக தன் மகனின் ஊருக்கு பயணமானார்.

வள்ளி தன் ஊருக்குச் சென்றதும் தன் மருமகள் வீட்டில் இல்லாத நேர-மாக பார்த்து தன் மகன் கனகவேலனிடம் தன் மகள் கூறியதைக் கூறினார்.

கனகவேலன்," அம்மா எனக்கும் இந்த யோசனை ரொம்ப நாளா இருக்குமா .அவனுக்கும் எந்த பெண்ணை பார்த்தாலும் ஜாதகம் பொருந்தி வரல ..ஆனா என்ன பண்றது என் பொண்டாட்டி தான் நம்ம சுந்தரியை இவனுக்கு கட்டி வைக்க கூடாதுன்னு சொல்லி அடம் பிடிக்கிறாளே..?"

"இங்க பாருடா உன் பொண்டாட்டி ரொம்ப ஓவரா ஆடுறா ..என் பேத்தி சுந்தரிக்கு என்னடா குறை .உன் பிள்ளை அளவுக்கு இல்லனா கூட அவளும் அழகி தான் . உன் பிள்ளை நல்லா படித்து நல்ல உத்தியோகத்தில் இருந்தா கூட

நீங்க சுந்தரியை மருமகளா கொண்டுவர யோசிக்கலாம் அவனும் சுமாரா படிச்சிட்டு லாரி தானடா ஓடிக்கிட்டு இருக்கான் .

சுந்தரிய போய் பாருடா வீட்டு வேலையை எவ்வளவு சுறுசுறுப்பா செய்-யறா தெரியுமா .?இந்த மாதிரி நான் இதுவரைக்கும் எந்த பெண்ணையும் நம்ம வீட்டில் பார்த்ததே கிடையாது. வீட்டையும் அழகா சுத்தப்படுத்தி வச்-சிருக்கா.. அவ நம்ம வீட்டுக்கு மருமகளா வர நாமதான் கொடுத்து வச்சி-ருக்கனும்..

சுந்தரி இந்த வீட்டுக்கு மருமகளா வந்தா உன் பொண்ணுங்க வீட்டுக்கு வந்தா அவ்வளவு அழகா செய்ய வேண்டியதை செய்து அனுப்புவா.. உன் பொண்டாட்டி மாதிரி நாத்தனாரை பார்த்தவுடனே மூஞ்சியை தூக்கி வச்-சிட்டு போக மாட்டா.." என்றார்.

"அம்மா நீங்க அங்க சுத்தி இங்க சுத்தி அவளை குறை சொல்றதில் வந்து நிப்பீங்க .அவ இதை காதில் வாங்கினா என் தலை தான் உருளும் .

சரிமா நான் இதை என் பொண்ணுங்க கிட்ட சொல்லி அவங்க மூலமா முடிக்க பார்க்கிறேன்.." என்றார் கனகவேலன்.

கனகவேலன் தான் சொன்னது போலவே தன் மகள்களின் மூலமாக காயை நகர்த்தினார் தன் மகள்கள் இருவரையும் ஒரு இடத்திற்கு வரவழைத்தவர்," இங்க பாருங்கம்மா சித்ரா, மகேஸ்வரி உங்க அண்ணனுக்கு வயசு ஆகிட்டே போகுது, இன்னும் எத்தனை நாளைக்கு நாம அவனுக்கு கல்யாணம் பண்ணாம இருக்க முடியும்..

உங்க கண்ணகி அத்தையோட பொண்ணு சுந்தரிய அவனுக்கு திருமணம் செய்து வைக்கலாம் .அவளும் பொறுப்பான பொண்ணு .அவ நம்ம வீட்டுக்கு மருமகளா வந்தா உங்களையும் நம்ம வீட்டில் இருந்து பிரிக்க மாட்டா.நீங்க சொல்றத கேட்டு நடப்பா ..நான் என் மனதில் பட்டதை சொல்லிட்டேன் நீங்க என்ன நினைக்கிறீர்களோ அதை செய்யுங்க. உங்க அம்மா கிட்ட பர்மிஷன் வாங்க வேண்டியது உங்களுடைய பொறுப்பு.." என்று தன் மகள்களின் குணமறிந்து பேசினார் கனகவேலன்.

சித்ரா ,மகேஸ்வரியின் எண்ணம் என்னவென்றால் தன் அண்ணன் மனைவி வந்தவுடன் முழுவதுமாக அவள் பக்கம் சாய்ந்து விட்டால் நம் நிலைமை என்ன ஆகும். அண்ணன் கோபக்காரன் ஓரளவுக்கு மேல் அம்மாவின் பேச்சையும் கேட்க மாட்டானே..? என்று அடிக்கடி இவர்கள் பேசிக் கொண்டிருப்பதை கனகவேலன் கேட்டிருக்கிறார்

அதனால் தான் இப்படி காயை நகர்த்தினார் .அது மட்டும் இல்லாமல் அவர்களுக்கும் தன் அத்தையின் மகள் சுந்தரி பற்றி தெரியுமே

.அவள் கூட்டு குடும்பத்தில் வளர்ந்தவள். எனவே குடும்பத்தை பிரிக்க மாட்டாள் என்ற நம்பிக்கை அவர்களுக்கும் வந்திருக்க தன் அம்மாவிடம் பேசினர் இருவரும்...

தன் மகள்களின் முடிவை கேட்ட கோதை," என்னடி விளையாடறீங்களா ?என் பிள்ளையோட அழகுக்கும் அவளுக்கும் ஏணி வச்சா கூட எட்டாது அவளை போய் நம்ம வீட்டு மருமகளா கொண்டு வரணும்னு நினைக்கிறீங்களே என்னடி நினைச்சுட்டு இருக்கீங்க.. இந்த யோசனையை உங்களுக்கு யார் கொடுத்தா உங்க அப்பாவா இல்ல உங்க பாட்டியா..? என்று சத்தம் போட்டார்.

"அம்மா புரிஞ்சுக்காம பேசாத ,அந்த யோசனையை யார் சொன்னா என்ன ?நம்ம அண்ணனுக்கு கூடிய சீக்கிரத்தில் ஒரு நல்லது நடக்கனும் .உனக்கு அந்த எண்ணம் இல்லையா ..?அவன் லாரி டிரைவர் சொல்லி யாருமே அவனுக்கு பொண்ணு கொடுக்க மாட்டேன் சொல்லிட்டாங்க.. உன் பிள்ளை ஒழுங்கா படிச்சிருந்தா நாம எதுக்காக சுந்தரியை பெண் கேட்டு போகணும் சொல்லு ..அது மட்டுமில்லாம அவ கூட்டு குடும்பத்தில் பிறந்தவ

குடும்பத்தை பிரிக்க நினைக்க மாட்டா...எல்லாரையும் அரவணைச்சு போவா.. நாங்க சொல்ல வேண்டியதை சொல்லிட்டோம். அதன் பிறகு உன் இஷ்டம் அழகை பார்க்காத

அழகு என்னைக்கா இருந்தாலும் அழிஞ்சிடும்.. குணம் மட்டும்தான் என்னைக்கும் நிலைத்து நிற்கும் அந்த விதத்தில் பார்த்தால் கண்ணகி அத்தை பொண்ணு சுந்தரி நல்ல குணவதி எங்களுடைய விருப்பத்தை சொல்லிட்டோம் .அதன் பிறகு உன் இஷ்டம் ..."என்று இருவரும் கூறிவிட்டனர்.

தன் மகள்கள் கூறியது உண்மைதான் என்று நினைத்துப் பார்த்த கோதை தன் கணவன் , மாமியாரை அழைத்தவர்," அத்தை நீங்களும் உங்க பிள்ளையும் ரொம்ப நாளா கண்ணகி அண்ணியோட பெண்ணை நம்ம சிவபாலனுக்கு கட்டிக் கொடுக்கணும் நினைச்சீங்களே நானும் இப்போ அதுக்கு சம்மதம் சொல்றேன்

உங்க பொண்ணு கிட்ட பேசிட்டு சொல்லுங்க பொண்ணு பாக்க போகலாம்.. ஆனா அந்த பொண்ணு நம்ம குடும்பத்துக்கு ஏத்தவளா நடந்துக்கணும் நான் சொல்ற பேச்சை கேட்டு நடக்கணும் ..இதுக்கு அவங்களுக்கு சம்மதம் சொன்னா இந்த கல்யாணத்தை உடனே நடத்தலாம் .."என்றார்.

வளளி உள்ளுக்குள் சிரித்துக் கொண்டவர் அப்படி வாடி வழிக்கு என் மருமகளே என்று நினைத்தவர்,"என்னமா மருமகளே இப்படி சொல்லிட்ட நம்ம சுந்தரி பத்தி உனக்கு தெரியாதா? அவ உன்னைப் போலவே குணவதி. நம்ம குடும்பத்துக்கு ஏத்தபடி நடந்துப்பா.. உன்னை ஒரு வார்த்தை கூட எதிர்த்து பேச மாட்டா

நீ அதையெல்லாம் நினைத்து கவலைப்படாத.. உன் மகனுக்கு இந்த கல்யாணத்துல சம்மதமா மட்டும் கேட்டு சொல்லு மத்ததையெல்லாம் நான் பார்த்துக்கிறேன்..."என்றார்.

"அதையெல்லாம் நான் பார்த்துக்கிறேன் அத்தை .என் பையன் நான் சொல்ற பேச்சை மீறமாட்டான். நீங்க நடக்க வேண்டிய காரியத்தை பாருங்க.." என்ற கோதை தன் மகனிடம் இதைப் பற்றி பேசினார்.

சிவபாலன் ,"அம்மா நீங்க என்ன விளையாடறீங்களா ?மத்தவங்க எல்லாம் அவளை எனக்கு கட்டி வைக்கணும் சொல்லி உளறிட்டு இருந்தாலும் நீ சம்மதம் சொல்லாததால நான் நிம்மதியா இருந்தேன். இப்போ நீங்களும் அவளை எனக்கு கட்டி வைக்கணும் சொல்றீங்க. .அட போங்கம்மா எனக்கு என் அழகுக்கு ஏத்த மாதிரி வேற பொண்ணு பாருங்க.."

"அடேய் அறிவு கெட்டவனே நீ ஒழுங்கா படிச்சு இருந்தா நான் எதுக்கு அவளை உனக்கு கட்டி வைக்க போறேன்.

உனக்கு தான் யாருமே பொண்ணு கொடுக்க மாட்டேன்னு சொல்றாங்களே .அழகு மட்டும் இருந்தா போதுமா படிப்பு வேணாமா? இப்போ இருக்க பொண்ணுங்க படிப்பு ,பணம் ,அழகு இதை எல்லாமே பார்க்கிறாங்க நீ

ஏன்டா இப்படி புரிஞ்சுக்காம சுத்திக்கிட்டு இருக்க .

நான் சொல்றபடி கேளு அழகு இன்னைக்கு இருக்கும் நாளைக்கு போயிடும் .. ஆனால் அவ நம்ம சொல்றபடி கேட்டு நடந்துப்பா .அதனால அவ தான் நம்ம வீட்டு மருமக நான் முடிவு பண்ணிட்டேன்.." என்றார் கோதை.

சிவபாலனும் தன் அம்மாவின் வற்புறுத்தலின் பேரில் இந்த திருமணத்திற்கு சம்மதம் சொன்னான் .பிறகு பெண் பார்க்க சென்றனர். நீண்ட வருடம் கழித்து கனகவேலன் தன் குடும்பத்துடன் தன் அக்கா கண்ணகியின் ஊருக்கு பயணமானார்.

கண்ணகியின் வீட்டில் உள்ள அனைவரும் தன் மகளுக்கு திருமணம் நடக்க போவதை நினைத்து மகிழ்ச்சியில் இருந்தனர் அதிலும் சுந்தரியும் தன் மாமா மகனை தனக்கு பேசி முடிக்க போகின்றனர் என்று கேள்விப்பட்டதிலிருந்து ஆகாயத்தில் பறந்தாள்.

சுந்தரியைப் பொறுத்தவரை சிவபாலன் சினிமா நடிகனைப் போல் இருப்பான் என்பது அவளின் கருத்து. அவளும் அழகாகத் தான் இருப்பாள் கொஞ்சம் நிறம் கம்மியாக இருந்தாலும் அவளும் அழகு தேவதைதான் ஆனால் அது தெரியவில்லையே அந்த பேதை பெண்ணுக்கு...

சிவபாலனை நேரில் பார்த்த சோமேஸ்வரன் குடும்பத்தில் உள்ள அனைவருமே சுந்தரி மிகவும் கொடுத்து வைத்தவள் என்று பேசிக் கொண்டனர்.

வர்ணம்-38

சிவபாலனை நீண்ட வருடம் கழித்து பார்த்த சோமேஸ்வரனின் குடும்பம் அவனின் அழகை பார்த்தவர்கள் ஆச்சரியப்பட்டதோடு மட்டுமல்லாமல் சுந்தரி மிகவும் கொடுத்து வைத்தவள் என்று பேசிக்கொண்டனர்.

சுந்தரி தன் மாமன் மகன் சிவபாலன் படிக்காமல் இருந்திருந்தால் கூட பரவாயில்லை. . ஆனால் ஒரு சில தீயப் பழக்கங்களை கற்றுக் கொண்டான் என்று கேள்விப்பட்டவளுக்கு அவனை பிடிக்காமல் போனது. அவளின் பாட்டி தன் மகன் வீட்டு பேரனை கட்டிக் கொள்ளும்படி கூறும் போதெல்லாம் வேண்டாம் என்று மறுத்துவிட்டாள். ஆனால் இப்பொழுது எந்த வரனும் அமையாத நிலையில் தனது பெற்றோரின் பேச்சை கேட்டு இந்த திருமணத்திற்கு சம்மதம் சொன்னவளுக்கு தன் வருங்கால கணவன் சிவ பாலனை பார்த்ததும் அவனின் அதீத அழகில் சொக்கி தான் போனாள்.

பெண்ணவள் மிகுந்த மகிழ்ச்சியில் திளைத்துக் கொண்டு இருந்தாள். சிவபாலனும் தன் அத்தை மகளை நீண்ட வருடம் கழித்து பார்த்தவனுக்கு தன் அழகுக்கு இவள் ஈடு இல்லையே என்று தன் அம்மாவிடம் புலம்பிக் கொண்டிருந்தான்.

சிவபாலன் வளர வளர அவனிடம் நிறைய மாற்றங்கள் இருந்தது அதுவரை ஒழுக்கமாக வளர்ந்தவன் பல தீய பழக்கங்களுக்கு அடிமையானான்..

சுந்தரிக்கு இது முழுவதும் தெரியாது . தெரியாமலே ஒரு சில விஷயத்தை மட்டும் கேள்விப்பட்டவள் சிவபாலனை திருமணம் செய்து கொள்ள மாட்டேன் என்று மறுத்து வந்தாள்..ஆனால் வீட்டில் உள்ள பெரியவர்களோ ஆண் பிள்ளைகள் என்றால் ஒரு சில கெட்ட பழக்கம் இருக்கத்தான் செய்யும் என்று அவளை திருமணத்திற்கு சம்மதம் சொல்ல வைத்தனர்.

சிவபாலனின் அம்மா கோதை தன் மகனிடம் அவனின் தற்போதைய நிலையை புரிய வைத்தவர் " இந்த திருமணத்திற்கு நீ சம்மதம் சொல்லி தான் ஆகனும்.. உனக்கு இப்போ பெண் கொடுக்க யாரும் முன் வரலையேடா..." என்று அவனை சம்மதிக்க வைத்தார்.

சிவபாலனுக்கும் ஒரு சில இடத்தில் பெண் கேட்டுச் சென்றனர் .ஆனால் அவனின் பணியை காரணம் காட்டி யாரும் அவனுக்கு பெண் கொடுக்கவில்லை .

சரோஜாதேவி மட்டும் இந்த பெண்ணை அவனுக்கு திருமணம் செய்து வைக்கக் கூடாது என்று நினைத்தார்.. சிவபாலனை பற்றி அவரும் ஒரு சில விஷயத்தை கேள்விப்பட்டிருக்கிறாரே.

தன் ஓரகத்தியின் மகளாக இருந்தாலும் அவளும் தன் மகள் தானே என்று நினைத்தவர் தன் கணவரிடம் இதைப் பற்றி கூற அவரோ," ஏற்கனவே நம்ம வீட்டுக்கும் அவங்களுக்கும் ஏதாவது பிரச்சனை வந்துகிட்டே இருக்கு. நீ நல்லது செய்றேன்னு சொன்னா கூட எங்க அண்ணன் இதை நம்ப மாட்டார் ..

என் பொண்ணோட கல்யாணத்தை என் தம்பியும், என் தம்பி மனைவியும் நிறுத்திட்டாங்க சொல்லி ஊர் முழுக்க தேவையில்லாததை பேசிட்டு வருவார் நம்மால் என்ன செய்ய முடியும் பார்த்து பார்த்து கொடுத்த நம்ம பொண்ணே இப்போ கஷ்டப்பட்டுகிட்டு இருக்கா ..அதை விட்டுட்டு நீ ஏன் தேவையில்லாததை எல்லாம் இழுத்து விடற ..போய் வேலையை பாரு சுந்தரிக்கும் இந்த திருமணத்தில் சம்மதம் என்று நான் கேள்விப்பட்டேன்.." என்று தனது மனதில் இருப்பதை கூறிவிட்டார் வரதராஜன்.

வரதராஜன் குடும்பத்திற்கும் ,சோமேஸ்வரன் குடும்பத்திற்கும் அப்பொழுது பேச்சு வார்த்தை முற்றிலுமாக இல்லாமல் இருந்தது .இரு குடும்பத்திற்கும் சொத்து பிரச்சனை வந்ததால் சுந்தரி கூட தன் சித்தி சித்தப்பாவிடம் பேசாமல் இருந்தாள். ஊரில் இருந்து வரும் சோமேஸ்வரனின் கட்டிக் கொடுத்த மகள்கள் மட்டும் கடமைக்கே என்று சித்தப்பா, சித்தியை வந்து பார்த்துவிட்டு உடனே தன் அப்பாவுக்கு பயந்து வீட்டுக்கு சென்று விடுவர்.

சோமேஸ்வரனுக்கு வரதராஜன் தன் வீட்டில் பாதியை எழுதியும் கொடுத்துவிட்டார் .ஆனாலும் சோமேஸ்வரனுக்கு வரதராஜனின் குடும்பத்தின் மீது உள்ள பழி உணர்வு தீரவில்லை. வினை விதைத்தவன் வினை

அறுப்பான் என்று நினைத்த வரதராஜன் குடும்பத்தினர் அனைத்திற்கும் அமைதியாக பல்லை கடித்துக் கொண்டு கடவுளின் மேல் பாரத்தை போட்டு தன் வாழ்க்கையை வாழ்ந்து கொண்டிருந்தனர்.

பாக்கியலட்சுமிக்கு ஏனோ தன் சின்ன அண்ணன் வரதராஜனின் மகளை தன் மகனுக்கு எடுக்க வேண்டும் என்று தோன்றியதே தவிர தன் பெரிய அண்ணன் சோமேஸ்வரனின் மகள்கள் யாரையும் தன் மகன்களுக்கு கட்டிக் கொடுக்க வேண்டும் என்று தோன்றவில்லை .

பாக்யலட்சுமியின் மகன்கள் மகாதேவன் ,பாலன் இருவருக்குமே சோமேஸ்வரனின் பெண்கள் நால்வருமே தகுந்த வயதுடையவர்களாக தான் இருந்தனர் ..ஆனாலும் பாக்கியலட்சுமி ஏன் அவர்களை தன் வீட்டின் மருமகளாக கொண்டுவர வேண்டும் என்று நினைக்கவில்லை.?

காரணம் வானதி தேவி அப்படியே தன் அத்தை பாக்கியலட்சுமியை உரித்து வைத்திருந்தாள்...மகாதேவனும் அவளை விரும்பியதால் அவள் தன் வீட்டின் மருமகளாக வரவேண்டும் என்று அடம்பிடித்து பல செயல்களை செய்து கெட்ட பெயர் வாங்கிக் கொண்டார் பாக்கியலட்சுமி.

இரண்டாவது மகனான பாலனுக்கு சோமேஸ்வரன் மகளை கட்டிக் கொடுக்கவும் அவருக்கு மனம் வரவில்லை. காரணம் தன் மகனுக்கு மிகவும் படித்த அரசாங்க உத்தியோகத்தில் இருக்கும் பெண் தான் மருமகளாக வரவேண்டும் என்று ஏற்கனவே முடிவு செய்து வைத்திருந்தார் பாக்கியலட்சுமி.

இன்னும் ஒரு காரணம் வரதராஜனின் நற்குணம் , அவனிடமிருந்து சொத்துக்களும் காரணம்.. அது மட்டுமில்லாமல் வரதராஜனின் பெண்கள் இருவருமே நற்குணம் படைத்தவர்கள் என்று அந்த ஊரில் உள்ள அனைவருக்கும் தெரியும்.

சோமேஸ்வரனின் பெண்களும் நல்ல உள்ளம் படைத்தவர்கள் தான்.

ஆனால் ஒரு நேரமில்லை என்றாலும் ஒரு நேரம் தன் பெற்றோர்களுக்கு அவர்கள் பரிந்து பேச வேண்டிய சூழ்நிலையில் தள்ளப்பட்டனர்.

சுந்தரிக்கும் ,சிவபாலனுக்கும் வரதராஜனின் குடும்பத்தைத் தவிர மற்ற உறவினர்களின் முன்னிலையில் திருமணம் கோலாகலமாக நடைபெற்றது.

சோமேஸ்வரன் அனைத்து பெண்களையும் கட்டிக் கொடுத்து விட்ட மகிழ்ச்சியில் சுதந்திரமாக வலம் வந்தார்.

சோமேஸ்வரன் மகன் சிவேந்திரனுக்கு மணிவண்ணன் படிப்பதற்கு மட்டுமல்லாமல் இதர செலவுகளுக்கும் உதவி செய்து வந்தார்.

சிவேந்திரன் படித்து முடித்தவன் தன் அக்கா சுந்தரிக்கு திருமணம் நடக்கும் முன் வெளிநாட்டுக்கு சென்றான். கசிவேந்திரன் கண்ணகிக்கு ஒரே பிள்ளை மற்ற பிள்ளைகள் எல்லாம் பெண் குழந்தைகள் என்பதால் அவனை மிகவும் செல்லமாக வளர்த்தார் கண்ணகி

சாப்பிட்ட இடத்திலேயே தட்டில் கை கழுவி விட்டு செல்வான் சிவேந்திரன்

சுந்தரி அதற்கு அதட்டினாலும் அவளை எதிர்த்துப் பேசி விட்டு சென்று விடுவான் ..

ஆனால் அவன் வெளிநாடு சென்ற பிறகு தன் சிறிய அக்கா சுந்தரிக்கு மன்னிப்பு கடிதம் எழுதினான்.." என்னை மன்னிச்சிடு சுந்தரி. நான் இங்க ரொம்ப கஷ்டப்படறேன்.. என்னுடைய வேலையை நானே தான் பாத்துக்கணும் ..இப்போதான் எனக்கு உன்னுடைய அருமை தெரியுது

." என்று மனம் உருகி எழுதினான்.

அந்த கடிதத்தை படித்த சுந்தரியும் கண்கலங்கியவள் தன் தம்பியை பார்க்க வேண்டும் என்று நினைப்பில் இருந்தாள். சிவேந்திரன் வெளிநாடு சென்றதற்கு இன்னொரு காரணம் சோமேஸ்வரன் தான் எப்பொழுதும் அவனை அடித்துக்கொண்டும் ,மிரட்டிக் கொண்டும் இருந்தார்.

இதை கண்ணகி எவ்வளவு தடுத்தும் அவருக்கும் சேர்த்து அடி விழும்.. சோமேஸ்வரன் மிகவும் கோபக்காரர்.

ஆனால் வரதராஜன் கோபக்காரராக இருந்தாலும் தன் பிள்ளைகளுக்கு கொடுக்க வேண்டிய மரியாதையை சரியாக கொடுத்து வந்தார். தவறு செய்தாலும் அவர்களை கண்டிக்கும் விதத்தில் கூட ஒரு அன்பு இருக்கும்.. அதனாலேயே தன் சித்தப்பாவான வரதராஜனை சிவேந்திரனுக்கு மிகவும் பிடிக்கும் .ஆனால் தன் அப்பாவின் மீது வெறுப்பை சுமந்து கொண்டு இருந்தான் சிவேந்திரன்.

வெளிநாடு சென்ற சிவேந்திரன் தன் அக்காவின் திருமணத்திற்கு திரும்பி வந்தான் .அவர்களின் திருமணம் முடிந்ததும் மீண்டும் வெளிநாட்டிற்கு பயணமானான் சிவேந்திரன். அவனின் வளர்ச்சிக்கு முக்கிய காரணம் மணிவண்ணனாகவே இருந்து வந்தார்.

சிவேந்திரன் சம்பாதித்துக் கொடுத்த பணத்தை வைத்து சோமேஸ்வரன் கொஞ்சம் கொஞ்சமாக தன் கடனை அடைத்து வந்தார் .பிறகு மணிவண்ணனும் அவரின் தம்பிகள் தர்மேந்திரன் ,சுரேந்திரன் இருவரும் சோமேஸ்வரனின் குடும்பத்திற்கு பணம் உதவி செய்து வந்தனர் ..அதை வைத்து தன் குடும்பத்தை நடத்தினார் சோமேஸ்வரன்.

சுசீந்திராவின் கணவர் அதாவது வரதராஜனின் இரண்டாவது அண்ணன் பிள்ளைகள் பிறந்ததும் சிறிது நாட்கள் கழித்து இறந்துவிட்டார்... சுசீந்திரா தன் இரு பிள்ளைகளையும், இரு பெண்களையும் கஷ்டப்பட்டு வளர்த்து வந்தார்.. அவரின் பெரிய மகள் சுஜாதா திருமணமாகி நன்றாக வாழ்ந்து கொண்டிருந்தாள்.. பெரிய மகனுக்கும் திருமணம் நடந்தது..

ஒரு பெண் தனியாக நின்று பிள்ளைகளை வளர்ப்பது என்பது அவ்வளவு சுலபமல்ல அல்லவா ?அப்படி இருந்தும் விவசாயத்தையும் பார்த்துக் கொண்டு தன் பிள்ளைகளையும் நன்றாக வளர்த்து பெரிய பெண்ணையும்

நல்ல இடத்தில் கட்டிக் கொடுத்திருந்தார் சுசீந்திரா.

சுந்தரி தன் மாமியார் வீட்டுக்கு சென்றவளுக்கு அங்கே அப்படி ஒன்னும் மகிழ்ச்சியான வாழ்க்கை கிடைத்துவிடவில்லை என்று போகப்போகத்தான் தெரிந்தது ..திருமணம் முடிந்து சிறிது நாட்கள் ஒழுங்காக இருந்த சிவபாலன் பிறகு குடித்துவிட்டு வீட்டிற்கு வருவார்.. இரவு தன் கணவனுடன் ஒரே அறையில் இருக்க பயந்தவள் ஒவ்வொரு நாளையும் ஒரு யுகமாக கடத்தி-னாள்.

சிவபாலன் குடித்துவிட்டு வந்து அவளை அடிப்பதும் தேவையில்லாதத வார்த்தைகளால் திட்டுவதும் அவளை சந்தேகப்படுவதுமாக இருக்க பகலில் கோதையோ அவள் எந்த வேலை செய்தாலும் அதில் குறைக் கூறிக்-கொண்டு இருந்தார்.

சுந்தரி மிகவும் பொறுமையாக தன் மாமியாருக்கு தன்னை புரிய வைத்-தவள் சமைப்பதில் மிகவும் கெட்டிக்காரியாக இருந்தாள்.

அவளின் சமையலுக்கு கோதையின் வீட்டில் உள்ள அனைவருமே அடிமையாகினர் என்று தான் கூற வேண்டும் .

கோதையின் மருமகன்களும் இங்கே வந்தால் சுந்தரியின் சமையலை சாப்பிட்டுவிட்டு அவளை பாராட்டி விட்டு தான் செல்வர்.

கோதையின் மகள்கள் சித்ரா ,மகேஸ்வரி இருவருமே தன் அம்மாவின் பேச்சை கேட்டுக் கொண்டு தன் அண்ணியிடம் ஒரு சில விஷயத்திற்கு சண்டை போட்டாலும் அவளின் சமையலை மனதார பாராட்டினர்.

இதில் இன்னும் ஒரு விஷயம் என்னவென்றால் சுந்தரி மட்டும் இல்லங்க அவங்க வீட்டில் உள்ள அவளின் சொந்த அக்கா ,தங்கை மட்டுமில்லாமல் சித்தப்பா மகள்களும் சமையலில் கெட்டிகாரிகள் தான் .அவர்களின் சமை-யலை அனைவருமே விரும்பி உண்பர்.

ஒரு பெண் எப்படி சமைக்கிறாள் என்பதை விடவும் அவள் சமைக்கின்ற பொருளை வீணாக்காமல் இருக்கிறாளா என்பது முக்கியம் அல்லவா ..?அந்த விதத்தில் சுந்தரி சமைப்பதில் மட்டுமில்லாமல் அதை தேவைக்கு ஏற்ப சரியான அளவு செய்வதிலும் திறமையானவளாக இருந்தாள்.இந்த விதத்தில் அவளின் அக்கா தங்கைகள் அனைவரையும் இவள் தோற்கடித்-திருந்தாள்.

சுந்தரியை மிக தொலைவில் கட்டிக் கொடுத்திருந்ததால் விசேஷங்க-ளுக்கு பத்திரிக்கை வைக்க உறவினர்கள் நிறைய பேர் அவளின் வீடு தேடி சென்று பத்திரிக்கை வைக்க மாட்டார்கள் .அழைப்பிதழை அனுப்பிவிட்டு அவளுக்கும் அவளின் கணவர், மாமனார் ,மாமியாருக்கும் ஃபோன் செய்து சொல்லுவார்கள்..

இந்த விதத்தில் சுந்தரிக்கு கொஞ்சம் மனம் வருத்தமாக தான் இருந்தது .'தன் வீட்டிற்கு யாரும் பத்திரிக்கை வரமாட்றாங்களே . ஏன் தான் இவ்வளவு தொலைவில் என்னை கட்டிக் கொடுத்தாங்களோ ?'என்று வருந்-

தினாள்.ஆனால் திடீரென்று அவளுக்கு ஒரு ஃபோன் வர அதில் மகிழ்ச்சியும் ,அதிர்ச்சியும் ஒரு சேர அடைந்தாள் பெண்ணவள்.

வர்ணம்- 39

சுந்தரிக்கு தன் அக்கா சுஜாதாவிடம் இருந்து போன் வந்தது ."சுந்தரி நான் உங்க ஊருக்கு வந்து இருக்கேன் உங்க வீட்டுக்கு எப்படி வரணும் அட்ரஸ் சொல்லு .."என்றார்.

அதை நம்ப முடியாத சுந்தரி "அக்கா என்ன சொல்றீங்க உண்மையா தான் சொல்றீங்களா ?அச்சோ அக்கா என்னால நம்பவே முடியலையே .?"என்று கத்தி ஆர்ப்பாட்டம் செய்தாள்.

"ஆமாண்டி மாமா ஒரு வேலை விஷயமா இந்த ஊருக்கு வந்தாங்க .அப்படியே நானும் பிள்ளைகளும் வந்திருக்கோம் .சீக்கிரமா அட்ரஸ் சொல்லு.." என்றதும் அவருக்கு தன் வீட்டின் விலாசத்தை கொடுத்தவள் ஏற்கனவே பாதி சமைத்து முடித்தவள் தன் அக்கா குடும்பம் வருவதாக தன் மாமியாரிடம் சொல்லிவிட்டு அவசர அவசரமாக மீதி சமையலை முடித்தாள்.

சுஜாதா தன் குடும்பத்துடன் வந்து இறங்க சுந்தரி நீண்ட நாள் கழித்து தன் பெரியம்மா மகளை பார்த்தவள் ஓடி சென்று தன் அக்காவை கட்டிக்கொண்டு பிள்ளைகளையும் ,மாமாவையும் நலம் விசாரித்து வீட்டுக்குள் அழைத்து வந்தாள்.

பிறகு சிறிது நேரம் பேசி முடித்தவர்கள் சாப்பிட அமர சுஜாதா அங்கே இருக்கும் பதார்த்தங்களை பார்த்தவள் ஆச்சரியப்பட்டு தான் போனாள்.

சுந்தரி நன்றாக சமைப்பாள் என்று தெரியும்.

ஆனால் இவ்வளவு பதார்த்தங்களை இவ்வளவு சீக்கிரத்தில் செய்ததோடு மட்டுமல்லாமல் எதிலும் மீதம் இருக்காதுவாறு செய்து இருப்பதை பார்த்தவள் தங்கை சுந்தரியை மனதார பாராட்டினாள்.

சுஜாதாவின் கணவர் மாணிக்கம் ,"சுந்தரி பரவாயில்லமா எவ்ளோ பதார்த்தம் செய்திருக்க எல்லாமே ரொம்ப சுவையா இருக்கு ,அதே நேரம் அனைத்துமே தேவைக்கேற்ப இருக்கு ,எதையும் எடுத்து கொட்டாத அளவுக்கு செய்து இருக்க, அனைவரும் சாப்பிட்டு முடித்ததும் பதார்த்தங்கள் காலி ஆகிடுச்சு.. எனக்கு ரொம்ப ஆச்சரியமா இருக்கு...

உன் அக்கா எதை செய்தாலும் பெரிய பெரிய பாத்திரத்தில் செய்து வச்சிட்டு அது மறுநாள் வரை மீதம் இருக்கும் ..நீ அப்படி இல்ல.." என்று அவரும் பாடினார்.

"ஏங்க என் தங்கச்சியை புகழ்ந்து சொல்லுங்க ..நான் வேணாம் சொல்லல.. கூடவே என்னையும் குறை சொல்லலாமா..? என்னை குறை சொல்லாம உங்களுக்கு தூக்கமே வராது அப்படித்தானே ..?"என்றாள் சுஜாதா.

"உண்மைய சொன்னா ஏத்துக்கனும் டி .நீ செய்யறதை தானே நான் சொல்றேன். ஏன் இதோ உன் பிள்ளைகள் இருக்காங்களே.. அவங்க கிட்ட கேட்டு பாரு அவங்களே சொல்லுவாங்க..."என்றார் மாணிக்கம்.

இப்படி வெளியே வந்தும் டாம் அண்ட் ஜெர்ரி ஆக இருக்கும் தங்கள் அம்மா அப்பாவின் பேச்சு வார்த்தையை கேட்ட லோகேஸ்வரனும் ,கனிஷ்காவும் தலையெழுத்தே என்று அமர்ந்திருக்க .,அவர்களின் சிறிய மகள் எழிலரசி "வந்த இடத்தில் கூட இரண்டு பேரும் அமைதியாக இருக்க மாட்டீங்களா ஏன் தான் இப்படி பண்றீங்களோ தெரியல..?" என்றவள்..

"சித்தி உங்க சமையலைப் பாராட்ட வார்த்தையே இல்ல..அவ்வளவு அருமையா செய்து இருக்கீங்க.. எங்க அம்மா எல்லாவற்றிலும் நெய்யும் ,எண்ணெயும் அதிகமா ஊத்தி செய்வாங்க.. கேட்டா அப்பதான் சுவை அதிகமாக இருக்கும் சொல்வாங்க.. ஆனா நீங்க எல்லா பதார்த்தங்களிலும் திட்டமா எண்ணெய் மட்டும் இல்லாமல காரம் உப்பு அனைத்துமே சரியான அளவில் உபயோகப்படுத்தி இருக்கீங்க ..சமையல் டேஸ்ட் அவ்வளவு சூப்பரா இருந்துச்சு ,சித்தப்பா நீங்க ரொம்ப கொடுத்து வைத்தவர் தான் போங்க .."என்றாள்.

சிவபாலன் திடீரென்று அச்சிறுப்பெண் தன்னிடம் பேசியதும் என்ன சொல்வது என்று தெரியாமல் விழித்தவன் தன் மனைவியை பார்க்க அவளோ தன் கணவனை வெறுமையுடன் பார்க்க அதில் கீழே குனிந்தவன் ,"ஆமாம் பாப்பா "என்று அத்துடன் முடித்து விட்டான்..

இதையெல்லாம் பார்த்த மாணிக்கத்துக்கும் சுஜாதாவுக்கும் ,'இவங்க சந்தோஷமா வாழறாங்களா இல்லையா? என்று சந்தேகம் ஏற்பட்டது.

"எழில் உங்க அம்மா எப்படி சமைப்பாங்க தெரியுமா ?நாங்க ஒரு சில விஷயத்தை அதாவது சமையல் சூட்சமங்களை உங்க அம்மாகிட்ட தான் கத்துக்கிட்டோம்.. எங்க எல்லாருக்கும் உங்க அம்மாவுடைய கைவண்ணம் தான். அவங்கள போய் இப்படி சொல்லிட்டியேமா?" என்று சிரித்துக் கொண்டே கூறினாள் சுந்தரி.

எழிலரசி,"அதான பார்த்தேன் அக்கா தங்கச்சி நீங்க ஒருத்தரை ஒருத்தர் விட்டுக் கொடுக்க மாட்டீங்களே. கடைசில ஏமாந்து நிற்பது நாங்களா தான் இருப்போம்.."

"ஆமாண்டி பின்னே உன்னை ,உன் அக்காவை மாதிரி எப்ப பாரு அடிச்சுக்கிட்டே இருப்பாங்களா ..?என் தங்கச்சி என்னை மாதிரி தான் இருப்பா .. என்றவள் சுந்தரி அது கிடக்கு சில்வண்டு நீ வா நாம உள்ளே போகலாம்.." என்றாள் சுஜாதா.

அதுவரை அமைதியாக இருந்த லோகேஸ்வரனும், கனிஷ்காவும் தன் அம்மா தன் தங்கையை சில்வண்டு என்று கூறியதும் விழுந்து விழுந்து சிரித்தனர்.அதை பார்த்த எழிலரசி கோபம் கொண்டவள் தன் அம்மாவை முறைத்தவள் தன் அக்கா ,அண்ணனிடம் சண்டை போட அங்கே ஒரு

கலவரமே நடந்தது.

மாணிக்கம் தன் மக்களின் அட்டகாசத்தை பார்த்தவர் எழுந்து வந்து அவர்களை மிரட்டி அமைதியாக உட்கார வைத்தார்.

சுஜாதா என்னதான் சந்தோஷமாக அன்றைய நாளை கடத்தினாலும் ,தன் தங்கையின் முகத்தில் இருக்கும் வாட்டம் அவளை பாடாய்ப் படித்துக் கொண்டே இருந்தது.. சுந்தரி வான்மதி தேவியை போன்ற குணம் படைத்தவள் தன் மனதில் எது பட்டாலும் அதை உடையவர்களிடம் உடனடியாக கேட்டு தன் சந்தேகத்தை தீர்த்துக் கொள்வாள்.

பெரியவர்கள் மதியம் உணவை முடித்து சிறிது நேரம் ஓய்வெடுக்க பிள்ளைகள் விளையாடிக் கொண்டிருந்தனர்.சுஜாதா தன் கணவனையும் ஓய்வெடுக்க சொல்லியவள் தன் தங்கையை தேடி சமையலறை சென்றாள் .

சுந்தரி தன் தமக்கையை கண்டவள் ,"அக்கா என்னக்கா ஏதாச்சும் வேணுமா? கொஞ்ச நேரம் ரெஸ்ட் எடுங்க .நான் இந்த வேலையை முடிச்சிட்டு காபி போட்டு எடுத்துட்டு வரேன்..."

"ஏதே காபியா அடியே சாப்பிட்டு கொஞ்ச நேரம் ஆகுது ..அதுக்குள்ள காபி குடிக்க சொல்ற.. உங்க மாமா ஏற்கனவே நான் குண்டு குண்டு சொல்லி வெறுப்பேத்திட்டு இருக்காரு.. இந்த லட்சணத்துல நீ காபி கொடுத்தா அதுக்கும் ஏதாவது ஒரு கதை எடுப்பாரு ..அது சரி நீ சந்தோஷமா இருக்கியா சுந்தரி .எதுவா இருந்தாலும் என்கிட்ட உண்மையைச் சொல்லு..."

"உங்களுக்கு என்ன அக்கா அதில் சந்தேகம் .நான் சந்தோஷமா தான் இருக்கேன். மாமி மாமா என்கிட்ட நல்ல விதமா நடந்துக்கறாங்க. எனக்கு இதுக்கு மேல என்ன வேணும் சொல்லுங்க.."

"மாமி, மாமாவ விடுடி. உன் புருஷன் உன்கிட்ட எப்படி நடந்துக்கறான் அதை சொல்லு உங்களுடைய பார்வை பரிமாற்றமே சரி இல்லையே .என்னை நீ உன் கூட பொறந்த அக்காவா நினைச்சு சொல்லு புரியுதா..?"

"அக்கா என்ன இப்படி சொல்றீங்க

கூட பிறந்த அக்கா தான் பாசமா இருப்பாங்களா என்ன ?அவங்கள விட நீங்க வான்மதி தேவி அக்கா ,வானதி தேவி என் மேல அவ்ளோ பாசமா இருக்கீங்க .எனக்கு அது தெரியும் .ஆனா அக்கா அது எப்படி சொல்றது தெரியல விடுங்க அக்கா ..என்னுடைய தலையெழுத்து எப்படியோ அப்படியே நடக்கட்டும்.."

"என்ன சொல்ற சுந்தரி நீ. என்ன விஷயமா இருந்தாலும் என்கிட்ட மறைக்காம சொல்லு, என்னால் முடிந்த உதவியை செய்யறேன்.."

"என்னத்த அக்கா சொல்றது .அந்த மனுஷன் தினமும் குடிச்சிட்டு தான் வீட்டுக்கு வராரு . தினம் தினம் அடி உதைதான். அதெல்லாம் போதாதுன்னு என்னை சந்தேகப்படறார் ..என்னால நிம்மதியா இருக்கவே முடியல ..இந்த மாதிரி வாழ்க்கை வாழ எனக்கு பிடிக்கவே இல்லை.. வானதி தேவியை நினைக்கும்போது எல்லாம் எனக்கு ஆச்சரியமாக இருக்கும்

எப்படி அவ மாமியார் வீட்ல சகிச்சுகிட்டு வாழறான்னு இதுக்கே எனக்கு மாமியார், மாமனார் கொஞ்சம் பரவாயில்லை வீட்டுக்காரர் மட்டும்தான் பிரச்சனை ...

ஆனால் அவளுக்கு எல்லாமே பிரச்சனை தான்

இருந்தாலும் அதையெல்லாம் பொறுத்துக்கிட்டு வாழ்ந்து ஜெயிச்சு காட்டிட்டா.. அவளை உதாரணமாக வைத்து தான் நானும் வாழ்ந்துட்டு இருக்கேன் .. வேற என்ன அக்கா பண்ண முடியும்.. எங்க அப்பா இருக்கிற லட்சணத்தில் நான் கோபித்துக் கொண்டு போய் என் அம்மா வீட்டுல உட்கார முடியுமா என்ன..?"என்று கண்கலங்கினாள் பெண்ணவள் .

"என்ன சொல்ற சுந்தரி இவ்வளவு நடக்குதா இதெல்லாம் உங்க அம்மா அப்பாக்கு தெரியுமா தெரியாதா? உன் புருஷனுக்கு என்ன அப்படி கேடு வந்தது ..ஒழுங்கா உன் கூட குடும்பம் நடத்த வேண்டியதுதானே ?அவன் என்ன ஜென்மமோ தெரியல .அப்போதே சரோஜா சித்தி புலம்பிக்கொண்டே இருந்தாங்க. இந்த பெண்ணை அவனுக்கு போய் கொடுக்கறாங்களே .. தெரிஞ்சும் அவளை பாழங்கிணற்றில் தள்ளறாங்க. இவங்க எதையும் யோசிக்கவே மாட்டாங்களா என்று சொல்லிட்டு இருந்தாங்க அவங்களுடைய பயம் இப்போ உண்மையாகிடும் போல இருக்கே ..சரி என்ன முடிவு எடுக்கப் போற இப்படியே எத்தனை காலம் வாழ முடியும் சொல்லு..."

"இதில் முடிவு எடுக்க என்ன அக்கா இருக்கு ஒரு பிள்ளை பிறந்தால் எல்லாம் சரியாகிடும் விடுங்க.."

"என்னடி வயசான கிழவி மாதிரி பேசுற .வாழ வேண்டிய வயதில் இவ்வளவு கஷ்டத்தை அனுபவிக்கணும் சொல்லி உனக்கு தலை எழுத்தா என்ன ? ஒரு பிள்ளை பிறந்துட்டா எல்லாம் சரியாகிடுமா ?இப்படியே நினைச்சுகிட்டு இரு நினைப்புதான் பிழைப்பை கெடுக்குமாம்.

பிள்ளை பிறந்ததும் உன் புருஷன் திருந்திடுவானா என்ன.?

" என்ன பண்றது என்ன பெத்தவங்க அதை தானே சொல்றாங்க

போன முறை எங்க அம்மா இங்க வந்தப்போ நான் இங்க நடந்ததை சொல்லி அழுதேன் .

அதுக்கு அவங்க ஒரு பிள்ளை பிறந்துட்டா எல்லாம் சரியா போயிடும் .நீ அவன்கிட்ட அனுசரிச்சு போறதை தவிர வேற வழி இல்ல .நாட்டுல குடிக்கிறவன் எவனும் கிடையாதா..? உன் அப்பா மட்டும் என்ன அப்படியே ஒழுக்கமா இருக்காரா..? அவர் கூட எல்லாம் நான் வாழலையா இதையெல்லாம் ஒரு காரணமா சொல்லி அந்த பக்கம் வந்துடாத...

நாங்க இரண்டு பேர் மூன்று வேலை சாப்பிடுவதே அங்க பெரிய விஷயமா இருக்கு, இந்த லட்சணத்தில் நீயும் அங்க வந்துட்டா உன் அண்ணன்கள் மூணு பேரும் அதை காரணம் காட்டியே பணம் கொடுக்க மாட்டாங்க .புரிந்து நடந்துக்கோன்னு சொல்றாங்க அக்கா. இந்த மாதிரி பெத்தவங்கள வச்சுட்டு நான் என்ன பண்ண முடியும்.."

"சரி பெரியப்பா என்ன சொன்னாரு.."

"அக்கா அம்மாவே இப்படி சொல்லும் போது அவர் மட்டும் என்ன சொல்ல போறாரு

அவரும் இதேதான் சொல்லிட்டு போனாரு.."

"சோமேஸ்வரன் பெரியப்பா எதுக்கு தான் இப்படி இருக்காருன்னு தெரியல .அவர்தான் அப்படி இருக்காரு .ஆனால் உங்க அம்மாவுக்கு எங்க போச்சு புத்தி ..

இந்த விஷயத்தில் வரதராஜன் சித்தப்பாவும் ,சரோஜாதேவி சித்தியும் வானதி தேவிக்கு எவ்வளவோ உறுதுணையா இருந்தாங்க

அதே நேரத்தில் அவளை மீண்டும் கணவர் கூட வாழவும் வச்சாங்க .ஆனா உங்க அம்மா, அப்பா எதுக்கு தான் இப்படி பண்றாங்களோ தெரியல.. என்றவள் இன்னும் ஒரு விஷயத்தை கூற சுந்தரி தன் அக்கா வானதி தேவியை நினைத்து பெருமைப்பட்டாள்.

வர்ணம்-40

சுஜாதா,"வானதி தேவி அவ மாமியாருக்கு கேன்சர் தானே? அதனால தன் மாமனார் மாமியாருடன் ஒரே வீட்டில் வசிக்க முடிவு செய்து இருக்கா போல .அவ அளவுக்கு நம்ம வீட்ல யாரும் பொறுமைசாலி கிடையாது.."என்றாள்.

சுந்தரி,"பாருங்களேன் அக்கா அவளை பார்க்கும்போது என் வாழ்க்கை எவ்வளவோ பரவாயில்லன்னு தோணுது.

சரி சிதம்பரத்திலிருந்து வானதி தேவி அவங்க மாமியார் ஊருக்கு வந்துட்டாளா ? கிருபராஜன் மாமாவோட படிப்பு முடிஞ்சிடுச்சா..?"

" இன்னும் இரண்டு மாசத்துல முடியப்போகுதுன்னு சரோஜா சித்தி சொன்னாங்க. அப்புறம் அவள் ஊருக்கு வந்துடுவா சுந்தரி.."

"ஓஹோ அப்படியா அக்கா

சரி அவள் சந்தோஷமா இருந்தா போதும் .." என்றாள் சுந்தரி.

சுஜாதா தன் குடும்பத்துடன் மீண்டும் ஊருக்கு பயணமானவள் தன் கணவனிடம் சொல்லி தன் அம்மா ஊருக்கு சென்றாள்.

திடீரென்று வந்த தன் மகளைப் பார்த்த சுசீந்திரா மகிழ்ச்சியடைந்தவர் தன் மருமகனையும் ,மகளையும் வரவேற்று பேரப்பிள்ளைகளுக்கு பிடித்த சமையலை தன் சிறிய மருமகள் மாளவிகாவை செய்யச் சொன்னார்.

மாளவிகா சுஜாதாவின் ஊர் தான் . சுஜாதா தன் தம்பி வேலனுக்கு தன் மாமியார் ஊரிலே பெண் எடுத்தார் .சுசீந்திராவின் வீட்டை பொருத்தவரை சுஜாதா சொல்வது அனைத்தும் உடனடியாக நிறைவேற்றப்படும் .அதிலும் சுஜாதாவுக்கு தன் தம்பி வேலன் என்றால் அவ்வளவு உயிர் தன் மகனைப் போல பார்த்து வந்தார் வேலனை சுஜாதா .

சுஜாதா தன் பெரியம்மா கண்ணகியை பார்க்க அவர் வீட்டுக்கு சென்றாள்.

கண்ணகியும் ,சோமேஸ்வரனும் படம் பார்த்துக்கொண்டு சிரித்துக் கொண்டு அமர்ந்திருக்க அதை பார்த்த சுஜாதா ,"இவங்களுக்கு கொஞ்சம் கூட தன் பெண் இப்படி ஒரு வாழ்க்கை வாழறாளே என்ற குற்ற உணர்ச்சியே இல்லையா? கட்டிக் கொடுத்தால் போதும் என்று அவளை இப்படி ஒருவனுக்கு திருமணம் செய்து கொடுத்துட்டாங்களே ..?'என்று நினைத்து கோபம் வரப்பெற்றாள்.

சுஜாதா ,"பெரியம்மா என்ன பண்றீங்க படம் பார்த்துட்டு இருக்கீங்களா ..சாப்டீங்களா எல்லா வேலையும் முடிஞ்சுதா..?

"கண்ணகி அடடா சுஜாதா வா வா. நீ எப்ப வந்த.. இப்ப பிள்ளைகளுக்கு லீவும் கிடையாது .திடீர்னு வந்து இருக்கியே .. லீவு விடாம உன் வீட்டுக்காரர் உன்னை அனுப்ப மாட்டாரே என்னமா ஏதாவது பிரச்சனையா சொல்லு.."என்று பதறியவரை பார்த்தவள் தன் பெரியப்பாவை பார்த்தாள்.

"வாமா சுஜாதா நீ பேசிட்டு இரு

நான் கொஞ்சம் டீக்கடை வரைக்கும் போயிட்டு வரேன் என்றவர் ஏண்டி பிள்ளை வந்திருக்கே அதுக்கு ஏதாவது சாப்பிட கொடுக்காம விசாரிச்சுக்கிட்டு இருக்க ,லீவு விட்டா தான் பிள்ளைங்க வரனுமா .அம்மாவை பார்க்கணும் தோன்றி இருக்கும் வந்திருப்பா போய் பிழைப்பை பாருடி .."என்று தன் மனைவியை திட்டியவர் வெளியே கிளம்பினார் .

சோமேஸ்வரனுக்கு இதுதாங்க வேலை..ஒன்று வீட்டில் உட்கார்ந்து நாடகமும், படமும் பார்ப்பது. அப்படி இல்லை என்றால் தெரு முக்கூட்டில் உள்ள டீக்கடைக்கு சென்று அங்கே கதை அளந்து கொண்டு இருப்பது...

"பெரியம்மா நான் இப்படி திடீர்னு வந்ததும் நீங்க இப்ப்டி பதட்டம் அடையறீங்களே ..ஆனா அங்க உங்க சின்ன பொண்ணு சுந்தரியை கட்டி கொடுத்து இருக்கீங்களே.. அவ எப்படி வாழறா உங்களுக்கு தெரிஞ்சும் ஏன் இவ்வளவு அமைதியா இருக்கீங்க. கட்டி கொடுத்துட்டா உயிர் போற நிலைமை வந்தாலும் அங்கே இருந்து அவள் உயிரை விடனுமா சொல்லுங்க.."என்ற சுஜாதாவின் திடீர் வார்த்தை தாக்குதலில் அதிர்ச்சியுடன் கண்கள் கலங்க அவளை பார்த்தார் கண்ணகி.

"என்ன சுஜாதா இப்படி சொல்லிட்ட ,என்ன பண்றது அவனுக்கு பெண்ணை கொடுக்க கூடாதுன்னு நினைச்சேன் .வேற வழி இல்லாம தான் நானும் கொடுத்தேன் .இவளுக்கு வேற எந்த இடமும் அமையலையே ..பானுமதிக்கு பாரு மிலிட்டரில வேலை செய்ற மாப்பிள்ளை அமைஞ்சது நல்லபடியா கட்டி கொடுத்து நல்லா வாழ்ந்துட்டு இருக்கா ..பெரியவ கௌசல்யாவுக்கு விவசாய மாப்பிள்ளையை கட்டி கொடுத்தாலும் அவளும் ஓரளவுக்கு நல்லாதான் வாழறா...

இரண்டாவது பொண்ணு வெண்மதியும் எவ்வளவு கஷ்டம் வந்தாலும் இதுவரை பொறுத்துக் கொண்டுதான் வாழறா .அப்படி இருக்கும்போது இவளை மட்டும் நான் வீட்டில் கொண்டு வந்து உட்கார வைக்க முடியுமா சொல்லு ,ஒவ்வொருத்திக்கும் ஒவ்வொரு கஷ்டம் தான்.

பெண்களா பிறந்தா இதையெல்லாம் நாம சகிச்சுக்கிட்டு தான் வாழனும் .என்ன பண்றது இப்ப உங்க பெரியப்பா பண்ணாத அட்டூழியமா உனக்கு தெரியாதா என்ன?"

சுஜாதா,"எனக்கு புரியுது பெரியம்மா .வெண்மதி வீட்டில் எவ்வளவு கஷ்டத்தை பார்த்தாலும் அவள் உள்ளுக்குள் ஆயிரம் வேதனை இருந்தாலும் வெளியே காண்பிக்காமல் வாழ்ந்துட்டு இருக்கா அவளின் மாமியார் பற்றி நானும் கேள்விப்பட்டு இருக்கேன் .இருந்தாலும் அவள் பிள்ளை குட்டிகளோடு நல்லா வாழறா.

ஆனால் நம்ப சுந்தரி திருமணமாகி கொஞ்ச நாட்கள் கூட ஆகல .அதுக்குள்ள அவளுடைய முகம் களை இழந்து போய் இருக்கு.. ஏதோ வயசானவங்க வாழ்ந்து கெட்டவங்க பேசுற மாதிரி பேசுறா.. நம்ம வீட்டில் கடைக்குட்டி அவ தானே எவ்வளவு சுதந்திரமா பட்டாம்பூச்சி போல சுத்திட்டு இருந்தா அவள் இப்படி இருக்கிறது எனக்கு பிடிக்கல பெரியம்மா. மனசுக்கு கஷ்டமா இருக்கு..

இங்கே இருக்கும்போதும் அவளுக்கு அவ்ளோ வேலை இருந்துச்சு ,இப்போ அங்கே இதை விடவும் அதிகமா வேலை செய்றா.. வீட்டில் சமையல் வேலை செய்வது மட்டுமில்லாமல் தையல் கத்துக்கிட்டு தைக்கவும் செய்றா.. மதியம் கொஞ்சம் நேரம் கூட அவளுக்கு ஓய்வு எடுக்க நேரமில்ல. எனக்கு அதுதான் ரொம்ப வேதனையா இருக்கு ,அதனால்தான் என் மனசில் உள்ளதை சொன்னேன் தப்பா எடுத்துக்காதீங்க பெரியம்மா.."

"நீ சொல்றது எனக்கு புரியுதும்மா நீயே இவ்வளவு யோசிச்சா அவளை பெத்தவ நான் எவ்வளவு யோசிப்பேன். அவளை நான் எவ்வளவு செல்லம்மா வளர்த்தேன் உனக்கு தெரியாதா.? ஏதோ அவளோட போதாத நேரம் இப்போ கஷ்டப்படறா..

ஆனால் கூடிய சீக்கிரத்தில் அந்த சிவபாலன் திருந்தி என் பொண்ணை புரிந்துகொண்டு அவளோட சந்தோஷமா வாழ்வான் என்ற நம்பிக்கை எனக்கு இருக்கு ,,அவனும் அடிப்படையில் ரொம்ப நல்ல பையன் தான் மா .என் தம்பி பிள்ளையை பத்தி எனக்கு தெரியாதா..? அதனால் தான் நானும் இந்த திருமணத்திற்கு சம்மதம் சொன்னேன் .."

"சரிங்க பெரியம்மா இருந்தாலும் அவள் திருமணமானதிலிருந்து ஒரு தடவை மட்டும் தான் இங்கே வந்து போய் இருக்கா போல ,நீங்க இன்னும் ஒரு தடவை அவளை அழைச்சிட்டு வாங்க அதுவும் நாங்க எல்லோரும் பிள்ளைகளோட வரும்போது அழைச்சிட்டு வாங்க அப்பதான் அவளுக்கும் ஒரு மாற்றம் இருக்கும்... நான் கிளம்புறேன் பெரியம்மா.. இன்னும் கொஞ்ச

நேரத்தில் ஊருக்கு கிளம்பனும். நான் விடுமுறை விட்டதும் வரேன்.." என்று சுஜாதா கிளம்பினாள்.

அவள் தன் அம்மா வீட்டுக்குச் செல்ல அவளின் பெற்ற மூன்று முத்துக்களும் ,"எங்களை விட்டுட்டு எதுக்குமா போனீங்க .நாங்க போய் சரோஜா பாட்டியையும், கண்ணகி பாட்டியையும் பார்த்துட்டு வரோம் என்றவர்கள் தன் தாத்தா பாட்டிகளை பார்த்து அவர்களிடம் ஆசிர்வாதம் வாங்கி அவர்களிடம் சிறிது நேரம் பேசிவிட்டு கிளம்பினர் .

லோகேஸ்வரன் மிகவும் படிப்பாளி என்று நாம் ஏற்கனவே பார்த்திருக்கிறோம் .அவன் விடுமுறைக்கு வருவது என்பது அவ்வளவு சுலபமான விஷயமல்ல .வருடத்திற்கு ஒரு முறை கூட இப்பொழுதெல்லாம் அவன் இங்கே வருவதில்லை. மருத்துவராக வேண்டும் என்று அயராது உழைத்தான் லோகேஸ்வரன்.

ஆனால் சுஜாதா தன் மகனை தன் கணவரிடம் ஒப்படைத்துவிட்டு தன் மகள்களை அழைத்துக் கொண்டு விடுமுறைக்கு வந்து விடுவாள் .அப்பொழுது கௌசல்யா வான்மதி தேவி அனைவரும் தன் பிள்ளைகளை அழைத்துக் கொண்டு வர பிள்ளைகள் மகிழ்ச்சியாக விடுமுறை காலத்தை அனுபவிப்பர்.

கண்ணகியின் இரண்டாவது மகள் வெண்மதி தேவி இவள் அடிப்படையில் அமைதியான குணம் படைத்தவள். அதாவது வானதி தேவி போல அமைதியானவள் .அவளுக்கு தன் அப்பா தன் சித்தப்பாக்கு எதிராக நடந்து கொள்வது எப்பொழுதுமே பிடிக்காது .அதனால் அவள் அப்பாவிடம் சரியாக பேசவும் மாட்டாள்.

வெண்மதி தேவியை தூரத்து சொந்தத்தில் கட்டிக் கொடுத்தனர்

கட்டிக் கொடுத்தனரே தவிர பிறகு அவள் எப்படி இருக்கிறாள் என்று யாரும் எட்டி கூட பார்த்ததில்லை .காரணம் அவள் எதையும் சமாளித்துக் கொள்வாள் .எது நடந்தாலும் அமைதியாக இருந்து விடுவாள் என்ற எண்ணத்தில் இருந்தனர் அவளின் பெற்றோர்..

வெண்மதி தேவியின் மாமியார் மளிகை சாமான்களை பீரோவில் வைத்து பூட்டி விடுவார் .தினமும் காலையில் எழுந்து அவர் எவ்வளவு அளவு எடுத்துக் கொடுக்கிறாரோ அதை வைத்து தான் வெண்மதி தேவி சமைக்க வேண்டும் .அவர் கொடுக்கும் அளவு மிகவும் குறைவாக இருக்க வேற வழி இல்லாமல் சமைத்தவள் அனைவரும் உண்டு மீதம் இருந்தால் சாப்பிடுவாள் இல்லை என்றால் தண்ணீர் குடித்துவிட்டு படுத்து விடுவாள். ஒரு சில நேரம் சாதம் வடித்த கஞ்சியை உப்பு போட்டு குடிப்பாள்.

ஆனால் பிள்ளைகள் பிறந்த பிறகு ஐந்து நபராக மாற உணவு பற்றாக்குறை ஏற்பட்டது .

பிள்ளைகள் பிறக்கும் வரை பொறுத்துப்போன வெண்மதி பிள்ளைகள் பிறந்தவுடன்,"அத்தை இதை வைத்து சமைக்கிறது பத்தவே இல்ல..

இத்தனை நாள் பிள்ளைகள் கிடையாது .ஆனால் இப்போ பிள்ளைகளும் இருக்காங்க அவங்களுக்கு சத்தான உணவா கொடுக்கனும்.." என்று கூற அதற்கு அவளின் மாமியார் மறுத்துவிட்டார்.

"இங்க பாரு வெண்மதி நான் சொன்னதை மட்டும் செய் தேவையில்லாம பேசாத .. சின்ன குழந்தைங்க எவ்வளவு சாப்பிட போகுது ரொம்ப கம்மியா தான் சாப்பிடுவாங்க..பிள்ளைகளுக்கு வேண்டுமானால் நான் இன்னும் கொஞ்சம் அதிகம் கொடுக்கிறேன் .."

என்று கூற இவளும் எதிர்பார்ப்புடன் காத்திருக்க ஏற்கனவே கொடுத்ததை விட கொஞ்சம் அதிகமாக கொடுத்தார். ஆனால் அதுவும் பத்தாதே.. என்று இவள் வாதம் செய்ய பிரச்சனை வர ஆரம்பித்தது.

இவ்வளவு நாள் அமைதியாக இருந்த தன் மருமகள் இப்பொழுது இப்படி பேசியதும் கோபம் கொண்ட வெண்மதியின் மாமியார் அவளை மிகவும் வசைபாட ஆரம்பித்தார்.

இதை யாரிடம் சொல்வது என்று யோசித்த வெண்மதி தன் கணவரிடம் சொன்னாலும் ஒரு பிரயோஜனம் இருக்கப் போவதில்லை என்று நினைத்தவள் இருந்தாலும் மனைவிக்கு என்றால் சுரணை இல்லாமல் இருப்பவர் பிள்ளைகளுக்காவது செய்வாரா என்று நினைத்தவள் தன் கணவனிடம் விஷயத்தை கூறினாள்.

வெண்மதியின் கணவர் வேலாயுதம் தன் மனைவி சாப்பிட்டாளா இல்லையா என்றெல்லாம் கேட்க மாட்டார் .அவர் வயிறு நிரம்பியதும் நன்றாக உறங்கி காலை எழுந்து எப்பொழுதும் போல் தன் பணியை செய்வார்.

"அம்மா பிள்ளைகளுக்கு செய்து கொடுக்க தேவையானதை கொடுக்க வேண்டியது தானே ?போன வாரம் கூட வாங்கிட்டு வந்து மளிகை சாமான் கொடுத்தேனே அவளுக்கு தேவையானதை கொடும்மா .."என்று வயல்வெளிக்கு சென்று விட்டார் வேலாயுதம்.

"ஏண்டி என் பிள்ளைகிட்ட சொன்னா மட்டும் அவன் என்ன திட்டுவான் நினைச்சியா போடி போய் வேலையை பாரு .."என்றார் தனலட்சுமி.

' அம்மாவும் பிள்ளையும் கடைசி வரை திருந்தாதுங்க .என்ன ஜென்மங்களோ தெரியல .. இந்த ஆளு கிட்ட சொன்னதே சொல்லாமலே இருந்திருக்கலாம் சரியான மண்ணாங்கட்டி' என்று நினைத்தவள் இந்த குடும்பத்தின் முக்கியமானவரின் ஞாபகம் வர அவருக்கு கடிதம் போட்டாள்.

அடுத்து பூகம்பம் வெடிக்க காத்திருக்கிறது அதைக் காண தயாராகுங்கள் மக்களே..

வர்ணம் -41

நான்கு நாட்கள் கழித்து தனலட்சுமி எப்பொழுதும் போல் தன் மருமகளை அதிகாரம் செய்தவள் காபி எடுத்துக்கொண்டு வரச் சொன்னார்.. வெண்மதி

தேவி தன் மாமியாருக்கு காபி எடுத்துக் கொண்டு வர அதை ஒரு வாய் வைத்தவர் அதை கீழே துப்பினார். "இத்தனை வருஷமா காபி போடற இன்னும் உனக்கு ஒரு காபி ஒழுங்கா போட தெரியல

என்னதான் உங்க அம்மா உனக்கு சொல்லிக் கொடுத்து வளத்தாங்களோ தெரியல.." என்று வசைப்பாடிக் கொண்டிருக்க ,"அம்மா என்ன பேசுறீங்க நீங்க.." என்று குரல் கேட்க மருமகள் ,மாமியார் இருவரும் திரும்பி பார்த்தனர்.

அங்கே கைகளைக் கட்டிக் கொண்டு கம்பீரமாய் நின்றிருந்தார் பாண்டித்துரை.

பாண்டித்துரை தனலட்சுமியின் பெரிய மகன் .அவர் தனலட்சுமிக்கு மகனாக இருந்தாலும் தனலட்சுமி அவரைப் பார்த்தால் கொஞ்சம் பயப்படுவார் ..பாண்டித்துரை அப்படியே தன் அப்பாவின் குணத்தை பெற்றவர் .எங்கே அநீதி நடந்தாலும் தட்டி கேட்பவர் ,அதிலும் தன் வீட்டிலேயே தன் அம்மா தன் தம்பியின் மனைவியை கொடுமைப்படுத்துவது தெரிந்தும் எத்தனையோ தடவை தன் தம்பி மனைவியிடம் ,"நான் கேள்விப்பட்டது எல்லாம் உண்மையா வெண்மதி

எதுவாக இருந்தாலும் என்கிட்ட சொல்லு மா..நானும் உன் அக்காவும் உனக்கு உறுதுணையாக இருப்போம்.." என்று எவ்வளவோ கேட்டும் வெண்மதி இதுவரை தன் மாமியாரை பற்றி குறை கூறியது இல்லை.

அப்படிப்பட்ட பெண் இப்பொழுது தனக்கு கடிதம் எழுதி இருப்பதை பார்த்தவர் கோபத்தின் உச்சத்திற்கே சென்றார் பாண்டித்துரை .ஆம் இங்கு நடந்த அனைத்தையும் கடிதமாக எழுதி அனுப்பினாள் வெண்மதி.

அதிலும் தன் குழந்தைகளுக்கு சத்தான உணவு கொடுப்பதற்கு கூட சரியாக தன் மாமியார் மளிகை பொருட்களை காய்கறிகளையும் கொடுப்பதில்லை என்று எழுதியதை பார்த்த பாண்டித்துரைக்கு தன் அம்மாவின் புத்தி தெரிந்தாலும் இவ்வளவு கீழ்த்தனமாக நடந்திருக்க வேண்டாம் என்று நினைத்தவர் உடனடியாக ஊருக்கு கிளம்பினார்.

பொதுவாகவே பெண்கள் மனம் என்பது மிகவும் சாந்தமானது

தாய்மை உள்ளம் கொண்டது என்பார்கள். ஆனால் தனலட்சுமி போன்ற பெண்களும் இருக்கத்தான் செய்கிறார்கள் .

தினமும் அனைவருக்கும் சமைத்து போடும் தன் மருமகள் சாப்பிட்டாளா என்று இதுவரை ஒரு வார்த்தை கூட விசாரிக்காமல் மளிகை சாமான்களை பார்த்து பார்த்து கொடுத்து வந்தவர் இப்பொழுது தன் பேரன்பிள்ளைகளுக்கு சத்தான உணவு கொடுக்க வேண்டும் என்று மருமகள் கூறியும் இப்படி செய்தது தவறு இல்லையா..?

தனலட்சுமி பொறுத்தவரை குழந்தைகள் வெந்த சோற்றை மட்டும் சாப்பிட்டால் போதும் என்று நினைப்பவர் .அதனால் அவர் சாதம் வடிக்க மட்டும் தேவையான அரிசியை மட்டும் கொடுத்து விட்டால் தன் கடமையை

முடிந்தது என்று நினைத்து விட்டார். பருப்பு ,காய்கறிகள் இதையெல்லாம் கொடுக்க அவருக்கு எப்போதும் போல மனம் வரவில்லை..

பாண்டித்துரை கத்தியதும் தனலட்சுமி கால்கள் நடுங்க எழுந்து நிற்க அவரைப் பார்த்த வெண்மதிக்கு சிரிப்பு தான் வந்தது

இவளோ தன் மூத்தாரை (மூத்தார் என்றால் கணவனின் அண்ணன்)வரவேற்றவள் ஓடிச்சென்று தண்ணீர் எடுத்துக் கொண்டு வந்து கொடுத்தாள்.

"என்னம்மா முகம் ஏன் இப்படி போகுது ..என்னை இந்த நேரத்தில் நீங்கள் எதிர்பார்க்கலையா?என்றவர் எப்படி இருக்கீங்க உடம்புக்கு பரவாயில்லையா அம்மா.." என்று தன் அம்மாவை மென்மையாக நலம் விசாரித்தார் ..

பாண்டித்துரை கோபக்காரர் தான் .ஆனால் அதிலும் ஒரு மென்மை கலந்த கோபம் தான் இருக்கும் ..தான் வந்து அப்படி கத்தியதுமே தன் அம்மாவுக்கு உள்ளுக்குள் உதறி இருக்கும் என்று அவருக்கு நன்றாகவே தெரியும் .

ஆனாலும் தன்னை பெற்றவர் ஆச்சே அதனால் இப்பொழுது கோபத்தை குறைத்து பேச ஆரம்பித்தார்.

தனலட்சுமி,"நான் நல்லா இருக்கேன் தம்பி உன் பொண்டாட்டி நல்லா இருக்காளா? என்ன திடீர்னு வந்து இருக்க வரேன்னு சொல்லி ஒரு கடுதாசி கூட போடல..."

"ஏன்மா இது என்னுடைய வீடு நான் வரக்கூடாதா..?"

"அச்சோ அப்படி இல்ல தம்பி

உனக்கு இருக்கும் வேலையில விசேஷ நாட்கள் மட்டும் தானே இங்க வருவ ..இப்ப திடீர்னு வந்து இருக்கியே ஏதாவது முக்கியமான விஷயமா..?"என்று பேசியவர் தன் மருமகளை பார்த்தார்..

"ஆமா எனக்கு இப்பவும் வேலை இருக்கத்தான் செய்யுது..

ஆனா என்ன பண்றது நீங்கதான் என்ன இங்க வரும்படி செஞ்சிட்டீங்களே.. நீங்க ஒழுங்கா இருந்து இருந்தா நானும் என் வேலையை பார்த்துட்டு அமைதியா இருந்திருப்பேன்..."

"என்ன தம்பி சொல்ற. நான் என்ன பண்ணேன். நான் உண்டு என் வேலை உண்டுன்னு தானே இருக்கேன்.."

"நீங்க அப்படி இருந்திருந்தா பிரச்சனையே இல்லையே அம்மா .

எனக்கு திருமணம் முடிந்ததும் நான் சென்னைக்கு கிளம்பிட்டேன் .

வேலாயுதத்துக்கு திருமணம் முடிஞ்சு அவன் விவசாயம் பார்த்ததால் இங்க தானே இருந்தான்.

நீங்க அவன் பொண்டாட்டிய நடத்தும் விதம் ஒன்னும் சரியில்லையே .இத்தனை நாள் அவளை கொடுமைபடுத்தி இருக்கீங்க .. நான் எத்தனையோ முறை அதைப்பற்றி அவகிட்ட கேட்டும், ஒரு வார்த்தை கூட உங்களை அவள் குறை சொல்லல.

ஆனா இப்போ குழந்தைக்கு தேவையானதை கூட சரியா கொடுக்காம இருந்தா என்னம்மா அர்த்தம்.. இந்த வீட்டுக்கு தேவையான அனைத்தையும் நான் வாங்கி அனுப்புறேன் .இன்னும் என்ன பிரச்சனை உங்களுக்கு இன்னும் வேணும் கேட்டா நான் எப்பொழுதும் போல வாங்கி அனுப்ப போறேன். அப்படி இருக்க நீங்க ஏன் இப்படி பண்றீங்க .

சாப்பிட தான் சம்பாதிக்கிறோம் .அதையே சரியா செய்யாம என்னத்த வாரிட்டு போக போறோம் சொல்லுங்க .."என்றார் பாண்டித்துரை.

வெண்மதி தேவிக்கு தன் மூத்தார் அவர்தான் மளிகை பொருட்களை வாங்கி போடுகிறார் என்று சொன்னது அதிர்ச்சியாக இருந்தது .

இதனால் வரை தன் கணவரின் சம்பாத்தியத்தில் தான் தன் குடும்பம் நடக்கிறது என்று நினைத்தவளுக்கு இது அதிர்ச்சியாக தானே இருக்கும்..

வெண்மதி, "மாமா நீங்க என்ன சொல்றீங்க அப்போ இத்தனை நாள் நீங்க தான் இந்த வீட்டுக்கு மளிகை பொருட்கள் வாங்கி போட்டீங்களா..?"

பாண்டித்துரை,"ஆமாமா இது உனக்கு தெரியாதா ஏன் உன் புருஷன் சொல்லலையா.?*

"சொல்லல மாமா.."

"ஓ அப்படியா உனக்கு தெரியும் நெனச்சு தான் நான் இப்போ அதை பத்தி பேசினேன்

இதுவும் என் குடும்பம் தானே.. என் குடும்பத்துக்கு செய்றதுக்கு என்ன கஷ்டம் வந்திடப் போகுது .இனியும் வாங்கி போடுவேன். நீ ஒன்னும் கவலைப்படாத..உன் பிள்ளைகளை படிக்க வைத்து நல்ல உத்தியோகத்தில் அமர வைக்கவும் செய்வேன்.." என்று கூறினார்.

"ரொம்ப சந்தோஷம் மாமா. என் பிள்ளைகளுக்கு இப்போ தேவை சத்தான உணவு அது கிடைச்சாலே போதும். அவங்க நல்லா வளர்ந்தா ஆரோக்கியமா இருந்தா எனக்கு அதுவே போதும் மாமா ..பெரியவன் நல்லா படிக்கிறான். சின்னவனும் நல்லா படிக்கனும் இப்போ எனக்கு அதுதான் கஷ்டமா இருக்கு.."என்றாள்.

"அதெல்லாம் சரியா நடக்கும். நீ ஏன் கவலைப் படற . சின்னவன் முடிந்த அளவுக்கு படிக்கட்டும். படிப்பு மட்டுமே ஒருவனின் வாழ்க்கையை நிர்ணயிப்பது இல்ல..அவனுக்கு வேலை வாங்கி தருவது என் பொறுப்பு ..என்றவர் சொல்லுங்கம்மா ஏன் இப்படி பண்றீங்க அவங்க யாரு உங்க பேரனுங்க தானே..? எதுக்காக இப்படி பண்ணீங்க நீங்க..

சிக்கனம் பார்த்து என்ன பண்ண போறீங்க

.. இருப்பது ரெண்டு பிள்ளைங்க மட்டும் தான் அவங்களுக்கு செய்யாம வேற யாருக்கு செய்யப் போறோம்..

என்ன பாவம் செய்தேன்னோ தெரியல . எனக்கும் பிள்ளைகள் கிடையாது .

எனக்கும் இவங்க ரெண்டு பேர் தானே பிள்ளைங்க. அவங்கள நான் தானே கவனிச்சுக்கனும் .மளிகை பொருள்கள் போதலனா சொல்லுங்க பணம் வேணும்னாலும் அதிகமாக கொடுக்கிறேன் .வீட்டிற்கு தேவையானதை வேலாயுதம் வாங்கி போடுவான் ..அதை ஒழுங்கா வெண்மதி கிட்ட கொடுங்க.. அவ சிக்கனமான பொண்ணுதான்

..தேவை இல்லாம எந்த செலவும் செய்ய மாட்டா... இனி இப்படி நடக்காம பார்த்துக்கோங்க .."என்றார்.

"சரிப்பா இனி எப்படி நடக்காது . நீ எவ்வளவு செலவுதான் பண்ணுவ .இங்க வர வருமானம் மத்த செலவுக்கே போதாம இருக்கே .அதனால் தான் இப்படி பண்ணேன்.. பசங்க பசிக்கு சோறு போட்டா போதும்னு நினைச்சேன். அவங்களுக்கு சத்தான உணவை கொடுக்கிறத பத்தி நான் யோசிக்காம விட்டுட்டேன் ..இனி என் பேரன்கள் தான் எனக்கு முக்கியம்..." என்றார் தனலட்சுமி.

"சரிங்க அம்மா நீங்க புரிஞ்சுகிட்டதே போதும் .."என்ற பாண்டித்துரை தன் அம்மாவிடம் இருந்து பீரோ சாவியை வாங்கி வெண்மதியிடம் கொடுத்தார்.

வெண்மதி ," வேண்டாம் மாமா இந்த சாவி அத்தை கிட்டே இருக்கட்டும் வீட்டுக்கு பெரியவங்க அவங்க தான்.." என்று சாவியை வாங்க மறுத்துவிட்டாள்.

" உன் மருமகள் என்ன சொல்றா பாருமா..கண்டிப்பா என் மனைவி இப்படி இருக்கவே மாட்டா .

நீங்க வந்து தங்கறப்போ ஒரு குறை சொன்னாலும். அவள் முகம் சுளிப்பா ..அது உங்களுக்கே தெரியும்.. ஆனா இந்த பொண்ணு அப்படி கிடையாது .நம்ம வீட்டுக்கு வந்த பொக்கிஷத்தை கஷ்டப்பட விடாதீங்க ..."என்று சொன்னவர் தன் தம்பியையும்,பிள்ளைகளையும் பார்த்துவிட்டு ஊருக்கு கிளம்பினார்.

மளிகை பொருட்களில் புழு ,பூச்சி வரக்கூடாது என்பதால் மரபீரோவில் மளிகை பொருட்களை அடுக்கி வைத்து பூட்டி வைப்பது ஒரு சில வீட்டில் வழக்கமாக இருக்கிறது.. இது இப்பொழுதும் ஒரு சில இடங்களில் நடந்து கொண்டுதான் இருக்கிறது.

தனலட்சுமி கொஞ்சம் அமைதியாகச் சென்றவர் தன் பேரன்களுக்கு சமைக்க எல்லாத்தையும் எடுத்துக் கொடுத்தவர் மருமகளை கொஞ்சம் புரிந்து நடந்து கொண்டார் .ஆனால் வேலாயுதத்தின் தேவையில்லாத பேச்சால் கணவன், மனைவிக்குள் ஏதாவது பிரச்சனை வந்து கொண்டே இருந்தது .

வேலாயுதம் எதை எப்போது பேச வேண்டும் என்று அவருக்கு தெரியாது .

இந்த விஷயத்தில் அவர் அப்படியே அவரின் அண்ணன் பாண்டித்துரைக்கு எதிரானவர் ..

பாண்டித்துரை மிகவும் திறமைசாலி .படித்து முடித்தவர் இப்பொழுது சென்னையில் ஒரு கம்பெனியில் பணியில் உள்ளார்

ஆனால் படிப்பு வராத வேலாயுதம் தன் குடும்ப விவசாயத்தை பார்த்து வருகிறார் .அதிலும் லாபம் இல்லை என்பதால் குடும்பத்தில் எப்பொழுதும் கஷ்டம் தான்..

இது வெண்மதிக்கு தெரியும்.' வீட்டில் கஷ்டம் என்பதால்தான் தன் மாமியார் மளிகை பொருட்களை பார்த்து பார்த்து அளந்து கொடுக்கிறார் ..'என்று நினைத்தவளுக்கு இப்பொழுது தன் மூத்தார் சொன்னதை கேட்டவளுக்கு தன் மாமியார் மீது கோபம் தான் வந்தது.

வெண்மதியின் பெரிய மகன் ஆனந்தன் நன்றாக தன் பெரியப்பாவை போல படித்து வந்தான் .சிறிய மகன் கோகுலுக்கு தன் அப்பாவைப் போலவே படிப்பு வராமல் போக என்ன செய்வது என்று நினைத்த வெண்மதி தன் மூத்தாரின் சம்மதத்துடன் அவனை தன் அம்மா வீட்டிற்கு படிக்க அனுப்பினாள்.

அங்கே சரோஜாதேவியின் மருமகள் வைஷ்ணவி தேவியும் ,விடுமுறைக்கு அடிக்கடி வரும் கிருத்திகா தேவியும் தன் மகனுக்கு சொல்லிக் கொடுப்பார்கள் என்றும் ,அதே நேரம் தன் அப்பாவிடம் வளர்ந்தால் கண்டிப்புடன் வளருவான் என்றும் ,இடம் மாறினால் நன்றாக படிப்பான் என்று நினைத்து அங்கே அனுப்பி வைத்தாள்.

ஆனந்தன் நல்ல மதிப்பெண்கள் பெற அடுத்து மேற்படிப்பு படிக்க பாண்டித்துரை ஆனந்தனை தன் ஊருக்கு அழைத்துச் சென்றவர் அங்கிருந்து அவனை படிக்க வைத்தார்.

வர்ணம் -42

ஆனந்தன் நன்றாக படித்துக் கொண்டிருக்க படிப்பு என்பது வராமல் கோகுல் தவித்து வந்தான் .ஆனாலும் தன் பாட்டி வீட்டில் நன்றாக சொகுசு வாழ்க்கையை அனுபவித்தான் என்று தான் சொல்ல வேண்டும்.

நேரா நேரத்திற்கு உணவு வாரத்தில் மூன்று நாட்கள் அசைவ உணவு என்று தன் வீட்டில் அதிகமாக கிடைக்காத அனைத்தும் அவனுக்கு இங்கே கிடைத்தது .சோமேஸ்வரனால் அசைவம் சாப்பிடாமல் இருக்க முடியாது அதனால் எப்படியும் வாரத்துக்கு மூன்று நாட்களாவது அவர்கள் அசைவம் சமைத்து விடுவர்.

வைஷ்ணவி தேவி ஒருமுறை அவனை படிக்க அழைக்க அவன் வரமாட்டேன் என்று சொல்லிவிட்டான். மீண்டும் மீண்டும் வைஷ்ணவி எத்தனையோ முறை அவனை தன் பிள்ளைகளோடு சேர்த்து படிக்க அழைக்க அவன் வைஷ்ணவியை பார்த்தாலே அந்த இடத்தில் இல்லாமல் ஓடி விடுவான் .அத்துடன் அவள் விட்டுவிட்டாள்.

கண்ணகி எவ்வளவோ சொல்லி பார்த்தும் அவனோ படிப்பை தவிர மற்ற அனைத்தையும் திறம்பட செய்து வந்தான் .வீட்டில் உள்ள அனைத்து வேலைகளிலும் தன் பாட்டிக்கு உதவியாக இருந்து வந்தான்.

கிருத்திகா தேவி விடுமுறைக்கு வரும் போதெல்லாம் தன் சித்தி மகன் கோகுலை அமர வைத்து படிக்க வைத்தாள். அவளிடமும் ஆட்டம் காட்டி-விட்டு படிக்காமல் எழுந்து ஓடி விடுவான் கோகுல்.

கோகுல் வளர்ந்ததும் வேற வழி இல்லாமல் அவனை ஒரு பத்திரிகை நிறுவனத்தில் வேலைக்கு அமர்த்தினார் பாண்டித்துரை . அந்த பணி அவனுக்கு பிடித்து விட அனைவரையும் அனுசரித்து நன்றாக தன் பணியை திறம்பட செய்தவனுக்கு நாட்கள் ஆக ஆக சம்பளமும் கூட மகிழ்ச்சியான திருப்தியான வாழ்க்கையை வாழ்ந்து வந்தான்.

கோபி தன் தாத்தாவின் வீட்டில் இருந்த போது படிக்கவில்லை என்று சோமேஸ்வரன் அவனை அடித்து விடுவார். அவ்வளவு அடியும் வாங்கிக் கொண்டு அமைதியாக இருப்பானே தவிர படிப்பது மட்டும் அவனுக்கு முடி-யாத காரியமாக இருந்தது .

கோபி சிறுவயதிலேயே பணிக்கு அமர்ந்ததால் ஆனந்தனை விடவும் சம்-பளம் அதிகமாக வாங்கினான் .எவ்வளவு சம்பளம் வாங்கினால் என்னங்க கல்வி என்ற அழியா செல்வம் இருக்கும் வரை நமக்கு பெருமை தானே..?

பிள்ளைகள் இருவரும் சென்னைக்குச் சென்றதும் வெண்மதி தன் கணவரிடம் விவசாயத்தில் சரியான வருமானம் இல்லாததால் சென்னைக்கு சென்று விடலாமன்று கேட்டுக் கொண்டே இருக்க அதற்கு பலன் இல்லா-மலே போனது.

வெண்மதிக்கு என்ன எண்ணம் என்றால் தன் மூத்தார் என்னதான் செலவு செய்தாலும் தன் பிள்ளைகளை படிக்க வைத்திருக்கிறார் .தன் குடும்-பத்திற்கு தேவையான பொருட்களையும் வாங்கி குவிக்கிறார். அவருக்கு இதற்கு மேல் தொந்தரவு கொடுக்கக் கூடாது .பிள்ளைகள் வளர்ந்து விட்-டனர் அவர்களுக்கு திருமணம் நடந்தால் மருமகள் வந்து விடுவர்

.நாம் இப்படி இருந்தால் தங்களை மருமகள் மதிப்பார்களா ..?பிள்ளை-களுக்கு திருமணம் நடப்பதற்குள் சென்னைக்குச் சென்று அங்கே இருவரும் ஏதாவது கடையில் வேலைக்கு சென்றால் பணம் வருமே .அதை வைத்து முன்னேறலாமே.?

தன் மூத்தாருக்கும், பிள்ளைகளுக்கும் கொஞ்சம் சுமை குறையுமே என்று நினைத்து சென்னைக்கு செல்ல வேண்டும் என்று கூற அதற்கு அம்-மாவும் ,பிள்ளையும் சம்மதம் சொல்லவில்லை.

பாண்டித்துரை தன் பிள்ளைகளைப் போலவே தன் தம்பி பிள்ளைகள் இருவரையும் பார்த்துக்கொண்டார். அவரது மனைவியையும் நன்றாக பார்த்-துக் கொண்டார் .பாண்டித்துரை விவசாயம் மிகவும் நலிவடைந்ததை பார்த்-தவர் நிலத்தை வேறு ஒருவருக்கு மாற்றிவிட்டு தன் தம்பியை சென்னைக்கு

வரச் சொன்னார்.

அண்ணன் சொன்னதும் அவரின் பேச்சை மீறாதவர் சென்னைக்கு கிளம்ப தயாரானார் வேலாயுதம்.

சென்னையில் மிகப்பெரிய துணிக்கடையில் இருவருக்கும் வேலை வாங்கி கொடுத்தார் பாண்டித்துரை .பிறகு இவர்களின் வாழ்க்கை மிகவும் அழகாகச் சென்றது என்று தான் சொல்ல வேண்டும் இருவரும் ஒருவருக்கொருவர் விட்டுக் கொடுத்து வாழ ஆரம்பித்தனர்.

பணம் சம்பாதித்து தன் வாழ்க்கையை நடத்தி வந்தவர்கள் வெண்மதி கொஞ்சம் கொஞ்சமாக தனக்கு தேவையான நகைகளை சேர்த்து வைத்து வாங்க ஆரம்பித்தாள்.

சரிங்க இவங்க இப்படியே நன்றாக தன் வாழ்க்கையை தொடரட்டும் .நாம் மீண்டும் சில வருடங்களுக்கு முன்பு சென்று சுந்தரியின் வாழ்க்கையில் பிறகு என்ன நடந்தது என்று பார்த்துவிட்டு வரலாமா.???

சுந்தரி ,சிவபாலன் இருவருக்கும் இடையே சிறு போர் நடந்து கொண்டே இருந்தது என்று தான் சொல்ல வேண்டும் .இந்த நிலையில் ஒரு மகிழ்ச்சியான செய்தியை கூறினாள் சுந்தரி.ஆம் சுந்தரி கருவுற்றிருந்தாள்.

இந்தச் செய்தியை கேட்ட சுந்தரியின் மாமியார் வீட்டில் உள்ள அனைவரும் அவளை தலையில் தூக்கி வைத்துக் கொண்டாடினர். தன் ஒரே பிள்ளையின் வாரிசு வரப்போகிறது என்று மகிழ்ச்சி கொண்டனர் சிவபாலனின் பெற்றோர்.

சிவ பாலனும் தன் மனைவியிடம் நன்றாகவே நடந்து கொண்டான் .

இதில் மகிழ்ச்சி அடைந்த சுந்தரி தன் குழந்தையை நன்றாக பெற்றெடுக்க வேண்டும் என்று நினைத்தவள் வீட்டில் எவ்வளவு வேலை இருந்தாலும் அதையும் முடித்துவிட்டு நன்றாக ஓய்வெடுத்து சத்தான ஆகாரங்களை உண்ண ஆரம்பித்தாள்.

பொதுவாகவே சுந்தரி பசிக்கு சாப்பிட்டால் போதும் என்று நினைப்பவள் ..அது ருசியோ சத்தோ இருக்கிறதா என்பதை பார்க்க மாட்டாள்.

திருமணத்திற்கு பின் இந்த நிலைமை மிக மோசமாக மாறியது..கடமைக்கு என்று உயிர் வாழ வேண்டுமே என்பதற்காக உணவை உட்கொண்டாள் பெண்ணவள்.

இப்படியே நாட்கள் செல்ல சுந்தரி ஒரு ஆண் குழந்தையை பெற்றெடுத்தாள் .அக்குழந்தை அப்படியே சிவபாலனையே உரித்து வைத்திருந்தான்.

குழந்தை பிறந்ததிலிருந்து சிவபாலனிடம் மாற்றம் இருந்தது. ஏன் சுந்தரியின் மாமியார்கூட தன் மருமகளின் நல்ல குணத்தை புரிந்து கொண்டவர் தன் மருமகளை நன்றாக பார்த்துக் கொண்டார்.

கண்ணகியின் மூன்றாவது மகள் பானுமதிக்கு நல்ல வாழ்க்கை அமைந்திருந்தாலும் இரண்டுமே பெண் குழந்தை பிறந்ததால் எப்பொழுதும் அதை நினைத்தே வருந்தி கொண்டிருந்தாள் .இந்த நிலையில் தன் தங்கைக்கு

ஆண் குழந்தை பிறந்ததில் ஒருபுற மகிழ்ச்சி அடைந்தாலும் கடவுள் என்னை மட்டும் ஏன் இப்படி சோதிக்கிறான் என்று வருத்தமும் அடைந்தாள்.

வான்மதி தேவி தன் மகள்களை நன்றாக படிக்க வைக்க வேண்டும் என்று எண்ணினார் அதற்கு தகுந்தாற் போல மூன்று பெண்களும் நன்றாக படித்து வந்தனர் .

சந்திரன் பணி புரியும் நூற்பாலையை மூடிவிட்டதால் தன் குடும்பத்தை எப்படி நடத்துவது என்று சோகத்தில் ஆழ்ந்தார்.

வரதராஜன் இதை கேள்விப்பட்டவர் நேரில் சென்று தன் மருமகனுக்கும் ,மகளுக்கும் ஆறுதல் கூறினார்.

வரதராஜன்,"சந்திரா நீ எதுக்கு கவலைப் படற வேலை போனா என்ன நீ திறமையானவன் . பிசினஸ் செய்யலாம்.. உனக்கு எவ்வளவு பணம் வேணும்னு கேளு நான் தரேன்.." என்றார்.

"மாமா அதெல்லாம் எதுவும் வேணாம் .நான் பார்த்துக்கிறேன் .."என்ற சந்திரன் தன்னிடம் இருந்து பணத்தை வைத்து பைனான்ஸ் ஒன்றை நடத்த ஆரம்பித்தார்... வான்மதி தேவி எப்பொழுதும் அதிகமாக செலவு செய்து பழகியவள் இப்பொழுது சிறிது கஷ்டம் வந்ததும் என்ன செய்வது என்று தெரியாமல் குழம்பி நின்றாள்..

இருந்தாலும் எப்பொழுதும் போல அவர் செலவு செய்ய அதை பார்த்த சந்திரன் கோபம் கொண்டவர்," நீ என்னதான் நினைச்சிட்டு இருக்க வான்-மதி .நமக்கு மூன்று பெண் குழந்தைகள் இருக்காங்க .இப்படியே செலவு செய்துட்டு இருந்தா நான் என்ன பண்றது பணம் இருக்கிற வரை செலவு செய்யலாம் ..பிறகு என்ன செய்ய முடியும் சொல்லு ,அவங்கள படிக்க வைக்கனும் அவங்களுக்கு கல்யாணம் பண்ணனும் இன்னும் எவ்வளவோ செலவு இருக்கு புரிஞ்சு நடந்துக்கோ..." என்றார்.

வான்மதி தேவி ,"என்னங்க என்ன சொல்றீங்க நீங்க .நம்ப பிள்ளைக-ளுக்கு தானே செலவு பண்றேன்.

அதுக்காக நாம அன்றாடம் செய்யும் செலவு கூட செய்ய கூடாதுன்னு சொன்னா என்ன அர்த்தம். சரி விடுங்க நான் செலவை குறைச்சிக்கறேன் .அதற்காக நாம சாப்பிடாம இருக்க முடியுமா..?"

"நான் சாப்பிடாம இருக்க சொல்லல வான்மதி .நாம் வாரத்தில் மூன்று நாட்கள் அசைவம் எடுக்கிறோம்

அதை நான் நிறுத்த சொல்லலையே ?

ஆனால் மற்ற செலவுகளை கொஞ்சம் குறைக்க பாரு .யாரிடமும் கடன் கேட்டு அசிங்கப்பட்டு நிற்க முடியாது .

உனக்கே எல்லா விஷயமும் தெரியும்.

என் கூட வேலை செய்றவங்க எல்லாம் இப்ப ரொம்ப கஷ்டப்பட்டுகிட்டு இருக்காங்க .

ஒரு சிலர் தற்கொலை செய்து கொண்டு இறந்தும் போயிருக்காங்க

நாம இப்போ வாழற வாழ்க்கை எவ்வளவோ தேவலாம். பைனான்ஸ் பண்ணலன்னா நம்ம நிலைமையும் அதுதான் ..

அதனால நான் சொல்றபடி கேளு.. நாம இவ்ளோ கஷ்டப்படறோம் அது பிள்ளைகளுக்கும் தெரியாம பார்த்துக்கணும் புரியுதா..?"

"சரிங்க எதுவாயிருந்தாலும் பார்த்துக்கலாம் கவலைப்படாதீங்க .."என்றார் வான்மதி தேவி.

இருவரும் தான் பேசிக் கொண்டது போல் பிள்ளைகளுக்கு தெரியாமல் வீட்டிற்கு தேவையானதை செய்து வந்தனர் .

ஆனாலும் மற்றவர்களின் மூலமாக தன் அப்பா வேலை செய்த ஆலை மூடிவிட்டதை கேள்விப்பட்ட மூன்று மகள்களும் அதிர்ந்தனர்.

அதிலும் கிருத்திகா ,"அப்பா என்னப்பா நீங்க இதை எங்ககிட்ட ஆரம்பத்திலேயே சொல்லக்கூடாதா..?இதனால் தான் நீங்க பைனான்ஸ் ஆரம்பிச்சீங்களா..? சரிங்க அப்பா நாங்களும் செலவை குறைச்சிக்கிறோம்.

நாம இருக்கிறத வச்சு சந்தோஷமா வாழலாம்.. நாங்க படிச்சு நல்ல வேலைக்கு போயிட்டு உங்க ரெண்டு பேரையும் பார்த்துக்கிறோம் நீங்க ஒன்னும் கவலைப்படாதீங்க ."என்றாள்

தன் மகளின் பேச்சைக் கேட்ட பெற்றவர்கள் இருவரும் ஒரு நிமிடம் ஸ்தம்பித்து போனார்கள் .ஆம் தன் மகள் சிறியவள் என்று நினைத்துக் கொண்டிருக்க அவளின் இந்த பேச்சு அவளும் வளர்ந்து விட்டாள் என்பதை அவர்களுக்கு உணர்த்தியது.

அதன் பிறகு பெண்கள் மூவரும் தன் அப்பா அம்மாவுக்கு அதிகம் செலவு வைக்காமல் இருந்தனர் .ஆனாலும் சந்திரன் தன் வருமானத்தில் தன் பிள்ளைகளுக்கு செய்ய வேண்டிய அனைத்தையும் பார்த்து பார்த்து செய்து வந்தார்.

எவ்வளவு கஷ்டம் இருந்தாலும் உணவு விஷயத்திலும் ,உடை விஷயத்திலும் அவர் எந்த செலவையும் குறைக்கவில்லை. தன் பிள்ளைகளை கஷ்டமே தெரியாமல் வளர்த்தவர் அவர்களுக்கு திருமணம் நடக்கும் வரைக்கும் அப்படியே பார்த்துக் கொள்ள வேண்டும் என்று நினைத்தார்.

சண்முகம் ,"ஏன்டா இப்போ மில்லையும் இழுத்து மூடிட்டாங்க .இவ்வளவு கஷ்டத்தில் இருக்க ..அப்படி இருக்கும்பொழுது மத்த செலவை குறைக்க கூடாதா ..உன் பொண்ணுங்களுக்கு துணி எடுக்கறியே அதை கொஞ்சம் விலை கம்மியா எடு.

நான் என் பிள்ளைகளுக்கு என்னைக்காவது அதிக விலையில் துணி எடுத்து இருக்கேனா..?

அது மட்டுமில்லாமல வாரத்தில் மூன்று நாட்கள் அசைவம் சாப்பிட்டு தான் ஆகணுமா ...?ஒரு நாட்கள் சாப்பிட்டா ஆகாதா? இவ்வளவு கஷ்டப்படறவன் எதுக்காக இவ்வளவு செலவு செய்யனும் .."என்றவருக்கு சந்திரன் கொடுத்த பதிலடியில் வாயை மூடிக் கொண்டார் அவரின் அண்ணன்.

வர்ணம் -43

சந்திரன்,"அண்ணா என்ன பேசுற நீ எதுக்காக நீ இப்படி பேசுறன்னு எனக்கு தெரியும் .நான் என்ன கஷ்டம் சொல்லி உன்கிட்ட வந்து பணம் கேட்டேனா..? எங்க மேல பாசமாவும் உண்மையான அக்கறையுடனும் இருக்கும் என் மாமனார்கிட்டயே நான் கேட்கல ..அப்படி இருக்கும்பொழுது பொண்டாட்டி பேச்சைக் கேட்டுட்டு பெத்த அம்மாவுக்கே செலவு பண்ணாத உன்கிட்ட மட்டும் கேட்பேனா என்ன?

அந்த அளவுக்கு நான் இன்னும் தரம் தாழ்ந்து போகல..என் பிள்ளைகளுக்கு என்ன செய்யனும் என்று எனக்கு தெரியும். நீ உன் வேலையை பாரு ..பெத்த பிள்ளைகளுக்கு அவங்களுக்கு பிடித்த மாதிரி உணவு கொடுக்காம அவங்க ஆசைப்பட்ட துணியை கூட எடுத்துக் கொடுக்காம இருக்கியே உன்னை மாதிரி என்னால இருக்க முடியாது .சேர்த்து வச்சு என்ன சாதிக்கப் போற பிள்ளைகளுக்கு தேவையானதை செய்து அவர்கள் மகிழ்ச்சி அடைவதை பார்ப்பதில் ஒரு சுகம் இருக்கு ,அதை நான் இத்தனை வருடம் அனுபவிச்சு இருக்கேன் இப்போ நான் கஷ்டப்படறேன் தான் இல்லன்னு சொல்லல.ஆனா இது நிரந்தரம் கிடையாது .நான் மீண்டும் பழைய நிலைக்கு வருவேன்.." என்றார்.

தன் தம்பி கூறியதை கேட்ட சண்முகம் ,'இவனுக்கு போய் நல்லது சொல்ல வந்தேன் பாரு ...'என்று நினைத்தவர் தன்னையே நொந்து கொண்டு திரும்பியவர் அங்கே பத்ரகாளியாய் நின்றிருந்த தன் மனைவி ஜமுனாவை பார்த்தவருக்கு உதறல் எடுக்க ஆரம்பித்தது.??

"யோவ் உனக்கு ஏதாவது அறிவு இருக்கா..? அவங்க எப்படி போனா உனக்கு என்ன உன் வேலையை பார்த்து கிட்டு சும்மா இருக்க மாட்டியா ..?இப்போ அவரு உன்னை என்ன கேட்டாரு பாத்தியா ?என்ன ஜென்மம் நீ எல்லாம் போயா போய் வீட்ல இருக்கும் வேலையை பாரு ..யார் எப்படி கெட்டுப் போனால் நமக்கு என்ன ..?"என்றவர் தன் மச்சினன் சந்திரனை முறைத்தவர் தன் கணவனை அழைத்துக் கொண்டு உள்ளே சென்றார்.

ரேவதி அப்பொழுது தன் பிள்ளைகளின் விடுமுறைக்கு வந்திருந்தவள் தன் சித்தப்பா பேசியதை கேட்டு மனம் வருந்தினாலும் தன் அப்பாவை திட்டியவள் தன் சித்தப்பாவின் வீட்டிற்கு சென்றாள்.

பிள்ளைகள் அமர்ந்து சாப்பிட்டு கொண்டிருக்க சந்திரன் தன் பிள்ளைகளுக்கு தன் மனைவி சமைத்த மீன் உணவை ஊட்டிக் கொண்டிருந்தார்.

வான்மதி தேவி ,"ஏங்க இப்படி பண்றீங்க. அவர் உங்களை விட பெரியவர் தானே ?ஏதாவது சொல்லிட்டு போகட்டும் விடுங்களேன் .அதுக்காக எதுக்கு அவர் கூட கூட பேசறீங்க ..உங்க அண்ணி என்ன சொல்லிட்டு போனாங்க பாத்தீங்க தானே ..?நமக்கு இதெல்லாம் தேவையா ஏற்கனவே

என்ன பாவம் செய்தோமோ வேலையில்லாம திண்டாடிக்கிட்டு இருக்கோம்.. இதில் அவங்க ஏதாவது கரித்து கொட்டினா அது நம்ம பிள்ளைகளை தான் தாக்கும் புரிஞ்சு நடந்துகோங்க..." என்று பேசிக் கொண்டிருந்தவர் ரேவ-தியை பார்த்ததும்," வா ரேவதி பிள்ளைங்க என்ன பண்றாங்க. உன் கணவர் ஊருக்கு போயிட்டாரா சரி வா சாப்பிடலாம்.." என்றார்.

"வேணாம் சித்தி இப்பதான் சாப்பிட்டு வந்தேன்.."என்ற வளுக்கு' ஏன் தான் நம்ம அம்மா ,அப்பா எப்படி இருக்காங்களோ தெரியலையே ..?'என்று வருத்தம் தான் மேலோங்கியது.

அனிதா ,"அக்கா சாப்பிட்டு வந்தா என்ன இங்க சாப்பிட மாட்டியா ..?வா அம்மா மீன் குழம்பு வச்சிருக்காங்க சாப்பிடலாம்.." என்றாள்.

"வேணாம் பாப்பா நான் இப்பதான் சாம்பார் சாதம் சாப்பிட்டு வந்தேன்.."

"என்ன சாம்பார் சாப்பிட்டியா? இன்னைக்கு ஞாயிற்றுக்கிழமை தானே? இன்னைக்கு கூட எதுவும் செய்யணும்னு உங்க அம்மாக்கு தெரியாதா? யார்கிட்டயாவது சண்டை போட தான் உங்க அம்மாவுக்கு தெரியும்..இதில் கூட சிக்கனம் பார்க்கனுமா ?ஊரில் இருந்து பொண்ணு வந்து இருக்காளே அவளுக்கு வாய்க்கு ருசியா செய்து போடணும்னு கூட தெரியாது..

உங்க அப்பாவுக்கு மத்தவங்கள கேள்வி கேட்க தான் தெரியும் .மனை-வியை எதுவும் கேட்டிட மாட்டாரே ..?"என்று எண்ணையில் விழுந்த பலகா-ரம் போல பொரிந்தார் சந்திரன்.

"சரியா சொன்னீங்க சித்தப்பா என்று சிரித்த ரேவதி விடுங்க சித்தப்பா நீங்களும் அப்பாவும் பேசியதை நான் கேட்டுகிட்ட தான் இருந்தேன் .அவங்க எப்பவும் திருந்த மாட்டாங்க. ஆனா எனக்கு உங்களை நினைக்கும் போது ரொம்ப பெருமையா இருக்கு, உங்களுக்கு மகளா நான் பிறந்திருக்கக் கூடாதா ?தங்கச்சிங்க மூணு பேருக்கும் எந்த குறையும் இல்லாமல் வளர்க்-கறிங்க.. நீங்க எவ்ளோ கஷ்டப்பட்டாலும் அவங்களுக்கு செய்ய வேண்டியது செய்யறீங்க ..ஒரு நல்ல தாய் தகப்பனுக்கு இதுதான் அழகு.."என்றாள்.

"நீயாவது புரிஞ்சுகிட்டியே ரேவதி நான் எவ்வளவு கஷ்டப்பட்டாலும் என்னால உழைச்சி மறுபடியும் சம்பாதிக்க முடியும் .என் பிள்ளைகளுக்கு கஷ்டம் இல்லாமல் பார்த்துக் கொள்வதை தவிர எனக்கு வேற என்ன வேலை .கூலி வேலை செய்தாவது என் பிள்ளைகளுக்கு தேவையான உணவையும் துணியையும் நான் சரியா கொடுப்பேன். போற இடத்தில் அந்த பிள்ளைங்க எப்படி இருப்பாங்களோ தெரியல.. நல்ல வேலை உனக்கும் மாலதிக்கும் நல்ல கணவர் அமைஞ்சிட்டாங்க அதேபோல எல்லாருக்கும் அமையுமா சொல்லு.. அதனால்தான் நான் செய்ய வேண்டியது சரியா செய்-யறேன்.."

நீங்க சொல்றது சரிதான் சித்தப்பா . ஆனால் சித்தப்பா என் புருஷன் இருக்காரே அதான் உங்க மருமகன் அவங்க அக்காவை மாதிரியே அசை-வம் எடுக்கறது அவருக்கு பிடிக்கவே பிடிக்காது .ஏதாவது ஒரு காரணம்

சொல்லி அசைவம் செய்யவிடாம தடுப்பாரு.. அம்மா வீட்டில் தான் அப்படி சொன்னா கல்யாணம் பண்ணிட்டு போய் அங்கேயும் அப்படித்தான் .என்ன பண்றது ஏதாவது ஒரு குறை இருக்கத்தான் செய்யும் ..மத்தபடி என்னை உள்ளங்கையில் வைத்து தாங்கறாரு இது போதாதா..?"

ரேவதி," மனுவேந்தன் ரொம்ப நல்லவரு .நீ ஒரு சில நேரம் கோபப்பட்டு பேசினாலும் ,அவர் அமைதியா போறாரு ..எல்லார் வாழ்க்கையிலும் இன்பம் ,துன்பம் இருப்பது போல பாசிட்டிவ் ,நெகட்டிவ் இருக்கத்தான் செய்யும்.. உன் பிள்ளைகளை எப்படி கவனிச்சிக்கிறாரு அதை பாரு பிள்ளைகள் வளர வளர அவரிடம் மாற்றம் ஏற்படும் கவலைப்படாத.." என்றார் வான்மதி தேவி.

"சரிங்க சித்தி நீங்க சொல்றது புரியுது .ஆனா அவரைக் கூட ஒருவிதத்தில் சமாளிக்கலாம் ஆனால் என் கூட பிறந்தவன் எருமை மாடு இருக்கான் பாருங்க அவனுக்கு சமைச்சு போடுறதுக்குள்ள என்னால முடியல.. எதை சாப்பிட்டாலும் உப்பு இல்ல காரமில்ல, சுவையே இல்ல எதுக்கு தான் நீ சமைக்கிறாயோ தெரியலன்னு சொல்லி திட்டி கிட்டே இருக்கான்

கட்டி கொடுக்கும்போதே அவனையும் இலவசமாக என் கூட அனுப்பிட்டு நான் படுற பாடு இருக்குபாருங்க முடியல ??

தன் அக்கா ரேவதி சொன்னதை கேட்ட தங்கைகள் மூவரும் விழுந்து விழுந்து சிரித்தனர் .அதிலும் கிருத்திகா தேவி ,"என்ன அக்கா அண்ணாவை போய் இப்படி சொல்ற .அண்ணா பாவம் தானே ? பெரியம்மா சமைக்கிறது விடவும் கேவலமாவா நீ சமைக்கிற.." என்றாள் .

"அச்சச்சோ கிருத்திகா சத்தமா பேசாத .பெரியம்மா காதல் விழுந்துச்சு அவ்வளவுதான் .இன்னைக்கு நம்ம அம்மா தொலைஞ்சாங்க .உன் பொண்ணு அப்படி பேசுறா ..உன் பொண்ணு இப்படி பேசறா அப்படின்னு சொல்லி சொல்லியே அம்மாவை வறுத்து எடுத்துடுவாங்க உன் வாயை கொஞ்சம் மூடு.." என்றால் அவளின் தங்கை தீபிகா.

"ஹேய் தீபிகா இப்போ எதுக்கு நீ பயப்படற. நம்ம ரேவதி அக்கா வரும்போது பெரியம்மா கொஞ்சம் அடக்கி தான் வாசிப்பாங்க என்ற அனிதா அப்படித்தானே அக்கா நான் சொல்றது உண்மை தானே.? "என்று கேட்டாள் அந்த வாலு..

"ஆமா ஆமா உங்க பெரியம்மா என்ன பார்த்த உடனே அப்படியே பயந்துட்டு ஓடிடுவாங்க பாரு .அடி ஏண்டி நீ வேற அது வாய் என்னைக்கும் அடங்காது

சரி சரி நாம இப்படி சத்தமா பேசுறத கேட்டா அந்த அம்மா இங்கே வந்து நின்னுடும் ..அதுக்கு தெரியாம தான் நான் இங்க வந்து இருக்கேன் .நீங்க கத்தி என்னை காட்டி கொடுத்துடாதீங்த தங்கைகளே .."என்று கையெடுத்து கும்பிட்டாள் ரேவதி.

"சரி சரி பிழைச்சுபோங்க .நாம பொறுமையா பேசுவோம் .நீங்க இன்னும் கொஞ்ச நேரம் இங்கே இருங்க அக்கா தம்பியும் ,பாப்பாவையும் அழைச்-

சிட்டு வாங்க ..அவங்க கூட நாங்க கொஞ்ச நேரம் விளையாடறோம் .."என்றாள் அனிதா.

"அவ்வளவு தானே இரு சுகன்யா அவ கூட பிள்ளைகளை அனுப்பி வைக்கிறேன் .நீ ஏன் கவலைப்படுற ஜாலியா விளையாடு.."

"அது சரி இப்போ இப்படித்தான் சொல்லுவ அப்புறம் உங்க அம்மா பிள்ளைகளை அங்கே ஏன் விட்ட சொன்ன உடனே வந்து அழைச்சிட்டு போயிடுவ போக்கா ..எப்பவும் உனக்கு இதே வேலையா போச்சு .."என்று சினுங்கினாள் கிருத்திகா.

அதே நேரம்," ரேவதி எங்க இருக்க அங்க போய் புகுந்துட்டியா .உனக்கு இதே வேலையா போச்சு ..குழந்தையை பெத்துட்டா மட்டும் போதாது .பிள்ளை பசிக்கு அழறா. வந்து அவளுக்கு பசியாத்து .."என்றும் ஜமுனா சத்தம் போட்டார்.

" அச்சோ சித்தப்பா, சித்தி ,பசங்களா நான் போயிட்டு வரேன் .மகாராணி ஆணையிட ஆரம்பிச்சிட்டாங்க .கொஞ்சம் லேட் ஆனாலும் நான் அவ்வளவுதான் .."என்று கூறியவள் எழுந்து ஓடினாள் ரேவதி.

தீபிகா ,"அம்மா நீங்களும் தான் இருக்கீங்க உங்களைப் பார்த்தா எங்களுக்கு பயம் வரல ..பாசம் தான் வருது . ஆனா பெரியப்பா ,பெரியம்மா பசங்க ஏன் எல்லோரும் அவங்கள பார்த்து பயப்படறாங்க.."என்று தன் முக்கிய சந்தேகத்தை கேட்டாள்.

வான்மதி தேவி"அது ஒன்னும் இல்ல டா தீபிகா அவங்க பிள்ளைகளை ரொம்ப பபபப ஓவரா கண்டித்து வளர்க்கறாங்க ..அதுதான் வேறு எதுவும் இல்ல.. சரி சரி நேரத்துல சாப்பிடுங்க மணி ஆகுது தானே.." என்றவரை பார்த்து குடும்பமே சிரிக்க அவளும் கூடவே சிரித்தாள்.

"ஆமா பெருசா கண்டிக்கறாங்க ..ஏண்டி நீயும் நானும் கண்டிச்சு வளர்க்காம பிள்ளைங்க இஷ்டத்துக்கும் விட்டுட்டு வேடிக்கையா பார்க்கிறோம்.. அந்த அம்மாவுக்கு யாரையாவது எதையாவது குறை சொல்லிட்டே இருக்கனும்.. இல்லன்னா அதுக்கு தூக்கமே வராது.."என்றார் சந்திரன்.

"அப்பா யாரப்பா இப்ப வறுத்து எடுத்துக்கிட்டு இருக்க, எங்க அம்மாவை தானே.

? அது எப்படி நான் எப்போ இந்த வீட்டுக்குள்ள வந்தாலும் எங்க அம்மாவ பத்தி பேசிக்கிட்டே இருக்கீங்க

இல்ல இல்ல திட்டிகிட்டே இருக்கீங்க ."என்று அங்கே வந்தான் சண்முகத்தின் பெரிய மகன் அந்த வீட்டிற்கு ஒரே ஆண் வாரிசான ரவீந்திரன்.

"ஹே அண்ணா எப்ப வந்த .. போன முறை வந்தப்போ நீ என்னை பாக்காம எதுக்கு சீக்கிரமா கிளம்பின..." என்று அனிதா முகத்தை தூக்கி வைத்துக் கொள்ள..

"அச்சோ என் செல்ல தங்கச்சியே வந்ததும் உங்களை வந்து பார்க்காம வேற யாரை பார்க்க போறேன் அண்ணா சொல்லு பார்க்கலாம். அப்போ

முக்கியமான வேலை இருந்துச்சு அதனால சீக்கிரம் கிளம்பிட்டேன்.

.இன்னும் இரண்டு நாள்ல தீபாவளி வரப்போகுது தானே. அதான் வந்தேன். சரி இந்தா பட்டாசு.."

அனிதா,"ஏதே பட்டாசா இது யாருக்கு வேணும் எனக்கு இது வேணாம். இது உன் பெரிய தங்கச்சி கிருத்திகா இருக்கா பாரு அவளுக்கு கொடு.."

"அடடா அப்புறம் இந்த பாப்பாக்கு என்ன வேணுமாம் .."என்று ரவிச்சந்திரன் கேட்க அவள் கேட்டதும் வாயடைத்துபோயினர் அனைவரும்..

அந்த குட்டி பிசாசு அப்படி என்ன கேட்டிருக்கும் பார்க்கலாம் அடுத்த பகுதியில்...

அந்த பிசாசு குட்டி எப்பவும் அப்படித்தாங்க.. சரியான வாலு.. இத்தனை வருடம் கடந்தாலும் இன்னும் அந்த குடும்பத்தின் செல்ல மகள் அனிதா தான்..

வர்ணம் -44

அனிதா,"அண்ணா எனக்கு இந்த அக்கா கூட எல்லாம் விளையாடி போர் அடிக்குது ..நீ தான் வளந்துட்ட தானே நீ எப்போ கல்யாணம் பண்ணிக்க போற ..சீக்கிரமா எனக்கு ஒரு அண்ணியை கொண்டுவாயேன் ..இவங்க எல்லாம் என்ன திட்டிட்டும் ,அடிச்சுட்டும் இருக்காங்க.. அண்ணியாவது என்கிட்ட பாசமா இருப்பாங்க தானே..?" என்றதும் அனைவரும் முதலில் அதிர்ந்தவர்கள் பிறகு சிரித்தனர்.

ரவீந்திரன் அனிதாவின் காதை திருகியவன்," வாலு நீ இருக்க பாரு ,உன்னை என்னதான் பண்றதுன்னு தெரியல...?"

தீபிகா ,"அண்ணா அவ சொல்றதில் என்ன தப்பு .நீ சீக்கிரமா ஒரு அண்ணியை கொண்டு வா எங்களுக்கும் சந்தோசமா இருக்குமே..'

"அடடா அண்ணி என்ன கடையில வைக்கும் பொருளா? நீங்க கேட்டவுடன் கொண்டு வரதுக்கு கொஞ்ச நேரம் வாயை மூடிட்டு அமைதியா இருங்கடி .." என்று தன் மகள்களை அதட்டிய வான்மதி "ரவி வா வந்து உட்காரு சாப்பிடலாம்.."என்றாள்.

"ஆமாண்டா வா வா சாப்பிடலாம் உனக்கு பிடிச்ச மீன் குழம்பு தான் வச்சிருக்கா உங்க சித்தி..."என்றார் சந்திரன்.

"மீன் குழம்பா சூப்பர் சித்தி என் மனசுக்கு தகுந்த மாதிரி இன்னைக்கு சமைச்சு வச்சிருக்க ..எங்க அம்மா சாம்பார் வச்சிருக்கு ,அதை எவன் திண்பான்.. நீ எனக்கு போடு நான் சாப்பிட்டுட்டு தங்கச்சிகளை அழைச்சிட்டு வெளியே போயிட்டு வரேன்..."

வான்மதி தன் ஓரகத்தி மகனுக்கு பரிமாற உணவை உட்கொண்டவன் வான்மதி தேவியை அவ்வளவு பாராட்டினான்." உன்னால மட்டும் எப்படி சித்தி இப்படி சமைக்க முடியுது. என் தங்கச்சி ரேவதி இருக்கு பாரு அது

சமயல வாயில வைக்க முடியல ..தினம் தினம் நரக வேதனையா இருக்கு ச்சே .."

வான்மதி ,"டேய் ஏன்டா பிள்ளைய அப்படி சொல்ற பாவம் இப்பதானே கல்யாணமாகி இருக்கு போகப் போக சமைக்க கத்துப்பா..."

"ஆமா அந்த பிசாசு குழந்தை பாருங்க கல்யாணமாகி சமைக்க கூட தெரியலனா எப்படி சித்தி .மாமாவா இருக்கவே பரவாயில்ல. வேறு யாராவது இருந்தா என்ன பண்றது

அந்த மண்ணாங்கட்டி மனுவேந்தன் எப்படி சமைச்சு போட்டாலும் சாப்பிடுது அதுக்கு பணத்தை மிச்சம் பண்ணா போதும்.. ஆனா எனக்கு ருசி இல்லாம பிடிக்கவே இல்ல..அம்மா சமைக்கிறது பிடிக்கலன்னா உன் கையால் சாப்பிடுவேன்

அங்கு நான் வேற யார் கையால் சாப்பிடறது சொல்லுங்க..."

"என்ன அண்ணா அக்கா சொன்ன மாதிரி நீ என் அக்காவை ரொம்ப டார்ச்சர் பண்ற போல.. இதெல்லாம் சரி இல்ல பாத்துக்கோ .."என்று அனிதாவின் தலையில் வலிக்காதபடி கொட்டியவன்

ரவிந்திரன்," வாலு அந்த கழுதை எல்லாத்தையும் வந்து சொல்லிடுச்சா உங்க அக்கா ஒழுங்கா சமைச்சா நான் ஏன் அப்படி பேச போறேன்..."

"சரி சரி விடு அண்ணா . அக்காவை ஏதாவது குறை சொல்லிட்டே இருக்காத.. அதுக்குத்தான் அண்ணா நாங்க சொல்றோம் ஒரு அண்ணிய அழைச்சிட்டு வந்துடு சமையலுக்கு நீ கஷ்டப்பட வேண்டிய அவசியம் இல்லை தானே..?" என்றாள் கிருத்திகா.

"கிருத்திகா வரவ உங்க அக்காவை விட கேவலமா சமைச்சா என்ன பண்றது.. அதுக்கு நான் காலம் முழுக்க சன்னியாசியாவே இருந்துட்டு போயிடுவேன்.."என்று வராத கண்ணீரை துடைத்தான் ரவீந்திரன்.

"டேய் வாய கழுவுடா நல்ல நாளும் அதுவுமா என்ன பேசுறான் பாரு .

அது எல்லாம் ஒன்னும் கவலைப்படாத .உனக்கு வரப்போறவ உன் சித்தி போல நல்லாவே சமைப்பா சரியா..?" என்று சந்திரன் கூறியதும் அங்கே கௌளி தட்டியது.

தீபிகா,"ஏய் அண்ணா அப்பா சொன்னதும் பல்லி தட்டுது பத்தியா..? அப்ப கண்டிப்பா எங்களுக்கு வரப்போற அண்ணி சமையல் செய்றதுல கெட்டிக்காரியா தான் இருப்பாங்க அப்படித்தானே அம்மா..,"

வான்மதி தேவி,"ஆமாண்டி ஆமா உங்க அண்ணி நல்லா சமைப்பா இப்ப போங்க போய் கொஞ்ச நேரம் புக் எடுத்து படிங்க"

அனிதா," ஏதே படிக்கிறதா வாய்ப்பில்ல ராஜா வாய்ப்பில்ல...அண்ணா என்ன சொல்லுச்சு கேட்டீங்க தானே? நாங்க அண்ணா கூட கடைக்கு போயிட்டு வருவோம் அப்புறம் படிக்கிறத பத்தி யோசிக்கலாம்.."என்றாள்.

கிருத்திகா தேவி ,"அனிதா நாளைக்கு லீவு தானே ?அதனால் கடைக்கு நாளைக்கு காலையில் போகலாம் . இப்பபோ படிச்சு முடிச்சிடலாம் அப்ப-

தான் நாளைக்கு அண்ணா கூட ஜாலியா ஊர் சுத்தலாம் சரியா.."

"என்ன கிருத்திகா நீ அண்ணா வரதே எப்போதாவது ஒரு தடவை தான். நாம தினமும் படிச்சிட்டு தானே இருக்கோம் .இன்னைக்கு ஒரு நாள் படிக்கலைன்னா என்ன ஆகப்போகுது சொல்லு .."என்று கண்களில் கண்ணீர் வைத்தாள் தீபிகா.

"அச்சச்சோ என் தங்கச்சி அழ ஆரம்பிச்சுட்டாளே.." என்று அவளின் கண்களை துடைத்து அவளின் தாடையை கிள்ளிய ரவீந்திரன் கிருத்திகா இப்ப கடைக்கு போயிட்டு வந்துடலாம் வாங்க .

நாளைக்கு காலையில அண்ணனே சொல்லி தரேன் ஓகே.." என்றவன் தன் தங்கைகளை அழைத்துக் கொண்டு வெளியே சென்றான்.

சுகன்யா ரவீந்திரனின் கடைசி தங்கை இதை பார்த்தவள், "அம்மா இந்த அநியாயத்தை நீங்க கேட்க மாட்டிங்களா ?அண்ணா அவங்க மூணு பேரையும் மட்டும் அழைச்சிட்டு கடைக்கு போறாங்க. என்னை ஒரு வார்த்தை கூட கேட்கல. இதெல்லாம் ரொம்ப அநியாயம் பார்த்துக்கோங்க.."என்று அழுது புலம்ப.

ரேவதி அங்கே வந்தவள் ,"சுகன்யா நீ சும்மா இருக்க மாட்டியா? ஏற்கனவே அம்மா எதையாவது ஒன்னு சொல்லி சண்டை போட்டுட்டு இருக்காங்க .இந்த லட்சணத்தில் நீ வேற அவங்களுக்கு ஏத்தி கொடுக்காத போய் வேலையை பாரு.."என்றாள்.

"இங்க பாரு ரேவதி உன்னை கட்டி கொடுத்தாச்சு. நீ இந்த விஷயத்தில் தலையிடாத.. எனக்கு என்ன செய்யனும்னு தெரியும்.."

என்றவளை ஓங்கி அறைந்தவள் "இனி ஒரு வார்த்தை எதிர்த்து பேசின கொன்னுடுவேன் ராஸ்கல். சின்ன பொண்ணா லட்சணமா ஒழுங்கா நடந்துக்கோ. பெரியவங்க விஷயத்தில் தலையிடக்கூடாதுன்னு உனக்கு எத்தனை முறை சொல்லி இருக்கேன்.

அண்ணா அவங்க மூணு பேர் மேல அவ்வளவு பாசமா இருக்கான் .அதற்கு காரணம் உனக்கு தெரியாதா ?அதுங்க மூன்றும் அண்ணனை சொந்த அண்ணனை போல பாக்குதுங்க.

அவன் மேல உயிரா இருக்குதுங்க .

ஆனா நீ அவன் வந்தா கடமைக்காக வான்னு சொல்றதோடு சரி அப்புறம் அதுங்க மேல பாசம் இருக்குமா இல்ல உன் மேல பாசம் இருக்குமா .."என்று பொறிந்து தள்ளினாள் ரேவதி.

சுகன்யா அழுது கொண்டே அறைக்குச் செல்ல," இப்போ எதுக்கு நீ அவளை அடிக்கிற. நானும் பார்த்துட்டே இருக்கேன் .

வரவர உனக்கும் உன் அண்ணன் மாதிரியே அவங்க வீட்ல இருக்கவங்கள பத்தி ஏதாவது சொன்னா கோபம் வருது .

உனக்கு அம்மாவை விட அவங்க தான் முக்கியமா போய்ட்டாங்களா..?"என்று கேட்டார் ஜமுனா.

"அம்மா தொடர்ந்து நீங்க இப்படியே நடந்துகிட்டு இருந்தீங்கன்னா எனக்கும் அண்ணனுக்கும் அவங்க தான் முக்கியமா போய்டுவாங்களோன்னு எனக்கு பயமா இருக்கு ,முதலில் உங்க குணத்தை மாத்துங்க ..அவங்க எல்லாருக்கும் நல்லது தான் நினைக்கிறாங்க.. ஆனா நீங்க அந்த பசங்களை திட்டிக்கிட்டு சித்தியை ஜாடமாடையா பேசிக்கிட்டு இருக்கீங்க

. இதெல்லாம் ஒன்னும் சரியில்லை.."

"ஏய் எனக்கு அறிவுரை சொல்ற அளவுக்கு நீ பெரிய மனுஷி ஆகிட்டியா? இனிமேல் இங்க வந்தோமா கொஞ்ச நாள் தங்கணுமான்னு போயிட்டே இரு.. தேவையில்லாத விஷயத்தில் தலையிடாத.." என்று ஜமுனாவை பார்த்த ரேவதி கண் கலங்கினாள்.

பிறகு கொஞ்ச நேரம் அமைதியாக இருந்தவள் தன் அண்ணன் வந்ததும் அவனிடம் நடந்ததை கூறியவள் தன் கணவனை அழைத்துக்கொண்டு தன் சித்தப்பா சித்தி, பிள்ளைகளிடமும் சொல்லிவிட்டு ஊருக்கு கிளம்பினாள் .கிளம்பும் போது திரும்பியும் ஜமுனாவை பார்க்கவில்லை.

ஜமுனா," முதல்ல இந்த வீட்டை விட்டு நாம காலி பண்ணனும்.. இல்ல அவங்கள காலி பண்ண வைக்கனும். இந்த பொண்ணு அவங்க வீட்டுக்கு போய் வந்தாலே இப்படித்தான் என்கிட்ட சண்டை போடறா..இதெல்லாம் ஒன்னும் சரியில்ல உன் தம்பி தம்பி பொண்டாட்டி கிட்ட சொல்லி வை இல்லன்னா நடக்கறதே வேற .."என்று தன் கணவனிடம் சத்தம் போட்டார் ஜமுனா.

"சரி சரி விடுடி எதுக்கு இப்ப கத்திக்கிட்டு இருக்க.."என்று சொன்ன சண்முகம் ,'இவ பண்றது எல்லாம் தப்பு இதுல அவங்கள குறை சொல்றா..' என்று தன் மனைவியை உள்ளுக்குள் திட்டினார்.

"ஏதே கத்தறேனா கத்துறதுக்கு நான் என்ன நாயா ? உன்னையும் உன் பிள்ளைகளையும் திருத்தவே முடியாது .."என்று ஆரம்பித்தவர் அன்று முழுக்க புலம்பிக் கொண்டே இருந்தார்.

சண்முகம் தன் மனைவியின் புலம்பலை கேட்கக் கூடாது என்று தான் தம்பியிடமும் மூன்றாவது மனிதனைப் போல் நடந்து கொள்வார்..தங்கைகளுக்கும் எந்த சீரும் செய்ய மாட்டார் .அப்படி இருக்கும் பொழுதே ஜமுனா தன் கணவனை குறை கூறிக் கொண்டே இருப்பார்.

நாட்கள் இப்படியோ ஓடிக் கொண்டிருக்க ரவீந்திரனுக்கு திருமணம் செய்ய முடிவு செய்து திருமணத்திற்காக பெண் பார்க்கப்பட்டது.

சண்முகம் தனக்கு ஏதாவது வேலை ஆக வேண்டும் என்றால் மட்டும் தம்பி ,தம்பி மனைவி இருவரிடமும் பதமாக நடந்து கொள்வார்.

சண்முகம் ,"சந்திரா இந்த பையன் ரவீந்திரனுக்கு வயசாகிட்டே போகுது பொண்ணு பார்க்கலாம்னு முடிவு ..பண்ணி இருக்கோம் .அவனுக்கு எப்படிப்பட்ட பொண்ணு வேணும் கேட்டு சொல்லு நாங்க கேட்டா அவன் சொல்ல மாட்டான்.." என்றார்

தன் அண்ணன் கேட்டுக் கொண்டதின் பேரில் அந்த வார விடுமுறை ரவீந்திரன் வந்தபோது சந்திரன் அவனிடம் கேட்டார்.

"எனக்கு பொண்ணு அழகா இருக்கனும் ,நல்லா படிச்சு இருக்கனும், அது போதும் வேலைக்கு போகனும் கூட எந்த அவசியமும் இல்ல...நான் எனக்கு பெண் பார்க்கும் பொறுப்பை உங்ககிட்ட ஒப்படைக்கிறேன். எங்க அம்மா பார்க்க ஆரம்பிச்சா,அவங்கள மாதிரியே எப்பவும் கத்திகிட்டே குடும்பத்தில் அனுசரணை இல்லாமல் நடந்துக்கற பெண்ணை தான் பார்த்து என் தலையில் கட்டுவாங்க .

அவங்க பெண் பார்க்க போனாலும் நீங்களும் கூட போய் பொண்ணு எப்படி இருக்கா என்ன படிச்சிருக்கான்னு கேட்டு சொல்லுங்க அதன் பிறகு நான் போய் பெண்ணை பாத்துக்கறேன் .."என்றான்.

சந்திரனும் தன் அண்ணனிடம் ரவீந்திரன் கூறியதை கூற," அவன் சொல்றதும் சரிதான். நீயும் எங்க கூடவா

அந்த பஜாரி என்ன சொன்னாலும், நீ எதையும் காதில் வாங்கிக்காத .

எனக்காக கொஞ்சம் இதை மட்டும் செய் டா.. வான்மதி அவளை பத்தி எனக்கு நல்லாவே தெரியும்

இருந்தாலும் எனக்கு வேற வழி இல்ல

குடும்பத்தில் பிரச்சனை வரக்கூடாதுன்னு நானும் அமைதியா போயிட்டு இருக்கேன்

என் பிள்ளைகளோட வாழ்க்கைக்காக நீங்க உதவி செய்யனும்..."என்றார்.

வர்ணம் -45

சந்திரன் ,"சரி சரி உன் மனைவியைப் பத்தி எனக்கு தெரியாதா .?சரி என்னைக்கு போகணும் சொல்லு ,நானும் வான்மதி தேவியும் பொண்ணு பார்க்க வரோம்..."என்றார்.

"சரிடா இன்னும் இரண்டு நாள்ல நல்ல நாள் இருக்கு.. அன்னைக்கு போய் பாத்துட்டு வந்துடலாம்.."என்றார் சண்முகம்.

சந்திரன்,"சரி நீ போகும்போது சொல்லு நாங்க கிளம்பி வரோம்.."

சண்முகம் ,'நல்ல வேலை சந்திரன் இந்த பொண்ணு பார்க்க வர ஒத்துக்கிட்டானே. இல்லனா நாம கட்டின பிசாசை வச்சிட்டு நம்மால் எந்த முடிவும் எடுக்க முடியாது.." என்று நினைத்தவர் பெருமூச்சு விட்டார்.

வான்மதி தேவி தன் பிள்ளைகளை பள்ளிக்கு அனுப்பியவள் தன் மூத்தார் குடும்பத்துடன் பெண் பார்க்க தன் கணவனுடன் கிளம்பினாள்.

பெண் அதே ஊரை சேர்ந்தவள் தான் நன்றாக படித்தவள், நல்ல புத்தி கூர்மை கொண்டவளும் கூட.

இவர்கள் உள்ளே சென்று அமர அவர்களை வரவேற்று அமர வைத்தவர்கள் பெண்ணை அழைத்து வந்தனர் பெண்ணை பார்த்தவுடன் வான்மதி தேவிக்கு மிகவும் பிடித்து விட்டது.

சந்திரனுக்கும் பெண்ணை பிடித்து விட தன் அண்ணனிடம் ,"பொண்ணு நல்லாதான் இருக்கு ,உங்களுக்கும் பிடிச்சிருந்தா மேற்கொண்டு பேசு.. தேவையில்லாத எதையும் பேசாத சரியா.." என்றார்.

"சரிடா சரிடா நான் எதுவும் பேச மாட்டேன் .உன் அண்ணி வாய வச்சுட்டு சும்மா இருந்தால் எனக்கு அதுவே போதும் .."என்றார் சண்முகம்

சந்திரன் சொல்வதிலும் அர்த்தம் உண்டு .சண்முகத்துக்கு எங்கே ,எப்படி, எதை பேச வேண்டும் என்று தெரியாது. சபை நாகரிகம் தெரியாமல் யாரையாவது கலாய்க்கும் பேரில் எதையாவது பேசி வைப்பார்.

சண்முகம் ,"ஜமுனா என்ன பொண்ணையே பார்த்துட்டு இருக்க பொண்ணு நல்லா இருக்கா தானே சம்மதம் சொல்லலாமா..?"என்று கேட்டவர் 'இந்த பேய் என்ன பதில் சொல்லப் போதோ ..'என்று ஆவலோடு தன் மனைவியின் முகத்தை பார்த்தார்.

ஜமுனா,"நீ கொஞ்ச நேரம் அமைதியா இருக்கியா ?என்னை தொந்தரவு பண்ணாத .எப்ப சம்மதம் சொல்லணும் எனக்கு தெரியும் .உனக்கு மட்டும் புடிச்சா போதுமா? நம்ம பிள்ளைக்கு பிடிக்க வேண்டாமா..?"

"அடியே அவன் தான் நம்மை முதல்ல பார்க்க சொன்னானே .. அப்புறம் அவனும் வந்து பார்க்கட்டும் .உனக்கு பிடிச்சிருக்கா சொல்லு.."

'அதை நான் சொல்றேன் .நீ உன் வேலையை பாரு .."என்ற ஜமுனா 'இங்க பாருமா பொண்ணு நீ என்ன படிச்சிருக்க, வேலைக்கு போறியா போகலையா ?இதெல்லாம் எனக்கு தேவையில்லாத விஷயம். உனக்கு நல்லா சமைக்க தெரியுமா? வீட்டை சுத்தமா வச்சுப்பியா ?பெரியவங்கள எதிர்த்து பேசாமல இருப்பியா ?எனக்கு இது மட்டும் தான் தேவை இதுக்கு பதில் சொல்லு "என்ற ஜமுனாவை அங்கிருந்த பெண் வீட்டார் அனைவரும் வேற்று கிரகவாசியை பார்ப்பது போல் பார்த்து வைத்தனர்.

அதிலும் அந்தப் பெண் சுகந்திக்கு இப்படி பேசும் ஜமுனாவை சிறிதும் பிடிக்கவில்லை .என்பது அவளின் முகத்திலேயே தெள்ளத்தெளிவாக தெரிந்தது.

அனைவரும் என்ன சொல்வது என்று தெரியாமல் விழித்திருக்க சுகந்தி தன் அக்கா லட்சுமியை பார்த்தாள்.

அவளோ நான் பார்த்துக்கறேன். நீ கவலைப்படாத என்று கண்கள் மூலமாக தன் தங்கைக்கு செய்தி அனுப்பியவள் "வணக்கம் அம்மா நான் லட்சுமி

சுகந்தியோட அக்கா

உங்களுக்கு எதுக்கு இப்படி ஒரு சந்தேகம் வருது எனக்கு தெரியல .

நீங்க சொல்ற எல்லாத்தையும் என் தங்கச்சி சரியா செய்வா.. அது மட்டும் இல்லாம என் தங்கச்சி பிஎஸ்சி கம்ப்யூட்டர் சயின்ஸ் படிச்சி இருக்கா

..

உங்க பிள்ளையும் நல்லா படிச்சி இருக்காரு உங்களுக்கு விருப்பம் இருந்தா சொல்லுங்க

இந்த கல்யாணத்தைப் பத்தி மேற்கொண்டு பேசலாம் .என் தங்கச்சியை நாங்க ரொம்ப அமைதியான அடக்கமான பொண்ணா தான் வளர்த்து இருக்கோம் .. பெரியவங்களுக்கு அவள் நல்லாவே மதிப்பு கொடுப்பா..ஆனால் அதுக்காக எது நடந்தாலும் அமைதியா போக மாட்டா.. அவளுக்கு அநீதி நடந்தால் கண்டிப்பாக கேட்பா..

நீங்க அவகிட்ட பாசமா இருந்தா அவளும் உங்ககிட்ட பாசமா இருப்பா.. இதை வச்சு உங்களுக்கு ஒன்னு மட்டும் தெளிவா புரியனும் .நீங்க என்ன கொடுக்கறீங்களோ அது அவகிட்ட இருந்து திரும்பி வரும் சரிங்களா ..?"என்றவளை முறைத்த ஜமுனா.

"இது என்ன பழக்கம் இது .ஏங்க இந்த வீட்ல பெரியவங்க யாரும் பேசவே மாட்டீங்களா ?அந்த பொண்ணு இவ்ளோ பேச்சு பேசுது அக்காவை இப்படி இருந்தா தங்கச்சி எப்படி இருப்பா. பெரியவங்க பேசுறாங்களேன்னு மரியாதை இருக்கா ..எங்க வீட்டு பொண்ணுங்க இந்த மாதிரி நடந்துக்க மாட்டாங்க .அது எங்களுக்கு பிடிக்கவும் பிடிக்காது.." என்றவர்

"என்ன வான்மதி அமைதியா இருக்க இந்த பொண்ணு இப்படி பேசிட்டு இருக்கு இது பேசறது சரியா .."என்றதும் வான்மதி ஆச்சரியமாக தன் ஓரகத்தியை பார்த்தாள்

.(பக்கத்து வீட்டில் இருந்து கொண்டே எப்பொழுதும் ஒரு வார்த்தை கூட பேசாத ஜமுனா. இப்படி தனக்குத் தேவையான போது மட்டும் பேசினா அவளுக்கு ஆச்சரியமாக இருக்காமல் என்ன செய்யும்..???)

"மாமி அதை எல்லாம் விடுங்க அவங்க அவங்க மனசில் பட்டதை பேசி இருப்பாங்க ..அவங்களும் எதுவும் தப்பா பேசலையே? எனக்கு பெண்ணை பார்க்கும்போது ரொம்ப பிடிச்சிருக்கு , நம்ம ரவீந்திரனுக்கு தகுந்த ஜோடியா கண்டிப்பா இவ இருப்பா.. நம்ம வீட்டுக்கு இவளை விட நல்ல பெண்ணை உங்களால் கொண்டு வந்து விட முடியாது..

அவள் முகத்தை பாருங்க எவ்வளவு அமைதியான பொண்ணா இருக்கா ..அவங்க அக்கா சொல்றது முழுவதும் உண்மை.

நாம என்ன கொடுக்கிறோமோ அதுதான் நமக்குத் திரும்பி வரும் ..

நாம ஒழுங்கா நடந்துக்கிட்டா அவளும் நம்மகிட்ட அதுக்கு தகுந்தாற் போல நடந்துப்பா...எனக்கு பெண்ணை ரொம்ப பிடிச்சிருக்கு பையனை பெத்த நீங்கதான் உங்க முடிவை சொல்லனும் ..மாமா நீங்க உங்க முடிவை சொல்லுங்க மாமா.." என்று ஜமுனாவில் ஆரம்பித்து சண்முகத்திடம் முடித்தாள் வான்மதி தேவி.

வான்மதி தேவியின் புத்தி கூர்மையை கண்டு தன் மனைவியை மெச்சிக் கொண்ட சந்திரன் ,"ஆமாம் எனக்கும் பெண்ணை பிடிச்சிருக்கு ,அண்ணா

நீங்களும் ,உங்க மனைவியும் முடிவு பண்ணுங்க .."என்றார்.

வான்மதி தேவி இப்படி பேசவில்லை என்றால் கண்டிப்பாக ஜமுனா மேலும் மேலும் பிரச்சினை பண்ணுவார் என்று அவர்களுக்கு தெரியுமே.

இதில் இன்னொரு விஷயமும் இருக்குங்க

பெண்ணின் போட்டோவை பார்த்த ரவீந்திரன் தன் சித்தப்பா சித்தி இருவரிடமும் ,"எனக்கு இந்த பெண்ணை ரொம்ப பிடிச்சிருக்கு.. முடிஞ்ச அளவுக்கு இந்த இடத்தையே முடிக்க பாருங்க .."என்று சொல்லி இருந்தான்..

ரவீந்திரன் பொதுவாகவே அப்படித்தான் தன் அப்பா அம்மாவிடம் ஒரு பேச்சும் தன் மனதில் உள்ளதை அப்படியே தன் சித்தப்பா சித்தியிடமும் சொல்லிவிடுவான்..

ரவீந்திரனுக்கு தெரியும் தன் அம்மா தான் எதை பேசுகிறோமோ அதற்கு எதிராகத்தான் பேசுவார் என்று அதனால் இப்படி ஒரு முடிவு எடுத்திருந்தான்.

ஜமுனா யோசித்துக் கொண்டிருக்க வான்மதி தேவி தனியாக பெண்ணுக்கு என்று வாங்கிக் கொண்டு வந்திருந்த பூவை எடுத்துச் பெண்ணின் தலையில் வைத்தவள் .."இங்க பாருமா சுகந்தி உன்னை இவர்களுக்கு பிடிக்குதோ பிடிக்கலையோ. அதை பத்தி எனக்கு கவலை இல்ல..எனக்கு உன்னை ரொம்ப பிடிச்சிருக்கு , ஒரு வேலை எங்க வீட்டு பையனுக்கு நீ மனைவியா வரலனா கூட நாம ஒரே ஊர்ல இருக்கோம் .

அதனால் அடிக்கடி கோவில்ல சந்திச்சு பேசலாம் .என்னை நீ ஒரு அத்தையா நினைச்சு பேசு

அதுவும் உங்க அம்மா, அப்பாவுக்கு விருப்பம் இருந்தால் மட்டுமே சரியா ..?"என்றாள்.

அங்கிருந்த அனைவருக்கும் வான்மதி தேவியின் அணுகு முறை மிகவும் பிடித்த போனது .

சுகந்தி ,"சரிங்க மாமி கண்டிப்பா நீங்க சொல்றபடி நான் செய்றேன் .காரணம் எனக்கும் உங்களை ரொம்ப பிடிச்சிருக்கு.." என்றாள்.

இவ்வளவு நடந்து இருக்கே இது போதாதா..? ஜமுனாவுக்கு கோபம் வர.. அவருக்கு வான்மதி தேவி மீது கோபம் இருந்தாலும் சபையில் எதுவும் பேசக்கூடாது என்று முடிவு செய்தவர்," சரி சரி வான்மதி கிளம்பலாம் வா ..இங்க பாருங்க எங்களுக்கும் பெண் பிடிச்சிருக்கு .நான் சொல்றது எல்லாம் எங்களை எதிர்த்து பேசக்கூடாது அவ்வளவுதான்

என் பையன் நாளை ஊரிலிருந்து வருவான் .அவன் வந்ததும் அவனும் அவங்க சித்தப்பாவும் வந்து மறுபடியும் பொண்ணை பாப்பாங்க .பார்த்தவுடன் கல்யாணத்தைப் பத்தி முடிவு பண்ணலாம் .."என்றார்.

லட்சுமி ஏதோ கூற வர சுகந்தியின் அம்மா அவளின் கை பிடித்து தடுத்தவர் ,"சரிங்க நீங்க சொல்றபடியே செய்யலாம் .."என்று அவர்களை

அனுப்பி வைத்தார்.

அவர்கள் வெளியே சென்றதும் லட்சுமி ,"அம்மா அந்த அம்மா என்ன நெனச்சுக்கிட்டு இருக்கு, ஒரு பெண்ணை மறுபடியும் மறுபடியும் எத்தனை தடவை தான் பார்ப்பாங்க ..ஏன் அந்த மாப்பிள்ளை இன்னைக்கே வந்தா குறைஞ்சு போய்டுவானா ..பொண்ணுனா அவங்களுக்கு என்ன கடையில் விற்கும் பொருள் என்று நினைப்பா அந்த அம்மாவும் ஒரு பொண்ணு தானே எனக்கு அந்த அம்மா பேசுறது எதுவுமே பிடிக்கல.."என்றாள்.

மீனாட்சி," சரிடி கோபப்படாத நாம அவங்க பையன் எப்படி இருப்பான் அதைத்தான் பார்க்கணும் .நாம விசாரிச்ச வரை அந்த பையன் ரொம்ப நல்லவன் .அவன் அப்படியே அவன் சித்தப்பாவின் குணத்தை பெற்றவன் சொல்லி அந்த பக்கம் இருக்க எல்லாருமே சொல்றாங்க .அவனும் ஒரு அளவுக்கு மேல் அவங்க அம்மா பேச்சைக் கேட்க மாட்டான்.. அதனால் நமக்கு பிரச்சனை இல்ல.

இன்னொரு விஷயத்தை யோசிச்சு பாரு .வான்மதி தேவி இருக்காங்களே அவங்க ரொம்ப நல்லவிதமா நடந்துக்கறாங்க ..கண்டிப்பா அவங்க வீட்டுக்கு போனா நம்ம பொண்ணுக்கு எந்த பிரச்சனையும் வராம அவங்க பார்த்துப்பாங்க ..பையனும் நல்லா படிச்சு இருக்கான் .நல்ல வேலையில் இருக்கான் நாம அதையும் யோசிக்கனும் தானே..?"

" ஆமாம் அம்மா எனக்கும் வான்மதி ஆன்ட்டிய ரொம்ப பிடிச்சிருக்கு ..அவங்க ரொம்ப நல்லவங்களா இருக்காங்க.. அக்கா அக்கா நீ அவங்க வீட்டுக்கு மருமகளா போனா அவங்க உன்ன பத்திரமா பாத்துப்பாங்கன்னு எனக்கு தோணுது நீ ஒன்னும் கவலைப்படாத.. மாமாவை போட்டோல பார்த்தேன் நல்லா தான் இருக்காரு.. "என்றாள் சுகந்தியின் தங்கை சுபாஷினி

சுகந்தி,"சரி எல்லாரும் எல்லாத்தையும் சொல்லிட்டீங்க. அப்பா நீங்க என்ன நினைக்கிறீங்க

டேய் விக்ரம் நீ என்னடா நினைக்கிற நீங்களும் சொல்லிடுங்க.."என்றாள்.

"இங்க பாரு சுகந்தி இது உன்னுடைய வாழ்க்கை .நீ தான் முடிவு எடுக்கணும் . ஆனா எனக்கு இந்த இடம் பிடிக்கல ..பையனோட சித்திய வச்சு நீங்க முடிவு பண்ணாதீங்க..

பையனோட அம்மா பேசுறது எனக்கு பிடிக்கல..."என்றாள் லட்சுமி..

விக்ரம் ,"எனக்கு அந்த மாப்பிள்ளை பிடிக்கல இந்த கல்யாணம் நடக்கக்கூடாது.." என்றான்.

வர்ணம்- 46

மீனாட்சி," டேய் என்னடா பேசுற நீ உன் அக்கா லட்சுமியை கூட சமாளிக்கலாம் போல...உன்னை வச்சிட்டு முடியலடா ..

சரி சொல்லு உனக்கு எதுக்கு மாப்பிள்ளை பிடிக்கல.. அவரை நேர்ல பார்க்காமலே நீ இப்படி ஒரு முடிவு எதுக்கு எடுக்கற.."

"அம்மா ஒருத்தவங்கள பிடிக்கலனா அதற்கு காரணம் எல்லாம் சொல்ல முடியாது .. (லூசாங்க இவன்)

இருந்தாலும் நீங்க கேட்பதால் என் மனசுல பட்டதை சொல்றேன்..போட்டோவை நல்லா பாருங்க. பாக்கிறதுக்கு வில்லன் மாதிரியே இருக்காரு ..

அந்த ஆளு என் அக்காக்கு கணவனா அதுக்கு வாய்ப்பே இல்ல..அக்கா நான் சொல்றதை கேளு ...உனக்கு இவன் வேணாம் .நான் உனக்கு நல்ல மாப்பிள்ளை பார்க்கிறேன்.." என்றான் விக்ரம் .

சுபாஷினி," டேய் கொஞ்ச நேரம் சும்மா இருக்க மாட்டியா ?மாமா நல்லா தான் இருக்காரு உன் கண்ணு தான் சரி இல்லை போடா டேய்.."என்றாள்.

விக்ரம்,"உனக்கு தான் டி கண்ணு தெரியல..அவர பார்த்தாலே எனக்கு கடுப்பா இருக்குது.. நீ வாய மூடுடி சுகந்தி அக்கா சொல்லட்டும்.."

லட்சுமி," சுகந்தி இத்தனை பேர் பேசிட்டு இருக்கோம். நீ அமைதியா இருந்தா என்ன அர்த்தம் உன் மனசுல என்ன இருக்கு அதை முதல்ல சொல்லு .."

"என்னக்கா சொல்ல சொல்ற.. என்னை பொறுத்தவரை எனக்கு மாப்பிள்ளை பிடிச்சிருக்கு ..எனக்கு பிடிச்சிருப்பதை விட அம்மாவுக்கும் அப்பாவுக்கும் ,மாப்பிள்ளை பிடிச்சிருக்கு ..அதனால் தானே அவங்களை பொண்ணு பார்க்க வர சொன்னாங்க .மேற்கொண்டு நீங்க என்ன முடிவு பண்ணாலும் எனக்கு பிரச்சனை இல்ல .."என்றவள் உள்ளே சென்று விட்டாள்.

விக்ரம் தன் அக்காவின் பதிலில் கடுப்பாக சுபாஷினி எகிறி குதித்தவள்,"ஹே அக்காவுக்கு கல்யாணம் நடக்க போகுது.." என்று கூச்சலிட ஆரம்பித்தாள்.

தங்கவேல் தன் பிள்ளைகளின் செயலை நினைத்து சிரித்துக் கொண்டிருக்க மீனாட்சி," என்னங்க நீங்க எதுக்கு இப்ப கூட இவ்வளவு அமைதியா இருக்கீங்க ..உங்களுடைய முடிவு என்னன்னு சொல்லுங்களேன்.."என்று கேட்டார்.

லட்சுமி ,"அப்பா அவ அவளோட முடிவு சொல்லிட்டா ..நீங்க மட்டும் எதுக்கு அமைதியா இருக்கீங்க ..உங்க முடிவை சொல்லுங்க.. நானும் ,விக்ரமும் சொல்றதை கேட்கக்கூடாது அப்படிங்கற முடிவில் இருந்தீங்கன்னா சொல்லுங்க .இனி நான் இந்த திருமணத்தை பத்தி எதையும் பேசமாட்டேன்.."

"லட்சுமி இங்க பாருமா .நீ இந்த வீட்டோட பெரிய பொண்ணு உன்னுடைய முடிவை கேட்காம நான் இதுவரை நடந்திருக்கேனா? அவசரப்படாத நான் அந்த குடும்பத்தை பத்தி எல்லாம் யோசிச்சிட்டேன் .அந்த அம்மா கத்துவாங்களே தவிர மத்தபடி வேற எதுவும் செய்ய மாட்டாங்க .அவங்களும் நாலு பெண்களைப் பெத்தவங்க தானே? அதன் கஷ்டம் அவங்களுக்கும் தெரியும் .. சண்முகம் தன் தம்பியின் முடிவை கேட்டு தான் எல்லாத்தையும் செய்வாராம் .அதனால் நாம கவலைப்பட வேண்டாம்..

அந்த வீட்டுக்கு போனாலும் நம்ம பொண்ணு சந்தோஷமா இருப்பா.. ரவீந்திரன் தன் சித்தப்பா சித்தியின் பேச்சை தான் அதிகமாக கேட்பானாம் .அதனால ஏதாவது அந்த அம்மா ஏடாகூடமாக செய்யணும்னு நினைச்சாலும் இவங்க ரெண்டு பேரும் தடுத்து நிறுத்திடுவாங்க.." என்றார் தங்கவேல்.

தன் தந்தை பேசுவதை உள்ளறையில் இருந்து கேட்டுக் கொண்டிருந்த சுகந்திக்கு கொஞ்சம் கொஞ்சமாக இருந்த நெருடலம் நீங்கியது.. ஆம் ரவீந்தரனை போட்டோவில் பார்த்த உடனே பிடித்திருந்தாலும் இந்த அம்மாவே இப்படி இருந்தால் ரவீந்திரன் எப்படி இருப்பானோ என்று யோசித்தவளுக்கு தன் சித்தப்பா சித்தியின் பேச்சை கேட்பான் என்று சொன்னதும் வான்மதி தேவி ,சந்திரனை பார்த்ததும் நல்ல அபிப்பிராயம் கொண்டவளுக்கு இனி எந்த பிரச்சனையும் இல்ல.

ஆனால் நம் அம்மா அப்பா என்ன முடிவு பண்றாங்களோ பண்ணட்டும்..' என்று அமைதியாக விட்டுவிட்டாள்.

இது ஒரு பைத்தியம் ஆரம்பத்திலே அக்கா ,தம்பி சொல்றதை கேட்டு இருந்தா பிற்காலத்தில் எந்த பிரச்சினையும் இல்லாம இருந்திருக்கலாம் என்ன பண்றது விதி யாரை விட்டது..

சண்முகம் வீட்டுக்கு செல்ல சண்முகத்தின் மகள்கள்," அப்பா என்ன நடந்துச்சு என்று கேட்க சண்முகம் நடந்ததைச் சொன்னார்"

"சூப்பர் பா அண்ணாக்கு கல்யாணம் முடிஞ்சிட்டா நல்லா இருக்கும் ..அந்த பொண்ணு நல்லா இருக்காங்கப்பா .."என்றனர்.

"முடிக்கலாம் முடிக்கலாம் முதல்ல உங்க அண்ணன் வந்து பாத்துட்டு பெண்ணை பிடிச்சிருக்குன்னு சொல்லட்டும். அப்புறம் அதை பத்தி பேசலாம் பெரிய மனுஷி தனமா பேசாம போய் வேலையை பாருங்க .."என்று அதட்டினார் ஜமுனா.

தன் அம்மா அதட்டியதும் சுமதி ஒரே ஓட்டமாக உள்ளே ஓடிவிட சுகன்யா,"அம்மா அம்மா ப்ளீஸ் அம்மா.. அந்த பொண்ணு ரொம்ப அழகா இருக்காங்க அம்மா .அவங்களே நம்ம வீட்டுக்கு மருமகளா வரட்டும் அம்மா. அதுவும் இல்லாம அவங்க ரொம்ப நல்லா படிச்சி இருக்காங்க . நம்ம வீட்டுக்கு படிச்ச பொண்ணு மருமகளா வந்தா அது உங்களுக்கு தான் மா பெருமை.."என்றாள்.

"அடியே இங்கிருந்து ஓடிப் போயிடு .எனக்கு புத்தி சொல்ற அளவுக்கு நீ இன்னும் வளரல .பெருமை எருமை சொல்லி உசுர வாங்காத ..படிச்ச பொண்ணு வீட்டுக்கு வந்தா திமிரு பிடிச்சவளா இருப்பாளே தவிர குடும்பத்தை எடுத்து நடத்த மாட்டா...உங்க அண்ணனுக்கு தான் வேற வேலை இல்ல படிச்ச பொண்ணு தான் வேணும் அடம் பிடிக்கிறான்.. உனக்கு என்ன போய் வேலையை பாரு .."என்று தன் மகளை திட்டினார்.

"ஆமா இந்த அம்மாவுக்கு இதே வேலை .."தான் என்று முனங்கிக் கொண்டே அங்கிருந்து சென்றாள் சுகன்யா.

ஏங்க எனக்கு ஒரு சந்தேகம். படிச்ச பெண்கள் எல்லாம் திமிர் பிடித்தவர்களாக இருப்பார்களா என்ன? இவங்க ஏன் இவ்வளவு திமிரா இருக்காங்க.. இதைக் கேட்க யாரும் இல்லையே என்ன பண்றது..

படிப்புக்கும், ,திமிருக்கும் என்ன சம்மந்தம் இதை யாருமே புரிஞ்சுகிறது கிடையாது. நம்முடைய தைரியமான செயலைப் பார்த்து ஒருவர் நம்மை திமிர் பிடித்தவன் என்று சொன்னா ஆம் நான் திமிர் பிடித்தவள் தான் என்று சத்தமாக கூறலாமா ஃப்ரண்ட்ஸ்

இது நடந்தது கிட்டத்தட்ட முப்பது வருடங்களுக்கு முன் அப்போதெல்லாம் அப்படித்தாங்க படிச்ச பொண்ணை மருமகளா எடுக்கக் கூடாது என்று சொல்லுவாங்க.. இப்பவும் ஒரு சில இடத்தில் இது நடக்குது என்பது தான் கொடுமை.

சந்திரன் போன் செய்து ரவீந்திரனிடம் கடந்த அனைத்தையும் கூறினார்

" ரவி உங்க அம்மாவுக்கு அந்தப் பெண்ணை புடிச்சிருக்கு இருந்தாலும் அந்த பொண்ணு படிச்சிருக்கிறதால அவங்க யோசிக்கிறாங்க .அவங்களுக்கு படிக்காத பொண்ணை வீட்டுக்கு மருமகளா கொண்டு வரணும் என்ற நினைப்புதான் .ஆனா நீ படிச்ச பொண்ணா கேட்கிற அதனால எங்களால முடிஞ்சத நாங்க செஞ்சிட்டோம்.. இனி செய்ய வேண்டியது அதாவது உங்க அம்மாவோட மனசை மாத்த வேண்டியது உன்னுடைய பொறுப்பு.. நீ வரும்போது ரேவதியை அழைச்சிட்டு வா அவளால தான் உங்க அம்மாவை சமாளிக்க முடியும் ..."என்றார்.

"அப்பா நீங்க இந்த அளவுக்கு எனக்கு பண்ணதே போதும் . ரொம்ப தேங்க்ஸ் எங்க அம்மாவோட குணம் தெரிஞ்சும் நீங்க எனக்காக பொண்ணு பாக்க போயிருக்கீங்க .கண்டிப்பா நான் எங்க அம்மாவோட மனச மாத்த பாக்கறேன் கூடவே ரேவதியை அழைச்சிட்டு வரேன். நீங்க சொல்லுங்க உங்களுக்கு அந்த பெண்ணை பிடிச்சிருக்கு தானே பேசி பார்த்தீர்களா எப்படி பேசறா.."

"எனக்கு மட்டும் இல்லடா உன் சித்தி வான்மதி தேவிக்கும் ரொம்ப பிடிச்சி போச்சு..அதிலும் அந்த பொண்ணு வான்மதி பேசுற பேச்சை பார்த்துட்டு மாமின்னு கூப்பிட ஆரம்பிச்சிட்டா ..அப்போ உங்க அம்மாவோட முகத்தை பார்க்கனுமே எள்ளும் கொள்ளும் வெடிச்சதுடா .."என்று சிரித்தார்

சந்திரன்.

"அச்சோ இது வேற நடந்திருக்கா. அவ இப்பவே சின்ன மாமியாரை ஐஸ் வைக்க ஆரம்பிச்சிட்டாளா? கடவுளே என்ன பண்றது அவ பெரிய மாமியாரை ஐஸ் வைக்க ஆரம்பித்து இருக்கலாம் .சின்ன மாமியார் ஒரு வார்த்தை பேசினாலே மயங்கிடுவாங்கன்னு அவளுக்கு தெரியல. இப்போ எங்க அம்மாவை எப்படி சமாளிப்பது அதைத்தான் யோசிக்கணும் பா.. நான் வந்து பாத்துக்கறேன் .."என்றவன் அழைப்பைத் துண்டித்தான்.

ரவீந்திரன் சந்திரனை அப்பா என்று கூப்பிடுவது தான் வழக்கம். வான்மதி தேவியை விட ரவீந்திரன் நான்கைந்து வயது தான் சிறியவன் என்பதால் ஒரு சில நேரம் அம்மா என்றும் ஒரு சில நேரம் சித்தி என்றும் அழைப்பான்.

ரவீந்திரன் தன் தங்கையிடம் நடந்த விஷயத்தை கூற," இவ்வளவுதானா நீ எதுக்கு கவலைப்படற.. அம்மாவை சமாளிக்க வேண்டியது என்னுடைய பொறுப்பு நாம கிளம்பலாம் ..."என்றாள் ரேவதி..

மனுவேந்தன் ,"ஆமாண்டா ரவி எங்க அக்கா கத்துமே தவிர பிள்ளைங்க வாழ்க்கைக்கு எதிரா எதுவும் செய்யாது .நீ ஏன் கவலைப்படற உனக்கு அந்த பெண்ணை பிடிச்சிருந்தா கண்டிப்பா அவ தான் உன்னுடைய பொண்டாட்டி புரியுதா..?"

"சரி மாமா நேர்ல போய் பார்த்துட்டு முடிவு பண்ணலாம்.."

"அடேய் பிராடு போட்டோவ பாத்துட்டு பிடிச்சிருக்குன்னு சொல்லிட்ட இதில் நேரில் பார்த்து முடிவு பண்ண என்னடா இருக்கு, நீ தான் அவ தான் நம்ம வீட்டு மருமகள் முடிவு பண்ணிட்டியே ..?அப்போ எதுக்கு இந்த வேஷம் போடற .."என்றாள் ரேவதி.

"அட லூசு எனக்கு பிடிச்சிருக்கு தான் .ஆனா அம்மாவுக்கு பிடிக்காம நான் மட்டும் சம்மதம் சொல்லி என்ன பண்றது .காலம் முழுக்க மாமியார் மருமகள் சண்டை போடறத வேடிக்கை பார்த்துட்டு இருக்க சொல்றியா..?என் பிரண்ட்ஸ்ங்க எல்லாம் புலம்பிட்டு இருக்கிறத நானும் கேட்டுட்டு தான் இருக்கேன் ...

அதிலும் வீட்டுக்கு ஒத்த பிள்ளை சொன்னா அது ரொம்ப கொடுமையாம். எனக்கு அதை நினைச்சா தான் பயமா இருக்கு.."என்று வராத கண்ணீரை துடைத்தான் ரவீந்திரன்.

"யப்பா சாமி உலக மகா நடிப்புடா

டேய் எருமை எருமை சரிடா கிளம்பலாம் வா அங்க போனதும் நம்மை பெத்த பிசாசை சமாளிக்கனும் .இங்கே பேசி எனர்ஜியை வேஸ்ட் பண்ண வைக்காத.. அது கிட்ட கத்துறதுக்கு நான் நிறைய எனர்ஜியை சேவ் பண்ண வேண்டி இருக்கு.." என்ற ரேவதி பார்த்து சிரித்தனர் ரவீந்திரன் மனு வேந்தன் இருவரும்...

"அடியேய் உனக்கு எவ்வளவு திமிர் இருந்தா எங்க அக்காவை பிசாசுன்னு சொல்லுவ..."

"யோவ் மாமா என் வாய கிளறாத உங்க அக்கா பிசாசு தான் ..உண்மைய சொன்னா கோபம் வருதா ?வாய மூடிட்டு பேசாம கிளம்பு .."என்றவள் தானும் கிளம்ப அறைக்குச் சென்றாள்.

"அடேய் பார்த்தியா டா எங்க அக்காவை பிசாசுன்னு சொல்றாளே .அவ தான்டா பிசாசு .."என்று மனுவேந்தன் புலம்பிக் கொண்டிருக்க அறையில் இருந்து இவர் மேல் தலையணை ஒன்று பறந்து வந்து விழ அந்த இடத்திலிருந்து நகர்ந்தார் மனு வேந்தன்.

வரணம்- 47

அறையிலிருந்து தலையணை ஒன்று மனுவேந்தனை நோக்கி வர மனு வேந்தன் நகர்ந்து நின்றவர் தன் மனைவிதான் இப்படி செய்வாள் என்று நிமிர்ந்து பார்க்க அங்கே தன்மகன் இடுப்பில் கை வைத்துக் கொண்டு நின்றிருப்பதை பார்த்தவர் ,"அடேய் என்னடா பண்ற நீ .இப்போ எதுக்கு தலையணையை எடுத்து என் மேல வீசின.."

"அப்பா கேள்வியா கேட்கிற நீ ..இங்க பாருப்பா உன்கிட்ட நான் எத்தனை தடவை சொல்லி இருக்க.. எங்க அம்மாவை திட்டக்கூடாதுன்னு அப்படி இருந்தும் திட்ற.. நான் இருக்கும் போதே திட்டறியே .நான் இல்லாதப்ப எங்க அம்மாவை என்ன பண்ணுவ ..உனக்கு இவ்வளவு தான் சொல்லிட்டேன் ஜாக்கிரதையா இருந்துக்கோ .."என்று கூறி கிரி தன் மாமாவின் மடிமீது வந்து அமர்ந்து கொண்டான்.

ரவீந்திரன் தன் மருமகனின் செயலில் விழுந்து விழுந்து சிரித்தவன்,"

மாமா இதெல்லாம் உங்களுக்கு தேவையா ?என் தங்கச்சி எங்க அம்மாவில் பாதி உனக்கு தெரியாதா ?எதுக்கு அவ கிட்ட வாய கொடுத்துட்டு இப்படி வாங்கி கட்டிக்கிற.. அவ எதாவது சொல்லியிருந்தாலும் பரவால்ல நீ பெத்தது எப்படி பேசுது பாரு..என்றவன் சரி சரி கிளம்பு கிளம்பு மணி ஆகுது பாரு.." என்றான்.

"ஏன்டா என் நிலைமையை பார்த்தா உனக்கு நக்கலா இருக்கா உனக்கும் கல்யாணம் ஆகட்டும் டா அப்புறம் இருக்கு .."

"அது நடக்கும் போது பார்க்கலாம் . .அதுவரைக்கும் நான் நிம்மதியா இருந்துட்டு போறேன். அது உனக்கு பிடிக்கலையா மாமா?

"அடேய் அங்க என்னடா பேச்சு கிளம்பினீங்களா இல்லையா? "என்று ரேவதி குரல் கொடுக்க ,"அம்மா தாயே கிளம்பிட்டோம் நீ கிளம்பி வாமா .."என்றார் மனு வேந்தன் பவ்யமாக..

"ஏய் ரேவதி என்ன திமிரா வாய் ரொம்ப நீளுது வாடா போடான்னு சொல்ற ..அதையும் மாமாவையும் சேர்த்து சொல்ற.. வர வர உனக்கு

அடக்க ,ஒடக்கம் அப்படின்னா என்னன்னே தெரியல.." என்று மனு வேந்தனை பார்த்து கண்ணடித்துக் கொண்டே கேட்டான் ரவீந்திரன்.

"அடேய் மச்சான் நீ எனக்கு ஆப்பு வைக்கிறதா நினைச்சுட்டு உனக்கு வச்சுக்கறடா. இப்போ பொண்ணு பாக்க போறது எனக்கு இல்ல.. உனக்கு மச்சி அவ கோபப்பட்டா இங்கேயே தங்கிடுவா பரவாயில்லையா..?"என்று நக்கலாக கேட்டார் மனுவேந்தன்.

"அச்சோ அப்படி ஒன்னு இருக்கா யோ வ் மாமா அடி மடியிலேயே கை வைக்கிறியே ..சரி சரி கல்யாணம் முடியற வரை கொஞ்சம் அடக்கி வாசிக்கிறேன். இல்ல இந்த பிசாசு எது வேணாலும் செய்யும் என்றவன் அம்மாடி ரேவதி சீக்கிரம் கிளம்பி வா டா மணி ஆகுது பாரு.." என்றான்.

"அடேய் அண்ணா இவ்வளவு நேரம் என்னமோ திட்டிட்டு இருந்த மாதிரி இருந்துச்சு..?

இப்ப கொஞ்சற என்ன விஷயம்..? "என்று ரேவதி தன் இடுப்பில் கை வைத்துக் கொண்டு கேட்க..

"சே சே அதெல்லாம் எதுவும் இல்ல நேரம் ஆகுது இல்ல வேளையோட போனா தானே நம்ம வீட்டுக்கு சீக்கிரம் போக முடியும். அதனால் தான் சொன்னேன் மா.. "என்றவன் ஈஈஈ என பல்லை காட்டினான்.

"அட ச்சே தடிமாடு இளிக்காத வாய மூடு சகிக்கல ..அடேய் நான் உன் கூட பிறந்தவ உன்னை பத்தி எனக்கு தெரியாதா? சரி சரி கிளம்பலாம் வாங்க.."

மனுவேந்தன்,"டேய் வாடா சாமி ஒரு வழியா உன் தங்கச்சி கிளம்பிட்டா நேரத்துக்கு போனாதான் உங்க அம்மா ஏதாவது வயித்துக்கு கொடுக்கும் ...இல்லன்னா பட்டினி தான் கெடக்கனும்.."

ரவீந்திரன்,"ஏன் மாமா நீ வேற நாம போகும்போதே நல்ல ஹோட்டலில் சாப்பிட்டு போகலாம். உங்க அக்கா சமையல் சாப்பிட்டு சாப்பிட்டு போர் அடிக்குது.."

"அடேய் ஹோட்டல்ல சாப்பிடறதா நம்ம அஞ்சு பேர் இருக்கும் எவ்வளவு ஆகும் தெரியுமா ..?அதிலும் நீ சாப்பிட ஆரம்பிச்சா அவ்வளவு தாண்டா ராசா என்கிட்ட அந்த அளவுக்கு பணம் இல்ல.."என்றார் மனுவேந்தன்.

"மாமா நீ என்னைக்கு தான் பணம் இருக்குன்னு சொல்லி இருக்க ,சரியான கஞ்சம் யா நீ. நான் வாங்கி தரேன் கிளம்பு .."எனவும் "அப்ப சரிடா அப்ப சரிடா பசங்களா மாமா ஹோட்டல டிபன் வாங்கி தருவான். அதனால எந்த தின்பண்டமும் சாப்பிடாதீங்க சரியா? அப்பதான் ஹோட்டல்ல நல்லா சாப்பிட முடியும் .."என்ற மனுவேந்தனை ரவீந்திரன் கேவலமாக முறைத்தான்.

ரேவதி தலையிலே அடித்துக் கொண்டவள் ," இப்ப இல்ல எத்தனை வருஷம் ஆனாலும் திருந்தவே மாட்ட நீ..உன் பணம்னா செலவாக கூடாது

.மத்தவங்க பணம் செலவாகலாம் அப்படித்தானே..?என்ன ஒரு பிறவியோ நீ "

"அடியே பத்து பைசா சம்பாதிக்கிறதுக்குள்ள நான் படற கஷ்டம் எனக்கு தான் தெரியும் உனக்கு என்னடி சொல்லு..."என்று மனுவேந்தன் சலித்துக் கொண்டார்.

ரேவதி," நீ என்ன என்னை சொகுசா வீட்ல உட்கார வச்சுட்டு நீ மட்டும் சம்பாதிக்கிறியா?. நானும் தானே உன் கூட வரேன் ..நான் மட்டும் சாப்பிட்டு தூங்கி தூங்கி எந்திரிக்கிற மாதிரி பேசுற .இதுக்கு மேல என் வாயை கிளறாத வாய மூடிட்டு கிளம்பி வா..."

"சரிடி யம்மா உன்கிட்ட தெரியாம வாயை கொடுத்துட்டேன்.." என்று மனுவேந்தன் சரண்டராக அனைவரும் பேருந்து நிலையம் சென்றவர்கள் ஊருக்கு பயணமாகினர்.

அங்கே சென்றதும் பெரிய ஹோட்டலில் தன் உணவை முடித்தவர்கள் வீட்டிற்கு செல்ல நடு இரவு ஆனதால் சண்முகம் வந்து கதவை திறந்தவர் தன் மகனிடம் ,"உங்க அம்மா எது சொன்னாலும் அப்படியே கேட்டுக்கோ நாளைக்கு அங்க போய் பார்த்துக்கலாம் ..."என்றார்.

"சரி சரி அதை நான் பார்த்துக்கிறேன் பா .நீங்க கவலைப்படாதீங்க.."என்று ரவீந்திரன் சொன்னாலும் அவனுக்கும் உள்ளுக்குள் பயம் இருக்கத்தான் செய்தது...

மனுவேந்தன் சண்முகநாதன் பார்த்து சிரித்தவர் ,"மாமா இன்னும் எத்தனை வருஷத்துக்கு தான் உன் பொண்டாட்டிக்கு இப்படி பயப்படுவியோ தெரியலையே .?"என்றவனை பார்த்து சிரித்த ரவீந்திரன் ,"மாமா அதை யார் சொல்றது விவஸ்தை இல்லாம போச்சு பாத்தியா..?" என்றான்.

மனுவேந்தன் தன் மனைவியை பார்த்தவன் அவளின் முறைப்பை கண்டதும்," டேய் வாய மூடுடா ஏன்டா எனக்கு ஆப்பு வைக்கிறதில் உனக்கு என்னடா அப்படி ஒரு சந்தோஷம்..."

ரவீந்திரன்,"மாமா உன்னை சீண்டாம என்னால இருக்க முடியலையே என்ன பண்றது..?"

சண்முகம்,"டேய் வாய மூடுங்கடா போய் படுங்க .அந்த பிசாசு எழுந்து வந்தா அதுக்கும் சத்தம் போடுவா

என்ற சண்முகம் டேய் மனுவேந்தா பேய்க்கு வாக்கப்பட்டா அனுபவிச்சு தான் ஆகணும் என்ன பண்றது சரி போ போ போய் படுங்க காலையில நிறைய வேலை கிடக்கு.." என்றார்.

நல்ல வேலை அவர் தன் மகளையும் சேர்த்து இப்படி சொல்லும் பொழுது ரேவதி உள்ளே சென்று இருந்தாள்.. இல்லனா அவரின் நிலை பரிதாபம் தான்..

அனைவரும் படுத்து உறங்க காலை எழுந்ததும் ஜமுனா தன் பிள்ளையை அழைத்து அவனுக்கு காபி கொடுத்தவள்," ஏன்டா வந்தியே

என்னை எழுப்பி இருக்கலாம் இல்ல .."

"இல்லம்மா வரும்போதே சாப்பிட்டு வந்துட்டோம் .அதனால்தான் உங்களை தொந்தரவு பண்ணல.."

"சரி இந்த காபியை குடிச்சிட்டு கிளம்பு.

கூடவே ரேவதியும் அழைச்சிட்டு போ. பொண்ணு பாத்துட்டு உனக்கு பிடிச்சிருந்தா மட்டும் சொல்லு ,ஆனா என் மனசில் பட்டதை சொல்றேன் கேட்டுக்கோ ..அந்த பொண்ணு பார்க்கறதுக்கு அமைதியா தான் இருக்கா .ஆனாலும் படிச்ச பொண்ணு திமிரு பிடிச்சவளா தான் இருப்பா ,இதை யாரும் இல்லன்னு சொல்ல முடியாது.. அதனால் யோசிச்சுக்கோ ஏன்னா வாழப் போறது நீ தான்..

ஆனால் அடிக்கடி இங்கு வரும்போது அவ ஏதாவது சேட்டை பண்ணா நான் சும்மா இருக்க மாட்டேன் .அதுக்கப்புறம் உன் இஷ்டம். என் வீட்டுக்கு வர மருமக அமைதியா நான் சொல்ற பேச்சைக் கேட்டு நடந்துக்கனும் ..அது மட்டும் தான் நான் எதிர்பார்க்கிறேன்."என்றார் ஜமுனா.

'அச்சோ இந்த அம்மா இப்பவே ஆரம்பிச்சிடுச்சே..வரவ எப்படி இருப்பான்னு தெரியலையே.. எனக்கு அவளை பிடிச்சு போச்சு

என்ன பண்றது தெரியலையே ?என்று நினைத்தவன் தன் தங்கை ரேவதியால் மட்டுமே இந்த பிரச்சனைக்கு ஒரு முற்றுப்புள்ளி வைக்கனும்...'என்று நினைத்தவன் அவளை அழைத்துக் கொண்டு பெண் பார்க்க சென்றான்.

சந்திரன், ரேவதி, மனுவேந்தன் ,ரவிந்திரன் ,சந்திரனின் சின்ன மகள் அனிதா ஐந்து பேரும் பெண் பார்க்க சென்றனர்.

பெண்ணை பார்த்ததும் அனைவருக்கும் பிடித்து போக இருந்தாலும் ரேவதிக்கு ,'தன் அம்மா சொல்வது போல இந்த பெண்ணால் பிரச்சனை வருமோ? பார்க்க அமைதியாக தான் இருக்கா

ஆனா அமைதியா இருக்கிறவங்களை அவ்வளவு சீக்கிரம் நம்ப கூடாது ..'என்று குழம்பியவள் மனுவேந்தனிடம்,,'"ஏங்க உங்களுக்கு இந்த பெண்ணை பார்த்தா ஏதாவது தோணுதா..?"

மனுவேந்தன்,"எனக்கு அந்த பெண்ணை பிடிச்சிருக்கு .ரொம்ப அமைதியான பொண்ணா இருக்கா உங்க அம்மாவுக்கு இப்படி ஒரு பொண்ணு மருமகளா வந்தா தான் சரியா இருக்கும் .."என்றார்.

அனிதா," அக்கா அக்கா எனக்கு அண்ணிய ரொம்ப பிடிச்சிருக்கு ..நான் போய் அவங்க கிட்ட பேசிட்டு வரவா.."

"பேச போறியா அவங்க பேசுவாங்களா தெரியலையே டா .சரி போய் பேசி பாரு..." என்று அனிதாவை அனுப்பி வைத்தாள் ரேவதி..

அனிதா சுகந்தி பக்கத்தில் சென்று அவளின் புடவையை ப் பிடித்து இழுக்க அதுவரை குனிந்து கொண்டிருந்த சுகந்தி அனிதாவை பார்த்தவள் முட்டி போட்டு அமர்ந்து "பாப்பாவுக்கு என்ன வேணும்

.ஏதாவது சாப்பிடறீங்களா..?"என்று கேட்டாள்.

அவளின் குரலைக் கேட்டு ரவீந்திரன் அசந்து தான் போனான்

ரவீந்திரன் வந்ததிலிருந்து அவளை பார்த்துக் கொண்டிருக்கிறான் .வந்தவுடன் அவனை நிமிர்ந்து பார்த்தவள் அவனின் பார்வை வீச்சை தாங்க முடியாமல் கீழே குனிந்தவள் தான் இப்பொழுதுதான் அவள் பேசவே ஆரம்பிக்கிறாள்.

சுகந்தியின் குரல் அவ்வளவு அழகாக இனிமையாக இருக்கும்..

அனிதா," எனக்கு எதுவும் வேணாம் உங்களுக்கு எங்க அண்ணனை பிடிச்சிருக்கா அதை மட்டும் சொல்லுங்களேன்

.ஏன்னா எனக்கு உங்களை ரொம்ப பிடிச்சிருக்கு ..நீங்க எனக்கு அண்ணியா வந்தா சூப்பரா இருக்கும் ப்ளீஸ் சொல்லுங்க அண்ணி..."என்று கொஞ்சிக் கொஞ்சி பேசினாள் அந்த செல்ல வாண்டு..

இப்படி கேட்ட தன் தங்கையை மனதில் மெச்சிக் கொண்ட ரவீந்திரன் சுகந்தியின் முகபாவனையை தான் பார்த்துக் கொண்டிருந்தான்..அவளோ மீண்டும் ரவீந்திரனை பார்த்தவள் அவளின் பார்வையில் வெட்கப்பட்டு தலை குனிந்தவள் ,"உங்க அண்ணாவுக்கு பிடிச்சிருக்கா சொல்ல சொல்லு ,நானும் என் முடிவை சொல்றேன்.." என்றாள்.

என்னப்பா இதுங்க ரெண்டும் இப்படி கண்ணாமூச்சி ஆட்டம் ஆடுதுங்க

லட்சுமி இதை பார்த்தவளுக்கு எரிச்சலாக வந்தது.' இதுக இரண்டும் விளையாடுவதற்கு நாம் என்ன வேலை இல்லாமலா இருக்கோம் ..'என்று நினைத்தாள்.

ரவீந்திரன் தன் முடிவை சொல்ல அங்கிருந்த அனைவரும் அதிர்ச்சியில் ரவீந்திரனை பார்த்தனர்.

வர்ணம்- 48

ரவீந்திரன் ,"எனக்கு உங்களை பிடிக்கலன்னு சொன்னா உங்கள் பதில் என்ன? "என்றான்.

சுகந்தி அவன் கூறியதில் மனதில் வலியை உணர்ந்தவள் கண்கள் கலங்க அவனைப் பார்த்தவள் ,"இங்க பாருங்க சார் உங்களுக்கு பிடிக்கலன்னா இந்த கல்யாணம் நடக்காது ..இரண்டு மனமும் ஒன்று சேர்ந்தா தான் திருமண வாழ்க்கை சந்தோஷமா இருக்கும்.. இன்னொரு விஷயம் எங்க அம்மா அப்பாவுக்கு உங்களை பிடிச்சிருக்கு.. நானும் அதனால்தான் நீங்க மறுபடியும் என்னை பெண் பார்க்க வருவதற்கு சம்மதம் சொன்னேன்.." என்றாள்.

அவளின் கண்கள் கலங்கியதைப் பார்த்த ரவீந்திரன் ,'சரியான அழுத்தக்காரி மனசில் இருப்பதை சொல்றாளா பாரு ..'என்று அவளை செல்லமாக திட்டியவன் ,"இங்க பாருங்க மிஸ் சுகந்தி . உங்க அம்மா ,அப்பாக்கு பிடிச்சிருக்கா பிடிக்கலையா எனக்கு அதைப் பத்தி கவலை இல்ல. சேர்ந்து வாழ

போறது நீங்களும் நானும் தான். நான் வந்த உடனே உங்களை எனக்கு பிடிச்சிருக்கா பிடிக்கலையான்னு உங்களுக்கு உணர்த்திட்டேன் ..உங்களுக்கு என்னை பிடிச்சிருக்கா என்கூட வாழ்ந்தா நீங்க சந்தோஷமா வாழ்வீங்க அப்படின்னு நினைக்கிறீங்களா?

நீங்க மத்த யாரைப் பற்றியும் கவலைப்பட வேண்டாம். நான் உங்கள கண் கலங்காம பாத்துக்க முயற்சி செய்வேன். உங்கள் உணர்வுகளுக்கு மதிப்பு கொடுப்பேன். உங்களுக்கும் என்னை பிடிச்சிருந்தா மட்டும் இந்த கல்யாணத்துக்கு ஓகே சொல்லுங்க ..."என்றான்.

அவனோ இப்படி கூறி விட அனிதா முதல் கொண்டு அனைவரும் சுகந்தியை பார்த்தவர்களின் ஒவ்வொருவரின் எண்ணமும் ஒவ்வொரு விதமாக இருக்க என்ன பதில் வருமோ என்று அனைவரும் பதட்டத்துடனும் ஆர்வத்துடனும் சுகந்தியின் பதிலுக்காக காத்துக் கொண்டிருந்தனர்.

அந்த இடமே மிகவும் நிசப்தமாக குண்டூசி கீழே விழுந்தால் கூட சத்தம் வரும் போல அவ்வளவு அமைதியாக இருந்தது.

அனிதா தன் கண்களை மூடி ஒன்று ,இரண்டு என்று பத்து வரை மனதுக்குள் எண்ணியவள் விரல்களை ஒவ்வொன்றாக பிரிக்க ஆரம்பித்தாள். அதைப் பார்த்த சுகந்திக்கு சிரிப்பு வர அவளை தூக்கிக் கொஞ்சியவள் ,"எனக்கும் உங்களை பிடிச்சிருக்கு சார் .எனக்கு இந்த திருமணத்தில் முழு சம்மதம் .."என்றவள் அனிதாவையும் தூக்கிக்கொண்டு அறைக்குள் சென்றாள் .

ரவீந்திரன் இந்த பதிலை தான் எதிர்பார்த்தான் .அவன் மட்டுமில்லாமல் சுகத்தியின் குடும்பத்தில் உள்ள அனைவருக்கும் தெரியுமே சுகந்தியின் எண்ணம் என்னவென்று இருந்தாலும் அவன் அப்படி கேட்கவும் தங்கள் மகள் என்ன சொல்வாளோ என்று பதட்டத்தில் இருந்தனர் .அவளின் பதில் அனைவருக்கும் மகிழ்ச்சியை கொடுத்தது..

ரவீந்திரன்," நாங்க ரெண்டு பேரும் எங்க முடிவ சொல்லிட்டோம் .உங்களுடைய விருப்பம் என்னவோ அதை செய்யுங்க ..உங்களுக்கும் என்னை பிடிச்சிருக்குன்னு உங்க பொண்ணு சொல்லிட்டாங்க,அடுத்து நடக்க வேண்டியத பாருங்க .."என்றான்.

தங்கவேல்," மாப்பிள்ளை உங்களை போட்டோவில் பார்க்கும் போதே எங்களுக்கு புடிச்சு போச்சு.. ஒன்னும் பிரச்சனை இல்ல ..நாங்க அடுத்து நடக்க வேண்டியதை பார்க்கிறோம் .உங்க அம்மாவுக்கு சம்மதம் சொன்னா மேற்கொண்டு ஆக வேண்டிய காரியத்தை பார்க்கலாம்.. பெரியவங்களை வந்து பார்க்க சொல்லுங்க.. சந்திரன் சார் அவங்க வரும்போது நீங்களும் வாங்க ..."என்றார்.

சந்திரன்,"ரொம்ப சந்தோஷம் சார். சரி நாங்க கிளம்பறோம்.. என்றவர் ரேவதி என்னம்மா அமைதியா இருக்க உனக்கு பெண்ணை பிடிச்சிருக்கா ?எதுவும் சொல்ல மாட்றியே..?

'நாம இனி என்ன சொல்றது அவன் முடிவு பண்ணிட்டானே. வாழ போறது அவங்கதானே இரண்டு பேரும் சந்தோஷமா வாழ்ந்தால் சரிதான் என்று நினைத்தவள் ,"சித்தப்பா எனக்கு அவங்களை பிடிச்சிருக்கு ..வாழப்போறவன் அவன் தானே? என்னுடைய கவலை எல்லாம் எங்க அம்மா எதிர்பார்க்கிற மாதிரி அவங்க நடந்துக்கிட்டா போதும் ..என்றவள் நான் உங்க பொண்ணு கிட்ட ஒரு அஞ்சு நிமிஷம் பேசலாமா .."என்று கேட்க..

தங்கவேல் அதற்கு சம்மதம் சொன்னதும் சுகந்தியின் அறைக்கு சென்றாள் ரேவதி.

அங்கே சுகந்தி குழந்தையாக மாறி அனிதாவிடம் வாய் பேசிக் கொண்டிருக்க ரேவதி "ம்க்கும் "என்று தொண்டையை கணைக்க திரும்பிப் பார்த்த,சுகந்தி ,"வாங்க உட்காருங்க.." என்றாள்.

"இங்க பாருங்க சுகந்தி நான் நேரடியா விஷயத்துக்கு வரேன் .உங்களுக்கு எங்க அண்ணனை பிடிச்சிருக்கா? இந்த கேள்வியை நான் கேட்கக் கூடாதுதான் .இருந்தாலும் கேட்கிறேன் ஒரு பொண்ணு ஒரு வீட்டுக்கு வாழ்க்கைபட்டு போனா கணவனை மட்டும் அனுசரிச்சு போனா போதாது ..அந்த குடும்பத்தில் இருக்க அனைவரிடமும் கொஞ்சம் நல்லவிதமாக நடந்துக்கனும் ..

எங்க அம்மா கோபக்காரங்க தான் இல்லன்னு சொல்லல இருந்தாலும் அவங்க கொஞ்சம் பாசக்காரவங்களும் கூட அவங்க கோபப்படும்போது நாம அமைதியா இருந்துட்டா அவங்க அதுக்கப்புறம் கொஞ்சம் புரிஞ்சுப்பாங்க ..நான் உங்களுக்கு இதை மட்டும் தான் சொல்ல விரும்பறேன்..

மத்தபடி எனக்கும் உங்களை பிடிச்சிருக்குருக்கு ..இந்த கல்யாணத்தில் எனக்கும் சம்மதம் தான் .. கண்டிப்பா நீங்க தான் எங்க வீட்டு மருமக எங்க அம்மா சம்மதம் சொல்வாங்க அப்படி சொல்லலனா கூட நானும் என் அண்ணனும் சம்மதிக்க வச்சிடுவோம் கவலைப்படாதீங்க..." என்றாள்.

"சரிங்க நீங்க சொல்றது எனக்கு புரியுது .முதல் பார்வையிலேயே உங்க அம்மாவ பத்தி நான் ஓரளவுக்கு புரிஞ்சிக்கிட்டேன் ..அதனால எனக்கு ஒன்னும் பிரச்சனை இல்ல .

அது மட்டும் இல்லாம கல்யாணம் ஆனா தனி குடித்தனம் தான் நாங்க போக போறோம் சொல்லி எப்பவோ உங்க அப்பா எங்க கிட்ட சொல்லிட்டாரு ..விசேஷ நாட்கள் மட்டும்தான் எல்லாரும் ஒன்னா இருக்க போறோம் ..அப்போ எப்படி நடந்துக்கனும் நான் அதை பார்த்துக்கிறேன்.." என்றாள்.

ரேவதி,"அப்போ ஓகே நீங்க சென்னைக்கு தான் வருவீங்க ..நானும் சென்னையில் தான் இருக்கேன்

அதனால பிரச்சனை இல்ல நாம அடிக்கடி சந்திக்கலாம்.. எங்க அம்மாவை மட்டும் கொஞ்சம் அனுசரிச்சு போங்க அது போதும் .நீங்க சொல்றபடி எப்போதாவது ஒரு தடவை தான் அவங்கள பாக்க போறீங்க.

சரி நான் வரேன் அனிதா போலாமாடா.."

"அக்கா நான் இன்னும் கொஞ்ச நேரம் அண்ணிகிட்ட பேசிட்டு வரேனே.."

"அப்படியா அப்ப தனியா வருவியா..?"

"தனியாவா நான் எப்படி தனியா வருவேன் .."என்று விழித்தவள் சுகந்தியை பார்க்க

சுகந்தி,"நீ கவலைப் படாத அனிதா. நான் என் தம்பி கூட உன்னை அனுப்பி வைக்கிறேன் ஓகேவா..."

" உங்க தம்பி அங்க நிக்கிறாரு அவரு தானே!அவர் கூட நான் போக மாட்டேன் .அவர் வந்ததிலிருந்து எங்க அண்ணனை முறைச்சுக்கிட்டே இருக்காரு.. நானும் பார்த்துட்டு தான் இருந்தேன்.." எனவும் சுகந்தி அதிர்ச்சியுடன் அனிதாவையும் ,ரேவதியையும் மாறி மாறி பார்த்தாள்.

"என்ன அனிதா சொல்ற நான் இதை கவனிக்கவில்லையே என்ற ரேவதி சுகந்தி உங்க தம்பிக்கு இந்த கல்யாணத்தில் விருப்பம் இல்லையோ..? "என்று கேட்டாள்

"அப்படி எல்லாம் எதுவும் இல்ல அவன் கொஞ்சம் பயந்த சுபாவம். பேச ஆரம்பிச்சிட்டா நல்லா பேசுவான் .அவன் பார்வையே அப்படித்தான்.." என்றவள் அனிதா அவன் அப்படித்தான்டா .நீ அதுக்கு எல்லாம் பயப்படக்கூடாது .சரி இப்போ நீ அக்கா கூட கிளம்பு நாம இன்னொரு நாள் பார்க்கலாம்.." என்று அனிதாவை அனுப்பி வைத்தாள்.

அனிதா வெளியே வரும்பொழுது தன் அண்ணியின் கையைப் பிடித்து அழைத்துக் கொண்டு வர தன் தங்கை அனிதாவை நினைத்த ரவீந்திரனுக்கு ரொம்ப பெருமையாக இருந்தது .ஆமா இருக்காதா பின்னே இவன் என்ன நினைத்தானோ அதை எல்லாம் அவள் தங்கை செய்து கொண்டிருக்கிறாளே ..

சுகந்தியை எப்படி மீண்டும் வெளியே அழைப்பது என்று யோசித்துக் கொண்டிருந்தான் ரவீந்திரன் ..அனிதா அழைத்து வரவும் அனைவரிடமும் ,'போயிட்டு வரேன் 'என்று கூறியவன் அனிதாவை பார்த்து கண்ணடிக்க அவளோ அதிர்ச்சியில் சுத்தி பார்க்க விக்ரம் அதை பார்த்தவன் அவனையும் சுகந்தியையும் முறைத்தான்.

சுகந்தி தன் தம்பியை பார்த்தவள் கீழே குனிந்து கொள்ள ரவீந்திரன் அவன் முறைப்பதை பார்க்கவில்லை.

ரவீந்திரன் வெளியே செல்ல வழியில் செருப்பு இருந்ததை பார்த்தவன்," இது யாரோடது செருப்பு வீட்டு வாசப்படிக்கு நேரா இப்படித்தான் செருப்பை விடுவாங்களா..?" என்று அந்த செருப்பை காலால் தள்ளினான் .

அதை பார்த்த தங்கவேல் தன் மகனை முறைத்தார்.

தங்கவேல்,"மாப்பிள்ளை அது என்னுடைய மகனோடது தான் நீங்க வருவதை பார்த்தவுடன் ஆவலாக உள்ளே வந்தானா அதான் வழியில் விட்டிருப்பான்.."என்றார்.

"ஓஹோ அப்படியா தம்பி இங்க வா .."என்று ரவீந்திரன் அவனை அழைக்க அவனும் வில்லனை பார்ப்பது போல் ரவீந்திரனை பார்த்தவன் அவனிடம் சென்றான்.

"இங்க பாரு இந்த செருப்பு எவ்ளோ அழுக்கா இருக்கு ,அதை கொஞ்சம் நல்லா வாஷ் பண்ணி போட்டா என்ன ?நம்ம பொருளை நாம தான் சுத்தமா வச்சிருக்கனும் புரியுதா ?அடுத்த தடவை நான் பார்க்கும்போது நீ இப்படி ஒரு செருப்ப போட்டு இருக்கவே கூடாது .."என்றவன் கீழே இறங்கி சென்றான்.

ஏற்கனவே விக்ரமுக்கு ரவீந்திரனை பிடிக்கல இதில் முதல் சந்திப்பிலேயே இப்படி பேசினா எங்கிருந்து மாமா என்ற பாசம் வரும்.. இது எத்தனை வருடம் கடந்தும் இப்பவும் நடந்துட்டு இருக்குங்க அதுதான் கொடுமை..

அந்த விதத்தில் லட்சுமிக்கு ரவீந்திரனை பிடித்திருந்தது .விக்ரம் சுத்தமாக இருப்பது என்றால் என்னவென்று கேட்பான்.. வீட்டு வாசப்படிக்கு நேராக செருப்பை விடுவதும் ,கண்ட இடத்தில் அழுக்கு துணியை போடுவதுமாக இருக்க லட்சுமி அவனை திட்டியும் அடித்தும் அவன் திருந்துவதாக இல்லை..

லட்சுமி உடனே தன் கணவனை முறைக்க ,'அச்சோ வந்தவன் மாட்டி விட்டுட்டு போயிட்டானே ..'என்று தலை குனிந்தார் லட்சுமியின் கணவர் விஸ்வநாதன்.

விஸ்வநாதனும் கிட்டத்தட்ட இப்படித்தான். லட்சுமி தன் தம்பியை திட்டும் போது விஸ்வநாதன் தன் மச்சினனுக்கு பரிந்து பேசுவார் ..அதனால் தான் இப்படி ஒரு முறைப்பை கொடுத்தாள் லட்சுமி.

அவர்கள் கிளம்பியதும் விக்ரம் ருத்ர தாண்டவம் ஆட தயாராக இருந்தவனை தங்கவேல் அவனை ஓங்கி அறைந்தவர் அவன் ஆட நினைத்த ஆட்டத்தை அவர் ஆடினார்..

"உனக்கு எத்தனை தடவை வீட்டுக்கு எதிர்ல செருப்ப விடாதன்னு சொல்றது..செருப்பு இருக்க வேண்டிய இடத்தில் இருக்கனும் டா . நீ திருந்தவே மாட்டியா ..?"என்று அவனின் காதை பிடித்து திருகினார்.

விக்ரம்,"அப்பா அது எவ்வளவு விலை கொடுத்து வாங்கினேன் தெரியுமா ?வந்தவர் ஏதோ சொல்றார் அதுக்காக நீங்களும் என்னை திட்டறீங்க உங்களுக்கு என்னை திட்றதுக்கு ஏதாவது ஒரு காரணம் வேணும்.."

"அட அறிவுகெட்ட நாயே புத்தி கெட்டவனே ..விலை கொடுத்து வாங்கினாலும் செருப்பு செருப்பு தான்டா .அது இருக்க வேண்டிய இடத்தில் தான் இருக்கனும் ..செருப்பை தூக்கி உன் தலையில் வச்சிப்பியா இல்ல உன் படுக்கையில் பக்கத்தில் வச்சிட்டு படுத்து தூங்குவியா? போடா போய் வேலையை பாரு .."என்றார்.

ஏற்கனவே ரவீந்திரன் மீது கோபமாக இருந்தவன் இப்பொழுது ரவீந்திரனை எப்படியாவது பழி வாங்கியே ஆக வேண்டும் என்று நினைத்தான் விக்ரம்.

வர்ணம்-49

ரேவதியும் ,ரவீந்திரனும் தன் அம்மாவுக்கு எடுத்து புரிய வைக்க ஜமுனா ஒரு வழியாக இந்த திருமணத்திற்கு சம்மதம் சொன்னார் .பெண் வீட்டுக்கு செய்தி அனுப்ப மாப்பிள்ளை வீடு பார்க்கும் நிகழ்ச்சி முடிந்து நிச்சயதார்த்தம் நன்முறையில் நடைபெற்றது.

ஆனால் அப்பொழுது ஒரு பிரச்சினை வந்தது சண்முகம் பெண் தன் இனத்தைச் சேர்ந்தவள் தான் என்று இந்த திருமணத்திற்கு சம்மதம் சொன்னார். ஆனால் பெண் வீட்டார் அவர்களின் இனத்திலேயே மற்றொரு பிரிவை சேர்ந்தவர்கள் என்று நிச்சயம் முடிந்த பிறகு தான் தாமதமாக தெரிய வந்தது

.சண்முகம் அவருக்கு உடனே அவர் எடுத்த முடிவு அனைவருக்கும் அதிர்ச்சியை கொடுத்தது .ஆம் இந்த திருமணத்தை நிறுத்த வேண்டும் என்று முடிவு செய்தார் சண்முகம்..

சந்திரன் இதை கேட்டதும் அதிர்ச்சி அடைந்தவர் தன் அண்ணன் என்று கூட பாராமல்," இங்க பாரு நான் சொல்றதை கேளு. உனக்கு மனசாட்சியே கிடையாதா? நம்ம வீட்ல மொத்தம் ஏழு பெண் பிள்ளைகள் இருக்காங்க .நீ இப்படி அந்தக் கல்யாணத்தை நிறுத்தினா. அந்த பாவம் நம்ம பெண்களை தான் துரத்தும் ..என்ன ஜென்மம் நீ .அவங்க நம்ம இனம் தான் அதில் தனி பிரிவு அவ்வளவுதானே ?இதனால் என்ன உன்னை நாடு கடத்திடுவாங்களா ?இல்ல சாதியை விட்டு தள்ளி வச்சிடுவாங்களா..

சாதி பேர் சொல்லி இன்னும் திருந்தாம இருக்க உங்களையெல்லாம் என்னதான் சொல்றதோ தெரியல.. நல்லா கேட்டுக்கோ அந்த பொண்ணும் இவனை விரும்ப ஆரம்பிச்சிட்டா ..இவனும் அவளை உண்மையா விரும்ப ஆரம்பிச்சுட்டான். இரண்டு பேரும் ஃபோன்ல பேச ஆரம்பிச்சுட்டாங்க ..இது தெரிஞ்சும் நீ உன் இஷ்டத்துக்கு ஆடாத.. என் உறவு உனக்கு வேணும் சொன்னா இந்த கல்யாணம் கண்டிப்பா நடக்கனும் ..

அதன் பிறகு உன் இஷ்டம். அதுமட்டுமில்லாம உன் பிள்ளை இனி வேற ஒரு பெண்ணை திருமணம் செய்ய சம்மதம் சொல்வான்னு நினைக்காத ..

அப்புறம் நான் ஆண் பிள்ளையை பெத்து வச்சிருக்கேன் சொல்லி அடிக்கடி சொல்லுவியே .. அந்த ஆண் பிள்ளைக்கு வாரிசு இல்லாம பண்ணிடாத அவ்வளவுதான் சொல்லிட்டேன்.." என்று மிகப்பெரிய குண்டை அவரின் தலையில் போட அதில் அதிர்ந்து தான் போனார் சண்முகம்.

ஒரு சில விஷயத்தில் சண்முகத்தை ஒப்பிடும் போது ஜமுனா எவ்வளவோ பரவாயில்லைங்க...அவங்க இந்த மாதிரி விஷயத்தில் எல்லாம் பார்த்து நடந்துக்குவாங்க.

திருமணம் நன்முறையில் நடைபெற்றது.. ஆனால் விக்ரம் மட்டும் ரவீந்திரன் மீது நல்ல அபிப்பிராயம் இல்லாமலே சுத்தி வந்தான்.அவனை எப்பொழுதும் முறைத்துக் கொண்டும் அவனிடம் பேசாமல் ஒதுங்கி நிற்பதுமாய் இருந்தான்.

சுகந்தியின் தங்கை சுபாஷினி நன்றாக பாடுவாள். அவள் ரவீந்திரனின் எந்த பதட்டமும் இன்றி மேடை ஏறி பாடி அசத்தினாள் .வந்தவர்கள் அனைவரும் இதுவரை எத்தனையோ திருமணத்திற்கு சென்றாலும் அங்கே பாட்டு கச்சேரியில் அவர்கள் மட்டுமே பாட, ஆனால் இப்பொழுது தன் சொந்த அக்கா திருமணத்தில் ஒரு பெண் பாடியதை கேட்டு ஆச்சரியப்பட்டது மட்டுமில்லாமல் அனைவரும் அவள் பாடிய அனைத்து பாட்டையும் கேட்டு ரசித்தனர்.

சுபாஷினி பாடப் போகிறாள் என்றதும் அவளின் அம்மா மீனாட்சி," வேணாம் டி நீ பாத்ரூம்ல ஏதோ கத்திக்கிட்டு இருப்ப அதோட விட்டுடு ..

கல்யாண வீட்டில் நிறைய பேர் வருவாங்க அவங்க எதிர்ல பாடி எங்க மானத்தை வாங்கிடாத.." என்றார்.

"அம்மா நீங்க எப்ப தான் மாற போறீங்களோ..? உங்களுக்கு கொஞ்சம் கூட என் மேல் நம்பிக்கையே இல்ல போங்க நீங்க ..நான் நல்லா பாடுவேன் நீங்க வேணா பாருங்க .."என்றவள் பாருங்க அப்பா இந்த அம்மா எப்படி பேசறாங்க.." என்று தங்கவேலை துணைக்கு அழைக்க,

தங்கவேல்," ஏமா அவ நல்லா பாடுவா அவள் மேல கொஞ்சம் நம்பிக்கை வைம்மா .அப்படியே சரியா பாடலனா கூட என்ன இப்போ கெட்டுப் போகுது நம்ம பொண்ணு நல்லா பாடுவா. எனக்கு நம்பிக்கை இருக்கு .."எனவும் மீனாட்சி எதுவும் கூறாமல் இருந்தார்.

சுபாஷினி படிக்கும் பள்ளியில் தான் வான்மதி தேவியின் மகள் கிருத்திகா அதாவது ரவீந்திரனின் சித்தப்பா மகள் படித்து வந்தாள்.

ஏற்கனவே சுபாஷினியை பார்த்திருந்த கிருத்திகா நிச்சியத்தில் அவளை பார்த்ததிலிருந்து ,"அம்மா எனக்கு இந்த அக்காவை எங்கேயோ பார்த்த மாதிரி இருக்கு .."என்று சொல்லிக்கொண்டே இருந்தாள்.

வான்மதி தேவி,"அந்த அக்கா உங்க ஸ்கூல் தான்டா .நீ அங்க தான் அவளை பார்த்திருப்ப.." என்றாள்.

கிருத்திகா தேவி அவளிடம் தன்னை அறிமுகப்படுத்திக் கொண்டவள் தினமும் சுபாஷினியிடம் பேசிவிட்டு தான் வீட்டிற்கு வருவாள் .

இவர்களுக்குள் மிகவும் அழகான நட்பு வளர்ந்து கொண்டிருந்தது கிருத்திகா தேவியை விட சுபாஷினி நான்கு வருடம் பெரியவள். சுபாஷினி கிருத்திகா தேவியை தன் வீட்டிற்கு வரும்படி வற்புறுத்தினாள்.

"கிருத்திகா நீ என்கூடயே வீட்டுக்கு வந்துடு நான் உன்னை அழைச்சிட்டு போறேன் ..சனி, ஞாயிறு இருந்துட்டு திங்கட்கிழமை மறுபடியும் ஸ்கூலுக்கு வரலாம். நான் உங்க அப்பாவுக்கு போன் பண்ணி சொல்லி உன்னுடைய டிரஸ் எடுத்துட்டு வர சொல்றேன்.." என்றாள் சுபாஷினி.

கிருத்திகா,"அக்கா அம்மா என்னை எங்கேயும் அனுப்ப மாட்டாங்க . என்ன பண்றது எனக்கும் எங்கேயாவது போய் தங்கனும் சொல்லி ஆசை தான். ஆனா அது நடக்காதே.."

சுபாஷினி,"ஏன் எங்கேயும் அனுப்ப மாட்டாங்க பாப்பா.."

"அதுவா நான் வயதுக்கு வந்துட்டேனாம் .அதனால அனுப்ப மாட்டாங்க இதுக்கு முன் சின்ன வயசா இருக்கும்போதும் எங்கேயும் விட மாட்டாங்க ..எங்க பாட்டி வீட்டுக்கு போவோம் அதோட எங்க வீட்ல தான் இருப்போம்.."

"ஓஹோ அப்படியா இது எல்லாம் அம்மாவும் யோசிக்கிறது தான் டா .சரி நான் மாமி கிட்ட பேசுறேன் சரியா..?"

"வேணாம் அக்கா அண்ணனுக்கு கல்யாணம் முடிஞ்சதும் நான் வரேன் .."என்றதும் சுபாஷினியும் அத்துடன் விட்டுவிட்டாள் .

ஆனால் சனி ,ஞாயிறு எப்போதாவது தன் அப்பாவுடன் தன் அண்ணியின் வீட்டுக்கு சென்று வருவார்கள் மூன்று பிள்ளைகளுமே..கிருத்திகா தேவி அதிலும் அடிக்கடி சென்று வருவாள். கிருத்திகா தேவி தற்காப்பு கலை பயின்று கொண்டிருந்தாள் .சுகந்தியின் வீட்டின் பக்கத்தில் உள்ள பள்ளியில் தான் தற்காப்பு கலை வகுப்பு நடைபெறுவதால் ஞாயிறுகளில் அங்கே போகும்போதெல்லாம் தன் அண்ணியின் வீட்டுக்கும் போய் வருவாள் கிருத்திகா.

கிருத்திகா தேவியின் பேச்சையும் தைரியத்தையும் பார்த்த தங்கவேல் அவளை மிகவும் புகழ்ந்து பேசுவார்.

திருமணம் முடிந்து ரவீந்திரன் தன் மூன்று தங்கைகளையும் அழைத்துக் கொண்டு சுகந்தியின் வீட்டிற்கு சென்றான் .சுகன்யாவை அழைத்ததற்கு அவள் வரமாட்டேன் என்று சொல்லிவிட்டாள்.

ரவீந்திரன் ,"சித்தி என்னை நம்பி நீ பிள்ளைகளை அனுப்பு நான் பத்திரமா பார்த்துகிறேன் .ஒருநாள் தங்க வச்சுட்டு அழைச்சிட்டு வரேன் .."என்றான்.

வான்மதி தேவி யோசிக்க சந்திரன்," ஏன் வான்மதி இப்படி யோசிக்கிற ?நம்ம புள்ள கூட இருக்கப் போறான். மருமகளும் இருக்கப் போறா. அவங்க நம்ம பிள்ளைகளை பார்த்துக்க மாட்டாங்களா ?அது மட்டும் இல்லாம சுகந்தியோட அம்மா, அப்பா பத்திரமா பாத்துப்பாங்க.." என்றார்.

"என்னங்க நான் சொல்றது அவனுக்கு தான் புரியலனா உங்களுக்கும் புரியலையா? அது வந்து அங்க ஒரு வயசு பிள்ளை இருக்கான் .அவன் இருக்கும் பொழுது நான் எப்படி பிள்ளைகளை அனுப்ப முடியும் .பார்க்கிற-

வங்க என்ன சொல்லுவாங்க.."என்றாள் தயங்கிக் கொண்டே,

"சித்தி அவன் வயசு என்ன ?இவங்க வயசு என்ன? அதெல்லாம் யாரும் எதுவும் சொல்ல மாட்டாங்க சித்தி .

நம்ம சுகன்யாவுக்கும் அவனுக்கும் இரண்டு மூன்று வயசு தான் வித்தியாசம் . அதனால அவ வரலைன்னு சொன்னதும் நானும் விட்டுட்டேன்.இவங்க மூணு பேரும் குழந்தைங்க அதனால நீங்க அப்படி எல்லாம் யோசிக்காதீங்க.."

"இல்லடா வேணாம் நீ அழைச்சிட்டு போயிட்டு ஈவினிங் கொண்டு வந்து விட்டுடு ..மறுபடியும் நாளைக்கு காலையில அழைச்சிட்டு போ .."என்று திட்டவட்டமாக வான்மதி தேவி கூறிவிட ரவீந்திரன் வேற வழி இல்லாமல் இது தன் மனைவிக்கு தெரிந்தால் வருத்தப்படுவாளே என்று நினைத்தவன் அதன்படியே செய்தான்.

அங்கே சென்று மூன்று பிள்ளைகளும் மகிழ்ச்சியாக மீனாட்சி தங்கை பிள்ளைகளுடன் கேரம் விளையாடிக் கொண்டிருந்தனர்.

விக்ரம் அவர்கள் இருக்கும் இடத்திற்கே செல்லவில்லை. அவன் உண்டு அவன் வேலை உண்டு என்று இருந்தான் .தங்கவேல் மட்டும் பிள்ளைகள் விளையாடுவதை வேடிக்கை பார்த்துக் கொண்டும் கிருத்திகா தேவி விளையாடும் போது அவள் விளையாடுவதை பார்த்து சபாஷ் என்று சொல்லிக் கொண்டும் இருந்தார்.

தங்கவேல் கிருத்திகா தேவியை தொடர்ந்து உற்சாகப்படுத்திக் கொண்டிருக்க கிருத்திகா தேவி அருமையாக விளையாடினாள்.

தங்கவேல் கூல்ட்ரிங்க்ஸ் கடையும் ,பட்டாசு கடையும் வைத்திருந்தார் உடனே கடையிலிருந்து பிள்ளைகளுக்கு பாதாம் மில்க் ,ரோஸ் மில்க் வரவழைக்கபட்டது.

கிருத்திகா தேவி அதை பார்த்தவளுக்கு குடிக்க வேண்டும் என்ற எண்ணம் இருந்தாலும் ,"அத்தை எனக்கு இது வேணாம் ..எனக்கு கூல்ட்ரிங்ஸ் குடிச்சா சளி பிடிக்கும் .."என்றாள்.

மீனாட்சி ,"இல்லடா இது ரோஸ் மில்க் பாலில் கலப்பது தான் கொஞ்சமா குடி எதுவும் ஆகாது.."என்றார்.

"வேண்டாம் அத்தை எனக்கு பயமா இருக்கு ,குடிச்சிட்டு ஏதாவது ஆச்சுன்னா அம்மா திட்டுவாங்க.."

"ஓஹோ அப்படியா சரி நான் வீட்டிலேயே உனக்கு கலந்து தரேன் வா .."என்றார் .

மீனாட்சி அப்படி கூறியதும் ,"அத்தை உங்களுக்கு வீட்டிலேயே ரோஸ்மில்க் கலக்க தெரியுமா ?எப்படி செய்யனும் .எனக்கும் சொல்லித்தாங்ககளேன்.." என்று தீபிகா கேட்டாள்.

"ஆமா அத்தை நாங்களும் வந்து பார்க்கறோம்..?" என்று அனிதா கூறவும் கிருத்திகாவும் அவர்களுடன் சேர்ந்து மூவரும் மீனாட்சியுடன் சமைய-

லறை சென்றனர்.

விக்ரம் ,"இந்த பொண்ணு சிறு பொண்ணா இருக்கு , மத்த பிள்ளைக கொடுத்த உடனே வாங்கி குடிச்சிடுவாங்க .ஆனா இந்த பொண்ணு இப்பவே தன் உடல் நிலையை கவனிச்சுக்கிறாளே.." என்று ஆச்சரியமாக அவளை பார்த்தான்.

ரவீந்திரன் எதேர்ச்சையாக விக்ரம் பக்கம் திரும்பியவன் அவன் கிருத்திகாவை பார்த்துக் கொண்டிருப்பதை பார்த்து அவனை முறைத்தான்.

அவனோ,' இந்த ஆளு என்ன வில்லன பாக்கற மாதிரி நம்மை பார்க்கிறார்.. நான் என்ன அவர் தங்கச்சியை முழுங்கிடவா போறேன் ..அதுவே சின்ன குழந்தை மாதிரி இருக்கு ,மனசுல என்ன நினைச்சுட்டு இவர் இப்படி பண்றாரோ தெரியல..'என்று பார்வையை திருப்பிக் கொண்டான்.

வர்ணம்-50

மீனாட்சி காய்ச்சி ஓரளவுக்கு ஆறவைத்த பாலில் ரோஸ் மில்க் எசன்ஸ் கலந்து மிகவும் கம்மியாக சர்க்கரை கலந்தார். "அத்தை இவ்வளவுதானா இவ்ளோ ஈசியா இருக்கு அத்தை. நானும் எசன்ஸ் வாங்கி வீட்ல தினமும் கலந்து குடிக்கிறேன்.." என்றாள் தீபிகா.

கிருத்திகா ,"அடிக்கடி குடிக்க கூடாது தீபிகா. எப்போதாவது ஒருநாள் குடிக்கலாம் ..நாம எசன்ஸ் வாங்கி வச்சுக்கலாம் ஓகேவா..."

மீனாட்சி," பாப்பா இத வெதுவெதுப்பான பாலில் கூட கலந்து குடிக்கலாம் அதனால உனக்கு சளி பிடிக்காது சரியா ?இப்ப குடி.." என்று கிருத்திகாவுக்கு கொடுத்தார்.

கிருத்திகாவுக்கு அந்த ரோஸ் மில்க் மிகவும் பிடித்திருந்தது .

"ரொம்ப தேங்க்ஸ் அத்தை" என்றவள் மீனாட்சி தன் பாட்டி சரோஜாதேவியை போலவே மங்களகரமாக நெற்றியில் பெரிதாக பொட்டு வைத்து மஞ்சள் பூசி இருந்தவரை பார்த்தவள் அவரை கட்டி அனைத்து தாடையில் இதழ் பதித்தாள்.

மீனாட்சிக்கு இவளின் செயலை பார்த்தவர் கண் கலக்கியவர்," தன் தம்பியின் மகள்கள் கூட தன்னிடம் இப்படி நடந்து கொண்டது கிடையாது.." என்று நினைத்து அவரும் அவளை அனைத்து உச்சி முகர்ந்தார்.

மீனாட்சி வந்திருப்பவர்களுக்கு அசைவ விருந்து சமைத்து தூள் கிளப்பினார்.

ரவீந்திரனுக்கு மட்டுமல்லாமல் கிருத்திகா சகோதரிகளுக்கும் அவரின் சமையல் மிகவும் பிடித்துப் போனது அனைவருமே ஆஹா ஓஹா என்று மீனாட்சியை புகழ்ந்து பாராட்டினர்.

ரவீந்திரன் ,"சுகந்தி உங்க அம்மா இவ்வளவு நல்லா சமைக்கிறாங்களே .உனக்கு இதில் பாதியாவது சமைக்க வருமா? இல்ல நான் தான் சமைக்-

கனுமா ?அதையும் இப்பவே சொல்லிடுமா.."என்று கேட்க,

"அதுவா என்னங்க அது வந்து அது வந்து.." என்று திருட்டு முழி முழித்த சுகந்தி தன் அம்மாவை பார்த்தாள்.

மீனாட்சி,"அதுக்கு எதுக்குடி இந்த முழி முழிக்கிற, உண்மையை சொல்ல வேண்டியது தானே ?என்றவர் மாப்பிள்ளை அவ ஓரளவுக்கு சமைப்பா .ஆனா ருசியா இருக்கும் .அதிகப்படியான ருசியை எதிர்பார்த்தீங்கன்னா ஏமாந்து தான் போவீங்க .."என்று சிரித்தார்.

"அச்சோ போங்கம்மா என்ன இப்படி சொல்றீங்க .அப்பா பாருங்கப்பா நான் சமைச்சு நீங்க சாப்பிட்டு இருக்கீங்க தானே? நீங்களாவது சொல்லுங்க.." என்று சினுங்கினாள் சுகந்தி.

"உண்மைய தானடி சொல்ற .."என்ற மீனாட்சியை," ஏம்மா இப்படி சொல்ற, பிள்ளை பாவம் கோச்சுக்கிறா பாரு என்ற தங்கவேல் நல்லா சமைப்பா மாப்பிள்ளை ஒன்னு உப்பு ரொம்பபபப அதிகமா இருக்கும் .இல்ல ரொம்ப கம்மியா இருக்கும் மத்தபடி என் பொண்ணு சூப்பராவே சமைப்பா.. அதேபோல சாம்பார்ல புளி ஊத்த மாட்டா அதாவது புளி ஊத்த மறந்துடுவா அவ்ளோதான் வேற எதுவும் இல்ல .."என்று அவரும் சிரித்துக் கொண்டே கூறினார்.

அதைக் கேட்டு அனைவரும் சிரிக்க சுகந்தி தன் பெற்றோரை முறைத்தவள் தன் கணவரை பார்த்து உதடு கடித்து தலை குனிந்தாள்.

அனிதா," அச்சோ அண்ணா அப்ப நீ தான் சமைக்கனும் போல நாங்க வந்தா உன் கையால தான் சாப்பிடனுமா ..?அந்த கொடுமையை வேற அனுபவிக்கனுமா ?என்று தன் தலையில் கை வைத்துக் கொண்டாள்.

ரவீந்திரன் ,"வாலு உனக்கு நல்லா சமைச்சு போடலாம்னு பார்த்தேன். சரி சரி உனக்கு பிடிக்காதது மட்டும்தான் செய்யப் போறேன் பாரு..."

"அது சரி நீ என்னைக்காவது எங்களுக்கு சமைச்சு கொடுத்து இருக்கியா? எனக்கும் சமைக்க தெரியும் சொல்லிக்கிற அவ்வளவுதான் போவியா.." என்றவளின் பேச்சை அங்கிருந்து அனைவரும் ரசித்துக் கொண்டிருந்தனர்.

கிருத்திகா தன் தங்கை பேசியதை கேட்டு அண்ணி ஏதாவது நினைத்துக் கொள்வாரோ என்று சுகந்தியை பார்க்க சுகந்தி சிரித்துக்கொண்டு இருந்தாள்.

'அப்பாடா அண்ணி எதுவும் நினைச்சுக்கல போல 'என்று நினைத்தவள் ,"ஏய் அனிதா வாயை மூடு இப்படியெல்லாம் பேசக்கூடாது .உனக்கு எத்தனை முறை சொல்லி இருக்கேன்.." என்று தன் தங்கையை அதட்டினாள்.

சுகந்தி ," கிருத்திகா அவ சின்ன பிள்ளை தானே? அவளை திட்டாதடா அதுவும் இல்லாம அம்மாவும் ,அப்பாவும் உண்மைய தான் சொல்றாங்க .உங்க அண்ணன் சமைக்கட்டுமே ..எனக்கும் என் கையாலே செஞ்சி நானே சாப்பிடுவதற்கு போரடிக்கும் தானே..?"

"ஆமா ஆமா அது என்னமோ உண்மைதான் .அண்ணா சமைக்க நீங்க சாப்பிட நீங்க சமைக்க அண்ணா சாப்பிட ஒரே ஜாலியா ஜாலிதான் போங்க .."என்றாள் தீபிகா.

"ஆமா ஆமா வாலு அமைதியா சாப்பிடு.." என்ற ரவீந்திரன் தன் மனைவியை ரசித்துக்கொண்டே உணவை ருசித்து உட்கொண்டான்.

கிருத்திகா ,"சுபாஷினி அக்கா உங்களுக்கு சமைக்க தெரியுமா..?"

" செய்வேன்டா அம்மாகிட்ட கொஞ்சம் கத்துக்கிட்டேன் .அம்மா இல்லாதப்ப அது எனக்கு கை கொடுக்கும்.."

மீனாட்சி," சுபாஷினி செய்வா .ஆனா உங்க அண்ணி தான் செய்ய மாட்டா ..சுபாஷினி வீட்ல இருந்தா நான் நம்பி விட்டுட்டு எங்கேயும் போவேன் .."

"ஓஹோ அப்படியா அத்தை அண்ணியும் போக போக கத்துக்குவாங்க அப்படித்தானே அண்ணி..?"

"ஆமாங்க என் அருமை நாத்தனாரே நீங்க வரும்போது நான் சூப்பரா சமைக்க ஆரம்பிச்சிடுவேன் ஓகேவா..."

"சரிங்க அண்ணி நான் அதிகமா சென்னை வந்ததில்ல .இவங்க ரெண்டு பேரும் அம்மா கூட போயிருக்காங்க ..கண்டிப்பா நீங்க போய் அங்க செட்டில் ஆன பிறகு நானும் வருவேன்..." என்றாள் கிருத்திகா.

பிறகு ரவீந்திரன் தங்கைகளை அழைத்துக் கொண்டு வீட்டிற்கு கிளம்பினான் .

தங்கவேல் ,"ஏன் மாப்பிள்ளை பிள்ளைகளை அழைச்சிட்டு போறீங்க பிள்ளைங்க இருந்தது எவ்வளவு சந்தோஷமாக இருந்தது.. நாளைக்கு ஞாயிற்றுக்கிழமை லீவு தானே இங்கே இருக்கட்டும் .."

"இல்லைங்க மாமா அவங்களுக்கு எக்ஸாம் இருக்காம்.. அதுக்காக படிக்க வைக்கணும்னு சொல்லி சித்தி அழைச்சிட்டு வர சொன்னாங்க .நான் மறுபடியும் நாளை காலை போய் அழைச்சிட்டு வந்துடுவேன் .."என்று சமாளித்தான் ரவீந்திரன்.

தங்கவேல்,"ஓஹோ அப்படியா சரி சரி படிப்பு விஷயத்தில் நாம எதுவும் சொல்ல முடியாது என்றவர் கண்ணுங்களா நீங்க போய் படிச்சிட்டு நாளைக்கு வந்துடுங்க சரியா .." என்றார்.

"சரிங்க மாமா" என்று மூவரும் கூற கிருத்திகா போகும்பொழுது மீனாட்சியை கட்டி அனைத்து மீண்டும் அவரின் தாடையில் இதழ் பதித்தாள். மீனாட்சி வீட்டில் உள்ள அனைவரும் அதை ஆச்சரியமாக பார்த்தனர் .அதிலும் விக்ரம் ,'இவ என்ன நம்ம அம்மாகிட்ட இப்படி நடந்துக்கறா விட்டா இங்கே தங்கிடுவா போலவே ..'என்று நினைத்துக் கொண்டான்.

ரவீந்திரன் ,"பாருங்களேன் இவளை எனக்கு ஆச்சரியமாய் இருக்கு அத்தை. இவ எங்க சரோஜா அத்தை கிட்ட மட்டும் தான் இப்படி நடந்துப்பா. அதே போல உங்ககிட்ட நடந்துக்கறா.நீங்க என்னமோ மாயம் பண்ணி

இருக்கீங்க அத்தை.

உங்க முகத்தில் ஏதோ ஒரு ஒளி வட்டம் தெரியுது .அதனால் தான் என் தங்கச்சி உங்க செயல்ல உங்க மீது பாசம் வைக்க ஆரம்பிச்சுட்டா.." என்றான்.

"அச்சோ என்ன மாப்ள நீங்க அதெல்லாம் எதுவும் இல்ல.எனக்கும் அவளை பிடிச்சு போச்சு .அவளுக்கும் என்னை பிடிச்சு போச்சு .."அவ்வளவுதான் என்றாள் மீனாட்சி.

ரவீந்திரன் அவளை அழைத்துக் கொண்டு வீட்டில் விட்டுவிட்டு மீண்டும் மாமியார் வீட்டிற்கு திரும்பினான்.

அனிதா தன் பெரியம்மா வீட்டுக்கு சென்றவள் சுகன்யா ,சுகுணாவிடம் அங்கு நடந்ததை கூறினாள்

இருவருக்குமே ,'நாமும் அங்கே சென்றிருக்கலாம் ..'என்று தோன்றியது.

ரவீந்திரன் தன் மனைவியை தன் அம்மா வீட்டில் விட்டு சென்னைக்கு கிளம்பினான்.

சண்முகம் வீட்டில் குளியலறை ,கழிவறை இரண்டுமே பின்பக்கம் இருந்தது .அதாவது கதவை திறந்து கொண்டு தான் செல்ல வேண்டும் .இது சுகந்திக்கு கொஞ்சம் பயத்தை கொடுத்தது ..'தன் கணவர் வீட்டில் இல்லாத போது நாம் இரவு நேரம் எப்படி வெளியே தனியாக செல்வது ..'என்று யோசித்தாள்.

இதை தன் ஆசை மாமியாரான வான்மதி தேவியிடம் சொல்ல "இதுக்கு ஏன் கவலைப்படற நீ

.பகல் நேரத்தில் நம்ம வீட்ல உபயோகப்படுத்து மா. இல்லனா இங்க வந்து படுத்துக்கோ

ஆனா உங்க மாமியார் சம்மதம் சொல்லனுமே.."

"அச்சோ வேணாம் மாமி .அந்த அம்மாகிட்ட இதுக்காக எல்லாம் என்னால திட்டு வாங்க முடியாது .ஏற்கனவே சின்ன சின்ன விஷயத்துக்கு எல்லாம் திட்டிகிட்டே இருக்காங்க ..சரி விடுங்க மாமி நைட்டு நேரம் மட்டும்தானே பாத்துக்கலாம் . நைட்ல .படுத்துட்டா நான் அதிகமா எந்திரிக்க மாட்டேன் .."என்றாள்.

சந்திரன் தன் மகள்களின் வசதிக்காக வீட்டின் பின்புறம் குளியலறையும் ,கழிவறையும் சேர்த்து கட்டி வைத்திருந்தார்

வயது பெண்கள் இரவு நேரம் வெளியே போகக்கூடாது என்பதற்காக ஆனால் அதை எல்லாம் யோசிக்கவில்லை சண்முகம் அவருக்கு வசதி எப்படியோ அப்படியே செய்து கொண்டார்.

சுகந்தி வீட்டில் இரண்டு படுக்கையறை உண்டு .. கழிவறை குளியறையில் எல்லாம் வீட்டில் உள்ளேயே இருக்கும் அதனால் பெண்ணவளுக்கு அதே பழகி போக இங்கே வந்ததும் சங்கடமாக இருந்தது .அது மட்டும் இல்லாமல் நிறைய விஷயத்தில் இங்கே அவளுக்கு மாற்றம் இருந்தது .உணவு

விஷயம் முதற்கொண்டு தன் மாமியார் ஜமுனா சமைப்பதை அவளால் சகித்துக் கொண்டு சாப்பிடவே முடியவில்லை.

சுகந்தி பசியில்லை என்று தப்பித்துக் கொள்ள வான்மதி தேவி அவளின் முகத்தை பார்த்து என்ன நடந்திருக்கும் என்று யோசித்தவள் தன் மருமகளை உரிமையாக அழைத்து வந்து சாப்பிட வைத்தாள்.

அவளுக்கு என்ன பிடிக்கும் என்று ஏற்கனவே மீனாட்சியிடம் கேட்டு தெரிந்து கொண்டவள் அதிலும் ஞாயிற்றுக்கிழமை அசைவம் செய்து அவளுக்கு பிடித்ததை செய்து கொடுத்து தன் மகள்களுடன் அமர வைத்து சாப்பிட வைத்தாள்.

சுகந்தி, ' தன் மனதில் நினைத்ததை இவர் தெரிந்து கொண்டாரே என்று யோசித்தவள் .இவரே நமக்கு மாமியாராக இருந்திருக்கக் கூடாதா..?' என்று நினைத்தாள்.

ரவீந்திரன் வாரம் ஒரு முறை வந்து போக அங்கு நடப்பதை எதையும் சரியாக கூறாமல் இருந்தாள்

சுகந்தி .ஆனாலும் அவளின் முகம் மாற்றத்தை வைத்து 'என்னமோ நடந்திருக்கு..' என்று யோசித்தவன் தன் சித்தியிடம் கேட்டான்.

அவளோ தனக்கு தெரிந்ததை சொல்ல ,"ஓ இதுதான் விஷயமா?சரி சித்தி நான் அவளை சென்னைக்கு அழைச்சிட்டு போற வரைக்கும் நீங்க அவளை பார்த்துக்கோங்க .எங்க அம்மா கிட்ட சொல்றதும் ஒன்னு தான் .சொல்லாமல் இருப்பதும் ஒன்னுதான்.." என்றான்.

"நீ கவலைப்படாதடா அவளும் எனக்கு இன்னும் ஒரு பொண்ணு மாதிரி தான் .நான் பார்த்துக்கிறேன் .."என்றாள் வான்மதி தேவி.

ஜமுனா ஏதாவது காரணம் சொல்லி மருமகளை திட்டிக் கொண்டிருப்பவர் இப்பொழுது அவள் வான்மதி தேவியின் வீட்டில் சாப்பிடுவதை

பார்த்தவள் ,"இப்ப உனக்கு என்ன பிரச்சனை .இங்க நானும் நல்லா தானே சமைக்கிறேன். நீ எதுக்காக அங்க போய் சாப்பிடற.."என்றாள்.

"இங்க பாருங்க எதுக்கு நீங்க எதுக்கெடுத்தாலும் திட்டிக்கிட்டே இருக்கீங்க .அவங்க யாரு உங்க ஓரகத்தி தானே ?அவங்க வீட்ல நான் சாப்பிட கூடாதா..? நான் நீங்க சொல்றத எதையாவது மீறி செய்றேனா. பிறகு எதுக்கு இப்படி பண்றீங்க ."என்றவளை முறைத்தவர் அடுத்து என்ன செய்யலாம் என்று திட்டம் போட்டார் ஜமுனா.

வர்ணம் -51

ஜமுனா என்ன செய்யலாம் என்று யோசித்தவர் தன்மகன் ரவீந்திரன் வந்ததும் அவனிடம் அழுது நீலி கண்ணீர் வடித்தவர் ,"உன் பொண்டாட்டி நான் சொல்றத கேட்கவே மாட்டேங்கறா.எப்ப பாரு அந்த வான்மதி கூடவே பேசிக்கிட்டு இருக்கா. என்னை மாமியும் சொல்லி கூப்பிடுவது கிடையாது

.அவளை மட்டும் தான் மாமி சொல்றா.. நான் சமைச்சு வச்சா அதை சாப்பிடாம அங்க போய் சாப்பிடறா .."என்று ஒப்பாரி வைத்தார்.

சுகந்தி தன் மாமியாரின் நடிப்பை பார்த்தவள் கை கொட்டிக்கொண்டு அமைதியாக நின்று இருந்தாள். ரவீந்திரன் தலையில் கை வைத்து அமர்ந்தவன் தன் மனைவியை பார்க்க அவளோ எதையும் பேசாமல் தன் அம்மாவையே பார்த்துக் கொண்டிருப்பதை பார்த்தவனுக்கு விஷயம் புரிந்தது.தன் அம்மாவைப் பத்தி ஏற்கனவே தெரிந்தவன் தானே?

"அம்மா இதெல்லாம் ஒரு பிரச்சனையா சரி விடுங்க.நான் அவ கிட்ட சொல்லி வைக்கிறேன். வான்மதி சித்தியை அவ சொந்த அத்தை மாதிரி பார்க்கிறா. அதனால உரிமையா அவங்க வீட்டுல சாப்பிடறா.ஏன் நான், ரேவதி எல்லாம் சித்தி வீட்ல சாப்பிடறது கிடையாதா?நீங்க மாமியார் அதனால கொஞ்சம் மரியாதையா நடந்துக்கனுமே அதனால் உங்க கிட்ட டிஸ்டன்ஸ் மெயின்டெய்ன் பண்றா ..இது தான் காரணம் அம்மா புரிஞ்சுக்கோங்க .."என்றான்.

"ஆமாண்டா நான் எதை சொன்னாலும், உன் பொண்டாட்டி பக்கமே பேசு .கல்யாணமாகி இன்னும் ஒரு மாசம் கூட ஆகல அதுக்குள்ள பொண்டாட்டி தாசனா ஆகிட்டியா..?"

"அச்சோ அம்மா அப்படி இல்ல இன்னும் ஒரு மாசம் மட்டும் தான் அவ இங்க இருப்பா. அதுவரை அவளை நீங்க உங்க பொண்ணு போல பாத்துக்கிட்டா பிரச்சனையே கிடையாது ..நான் வீடு பார்த்ததும் அவளை அழைச்சிட்டு போயிடுவேன். அவ சாப்பிடறதுக்கு எல்லாம் குத்தம் சொல்லாதீங்க.."

"அடச்சே வாய மூடுடா. இதுக்கு மேல உன்கிட்ட பேசி பிரயோஜனம் இல்ல

நீ தான் தலையணை மந்திரத்திற்கு கட்டுப்பட்டுட்டியே.?" என்று மூக்கை சிந்தியவள் தன் கணவரை பார்க்க சண்முகம் எதையும் சொல்லாமல் வாயை மூடிக்கொண்டு அமைதியாக இருந்தார்.

இவ்வளவு பேசும் ஜமுனா முக்கியமான விஷயத்தை நினைத்துப் பார்க்கவில்லையே. இப்படித்தானே சண்முகம் அம்மா ராஜாம்பாளுக்கும் இருந்து இருக்கும் .சண்முகத்தின் மீது ராஜாம்பாள் மிகுந்த பாசமாக இருந்தார். தன் வீட்டின் முதல் மகன் என்று அவனை தலையில் தூக்கி வைத்து கொண்டாடினார். ஆனால் திருமணம் முடிந்த பிறகு ஜமுனா அவரை முற்றிலுமாக மாற்ற முயற்சி செய்தார்.

தன் கணவன் அம்மா கூட அதிக நேரம் பேசினால் கூட அவரை அங்கே நிற்க விடாமல் அழைத்துக் கொண்டே இருப்பார். சண்முகம் ஒரே நிலையில் இல்லாமல் தன் அம்மாவிடம் பேச முடியாமல் தன் மனைவியின் பேச்சைக் கேட்டுக் கொண்டு அம்மாவை தவிர்த்து வந்தார்.

அதுமட்டுமில்லாமல் ஜமுனா தன் பிள்ளைகளையும் தாத்தா ,பாட்டி மீது பாசம் இல்லாமல் வளர்த்து வந்தார்.

இவ்வளவு ஏன் ரேவதியே ஒருமுறை ராஜம்பாள் சீயக்காய் தூள் கேட்டதற்கு ,"எங்க அம்மா வந்தா திட்டுவாங்க கொடுக்க மாட்டேன் .."என்று சொல்லிவிட்டாள்.

அப்பொழுது அவர்களின் வீட்டில் கஷ்டம் தாண்டவம் ஆடியது. சந்திரனுக்கும் வேலையில்லாமல் இருந்தது.தண்டபாணி சம்பளத்தை வைத்து மட்டும் குடும்பம் நடத்திக் கொண்டிருக்க அந்த மாதம் சீயக்காய் பொடி அரைக்க முடியாத சூழ்நிலையில் ராஜாம்பாள் தன் பிள்ளை வீட்டில் கேட்கலாம் என்று கேட்க தன் பேத்தியின் பதிலில் மனம் உடைந்து தான் போனார்.

ராஜாம்பாள்," ஏன்டா சண்முகம் கொஞ்சம் சீயாக்காத்தூள் கேட்டேன். இதையே உன் பொண்ணு கொடுக்க மாட்டேன்னு சொல்லிட்டா .என் நிலமை அந்த அளவுக்கு மோசமா போயிடுச்சா ? "என்று அழ சண்முகநாதன் தன் கையாலாகாத தனத்தை நினைத்து எதுவும் சொல்லாமல் அங்கிருந்து நகர்ந்தார்.

திருமணம் முடிந்த புதிதில் வான்மதி தேவி தன் அம்மா வீட்டிற்கு சென்றிருக்க அப்பொழுது ஏதோ விசேஷம் என்பதால் சண்முகம் வீட்டில் வடை ,பாயாசம் செய்தனர். விசேஷ நாள் என்றாலே ஆவலுடன் வடையும் ,பாயாசமும் சாப்பிட சந்திரன் காத்துக் கொண்டிருப்பார் .ஆனால் அப்பொழுது ராஜாம்பாள் வெளியூர் சென்று இருந்தார்.

சண்முகம் தன் தம்பி மட்டும் இருப்பதால் தன் மனைவியிடம்," ஜமுனா சந்திரன் மட்டும்தான் இருக்கான் .அவனுக்கு பாயாசம் ரொம்ப பிடிக்கும் .கொஞ்சம் பாயசம் பசங்க கிட்ட கொடுத்து அனுப்பு .."என்றார்.

"யோவ் வாய மூடிட்டு அமைதியா போ. நான் நமக்கு மட்டும் தான் செய்து இருக்கேன். இப்ப என்ன உன் தம்பி பாயாசம் குடிக்காட்டி குறைஞ்சு போயிடுவாரா? போய் வேலையை பாரு .நீ சம்பாதிச்சிட்டு வந்து கொட்டறது நமக்கு சமைக்கவே பத்த மாட்டேங்குது .."என்று கூற சந்திரன் தன் வீட்டு சமையலறையில் இருந்தவர் தன் அண்ணி கூறியதை முழுவதும் கேட்டுவிட்டார்.

இருவர் வீடும் பக்கத்து பக்கத்து வீடு நடுவில் ஒரு சுவர் அவ்வளவுதான் .அதனால் இங்கிருந்து எதை சத்தமாக பேசினாலும் கேட்கும்.சமையல் கட்டில் இருந்து பேசினால அப்படியே பக்கத்து வீட்டில் உள்ளவர்களுக்கு கேட்கும். இதைக் கேட்ட சந்திரன் மன வருத்தத்துடன் இருந்தார்.

ரேவதி தன் சித்தப்பா தனியாக இருப்பதை தன் அப்பா கூறியதும் அவருக்கு பாயசத்தை எடுத்துக் கொண்டு சென்றாள் .ஆனால் சந்திரன் அந்த பாயாசத்தை வாங்க மறுத்தவர் ,"எனக்கு வேண்டாம் ரேவதி நீங்க போய் சாப்பிடுங்க .."என்றார்.

"ஏன் சித்தப்பா இப்படி சொல்றீங்க .உங்களுக்கு பால் பாயாசம் அப்படின்னா ரொம்ப பிடிக்கும் தானே குடிங்க.."

"இல்ல பாப்பா எனக்கு வேணாம்

நான் இப்ப எல்லாம் பாயாசம் குயிக்கிறது கிடையாது.." என்று மறுத்து விட்டார் .அன்றிலிருந்து இத்தனை வருடம் முடிந்தும் இன்றுவரை சந்திரன் பாயசத்தை குடிப்பதே இல்லை .பாயசத்தை பார்த்த உடனே தன் அண்ணி கூறியதுதான் ஞாபகம் தான் வந்தது .அண்ணி என்பவள் ஒரு தாயாய் இருக்க வேண்டும் ஒரு தம்ளர் பாயசத்துக்காக ஜமுனா இப்படி பேசியது அவரின் மனதை மிகவும் பாதித்தது என்று தான் சொல்ல வேண்டும்.

சரிங்க நிகழ் காலத்துக்கு வருவோம் ..ரவீந்திரன் என்ன செய்வது என்று முழித்தவன் சுகந்தி எதையும் பேசாமல் அமைதியாக இருக்க அவளின் அமைதி இவனை கொல்லாமல் கொன்றது.

பிறகு ரவீந்திரன் வான்மதியிடம் இதை பத்தி பேசலாம் என்று போக வான்மதி தேவியோ அவனைப் பார்த்ததும்," டேய் உனக்கெல்லாம் எதுக்கு கல்யாணம்..உங்க அம்மா மாதிரி ஆள் கிட்ட எதுக்கு நீ அவளை விட்டுட்டு போற .அந்த பொண்ணு உங்க அம்மாகிட்ட ரொம்ப கஷ்டப்படுது . எங்க வீட்ல வந்து சாப்பிட்டா என்ன குறைஞ்சிட போகுது சொல்லு ,சாப்பிட வந்த பிள்ளையை என்ன கேள்வி கேட்கறாங்க தெரியுமா ?எனக்கு மனசே சரியில்லடா. உங்க அம்மா ஏன் தான் இப்படி இருக்காங்களோ.?" என்று கண்கள் கலங்கியவாறு தன் ஆதங்கத்தை கொட்டினாள்.

ரவீந்திரன் இதில் அதிர்ச்சியானவன் வான்மதி தேவியை பார்த்தான்

தன் அம்மா வீட்டில் வாய் அடிக்கும் வான்மதி தேவி மாமியார் வீட்டை பொறுத்தவரை அனைவரிடமும் நிதானத்தை மட்டுமே கையாண்டாள். அப்படிப்பட்டவள் இப்படி பேசுகிறாள் என்றால் இதற்கு தன் அம்மா தான் முழு காரணம் என்று தன் அம்மாவின் மீது கோபம் வந்தது.

சந்திரன் ,"வான்மதி உன்னை நான் எதுவும் பேச கூடாதுன்னு சொன்ன தானே? இப்போ எதுக்காக இப்படி கத்தற.."

"என்னங்க நீங்க என்னால இதையெல்லாம் பார்த்துட்டு சும்மா இருக்க முடியல

பாவம் அந்த பொண்ணு நல்லா படிச்சிருக்கு. நல்ல வசதியான வீட்டு பொண்ணு .இவன் படிச்சிருக்கான் என்ற ஒரே காரணத்துக்காக தான் அவங்க பொண்ணு கொடுத்தாங்க

ஆனா இந்த அம்மா ஓவரா பேசுறாங்க.."

"சந்திரன் சரி சரி விடு

நான் பாத்துக்கறேன் என்றவர் இங்க பாருடா சித்தி சொல்றதுல தப்பு எதுவும் இல்ல. நீ அந்த பொண்ண அழைச்சிட்டு தனி குடித்தனம் போயிடு. அப்பதான் உன்னால நிம்மதியா வாழ முடியும் .."என்றார்.

"சரி சித்தப்பா நானும் அதைப்பத்தி தான் யோசிச்சிட்டு இருக்கேன்

சித்தி அம்மா சொன்னத நீ மனசுல வச்சுக்காத .நான் கிளம்புறேன் ."என்றான்.

சந்திரன் தம்பதியினர் இவன் இப்பொழுதாவது நல்ல முடிவு எடுக்கனுமே என்று கடவுளை வேண்டிக் கொண்டனர்.

ரவீந்திரன் தம் அம்மாவிடம் எதுவும் பேசாதவன் தன் அப்பாவை அழைத்து ,"அப்பா இதுக்கு மேல இவளை இங்கே விட்டு வைக்க நான் விரும்பல .நான் இப்பவே கிளம்பறேன் .சென்னை போயிட்டு வீடு பார்த்துட்டு பிறகு இவளை வந்து அழைச்சிட்டு போறேன். ஒரு நான்கு நாட்கள் மட்டும் இவள் இங்கே இருக்கட்டும் .."என்றான்.

சண்முகம் தன் மனைவியை முறைத்தவன் ,"சரிடா உன் இஷ்டம் அதன்படி செய் . எதுவும் கேட்க முடியாத சூழ்நிலையில் நான் இருக்கேன். என் தலையெழுத்து என்ன பண்றது..." என்றார்.

ஜமுனா ,"என்ன அப்பாவும் பிள்ளையும் மாத்தி மாத்தி என் மேல பழி போடறீங்க. நான் என்ன பெருசா இல்லாததை சொல்லிட்டேன் அந்த பொண்ணு என்ன செய்யுதோ அதை தானே சொன்னேன்.."

சண்முகம் ,"வாய மூடுடி இதுக்கு மேல எதுவும் பேசாத

இந்த பொண்ணோட அப்பாவை பத்தி நமக்கு நல்லாவே தெரியும். அவங்க குடும்பம் இங்க வந்தா உன்னை சும்மா விட மாட்டாங்க .எதுக்கு எடுத்தாலும் குறை சொல்லிட்டு இருக்காத ,நீ சமைக்கிற சாப்பாடு அந்த லட்சணத்துல இருக்கு, அவ நல்லா சாப்பிட்டு வளர்ந்த பொண்ணு என் தம்பி வீட்டுல சாப்பிடுவதற்கு ஏண்டி இப்படி பெரிய கொலை குத்தம் பண்ணிட்ட மாதிரி ஆட்டம் போடற என்றவர் டேய் நீ ஒன்னு பண்ணு இப்பவே உன் பொண்டாட்டியை அழைச்சிட்டு போ .."என்றார்.

"என்னங்க என்ன பேச்சு பேசுறீங்க .."என்று ஜமுனாவை முறைத்த சண்முகம் அவரை தீப்பார்வை பார்க்க ஜமுனா கொஞ்சம் அரண்டு தான் போனார்.

சாதுமிரண்டால் காடு கொள்ளாது அப்படின்னு சொல்லுவாங்க இல்லையா சண்முகம் அந்த வகையைச் சார்ந்தவர் தான்.

சுகந்தி," மாமா என்னை மன்னிச்சிடுங்க..."என்றவள் தன் முடிவை சொல்ல ரவீந்திரன் தன் மனைவியை முறைக்க சண்முகம் "என்னோட மானமே போகப் போகுது.." என்று கத்தினார்.

சுகந்தி பாவம்தானே இந்த ஜமுனா கிட்ட மாட்டிகிட்டு இன்னும் என்னவெல்லாம் அந்த பொண்ணு அவஸ்தைப்பட போறாளோ?

சரி அவள் அப்படி என்ன சொன்னாள்பார்க்கலாம்.

வர்ணம் -52

சுகந்தி," மாமா என்னை மன்னிச்சிடுங்க.என்னால இந்த வீட்ல நிம்மதியா இருக்க முடியல இவர் வீடு பார்த்துட்டு வர வரைக்கும் நான் எங்க அம்மா வீட்டுக்கு போறேன் .."என்றாள்.

ரவீந்திரன் தன் மனைவியை முறைத்தவன் ,"என்னடி நீயே முடிவு எடுக்க ஆரம்பிச்சிட்டியா? நான் கட்டின கணவன் எதுக்கு இருக்கேன். ஏண்டி இப்படி என்ன சாவடிக்கிறீங்க பேசாம நான் போய் தொலையறேன் .மாமியாரும் ,மருமகளும் நிம்மதியா இருங்க ..இப்போ உங்க அம்மா வீட்டுக்கு போயிட்டு நீ என்னடி செய்யப் போற.." என்று கத்தினான்.

இவன் என்ன லூசாங்க..இவன் அம்மா பண்ற தொல்லைக்கு அந்த பொண்ணு எப்படி அங்கே இருக்கும்..

சண்முகம் ,"டேய் வாய மூடுடா இப்ப எதுக்காக இந்த கத்து கத்துற ..அக்கம் பக்கம் இருக்கறவங்கம் எல்லாம் காரி துப்பனுமா..? இவ இப்ப அவங்க அம்மா வீட்டுக்கு போனா அவங்க என்ன நினைப்பாங்க .சாதாரணமா ஒரு பொண்ணு அம்மா வீட்டுக்கு போறதுக்கும் மாமியார் வீட்டில் இருந்து கோச்சிட்டு போறதுக்கும் வித்தியாசம் இருக்கு. என் மானமே போகுது டா..

இப்படி ஏன் தான் அம்மாவும் ,பிள்ளையும் என் மானத்தை வாங்கறீங்களோ தெரியல . அவங்க அவங்க இஷ்டத்துக்கும் பண்ணுங்க.." என்று உள்ளே சென்று விட்டார்.

ரவீந்திரன் வேற வழி இல்லாமல் சுகந்தியை அழைத்துக் கொண்டு அவர்களின் அம்மா வீட்டில் விட்டவன் உள்ளே வராமல் சென்றான்.

மீனாட்சி தன்மகள் கலங்கியவளாக வந்து நிற்பதை பார்த்தவர் பதறித்தான் போனார்.." என்னடி நீ மட்டும் வந்திருக்க தனியா வந்தியா..?" என்று வெளியே எட்டிப் பார்க்க தன் மருமகன் செல்வதை பார்த்து அதிர்ந்தார்.

" என்ன டி இப்ப எதுக்கு இவ்வளவு அமைதியா இருக்க சொல்லித் தொலையேன்.மாப்பிள்ளை எதுக்கு வீட்டுக்குள் வராம போறாரு.."

"அம்மா இப்போ உங்களுக்கு நான் முக்கியமா இல்ல அவர் முக்கியமா தயவு செய்து என்னை டென்ஷன் பண்ணாதீங்க.." என்றவள் தனது அறைக்குள் அடைந்தாள்.

மீனாட்சி,' என்ன நடந்துச்சுன்னு தெரியலையே..?' என்று குழம்பியவர் தன் கணவருக்கு அழைத்து விஷயத்தை கூறினார். உடனே தங்கவேல் சிறிது நேரத்தில் வீட்டுக்கு வந்தார்.

தங்கவேல் அழுது கொண்டிருந்த தன் பெண்ணை பார்த்தவர் ,"சுகந்தி இப்போ எதுக்காக அழற. என்ன நடந்துச்சு சொல்லு மா.."

"எதுவும் இல்லை அப்பா. ப்ளீஸ் என்னை கொஞ்ச நேரம் தனியா விடுங்க.."

"என்னமா நீ அழுதுட்டு இருக்க உன்னை எப்படி தனியா விட முடியும் .இப்போ சொல்ல போறியா இல்லையா ..?"என்று சத்தம் போட ஏற்கனவே

தன் அப்பாவுக்கு பயந்தவள் அங்கு நடந்த உண்மையைச் சொன்னாள்.

தங்கவேல் மகள் கூறியதை கேட்டு கோபம் கொண்டவர் ,'சண்முகத்திடம் இதைப் பத்தி பேசி பிரயோஜனம் இல்லை ..'என்று நினைத்தவர் சந்திரனுக்கு போன் செய்து அவரை நேரில் வரச் சொன்னார்.

பிறகு இருவரும் ஒரு பொதுவான இடத்தில் சந்தித்தனர்.

தங்கவேல்," என்ன சம்மந்தி இது எதுக்கு தான் உங்க அண்ணி இப்படி பண்றாங்க தெரியல ..எனக்கு என் பெண்ணை நினைச்சா கஷ்டமா இருக்கு ,என்னோட பெரிய பொண்ணு ,சின்ன பொண்ணு ரெண்டு பேரும் ரொம்ப தைரியசாலிங்க .ஆனா நடு பொண்ணு மிகவும் பயந்த சுபாவம் .அவளுக்கு போய் இப்படி ஒரு மாமியார் வீடு கிடைச்சிருக்கே..?" என்று கவலை கொண்டார்.

சந்திரன் ,"சம்மந்தி நான் சொல்றத கொஞ்சம் கேளுங்க .எங்க அண்ணி கோபக்காரங்க தான். ஆனால் அவ்வளவு ஒன்றும் கெட்டவங்க கிடையாது .ரவீந்திரன் எல்லாத்தையும் பார்த்துப்பான் . அவன் உங்க பெண்ணை தனி குடித்தனம் அழைச்சிட்டு போகத் தான் வீடு பார்க்க சென்னைக்கு போய் இருக்கான்..."

"அது சரி சம்பந்தி அதுக்காக வீட்டுக்கு வந்துட்டு பெண்ணை வெளியே விட்டுட்டு போனா என்ன அர்த்தம்? நாலு பேரு பாக்கறவங்க என்ன நினைப்பாங்க.. மத்தவங்கள விடுங்க .எங்களுடைய மனநிலை எப்படி இருக்கும் யோசிக்க மாட்டாரா ..?"

" சம்மந்தி அவனுக்கு என்ன கோபம்னா சுகந்தியை தான் திரும்பி வர வரை அங்கேயே இருக்கச் சொன்னான் .ஆனால் சுகந்தி அம்மா வீட்டுக்கு போறேன்னு சொன்னதால அவனுக்கு கோபம். நான் அவனை சமாதானப்படுத்தறேன் .நீங்க கவலைப்படாதீங்க.

நீங்க அவங்க தனிகுடித்தனம் போறதுக்கு என்ன ஏற்பாடு பண்ணனுமோ அதை ரெடி பண்ணுங்க கண்டிப்பா எங்க மகன் சொன்னதை செய்வான்.." என்று சந்திரன் அவருக்கு உத்திரவாதம் கொடுத்துவிட்டு வந்தார்.

அதேபோல ரவீந்திரன் சொன்னது போலவே தன் நண்பர்களின் உதவியுடன் வீடு பார்த்து விட்டு ஊருக்கு திரும்பினான்.

ஜமுனாவிடம் பேசி அவரை சமாதானம் செய்ய எவ்வளவு முயற்சி செய்தும் அவரோ சமாதானம் ஆகவில்லை .

"அப்பா இவங்கள நீங்க சமாளிச்சுக்கோங்க நான் போய் சுகந்தியை அழைச்சிட்டு வரேன் .."என்றவன் தன் மனைவியைக் காண சென்றான்.

புதிதாக திருமணமானவன் இங்கிருந்து சென்று ஐந்து நாட்கள் முடிந்து இருக்க அதுவும் வரும்போது மனைவியிடம் கோபம் கொண்டு வந்தவன் அவளின் நினைவாக இருந்தாலும் சிறு கோபம் இருக்கத்தான் செய்தது ..அவளுக்குமே தன் கணவன் இல்லாமல் தன் அம்மா வீடாக இருந்தாலும் நரகமாகவே நகர்ந்தது.

சுகந்தி எப்பொழுதும் எதையோ பறி கொடுத்தது போல அமர்ந்திருக்க பெற்றவர்களுக்கு வேதனை கூடியது. அதை தீர்க்கும் விதமாக ரவீந்திரன் அங்கே சென்றான்.

ரவீந்திரனை கண்டதும் மீனாட்சி தன் மகளின் அறைக்கு போக தங்கவேல்," வாங்க மாப்பிள்ளை என்று அமர வைத்தவர் சொல்லுங்க என்ன முடிவு பண்ணி இருக்கீங்க.."என்றார்.

"மாமா இதில் முடிவு பண்ண என்ன இருக்கு, நான் தான் உங்க பொண்ணு கிட்ட நாம இரண்டு பேரும் தனிக்குடித்தனம் போறதுக்கு நான் எல்லா ஏற்பாட்டையும் செய்துட்டு வரேன் சொல்லலிட்டு தானே போனேன் .

இன்னைக்கு இரவு நாம ஊருக்கு கிளம்பலாம். நீங்க உங்க பொண்ணு வீட்ல தங்குங்க .எங்க அம்மா , அப்பாவை நான் ரேவதி வீட்ல தங்க வைக்கிறேன் .நாளை காலைல பால் காய்ச்சு குடித்தனம் போக வேண்டியதுதான்.."

"சரிங்க மாப்பிள்ளை ஆனா எதுக்காக அன்னைக்கு வீட்டுக்குள்ள வராம போனீங்க .உங்களுக்கும் ,உங்க பொண்டாட்டிக்கும் ஆயிரம் பிரச்சனை இருக்கலாம். அதை எல்லாம் மத்தவங்க கிட்ட காமிக்காதீங்க. இது நல்லதுக்கு இல்ல.நாங்க உங்களுக்கு மரியாதை கொடுக்கும்போது நீங்களும் அதன்படி நடந்துக்கோங்க .."என்றார்.

தங்கவேல் இப்படி கூறியதும் அவரை அதிர்ச்சியாக பார்த்த ரவீந்திரன் தன் மாமனார் சரியான டெரர் என்று கேள்விப்பட்டிருக்கிறான் .ஆனால் மருமகன் என்று கூட பார்க்காமல் இப்படி பேசுவார் என்று எதிர்பாராதவன்," சாரி மாமா நான் சொல்ல சொல்ல உங்க பொண்ணு கிளம்பி வந்துட்டா.எனக்கு அதுதான் கஷ்டம் .வேறு எதுவும் இல்ல .."என்றான்.

மீனாட்சி தன் மகளுக்கு சமாதானம் செய்து "மாப்பிள்ளைகிட்ட பார்த்து பேசு.." என்று விட்டு வெளியே வந்தார்.

" மாப்பிள்ளை சுகந்தி ரூம்ல தான் இருக்கா. நீங்க போய் பாருங்க.. நான் உங்களுக்கு சாப்பாடு தயார் செய்றேன்.." என்று சமையலறை சென்றார்.

ரவீந்திரன் மனைவியை சத்தம்போட்டு விட்டு சென்றவனுக்கு அவளை இப்போது எப்படி எதிர்கொள்வது என்ற தயக்கத்துடன் உள்ளே சென்றான்.

உள்ளே சென்றவன் தன் மனைவியை பார்த்ததும் அதிர்ச்சியானான் .இந்த நான்கு நாட்களில் அவள் சரியாக தூங்கி இருக்க மாட்டாள் என்பதற்கு அடையாளமாக அவளின் முகம் சோர்ந்து கண்களில் கருவளையம் சூழ்ந்து காய்ந்த சிறகை போல காணப்பட்டாள். தலைவனை பிரிந்திருக்கும் தலைவி பசலை நோயால் அவஸ்தை ப்படுவதை காவிய கதைகளில் மட்டுமே படித்தவன் இப்பொழுது தனக்காக ஒருத்தி இப்படி இருப்பதை நினைத்து பெருமை கொள்வதா? இல்லை வேதனை கொள்வதா ?'என்று தெரியாமல் தம் மனைவியை நெருங்கினான்.

தன் கணவன் தன்னை நெருங்குவதை உணர்ந்த சுகந்தி அவன் கோபக்காரன் என்று திருமணமாகி இரண்டு நாட்களில் இவளுக்கு தெள்ளத் தெளிவாக புரிந்தது .தன்னை என்ன செய்வானோ என்று பயந்து கொண்டு இருக்க அவனும் நெருங்கியவன் அவளின் முகத்தை நிமிர்த்த அவளோ கண்கள் பட படக்க தன் கணவனை காண அதில் விழுந்தவன் அவளின் கண்களில் இதழ் பதிக்க பெண் அவளோ நம்ப முடியாமல் இருந்தவள் அந்த உணர்வை கண்மூடி அனுபவித்தவள் கண்களைத் திறந்து தன் கணவனை பார்த்தாள்.

அவளின் கண்களில் கண்ணீர் வழிந்து கொண்டிருக்க ரவீந்திரன் அவளின் கண்ணீரை துடைத்தவன் அவளின் இதழில் இதழ் ஒற்றி எடுக்க அதில் உடல் சிலிர்த்தவள் வெட்கத்தை தத்து எடுத்தவளாக,"ஏங்க இது நம்ம வீடு இல்ல அம்மா வீடு ஞாபகம் இருக்கா .?கதவு திறந்து இருக்கு என்ன பண்றீங்க ப்ளீஸ் கொஞ்சம் தள்ளி போங்க.."என்றாள்.

"இதென்னடி அநியாயமா இருக்கே என் பொண்டாட்டியை நான் கொஞ்சுவேன் ,அடிப்பேன், திட்டுவேன் என்ன வேணாலும் செய்வேன். அதை என் வீட்டில் செய்தா என்ன? என் மாமியார் வீட்டில் செய்தா என்ன?.." என்று கண்ணடித்து கேட்டான்.

சுகந்தி நம் வீடு என்று சொன்னதில் உவகை கொண்டவன் ,'தன் அம்மா சரியாக இருந்தால் தன் மனைவி அவங்களுக்கு நல்ல மருமகளாக இருப்பாள்..' என்று நினைத்து பெருமூச்சு விட்டான்.

அவன் கட்டிலில் அமர்ந்து அவளை தன் தோள் மீது சாய்க்க அவளோ கண்களில் கண்ணீர் வழிய அமர்ந்திருக்க அவளின் கண்ணீர் அவனின் சட்டையை நனைக்க அதில் தன் மனைவியை நிமிர்த்தியவன் ,"என்னடி இப்ப எதுக்கு இந்த அழுகை. நான் ரொம்ப சோர்ந்து போய் வந்திருக்கேன் சுகந்தி .என்னால எங்க அம்மாகிட்ட போராட முடியல.. நீயாவது என்னை புரிஞ்சு நடந்துக்கோ.

உனக்காகத்தான் நான் வீடு பார்த்துட்டு வந்து இருக்கேன். நாம தனிக்குடித்தனம் போலாம். உன் இஷ்டப்படி நீ இருக்கலாம் .உன்னை நான் எந்த காரணத்துக்காகவும் தொந்தரவு செய்ய மாட்டேன். என் அம்மாவும் உன்னை எதுவும் கேட்க முடியாது.." என்றான்.

இவனின் இந்த வார்த்தையை இவனால் காப்பாற்ற முடியாது என்பதை அறிவானா ஆடவணவன்.

"உங்களுக்கு என் மேல கோபம் இல்லையா ரவி.."

"இல்ல டி எங்க அம்மா ரொம்ப கோபக்காரங்க. அடம் பிடிச்சவங்க எனக்கு தெரியும் .அதே நேரத்தில் நமக்கு இப்பதான் திருமணம் நடந்திருக்கு .இருந்தாலும் உன்னை பத்தி நான் நிறையவே புரிஞ்சுகிட்டேன் .இப்படி ஒரு அமைதியான மனைவி கிடைச்சதுக்கு நான் கொடுத்து வச்சிருக்கனும் என்றவன் இதுக்கு மேல தாங்காதுடி நாம நம்ம வீட்டுக்கு போயிடலாம் .."என்று தன்னவளை பார்த்து கண்ணடிக்க அவனின் செய்கையில் முகம் சிவந்தாள்

சுகந்தி.

மக்களே இந்த கதையில் கொஞ்சம் மனைவியிடம் சினிமாவில் காண்பிப்பது போல ரொமேண்டிக்குடன் நடந்து கொள்வது ரவீந்திரனும் ,வரதராஜனின் பெரிய மகன் சங்கர் ராஜன் மட்டுமே

சரிங்க அவர்கள் தனி குடித்தனம் போக தயாராக இருக்கிறார்கள் . ஆனால் ஜமுனா என்ன ஆட்டம் ஆட போகிறார் பார்க்கலாம்.

வர்ணம்-53

ரவீந்திரன் தன் மனைவியை அழைத்துக்கொண்டு தன் வீட்டிற்கு சென்றான். "சுகந்தி நாம இப்போ அம்மா வீட்டுக்கு போகலாம். அப்படி போகலன்னா அம்மா நாம தனி குடித்தனம் போக வர மாட்டாங்க . அப்புறம் உனக்கும், அவங்களுக்கும் பெரிய விரிசல் வந்துடும் நான் சொல்றதை கேளு.."என்றான்.

"அச்சோ என்னங்க நீங்க எனக்கு அங்க வர்றதுல பிரச்சனை இல்ல .எப்பவும் தேளாய் கொட்டிக்கிட்டே இருக்காங்க எதையாவது குறை சொல்லிட்டே இருக்காங்க .மத்தபடி மாமா ரொம்ப நல்லா பேசுறார். உங்க தங்கச்சிகளும் கொஞ்சம் பரவாயில்ல.." என்றாள் சுகந்தி.

"சரி சரிப்பா எனக்கு புரியுது. நாம கிளம்பலாம் வா .."

"அப்பா, அம்மா நான் போய் அத்தை ,மாமாவை பார்த்துட்டு வந்துடறேன் ..நீங்க ரெடியா இருங்க நாம ஊருக்கு கிளம்பலாம் .."என்றாள் சுகந்தி.

மீனாட்சி தன் மகளைப் பார்த்து சிரித்துக் கொண்டிருக்க தங்கவேலு தன் மகளை ஆச்சரியமாக பார்த்தவர் 'இத்தனை நாள் அழுது கொண்டிருந்தவள் இப்போ இப்படி இருக்காளே..?' என்று தன் மனைவியை பார்க்க அவளோ தன் கணவனை பார்த்து அர்த்தமுள்ள சிரிப்பை உதிர்த்தார்..

ரவீந்திரன் அவளை அழைத்துச் செல்ல தங்கவேல் ,"மீனாட்சி என்னடி இது இந்த பொண்ணு இப்படி பொசுக்குனு மாறிடுச்சு

இத்தனை நாளா அழுதுட்டே இருந்துச்சு .இந்த பொண்ணுங்கள புரிஞ்சிக்கவே முடியலப்பா.."என்றார்.

மீனாட்சி,'ஆமாங்க பொண்ணுங்க நாங்க அப்படித்தான் நீங்க என்னதான் எங்களை திட்டிட்டு போனாலும் ,நீங்க வந்து ஒரு வார்த்தை பேசினாலும் நாங்க பனிக்கூழாய் உருகிடுவோம் .எல்லா பெண்களுக்குமே தன் கணவன் நல்லவனா இருக்கனும் என்ற எதிர் பார்ப்பு இருக்கும்..அப்படி நல்லவனா இருக்கவன் கோபக்காரனாக இருந்தால் அதை அவள் பெரிதாக எடுத்துக் கொள்ள மாட்டாள்.. உங்க மாப்பிள்ளையும் உங்களை போல தான் ..."எனவும் தங்கவேலுக்கு இப்பொழுது புரிந்தது.

தங்கவேல் மிகவும் கோபக்காரர் தான். ஆனால் அதே நேரம் தன் மனைவியை எப்பொழுதும் யாரிடமும் விட்டுக் கொடுக்க மாட்டார் .மீனாட்-

சியும் அப்படித்தான் தன் கணவர் திட்டி விட்டு சென்றாலும் அதை பொறுத்துக் கொள்வார் .மத்த நேரம் அவரின் அன்பான அனுசரணையான செயல்களை அனுபவிப்பவளுக்கு அவர் திட்டுவது பெரிய விஷயமாக தெரியாது.

சுகந்தி பயந்துகொண்டும், ரவீந்திரன் தன் அம்மா எதுவும் சொல்லக்கூடாது என்று கடவுளை வேண்டிக் கொண்டும் சென்றனர்.

ஜமுனா இவர்களை பார்த்ததும் வேறு வழியில்லாமல் தன் மருமகளை அழைத்தவள்," சுகந்தி நாம கிளம்புவதற்கு தேவையான எல்லாத்தையும் நான் எடுத்து வச்சுட்டேன் .சீக்கிரமா கிளம்புங்க மாமா இன்னைக்கு நைட்டு ரேவதி வீட்ல தங்கிக்கலாம் சொன்னார்.."என்றாள்.

அவரின் செயலைப் பார்த்து சுகந்தி ஆச்சர்யத்துடன் விழி விரிக்க ரவீந்திரன் அப்பாடா தப்பிச்சோம் என்று நிம்மதி பெருமூச்சு விட்டவன் தன் மனைவியை பார்த்து அவளின் செயலில் சிரித்துக் கொண்டிருந்தான்.

ரவீந்திரன் சுகந்தியை பார்த்து சிரித்தவன், "அடியே போதும் போதும் கண்ணு வெளியில் வந்து விழுந்திட போகுதுடி. கொஞ்சம் நார்மலா இரு .எங்க அம்மா எப்பவும் இப்படித்தான் அதிர்ச்சி வைத்தியமும் கொடுப்பாங்க .சாட்டையால் அடிக்கவும் செய்வாங்க . சரி சரி நாம கிளம்பலாம் ஓடி வா .."என்று தன் அறைக்கு சென்றான்.

ரவீந்திரன், சுகந்தி இருவரும் சந்திரனையும் ,வான்மதியையும் சென்னைக்கு அழைக்க வான்மதி தயங்கினாள்.

சந்திரன் ,"வான்மதி நீ எதுக்காக தயங்கற எனக்கு தெரியும் . எங்க அண்ணியை நினைச்சு பயப்படற அதானே? நாம அவங்கள ஒரு பொருட்டாகவே நினைக்க கூடாது .

என்று நான் ஏற்கனவே உனக்கு சொல்லி இருக்கேன் .அவங்கள மட்டும் வச்சு பார்த்தா நீ எங்க அண்ணன் குடும்பத்துடன் உறவு கொண்டாடவே முடியாது .சரி சரோஜா அக்கா வரேன்னு சொல்லி இருந்தாங்களே அவங்க கிட்ட பசங்களை விட்டுட்டு நாம கிளம்பலாம்.."என்றார்.

அதன்படி அனைவரும் சென்னைக்கு பயணமாகினர். ஆனால் அங்கேயும் ஒரு பிரச்சனை வெடித்தது ஆம் சுகந்தி தன் அக்கா வீட்டுக்கு போய் தங்கிக் கொள்வதாக கூறினாள். காரணம் வசதியான குடும்பத்தில் வளர்ந்தவளுக்கு ரேவதியின் வீடு சிறிதும் பிடிக்கவில்லை. அது சொந்த வீடுதான் இருந்தாலும் மிகவும் சின்னதாகவும் அவள் எதிர்பார்க்கும் அளவுக்கு சுத்தமில்லாமலும் இருந்தது...

ரவீந்திரன் இதை ஜமுனாவிடம் கூற அவரோ அதற்கும் ஆட்டம் போட ஆரம்பித்தார்." உன் மனைவி நான் சொல்றத கேட்கக் கூடாது என்ற முடிவில் இருக்கா.நீயும் அவ கூட சேர்ந்துட்டு ஆடறடா.ஏற்கனவே நீ நான் சொல்ற பேச்சைக் கேட்கறதில்ல. இதில் தனி குடித்தனம் வேற போகப் போற.பேசாம எனக்கு காரியம் பண்ணிடு.." என்று சத்தம் போட்டார்

அதில் கோபம் கொண்ட தங்கவேல் ,"என்ன பேச்சு பேசறீங்க நீங்க பிள்ளைகளை தனிக்குடித்தனம் வைக்க வந்திருக்கோம். இந்த நேரத்தில் இப்படியா பேசுவீங்க ..(மத்த நேரத்தில் மட்டும் இப்படி பேசலாமா என்ன? ??இது நானுங்கோ)ஏன் தான் இப்படி இருக்கீங்களோ ..?"என்று சத்தம் போட்டார்.

ஜமுனா,"என்ன குரலை உயர்த்தி பேசறீங்க . என்னை இப்படி பேச உங்களுக்கு யார் உரிமை கொடுத்தா? பொண்ணா பெத்து வளர்த்து வச்சி இருக்கீங்க சரியான அடங்காப்பிடாரி .கொஞ்சம் கூட பெரியவங்கள மதிக்கிறது கிடையாது .என் பொண்ணா இருந்தா நான் கொன்னே போட்டுடுவேன்.." என்றதும் அனைவரும் அதிர்ச்சியாக ஜமுனாவை பார்த்தனர்.

தங்கவேல் ,"போதும் நிறுத்துங்க..அவளை எதுக்கு கொல்லனும் .நான் அவளை நல்லாதான் வளர்த்து வச்சிருக்கேன் .ஒரு சிலரைப் போல அடங்காப்பிடாரியா வளர்க்கல..." என்று கூற அதில் கோபம் கொண்ட ஜமுனா அறைக்குச் சென்று கதவை சாத்தியவர் தான் இறந்து போக போவதாக நாடகம் நடத்தினார்.

அதில் மிகவும் வெகுண்டு எழுந்த தங்கவேல் ,சந்திரன் இருவரும் சண்முகத்தை முறைக்க சண்முகம் தன் மனைவி உண்மையாக ஏதாவது செய்து கொள்வாளோ? என்று நினைத்து ஓடிப்போய் கதவை தட்ட ரவீந்திரன் தன் மனைவியை அனைவரின் முன்னிலையிலும் ஓங்கி அறைந்தான்.

" நீ எல்லாம் அடங்கவே மாட்டியா? என் தங்கச்சி வீட்டில் படுத்தா உனக்கு தூக்கம் வராதா .?நான் எப்படி? என் குடும்பம் எப்படி தெரிந்து தானே எனக்கு வாழ்க்கைப்பட்டு வந்த ,இப்ப மட்டும் என்ன உனக்கு கேடு .."என்றவன் அம்மா என்று கத்திக் கொண்டே அறை கதவை தட்டினான் .

ஜமுனா அதுவரை அமைதியாக கட்டிலில் அமர்ந்து இருந்தவர் தன் மகனின் அழுகுரலைக் கேட்டு உள்ளுக்குள் விஷம சிரிப்பை சிரித்துக் கொண்டவர் சிறிது நேரத்திற்குப் பின் கதவை திறந்தார்.

ரவீந்திரன் ,"அம்மா என்ன காரியம் பண்றீங்க ஏன்மா இப்படி பண்றீங்க ..நீங்க இல்லாம நாங்க என்ன பண்ணுவோம்.." என்று அழுது புலம்பினான் (அந்த அம்மா என்ன பண்ணுச்சு ..சாகப் போறேன்னு சொல்லி எல்லாரையும் பயமுறுத்திட்டு ஒய்யரமா உட்கார்ந்திருக்கு..இவன் உயிரே போயிட்ட மாதிரி இப்படி கத்தறான்..??)

ரேவதி ,"அம்மா உனக்கு என்ன பைத்தியம் பிடிச்சிருக்கா .என்ன காரியம் பண்ற ..அதுவும் என் வீட்டுக்கு வந்து தான் பண்ணுவியா.. நானே இப்பதான் கஷ்டப்பட்டு சம்பாதிச்சு வீடு கட்டி இருக்கேன் .இது உனக்கு பிடிக்கலையா..?" என்று சத்தம் போட்டாள்.

அங்கே நடப்பதை பார்த்த மீனாட்சியும் ,தங்கவேலும் ஒருவரை ஒருவர் பார்த்துக் கொண்டவர்கள் இப்படி ஒரு வீட்டில் எதற்கு பெண் கொடுத்தோம் என்று தங்களையே திட்டிக் கொண்டனர்.

அதிலும் ஜமுனா என்னதான் சாகப் போவது போல் நடித்தாலும் ஒரு அம்மா சாகப் போகிறாள் என்று தெரிந்தும் ஒரு பெண் பேசிய பேச்சும் தன் பிள்ளைகள் தனி குடித்தனம் போக போகிறார்கள் என்று தெரிந்தும் ஒரு பெத்த தாய் செய்யும் காரியத்தை நினைத்தவர்களுக்கு இது என்ன குடும்பமோ என்று தான் தோன்றியது.

சுகந்தி தன் கணவன் செய்த செயலில் ஸ்தம்பித்து போய் நிற்க வான்மதி தேவியும், மீனாட்சியும் அவளை சமாதானம் செய்தனர் . ஆனால் அவள் சமாதானம் ஆகாமல் தன் கணவனையே முறைத்துக் கொண்டு நின்றிருந்தாள்.

நான்கு சுவற்றுக்குள் என்ன நடந்தாலும் அவள் அமைதியாக போவாள். ஆனால் இதுவரை தன் தந்தை கூட தன் மேல் கை வைக்காத நிலையில் தன் கணவன் அனைவர் முன்னிலையிலும் அடித்தது அவளுக்கு அவமானத்தையும் , வலியையும் தந்தது.

தங்கவேல் தன் மகளை தன் மாப்பிள்ளையாகவே இருந்தாலும் இப்படி பெற்றோர்களின் எதிரில் அடித்ததை பார்த்த கொதித்தெழ மீனாட்சி அவரை சமாதானம் படுத்தினார்..

தங்கவேல்," மாப்பிள்ளை என்னதான் சுகந்தி உங்க மனைவியா இருந்தாலும் ,இனி மத்தவங்க எதிர்ல இப்படி அடிக்காதீங்க .அவ தப்பே செய்திருந்தாலும் சொல்லி புரிய வைங்க .அடிக்கிறது ஆண் பிள்ளைக்கு அழகு இல்ல. ஒரு அளவுக்கு மேல நான் பொறுத்து போக மாட்டேன்..

உங்க அம்மா நல்ல நடிக்கிறாங்க அவங்களுக்கு ஆஸ்கார் விருதே கொடுக்கலாம். நான் இங்கதான் என் பெண்ணை விட்டுட்டு போகலாம் இருந்தேன் .எப்போ உங்க அம்மா இப்படி அழுது நாடகம் போட்டாங்களோ ? அப்பவே முடிவு பண்ணிட்டேன்.என் பொண்ணு இங்க தங்க மாட்டாள். நாங்க எங்க பெரிய பொண்ணு வீட்டுக்கு போறோம் .

உங்களுக்கு விருப்பம் இருந்தா என் பொண்ணை வந்து அழைச்சிட்டு வாங்க ..இல்லன்னா என்ன நடக்கணும் என்பதை நான் பார்த்துக்கிறேன்.. ஆனா ஒன்னு மட்டும் சொல்றேன் உங்களை உங்க அம்மா சந்தோஷமா வாழ விட மாட்டாங்க .."என்றவர் தன் மகளை அழைத்துக் கொண்டு அங்கிருந்து கிளம்ப சந்திரன் எவ்வளவு சமாதானம் செய்தும் அதற்கு பிரயோஜனம் இல்லாமல் போனது.

சந்திரன்," அண்ணா உன் மனைவி பண்ற எதுவும் சரி கிடையாது. அவங்க அப்பா எப்படிபட்ட ஆள் என்று உங்களுக்கு தெரியும் .நம்ம ஊரில் பெரிய தலை அவரு ..அதுவும் இல்லாம அவர் நினைச்சா அரசியல்வாதி, போலீஸ்காரங்க எல்லோரும் உடனே உதவி செய்வாங்க .அந்த பொண்ணு உன் பிள்ளையும் உன் மனைவியும் பண்ற காரியத்தில் ஏதாவது பண்ணிக்கிட்டா நஷ்டம் யாருக்கும் இல்ல உங்களுக்குத்தான்.

.உன் மனைவியும், பிள்ளையும் ஜெயில்ல உட்கார வேண்டியதுதான் கூட நீயும் போய் குடும்பத்தோட களி திண்ண வேண்டியது தான் ..அவரைப் பத்தி உன் மனைவிக்கு இன்னும் சரியா புரியல.." என்று ஜமுனாவை முறைத்துக் கொண்டே கூறினார்.

சண்முகம் ,"என்னடா இப்படி பயமுறுத்தற.."

"முட்டாளா நீ உனக்கு அறிவு இல்ல. நீ படிச்சவன் தானே?அவங்க நடக்கிறதை பார்க்கும்போது புரிஞ்சுக்க வேண்டாமா.?என்றவர் ரவி உன்னைப்பத்தி நான் உயர்ந்த அபிப்பிராயம் வச்சிருந்தேன் டா.ஆனால் நீ இத்தனை பேர் எதிர்ல மனைவியா இருந்தாலும் ஒரு பெண்ணை கைநீட்டி அடிச்சிருக்க , அது ரொம்ப தப்பான செயல்.இந்த பழக்கம் உனக்கு எங்கிருந்து வந்தது..உன் கோபம் தான் உனக்கு எதிரி உன் அம்மா பேச்சை மட்டும் கேட்டா நீ உருப்பட முடியாது .நாங்க ஊருக்கு கிளம்புறோம்.." என்றார்.

ஜமுனா தன் கொழுந்தனார் சொன்ன அனைத்தையும் கேட்டு பயந்து கொண்டு இருக்க சண்முகம்," ஏய் நான் சொல்றதை கேளு .அவனை போய் சமாதானம் செய். அவன் நினைச்சா மட்டும் தான் நமக்கு இனி எந்த பிரச்சினையும் இருக்காது

.ஏன்னா தப்பு செஞ்சது முழுக்க நீ தான் போ .."என்று தன் மனைவியை விரட்டினார்.

ஜமுனாவும் வேற வழி இல்லாமல் ,"தம்பி ஏதோ கோபத்தில் நடந்துடுச்சு. இனி இப்படி நடக்காமல பார்த்துக்கறேன் என்றவர் ரவி நீயும் போய் அவங்க அக்கா வீட்டில் தங்கிட்டு வரும்போது உன் மனைவியை அழைச்சிட்டு வா.." என்று கூறினார்.

தன் அண்ணியின் செயலை பார்த்த சந்திரன் தன் மனைவியை பார்த்து சிரித்தவர் ,'அண்ணியாரே உனக்கு ரொம்ப திமிரு.. அதை அடக்கத்தான் யாரும் இல்ல.ஆனா உன் சம்மந்தி ஒருத்தரே போதும்..' என்று நினைத்துக் கொண்டார்.

ரவி,"அதெல்லாம் ஒன்னும் வேணாம் உங்க வேலைய பாருங்க" என்றவன் வேகமாக அறைக்குள் சென்று கதவை சாத்தியவன் காலையில் தன் மனைவியை அழைத்து வர சென்றான்.

வர்ணம்-54

ரவீந்திரன் தன் மனைவி அழைத்து வரச் செல்ல மீனாட்சி தன் மருமகனை ஆச்சரியத்துடன் பார்த்தவர் தன் மகளை அவருடன் அனுப்பி வைத்தவர் ,"நாங்க இன்னும் கொஞ்ச நேரத்தில் வந்துடுவோம் மாப்பிள்ளை .."என்றார் .

இவனும் எதுவும் பேசாமல் தன் மனைவியை அழைத்துக் கொண்டு தனது புது வீட்டிற்கு சென்றான் .அங்கே ஏற்கனவே ஆட்கள் அனைத்து வேலைகளையும் முடித்து வைத்திருந்தனர்.

ஆம் ரவீந்திரன் சிறு வேலைக்கு கூட ஆட்களை வைத்திருந்தான் .தன் மனைவியும் அதிகமாக வேலை செய்ய மாட்டாள் ..தன் அம்மா வேண்டுமென்றே செய்ய மாட்டார்.. ரேவதியை சொல்லவே வேண்டாம். அவளும் செய்ய மாட்டாள்..அப்படி இருக்கும் பொழுது தன் மாமியார் ,கொழுந்தியா இவர்களை எப்படி வேலை வாங்குவது என்று நினைத்தவன் வேலை ஆட்களை அமர்த்தி இருந்தான்.

சுகந்தி எதுவும் பேசாமல் இருக்க ரவீந்திரன்,"இங்க பார் சுகந்தி இதுவரை நடந்ததெல்லாம் போதும் .இனி இதைப் பத்தி எதுவும் பேச வேண்டாம்

நேத்து நான் உன்னை அடித்து இருக்க கூடாது.. எங்க அம்மா சாகப் போகவும் நான் அப்படி செஞ்சிட்டேன்.இனி நாம் சந்தோஷமாக இருக்கலாம் கவலைப்படாத.." என்றான்.

சுகந்தி சரி என்று தலையாட்டினாளே தவிர அவள் வேறு எதுவும் பேசவில்லை..

மீனாட்சி தன் மகளுக்கு ஏற்கனவே இதை புரிய வைத்திருந்தாள். ஆனாலும் லட்சுமி சுகந்தியின் அக்கா ,"அவன் எப்படி என் தங்கச்சி மீது கை வைப்பான் .எனக்கு திருமணம் ஆகி இத்தனை வருஷம் ஆகுது .என் புருஷன் இதுவரை என்னை அடிச்சிருப்பாரா.? இங்க பாரு சுகந்தி ஆரம்பத்திலேயே இதெல்லாம் நீ தட்டிக் கேளு ..இல்லனா கடைசி வரைக்கும் நீ அவங்களுக்கு அடிமைதான்..." என்று கூறினாள்.

லட்சுமியை முகத்தை பாவமாக வைத்துக் கொண்டு பார்த்துக் கொண்டிருந்தார் அவரின் கணவர் .ஆனாலும் அவர் தன் மனைவியை மிகவும் நேசித்தார்.

லட்சுமி மிகுந்த புத்திசாலி அதனுடன் அழகும் சேர்ந்தவள்.அதனால் தான் என்னவோ அவரின் கணவர் அவளை உள்ளம் கையில் வைத்து தாங்கினார் .அழகும் ,அறிவும் ஒருசேர இருப்பது வரம் அந்த வரம் எனக்கு கிடைத்துள்ளது என்று அடிக்கடி கூறுவார்.

சுகந்தி ,' அக்கா சொல்வதும் உண்மைதான்

நாம் இதைப்பத்தி அவரிடம் பேசனும் ..'என்று நினைத்துக் கொண்டாள் ஆனாலும் என்ன பேசினாலும் ரவீந்திரன் அவன் இஷ்டப்படி தான் இருப்பான் என்பது குறிப்பிடத்தக்கது.

லட்சுமியின் வீட்டுக்கு பக்கத்திலேயே தான் ரவீந்திரன் வீடு பார்த்திருந்தான் .ஏனென்றால் சுகந்தி தான் வேலைக்குச் சென்ற பிறகு தனியாக இருப்பாள். ஏதாவது பிரச்சனை என்றால் அவளின் அக்கா அவளுக்கு உதவி செய்வார் என்று நினைத்து இப்படி செய்தான்.

அவனின் இந்த செயல் சுகந்திக்கு மிகவும் பிடித்துப் போக தன் கணவன் தன்னை அடித்ததை கூட மறந்தவள் அடுத்த வேலையை பார்க்க ஆரம்பித்தாள்.

ஜமுனா தன் குடும்பத்துடன் அங்கே வந்தார் சுகந்தி ,"வாங்க "என்று ஒரு வார்த்தை அழைத்ததோடு சரி ஏறெடுத்தும் தன் மாமியாரை பார்க்க வில்லை. வான்மதி தேவி அனைத்து வேலைகளையும் அங்கே செய்தார்.

அதிகமாக வேலை இருக்கவில்லை தான் இருந்தாலும் சிறு சிறு வேலைகளை அதாவது ஒரு மாமியாராக தன் ஓரகத்தி செய்ய வேண்டிய வேலைகளை வான்மதி தேவி முடித்தவர் சுகந்திக்கு பல அறிவுரைகளை அள்ளி வழங்கினார்.

அது என்ன மாயமோ மந்திரமோ தெரியல வான்மதி தேவி அட்வைஸ் செய்தாலும் அதை பொறுமையாக கேட்டுக் கொள்ளும் சுகந்திக்கு தன் மாமியார் என்ன பேசினாலும் கோபம் மட்டுமே வந்தது..

காரணம் ஒருவருக்கு நாம் புத்திமதி கூறினாலும் ,இல்லை அவர்களை திட்டினாலும் சரி சொல்கின்ற விதம் என்று ஒன்று இருக்கு அல்லவா ..வான்மதி தேவி அவ்வளவு பொறுமையாகவும் அதே நேரத்தில் அவள் மீது உள்ளார்ந்த அன்புடனும் எடுத்துக் கூறினார் ஆனால் ஜமுனா உங்களுக்கு புரிந்திருக்குமே அவரைப் பத்தி சொல்லவும் வேண்டுமா என்ன..?

பிறகு நல்ல முறையில் பால் காய்ச்சி தனி குடித்தனம் வைத்தவர்கள் மீனாட்சி தன் மகளுக்கு அறிவுரை கூறி தன் பெரிய மகள் வீட்டுக்கு கிளம்பி விட்டார் .இவர்களும் கிளம்புவார்கள் என்று சுகந்தி எதிர்பார்த்துக் கொண்டிருக்க ஆனால் ஜமுனா தன் பிள்ளை வீடு என்று இன்று இரவு அங்கேயே தன் குடும்பத்துடன் தங்கிவிட்டார்.

சந்திரனும், வான்மதி தேவியும் அவர்களிடம் சொல்லிக் கொண்டு ஊருக்கு கிளம்பினார்.

இரண்டு நாள் கழித்து ஜமுனாவும் சண்முகமும் கிளம்பினர். அதன் பிறகு சுகந்தி சுதந்திரம் கிடைத்தது போல உணர்ந்தவள் நிம்மதி பெருமூச்சு விட்டாள்..

ரவீந்திரன் சுகந்திக்கு அள்ள அள்ள குறையாத மகிழ்ச்சியை அள்ளி கொடுத்தான்.. அதே நேரம் கோபம் வந்தால் நான்கு அறையையும் சேர்த்து கொடுத்தான் .ஜமுனாவை பத்தி பேசும்போதெல்லாம் இருவருக்கும் பிரச்சனை வந்தது ..

அனைத்து விஷயத்திலும் பொறுமையாக போகும் சுகந்தி ஜமுனாவின் விஷயத்தில் மட்டும் கணவன் என்ன சொன்னாலும் அப்படியே கேட்டுக் கொள்வதில்லை.

இப்படியே இவர்களின் வாழ்க்கை சென்று கொண்டிருக்க தனக்கு சமையலில் எந்த சந்தேகம் வந்தாலும் தன் அக்காவிடம் கேட்டு தெரிந்து கொள்வாள் சுகந்தி .ஆனால் விடுமுறைக்கு வரும் போதெல்லாம் ரவீந்திரன் இதை

தன் மூன்று தங்கைகள் அதாவது வான்மதியின் பிள்ளைகளிடம் சொல்லி சிரித்தவன் ,"அவங்க அக்காவுக்கே சமைக்க தெரியாது பாப்பா .ஆனால் அது கொடுக்கும் பாரு ஒரு பில்டப் .இவளும் அதன் படி செய்வா வாயில வைக்க முடியாது.என்ன பண்றது ..?"என்றான்.

அனிதா அதைக் கேட்டு சிரித்தவள் ,"அண்ணா அண்ணிக்கு சமைக்க தெரியல .அவங்க பாவம் .ஆனா உனக்கு தான் நல்லா சமைக்க வருமே.நீ சமைக்கலாம் தானே..?"

"அட ஏன்டா அந்த கொடுமையை கேட்கிற நான்தான் சமைக்கிறேன். வேற விதி காலையில் எழுந்து இந்த மகராணிக்கு சமைத்து வச்சிட்டு தான் நான் ஆபீஸ்க்கு போறேன்.."

கிருத்திகா தேவி ,"சூப்பர் அண்ணா கேட்கவே சந்தோஷமா இருக்கு .அண்ணி ரொம்பவே பாவம் அண்ணா அவங்கள பத்திரமா பாத்துக்கோ.."

"அட என்னங்கடா நீங்க இப்படி பேசுறீங்க .எத்தனை வருஷமா உங்க அண்ணன் உங்க கூட இருக்கேன். என் மேல உங்களுக்கு பாசமே இல்லையா? உங்க அண்ணிக்கு இப்படி சப்போர்ட் பண்றீங்க .அவ அப்படி என்னதான் மாயம் பண்ணா கொஞ்சம் சொல்லுங்களேன்.."என்று கேட்டான் ரவீந்திரன்.

"இது என்ன கேள்வி அண்ணா. அவங்களுடைய அமைதியான அணுகுமுறை ,அவர்களுடைய பாசமான பேச்சு, யாரையும் எதிர்த்து பேசாத குணம் இதுதான் எங்க எல்லாருக்கும் ரொம்ப பிடிச்சிருக்கு.." என்றாள் தீபிகா.

ரவீந்திரன் தன் மனைவிக்கு இருக்கும் பேரை கேட்டு அவளை நினைத்த பெருமைப் பட்டான் ஆனால் ,'தன் சொந்த தங்கைகளும் அம்மாவும் அவளை புரிந்து கொள்ளவில்லையே ..?'என்று வருத்தம் கொண்டான்..

ரவீந்திரன் ,சுகந்தியின் வாழ்க்கை இப்படியே சென்று கொண்டிருந்தது தீபாவளி ,பொங்கல் என்றால் மட்டும் ஊருக்கு வருவார்கள்.

மத்தபடி சென்னையிலேயே தன் சகோதரிகளின் வீட்டுக்கு செல்வதும் அனைவரும் ஒன்றாக சேர்ந்து எங்கேயாவது வெளியே செல்வதுமாக வாழ்க்கை ஓடிக் கொண்டிருந்தது.

இந்த நிலையில் சுகந்தி நல்ல செய்தியை சொன்னாள் .அவள் தாய்மை அடைந்திருந்தாள் அவளை அனைவரும் தூக்கி வைத்துக் கொண்டாடினர். ஜமுனாவும் தன் மருமகள் மீது பாசமாக இருந்தார்.

கணேஷ் ராஜன், ரவீந்திரன் இருவரும் மாமன், மச்சான் மட்டுமல்ல இருவரும் நல்ல நண்பர்களும் கூட இருவருக்குமே ஒரே நேரத்தில் குழந்தை பிறந்தது ஆனால் மாத கணக்கில் இடைவெளி இருந்தது.

கணேஷ் ராஜன் மகன் திவாகர் நாம் ஏற்கனவே பார்த்திருப்போம் ரவீந்திரனின் மகன் விக்னேஷ். இதில் மகிழ்ச்சியாக இரண்டு பக்கமும் குழந்தையை கொஞ்சி கொண்டிருந்தது வான்மதி தேவியின் மூன்று பெண்க-

ளுக்கும் தான். இந்த பக்கம் விடுமுறைக்கு சென்றால் கணேஷ் ராஜனின் மகனை கொஞ்சுவதும் தன் அண்ணன் வீட்டிற்கு வந்தால் அவனின் மகனை கொஞ்சுவதும் என்று நாட்கள் அவர்களுக்கு தான் மகிழ்ச்சியாக சென்றது ஆனால் சுகந்தி தன் குழந்தையை யார் தூக்கினாலும் அந்த குழந்தைக்கு முத்தம் கொடுக்கக் கூடாது என்று கூறினாள்.

சுகந்தியின் இந்த பேச்சை கேட்ட அக்கம் பக்கத்தினர் முகம் சுழித்தவர்கள் ஜமுனாவிடம் திட்டி விட்டு சென்றனர்.

ஜமுனா இதில் அவமானத்தை உணர்ந்தவர் அதற்கும் ஒரு பிரச்சனை செய்தார்.." உன் மனைவி என்ன பெரிய இவளா? குழந்தையை தூக்கினால் கொஞ்ச தான் செய்வாங்க.." என்று சத்தம் போட்டார்.

ரவீந்திரன்," அம்மா உங்களுக்கு புரியலையா? குழந்தைக்கு தாடையில் அலர்ஜி வருது நானும் தான் டாக்டர் கிட்ட அவனை அழைச்சிட்டு போயிருந்தேன் .அவர்தான் குழந்தையை யார் தூக்கினாலும் முத்தம் கொடுக்க வேண்டாம் என்று சொல்லி இருந்தார்.

நமக்கு நம்ம குழந்தை தான் முக்கியம். மத்தவங்க கோச்சிக்கிட்டா அத பத்தி பிரச்சனை இல்ல விடுங்க .."என்றவன் விக்னேஷ் வளரும் வரை அதிகமாக தன் அம்மா வீட்டிற்கு குழந்தையை தூக்கி வருவதை தவிர்த்தான்.

ஆனால் சுகந்தி அம்மா வீட்டில் அதை புரிந்து கொண்டவர்கள் அதன்படி நடந்து கொண்டனர்.

அதை பார்க்கும்போது ரவீந்திரனுக்கு தன் அம்மா வீட்டில் இருப்பவர்களுக்கும், இவர்களுக்கும் வித்தியாசத்தை உணர்ந்தவன் அதனால் தான் சுகந்திக்கு தன் அம்மா வீட்டில் உள்ளவரை பிடிப்பதில்லை என்று நினைத்துக் கொண்டான்.

இந்த நிலையில் சுகுணாவுக்கு ஒரு நல்ல இடத்திலிருந்து வரம் தேடி வர சுகுணாவுக்கும் திருமணம் நல்ல முறையில் நடந்தது.

வரதராஜனின் வீட்டில் நன்றாக நாட்கள் கடந்து கொண்டிருந்தாலும் கணேஷ் ராஜனின் மனைவி சர்வேஸ்வரி எப்பொழுதும் சண்டை போட்டுக் கொண்டே தான் இருந்தாள் .குழந்தை பிறந்தும் அவளின் சண்டை ஓயவே இல்லை.

சர்வேஸ்வரி பற்றிய கவலை சரோஜாதேவியை மிகவும் பாடாய்படுத்தியது .சீமந்தத்தில் கூட பிரச்சினை செய்து கொண்டுதான் சர்வேஸ்வரி தன் அம்மா வீட்டுக்கு சென்றாள். வீட்டிற்கு சென்ற சிறிது நேரத்தில் தங்கள் வீட்டில் பணி புரியும் ஆட்களை அனுப்பி சீமந்தத்திற்கு அவளின் சொந்தங்கள் வைத்த வரிசை பணத்தை வாங்கி வரும்படி கூறினாள்.

சரோஜாதேவி எதையும் கூறாமல் அந்த பணத்தை கொடுத்து அனுப்பினார். செலவு செய்தது அனைத்தும் சரோஜாதேவி வீட்டில்தான்.எந்த வீட்டிலும் நடக்காத ஒரு அநியாயமாக ஒரு வீட்டின் மருமகள் இப்படி நடந்து

கொள்வது அவருக்கு பெரும் அதிர்ச்சியாகவே இருந்தது.

சீமந்தத்தில் அனைவரும் முன்னிலையிலும் சர்வேஸ்வரி தன் குடும்பத்தை அசிங்கப்படுத்தி விட்டு போனதோடு மட்டுமில்லாமல் அவள் செய்த இந்த காரியம் சரோஜாதேவியை மட்டுமில்லாமல் அந்த குடும்பத்தையே அதிர்ச்சியில் ஆழ்த்தியது.

சீமந்தம் முடிந்ததிலிருந்து சரோஜாதேவி மிகவும் வருத்தத்தில் இருந்தவருக்கு உடல்நிலை பாதிக்க ஆரம்பித்தது .

வர்ணம்-55

சரோஜா தேவி அவருக்கு சிறுநீரகத்தில் கல் இருக்க சரவண ராஜன் அவனுக்கு மத்திய அரசாங்கத்தில் பணி நியமனம் கிடைத்தது

அங்கே அந்த மத்திய அரசாங்கத்தின் பணியாளர்கள் அனைவருமே பணியாளரின் அம்மா ,அப்பா ,மனைவி ,பிள்ளைகளுக்கு மருத்துவம் இலவசமாக பார்த்துக் கொள்ளலாம். அதுவும் பொது மருத்துவமனை போல இயங்கி வந்தது .அந்த மருத்துவமனையில் காண்பித்து சரோஜாதேவியை சென்னைக்கு மேல் சிகிச்சைக்காக அனுப்பி வைத்தனர் ..

அங்கே சென்று சரோஜாதேவி மருத்துவம் பார்த்துக் கொண்டு வந்தார்.

இதற்கு முன் ஒருமுறை உடல்நிலை சரியில்லாமல் போகும்போது அப்பொழுது குடும்ப சூழ்நிலை சரியில்லாத நிலையிலும் பணம் செலவு செய்துதான் மருத்துவம் பார்த்தனர் .

அந்த மருத்துவமனையில் அறுவை சிகிச்சை செய்வதற்கான வசதி இல்லாததால் அவர்களை சென்னைக்கு அனுப்பி வைத்தனர் .

ஆனால் அதற்கு செலவாகும் பணம் அனைத்தையும் அந்த நிறுவனமே கொடுத்து விடும்.

சரோஜாதேவி சென்னைக்கு சென்று வந்தவர் உடல்நலம் தேறி வந்தார்

சர்வேஸ்வரி குழந்தை பெற்று ஐந்து மாதம் முடிந்ததும் மீண்டும் மாமியார் வீட்டிற்கு வந்தாள்.

இதுவரை தன் அம்மா வீட்டில் அதிகாரம் செய்து கொண்டிருந்தவளுக்கு தன் மாமியார் வீட்டுக்கு செல்வது என்பது கசப்பாக தான் இருந்தது .

ஆனால் அவரின் அப்பா அவளை வலுக்கட்டாயமாக அனுப்பி வைத்தார்.

கணேஷ் ராஜன் தன் மகனை காண ஆவலோடு காத்திருந்தவன் அவன் வந்ததும் அதற்கு முன் எதுக்கு தான் அந்த ரூமுக்கு போறோமோ என்று சகித்துக் கொண்டு சென்றவன் இப்பொழுது தன் மகனுக்காகவே அந்த அறையிலேயே தவம் கிடந்தான் .

வைஷ்ணவி ,சங்கர் ராஜன் இருவரும் அந்த குழந்தையை நன்றாக பார்த்துக் கொண்டனர்.

வினோதினி தேவி தன் சித்தி எப்படி இருந்தாலும் அதையெல்லாம் பத்தி கவலைப்படாதவள் திவாகரை எப்பொழுதும் தூக்கி வைத்துக் கொண்டே சுத்-திக் கொண்டிருப்பாள்.

ஹரி குழந்தையாக இருக்கும் பொழுது அனைவரும் அவனை தூக்கி வைத்துக் கொண்டாடினர் .

அதோடு திவாகர் தான் அந்த வீட்டின் அடுத்த குழந்தையாக இருக்க அவனை அனைவரும் தலையில் வைத்துக் கொண்டாடினர்.

குழந்தை அழுததும் சர்வேஸ்வரி இருக்கும் பால் அனைத்தையும் காய்ச்-சியவள் வேண்டுமென்றே அவ்வளவு பாலிலும் பூஸ்ட் கலந்து குழந்தைக்கு குடிப்பாட்டினாள் குழந்தை அதில் நான்கில் ஒரு பகுதியை கூட குடிக்க-வில்லை.

வைஷ்ணவி எழுந்து தன் வேலையை முடித்தவள் காபி போட்டு குடிக்-கலாம் என்று பால் பாத்திரத்தை திறந்து பார்க்க பாத்திரம் காலியாக இருந்-ததுஅங்கே பக்கத்தில் பூஸ்ட் கலந்து பாட்டிலில் இருந்தது.

வைஷ்ணவிக்கு என்ன நடந்திருக்கும் என்று புரிய தன் மாமியாரை அழைத்து விஷயத்தை கூறினாள்.

இந்த லட்சணத்தில் அந்த வீட்டில் அப்பொழுது மாடு இருந்தது .

அவர்கள் வெளியே பால் வாங்க வேண்டிய அவசியம் இல்லாமல் இருந்தது.தேவையான அளவுக்கு எடுத்துக்கொண்டு மீதியை பால்காரரிடம் கொடுத்து விடுவார்கள். இது தெரிந்தும் வேண்டுமென்றே சர்வேஸ்வரி இப்படி செய்திருந்தாள்.

சரோஜாதேவி," வைஷ்ணவி அந்த பொண்ணை இன்னும் என்ன சொல்லி திருத்துவது எனக்கு தெரியல ..நீ இதை பெருசு படுத்தாத .

நான் உனக்கு பால் வாங்கிட்டு வந்து தரேன்.." என்றவர் இதுவரை யாரி-டமும் எதையும் கேட்காதவர் முதன்முதலாக தன் பங்காளி வீட்டு ஓரகத்தி ஒருவரிடம் பால் வாங்கி வந்து தன் மருமகளுக்கு கொடுத்தார்.

"கமலா எங்க வீட்டில பால் தீர்ந்து போச்சு மா .

ஒரு டம்ளர் பால் கொடு சாயங்காலம் பால்காரர் வந்ததும் கொடுத்து அனுப்புறேன்."

"அச்சோ என்ன மாமி நீங்க பால் கொடு சொல்லி உரிமையா கேட்டா நான் கொடுக்கப் போறேன் . இதோ வரேன் இருங்க .

என்றவர் பாலை எடுத்து வந்து கொடுத்தவர் மாமி இந்த பாலை நீங்க திரும்ப கொடுக்க வேண்டாம்

.எத்தனை முறை நாங்க பால் இல்லாதப்போ உங்க கிட்ட வாங்கி இருக்-கோம் .எடுத்துட்டு போங்க மாமி.." என்றாள்.

சங்கராஜன் தன் பணி முடித்து வெளியூரில் இருந்து வந்தவர் தன் மனைவி அமர்ந்திருப்பதை பார்த்து என்னவென்று விசாரிக்க வைஷ்ணவி.. சர்வேஸ்வரி பண்ணும் அனைத்தையும் சொல்லி அழ ஆரம்பித்தார்.

அதில் கடும் கோபம் கொண்டவர் கோபத்துடன் இங்கும் அங்கும் நடந்து கொண்டிருந்தான்.

சரோஜாதேவி ,'அச்சோ சங்கர் ராஜன் வந்துட்டானா என்ன நடக்கப் போகுதுன்னு தெரியலையே..?' என்றவர் பாலை அடுப்பில் வைக்க வைஷ்-ணவி ,"அத்தை நீங்க விடுங்க நான் பார்த்துக்கறேன்.." என்றவள் அந்த பாலை காய்ச்சி காபி போட்டு குடித்தாள்.

வைஷ்ணவி நினைத்திருந்தால் இன்னைக்கு காபி வேண்டாம் என்றும் இந்த விஷயத்தை அத்தோடு விட்டிருக்கலாம் .ஆனால் இது தினமும் தொடரும் என்று அவருக்குத் தெரியுமே ..

ஏன் என்றால் சர்வேஸ்வரி புத்தி அப்படி..இன்னைக்கு ஒரு நாள் நாம் இப்படி நடந்து கொண்டால் தான் இனி இப்படி நடக்காத படி இங்கே இருக்-கவங்க நடவடிக்கை எடுப்பாங்க .'என்று எண்ணி தான் சரோஜாதேவி பால் வாங்கிக் கொண்டு வருவதாக சொல்லியும் அமைதியாக இருந்தாள்.

சங்கர் ராஜன் ,"அம்மா அந்த பொண்ணு நடந்துக்கறது எதுவும் சரியில்ல .நான் இத்தனை நாள் எதுவும் சொல்லக்கூடாதுன்னு அமைதியாக இருந்-தேன். இந்த வீட்ல சம்பாதிக்கிறது நானு, அப்பா சரவணராஜன் மட்டும்தான்.

கணேஷ் அப்படி ஒன்னும் சம்பாதிச்சு கொடுத்துடல ..அவன் பொண்-டாட்டிக்கு நீங்கள் தான் செலவு பண்றீங்க.. அவன் இல்ல அப்படி இருக்கும்-போது சம்பாதிச்சு போடற என்னோட பொண்டாட்டிக்கு ஒரு தம்ளர் பாலை கூட வைக்காம சின்ன குழந்தைக்கு அரை லிட்டர் பால் எடுத்து காய்ச்சி கொடுத்து இருக்கா. அதுவும் குழந்தை குடிச்சாலும் பரவால்ல

அங்க பாருங்க அந்த பாட்டில்ல அவ்வளவு பூஸ்ட் கலந்து வீணா இருக்கு.. இவ வேண்டுமென்றே செய்யறா.அவ்வளவு பெரிய குடும்பத்தில் பிறந்தவளுக்கு கொஞ்சம் கூட பொறுப்பே இல்ல கூட்டுக் குடும்பத்தில் வாழ்ந்தவ மாதிரியா இவ நடந்துக்கிறா." என்று சத்தம் போட்டான்.

சரோஜாதேவி,"அச்சோ சங்கர் கத்தாதடா. இது கணேஷ் காதில் விழுந்-தால் அவன் என்ன நினைப்பான் பாவம் டா அவன் அவள் பண்ற தப்புக்கு கணேஷ் என்னடா பண்ணுவான்.."

"அம்மா என்ன பேசறீங்கமா நீங்க ..அவன்தான் அவன் பொண்டாட்டிய கண்டிக்கணும். என் பொண்டாட்டி ஒரு வார்த்தை தேவையில்லாம பேச-றாளா..? பேசினா தான் நான் சும்மா விடுவேனா. அப்படி இருக்கும்போது அந்த பொண்ணு சர்வேஸ்வரி திமிர்த்தனம் பண்ணிட்டு சுத்திட்டு இருக்கா அவளை எப்படி சும்மா விட முடியும்.."என்று கத்தினான் சங்கர் ராஜன்.

கணேஷ் ராஜன் அங்கே வந்தவன் "அண்ணா நீ பேசியதை எல்லாம் நான் கேட்டுக்கிட்டு தான் இருந்தேன் .

.இன்னைக்கு அவ ரொம்ப ஓவரா போயிட்டா .நான் அவளை கண்டிக்-கிறேன் ..நீ எதுவும் தப்பா எடுத்துக்காத என்றவன் அண்ணி என்னை மன்-னிச்சிடுங்க அவளை கட்டின பாவத்துக்கு நான் இதை மட்டும் தான் செய்ய

முடியும் .நான் படுறது எல்லாம் போதும் உங்களுக்கு அந்த அவசியம் இல்ல .."என்றவன் தன் அறைக்குச் சென்றான்.

அங்கே சர்வேஸ்வரி அவர்கள் பேசிய அனைத்தையும் கேட்டுக் கொண்டு திமிராக அமர்ந்திருந்தாள்.

கணேஷ் ராஜன் அறையில் நுழைந்ததும் "வாங்க சார் வாங்க என்ன அம்மா ,அண்ணி ,அண்ணன் எல்லாம் ஏத்தி கொடுத்து அனுப்பிட்டாங்களா .?இனி என்ன பேசனும் உங்களுக்கு சொல்லித் தர வேணாமே .பேசுங்க பேசுங்க அதைக் கேட்க தானே நான் இருக்கேன் அதுக்கு தானே எங்க அப்பா செலவு பண்ணி உங்களுக்கு கட்டிக் கொடுத்தாரு .."என்றவளை ஓங்கி அறைய தன் கன்னத்தில் கை வைத்து அதிர்ச்சியில் தன் கணவனை பார்த்தாள் சர்வேஸ்வரி.

"உன்னை மாதிரி ஜென்மத்துக்கு எல்லாம் வாயால சொன்னா புரியாதுடி .இங்க பாரு என் அண்ணன் சொன்ன ஒவ்வொரு வார்த்தையும் உண்மை .சம்பாதிக்காத எனக்கு இந்த வீட்ல அதிகமாவே மரியாதை தராங்க.அப்படி இருக்கும்போது நீ எப்படி நடந்துக்கனுமோ அப்படி நடந்துக்கோ அதை விட்டுட்டு தேவையில்லாம அவங்ககிட்ட வம்பு பண்ணாத.இனி ஒரு தடவை இப்படி செய்து பாரு.அப்புறம் நீயும் நானும் வாழவே முடியாது தெரிஞ்சுக்கோ.." என்றான்.

"என்னை அடிக்க மட்டும் தான் செய்யாம இருந்தீங்க ..இப்ப இதுவும் நடக்குதா நடக்கட்டும் நடக்கட்டும் உங்க அண்ணிக்காக என்னை அடிக்கிறீங்களா..? அப்படி என்ன உங்களுக்கு அவ அவ்ளோ ஸ்பெஷல்.." என்றவளை முடிய பிடித்து மீண்டும் அடித்தவன் ,"செருப்பால அடிப்பேன் டி நாயே. அவங்க என் அம்மாவுக்கு சமம் .என்னை விட வயதில் சிறியவங்களா இருந்தாலும், அவங்க செய்ற ஒவ்வொரு செயலும் நல்லவிதமா இருக்கும் .

உன்னை மாதிரி அவங்க கேடுகெட்டவங்க கிடையாது .

உனக்கு நல்ல வாழ்க்கை கிடைச்சிருக்கு.உனக்கு என் மூலமா வந்த சொந்தங்கள் அருமையான சொந்தங்களாக இருக்காங்க. அது உனக்கு புரியல ..இனி நான் பொறுத்துப் போக மாட்டேன் .."என்றவன் சர்வேஸ்வரியின் அப்பாவுக்கு போன் செய்து நடந்த அனைத்தையும் கூறினான்.

சர்வேஸ்வரன் அப்பா ஈஸ்வரன் ஏற்கனவே உடல்நிலை குறைவால் பாதிக்கப்பட்டிருந்தார். அதற்கு முழு காரணம் இந்த சர்வேஸ்வரி தான்.

இவளின் இந்த செயல்கள் அவரை முற்றிலுமாக பாதித்தது .தன் அண்ணன் மகள்கள் அனைவரும் திருமணம் செய்து கொண்டு நல்ல முறையில் மாமியார் வீட்டில் வாழ்ந்து கொண்டிருக்க தன்மகள் இப்படி இருக்காளே என்று மனம் வருந்தினார் ஈஸ்வரன்.

அவர் தன் மகளுக்கு அழைத்தவர் ,"இங்க பாரு சர்வேஸ்வரி எனக்கு உடல்நிலை ரொம்ப மோசமா போயிட்டு இருக்கு, நீ இப்படியே பண்ணினா

அப்பாவை இழந்துட வேண்டியதுதான்.நீ இன்னைக்கு பண்ண விஷயம் ரொம்ப தவறான விஷயம். நான் உன்னை அப்படி வளர்க்க கிடையாது . நீ ஏன் இப்படி நடந்துக்கிட்ட .."

"அப்பா அதுக்குள்ள உங்களுக்கு யார் சொன்னது. ஆமா நான் வேணும் என்றே தான் செய்தேன். எனக்கு அந்த வைஷ்ணவியை பார்த்தாலே பிடிக்கல . நீங்க ஒன்னும் கவலைப்படாதீங்க நான் மறுபடியும் அங்க வந்து உட்கார்ந்திட மாட்டேன்.." என்றவள் அழைப்பை துண்டித்தாள்.

இவள் பேசியதை சரோஜாதேவி கேட்டுவிட்டு அவளை முறைத்துக் கொண்டு நின்றிருந்தார். நல்ல வேலை சங்கர் ராஜனும் ,வைஷ்ணவியும் டவுன் வரை சென்றிருந்தனர். கணேஷ் ராஜன் மனம் சரியில்லாததால் நண்பர்களை பார்க்கச் சென்றிருக்க சரோஜாதேவி மட்டும் தான் வீட்டில் இருந்தார்.

சர்வேஸ்வரி ஃபோனை வைத்துவிட்டு திரும்ப அங்கு நின்ற சரோஜாதேவியை பார்த்து அதிர்ச்சியில் நின்றாள்.வீட்டில் யாருமே இல்லை என்று இவ்வளவு சத்தமாக பேசிக் கொண்டிருந்தவள் தன் மாமியார் உள்ளே படுத்து இருப்பதை அவள் கவனிக்கவில்லை

ஏனென்றால் எப்பொழுதும் சரோஜாதேவி தேவையில்லாமல் பகல் நேரத்தில் படுக்க மாட்டார் .ஆனால் இவள் செய்த அட்டூழியத்தில் மனம் வேதனையடைய கொஞ்ச நேரம் படுத்தவர் இவள் இப்படி சத்தமாக பேசவும் எழுந்து வந்தவர் அவள் பேசியதை கேட்டு ,'இவள் எப்போதும் திருந்தவே மாட்டாள்..' என்று நினைத்து அவளை முறைத்துக் கொண்டிருந்தார்.

வர்ணம்-56

சரோஜாதேவி ," ஏன் சர்வேஸ்வரி நீ எப்போ தான் திருந்த போற ,வைஷ்ணவி உனக்கு அப்படி என்ன பண்ணா. உன் பிள்ளை பிறந்ததுக்கு கூட அவ அன்போடு துணியும், நகையும் எடுத்துக் கொடுத்து இருக்கா.. அப்படி இருக்கும்போது நீ ஏன் அவ கிட்ட விரோதத்தை வளர்த்துக்கிற.. நல்லா கேட்டுக்கோ எனக்கு பிறகு உனக்கு மாமியார் வீட்டு பக்கம் இருந்து செய்யப் போறது அவள் தான் ..நான் சொல்ல வேண்டியதை சொல்லிட்டேன் .. அதையும் மீறி நான் இப்படித்தான் இருப்பேன் நீ நினைச்சா உன் இஷ்டத்துக்கு நடந்துக்கோ...

இன்னொரு விஷயம் அவங்க உன் பிள்ளையை எப்படி பார்த்துக்கறாங்க அப்படியும் நீ ஏன் திருந்தவே மாட்டேங்கற .."என்ற சரோஜாதேவி மீண்டும் படுத்துக்கொண்டார்.

சர்வேஸ்வரிக்கு தன் மாமியாரின் இந்த அமைதியான அணுகுமுறை மனதில் ஏதோ செய்தது. ஆனாலும் 'இவங்க எப்போதும் பெரிய மருமகளுக்கு தான் சப்போர்ட் பண்ணுவாங்க..' என்று நினைத்தாள்.

(இதெல்லாம் திருந்தவே திருந்தாது)

வினோதினி பள்ளி விட்டு வந்ததும் தன் தம்பியை தூக்கி கொஞ்சி அவனுக்கு உணவு ஊட்டுவாள்

நாட்கள் இப்படியே செல்ல திவாகரும் வளர்ந்து விட்டான் .அவனை வளர்த்தது முழுக்க முழுக்க வைஷ்ணவியும், சரோஜா தேவியும் மட்டுமே..

கிருத்திகா தேவி நன்றாக படித்து வந்தவளுக்கு தான் படித்து நல்ல பதவியில் அமர வேண்டும் என்று எண்ணம் இருக்க அதற்காக அயராது படித்துக் கொண்டிருந்தாள்.

ஹரி விடுமுறை விடும்போதெல்லாம் தன் பெரியம்மா வீட்டிற்கு வந்தான் .அந்த நாட்களை தன் அக்கா மூவருடன் மகிழ்ச்சியாக அனுபவித்தான். கூடவே வைஷ்ணவி பிள்ளைகளும் வந்தனர் .

அப்பொழுது சர்வேஸ்வரியையும் திவாகரை அழைத்துக் கொண்டு வரும்படி வான்மதி தேவி சொல்ல அவளும் விடுமுறைக்கு வந்திருந்தாள்.

வான்மதி தேவி தன் தம்பி மனைவியை நன்றாக பார்த்துக் கொண்டாள் .இங்கே வந்தாலே அவளை ஒரு வேலை கூட வாங்க மாட்டாள் வான்மதி தேவி. அதனாலேயே வான்மதி தேவியின் வீட்டுக்கு வருவது என்றால் சர்வேஸ்வரிக்கு மிகவும் பிடிக்கும்.

சர்வேஸ்வரி பிள்ளைகளுடன் மாடியில் அமர்ந்திருக்க சண்முகம் அவர்களை பார்த்ததும் அவர்களிடத்தில் வந்தார்.

சர்வேஸ்வரி," கிருத்திகா உங்க பெரியப்பா வரார். என்னை பார்த்ததும் அவர் கேட்கும் ஒரே கேள்வி என்ன சர்வேஸ்வரி உங்க பெரியப்பா நல்லா இருக்காரா அது மட்டும் தான் பாரேன் ..."என்றாள்.

"எப்படி மாமி சொல்றீங்க .அவர் உங்க அப்பாவை விசாரிக்காம எதுக்காக உங்க பெரியப்பாவை விசாரிக்கனும்.."

"அட பாருடி அந்த கிழவன் அப்படித்தான் வந்து கேட்கும் .."எனவும் ,கிருத்திகா தேவியும் தன் பெரியப்பாவை ஆவலோடு பார்த்துக் கொண்டிருந்தாள்.

சண்முகம்," என்னமா சர்வேஸ்வரி எப்படி இருக்க உங்க பெரியப்பா நல்லா இருக்காரா ?அவருக்கு உடம்புக்கு பரவாயில்லையா? .."என்றிட...

கிருத்திகா தேவி தன் மாமியை பார்க்க அவளோ சிரித்தவள்," நல்லா இருக்காரு பெரியப்பா .."என்றாள்.

"சரிமா நீங்க பேசுங்க .நான் கீழே போறேன் .."என்ற சண்முகம் ,'இதுக்கு மேல இந்த பொண்ணு கிட்ட எதுவும் பேசக்கூடாது ..நாம் இந்த பொண்ணை பத்தி கேள்விப்பட்டிருக்கோம் .இதை பார்க்கும் போது நம்ம மருமக எவ்வளவோ தேவலாம்...அவளுக்கு கோவில் கட்டி கும்பிடலாம்..' என்று நினைத்தவர் கீழே இறங்கி சென்றார்.

"எப்படி மாமி இவ்வளவு கரெக்டா சொன்னீங்க.."

" அது அப்படிதான் டி . நான் இங்கே எப்போ வந்தாலும் உங்க பெரியப்பா அதை மட்டும் தான் கேட்பாரு..."என்றாள்.

கிருத்நிகாவுக்கு தன் பெரியப்பாவை சர்வேஸ்வரி இப்படி பேசுவது பிடிக்கவில்லை என்றாலும் வேற வழி இல்லாமல் அமைதியாக இருந்தவள் கீழே சென்றதும் தன் அம்மாவிடம் நடந்ததை கூறினாள்.

வான்மதி தேவி," சரிமா கிருத்திகா நீ எதையும் கண்டுக்காத, அவளுடைய குணம் அப்படித்தான் .அவளை இனியும் மாத்த முடியாது ..ஐந்தில் வளையாதது ஐம்பதில் மட்டும் வளையுமா என்ன ..?"என்றார்.

வைஷ்ணவிக்கு சர்வேஸ்வரி இல்லாமல் இருப்பது வீடே கோவிலாக காட்சியளித்தது. ஆனால் அதே நேரம் தன் பிள்ளைகள் இல்லாமல் போர் அடிக்கவும் செய்தது.

வைஷ்ணவி எப்பொழுதும் தன் பிள்ளைகள் வான்மதி வீட்டுக்கு போகும் போதெல்லாம் இவரும் போவது வழக்கம்தான் ஆனால் இந்த முறை சாஸ்வேஸ்வரியும் போகிறாள் என்பதை தெரிந்து கொண்டவள் தான் இங்கேயே இருப்பதாக கூறிவிட்டாள்.அது மட்டும் இல்லாமல் சரோஜாதேவிக்கும் உடல் நிலை முடியாததால் அவருடன் ஒரு ஆள் இருந்தாக வேண்டுமே ..என்று வைஷ்ணவி விடுமுறைக்கு வான்மதி தேவி வீட்டிற்கு செல்லவில்லை.

விடுமுறை முடிந்து அனைவரும் செல்ல கிருத்திகா தேவி பொதுத்தேர்வுக்காக நன்றாக படித்துக் கொண்டிருந்தாள்.

பொதுத்தேர்வு முடிந்ததும் கிருத்திகா தேவி தன் பாட்டி சரோஜாதேவி ஊருக்கு விடுமுறைக்கு சென்றாள்.

வானதி தேவியும் அங்கே சென்றாள்

சரவணராஜனு வேலை கிடைத்தால் திருப்பதிக்கு வருவதாக சரோஜாதேவி வேண்டிக் கொண்டார். சரவணராஜனுக்கும் மத்திய அரசாங்கத்தில் வேலை கிடைத்தது.

சரோஜாதேவியின் வேண்டுதலை நிறைவேற்ற அனைவரும் ஒன்றாக திருப்பதிக்கு போகலாம் என்று முடிவு செய்தனர்.

சரவண ராஜனும் ,கிருத்திகா தேவியும் எலியும் பூனையும் போல எப்பொழுதும் சண்டை போட்டுக் கொண்டே இருந்தனர் .சரவணராஜனுக்கு அனிதாவும் தீபிகாவும் சப்போர்ட் செய்து கொண்டே இருக்க கிருத்திகா தேவிக்கு தன் தங்கைகளை அடித்து வெளுக்கலாம் என்று கோபம் வந்தது.

ஆனால் கிருத்திகா தேவியின் செல்ல தம்பி ஹரி," மாமா அக்கா பாவம் தானே அவங்கள எதுக்கு திட்றீங்க .."என்று தன் தமக்கைக்கு (அக்கா) சப்போர்ட் செய்தான் ..

அதேபோலவே வினித்ராஜனும் "சித்தப்பா கிருத்திகா மச்சி பாவம் அவங்களை திட்டாதீங்க .."என்றவன் எங்கே தன் சித்தப்பா தன்னை அடித்து விடுவாரோ என்று அங்கிருந்து ஓடி விட்டான்.

சரவணன் ராஜன் ,"என்ன மேடம் உங்களுக்கு சப்போர்ட் பண்ண இத்தனை பேரா .?அது சரி சப்போர்ட் செய்யாம எப்படி இருப்பாங்க ..நீ தான் எல்லாரையும் பாசத்தால் கட்டி போடறியே.. சரி கிருத்திகா சொல்லு பப்ளிக் எக்ஸாம் எப்படி எழுதி இருக்க நல்லா எழுதி இருக்கியா?"என்றதும் அவ்வளவு நேரம் கோபத்தில் இருந்தவள் இயல்புக்கு திரும்பினாள்.

"அதெல்லாம் சூப்பரா எழுதி இருக்கேன் மாமா நல்ல மார்க் வாங்குவேன்.."

"ஓஹோ அப்படியா நீ ஆங்கிலத்தில் நல்ல மார்க் வாங்குவ சரி ..ஆனா கணிதம் எப்படி எழுதி இருக்க ,அது தான் உனக்கு சரியா வரவே வராதே.."

"அதெல்லாம் நல்லா எழுதி இருக்கேன் மாமா .ஏன் தெரியுமா எனக்கு நீங்க சொல்லி கொடுக்கும் வரை அது புரியவே இல்லை .இப்போ நல்லாவே புரியுது .அருமையா எழுதி இருக்கேன்.. நீங்க ஒன்னும் கவலைப்படாதீங்க .."என்று ஒழுங்கு காட்டினாள்.

"உன் நக்கலுக்கு ஒன்னும் குறைச்சல் இல்ல. சரி விடு நல்ல மார்க் எடுத்தா ஓகே தான்..."என்றான் சரவணராஜன்.

சரவணராஜனுக்கு கிருத்திகா தேவியை மிகவும் பிடிக்கும் .ஆனால் அவளிடம் வம்பு இழுத்துக் கொண்டே இருப்பதில் அவனுக்கு அலாதிப் பிரியம்.தன் அக்கா மகள் அனைவரையும் பாசத்தால் கட்டி போடுவதை பார்ப்பவனுக்கு அவள் மீது சிறு பொறாமையும் வரத்தான் செய்யும்.

பிறகு அனைவரும் குடும்பத்துடன் திருப்பதி சென்றனர். வான்மதி தேவி குடும்பத்தினர். சரோஜாதேவியின் குடும்பத்தில் உள்ள சங்கர் ராஜன் குடும்பம் ,கணேஷ் ராஜனின் குடும்பம் ,சரவண ராஜன், வானதி தேவியின் குடும்பம் என்று அனைவரும் திருப்பதிக்கு கிளம்ப திவாகரை தூக்க முடியாமல் தூக்கிக்கொண்டு கீழ்மலையில் இருந்து மேல் மலைக்கு நடந்தே சென்றனர்.

கிருத்திகா தேவி திருப்பதி செல்ல வேண்டும் என்றாலே அப்படி அழுவாள்.. காரணம் மலை பயணம் செய்வது அவளுக்கு ஒத்துக்கொள்ளாது. வாந்தி எடுப்பாள். ஆனால் இப்பொழுது நடைப்பயணம் மேற்கொள்வது அவளுக்கு மிகவும் பிடித்திருந்தது .சாமி தரிசனம் முடிந்து வரும் போதும் அதே போல மேல்மலையிலிருந்து கீழ்மலைக்கு நடந்தே வந்தனர் .

அதன் பிறகு ரயில் பயணம் இந்த பயணம் அனைவருக்கும் மிகவும் பிடித்துப் போனது. இனி எப்பொழுதும் இப்படியே செல்ல வேண்டும் என்று முடிவு செய்தனர்.

திருப்பதி மலையில் காலை இளந் தென்றலோடு குருவிகளின் சத்தத்தையும் அனுபவித்தவர்கள் வானரங்களின் விளையாட்டையும் பார்த்து ரசித்தனர். ஆங்காங்கே தங்கி இளப்பாறிக் கொண்டும் தாங்கள் கொண்டு வந்த உணவு தீர்ந்து போனதால் அங்கு இருக்கும் உணவுக் கடைகளில் உணவை வாங்கி சாப்பிட்டுக் கொண்டும், பல முகம் தெரியாத நபர்களுடன் பேசிக் கொண்டும் அருமையாக அந்த பயணத்தை மேற்கொண்டனர்.

அனைவரும் ஒன்றாக சரோஜாதேவியின் வீட்டிற்கு வந்தனர் .விடுமுறை என்பதால் அனைவரும் அங்கேயே தங்கியும் விட்டனர்.

இவர்கள் வீட்டில் அப்பொழுதெல்லாம் கோவிலுக்கு சென்று விட்டால் தங்கள் வீட்டுக்கு தான் செல்ல வேண்டும் என்பதை யாரும் கடைபிடிக்க-வில்லை .அவர்களுக்கு எல்லாம் அவர்களின் அம்மா வீடு முக்கிய பிரதா-னமாக இருந்தது.

அங்கே பத்து நாள் அனைவரும் தங்கி இருக்க அந்த பத்து நாட்களும் ஏதோ திருவிழா நேரத்தில் இருக்கும் வீட்டை போல பிள்ளைகளின் சத்தத்-திலும் ,பெரியவர்களின் அன்பான பேச்சிலும் கலை கட்டியது.

கிருத்திகா தேவி சிறிது நேரம் உட்கார்ந்தாலும் சர்வேஸ்வரி அவளை ஏதாவது வேலை வாங்கிக் கொண்டே இருந்தாள்.

வான்மதி தேவி இதை பார்த்துக் கொண்டே இருந்தவள் ,"இங்க பாரு சர்வேஸ்வரி உனக்கு எந்த வேலை செய்யணும் என்றாலும் நாங்க இத்-தனை பேர் இருக்கோம் தானே ? எங்ககிட்ட சொல்லு ,எதுக்காக அவளை வேலை வாங்கிட்டே இருக்க ,என் பொண்ணு என் வீட்டிலேயே அதிகமா எந்த வேலையும் செய்தது கிடையாது .நீ இப்படி பண்றது எனக்கு பிடிக்கல." என்றாள்.

சங்கர் ராஜன் ,"சர்வேஸ்வரி நீ அடங்கவே மாட்டியா ..?எதுக்காக சின்ன பொண்ணை வேலை வாங்கற .,இங்க நீ செய்ற வேலையே கம்மிதான். எல்லா வேலையும் வைஷ்ணவியும் ,அம்மாவும் முடிச்சிடறாங்க . கூடவே வான்மதியும் ,வானதியும் செய்யறாங்க பிறகு எதுக்கு கிருத்திகா தேவியை வேலை வாங்கிட்டு இருக்க .சின்ன பிள்ளைகளை வேலை வாங்காம உன்-னால இருக்கவே முடியாதா..?"என்று சத்தம் போட்டார்.

"என்ன நீங்க ஒன்னும் இல்லாத விஷயத்தை இப்போது எதுக்கு இவ்ளோ பெருசு படுத்தறீங்க பொண்ணா பிறந்தா வேலை செய்துதான் ஆகணும்னு உங்க அம்மா தானே சொல்லுவாங்க.." என்றாள் சர்வேஸ்வரி.

கணேஷ் ராஜன் ,"ஏய் வாய மூடு டி எதிர்த்து பேசாத ..அதுக்காக நீ சின்ன பிள்ளைய வேலை வாங்குவியா..?" என்று எகிறி கொண்டு செல்ல பெரியவர்கள் அவனை சமாதானம் செய்தனர்.

கிருத்திகா தேவி அங்கே தன் தம்பி ,தங்கைகளுடன் விளையாடிக் கொண்டிருந்தாள்.சர்வேஸ்வரிக்கு கிருத்திகா தேவிக்கு இத்தனை பேர் சப்-போர்ட் செய்வதை பார்த்து அவள் மீது கோபம் தான் வந்தது.

அந்த விடுமுறையில் தான் கிருத்திகா தேவியின் வாழ்க்கையை திருப்பி போட்ட சம்பவம் நடைபெற்றது. அது என்ன பார்க்கலாம்.

வர்ணம்-57

கிருத்திகா தேவிக்கும் ,சரவணராஜனுக்கும் திருமணம் ஏற்பாடு செய்தனர் .

கிருத்திகா தேவி பன்னிரண்டாம் வகுப்பு முடித்து இருந்த நிலையில் அடுத்து படிக்க வேண்டும் என்று கனவுலகில் இருந்தவளுக்கு இந்தச் செய்தி அதிர்ச்சியை கொடுத்தது.

"இந்த திருமணத்திற்கு சம்மதம் சொல்ல மாட்டேன் .."என்று அவங்க அம்மாவிடம் அடம்பிடித்தாள்.

வான்மதி தேவி," திருமணம் முடிந்த உடனே படிச்சுக்கோ .."என்று தன் மகளை சமாதானம் செய்து இந்த திருமணத்திற்கு சம்மதிக்க வைத்தார் .

சண்முகத்தின் சிறிய மகள் சுகன்யா கிருத்திகா தேவியை விடவும் நான்கு வயது பெரியவள். அவளுக்கு இன்னும் திருமணம் முடியாத நிலையில் வான்மதி வீட்டினர் இப்படி ஒரு முடிவு செய்திருப்பது சண்முகத்தின் வீட்டில் உள்ள அனைவருக்கும் வருத்தத்தை கொடுத்தது.

ஜமுனா ," தம்பி, தங்கச்சின்னு தூக்கி வச்சுட்டு ஆடுவியே இப்போ பாத்தியா..? நம்ம பொண்ணு கிருத்திகாவை விட இத்தனை வயசு பெரியவ.. அவளுக்கு திருமணம் முடியறதுக்கு முன்னாடி அந்த பொண்ணுக்கு திருமணம் ஏற்பாடு செய்யறாங்க.. இந்த மாதிரி எந்த வீட்டிலாவது நடக்குமா..?

கிருத்திகாவை விட்டுட்டு தீபிகாவுக்கு கல்யாணம் பண்ணுவாங்களா? என் சொந்த அண்ணன் பிள்ளைகள் என் பிள்ளைகள் தான் என்று உன் தம்பி அடிக்கடி சொல்வதெல்லாம் உண்மை கிடையாது . இப்போ புரிஞ்சுக்கோ.." என்று சண்முகத்தை உசுப்பேத்தி விட்டார்.

என்ன சொல்லி என்ன பண்றது சண்முகம் அவருக்கு இதெல்லாம் தெரியாமல் இல்லை ..இருந்தாலும் சரவணனுக்கு வேலை கிடைத்துவிட்ட காரணத்தினாலும் சந்திரன் பணி புரிந்து வந்த ஆலையை மூடிவிட்டனர். அவன் அந்த பணியில் இப்போது இல்லை.. அதனால் பொருளாதார ரீதியாக கஷ்டப்பட்டு வருகிறான் .

வரதராஜன் உடனே திருமணம் நடக்க வேண்டும் என்று கூறியதும் வான்மதியும் யோசித்தவள் ஓரளவுக்கு வசதியாக இருக்கும் பொழுதே தன் பெண்களை கட்டிக் கொடுத்து விடலாம் என்று முடிவு செய்தவள் தன் அப்பா சொன்னதற்கு சம்மதம் சொன்னாள்.

இதனால் தான் இந்த திருமணம் நடக்கிறது என்று சண்முகத்துக்கு தெரியும் .அதனால் அவர் எதுவும் கூறாமல் அமைதியாக இருந்தார்.

பிரதிபா அவளுக்கு ஒன்றரை வயது இருக்கும் போது சரவண ராஜன் ,கிருத்திகா தேவியின் திருமணம் நன்முறையில் நடைபெற்றது .அப்பொழுதும் வானதி தேவி சிதம்பரத்தில் தான் வசித்து வந்தாள்.

கிருத்திகா தேவிக்கு சிதம்பரம் செல்வது என்றால் அவ்வளவு பிரியம் .திருமணத்திற்கு முன் ஏற்கனவே சிதம்பரம் சென்று தன் சித்தி வீட்டில் தங்கி விட்டு வந்திருக்கிறாள்..

திருமணம் முடிந்து ஆடி மாதம் வரிசை வைத்து கிருத்திகா தேவியை வீட்டிற்கு அழைத்துச் சென்றனர்.

தன் சித்தியின் மகள் பிரதிபாவுக்கு முதல் பிறந்தநாள் என்பதால் கிருத்திகா தேவி சிதம்பரத்திற்கு தன் பெற்றோருடன் சென்றாள்.

சரவண ராஜனும் அங்கே வந்திருக்க பிரதிபாவின் முதல் பிறந்த நாளை மிகவும் விமர்சையாக கொண்டாடினர்.

ஏற்கனவே பிரச்சனையில் இருந்த வானதி தேவியின் குடும்பத்தில் உள்ளவர்கள் இந்த பிறந்தநாள் மூலமாக மீண்டும் ஒன்று சேர்ந்தனர்.தன் பேத்தியின் பிறந்த நாளுக்கு வரலட்சுமி ,கணபதியும் வந்தனர்.

கிருப ராஜனின் படிப்பு முடிய அவர்கள் மீண்டும் தன் சொந்த ஊருக்கு திரும்பினர்.

தன் மருமகள் மீண்டும் இங்கே வருவதை கேள்விப்பட்ட வரலட்சுமி "நான் அவள் முகத்தில் முழிக்க மாட்டேன் .."என்றவர் பின் வீட்டில் தனியாக குடித்தனம் நடத்த ஆரம்பித்தார் .

அது மட்டும் இல்லாமல் பின் பக்கம் இருக்கும் இன்னொரு வீட்டில் வரும் வாடகையும் வாங்கிக் கொண்டு தன் பிள்ளைக்கு கொடுக்க மாட்டேன் என்று அடம் பிடித்தார்.

கிருபராஜன் இதில் முதல்முறையாக தன் அம்மாவின் சுய ரூபத்தை தெரிந்து கொண்டவன் ஏற்கனவே தன் அம்மாவுக்கு புற்று நோய் என்ற நிலையில் எதுவும் சொல்ல முடியாதவனாக அமைதியாக இருந்தான்.

வரலட்சுமிக்கு புற்றுநோய் வந்ததும் தன் மருமகளிடம் மன்னிப்பு கேட்டவர் மீண்டும் அவரின் சுய ரூபத்தை காண்பிக்க ஆரம்பித்தார்.

கிருபராஜன் ஏற்கனவே பொருளாதார ரீதியாக கஷ்டப்பட்டுகொண்டு இருந்தவர் இப்பொழுது தன் அம்மாவின் மருத்துவ செலவையும் பார்த்து வந்தார்.. வந்தவாசி பக்கத்தில் உள்ள எறும்பூர் என்ற கிராமத்தில் வரலட்சுமிக்கு மருத்துவம் பார்க்கப்பட்டது. அதன் பிறகு கொஞ்சம் கொஞ்சமாக வரலட்சுமி உடல் தேறி வந்தார்.

ஏற்கனவே கொஞ்சம் கொஞ்சமாக கடன் அதிகமாகிக்கொண்டே செல்ல வேற வழி இல்லாமல் அந்த வீட்டை விற்க வேண்டும் என்று முடிவு செய்தனர் கிருப ராஜன்,கணபதி இருவரும்..

ஏற்கனவே வரதராஜனை மிரட்டுவதற்காக இவர்கள் வாய் சொல்லால் சொல்லி வந்தது இப்பொழுது உண்மையாகவே நடக்கிறது..

அதன்படி வரதராஜனின் எதிர்ப்பையும் மீறி அந்த வீட்டை விற்கவும் செய்தனர் .

பிறகு வானதி தேவி ஒரு வீட்டிலும் வரலட்சுமி, கணபதியும் தனியாக இன்னொரு வீட்டிலும் குடித்தனம் இருந்தனர்.

இந்த நிலையில் சர்வேஸ்வரி இரண்டாவது கருவுற்றிருக்க அவருக்கும் இரண்டாவதும் ஆண் குழந்தை பிறந்தான்..

சர்வேஸ்வரிக்கு வைஷ்ணவி மகள் வினோதினியை பிடிக்கவே பிடிக்காது.

அனைவரும் தன் வீட்டிற்கு ஒரே மகள் என்பதால் அவளை தூக்கி வைத்து கொண்டாடுவதால் அவளை பார்த்தாலே சர்வேஸ்வரிக்கு எரிச்சல்-தான் வரும் ..

ஆனால் கிருத்திகா தேவி தன் தங்கையாய் நினைக்கும் வினோதினி தேவியை கொஞ்சிக் கொண்டும் அவளுடன் விளையாடிக் கொண்டும் இருப்பாள்.அதனால் கிருத்திகா தேவியையும் சர்வேஸ்வரிக்கு பிடிக்காமல் போனது..

சர்வேஸ்வரியை பொருத்தவரை சர்வேஸ்வரி என்ன சொன்னாலும் மற்ற-வர்கள் அப்படியே கேட்டுக் கொள்ள வேண்டும் என்று நினைப்பார்..

ஆனால் கிருத்திகா தேவியும் ,வினோதினி தேவியும் அது அப்படி இல்லை என்று கூறுவர் .ஆனால் வினித் ராஜன் வேறு வழி இல்லாமல் அனைத்திற்கும் தலையாட்டிக்கொள்வான்.அதனால் வினித்ராஜனை சர்-வேஷ்வரிக்கு மிகவும் பிடிக்கும்..

கிருத்திகா தேவியும் கருவுற்று இருக்க அவளும் ஒரு ஆண் குழந்-தையை பெற்றெடுத்தாள்.கிருத்திகா தேவி குழந்தை கார்த்திக் ராஜன் என்று பெயர் வைத்தனர் .

(கார்த்திக் ராஜன் இவனை நல்லா ஞாபகம் வச்சுக்கோங்க மக்களே ..இவனால் இக்கதையில் பல சுவாரஸ்யமான நிகழ்வுகள் நடைபெறும்...)

கார்த்திக் ராஜனுக்கும் அவனின் சின்ன சித்தி பிரதீபாவுக்கும் இரண்டு வயது தான் வித்தியாசம்.

கிருத்திகா தேவிக்கு குழந்தை பிறந்ததும் மீண்டும் பிரச்சனை ஆரம்பித்-தது ..அதுவரை ஓரளவுக்கு கிருத்திகா தேவி சர்வேஸ்வரி இருவரும் ஒற்று-மையாக இருந்து வந்தனர். இருவரும் பேச முடியாத அளவுக்கு பிரச்சனை-கள் நடந்தது.

கிருத்திகா தேவி குழந்தை பிறந்தவுடன் தன் அம்மா வீட்டிற்கு சென்றவள் ஐந்து மாதம் பிறகு தான் தன் மாமியார் வீட்டிற்கு திரும்பினாள்.

சிறு பெண்ணான கிருத்திகா தேவிக்கு குழந்தையை சரியாக கையாள தெரியவில்லை

அப்பொழுது சரோஜாதேவி அவசரமாக ஊருக்குச் செல்ல வேண்டி இருந்ததால் தன் மருமகள் சர்வேஸ்வரி இருக்கிறாளே அவள் கிருத்திகா தேவியையும், குழந்தையும் பார்த்துக் கொள்வாள் என்று தைரியத்தில் சென்-றார் .

கிருத்திகா தேவி தன் மகனின் துணிகளை துவைத்துக் கொண்டிருக்க அந்த நேரம் கார்த்திக் ராஜன் படுக்கையில் சிறுநீர் கழித்தவன் அழுது கொண்டிருந்தான்.

குழந்தையை தூக்கத் தெரியாத கணேஷ் ராஜன் தன் மனைவியை அழைத்து பிள்ளையை தூக்கும் படி கூறினான்.

சர்வேஸ்வரி," நான் இவனை தூக்க மாட்டேன்

இவனை பார்த்தாலே எனக்கு பிடிக்கல .நம்ம பிள்ளை கருப்பா இருக்கான்.. இவன் மட்டும் எப்படி இவ்வளவு கலரா இருக்கான் .. பிறக்கும்போது இவன் கருப்பா தானே இருந்தான் .."என்று வாக்குவாதம் செய்தாள்.

கணேஷ் ," நீ எல்லாம் என்ன பொண்ணு டி பச்ச குழந்தை அழுதுட்டு இருக்கு ,அந்த குழந்தையை தூக்க சொன்னா நீ என்னமோ குழந்தைகளோட கலரை ஒப்பிட்டு பேசிட்டு இருக்க.." என்று கத்தியவன் கிருத்திகா தேவியை அழைத்து விஷயத்தை கூறினான்.

கிருத்திகா குழந்தை இருக்கும் நிலையைப் பார்த்தவள் பதறிப்போய் குழந்தையை தூக்கி துடைத்து அவனுக்கு வேறு உடை மாற்றியவள் தன் ஓரகத்தியைப் பார்க்க அதுவரை அங்கே அமர்ந்து இருந்த சர்வேஸ்வரி கிருத்திகா தேவியை பார்த்து முறுக்கிக்கொண்டு அங்கிருந்து எழுந்து சென்றாள் .

இவளின் இந்த திடீர் மாற்றம் கிருத்திகா தேவிக்கு குழப்பத்தை கொடுத்தது .பிறகுதான் மறுநாள் சரோஜாதேவி வந்ததும் கணேஷ் ராஜம் நடந்த அனைத்தையும் கூற அதில் அதிர்ச்சி அடைந்தாள் கிருத்திகா தேவி.

கிருத்திகா தேவிக்கு ஏற்கனவே இவருடன் ஒரே வீட்டில் இருப்பது பயமாக இருக்கும் இப்பொழுது தன் பிள்ளையை இப்படி ஒரு கோணத்தில் பார்க்கிறாரே என்று பயந்து நடுங்கினாள்

இதை வைத்து மீண்டும் சர்வேஸ்வரி பிரச்சனை செய்ய ஆரம்பித்தாள். எதற்கெடுத்தாலும் கிருத்திகா தேவியை குறை கூறிக் கொண்டே இருந்தாள்.

"இங்க பாருங்க அத்தை என்னால தனியா எந்த வேலையும் செய்ய முடியாது .இந்த பொண்ணு கிருத்திகா எப்பவும் குழந்தையை தூக்கி வச்சுட்டு எந்த வேலையும் செய்ய மாட்டேங்கறா.

எனக்கு என்ன தலை எழுத்தா. நான் என்ன இந்த வீட்டின் வேலைக்காரியா..?"என்றாள்.

"என்ன பேசுற சர்வேஸ்வரி நீ .அவளும் வேலை செய்துட்டு தானே இருக்கா நானும் பார்த்துகிட்டு தான் இருக்கேன். ஏன் இப்படி பொய் பேசுற..."

"ஓஹோ நான் பொய் பேசறேனா ஆமா நான் தான் பொய் பேசறேன். உங்களுக்கு அப்படித்தான் தெரியும் என்ன இருந்தாலும் நான் வெளியில் இருந்து வந்த மருமக .அவ உங்க பேத்தி அப்படித்தானே சொல்லுவீங்க.."

"மாமி ஏன் இப்படி பேசறீங்க ஒரு நாளாவது பாட்டி அப்படி பார்த்திருப்பாங்களா? நீங்க இப்படி எல்லாம் பேசாதீங்க. நான் என்னுடைய வேலையை செய்துட்டு தான் இருக்கேன்.."

"என்ன வேலை செய்ற நீ எப்போ பாரு பிள்ளையை தூக்கி வச்சிட்டு இருக்க அதை மட்டும் தானே செய்யற.."

இப்படியே விட்டால் இருவருக்கும் வாக்குவாதம் அதிகமாகவிடும் என்று நினைத்த சரோஜாதேவி ,"வாய மூடு கிருத்திகா இப்போ எதுக்கு தேவை-

யில்லாம பேசற .எழுந்து உள்ள போ போய் பிள்ளைக்கு பால் கொடுத்து படுக்க வச்சுட்டு வந்து வேலையை பாரு ..."என்று சத்தம் போட கிருத்திகா தேவி அழுதுகொண்டே உள்ளே சென்றாள்.

.வைஷ்ணவி தேவி வீட்டில் இருந்திருந்தால் ஓரளவிற்கு வேலை பளு குறைந்திருக்கும் .

ஆனால் வைஷ்ணவி தன் பிள்ளைகள் படிப்பதற்காக அதிலும் பெரிய-வன் பத்தாம் வகுப்பு படிப்பதால் தன் பக்கத்து ஊரில் தான் புதிதாக கட்டிய வீட்டிற்கு சென்றுவிட்டார்.

இப்படியே சர்வேஸ்வரி எதற்கெடுத்தாலும் கிருத்திகா தேவியின் மீது குறைபட்டுக் கொண்டே இருந்தாள்.அந்த குழந்தையை பார்க்கும் போதெல்-லாம் எதிரியை பார்த்ததை போல் பார்த்தாள்.

இதையெல்லாம் சரவணனிடம் சொல்லி அழுதாள் கிருத்திகா தேவி .அதற்கு சரவணராஜன் கூறியதை கேட்டவளுக்கு தன் கணவன் மீது கோபம் தான் வந்தது..

வர்ணம்- 58

சர்வேஸ்வரியின் செயலை கிருத்திகா தன் கணவனிடம் சொல்லி அழு-தாள்.அதற்கு சரவண ராஜன் கூறியதை கேட்டவளுக்கு அவன் மீது கோபம் தான் வந்தது.

"இங்க பாரு கிருத்திகா நான் அந்த பெண்ணை ஒரு பொருட்டாகவே மதிக்கிறது கிடையாது.. நல்ல குணம் கொண்டவங்க தவறு செய்தால் ஏன் இப்படி பண்றீங்க கேட்கலாம் .ஆனா இந்த பொண்ணுக்கு கொஞ்சம் கூட நல்ல எண்ணமே கிடையாது .. அவங்க

சரியான விஷம் .அது கிட்ட நாம நல்ல விஷயங்களை எதிர்பார்க்க முடியாது. அதனால இதுக்கெல்லாம் அழுதுட்டு இருக்காத ..இதையெல்லாம் கடந்து போக கத்துக்கோ அவ்வளவுதான்..." என்றான்.

கிருத்திகா இதைக் கேட்டவளுக்கு கோபம் வர.."என்ன பேசறீங்க மாமா இதை எப்படி சும்மா விட முடியும் . அவங்க எதை பண்ணி இருந்தாலும் நான் பொறுத்து போய் இருப்பேன்

.நமக்கு திருமணம் ஆனதிலிருந்து என்னை எதற்கெடுத்தாலும் குறை சொல்லிக்கிட்டே இருக்காங்க

ஒரு நாளாவது நான் உங்ககிட்ட சொல்லி இருப்பேனா.. ஆனா குழந்தை ஈரத்தில் படுத்து இருக்கும் பொழுது மனசாட்சியே இல்லாம வேடிக்கை பார்க்கிறாங்க..

நாங்க இரண்டு பேர் மட்டும் அடிக்கடி வீட்டில தனியா இருக்கிற மாதிரி சூழ்நிலை அமைந்து போகுது..இவங்க கூட நான் எப்படி இருக்க முடியும்..

அதிலும் யாரும் இல்லாத நேரத்தில் பிள்ளையை நான் எப்படி இவங்களை நம்பி விட்டுட்டு வேலை செய்ய முடியும் சொல்லுங்க..."

"கிருத்திகா நீ சொல்றது எனக்கு புரியுது டி..உன்னுடைய ஆதங்கம் சரிதான் இருந்தாலும் திருந்தாத ஜென்மத்தை நாம என்ன பண்ணலாம்.அந்த பொண்ணு பெத்தவங்களையும் மதிக்கிறது கிடையாது .கட்டின கணவனையும் மதிக்கிறது கிடையாது

எல்லாரையும் எடுத்து எறிந்து பேசுது.. என்கிட்ட அதுக்கு கொஞ்சம் பயம் இருக்குன்னு தெரியும் .இருந்தாலும் ஒரு அளவுக்கு மேல நானும் கேட்க முடியாது பார்க்கலாம் ..இதுக்கு மேல அவங்க அளவுக்கு மீறி போனா நேரடியா நானே கேட்கிறேன் சரியா.."

"ஆமா ஆமா இப்படியே அம்மாவும் ,பிள்ளையும் பேசுங்க.. ஆரம்பத்தில் எதையுமே கேட்கலனா அவங்களுக்கு யார் என்னை கேட்க போறா என்ற திமிர் தான் அதிகமாகும்.. வைஷ்ணவி மாமியை எடுத்து எறிஞ்சு பேசும்போதே சங்கர் மாமாவோ இல்ல இந்த வீட்ல இருக்க பெரியவங்களோ அவங்களுக்கு ஷாக் ட்ரீட்மென்ட் கொடுத்து இருக்கனும் .அதை விட்டுட்டு இப்போ புலம்பி என்ன பிரயோஜனம்..."

தன் மனைவி சொல்வது உண்மைதான் ஆனாலும் குடும்பம் பிரிந்து போகக்கூடாது என்று அண்ணனும் தனது பெற்றோரும் நினைத்ததும் தவறு இல்லையே என்று நினைத்தான் சரவணன் ராஜன் .

சரவண ராஜன் இதை தன் அம்மா சரோஜாவிடம் சொல்ல அவரும் என்ன செய்யலாம் என்று யோசித்தவர் தன் மகனை அழைத்தவர் ,"இங்க பாரு கணேசா உனக்கும் வேலை கிடைச்சிடுச்சு அதனால நீ உன் மனைவி பிள்ளைகளை அழைச்சிட்டு தனி குடித்தனம் போய்டு ..."என்று அவனின் தலையில் கல்லை இறக்கினார்.

தன் அம்மா கூறியதை கேட்டு கணேஷ் ராஜன் அதிர்ச்சியானவன் "அம்மா என்ன சொல்றீங்க நீங்க.

அவ செய்ற தப்புக்கு எனக்கு எதுக்கு தண்டனை கொடுக்கறீங்க.நீங்க பார்த்து கட்டி வச்சவ தானே அவ ..அப்படி இருக்கும் பொழுது நான் என்ன செய்ய முடியும்.. அந்த ராட்சசியை கொஞ்சம் கூட அடக்கவே முடியல. தனி குடித்தனம் போனா அவளோட ஆட்டம் அதிகமாகுமே தவிர குறையாது .எனக்கு என் பிள்ளைங்க நல்லா வளரனும். அதுக்கு நான் இங்கு இருந்தா தான் சரியா இருக்கும்..." என்றான்.

"கணேசா எனக்கும் உன்னை விட்டுட்டு இருக்க முடியாதுடா.ஆனால் உன்னுடைய வாழ்க்கை நல்லா இருக்கணும்னு சொன்னா நான் சொல்றத செய்.. இங்க அவ பொறுப்பில்லாம இருக்கா ஆனா தனி குடித்தனம் போனா ஒவ்வொரு செலவையும் பார்த்து பார்த்து செய்யணும்னு தோணும் ..பிள்ளைங்கள நல்லா கவனிச்சுக்கனும் தோணும் ..உனக்கும் செய்ய வேண்டிய கடமையை சரியா செய்வா ...

எனக்கு அந்த நம்பிக்கை இருக்கு ,அவ அடிப்படையில் நல்ல பொண்ணு தான் டா. ஆனா என்னமோ புத்தி கெட்ட போய் இப்படி பண்ணிக்கிட்டு இருக்கா புரிஞ்சுக்கோ .."என்றார்.

கணேஷ் ராஜன் தன் அம்மா சொல்வதை யோசித்துப் பார்த்தவன் மனமில்லாமல் தன் மனைவி பிள்ளைகளை அழைத்துக்கொண்டு தனிக்குடித்தனம் சென்றான்.

சர்வேஸ்வரி தனி குடித்தனம் வந்ததும் ஏதோ சிறைச்சாலையில் இருந்து வந்ததைப் போல மகிழ்ச்சியாக இருந்தாள்.வீட்டிற்கு தேவையான ஒவ்வொரு பொருட்களையும் பார்த்து பார்த்து வாங்கினாள். அதற்கு தேவையான பணத்தை தன் அப்பாவிடம் வாங்கிக் கொண்டாள்.

கணேஷ் ராஜனுக்கு அது பிடிக்கவில்லை என்றாலும் அவள் சொன்னாலும் கேட்கப் போவதில்லை என்று அமைதியாக விட்டுவிட்டான்.

தனி குடித்தனம் சென்றவளுக்கு வேலை பளு அதிகமாகியது . பிள்ளையை வைத்துக்கொண்டு அவளால் தனியாக எந்த வேலையையும் சரிவர செய்ய முடியவில்லை.தன் பெரிய மகனை பள்ளியிலிருந்து அழைத்துக் கொண்டு வர சிறிய மகனை இடுப்பில் தூக்கி வைத்துக் கொண்டு சென்றாள்.

ஜீவ ராஜன் ஓர் இடத்தில் இருக்கவே மாட்டான் அவனுக்கு தூக்கி வைத்துக் கொண்டு இருந்தால் பிடிக்கவே பிடிக்காது .சாலையில் நடந்து செல்லும் பொழுது தன்னை இறக்கி விடும் படி அழுது ஆர்ப்பாட்டம் செய்தான்.. அவனை சமாளிப்பது எ+ன்பது சர்வேஸ்வரிக்கு ஒரு சவாலாகவே இருந்தது.

மாமியார் வீட்டில் இருக்கும் பொழுது திவாகரை அனைவரும் தூக்கி வைத்துக் கொண்டே இருப்பார்கள். அப்பொழுது இவளுக்கு வேலை இல்லாமல் இருந்தது .குழந்தைக்கு பசியாற்றிவிட்டு வீட்டில் உள்ளவர்களிடம் கொடுத்து விடுவாள். சரவண ராஜன் ,கிருத்திகா தேவி, சரோஜாதேவி என்று மாத்தி மாத்தி குழந்தையை பார்த்துக் கொள்வர்.

சரவண ராஜன் குடும்பம் இருந்திருந்தால் இன்னும் சர்வேஸ்வரிக்கு அனைத்து விஷயத்திலும் நன்மையே நடந்திருக்கும்..ஆனால் ஜீவ ராஜன் பிறந்ததும் சங்கர் ராஜன் தனி குடித்தனம் சென்று விட்டான் ..காரணம் சர்வேஸ்வரி தன் மனைவியை தேவையில்லாமல் வம்பு இழுப்பதும் அவளை ஜாடை பேச்சு பேசுவதும் மட்டுமில்லாமல் வினோதினியையும் எதையாவது சொல்லிக் கொண்டிருக்க அதை பிடிக்காத சங்கர் ராஜன் வினித் ராஜன் பத்தாம் வகுப்பு செல்வதை காரணம் காட்டி தனி குடித்தனம் சென்றான்.

எப்பொழுதும் வீட்டில் வேலை சரியாக இருக்க தனிக்குடித்தனம் தேவைதானா என்று யோசிக்க ஆரம்பித்தாள் சர்வேஸ்வரி.. ஆனால் கண்கெட்ட

பிறகு சூரிய நமஸ்காரம் அவசியம் இல்லாதது தானே ?"

ஒருவேளை தன் மாமனார் ,மாமியாரிடம் அங்கே வந்து விடுவதாக கூறினாலும் சரோஜாதேவி அதை மகிழ்ச்சியாக ஏற்றுக் கொள்வார் .ஆனால் வரதராஜன் இவ்வளவு பிரச்சினை செய்த தன் மருமகள் மீண்டும் தன் வீட்டிற்கு விருந்தாளியாக வரலாமே தவிர நிரந்தரமாக தங்கக்கூடாது என்று திட்டவட்டமாக சொல்லிவிட்டார்..

உப்பு திண்றவள் தண்ணீர் குடித்ததானே ஆக வேண்டும் .அனுபவி மகளே அனுபவி இதற்குத்தானே ஆசைப்பட்டாய் பாலகுமாரி..

அக்கம் பக்கத்தில் உள்ள யாரிடமும் அனுசரனையாக இல்லாமல் இருந்தால் சர்வேஸ்வரி .அது மட்டுமில்லாமல் பக்கத்து வீட்டில் குடித்தனம் இருக்கும் பெண் ஒருத்தி கணேஷ் ராஜனை தன் சகோதரனாய் நினைத்து அவருடன் பேசி வந்தாள்..

கணேஷ் ராஜனும் அவளின் கணவனும் நல்ல நண்பர்களாகவே மாறிப் போயினர். ஏனோ சர்வேஸ்வரிக்கு அந்த பெண்ணை பிடிக்கவில்லை .அதனால் தன் கணவனை அவளுடன் இணைத்து வைத்து பேசினாள்.

சர்வேஸ்வரி இதை மற்றொரு பெண்ணிடம் கூற அவருக்கும் அந்தப் பெண்ணை பிடிக்காததால் இவளுக்கு ஏத்தி விட ஆரம்பித்தார். "உன் கணவனை அந்த பொண்ணு கூட பேச விடாத அவ சரியில்லை .." என்று இல்லாததை எல்லாம் சொல்லி மேலும் சர்வேஸ்வரியை குழப்பினாள் அப்பெண்.

அதைக் கேட்டு சர்வேஸ்வரி முட்டாள் போல ஆட ஆரம்பித்தாள்.. நேரடியாகவே தன் கணவனிடம் இதைக் கூற கணேஷ் ராஜன் கோபம் கொண்டவன் அவளை ஓங்கி அறைந்தவன் ,"இத்தனை நாள் நீ பண்ண எல்லாத்தையும் நான் பொறுத்துக் கொண்டு இருந்தேன் .ஆனா இப்போ நீ பேசுறது சரியில்ல

.அந்த பொண்ணு அவன் புருஷனோட சந்தோஷமா வாழ்ந்துகிட்டு இருக்கா. அவ வாழ்க்கையில சூறாவளியை உண்டு பண்ணாத.. நல்லா நான் சொல்றதை கேட்டுக்கோ அவ எனக்கு தங்கை மாதிரி புரியுதா இனி ஒரு தடவை இப்படி பேசினால் உன்னை நான் கொன்னுடுவேன்.." என்றான்.

"ஓஹோ அது உண்மை இல்ல தானே? அப்புறம் எதுக்கு என்னை அடிக்கிற அளவுக்கு உங்களுக்கு கோபம் வருது.. உண்மை இல்லனா அப்படி எதுவும் இல்லை சொல்லி போக வேண்டியது தானே..?"என்றவளை கொலை வெறிக் கொண்டு முறைத்தவன்..

"அடச்சே வாய மூடு கேடு கெட்டவளே என்னடி பேசற நீ ..என்னை மட்டும் ஏதாவது சொல்லி இருந்தா பரவால்ல. அந்த பெண்ணையும் சேர்த்து சொல்ற ..ஏண்டி திருந்தவே மாட்டியா நீ? எதுக்கு மேலும் மேலும் இப்படி பாவத்தை சேர்த்துக்கற.. நீ செய்யற பாவம் முழுக்க நம் பிள்ளைகள் மீது தான் விழும் அதை முதல்ல ஞாபகம் வச்சுக்கோ

நல்லா கேட்டுக்கோ உனக்கு என் கூட சேர்ந்து வாழனும் ஆசை இருந்தா இந்த மாதிரி பேசுறதை எல்லாம் விட்டுடு . உன்னுடைய ஆசை படி நான் என் குடும்பத்தை விட்டுட்டு உன் கூட வந்து இருக்கேன் .அப்படி இருக்கும்போது நீயும் அதுக்கு தகுந்தாற்போல நடந்துக்கோ ..ஓரளவுக்கு மேல் என்னாலையும் விட்டுக் கொடுத்துப் போக முடியாது ..அப்புறம் நீ இன்னொரு கணேஷ் ராஜனை பார்க்கும் படி இருக்கும்.அதன் பிறகு புலம்பி பிரயோஜனம் கிடையாது..."என்றான் கணேஷ் ராஜன்.

சர்வேஸ்வரி தன் கணவன் பேசியதை கேட்டவள் பயந்து தான் போனாள் .சாது மிரண்டால் காடு கொள்ளாது என்பார்கள் இல்லையா கணேஷ் ராஜன் அப்படித்தான் மிகவும் அமைதியானவன்

ஆனால் வெகுண்டு எழுந்தால் வெடித்து விடுவான் .இதை அறிந்த சர்வேஸ்வரி கொஞ்ச நாள் அதைப் பற்றி எதையும் பேசாமல் அமைதியாக இருந்தாள்.

இதை எதையும் அறியாத அந்தப் பெண் எப்பொழுதும் போல கணேஷ் ராஜனிடம் அண்ணா அண்ணா என்று பேசிக் கொண்டிருந்தாள்.

சர்வேஸ்வரிக்கு இதை பார்த்து கோபம் வந்தாலும் தன் கணவன் சொன்னதை நினைத்துப் பார்த்தவள் அமைதியாக இருந்தாள்.ஆனாலும் அந்த இன்னொரு பெண் மீண்டும் மீண்டும் இவளின் மனதை கலைக்கும் விதமாக எதையாவது பேசிக்கொண்டே இருந்தாள்.

ஒன்று சொல் புத்தி இருக்கனும் இல்லையேல் சுயபுத்தி இருக்கனும் என்று சொல்வார்கள் இல்லையா ?இந்த சர்வேஸ்வரிக்கு சுய புத்தி கிடையவே கிடையாது .சொல் புத்தி கூட நல்லது சொல்பவர்களின் பேச்சை எடுத்துக் கொள்ள மாட்டாள் .

சர்வேஸ்வரி இதற்கு மேல் பொறுக்க முடியாதவளாய் ஒரு செயலை செய்ய அதில் வெகுண்டெழுந்த கணேஷ் ராஜன் யாரும் எதிர்பாராத முடிவை எடுத்தான்.

வர்ணம்-59

சர்வேஸ்வரி அந்த பெண்ணின் கணவனிடம் நேரடியாக பேசியவள் "உங்க பொண்டாட்டிய கொஞ்சம் ஒழுங்கா இருக்க சொல்லுங்க .அவங்க பண்றது எதுவும் எனக்கு பிடிக்கல.இனி அவங்க என் புருஷனிடம் பேசக்கூடாது. மீறி பேசினா என்ன நடக்கும்னு தெரியாது.." என்றாள்.

அதில் அதிர்ச்சி அடைந்த அந்த மனிதர் ,"தங்கச்சி நீங்க என்னமா பேசுறீங்க. அவங்க இரண்டு பேரும் அண்ணன் தங்கை மாதிரி தானே பழகறாங்க ..அப்படி இருக்கும்போது நீங்க ஏன் இப்படி பேசறீங்க.."

"அதெல்லாம் வெறும் நடிப்பு

.நீங்க வேண்டுமானால் நம்பலாம் நான் நம்ப மாட்டேன். மறுபடியும் சொல்றேன் உங்க பொண்டாட்டி என் புருஷனிடம் பேசினால் நான் நடுத்-தெருவில் இழுத்து பேசி எல்லாருக்கும் தெரியும் படி செஞ்சிடுவேன் ..பிறகு உங்க இஷ்டம் .."என்றாள்.

'என்ன பொண்ணு இது இது கிட்ட பேசி பிரயோஜனம் கிடையாது என்று நினைத்த சுரேஷ் தன் மனைவியிடம் ,"ரமணி இனி கணேஷ் ராஜனிடம் பேசாத..."என்றார்.

"என்னங்க ஏன் இப்படி சொல்றீங்க. உங்களுக்கும் ,அவருக்கும் ஏதாவது பிரச்சனையா..?"

"அதெல்லாம் எதுவும் இல்ல சொல்றத செய் .சும்மா கேள்வி கேட்-காத..?"

"நீங்க விஷயத்தை சொல்லாம பேச வேணாம் மட்டும் சொன்னா என்ன அர்த்தம்..நான் அதை எப்படி எடுத்துக்கிறது ..அண்ணன் இல்லாத எனக்கு அவர் கூட பிறந்த அண்ணன் போல இருக்காருங்க ..இத்தனை நாள் பேசும்போது அமைதியா தான இருந்தீங்க ..இப்ப மட்டும் ஏன் இப்படி பேசு-றீங்க

நீங்க என்ன சொன்னாலும் சரி நான் அண்ணா கிட்ட பேசாம இருக்க மாட்டேன் போங்க.." என்றவளை ஓங்கி அறைந்தவன்..

"நான் சொல்லிக்கிட்டே இருக்கேன் .நீ சொல்ற பேச்சை கேட்காம எதுக்கு இப்படி ஆட்டம் போடற ..உனக்கு ஒரு தடவை சொன்னா புரி-யாதா..? இனி அவர்கிட்ட பேசாத அவ்வளவுதான்.." என்றான்.

சுரேஷ்க்கு ஏற்கனவே சர்வேஸ்வரி பேசியது மன வருத்தத்தை கொடுக்க தன் மனைவியும் தன் பேச்சைக் கேட்காமல் இப்படி பேசவும் கோபத்தில் அறைந்து விட்டார்.

ரமணி இதில் அதிர்ச்சி அடைந்தவள் இதுவரை தன்னை அடிக்காத கணவர் இப்படி செய்ததும் எதுவும் பேசாமல் அறைக்குச் சென்று முடங்கிய-வள் அழுது கொண்டே இருந்தாள்.

சிறிது நேரத்தில் கணேஷ் ராஜன் செல்வதை பார்த்த சுரேஷ்," கணேஷ் கொஞ்சம் நில்லுங்க ..நீங்க இனி என் பொண்டாட்டி கிட்ட பேசாதீங்க.."

"சுரேஷ் என்ன சொல்றீங்க என்ன ஆச்சு திடீர்னு ஏன் இப்படி பேச-றீங்க.."

"இங்க பாருங்க உங்களுக்கும் உங்க மனைவிக்கும் ஆயிரம் பிரச்சனை இருக்கும் ..ஆனால் அது உங்க வீட்டோட இருக்கனும் அதை விட்டுட்டு உங்க மனைவி என்னுடைய மனைவியை தப்பா பேசறாங்க .அது எனக்கு பிடிக்கல ..

உங்க மனைவியால எனக்கும், என் பெண்டாட்டிக்கும் பிரச்சினை வந்-துடுச்சு ..நான் அவளை அடிச்சிட்டேன் .அதுக்காக நானும் உங்களை சந்-தேகப்படறேன் அர்த்தம் இல்ல. எனக்கு உங்க ரெண்டு பேரோட உறவு என்-

ன்னு தெரியும் .எனக்கு மட்டும் தெரிஞ்சு பிரயோஜனம் கிடையாது .

உங்க மனைவிக்கு அது தெரியல ..அப்படி இருக்கும்போது நீங்க பேசாம இருக்கிறதுதான் நல்லது .ஏன்னா உங்களுக்கு உங்க வாழ்க்கை முக்கியம். வீட்ல பொண்டாட்டி இப்படி பேசிட்டு இருந்தா ஒரு கணவனோட மனநிலை எப்படி இருக்கும் என்று எனக்கும் தெரியும் . அதேநேரம் ஒரு பொண்ணு வாங்க கூடாதா அவப்பெயரை என் மனைவியை பார்த்து ஒருத்தவங்க சொல்றது எனக்கு பிடிக்கல.. தவறே செய்யாத பட்சத்தில் அவளுக்கு இதெல்லாம் தேவையா சொல்லுங்க..."என்றார் சுரேஷ்.

கணேஷ் ராஜன் தன் மனைவி செய்த காரியத்தை கேட்டவன் வேகமாக வீட்டிற்கு சென்றான்..அங்கே அவள் செய்வதை எல்லாம் செய்துவிட்டு சோபாவில் அமர்ந்து டிவி பார்த்துக் கொண்டிருந்தாள். அவளை எழுப்பி நிற்க வைத்து ஓங்கி அறைந்தவன் ,"இனி உனக்கும் எனக்கும் பேச்சு வார்த்தை இல்லை ..இப்ப சொல்றேன் நீ இந்த வீட்டை விட்டு வெளியே போய்டு.. உனக்கு எவ்வளவு தைரியம் இருந்தால் நான் அவ்வளவு தூரம் சொல்லியும் என் பேச்சைக் கேட்காம ,என்னை நம்பாம சுரேஷ்கிட்ட போய் பேசி இருப்ப..அவன் நல்லவன் டி .அவன் பொண்டாட்டியை நம்புறான் ..உன்னை மாதிரி அவன் என்ன கேடு கெட்டவனா நீ எல்லாம் என்ன ஜென்மம் டி.."என்று கத்தினான்.

"என்னங்க இப்ப எதுக்கு என்னை அடிச்சீங்க உண்மைய சொன்னா கசக்குதோ...?"

"அடச்சே வாய மூடு இனி ஒரு வார்த்தை பேசின கொன்னே போற்றுவேன் .."என்றவன் தனது மாமனாருக்கு போன் பண்ணி விஷயத்தை கூறியவன்" உங்க மகளை வந்து அழைச்சிட்டு போங்க .நான் இந்த வீட்டை விட்டு போறேன்..பழையபடி எங்க அம்மா வீட்டுக்கு போக போறேன்.." என்று கூறி போனை வைத்தான்.பிறகு தன்னுடைய பொருட்களையும் திவாகரின் பொருட்களையும் எடுத்து வைத்தான்.

சர்வேஸ்வரி தன் கணவனின் செயலை பார்த்தவள் எதுவும் சொல்லாமல் அவனை முறைத்துக் கொண்டு உட்கார்ந்திருந்தாள். அவன் தன் பிள்ளையின் துணியையும் எடுத்து வைப்பதை பார்த்தவள்," இப்போ எதுக்காக அவனுடைய ட்ரெஸ்ஸை எடுத்து வைக்கறீங்க..? நான் எங்க அப்பா வீட்டுக்கு போகனும் .அதுதான் உங்களுடைய ஆசை .அப்பதானே நீங்க உங்க இஷ்டப்படி ஆட்டம் போடலாம் . போறேன் போகும்போது என் பெரிய பிள்ளையும் அழைச்சிட்டு தான் போவேன். உங்களை நம்பி நான் என் பெரிய பிள்ளையை விட மாட்டேன்.." என்றாள்.

"அடியே எதுவும் பேச கூடாதுன்னு பார்க்கிறேன். அடிச்சு பல்ல கழட்டிடுவேன் தெரிஞ்சுக்கோ ..அவன் இங்கதான் ஸ்கூலுக்கு போயிட்டு இருக்கான் .நீ நாடோடி மாதிரி இதுக்கும் ,அதுக்கும் சுத்திகிட்டு இருப்ப. என் பிள்ளையும் அதே மாதிரி இருக்க முடியுமா..சின்னவன் குழந்தை அப்படிங்கறதால

உன் கூட அனுப்பறேன்.. இவ்ளோ தான் உனக்கு மரியாதை. வேற ஏதாவது பேசினா உனக்கு நான் சமாதி கட்டிடுவேன் தெரிஞ்சுக்கோ ."என்றான்.

இவர்கள் பேசிக் கொண்டிருக்க ஈஸ்வரன் விஷயத்தை கேள்விப்பட்டவர் பதறி கொண்டு தன் பிள்ளைகளை அழைத்துக் கொண்டு அங்கே வந்தார்.

ஈஸ்வரன்," மாப்பிள்ளை என்ன மாப்பிள்ளை இது. அவதான் புரியாம பேசறான்னா நீங்களும் இப்படி பண்றீங்களேநீங்க கொஞ்சம் அவளை பொறுத்து போக கூடாதா..?"

"என்ன சொல்றீங்க மாமா நீங்க.நான் எத்தனை தடவை பொறுத்துப் போவேன். பொறுத்துப்போறதுக்கும் ஒரு அளவு இருக்கு தானே?அவளுடைய லிமிட் தாண்டி போயிட்டா ..நான் தான் உங்களுக்கு போன்ல எல்லாத்தையும் சொன்னேனே...

.இவளால எனக்கு பிரச்சினை வந்தால் பரவாயில்லை .பாவம் ஒரு குடும்பத்து பெண்ணை தேவையில்லாம பேசி அவ புருஷன் கிட்டயே எங்க ரெண்டு பேரையும் தப்பா பேசி இருக்கா ..அவர் அந்த பெண்ணை நம்பறார். எங்க இரண்டு பேரோட உறவு என்னன்னு அவருக்கு நல்லாவே தெரியும். அதான் பிரச்சனை இல்ல.. இதுவே அவர் அந்தப் பெண்ணை சந்தேகப்பட்டு இருந்தா என்ன ஆகும் யோசிச்சு பாருங்க ..அந்த பெண்ணுடைய வாழ்க்கையே வீணா போயிருக்குமே ..

நான் ஏற்கனவே எச்சரிக்கை பண்ணி இருந்தேன் .அப்படி இருந்தும் இப்படி நடந்துக்கிட்டா என்னால எதுவும் பண்ண முடியாது .."

"இதுக்கு வேற வழியே இல்லையா மாப்பிள்ளை .நானும் எத்தனை தடவை தான் அவளை அழைச்சிட்டு போறது.. என் பங்காளிகள் பேசுற பேச்சை என்னால கேட்கவே முடியல.."

"என்ன மாமா பண்றது இப்படி ஒரு ராட்சசியை பெத்து வச்சிட்டு நீங்க அவமானப் படறீங்க .ஆனா இந்த பொண்ணுக்கு கொஞ்சம் கூட அதைப்பத்தி கவலையே கிடையாது .

நானும் உங்களுக்காக தான் எவ்வளவோ பொறுத்து பொறுத்து போனேன் ..ஆனா இன்னைக்கு அளவுக்கு அதிகமா நடந்துக்கிட்டாளே..?

புருஷன் ,பொண்டாட்டி இருவருக்குள்ளும் நம்பிக்கை முக்கியம் .அதை நான் உங்களுக்கு சொல்ல வேண்டிய அவசியம் இல்லை.அதுவே இங்க இல்லையே .. பிறகு வேற என்ன நான் சொல்றது. இப்ப நீங்க அவளை அழைச்சிட்டு போங்க." என்றவன் எதையும் சொல்லாமல் வெளியேறியவன் தன் மகனை பள்ளியில் இருந்து அழைத்துக் கொண்டு கிளம்பினான்.

சர்வேஸ்வரி அப்படியே அமர்ந்திருக்க ஈஸ்வரன் ,"ஏன்மா இப்படி பண்ற உன்னால நான் போய் சேர்ந்துடுவேன் போல இருக்கு அடங்கவே மாட்டியா நீ.."

"அப்பா இப்போ உனக்கு என்ன பிரச்சனை. அந்த ஆளு என்ன படுத்தியதெல்லாம் போதாதா? இப்ப நீயும் ஆரம்பிக்கறியா.? என்னை இப்போ

வீட்டுக்கு அழைச்சிட்டு போக போறியா..? இல்ல நான் சித்தப்பா வீட்டுக்கு போகவா..?"என்றவளை என்ன செய்வது என்று தெரியாமல் பார்த்தார் ஈஸ்வரன்.

ஈஸ்வரனின் தம்பி ஒருவர் இவர்கள் கிராமத்தில் வசித்து இருக்க அதுக்கு பக்கத்தில் உள்ள டவுனில் வசித்து வருகிறார்.. சர்வேஸ்வரி தன் அப்பாவிடம் சண்டை போட்டுவிட்டால் உடனடியாக தன் சித்தப்பா வீட்டுக்கு போய்விடுவாள். ஈஸ்வரனின் தம்பி மனைவி அடிக்கடி இதை சொல்லி காண்பிப்பார் .அதனால் ஈஸ்வரன் முடிந்த அளவுக்கு அவங்க வீட்டுக்கு இவளை போகவிடாமல் பார்த்துக் கொள்வார்.

தன் அப்பாவுக்கு பிடிக்காத ஒன்றை சொன்னால் அவர் எதுவும் பேச மாட்டார் என்று அப்படி கூறினாள் சர்வேஸ்வரி.

அவள் நினைத்தது போலவே ஈஸ்வரன் தன் மகளை ஒன்னும் செய்ய இயலாத பார்வையை பார்த்தவர் தலையில் கை வைத்து அமர்ந்துவிட்டார்.

கருணா சர்வேஸ்வரியின் அண்ணன் ,"சர்வேஸ்வரி என்ன நீ இப்படி பேசற.. எத்தன தடவ நீயும் கோச்சுட்டு வந்து நம்ம வீட்ல உட்காருவ.இதுவே எனக்கும் ,கந்தனுக்கும் திருமணம் முடிஞ்சு இருந்தா நீ சும்மா சும்மா அங்க வந்து உட்கார்ந்தா வீட்டுக்கு வர மருமக உன்ன மதிப்பாளா கொஞ்சம் யோசிச்சு பாரு..."

"இங்க பாரு கருணா நீ தேவையில்லாம என்கிட்ட பேசுற வேலை வச்சுக்காத .எனக்கு இப்படி எல்லாம் பேசினா பிடிக்காது .உங்க மனைவி வந்தா என்ன செய்யணும் சொல்லி நான் பாத்துக்கறேன். நான் என் இஷ்டப்படி தான் இருப்பேன்.நீ எனக்கு அறிவுரை சொல்லாத .."

கருணா ,"அப்பா இந்த பொண்ணு திருந்தவே திருந்தாது. இவள் இருக்கும் இடத்தில் பிரச்சனை கண்டிப்பாக நடக்கும். . எப்படியாவது கெட்டுப் போங்க. நான் எதுவும் சொல்றதுக்கு இல்ல..நீங்க இருக்கிற வரை தான் இவ இப்படி ஆடலாம் .அதுக்கு பிறகு வாய்ப்பே கிடையாது .அதை முதல்ல உங்க பெண்ணை புரிஞ்சுக்க சொல்லுங்க. அவளை அழைச்சிட்டு வாங்க எல்லாம் நம்ம தலையெழுத்து என்ன பண்றது.." என்று காரில் சென்று அமர்ந்து கொண்டான்.

சர்வேஸ்ரியின் தம்பி கந்தனுக்கும் ,'தன் அக்கா செய்வது தவறு தான் என்று தெரிந்தாலும் அண்ணனையே இப்படி கேள்வி கேட்பவள் தன்னை அடித்து விடுவாள் ..'என்று பயந்து அமைதியாக அக்காவின் பொருட்களை எடுத்து வைத்து ஜீவராஜனை தூக்கிக்கொண்டு அவனும் சென்றான்.

ஈஸ்வரன்,' இந்த பொண்ணோட வாழ்க்கை என்ன ஆகப்போகுது தெரியலையே ?இப்படி ஒரு அமைதியான கணவன் கிடைத்தும் இவளால் வாழ முடியலையே .?'என்று நினைத்தவர் தன் மகளை அழைத்துக் கொண்டு ஊருக்கு பயணம் ஆனார்.ஊருக்குச் சென்றதும் அங்கே ஈஸ்வரன் மிகவும் உடைந்து போகும் படியான செயல்கள் நடந்தேறின.

பாவம் இப்படி ஒரு பெண்ணை பெற்று விட்டு எப்படி அவரால் நிம்மதியாக இருக்க முடியும் சொல்லுங்க .

வர்ணம்-60

ஈஸ்வரன் தன்மகளை அழைத்துக் கொண்டு ஊருக்குச் செல்ல அங்கு நடந்தேறிய செயலில் உடைந்து தான் போனார்.

இவர்கள் உள்ளே செல்ல ஈஸ்வரனின் அண்ணன் விஜயராகவன்.. "அங்கேயே நில்லு.. இப்போ எதுக்காக உன் மகள இங்க அழைச்சிட்டு வந்து இருக்க, இப்போ என்ன பிரச்சனை பண்ணிட்டு அந்த வீட்ல இருந்து வெளியே வந்து இருக்கா இந்த மகராசி.. "என்றார்.

ஈஸ்வரன் ஏற்கனவே இதை எதிர்பார்த்ததுதான் இருந்தாலும் அவர் மனதளவில் சோர்ந்து போக சர்வேஸ்வரி," பெரியப்பா இப்போ உங்களுக்கு என்ன பிரச்சனை ?எதுக்காக வெளியிலே நிக்க வச்சு பேசிட்டு இருக்கீங்க. இந்த வீட்ல உங்களுக்கு மட்டும் தான் உரிமை இருக்கா என்ன?" என்றாள்.

"வாடியம்மா வா நீ இப்படி பெரியவங்களை எதிர்த்து பேசிட்டு இருக்கிறதால தான் புகுந்த வீட்ல உன்னால வாழ முடியல .அவங்க உன்ன வச்சு சமாளிக்கிறாங்க பாரு அதுவே பெரிய விஷயம்.. "என்றார் சரஸ்வதி விஜயராகவனின் மனைவி.

"அட நீ வேற சரசு இவ மாமனார் குடும்பம் பெரிய குடும்பம் .மாப்பிள்ளை தங்கமானவன் .மாமியார் ,மாமனார் தேவையில்லாத ஒரு கடுஞ்சொற்கள் கூட பேசாதவங்க .அந்த வீட்டிலேயே இவளால் வாழ முடியல. இது வேற எங்கேயாவது போய் இருந்தா ஒரு மாசம் கூட வாழ்ந்து இருக்காது.."என்றார் விஜயராகவன்.

ஈஸ்வரன், "அண்ணா என்ன நீங்க இப்படி பேசறீங்க .எனக்கும் என் பிள்ளைகளுக்கும் நீங்க ஏதாவது உழைச்சு கொட்டுறது கெட்டுப் போகுதா ?இப்படி எல்லாம் என் பெண்ணே பேசுற வேலை வெச்சுக்காதீங்க. உங்களுடைய லிமிட்டை தாண்டாதீங்க."

"அட பாருடா என் தம்பி எப்படி பேசறான்.ஏன்டா ஈஸ்வரா உனக்கு எதுக்கு இவ்வளவு கோபம் வருது.. நான் உண்மையை தானே சொல்றேன் .ஆனா ஒரு விதத்துல நீ பாவம் தான் டா ..உன் உடல் நிலை கெட்டு போறதுக்கு காரணமே இந்த பொண்ணுதான். நானும் தான் பெண்ணை பெத்து கட்டி கொடுத்து இருக்கேன் .

உன் பெண்ணை விடவும் என் பொண்ணுங்க நல்லா படிச்சி இருக்காங்க. ஆனா எந்த திமிரும் இல்லாம மாமியார் வீட்ல அனுசரிச்சு வாழலையா .?உன் பொண்ணு மட்டும் இப்படி இருக்க காரணம் உன் பொண்டாட்டி தான். அவ எப்படி இருந்தாளோ அதேபோல உன் பொண்ணும் இருக்கா.. தாயைப்போல் பிள்ளை நூலை போல சேலை சும்மாவா சொன்னாங்க.."

ஈஸ்வரன் மனைவி காவேரி ," என்ன மாமா நீங்க இப்படி சொல்றீங்க .நான் என்ன இங்க தேவையில்லாம எதாவது பேசினேனா .. இல்ல குடும்பத்து மானத்தை வாங்கற மாதிரி ஏதாவது பண்ணி இருக்கேனா..பெரியவங்களை மதிக்கலையா..?"

"அட நீ குடும்பத்து மானத்தை வாங்கிட்டா நானும் எங்க அப்பாவும் சும்மா இருந்திருப்போமா..நீங்க பெரியவங்களை மதிச்ச லட்சணம் எனக்கு தெரியாதா? உன் புருஷனை நிம்மதியா இருக்க விட்டு இருப்பியா நீ..எப்ப பாரு என் மனைவியுடன் போட்டி போட்டுக்கிட்டு அவன் உயிரை வாங்குவ.. இப்போ உன் பொண்ணு அதை தானே செய்யறா..

உனக்கு தைரியம் இருந்திருந்தா என்கிட்ட பேசி இருப்ப.. அப்படி நடந்திருந்தா நான் என்ன செய்திருப்பேன் உனக்கு தெரியாதா,? அதனால பயந்து அமைதியா இருந்த நீ.. உன் பொண்ணு அகங்காரம் பிடிச்சவ உன்னையே தூக்கி சாப்டுட்டா மாமனார் மாமியார் ,மூத்தார் ,மச்சினர் நாத்தனார் ,ஓரகத்தி யாரையும் மதிக்கிறது இல்ல..உண்மைய சொன்னா இதுல அம்மாவுக்கும் பொண்ணுக்கும் கோபம் வருது..."

"கருணா என்னடா இது உங்க பெரியப்பா இப்படி பேசுறாரு வேடிக்கை பார்த்துட்டு நின்னுட்டு இருக்க." என்றார் காவேரி.

"அம்மா என்னை என்ன பண்ண சொல்றீங்க .பெரியப்பா கேட்கிறது ஒன்னும் தப்பு இல்லையே.? உங்க பொண்ணு செய்ற காரியத்துக்கு இதுவும் கேட்பாங்க இதுக்கு மேலயும் கேட்பாங்க .வீட்ல பெரியவங்க அவங்க கேட்கிற கேள்விக்கு நீங்க பதில் சொல்லித்தான் ஆகனும் ..வேற வழி இல்ல ..."என்றவன் உள்ளே சென்று விட்டான்.

ஈஸ்வரன் ,"அண்ணா நான் ஏற்கனவே நொந்து போயிருக்கேன் .இனி எதுவும் கேட்காதீங்க. என்னதான் அவள் தப்பு செய்தாலும் அவள் நான் பெத்த பொண்ணு அவளை என்னால ஒதுக்கி வைக்க முடியல .."என்றவர் தன் மகளை அழைத்துக் கொண்டு உள்ளே சென்றார்.

ஈஸ்வரனின் தம்பி கோபிநாத் அவரின் மனைவி சங்கவி இருவரும் ஈஸ்வரனையும் ,காவிரியையும் சமாதானம் செய்தவர்கள் சர்வேஸ்வரிடம் எதுவும் பேசாமல் அவளை முறைத்து விட்டு சென்றனர்.

சங்கவி சர்வேஸ்வரியிடம் பேசவே பயப்படுவார்..உடனே பெரியவர்கள் என்று கூட பார்க்காமல் மரியாதை இல்லாமல் பேசுவாள்.அதுக்காக தன் மரியாதையை காப்பாற்றி கொள்வார் சங்கவி.

கணேஷ் ராஜன் வீட்டிற்கு சென்றவன் தன் குடும்பத்தில் உள்ள அனைவரிடமும் நடந்ததை கூறினான்.

வரதராஜன்," விடுடா இனியும் அவகிட்ட அனுசரிச்சு போகனும் என்ற அவசியம் இல்ல.. நீ இங்கேயே இருடா பிள்ளை இங்கிருந்து ஸ்கூலுக்கு போகட்டும் .அவ திருந்தவே மாட்ட.." என்றார்.

சரோஜாதேவி இதில் மனம் உடைந்து போனவர்," இன்னும் அவ ஏன்டா இப்படி இருக்கா ?கூட்டு குடும்பத்தில் அனுசரிச்சு போக மாட்றா சொல்லி தானே தனி குடித்தம் வைத்தேன்.. இப்பவும் இப்படி செய்தா நான் என்ன பண்றது.. இவளால என் நிம்மதியே போகுது.. என்ன பாவம் பண்ணோமோ தெரியல.. இவ இந்த வீட்டுக்கு மருமகளா வந்து இருக்கா ..?"என்று கலங்கினார்.

"சரோஜா இப்போ நீ எதுக்கு அழுதுட்டு இருக்க ,அந்த பொண்ணு இந்த வீட்டோட மருமகளா வந்ததுல இருந்து உன்னுடைய தைரியம் கொஞ்சம் கொஞ்சமா காணாம போயிட்டே இருக்கு.வாழ்க்கையில இன்பம் ,துன்பம் எப்படி மாறிமாறி வருமோ அதே போல நல்லா வாழறதும், அவமானப்படுவதும் மாறி மாறி தான் வரும் .

நாம எந்த தவறையும் செய்யல. அந்த பொண்ணு புரிஞ்சுக்காம திமிர் பிடித்து போய் ஆடினா ..நாம என்ன செய்ய முடியும் ..விட்டுட்டு வேலையை பாரு .நாளையில் இருந்து உனக்கு பிடிச்ச உன் பேரனை ஸ்கூலுக்கு கிளப்புற வழிய பாரு .."என்றார்.

திவாகர் தன் பாட்டியின் மடியில் படுத்து கொண்டவன் அவரை செல்லம் கொஞ்சினான். அவன் தன் தாயை தேடாமல் இருப்பது யாருக்கும் ஆச்சரியமாக இல்லை .ஒரு தடவை இரண்டு தடவை என்றால் பரவாயில்லை ..ஒரு வீட்டுக்கு வாழ வந்திருக்கும் பெண் அடிக்கடி கோச்சிக்கிட்டு வீட்டை விட்டு போனா யார் என்ன செய்ய முடியும்?

ஆனாலும் திவாகருக்கு உள்ளுக்குள் தன் அம்மாவின் ஞாபகம் இருந்து கொண்டு தான் இருந்தது.என்னதான் அவள் மற்றவர்களுக்கு அடங்காத பெண்ணாக இருந்தாலும் தன் பிள்ளை விஷயத்தில் சிறந்த தாயாகவே நடந்து வந்தாள்.கிருத்திகாவின் தங்கை தீபிகாவிற்கும் திருமணம் முடிந்தது.

வான்மதி தேவி தன் தம்பி மனைவி மீண்டும் கோபித்துக் கொண்டு சென்றதை கேள்விப்பட்டவள் அனிதாவுக்கு விடுமுறை விட்டதும் தன் அம்மா வீட்டிற்கு வந்தாள்.

ஈஸ்வரன் தன் மகளை மீண்டும் வாழ வைப்பதற்காக அதே நேரம் தன் சம்மந்தி வீட்டிற்கு வந்திருந்தார்.

வான்மதி தேவி தன் தங்கை வானதி தேவியை அழைத்துக் கொண்டு தன் தம்பி மனைவியை வீட்டிற்கு மீண்டும் அழைத்து வர வேண்டும் என்று நினைத்தவளுக்கு இவர்கள் இங்கே வந்தது வசதியாக போனது.

ஈஸ்வரன்," சம்மந்தி நான் அவளுக்காக மன்னிப்பு கேட்கிறேன் .. மறுபடியும் என் பொண்ணை இந்த வீட்ல சேர்த்துக்கோங்க .என்னால ஊர்ல தலை காட்ட முடியல. என் மானம் போகுது .என் நிலையை புரிஞ்சுகோங்க.."என்றார்.

வரதராஜன், "சம்மந்தி நானும் பெண் பிள்ளைகளை பெத்தவன் தான் .உங்களுக்கே தெரியும் எத்தனை தடவை நாங்க பொறுத்து பொறுத்து

போறது.. உங்க பெண்ணால கூட்டு குடும்பத்தில் வாழ முடியல ..அதனால தனி குடித்தவன் வைச்சோம் ..இப்பவும் இப்படி செய்தா என்ன அர்த்தம்..

கணவன் மனைவிக்குள்ள முதல்ல நம்பிக்கை இருக்கனும்.. ஒரு தடவ சந்தேகம் புகுந்துட்டா அது வாழ்வின் கடைசி வரை நீடிக்கும்..என் பிள்ளை என்ன பொம்பள பொறுக்கியா..? பாக்கற எல்லா பொண்ணையும் அக்கா, தங்கையா நினைப்பவன் தான் என் மகன்.. அவர்களுக்கு கொடுக்க வேண்டிய மரியாதையை கொடுப்பான்..

ஆனா உங்க பொண்ணு அவன அசிங்கப்படுத்தி பேசி இருக்கா.. என்ன நினைச்சுகிட்டு உங்க பொண்ணு இவ்ளோ ஆட்டம் ஆடறா.. என்னுடைய சின்ன பொண்ணு எவ்வளவு கஷ்டத்தை அனுபவிச்சிட்டு அவங்க மாமியார் வீட்டில் வாழ்ந்துட்டு இருக்கா அது உங்களுக்கு நல்லாவே தெரியும்.. அந்த மாதிரி கொடுமைக்கார மாமியார் வீடு கிடைச்சா உங்க பொண்ணு என்ன செய்வா சொல்லுங்க பாக்கலாம்..."

"சம்மந்தி நீங்க சொல்றது எனக்கு புரியுது .உங்கள மாதிரி மாமியார் வீட்டில் வாழ அவ கொடுத்து வச்சிருக்கனும்.. ஆனா அந்த கிறுக்கிக்கு அது புரியல.. இந்த ஒரு தடவை அவள மன்னிச்சிடுங்க சம்மந்தி.."

"இங்க பாருங்க சம்மந்தி ஒவ்வொரு தடவையும் உங்க பொண்ணு கோச்சிக்கிட்டு போகும் போதெல்லாம் நாங்க எங்க பிள்ளையை சமாதானம் செய்துதான் உங்க பொண்ணு கூட வாழ வச்சோம் ..ஆனால் இனி என்னால் அது முடியாது .அவன் ரொம்ப மனசு உடைஞ்சு போய் இருக்கான் ..அவ்வளவு அமைதியான குணம் படைத்த அவன்கூடவே உங்க பெண்ணால வாழ முடியல ..என் மத்த இரண்டு பிள்ளைகளுக்கு அவ்வளவு கோபம் வரும்.. அவனுங்க கூட என் மருமகங்க அனுசரிச்சு போகலையா..?

உங்க பொண்ணு செய்த காரியத்தால என் பெரிய பிள்ளை தனி குடித்தனம் கிளம்பிட்டான்.,சின்ன பிள்ளையும் அந்த எண்ணத்தில் தான் இருக்கான்.. அப்படி இருந்தும் இந்த பொண்ணால இந்த வீட்ல வாழ முடியல சொன்னா என்ன அர்த்தம் ..இங்க நாங்களும் இருக்கக்கூடாது நினைக்கறாளா .. ,அப்படி எல்லாம் கனவு காண வேண்டாம் சொல்லுங்க ..இந்த வீடு எனக்கு கோவில் மாதிரி என் கடைசி காலம் வரை நான் இங்கதான் இருப்பேன் ..இந்த தொல்லைக்காக தான் உங்க பொண்ண நாங்க தனிக்குடித்தனம் அனுப்பினோம்.

உங்க பொண்ணுக்கு என் பிள்ளை பொக்கிஷமா கிடைச்சிருக்கான். அவனை பாதுகாக்க இந்த பொண்ணுக்கு தெரியல ..இப்ப கூட பாருங்க அவ முகத்துல எவ்வளவு திமிர் ..ஒரு பொண்ணு இப்படி இருந்தால் அவளுடைய வாழ்க்கை நிச்சயமாக கெட்டுப் போகும் .. எதுக்காக இவ்வளவு அகங்காரம்.. என் குடும்பத்தையே நல்ல நிலையில் வைத்திருக்கும் என் மனைவியே என்னை ஒரு வார்த்தை எதிர்த்து பேச மாட்டாள்.

ஆனால் எதையும் செய்யாம குடும்பத்தில் பிரச்சனையை பண்ணிக்கிட்டு எல்லார் மனசையும் கஷ்டப்படுத்திக்கிட்டு, எல்லாரையும் எடுத்து எறிந்து பேசுற உங்க பொண்ணுக்கு எதுக்கு இவ்வளவு கோபம் வருது .இதெல்லாம் சரி வராது உங்க மாப்பிள்ளை சரின்னு சொன்னா விட்டுட்டு போங்க .அதுவும் இங்க உங்க பொண்ணால வாழ முடியாது. மீண்டும் தனிக்குடித்தனம் வைங்க அவ்வளவுதான்..."என்று விட்டார் வரதராஜன்.

ஈஸ்வரன் தன் சம்மந்தி பேசியது அனைத்தும் உண்மை தானே என்று நினைத்தவர் சரோஜாதேவியை ," தங்கச்சி நீங்க என்ன சொல்றீங்க எனக்காக இந்த ஒரு தடவை என் பொண்ணை மன்னிக்க கூடாதா..?"என்றார்.அதற்கு சரோஜாதேவியின் பதிலில் ஈஸ்வரன் ஆடித்தான் போனார்.

வர்ணம்_61

சரோஜாதேவி ,"இங்க பாருங்க அண்ணா என்கிட்ட இந்த விஷயத்தை பத்தி பேசாதீங்க உங்க பொண்ணை நான் என் சொந்த பொண்ணு மாதிரி பார்த்து வந்தேன்.. இவள் செய்த நிறைய விஷயங்களை மத்தவங்களுக்கு தெரியாம மறைச்சு பொறுத்துப் போனேன். அவ்வளவு ஏன் என் புருஷன் கிட்ட நான் எதையும் மறைக்க மாட்டேன் ..இருந்தாலும் அவர்கிட்டயே சொல்லாம தான் இருந்தேன்.. காரணம் அவர் கோபக்காரர். இன்னைக்கு திருந்துவா நாளைக்கு திருந்துவான்னு பொறுத்து பொறுத்து போனேன்.

பிள்ளை வளர்ந்தது தான் மிச்சம் .அவன் ஸ்கூலுக்கு போக ஆரம்பிச்சிட்டான் .இனி அவன் நல்லபடியா வளரணும்.. உங்க பொண்ணுகிட்ட அவன் வளர்ந்தால் அவன் இந்த சமூகத்துக்கு நல்ல குடிமகனா வளர மாட்டான் ..அதனால உங்க பொண்ணை அழைச்சிட்டு போங்க . சின்ன பேரனை உங்களால நல்ல விதமா பாத்துக்க முடியும் சொன்னா பார்த்துக்கோங்க.. அப்படி இல்லையா அவனையும் என்னிடம் விட்டுட்டு போங்க ...

உங்க பொண்ணுக்கு குடும்பம் நடத்தற தகுதியே கிடையாது. இவளுக்கு எல்லாம் எதுக்கு தான் அந்த கடவுள் குழந்தை கொடுத்தானோ தெரியல...?"என்றதும் வான்மதி தேவி ,வானதி தேவி இருவரும் தன் அம்மா தான் இப்படி பேசறாங்களா என்று ஆச்சரியமாக பார்த்தனர்.

ஈஸ்வரன் சரோஜாதேவியின் பேச்சைக் கேட்டவர் ஆடித்தான் போனார் .இத்தனை தடவையும் தன் மகள் தவறே செய்திருந்தாலும் அவளுக்கு உறுதுணையாக நின்றவர் அவள் இந்த வீட்டில் வாழ்ந்து தான் ஆக வேண்டும் என்று பேசியவர் இப்போது இப்படி பேசுகிறார் என்றால் இதற்கு முழு காரணம் தன் மகள் தான் என்று நினைத்தவர் ,"சர்வேஸ்வரி என்ன வேடிக்கை பார்த்துட்டு நின்னுட்டு இருக்க ,உன் வாழ்க்கையை நீ தான் காப்பாத்திக்கனும் ..போ உன் அத்தை மாமா காலில் விழுந்து மன்னிப்பு கேளு.." என்றார்.

சரோஜாதேவி," அச்சோ என்ன அண்ணா பெரிய பெரிய வார்த்தை எல்லாம் பேசறீங்க ..உங்க பொண்ணுக்கு செய்த தவறுக்கு மன்னிப்பு கேட்கிறதே முடியாத காரியம்.. இதில் காலில் விழ சொல்றீங்களே..? நாங்க அதை எதிர்பார்க்கவே இல்லை. அவளை தயவு செய்து அழைச்சிட்டு போங்க.."

"இல்லம்மா நான் என்ன சொல்ல வரேன்னா அவளை அழைச்சிட்டு போனா என்னால நிம்மதியா இருக்க முடியாது அதனால..."என்று தயங்கியவரை...

"என்ன அதனால மாமா அதுக்காக உங்க பொண்ணை எங்க வீட்ல வச்சுட்டு நாங்க ஒவ்வொரு நாளும் செத்து செத்து பிழைக்கனுமா ..இல்ல ஒரேடியா போய் சேரனுமா அதுதான் உங்களுடைய ஆசையா சொல்லுங்க..."என்று கர்ஜித்தான் கணேஷ் ராஜன்.

"என்ன மாப்பிள்ளை இப்படி சொல்றீங்க.நான் அப்படியெல்லாம் நினைப்பேனா என்னுடைய தலை எழுத்து என்ன பண்றது இந்த பொண்ணு என்ன சொன்னாலும் கேட்கவே மாட்டேங்கறா.."

வான்மதி தேவி ,"மாமா அதுக்கு நாங்க என்ன செய்ய முடியும்.எங்க அம்மா ,,அப்பா எத்தனை தடவை அவளுக்கு வாய்ப்பு கொடுத்து பார்த்தாங்க.. இவள் ஏன் இப்படி நடந்துக்கறா..? எத்தனையோ பெண்களுக்கு கணவனும் சரி இல்லாம மாமனார் ,மாமியாரும் கொடுமைகாரங்களா இருக்காங்க ஆனா இந்த பொண்ணு நல்ல வாழ்க்கை அமைந்தும் அதை கெடுத்துக்கறா.."என்றாள்.

"சித்தி என்ன பேசறீங்க நீங்க ..உங்க வீட்ல இருக்கவங்க எல்லாரும் ஒன்னு பெரிய மருமகளுக்கு மரியாதை கொடுக்கறாங்க.. இல்ல இப்போ கல்யாணம் முடிஞ்சு வந்த உங்க பொண்ணுக்கு மரியாதை கொடுக்கறாங்க. என்னை மதிக்கறதும் கிடையாது .பாசமா நடந்துக்கறதும் கிடையாது .பிறகு எப்படி எனக்கு இங்க எல்லாரையும் அனுசரிச்சு போக மனசு வரும் சொல்லுங்க.."என்றவளை முறைத்தவானதி தேவி..

"மனசாட்சியே இல்லாம இப்படி பேசாத சர்வேஸ்வரி .எத்தனையோ தடவை நீ எங்க அண்ணிய எடுத்து எறிஞ்சு பேசி இருக்க. ஏன் பெத்தவ என் எதிரிலேயே என் பொண்ணை திட்டி பேசி இருக்க நாங்க எல்லாத்தையும் பொறுத்து தானே போனோம் ..எங்க அம்மா ,அப்பாவும் என் பொண்ணை தலையில் தூக்கி வச்சிட்டு ஆடலையே..? நீங்க என்ன வேலை செய்றீங்களோ அதைத்தான் அவளும் செய்றா ..உன் கூட அனுசரனையா தான் நடந்துக்கிறா.. பெரிய அண்ணியும் அப்படித்தான் ஆனால் நீதான் யாரையும் புரிஞ்சுக்கல..

இனி இப்படி ஒரு வார்த்தைய பேசாத ..தவறு முழுக்க உன்மேல வச்சுக்கிட்டு மத்தவங்க மேல பழி போடுவதை நிறுத்து.. இல்ல நீ கடைசிவரை அம்மா வீட்டில் இருக்கும் படி தான் இருக்கும் .உன்னால உங்க அப்பாவோட உடல்நிலை தான் கெட்டுப் போகுது ..அதை நீ எப்போ தான் புரிஞ்-

சுக்க போறியோ தெரியல...?"

"போதும் போதும் நிறுத்துங்க எனக்கு நீங்க உபதேசம் செய்ய வேணாம். உங்க பொண்ணு ஒழுங்கா இருக்காளா பாருங்க.."

"போதும் நிறுத்துங்க நானும் பாத்துட்டே இருக்கேன்.. ஓவரா பேசிட்டு இருக்கீங்க.. நீங்க உங்க மனசுல என்ன நினைச்சிட்டு இருக்கீங்க.. கிருத்திகா தேவி எப்போதும் ஒரே மாதிரி தான் நடந்துப்பா ..திருமணத்திற்கு முன் எப்படி இருந்தாலோ அதேபோலத்தான் இப்பவும் இருக்கா .உங்களை மாதிரி நேரத்துக்கு தகுந்த மாதிரி மாறிக்கல..

சரி நீங்க சொல்றது உண்மை என்றே வச்சுக்கலாம்

.கூட்டு குடும்பத்தில் உங்களுக்கு யாரும் மதிப்பு கொடுக்கல ..பாசமா இல்ல.. ஆனா தனி குடித்தனம் வச்சோமே அங்க வாழ்ந்து கிழிச்சீங்களோ..? இதுக்கு மேல என்னை பேச வைக்காதீங்க அவ்வளவுதான் சொல்லிட்டேன் ..நீங்க எதுக்கு பெரிய அண்ணியையும் ,கிருத்திகா தேவியையும் வம்புக்கு இழுக்கறீங்க. அவங்க இரண்டு பேரும் குணத்தில் தங்கம் உங்களை மாதிரி கிடையாது.

இங்க பாருங்க மாமா தயவுசெய்து இவங்களை அழைச்சிட்டு போங்க இவங்களால் எங்கள் அண்ணனோட நிம்மதி தான் கெட்டுப் போகுது.." என்றால் வானதி தேவி.

"வானதி விடும்மா கோபப்படாத ..நீ என்னதான் அவளுக்கு புரிய வச்சாலும் அவள் திருந்தும் ரகம் இல்ல என்ற கணேஷ் ராஜன் பார்த்தீங்களா மாமா என் தங்கை வானதி எதுக்கும் கோபப்பட மாட்டா அவளே இப்படி பேசறான்னா உங்க பொண்ணு எப்படி நடந்துகிட்டு இருப்பா பாத்துக்கோங்க ..உங்களுக்கும் எல்லாம் தெரியும் ..தெரிஞ்சு மட்டும் என்ன பண்றது ..அவளை உங்களால் அடக்க முடியலையே..? சிறு வயதிலேயே நான்கு அறை விட்டு வளர்த்திருந்தால் இவ இப்படி இருந்திருக்கமாட்டா ..என் நிம்மதியும் சேர்த்து கெடுக்காமல் இருந்திருப்பா சரி அவளை அழைச்சிட்டு கிளம்புங்க.."

"என்ன மாப்பிள்ளை நீங்க மறுபடியும் மறுபடியும் அதையே சொல்றீங்க .இந்த ஒரு தடவை அவளுக்கு வாய்ப்பு கொடுக்க கூடாதா..?"

"அதேதான் மாமா நானும் கேட்கிறேன்

நீங்க ஏன் மறுபடியும் மறுபடியும் சொன்னதையே சொல்லிட்டு இருக்கீங்க ..அவளுக்கு வாய்ப்பு கொடுக்க முடியாது மாமா ..நான் பட்டதெல்லாம் போதும்..."

வான்மதி தேவி ,"இங்க பாரு கணேஷ் என்ன இருந்தாலும் அவள் உன்னுடைய மனைவி.. இந்த ஒரு தடவை நீ அவளுக்கு வாய்ப்பு கொடுத்து பாரு டா.. நான் சொல்றத கொஞ்சம் கேளுடா..."

"அக்கா என்ன விளையாடறியா உன்னால எப்படி இப்படி எல்லாம் யோசிக்க முடியுது ..அவ உன்னுடைய பெண்ணை ரொம்ப டார்ச்சர் பண்ணி

இருக்கா ..அந்த பெண்ணை அழ வச்சி இருக்கா அப்படிப்பட்டவள் என் கூட வாழனும்னு நினைக்கிறியே உன் நல்ல எண்ணத்தில் கொஞ்சம் கூட இந்த கேடுகெட்டவளுக்கு இல்லையே ..இவகிட்ட வளர்ந்தா என் பிள்ளைங்க ஒழுங்கா வளர மாட்டாங்க அக்கா ..அவங்க எதிர்காலத்துக்காக நான் இவளை பிரிந்து தான் ஆகனும்..."

"என்னடா சொல்ற நீ சொல்றது எல்லாம் சரிதான் ..ஆனால் பெரியவன் உன்கூட இருக்கான் .சின்னவன் அவ கிட்ட தானே இருக்கான்.."

"அது கொஞ்ச நாளைக்கு தான் அக்கா. அவனும் ஸ்கூல் போக ஆரம்பிச்சிட்டா நான் அவனையும் அழைச்சிட்டு வந்துடுவேன் .அதன் பிறகு அவ தனியா அவ இஷ்டத்துக்கு ஆடட்டும் .யார் என்ன கேட்க போறாங்க ..

பிறந்த வீட்டில் அவமானப்பட்டா தான் இவ திருந்துவா.. அவங்க அண்ணன், தம்பிக்கு திருமணமாகட்டும் வரும் மருமகங்க இவளை கேவலப்படுத்தினால் தான் இவளுக்கு நம்ம அனைவருடைய அருமை தெரியும்.."

"அச்சோ ஏன்டா இப்படி பேசற .அவ என் பொண்ணை ரொம்ப படுத்தி இருக்கா என் பொண்ணை மட்டுமா நம்ம அண்ணிய அவ்வளவு டார்ச்சர் பண்ணி இருக்கா

.அதுக்காக அவ நம்ம வீட்டு மருமக இல்லன்னு ஆகிடுமா .சொல்றத புரிஞ்சுக்கோடா இந்த ஒரு தடவை அவளுக்கு வாய்ப்பு கொடுத்துப் பாரு.."

"பார்த்தீங்களா மாமா எங்க வீட்டு மனுஷங்க எப்படி பேசறாங்க .

என் அக்கா மறுபடியும் அவளை வாழ வைக்க முயற்சி பண்றாங்க. அங்க பாருங்க என் அக்கா பொண்ணு இவ என்ன தான் அவளை திட்டி இருந்தாலும் தன் பிள்ளைக்கு சோறு ஊட்டும் போது என் சின்ன பிள்ளைக்கும் சேர்த்து சோறு ஊட்டறா எங்க வீட்டு பெண்கள் அனைவரிடமும் தாய்மை உணர்வு நிறைந்து இருக்கும் ..

உங்க பொண்ணு மாதிரி சுயநலமா தன் பிள்ளைக்கு மட்டும் செய்வது மத்த பிள்ளைகளை கண்டுக்காம இருக்கிறது அப்படி யாரும் நடந்துக்க மாட்டாங்க.."

அதுவரை அங்கு நடந்த அனைத்தையும் பார்த்துக் கொண்டு இருந்த திவாகரன் தன் பாட்டியின் மீது அமர்ந்திருந்தவன் தன் அம்மாவிடம் சென்று அவளின் மடியில் அமர்ந்து அப்படியே படுத்துக் கொண்டான்.இந்த காட்சியை பார்த்த அனைவரின் மனமும் வேதனை அடைய கணேஷ் ராஜன் கண் கலங்கி தான் போனான்.

சர்வேஸ்வரி வீட்டுக்குள் நுழைந்ததும் தன் மகனை தேடி அவனை தூக்க அவனோ அவளிடம் வரமாட்டேன் என்று தன் பாட்டியின் மடியில் சென்று அமர்ந்து கொண்டான் அப்பொழுது சர்வேஸ்வரியின் முகம் வாடிப்போனது.

என்னதான் இருந்தாலும் சிறுபிள்ளை தானே அவன் .தன் அம்மாவை விட்டு இருக்க முடியவில்லை தான் இருந்தாலும் ஓரளவு விஷயம் புரிந்தவன் தன் தாத்தா, பாட்டி தன்னை பாசமாக நடத்துவதை நினைத்து அவர்களு-

டனே இருந்தான் .அது மட்டுமல்லாமல் அவனுக்கு தெரிந்து அவன் அம்மா இப்படித்தானே அடிக்கடி கோபித்துக் கொண்டு செல்வார் .ஆனால் இப்பொழுது தன் அம்மாவை பார்த்ததும் அதிக நேரம் அவனால் கோபத்தை இழுத்து பிடித்து வைக்க முடியவில்லை.

சர்வேஸ்வரி தன்மகனை வாரி அனைத்தவள் அவன் முகம் முழுதும் இதழ் பதித்தவள் ,"சொல்லுடா உன்னை இங்க பத்திரமாக பார்த்துக்கறாங்களா..?" என்றாள்.

" மாமா பாருங்க உங்க பொண்ணுக்கு இருக்க திமிர இப்ப கூட எப்படி பேசறா பாருங்க.."என்றான் கணேஷ் ராஜன்.

"டேய் அவள் புத்தி நமக்கு தெரிஞ்சது தானே? உன்னுடைய முடிவு சொல்லுடா ."என்று கேட்டாள் வான்மதி தேவி.

கணேஷ் ராஜன் என்ன சொல்லப் போகிறார் பார்க்கலாம்.

வர்ணம் - 62

கணேஷ் ராஜன்," இல்ல அக்கா அவ கூட வாழற எண்ணம் எனக்கு கிடையாது .நான் கடைசி வரை இப்படியே இருந்துட்டு போறேன் .."என்றான்.

"என்னடா பேசற நீ ..உனக்கு என் மீது மதிப்பும் ,பாசமும் இருந்தா நான் சொன்னதை செய் ...இந்த ஒரு தடவை அவளுக்கு வாய்ப்பு கொடுத்து பாரு டா..அவ இதுக்கு மேலயும் அடங்கலை சொன்னா நானே சும்மா இருக்க மாட்டேன் நீ ஒன்னும் கவலைப்படாத.." என்றவள் அம்மா அப்பா நீங்களாவது எடுத்து சொல்ல கூடாதா..?" என்றாள்.

"வான்மதி நாம இத்தனை தடவை சொல்லிட்டு தானே மா இருந்தோம் .அவனும் எல்லாத்தையும் பொறுத்து பொறுத்து போனான் .. ஆனால் இந்த பொண்ணு அதை எதுவும் புரிஞ்சுக்கல விடுமா ..அவனுடைய இஷ்டம் .."என்றார் வரதராஜன்.

"அம்மா நீங்க என்ன சொல்றீங்க.."

"நான் சொல்ல என்ன இருக்கு, அங்க பாரு என் பேரனை அவளை எப்படி பிடிச்சிட்டு இருக்கான்.. பாவம்டி அந்த புள்ள.. இந்த சின்ன வயசுல அம்மா ,அப்பாவை பிரிஞ்சி இருக்கிறது எவ்வளவு பெரிய கொடுமை..நாம என்ன தான் பாத்துக்கிட்டாலும் அம்மாவோட இடத்தை யாராலும் நிரப்ப முடியாது .ஆனா இந்த பொண்ணு அதை புரிஞ்சுக்க போறது இல்ல ..

பொதுவாகவே நம் சமுதாயத்தில் ஆண் பிள்ளைகள் எப்படி நடந்தாலும் பெண்கள் தன் பிள்ளைகளுக்காக அனுசரிச்சு போவாங்க .ஆனா எல்லாம் ஒழுங்கா அமைந்தும் அந்த வாழ்க்கையை அனுபவிக்க இவளுக்கு கொடுத்து வைக்கல இவள் எல்லாம் எப்பவும் திருந்த போறது இல்ல வான்மதி.

"சரிமா அவளைப்பற்றி நமக்கு தெரிஞ்சதுதானே .?இனி அதைப் பத்தி பேசி என்னமா பிரயோஜனம் .அவங்க இரண்டு பேருக்காக இல்லனாலும்

நாம குழந்தைங்களுக்காக பார்க்கனுமே .."என்றாள் வானதி.

"அண்ணா என்னுடைய வளர்ப்பை பார்த்துக்கோங்க. இதே வான்மதி தேவி தான் கொஞ்ச நேரம் முன்னாடி உங்க பெண்ணை அழைச்சிட்டு போக சொன்னா ..ஆனா இப்போ மனசு கேக்காம இப்படி பேசறா...என் பெண்களோட மனசு அப்படித்தான் ..இவங்க கூடயே உங்க பொண்ணால அனுசரிச்சு போக முடியல .

அதை நினைச்சா தான் வேதனையாய் இருக்கு என்றவர் இங்க பாருப்பா கணேஷ் உன்னுடைய வாழ்க்கையை நீ தான் முடிவு பண்ணனும்...ஆனாலும் பிள்ளைகளுக்காக யோசிச்சு செய்..."என்றார்.

கணேஷ் ராஜன் தன் அம்மாவும் இப்படி கூறியதால் என்ன செய்யலாம் என்று யோசித்துக் கொண்டிருக்க ஜீவராஜன் தன் அப்பாவின் காலை பிடித்துக் கொண்டு தன்னை தூக்கும்படி கூற தன் பிள்ளையை தூக்கி கொஞ்சியவனுக்கு மனம் இளக ஆரம்பித்தது.

திவாகர்," அப்பா தம்பி நம்ம கூடவே இருக்கட்டும் .அவனை விட்டுட்டு என்னால இருக்க முடியலப்பா என்று சொல்லவும் கணேஷ் ராஜன் அதில் மேலும் பனிக்கூழாய் உருகியவன் ," இங்க பாருங்க மாமா இந்த ஒரு தடவை நான் அவளுக்கு அவகாசம் கொடுக்கறேன். ஆனால் ஒரே ஒரு விஷயம் நல்லா கேட்டுக்கோங்க

எனக்கும் ,அவளுக்கும் பேச்சு வார்த்தை கிடையாது .என் பிள்ளைகளுக்காக மட்டும்தான் நான் வாழ்வேன் ..அந்த விஷயத்தில் அவள் தேவையில்லாமல் ஏதாவது பேசினா நான் சும்மா இருக்க மாட்டேன் பார்த்துக்கோங்க .."

அதுமட்டுமில்லாம அவள் நான் வேலைக்கு போகும்போது ஒரு நாள் கூட சமைச்சு கொடுத்தது கிடையாது .இத்தனை வருஷம் எனக்கு நிரந்தரமான வேலை இல்லைன்னு சொல்லி என்னை அசிங்கப்படுத்தினா.. இப்ப நான் அரசாங்க உத்தியோகத்தில் இருக்கேன். சமைச்சுக் கொடுக்கிறதை விட அவளுக்கு என்ன கிழிக்கிற வேலை ..காலையில் எழுந்து பிள்ளைகளுக்கு செய்ய வேண்டியதை செய்து எனக்கு மூணு வேலையும் சமைச்சு கொடுக்கனும் .

அப்படி இருந்தா என் கூட வாழலாம் இல்லையா மறுபடியும் உங்க வீட்டுக்கு வந்து உட்கார வேண்டியதுதான் ..அடிக்கடி ஹோட்டலில் வாங்க சொல்லி உயிரை எடுப்பா ..இனி அதுவும் நடக்காது. நாலு காசு சேர்த்து வச்சா தான் என் பிள்ளைகளுக்கு நான் கௌரவமான வாழ்க்கையை அமைத்து தர முடியும் .."என்றான்.

இதில் ஈஸ்வரன் மட்டுமல்லாமல் வான்மதி தேவி ,வானதி தேவி, ஏன் சரோஜாதேவி, வரதராஜன் கூட மகிழ்ச்சி அடைந்தனர் . வரதராஜன் சரோஜாதேவி இருவருமே தன் மகன் பதில் இதுதான் இருக்கும் என்று ஏற்கனவே யோகித்தனர் .

ஆனால் இந்த தடவை நாம அவனை வற்புறுத்தக் கூடாது என்று முடிவு செய்தனர்.எத்தனையோ முறை அவள் சண்டை போட்டுக் கொண்டு செல்லும் போதெல்லாம் இவர்கள் சொல்வதற்காக மட்டுமே அவன் அவள் செய்யும் தவறுகளை மறக்க முயற்சி செய்து வாழ்ந்து வந்தான் என்பது தான் உண்மை.

ஈஸ்வரன்," ரொம்ப நன்றி மாப்ள நான் இந்த உதவியை என் வாழ்நாள் முழுவதும் மறக்க மாட்டேன்.. இங்க பாரு சர்வேஸ்வரி உனக்கு இதுதான் கடைசி வாய்ப்பு.. இனியும் நீ இந்த வாழ்க்கையை ஒழுங்கா வாழலன்னு சொன்னா என்னால எதுவும் பண்ண முடியாது...

உன் பிள்ளைகளுக்காக கொஞ்சம் உன் திமிர் தனத்தை குறைச்சிக்கோ.." என்றார் ஈஸ்வரன்.

ஈஸ்வரன்,"சம்மந்தி நீங்க ரொம்ப நல்லாவே பிள்ளைகளை வளர்த்து வச்சிருக்கீங்க .. மாப்பிள்ளை எவ்ளோ அனுசரிச்சு போறாரு .எனக்கு ரொம்ப சந்தோஷமா இருக்கு. நான் போய் அடுத்து ஆக வேண்டிய காரியங்களை பார்க்கிறேன்.."

"சரி ஆகட்டும் சம்மந்தி.. ஆனா இனி உங்க பொண்ணு விசேஷ நாட்களில் கூட இங்கு வரக்கூடாது.. அங்கேயே இருக்கட்டும் என் பேரன்களை என் பிள்ளை அழைச்சிட்டு வந்து காண்பிச்சிட்டு போகட்டும்.. வாரம் ஒரு முறை என் பேரன்களை இங்க அழைச்சிட்டு வருவான் ..அதுக்கு உங்க பொண்ணு ஏதாவது சொன்னா அதுக்கு மேல் நான் சும்மா இருக்க மாட்டேன் தெரிஞ்சுக்கோங்க.."

"கண்டிப்பா சம்மந்தி நீங்க சொல்றபடி நடக்கும் என்னை நம்புங்க.."

"சரி சம்மந்தி பார்த்து போயிட்டு வாங்க"

"சரிங்க சம்மந்தி என்றவர் வான்மதி தேவி ரொம்ப சந்தோஷமா நீ இல்லன்னா இதுக்கு வாய்ப்பே இல்ல.. ஒரு தம்பி மனைவியா என் பொண்ணு உங்களுக்கு எதுவும் சரியா செய்யல.. ஆனால் ஒரு நாத்தனாரா நீங்க எல்லாத்தையும் பார்த்து பார்த்து செய்றீங்க ரொம்ப நன்றி மா.." என்றார்.

" மாமா அவ மட்டும் யாரு எனக்கு தங்கச்சி மாதிரி தானே ?சரி மாமா நீங்க ஊருல இருக்குற திங்ஸ் எல்லாம் இரண்டு நாள் கழித்து எடுத்துட்டு வாங்க .என் ஃப்ரெண்ட் வீடு ஒன்னு காலியாதான் இருக்கு. அங்க இவங்களை நாம குடித்தனம் வைக்கலாம்.. போற இடத்துல உங்க பெண்ணை ஒழுங்கா இருக்க சொல்லுங்க அவ்வளவுதான்.." என்றாள் வானதி.

சர்வேஸ்வரி ,"அப்பா அதான் பேசியாச்சு இல்ல கிளம்பலாமா இன்னும் இங்கே இருந்து என்ன பண்ண போறீங்க..'ஈஸ்வரன்,"அடி அடங்காத கழுதை முதல்ல எல்லாருக்கும் நன்றி சொல்லிட்டு கிளம்பு.."

"என்னப்பா இப்படி பண்றீங்க என்று சலித்துக் கொண்டவள் ரொம்ப நன்றி .."என்று வேண்டா வெறுப்பாக கூறி அங்கிருந்து வெளியேறினாள்.

"இப்போ கூட அதுக்கு திமிர பாத்தீங்களா .இதெல்லாம் எங்கிருந்து அடங்க போகுது சம்மந்தி ..என்ற வரதராஜன் டேய் நானே சொல்லித்தரேன் தனிக்குடித்தனம் போனா அந்த பொண்ணு கிட்ட பேச்சு வார்த்தையே வச்-சுக்காத ..பிள்ளைகளை மட்டும் பார்க்கிற வழியை பாரு ..பிள்ளைகளுக்காக தான் நான் உன்னை அனுப்பி வைக்கிறேன் புரிஞ்சுக்கோ.."

"சரிங்க அப்பா எப்போ அவ திருந்தி என்னை மதிச்சு நம்ம குடும்பத்தில் உள்ளவர்களை மனசார ஏத்துக்கறாளோ அதுவரை அவளிடம் நான் பேசவும் போறது இல்ல.." என்றான்.

ஈஸ்வரன் கிளம்பறேன் என்றவர் ஊருக்கு சென்றதும் விஷயத்தை சொல்ல அனைவரும் மகிழ்ச்சியடைந்தனர். அதேபோல வான்மதி தேவி தனது தோழி வீட்டில் அவர்களை தனிக்குடித்தனம் வைக்க ஆட்களை வைத்து எல்லா வேலைகளையும் முடித்தார்.

அதேபோல இரண்டு நாள் கழித்து . பால் காய்ச்சி அவர்களை தனி குடித்தனம் வைத்துவிட்டு அனைவருமே அங்கிருந்து கிளம்பி விட்டனர் .இதில் மிகுந்த மகிழ்ச்சி அடைந்தது திவாகர் தான்.

தன் தம்பியிடம் விளையாடிக் கொண்டும் ,தன் அம்மாவுடன் பேசிக் கொண்டும் ஜாலியாக இருந்தான் திவாகர்.

இப்படியே நாட்கள் சென்று கொண்டிருக்க சர்வேஸ்வரி அமைதியாக இருப்பதைப் போல் இருந்தாலும் ஒரு சில விஷயத்தில் தேவையில்லாமல் கணேசனிடம் சண்டை போட ஆரம்பித்தாள்.

இவனோ மலையை பார்த்து நாய் குரைக்குது என்று நினைத்தவன் எதையும் கண்டுகொள்ளாமல் சென்றான் கடமைக்கு என்று அவளும் சமைத்து போட இவனும் பசிக்கு என்று உணவருந்தி பிள்ளைகளை நன்றாக பார்த்துக் கொண்டான்.

இப்படியே நாட்கள் சென்று கொண்டிருக்க மீண்டும் சர்வேஸ்வரி தன் கணவனிடம் கோபித்துக் கொண்டு பதினோராவது முறையாக தன் வீட்டிற்கு சென்றாள்.

ஆனால் இந்த முறை ,"நான் சீக்கிரம் வந்துடுவேன். நான் இல்லன்னு சொல்லி ஓவரா ஆட்டம் போடாதீங்க .."என்று சொல்லிவிட்டு செல்ல இவனோ எப்போதும் போல தன் பெரிய மகனை தன்னிடம் நிறுத்திக் கொண்டவன் சிறிய மகனை சர்வேஸ்வரி விடாததால் வேறு வழி இல்லாமல் விட்டு விட்டான்.

மீண்டும் தன் அம்மா வீட்டிற்கு வந்து தன் பிள்ளையை பள்ளிக்கு அனுப்ப முழு ஆண்டு தேர்வு முடிந்து திவாகர் வீட்டிலிருந்தான்...

சர்வேஸ்வரி செயலால் அதிகமாக பாதிக்கப்பட்டது திவாகர் தான்.

சரவணன் ராஜன் ,கிருத்திகா தேவி அவனை தன் பிள்ளை போல பார்த்துக் கொண்டனர்.

திவாகர் இப்பொழுது மூன்றாம் வகுப்பிலிருந்து நான்காம் வகுப்பிற்கு செல்ல வேண்டும் அந்த நேரம் சரவணராஜனின் மகன் கார்த்திக் ராஜனை பள்ளியில் சேர்க்க வேண்டும் என்பதால்சரவண ராஜன் தான் பணிபுரிந்து வந்த ஊருக்கே தன் பிள்ளை படிப்புக்காக தன் மனைவியையும் அழைத்துச் சென்றான் ..

ஜீவ ராஜனை சர்வேஸ்வரி தன் அம்மா ஊரில் பள்ளியில் சேர்ந்-தாள்.கார்த்திக் ராஜன் ,ஜீவ ராஜன் இருவரும் ஒரே வயது தான். சரவணரா-ஜன், கிருத்திகா தேவி இருவருக்கும் திவாகரை இங்கே விட்டு செல்ல மனம் வரவில்லை. திவாகர் பள்ளிக்கு செல்ல ஆரம்பிச்சதில் இருந்தே கிருத்திகா தேவியும் ,சரவண ராஜனும் தான் அவனுக்கு சொல்லிக் கொடுத்தனர்.

சரோஜாதேவி அவனுக்கு பிடித்ததை சமைத்துக் கொடுப்பார் .வரதராஜன் அவன் கேட்பதை வாங்கி கொடுப்பார் .கணேசன் அவனுக்கு பாசத்தை கொடுத்து அவன் கேட்பதை வாங்கி கொடுப்பானே தவிர சொல்லிக் கொடுக்க யாரும் செய்ய மாட்டார்கள் என்ற நிலையில் என்ன செய்யலாம் என்று கிருத்திகாவும் சரவணனும் யோசித்தனர்.

கணவன் ,மனைவி இருவரும் ஒரு முக்கியமான முடிவை எடுத்தவர்கள் அதை பெரியவர்கள் இடத்தில் சொல்ல வீட்டில் உள்ள அனைவருமே இதில் மகிழ்ச்சி அடைந்தனர்.

வர்ணம்_ 63

சரவணன் ராஜன் ,"திவாகரை நாங்க அழைச்சிட்டு போய் படிக்க வைக்கி-றோம் ..எப்போ அந்த பொண்ணு திரும்பி வருதோ அவன் எப்போ அம்மா கிட்ட போகணும்னு ஆசைப்பட்டறானோ மறுபடியும் அவனை அனுப்பி வைக்கலாம் .."என்றான்.

இவனின் யோசனை அனைவருக்கும் மகிழ்ச்சியே. அதிலும் கணேஷ் ராஜனை கேட்கவும் வேண்டுமா?’கிருத்திகா தேவியும் சரவணனும் இங்கிருந்து கிளம்பி விட்டால் தன் பிள்ளை என்ன செய்வானோ..?‘ என்று நினைத்துக் குழம்பியவனுக்கு தன் தம்பியின் வார்த்தை புது தெம்பை கொடுத்தது.

கணேஷ் ராஜன்," கிருத்திகா நீ என்னம்மா சொல்ற உனக்கு இதில் சம்மதம் தானே ? அதிகமா அவன் கூட இருக்க போறது நீதான் எதுவா இருந்தாலும் சொல்லிடுமா.."

"என்ன மாமா சொல்றீங்க நீங்க எனக்கு அவனை விட்டுட்டு போக-ணும்னு நினைச்சாலே கஷ்டமா இருந்துச்சு மாமாவுக்கும் அப்படித்தான் .அதனால்தான் நானும், மாமாவும் பேசி இப்படி ஒரு முடிவு எடுத்தோம் ..நீங்க அவனைப் பத்தி கவலைப்படாதீங்க ..அவனை படிக்க வைக்க வேண்-டியது எங்களுடைய பொறுப்பு ..உங்களுக்கு நேரம் இருக்கும் போதெல்லாம் வந்து அவனை பார்த்துட்டு போங்க.. நானும் விடுமுறை விட்டதும் அவனை

அழைச்சிட்டு வரேன்..."

"கிருத்திகா நீங்க இரண்டு பேரும் இப்படி ஒரு முடிவு எடுத்து இருப்பது எங்களுக்கு சந்தோஷம் தான்.. இதை நாங்க கண்டிப்பா எதிர்பார்க்கல..இருந்தாலும் அவன் நாம இத்தனை பேர் இங்கு இருக்கும் போதே அடிக்கடி முகத்தை தூக்கி வச்சிட்டு எதையும் சொல்லாம உட்கார்ந்து இருப்பான் ..அங்க சரவணனும் வேலைக்கு போயிட்டா நீ மட்டும் தான் இருப்ப அதனால அவன் என்ன பண்ணாலும் அவனை பொறுமையா கையாளனும் அது உன்னால முடியுமா யோசிச்சு சொல்லு .."என்றார் சரோஜாதேவி.

"கண்டிப்பா முடியும் அம்மா கொஞ்ச நேரம் அவனை தொந்தரவு பண்ணாம விட்டால் அவனே சகஜ நிலைக்கு திரும்பிடுவான் ..அதை நான் பார்த்துக்கறேன். நீங்க கவலைப்படாதீங்க. ஆனா திவாகரை நாங்க அழைச்சிட்டு போறது சர்வேஸ்வரி மாமிக்கு தெரிஞ்சா என்ன பிரச்சனை பண்ணுவாங்களோ அதுதான் பயமா இருக்கு.."

கணேஷ் ராஜன் ,"அவ என்னம்மா சொல்றது .அவளுக்கு மட்டும் தான் பிள்ளை மேல உரிமை இருக்கா ?நான் பெத்தவன் இல்லையா ?நான் சொல்றேன் என்னுடைய முழு சம்மதத்தோடு தான் என் பிள்ளையை அனுப்பி வைக்கிறேன். அவள் வந்து ஏதாவது பிரச்சனை பண்ணா நான் பார்த்துக்கறேன் .நீ அதெல்லாம் யோசிக்காத..."

"கணேசா அவள் வந்து பிரச்சனை பண்ணிடுவாளா பண்ணி தான் பாக்கட்டுமே ..அவ நடந்துக்கற லட்சணத்திற்கு அவள் வாயை திறந்து எதுவும் பேசவே கூடாது.. என்ற வரதராஜன் கிருத்திகா நீ இப்படி ஒரு முடிவு எடுத்து இருக்கிறது பெரிய விஷயம். .அவள் ஒரு நன்றி கெட்டவ ..அவளுக்காக நீ எதையும் செய்யப்போவதில்லை .உன் மாமா கணேசனுக்காகவும் ,பிள்ளைக்காகவும் தான் செய்யப் போற அதை மனதில் வச்சுக்கோ புரியுதா...?"

"சரிங்க அப்பா அவங்க எனக்கு செய்த தொந்தரவுக்கு அதை நினைச்சுட்டு இருந்தா என்னால இப்படி ஒரு முடிவு எடுத்திருக்க முடியாது ..நான் திவாகருக்காகவும் மாமாவுக்காகவும் தான் இந்த முடிவு எடுத்தேன்.."என்றாள் கிருத்திகா தேவி.

பிறகு திவாகரன் பள்ளியில் இருந்து Tc வாங்க அனைத்து ஏற்பாடுகளும் செய்து முடித்தவர்கள் அவனுக்கு தேவையான துணிமணிகளையும் வாங்கி குவித்தனர்.

அதற்கு முன் கார்த்திக் ராஜனை சேர்த்திருக்கும் பள்ளியிலேயே வரதராஜன் தன் அண்ணன் மகன் திவாகரையும் சேர்த்து விட்டான்.

திவாகரிடம் மிகவும் பொறுமையாக விஷயத்தை எடுத்துச் சொல்ல அவனும் புரிந்து கொண்டான் .அவனும் உள்ளுக்குள் ,'சித்தியும், சித்தப்பாவும் ,தம்பியும் கிளம்பிட்டா நமக்கு இங்க போர் அடிக்குமே என்ன பண்றது....' என்று யோசித்துக் கொண்டுதான் இருந்தான்.

சரவண ராஜன் ,கிருத்திகா இருவருக்கும் இரண்டாவது மகன் அபிஷேக் பிறந்திருக்க திவ்யாவுக்கும் மகன் பிறந்திருந்தால் இப்பொழுது அவர்கள் இருவரும் இரண்டு வயதை கடந்திருந்தனர்.

கிருத்திகா தேவியால் மூன்று பிள்ளைகளையும் வைத்து சமாளிக்க முடியாது என்பதால் அபிஷேக் ராஜனை வான்மதி தேவி வீட்டில் விட முடிவு செய்திருந்தார் சரவணராஜன்.

வான்மதி தேவி அடிக்கடி கார்த்திக் ராஜனையும் அபிஷேக் ராஜனையும் அழைத்துச் சென்று தன்னுடன் தங்க வைத்திருப்பார் .அது இப்பொழுது உபயோகமாக இருந்தது அபிஷேக் ராஜன் மிகவும் சமத்தாக தன் பாட்டியிடம் வளர்ந்து வந்தான்.

திவாகரையும் என்னதான் தன் சித்தியும் சித்தப்பாவும் நன்றாக பார்த்துக் கொண்டாலும் எப்பொழுதும் தன் அம்மாவின் நினைப்பிலேயே இருந்தவனுக்கு படிப்பில் கவனம் இல்லாமல் போனது .

கிருத்திகா தேவியும் சரவண ராஜனும் எத்தனையோ முறை ,"உன் அம்மா ஞாபகம் இருந்தால் சொல்லுப்பா நாங்க உன்னை அங்கு அழைச்சிட்டு போறோம்..நீ அங்கே படி.." என்று சொல்லியும்..

"நான் அவங்க கூட போக மாட்டேன் என்று சத்தமாக கத்தி ஆர்ப்பாட்டம் செய்வான் . அவன் மனதில் உள்ளது என்ன என்பதை சரியாக சொல்லாமல் பிறருக்கு எப்படி தெரியும் .திவாகர் அவனின் அம்மாவால் அந்த வயதில் உற்சாகத்துடன் மகிழ்ச்சியுடன் இருப்பதையே இழந்தான் என்பதுதான் உண்மை .

திவாகர் வரதராஜன் வீட்டிற்கு செல்ல பிள்ளையாக இருந்தவன் தன் அம்மா இப்படி தன்னைவிட்டு சென்றதும் எப்பொழுதும் எதையோ பறிகொடுத்தவன் போல் இருப்பான்..இப்படி இருக்கும் பொழுது பெரியவர்கள் என்ன முடிவு எடுப்பார்கள் சொல்லுங்கள் பார்க்கலாம்.

சர்வேஸ்வரி இப்பொழுது கோபித்துக்கொண்டு அம்மா வீட்டிற்கு செல்ல அங்கே கருணாகரனுக்கு திருமணம் முடிந்து வீட்டுக்கு மருமகளும் வந்திருந்தாள்.

ஈஸ்வரன் குடும்பத்தில் உள்ள அனைவருக்கும் இந்த பொண்ணு இன்னும் என்ன பிரச்சனை பண்ண போகிறதோ என்று பயம்தான் அதிகமானது.

தன் அம்மா வீட்டுக்கு சென்றவள் அவர்களுக்கு பாரமாகவும் , தன் அண்ணியை அதிகாரம் செய்து கொண்டும் வலம் வந்தாள் சர்வேஸ்வரி.

சர்வேஸ்வரி தன் மகனை சரவணன் ராஜன் தங்கி இருக்கும் ஊருக்கு அனுப்பி படிக்க வைக்கின்றனர் என்று கேள்விப்பட்டவள் தன் தம்பியை அழைத்துக்கொண்டு மாமியார் வீட்டுக்கு சென்று சண்டை போட்டாள்.

"யாரைக் கேட்டு என் பையனை அங்கு அனுப்பினீங்க .

அந்த பொண்ணு கிருத்திகா தேவி என் மேல் இருக்க கோபத்தை என் பிள்ளை கிட்ட காண்பிச்சா என் பிள்ளை என்ன ஆவான்.?என்ன நினைச்-

சுட்டு இருக்கீங்க ..? நீங்க என்ன செய்வீங்களோ தெரியாது என் பிள்ளையை அழைச்சிட்டு வந்து என்கிட்ட ஒப்படைங்க அவ்வளவுதான்.." என்றாள்.

சரோஜாதேவி," சர்வேஸ்வரி போதும் நிறுத்து அவளை என்ன உன்னை மாதிரி நினைச்சியா? நீ இத்தனை தடவை கோவிச்சுக்கிட்டு போனியே .அப்போது எல்லாம் எங்க போச்சு உன்னுடைய இந்த அக்கறை. அவன் படிக்க ஆரம்பிச்சதிலிருந்து இத்தனை வருஷம் நானும் அவளும் தானே மாத்தி மாத்தி பாத்துக்கறோம் .என்னமோ நீயே உன் கையில் வைத்து வளர்த்த மாதிரியே பேசுற வேலைய பாத்துட்டு போ..."என்று சத்தம் போட்டார்.

தன் மாமியாரின் இந்த முகத்தை பார்த்த சர்வேஸ்வரி ஒரு நிமிஷம் அதிர்ந்து போனாலும் ,"என் பிள்ளைக்கு ஏதாவது ஆகட்டும் பிறகு உங்களுக்கு இருக்கு .."என்று கத்திக்கொண்டே செல்ல அவனின் தம்பி கந்தன் ,"பிள்ளையை இங்கு படிக்க வைக்க துப்பு இல்லாம சின்ன மகன் வீட்டுக்கு அனுப்பிட்டாங்களா ? என்ன நினைத்துக்கொண்டு இருக்காங்க இவங்க.."என்று தெருவில் சத்தம் போட்டுக் கொண்டே சென்றான்.

கந்தனின் எண்ணம் என்னவென்றால் இப்படி நாம் நடுத்தெருவில் சத்தம் போட்டுக் கொண்டு சென்றால் அங்கே உள்ளவர்கள் சரோஜா தேவியையும் வரதராஜனையும் கேலி பேசுவார்கள் என்று நினைத்து அப்படி செய்தான்.

ஆனால் அங்கே வசித்தவர்களோ ,"அந்தப் பொண்ணுதான் அடங்காப்பிடாரி அப்படின்னு பார்த்தா அந்தப் பையன் அதுக்கு மேல கத்திட்டு போறான் .அது சரி அக்காவை மாதிரியே தம்பியும் இருப்பான் போல நீ ஒன்னும் கவலைப் படாத சரோஜா உன் நல்ல மனசுக்கு எல்லாம் நன்றாகவே நடக்கும்.." என்று சொல்லிவிட்டு சென்றனர் அநத பகுதியில் வசித்த பெண்கள்.

"சரி விடுங்க அவங்களுக்கு தெரிஞ்சது அவ்வளவுதான் .என் பேரன் என் சின்ன மகன் வீட்ல நல்லா இருக்கான் .நல்லா படிக்கவும் செய்யறான்.

என்ன இருந்தாலும் சின்ன பிள்ளை இல்லையா அம்மாவின் ஞாபகம் வரத்தான் செய்யும் .ஆனா இந்த பேய்க்கு அது புரியலையே என்ன பண்றது ?அம்மாவும் ,பிள்ளையும் மறுபடியும் ஒண்ணா சேரும் காலம் வரும் அப்போ இந்தப் பொண்ணு கொஞ்சமாவது திருந்தி இருக்கனும் நான் அதைத்தான் கடவுள் கிட்ட வேண்டுகிறேன் .."என்றார் சரோஜாதேவி.

அங்கே நடக்கும் எதையும் சரவணராஜன் தன் பெற்றோர்களிடம் சொல்லவில்லை..தெரிந்தால் தன் பேரனை நினைத்து வேதனை அடைவார்கள் என்று சொல்லாமல் மறைத்தான்.

வானதி தேவியின் நாத்தனார் மகன் கண்ணன் படித்து முடித்து சென்னையில் நல்ல வேலை கிடைக்க தனி குடித்தனம் இருந்த தன் தாத்தா, பாட்டியை அழைத்துக்கொண்டு சென்னைக்கு சென்றான் .அங்கே சிறிது காலம் பணி புரிந்தவன் ஓசூர் செல்வதாக முடிவு எடுத்ததால் தன் தாத்தா

பாட்டியை மீண்டும் அவர்கள் ஊரில் அழைத்துக் கொண்டு வந்து விட்டான்.
.

கணபதி ராஜன் புத்திசாலிதனமாக யோசித்தவர் தன் மருமகளிடம் "மருமகளே நாங்க உங்க கூடவே வந்துடறோம்..நீ என்ன சொல்ற .."என்றதும் வான்மதி தேவியும்," இது உங்க பிள்ளை வீடு மாமா. நீங்க இங்கே இருக்கலாம் கவலைப்படாதீங்க .."என்று அவர்களை தன் கூடவே இருக்கும் படி சொன்னாள்.

வரலட்சுமி மீண்டும் நிறைய பிரச்சனை பண்ணாலும் ஆனால் யாரும் எதையும் கண்டு கொள்ளவில்லை. ஒருநாள் வரலட்சுமி தன் பிள்ளை வந்ததும்," என்னடா இந்த பொண்ணு அக்கம் பக்கத்து வீட்டில் உள்ள எல்லார்கிட்டயும் பேசிகிட்டு இருக்கா .எனக்கு இது கொஞ்சம் கூட பிடிக்கல அவ கிட்ட சொல்லி வை . ." என்றார்.

"ஏன்மா நீ கொஞ்சம் கூட திருந்தவே மாட்டியா ?அவ என்ன அக்கம் பக்கத்தில் இருக்க ஆண் பிள்ளைகளிடம் பேசறாளா .. அப்படியே பேசினாலும் தவறில்லையே ...?எனக்கு அவளைப்பற்றி நல்லாவேத் தெரியும். பெண்களிடம் தானே பேசுறா..அவ என்ன நடத்த சரியில்லாதவளா ? நீ ஏன் அவளை இப்படி பேசற ..இனி ஒரு வார்த்தை என் பொண்டாட்டியை அப்படி பேசாத.." என்று கூற வரலட்சுமி அத்துடன் வாயை மூடிக்கொண்டார்.

குட்டி ஃப்ளாஷ். பேக் போயிட்டு வரலாம் வாங்க...

கார்த்திக் ராஜன், ஜீவ ராஜன் இருவருக்கும் இரண்டு வயது இருக்கும் போது அவர்களை விட பெரியவளான பிரதிபாவுக்கு காதணி விழா வைக்க வேண்டும் என்று முடிவு செய்தனய்... ஏற்கனவே தன் மகனுக்கு சிறப்பாக செய்யவில்லையே தன் மகளுக்காக சிறப்பாக செய்ய வேண்டும் என்று முடிவு செய்தான் கிருப ராஜன்.

வர்ணம் -64

மேல்மலையனூரில் மிகப்பிரமாண்டமாக மண்டபம் எடுத்து அனைத்து சொந்த பந்தங்களுக்கும் சொல்லி ஒரு திருமணத்தை செய்வது போல சிறப்பாக தன் மகளின் காதணி விழாவை நடத்தினார் கிருபராஜன்..

வந்தவர்கள் அனைவரும் உணவை சாப்பிட்டு பாராட்டி விட்டு சென்றனர் .ஆம் தன் மகனுக்கு செய்யாததையும் சேர்த்து தன் மகளுக்கு செய்ய நினைத்த கிருப ராஜன் ஆடு வெட்டி மட்டன் பிரியாணி செய்து அனைவரையும் சாப்பிட வைத்து அனுப்பினார்.

வந்த அனைவருமே உணவை சாப்பிட்டு அதன் சுவையில் மெய் மறந்து போயினர் என்று தான் சொல்ல வேண்டும்.. அனைவரும் பாராட்டி பேசினர். பெரிய மகனின் காதணிவிழாவுக்கு செல்லவில்லையே என்று நினைத்த ஒரு சில சொந்த பந்தங்களுக்கு இது மிகவும் திருப்தியாக இருந்தது .

ஹரிக்கு அவன் எதிர்பாராதபடி அவன் நீண்ட நாட்களாக ஆசைப்பட்ட பொருட்களையும் ,அவன் இது எனக்கு கிடைக்குமா என்று யோசித்து இருந்த பொருட்களையும் அவனுக்கே தெரியாமல் வாங்கி கொடுத்து அவனை மகிழ்ச்சியில் திளைக்க வைத்தார் கிருப ராஜன்.

காதணி விழா சிறப்பாக நடைபெற குழந்தைக்கு அடுத்த நாள் போட்டோகிராபரை வரவழைத்து விதவிதமாக போட்டோ எடுத்து ஆல்பம் செய்து ஞாபகமாக எடுத்து வைத்துக் கொண்டனர் பெற்றோர்.

தீபிகாவை அவரின் மாமனார் ,மாமியாரும் ,கணவரும் ஒரு கைதியை அழைத்து வருவது போல அழைத்துப் வந்து யாரிடமும் பேச விடாமல் திரும்ப அப்படியே அழைத்துச் சென்றனர் .

அதை பார்த்த அனைவரும் தங்க கூண்டில் அடைப்பட்ட கிளி தான் அந்த பெண் என்று பேசிக்கொண்டனர் .தலை நிறைய பூ வைத்து அனைத்து நகைகளையும் அணிந்து அந்தப் பெண் சோகமே வடிவாக வந்து சென்றாள் .

அதை பார்த்த அனைவருக்குமே மன கஷ்டம் என்றால் பெற்றவர்களுக்கு கேட்கவா வேண்டும் .அவசரப்பட்டு பெண்ணை கொடுத்து விட்டோமே என்று கவலை அடைந்தனர் ...

வானதி தேவி இப்போது தான் கொஞ்சம் நிம்மதியான வாழ்க்கையை வாழ்ந்து கொண்டிருக்க இப்பொழுது தன் சித்தியைப் போல தீபிகாவும் புரிந்து கொள்ளாத கணவன், மாமியாரை வைத்துக்கொண்டு அவதிப்பட்டுக் கொண்டிருக்கிறாள்.

அம்மா வீட்டிற்கு செல்ல வேண்டும் என்றால் கூட ஒரு நாள் மட்டுமே அனுமதி அதுவும் கணவன் கூடவே வந்து செல்வாள்.

பிரதிபா மிகவும் சுட்டிப் பெண் .நன்றாகவும் படிப்பாள் .அவளுக்கு வளர வளர பள்ளியில் ரசிகர்கள் அதிகமாகிக் கொண்டே சென்றனர் .காரணம் பிரதிபா அந்த பள்ளியின் வாலிபால், ஹாக்கி பிளேயர் பள்ளிக்கு தாமதமாக கிளம்பி சென்றாலும் வாட்ச்மேன் அவரை உள்ளே விட்டுவிடுவார் .காரணம் அந்தப்பெண் அந்த பள்ளியின் மிகவும் பிரபலமானவள் என்ற ஒரே காரணமே.

ஹரி அமைதியின் சிகரம் என்றால் அதற்கு எதிரானவள்தான் பிரதிபா .அவள் இருக்கும் இடத்தில் சத்தம் கேட்டுக் கொண்டும் ஆர்ப்பாட்டம் நடந்து கொண்டும் இருக்கும் .

பிரதிபா என்றாலே அவள் ஒரு புயல் அவள் ஒரு சூறாவளி என்று பெயர் எடுத்தாள் பெண்ணவள்.

ஆனாலும் பாசக்காரி அந்த வீட்டின் செல்ல பெண்ணானவள் .அனைவர் மனதிலும் இடம் பிடித்தவள் அனைவரையும் தன் பாசத்தால் கட்டிப்போட்டு வைத்திருப்பவள் .அதிலும் கிருத்திகா தேவி தன் தங்கை பிரதிபா என்றாலே பைத்தியம் போல் ஆகி விடுவாள் .அவ்வளவு அன்பு கொண்டி-

ருந்தால் தன் தங்கையின் மீது கிருத்திகா தேவி.

கிருத்திகா தேவியின் மகன் கார்த்திக் ராஜனுக்கும் ,பிரதிபாவுக்கும் அடிக்கடி சண்டை வந்தாலும் கிருத்திகா பிரதிபாவுக்கும் ,வானதி தேவி கார்த்திக் ராஜனுக்கும் சப்போர்ட் செய்வர்.

கிருப ராஜன் கிருத்திகா தேவியின் மகன் கார்த்திக் ராஜன் , அபிஷேக் ராஜன் மீது மிகுந்த அன்பு கொண்டிருந்தார். பிள்ளைகள் இருவரும் தன் அத்தை ,மாமா மீது அவ்வளவு உயிராக இருந்தனர். .இருவரும் பார்த்து பார்த்து செய்தனர் அந்தப் பிள்ளைகளுக்கு ..அதில் அபிஷேக் ராஜன் மிகவும் சுட்டித்தனம் கொண்டவன்.

கார்த்திக் ராஜன் அமைதியானவன் ஆக மொத்தம் இந்த வீட்டில் இருக்கும் அனைத்து பேரப்பிள்ளைகளும் சிறு பிள்ளைகள்கள் சுட்டியாகவும் ,பெரிய பிள்ளைகள் மிகவும் அமைதியாகவும் இருந்தனர்.

கார்த்திக் ராஜன் ,அபிஷேக் ராஜன் இருவருக்கும் வானதி தேவியின் மகன் ஹரி என்றால் மிகவும் பிடிக்கும் .ஹரி தன் அக்கா பிள்ளைகளுக்கு பார்த்துப் பார்த்து அவர்கள் கேட்பதை எல்லாம் வாங்கி தருவான். பொதுவாகவே சிறு பிள்ளைகளுக்கு தனக்கு யாராவது பொருட்கள் வாங்கி கொடுத்தால் மகிழ்ச்சி அடைவார்கள் இல்லையா ?ஹரி அந்த விஷயத்தில் அவர்களுக்கு தேவையான பொருட்களை வாங்கித் தருவான் .அதில் பிள்ளைகளுக்கு ஒரு மகிழ்ச்சி தானே.?

ராகவி குடும்பத்துக்கும், சரோஜாதேவி குடும்பத்துக்கும் கொஞ்சம் கொஞ்சமாக பிரிவு வர ஆரம்பித்தது .லதாவின் கணவன் மதன் தான் அதற்கு காரணம்..அக்கா ,தங்கை இருவரும் ஒற்றுமையாக இருப்பது ஏனோ மதனுக்கு பிடிக்கவில்லை...

மதன் எங்கேயும் நான் தான் முதன்மையாக இருக்க வேண்டும் என்று நினைத்தவருக்கு சரோஜாதேவிக்கு அனைவரும் முக்கியத்துவம் கொடுப்பது பிடிக்கவில்லை ..

ராகவி ஒரு நாள் விசேஷத்திற்கு செல்ல சரோஜாதேவியை காரில் வரும் படி அழைக்க சரோஜா தேவியும் அங்கே சென்றார்.

அங்கே போனதும் லதாவின் கணவர் மதன் ,"கார்ல இடம் இல்ல அத்தை. நீங்க பஸ்ல வாங்க.." என்றதும் அதில் கோபம் கொண்ட சரோஜாதேவி அங்கிருந்து வந்து விட்டார்.

ராகவியும் இதை கண்டு கொள்ளாததால் சரோஜாதேவிக்கு ராகவியின் மீது கோபம் வர ஆரம்பித்தது .இதை கேள்விப்பட்ட வரதராஜனும்," இனி நீ அவங்க கூட எந்த விசேஷத்திற்கும் போகக் கூடாது .."என்று சொல்லிவிட்டார்.

ஃப்ளாஷ் பேக் முடிந்தது.

வரலட்சுமிக்கு புற்றுநோய் வந்ததால் என்ன செய்யலாம் என்று யோசித்தவர்கள் கணபதியின் யோசனைப்படி எறும்பூர் என்ற ஊருக்கு சென்று

அவருக்கு மருந்து வாங்கி கொடுத்தனர்.

மருந்து உட்கொண்டு வந்த கொஞ்ச நாளில் கொஞ்சம் கொஞ்சமாக அவரிடம் சோர்வு கொஞ்சம் குறைந்து வந்தது.. ஓரளவுக்கு நன்றாக நடமாட ஆரம்பித்தார்.

ராகவியின் கணவர் கர்ணனுக்கு சொத்துக்கள் அவ்வளவு இருந்தும் ,பெண் பிள்ளைகளை நல்ல இடத்தில் கட்டிக் கொடுத்தவருக்கு நான்கு பெண் பிள்ளைகளுக்குமே பெண் குழந்தைகள் மட்டுமே பிறந்து இருக்கிறதே என்று கவலை இருந்தது..

ஆனால் வரதராஜன் குடும்பத்தில் ஆண் பிள்ளைகளும் பெண் பிள்ளைகளும் மாறி மாறி பிறந்திருக்க தன் குடும்பத்திற்கு மட்டும் ஏன் இப்படி என்று கர்ணனும் ,ராகவியும் கவலை கொண்டனர் .

ராகவியின் கணவர் கர்ணன் தன்மகன் பிரவினை எப்பொழுதும் தீட்டிக் கொண்டே இருந்தார் .

அவர் தன் மகனையும் சரோஜாதேவியின் மகன் சரவண ராஜனையும் எப்பொழுதும் (compare) ஒப்பிட்டுக் கொண்டே இருந்தார்.

சரவண ராஜன் சிறுவயதிலிருந்து மிகவும் கெட்டிக்காரன் ,திறமையானவனும் கூட அவன் சிறு வயதிலேயே தன் அப்பாவின் நிலத்திற்குச் சென்று தண்ணீர் பாய்ச்சுவது, அங்கே பணி ஆட்கள் வேலை செய்து கொண்டிருக்க அவர்கள் சரியாக செய்கின்றனரா என்று பார்ப்பது .இரவில் தனியாக சென்று மோட்டார் போட்டுவிட்டு வருவது என்று அனைத்தையும் செய்வான்.

அதைப் பார்த்த ராகவனின் கணவர் கர்ணன் அப்போதிலிருந்தே தன் மகனையும் ,அவனையும் ஒப்பிட்டுப் பார்க்க ஆரம்பித்தார்.

கர்ணன் ராகவியின் ஒரே பிள்ளையான பிரவின் அவன் சரியாக படிக்கவில்லை.. ஆனால் கர்ணன் அவனை எதையும் கேட்காமல் பாலிடெக்னிக் சேர்த்துவிட அங்கேயும் சரியாக படிக்காமல் இருந்தான் பிரவின்.

அதனால். கர்ணன் எப்பொழுதும் தன் பிள்ளையை திட்டிகொண்டே இருப்பவர் ,"சரவணராஜனை பாருடா அவன் அவங்க அப்பாக்கு எல்லா விஷயத்திலும் உதவியா இருக்கான். படிக்கிற விஷயத்தில் கூட தனக்கு எது வருமோ அதை தான் தேர்ந்தெடுத்து இருக்கிறான்

ஆனால் நீ நான் சேர்க்கும் வரை வாயை திறக்காமல் இப்படி பணத்தை கட்டியும் பிரயோஜனம் இல்லாமல் படிக்காமல் வந்து நிற்கிற... நீ எல்லாம் எப்படிடா உருப்பட போற.." என்று தினம் தினம் திட்டிக் கொண்டே இருக்க இவர்கள் இருவரின் இடையில் மாட்டிக் கொண்டு முழிப்பது ராகவி தான் அவரின் நிலைமை தான் பரிதாபமாக இருந்தது.

"அப்பா நான் உங்ககிட்ட பாலிடெக்னிக் படிக்க போறேன் என்று சொன்னேனா சரவண ராஜனை என்கூட compare பண்றீங்களே. பெரியப்பா என்ன பண்ணாரு அவன்கிட்ட நீ பாலிடெக்னிக் படிக்கிறியான்னு கேட்டாரு .ஆனா நீங்க அதை செய்தீங்களா? உங்கள் இஷ்டத்துக்கு சேர்த்து விட்-

டுட்டு இப்படி சத்தம் போட்டா நான் என்ன பண்றது. எனக்கு படிச்சாலும் மண்டையில ஏறல .நான் என்ன பண்ண முடியும் சொல்லுங்க..."

"வாய மூடுடா இப்படி கூட கூட பேசினா கொன்னே போட்டுருவேன் பாத்துக்கோ.."

"பாரேன் அது ஒன்னு தான் நடக்கல அதையும் செஞ்சுட்டு போங்க ..நானும் நிம்மதியா போய் சேர்ந்திடுவேன் .நான் எத்தனை முறை சொல்லி இருப்பேன் .காவல்துறையில் சேர எனக்கு விருப்பம் இருக்கு ..எனக்கு அதுக்கு உதவி செய்யுங்கள் சொல்லி ..நீங்க நினைச்சிருந்தா எனக்கு வேலை வாங்கி கொடுத்து இருக்கலாம்

நானும் என்னோட உழைப்பை அங்கே கொடுத்திருப்பேன். உங்களுக்கு நீங்க என்ன நினைக்கிறீர்களோ அது தான் நடக்கனும் ..உங்களால்தான் என்னோட வாழ்க்கை எப்படி போச்சு இனி இதைப் பற்றி என்கிட்ட பேசாதீங்க..."என்றவன் அங்கிருந்து வெளியேறினான்.

எப்பொழுதும் ராகவியும், கர்ணனும் ,"சரவணராஜனை பாருடா அவன்தான் பிள்ளை நீயும் இருக்கியே..?' என்று சொல்லிக் கொண்டே இருக்க பிரவீனுக்கு தன் பெற்றோர் மீது கோபம் வர ஆரம்பித்தது.

வரதராஜன் தன் மகனிடம் ," சரவணா நீ பாலிடெக்னிக் படிப்பா.. நான் செலவு பண்றேன் என்று கூற சரவணன் ,"அப்பா நான் ஐடிஐ படிச்சிட்டு அதற்கு தகுந்த வேலை கிடைத்து முன்னுக்கு வந்தாலே போதும் ..எனக்கு பாலிடெக்னிக் படிக்க சுலபமா இருக்கும்னு தோணல. .."என்று சொல்ல வரதராஜனும் அதன்படி செய்தார்.

சரவண ராஜன் நன்றாக படித்தான் நல்ல மதிப்பெண்கள் எடுத்தான். ஆனால் கர்ணன் எதையும் கேட்காமல் தன் மகனை பாலிடெக்னிக் சேர்த்து விட அவனுக்கு படிப்பு என்பது வரவே இல்லை .பிரவின் அடிக்கடி ஊர் சுற்ற ஆரம்பித்தான். படிப்பில் கோட்டை விட்டான் .

இந்த பக்கம் சரவணராஜன் அனைத்து விஷயத்திலும் ஒழுக்கமாகவும் ,சிறந்த பிள்ளையாகவும் இருந்தவன் நன்றாக படித்து மத்திய அரசாங்கத்தில் பணிபுரிந்தான்.

பாலிடெக்னிக் படித்தவனோ ஒழுங்காக படிக்காமல் ஊர் சுத்திக் கொண்டு இருந்தவன் அதன் பிறகு பொறுப்பு வர ஆரம்பிக்க மருந்தகம் ஒன்றை நடத்தி வந்தான். அதில் தானும் கற்றுக் கொண்டவன் தன்னுடைய திறமையை வளர்த்துக் கொண்டான்.

வர்ணம்--65

பிரவீன் வைத்து நடத்திய பார்மசி நன்றாக நடக்க ஆரம்பித்தது . அவனின் சொந்தக்காரர்கள் அனைவருக்கும் அவன் பார்மசி வைத்து நடத்துவது தெரிய வர அனைவரும் அங்கேயே மருந்து வாங்க சென்றனர் .

பிறகு இவனின் நண்பர்களும் ,அவனின் அப்பாவின் நண்பர்களும் அங்கே தனக்கு தேவையான மருந்துகளை வாங்கிக் கொள்ள அவனின் அந்த வியாபாரம் நன்றாக நடந்தது.

இந்த விதத்தில் தன் மகனை நினைத்த கர்ணன் பெருமை கொண்டார்.

இனி அவனைப் பற்றி கவலை கொள்ள வேண்டாம் அவனுக்கு திருமணம் ஏற்பாடு செய்யலாம் என்ற முடிவுக்கு வந்தார்.

இந்த நிலையில் ஒருநாள் கர்ணன் தன் மகனின் பார்மசிக்கு செல்ல அங்கே பிரவினின் நண்பன் பேசிக் கொண்டிருந்தவன் இவரை பார்த்ததும் இவரிடம் பேசிக் கொண்டிருந்தான். அப்பொழுது சிறு வேலை இருப்பதாக பிரவின் வெளியே செல்ல கர்ணன் அவனின் நண்பனிடம் "பிரவினுக்கு பொண்ணு பார்க்க ஆரம்பிச்சோம் .ஆனால் எந்த வரனும் சரியா அமையல...

எனக்கும் உடல்நிலை சொல்லும் படியா இல்லப்பா.நான் போய் சேர்வதுக்குள் அவனுடைய கல்யாணத்தை முடிக்கனும்.. என் பொண்ணுங்க எல்லாருக்கும் செய்ய வேண்டிய எல்லாத்தையும் செஞ்சுட்டேன்.ஆனா இவனை இப்படியே விட்டுட்டு போயிடுவேனோ என்று எனக்கு பயமா இருக்கு.." என்றார்.

"அப்பா ஏம்பா அப்படி பேசறீங்க .அதெல்லாம் எதுவும் நடக்காது .அவனுடைய கல்யாணத்தை பார்த்துட்டு அவனுக்கு பிள்ளைகள் பிறந்ததும் அவங்க கூட நீங்க விளையாடுவீங்க .."என்று அவன் சொல்லிக் கொண்டிருக்க தன் நெஞ்சை பிடித்துக் கொண்டு அப்படியே சாய்ந்தார் கர்ணன்.

பிரவின் நண்பன் அதை பார்த்து பதறியவன் சத்தம் போட அக்கம் பக்கத்து கடையில் உள்ள அனைவரும் ஓடிவந்தனர்.

அப்பொழுது வெளியே சென்று வந்த பிரவின் தன் அப்பாவை பார்த்து பதறியவன் உடனடியாக அவரை மருத்துவமனைக்கு அழைத்துச் சென்றான். அங்கே அவர் இறந்துவிட்டார் என்ற செய்தி அவனுக்கு இடியாய் இறங்கியது

உடனே தன் அம்மாவுக்கு தகவல் தெரிவிக்க வீட்டிற்கு சென்றவன் அவரையும் அழைத்துக் கொண்டு மருத்துவமனை வந்தான்.

தன் கணவனுக்கு உடல்நிலை சரியில்லை என்று தன் மகன் அழைத்து வர இங்கே தன் கணவனை அந்த நிலையில் கண்ட ராகவி கத்தி ஆர்ப்பாட்டம் போட்டவர் அந்த இடத்திலேயே மயங்கினார்.

பிறகு அவருக்கு மயக்கம் தெளிய வைத்து இருவரையும் வீட்டிற்கு அழைத்துச் சென்றான் பிரவின்.

பிரவினுக்கு என்ன தான் தன் அப்பா மீது தன்னை புரிந்து கொள்ளாதவர் என்று கோபம் இருந்தாலும், தன்னை பெற்றவர் இப்பொழுது இந்த உலகில் இல்லை என்ற நிலையில் யாரால்தான் அதை ஏற்றுக் கொள்ள முடியும்.. அவன் பார்மசி ஆரம்பித்து சம்பாதிக்க ஆரம்பித்ததும் கர்ணனின்

முகத்தில் இருந்த நிம்மதியை கண்டவனுக்கு இதை நாம் ஏற்கனவே செய்திருக்கலாமோ என்று எண்ணம் தான் தோன்ற ஆரம்பித்தது ..இப்பொழுதுதான் அப்பாவும், பிள்ளையும் சகஜமாக பேசிக்கொள்ள ஆரம்பித்தனர் அதற்குள் இப்படி நடந்து விட்டது.

பிறகு சொந்த பந்தங்கள் அனைவருக்கும் விஷயம் சொல்லப்பட அனைவரும் ராகவி வீட்டிற்கு வந்தனர். வரதராஜன் வீட்டிற்கு விஷயம் தெரிய அவர்களும் பதறிஅடித்துக் கொண்டு அங்கே வந்து சேர்ந்தனர்.

கர்ணனின் பெண்கள் இதை நம்ப முடியாதவர்கள் தன் அப்பாவை பார்த்ததும் அழுது புலம்பினர் .கர்ணனுக்கு பெண்கள் என்றால் அவ்வளவு உயிர். அனைவர் மீதும் ஒரே மாதிரியான அன்பை பொழிவார் ..தன் அப்பா இனி இல்லை என்பதை அவர்களால் ஏற்றுக் கொள்ள முடியவில்லை.

ராகவி வந்த ஒரு சிலரிடம்,' என் பிள்ளைக்கு பெண் பார்க்கச் சொன்னேன் .நீங்க உடனே சொல்லி இருந்தா என் கணவர் இருக்கும் போதே அவனுக்கு கல்யாணம் பண்ணி பார்த்திருப்பாரே .."என்று அழுது புலம்பினார்.

வரதராஜனின் குடும்பம் இந்த நேரத்தில் ராகவிக்கு மிகவும் பக்கபலமாக இருந்தனர் .சரோஜாதேவி அந்த ஒரு வாரமும் தன் தங்கை கூடவே தங்கியவள் தன் தங்கையை கவனமாக பார்த்துக் கொண்டாள்.

கர்ணன் இறந்து விட ராகவி மிகவும் துவண்டு போனார். தன் பிள்ளைக்கு யாருமே பெண் பார்க்கவில்லையே என்று அனைவரின் மீதும் கோபம் கொண்டவர் யாரிடமும் சரியாக பேசாமல் இருந்தார். இது சரோஜாதேவி குடும்பத்திற்கு தெரிந்தாலும் அவரை சமாதானம் செய்ய முன்வந்தும் அவர் எதையும் கேட்கவில்லை ..வேறு வழியில்லாமல் கொஞ்ச நாள் போனதும் அவரே தெளிந்து வருவார் என்று அமைதியாக வீட்டிற்கு சென்றனர் அனைவரும்.

வான்மதி தேவி தன் தங்கை வானதி தேவி வீட்டிலிருந்து தினமும் தன் சித்தி ராகவிக்கு உணவு எடுத்துக்கொண்டு சென்று கொடுத்துவிட்டு வருவார்.

வரலட்சுமி தன்மகன் தன்னை எதிர்த்து பேச ஆரம்பித்ததும் தன் மருமகளை எதுவும் குறை கூறாமல் இருந்து வந்தார்.

அதே நேரம் பிள்ளைகளும் வளர்ந்ததால் ஹரி கேட்கிறானோ இல்லையோ பிரதிபா ஒரு ஆள் போதும் அவளுக்கு தன் பாட்டி வரலட்சுமி உட்கார்ந்த இடத்திலிருந்து தன் அம்மாவை வேலை வாங்குவது பிடிக்கவே பிடிக்காது ..

அதிலும் தன் அம்மா கஷ்டப்படும் படி ஏதாவது சொன்னால் பிரதிபா உடனடியாக ,"இங்க பாருங்க பாட்டி எதுக்கு தேவையில்லாம எங்க அம்மாவை ஏதாவது சொல்லிட்டே இருக்கீங்க.. இத்தனை வருஷம் நீங்க எப்படி வேண்டுமானாலும் இருந்திருக்கலாம் ..இனி என் அம்மாவை ஏதாவது

சொன்னீங்கன்னா ..நான் சும்மா இருக்க மாட்டேன்.. என்பவள் அப்பா உங்க அம்மா என்ன சொன்னாலும் இப்படித்தான் வேடிக்கை பார்த்துட்டு நின்னுட்டு இருப்பீங்களா..?"என்று தன் அப்பாவவின் மீது கேள்விக்கணைகளை தொடுப்பாள்.

கிருபராஜன் ,"அம்மா ஏன்மா நீ சும்மாவே இருக்க மாட்டியா? ஒழுங்கா அமைதியா இருக்கிறதா இருந்தா இங்க இரு .இல்லையா மூட்டை கட்டிக்கிட்டு உங்க அக்கா வீட்டுக்கு போயிட்டே இரு.."என்பான்.

வரலட்சுமி "அட கடவுளே இவன் இப்படி பேசறானே இதைக் கேட்க யாருமே இல்லயா ? என் பிள்ளை பொண்டாட்டி பேச்சை கேட்டுட்டு இப்படி மாறிட்டானே .."என்று அழுது புலம்பினார்..

கணபதி ,"அடியே இப்போ எதுக்கு இப்படி கத்தற. நம் நிலைமை இப்போ என்ன தெரியுமா? கண்ணனும் ஓசூர்ல வேலையில் இருக்கான் .அதனால இப்போ நாம இங்க இருந்து எங்கயும் போகவும் முடியாது.. நம்ம பையன் நம்மை வெளியே அனுப்பினாலும் நம்ப மருமக அப்படி செய்ய மாட்டா. அந்த நம்பிக்கை எனக்கு இருக்கு நீ இன்னமும் திருந்தாம அவளை ஏதாவது பேசிட்டு இருந்தா நானே சும்மா இருக்க மாட்டேன்...

இப்போ உனக்கு மருத்துவ செலவுக்கு எவ்வளவு ஆகுது தெரியுமா ?பாவம் நம்ம பையன் வீட்டையும் வித்துட்டு வாடகை வீட்டில் தங்கிட்டு உனக்கு தேவையான செலவையும் பார்க்கிறான். வேலைக்கு போயிட்டு வரவனுக்கு கொஞ்சமாவது நிம்மதி இருக்கனும்.. நீ இப்படி தினமும் ஒரு பிரச்சனை இழுத்துட்டு வந்தா அவன் உன்னை இன்னமும் வெறுக்க ஆரம்பிச்சிடுவான் ..கொஞ்சமாவது திருந்தற வழியை பாருடி.." என்று கணபதி கூறியதும் யோசித்துப் பார்த்த வரலட்சுமி ..

'இனி நாம எதுவும் பேசக்கூடாது எல்லாரும் நமக்கு எதிரா திரும்பிட்டாங்க..' என்று நினைத்து அமைதியாக இருந்து வந்தார்.

கணவன் மனைவி இருவருமே காலையில் எழுந்ததும் சூடாக காபி குடித்துவிட்டு தன் பேரன், பேத்தி இருவரிடமும் பேசிக்கொண்டும் தொலைக்காட்சி பார்த்துக் கொண்டும் தன் நேரத்தை கழித்தனர்.

கணபதி ஒரு சில நேரம் வானதி தேவிக்கு உதவியாக கடைத்தெருவுக்கு சென்று வருவார் .ஆனால் வரலட்சுமி எதையும் செய்ய மாட்டார். வரலட்சுமி நன்றாக இருக்கும் போதே தன் மரு மகளுக்கு எந்த உதவியும் செய்ய மாட்டார். இப்போது உடல்நிலை சரியில்லாத நிலையில் சாப்பிடுவது தூங்குவது ,தொலைக்காட்சி பார்ப்பது, பிரதிபாவிடம் ஏதாவது வம்பு இழுப்பது என்று அவருக்கு நாட்கள் நகர்ந்தது.

கர்ணன் இறந்து ஒரு மாதம் கடந்திருக்க திடீரென்று வானதி தேவியின் மாமனார் கணபதிக்கு ஹார்ட் அட்டாக் வர அவரை உடனடியாக பக்கத்து ஊரில் உள்ள மருத்துவமனையில் அனுமதித்தனர்.

அவரை அவசர சிகிச்சை பிரிவில் அனுமதித்தவர்கள் இரண்டு நாட்கள் வைத்திருந்து பிறகு நார்மல் வார்டுக்கு மாத்தினர்.

அவரை முழுக்க முழுக்க பார்த்துக் கொண்டது எல்லாம் வானதி தேவி தான் .அரசு மருத்துவமனையில் தனியாக தன் மாமனாரை வைத்துக்கொண்டு பார்த்துக்கொண்டாள் வான்மதி.

தீபிகா அதே ஊரை சேர்ந்தவள் என்பதால் அவளின் மாமியார் வீட்டில் இருந்து இவர்களுக்கு உணவு போனது . இரவு தன் மாமனாரை பார்த்துக்கொள்ளும் வானதி தேவி தீபிகா வீட்டுக்கு சென்று தன் மாமனாருக்கு சமைத்து எடுத்துக் கொண்டு உடனடியாக தீபிகாவின் கணவர் குணாவுடன் மருத்துவமனைக்கு சென்று விடுவாள்.

மருத்துவமனையில் அவள் இருக்கும் வார்டில் உள்ள அனைவருமே ஒரு பெண்பிள்ளை இப்படி தனியா தன் மாமனாரை பார்த்துகிட்டு இருக்காளே என்று ஆச்சரியமாக அவளை பார்த்தனர் .

அங்கு வேலை செய்யும் செவிலியர் ,"நீங்க அவருக்கு மகளா.." என்று கேட்டார்.

வானதி தேவி ,"இல்லை மருமகள் "என்றதும் இந்த காலத்தில் இப்படி ஒரு பெண்ணா என்று ஆச்சரியப்பட்டனர்.

சங்கர் ராஜன்," அம்மா இப்படி துரோகம் செய்த மாமனாருக்கு என் தங்கச்சி இப்படி பார்த்துப் பார்த்து செய்யறாளே இவள் திருந்தவே மாட்டாளா ..?"என்று திட்டிக் கொண்டிருக்க ..

சரோஜாதேவி ,"என்னடா பேசற நீ .என்னதான் அவளை கொடுமை பண்ணி இருந்தாலும் அவளுக்கு மாமனார் மாமியார் இல்லையா செய்துதானே ஆகனும்...?"

"அம்மா மாமனார் மாமியாருக்கு செய்யணும் தான்

.. நான் அதை வேணாம் சொல்லல. ஆனா அவரோட மனைவி இருக்கும்போது அவங்க அவர் கூட போய் தங்க வேண்டியதுதானே ..?அந்த அம்மா வீட்டில் உட்கார்ந்து இருக்கும் போது இந்த பொண்ணு இவ்வளவு கஷ்டப்படனுமா.."

"அந்த அம்மா செய்யாது அது நமக்கு தெரிந்த விஷயம் தானே ? நம்ம வளர்ப்பு அப்படி விடு டா.நீ ஏன் புலம்புற.." என்று தன் மகனை சமாதானம் செய்தார்.

குகன்,,"என்ன மாமா நீங்க இப்படி பண்றீங்க எதுக்காக வானதி அக்காவை மருத்துவமனையில் விட்டு இருக்கீங்க . பகல் நேரம் பிரச்சனை இல்ல அது ஆண்களின் வார்டு என்பதால் இரவில் அங்கு இருப்பது பெண்களுக்கு பாதுகாப்பு கிடையாது..ஒன்று நீங்க இருக்கனும் அப்படி இல்லன்னா உங்க அம்மா வயசானவங்க தானே அங்க இருக்கட்டும் ..காலம் கெட்டு கிடக்கு அதனால அக்காவை அங்க விடாதீங்க ..." என்று கூற கிருபராஜனும் யோசிக்க ஆரம்பித்தார்.

கிருப ராஜன் அப்போதுதான் சம்பாதித்து தான் சேர்த்து வைத்த பணத்தில் தன் மனைவிக்கு தாலிச் செயின் வாங்கி போட்டிருந்தார். கணபதி ,"அம்மாடி வானதி நீ தாலிச் செயின் போட்டுட்டு இங்க படுத்துக்கிட்டு இருக்கிறது எனக்கு பயமா இருக்கு ..நீ தீபிகா வீட்ல தாலி செயின் கழட்டி வச்சுட்டு வந்துடுமா.. "என்றார் .

அதன்படி வானதி தேவியும் தாலி செயின் கழட்டி வைத்துவிட்டு மஞ்சள் கயிறு கட்டிக்கொண்டு மருத்துவமனைக்கு வந்தாள்..

வர்ணம் -66

கிருப ராஜன் குகன் சொல்லியதை யோசித்துப் பார்த்தவன் தன் அம்மாவை அழைத்துக் கொண்டு வரச் சென்றவன் அவரிடம் விஷயத்தை எடுத்துச் சொன்னான்.

வரலட்சுமி," என்னால அந்த ஆள் கூட வந்து இருக்க முடியாதுடா .அந்த ஆளு திட்டிக்கிட்டே இருப்பாரு .அவர் அங்கேயே செத்து தொலையட்டும் .நீ உன் மனைவியை அழைச்சிட்டு வீட்டுக்கு வா .."என்றார்.

"அம்மா என்ன பேசற நீ .ஒரு மனைவியா உன்னுடைய கடமையை எதுவுமே சரியா செஞ்சது கிடையாது..இப்போ அவர் இருக்கும் நிலைமையில உன்னால எப்படி இப்படி எல்லாம் பேச முடியுது தயவுசெய்து நான் சொல்றதை கேளு கிளம்பி வா.." என்றான்.

கணபதி தன் மனைவியுடன் சேர்த்து ஆட்டம் போட்டாலும் கண்ணனுக்கு சென்னையில் வேலை கிடைத்து அங்கு சென்ற பொழுது தன் மருமகளின் அருமை புரிய ஆரம்பித்தது. கணபதிக்கு .னஉட்கார்ந்த இடத்தில் இருந்து எல்லாம் தங்கள் கையில் எடுத்துக் கொண்டு வந்து கொடுப்பாள் வானதி தேவி ..

இப்பொழுது மனைவியும் சரியாக சமைக்காமல் இருக்க கண்ணன் வாங்கிய சம்பளம் போதாத நிலையில் என்ன செய்யலாம் என்று யோசித்தவர். தேனீர் வியாபாரம் செய்ய ஆரம்பித்தார் .

அப்பொழுது வரலட்சுமி காலையில் எழுந்து டீ போட்டுக் கொடுப்பார் .அதை எடுத்துக் கொண்டு கணபதி விற்று விட்டு வருவார் ..இவ்வளவு நடந்தும் வரலட்சுமிக்கு தன் மருமகளின் நல்ல குணம்புரியவில்லை...

அது மட்டுமில்லாமல் தன் கணவனின் மாற்றமும் அவருக்கு புரியவில்லை.. வயதான காலத்தில் ஓய்வு எடுக்க வேண்டிய நேரத்தில் அந்த மனிதர் சைக்கிள் மிதித்துக் கொண்டு டீ விற்றுவிட்டு வருவார் .ஆனால் இவர் டீ போட்டுக் கொடுப்பதோடு சரி அதோடு நாள் முழுக்க டிவி பார்த்துக் கொண்டே அமர்ந்திருப்பார்.

பிறகு கண்ணன் ஓசூருக்கு சென்றதும் கணபதியும் , வரலட்சுமியும் வானதி தேவியுடன் வந்து இருக்க விரும்பியதும் நீங்கள் அறிந்ததே.

வானதி தேவி இரண்டு குடும்பத்தை பார்க்கவும் தன் பிள்ளையை படிக்க வைக்கவும் பண பற்றாக்குறை ஏற்பட வீட்டில் உள்ள அனைத்து வேலைகளையும் முடித்து இட்லி மாவு அரைத்து வியாபாரம் செய்து வந்தாள்..

இதைப் பார்த்த வானதி தேவியின் குடும்பத்தினர் மிகவும் நொந்து போயினர் .தன் பெண் எப்படி எல்லாம் வளர்ந்தாள். இவர்கள் வீட்டுக்கு மருமகளாக வந்த பிறகு படாத கஷ்டம் இல்லை.. அதெல்லாம் போதாது என்று இப்பொழுது மாவு வியாபாரம் செய்வதை பார்த்தவர்கள் வெந்து புழுங்கினர் .அவர்களால் அதை மட்டும் தான் செய்ய முடிந்தது.

வரலட்சுமி தன் மகன் இப்படி கூறியதும் வேற வழி இல்லாமல் அவனுடன் கிளம்பி மருத்துவமனைக்குச் சென்றார்.

வானதி தேவி விபரமாக அவருக்கு என்னென்ன செய்ய வேண்டும் என்று எடுத்துக் கூறியவள் ,"இரவு நேரம் மட்டும் பார்த்துக்கோங்க அத்தை .நான் காலையில் சமைத்து எடுத்துட்டு வரேன்.." என்றவள் வீட்டிற்கு சென்றாள் .

வரலட்சுமி ஒரு நாள் மட்டும் இரவு பார்த்துக் கொண்டார். மறுநாள் காலை வானதி தேவி அங்கே சென்றவள் மாமனாரின் நிலையை பார்த்தவள் அதிர்ச்சி அடைந்தாள்.

கணபதி படுக்கையில் இல்லாமல் வெளியே தரையில் படுத்துக் கொண்டிருந்தார் .வானதி தேவி ,"அத்தை என்ன இது எதுக்காக மாமா வெளிய படுத்துட்டு இருக்காரு அவருடைய படுக்கை என்ன ஆச்சு.." என்று கேட்க..

வரலட்சுமி ,"அது ஒன்னும் இல்ல டாக்டர் டிஸ்சார்ஜ் பண்ணவான்னு கேட்டாரு .நானும் சரின்னு சொல்லிட்டேன் .அதனாலதான் அழைச்சிட்டு வெளிய வந்துட்டேன் .."என்றார்.

"டாக்டர் சொன்னதாவே இருக்கட்டுமே அத்தை.. அதுக்காக நீங்க இப்படி பண்ணுவீங்களா..? நான் வர வரைக்கும் உங்களால பொறுமையா இருக்க முடியாதா..?

என் மருமகள் வந்த பிறகு நான் டிஸ்சார்ஜ் வாங்கிக்கிறேன் சொன்னா என்ன கழுத்தைப் பிடித்து வெளியே தள்ளிடுவாங்களா.? ஏன் இப்படி பண்றீங்க..?" என்று முதன்முறையாக தன் மாமியாரிடம் ஆவேசமாக பேசினாள் வானதி தேவி.

கணபதி தன் மனைவியிடம் பேசி பேசி ஓய்ந்து போய் அப்பொழுதுதான் கண்ணயர்ந்தவர் தன் மருமகளின் குரலில் கண்விழித்தவர் ,"அம்மாடி வானதி வந்துட்டியம்மா வாம்மா ..இவகிட்ட என்னால முடியல மா.. என்கிட்ட சண்டை போட்டுக்கிட்டே இருக்கா ..நீ வந்த பிறகு தான் எனக்கு நிம்மதியா இருக்கு என்றவர் அவ அப்படி பண்றா, இப்படி பண்றா ,அடங்க மாட்டேங்கறா என்னை எதிர்த்து பேசுறா..." என்று குற்றப்பத்திரிகை வாசித்தார் கணபதி.

வானதி தேவிக்கு தன் மாமியார் மீது கோபம் தான் வந்தது ..கணவர் என்ற எண்ணமே கொஞ்சம் கூட இல்லாமல் இருக்கிறாரே...?மருத்துவர் டிஸ்சார்ஜ் பண்றேன் என்று சொன்னால் கூட இன்னும் இரண்டு நாள் இருக்கட்டும் என்று கூறி இருக்கலாமே ..?அதற்காக வெளிப்பக்கம் வந்து படுக்க வைப்பாரா என்று கோபம் கொண்டாள்.

பிறகு கணபதியை அழைத்துக் கொண்டு ஊருக்கு வந்தனர். அனைவ-ரும் ஒரு வாரமாக சரியாக உணவில்லாமல் இருப்பதால் கிருப ராஜன் கரு-வாட்டுக் குழம்பு வைக்கும்படி சொல்ல கணபதி கருவாடு வறுத்து கொடுக்-கும்படி சொல்ல அதன்படி கருவாட்டுக் குழம்பு வைத்து கருவாடு வறுத்து சமையலை முடித்தாள் வானதி தேவி.

" அத்தை நான் இங்கே அனைவருக்கும் சாப்பாடு போடறேன். நீங்க இந்த கருவாடை கொஞ்சம் காய வைத்து எடுத்துட்டு வாங்க.." என்று வரலட்சுமியிடம் கூறினாள் வானதி தேவி.

"என்னால் அதெல்லாம் செய்ய முடியாது .."என்று தன் அறைக்கு டிவி பார்க்க சென்று விட்டார் வரலட்சுமி.

கணபதி,"நீ கவலைப்படாதமா நான் போய் அதை காய வைக்கிறேன் .."என்று சென்றவரை தடுத்த வானதி தேவி," மாமா நான் போய் காய வைக்கிறேன் நீங்க ரெஸ்ட் எடுங்க ."என்று கருவாடை எடுத்துக்கொண்டு மேலே சென்றாள்.

சிறிது நேரம் கழித்து ,"அம்மாடி வானதி எனக்கு பசிக்குது மா சாப்பாடு போடுமா .."என்று கணபதி அழைக்க," மாமா நீங்க அத்தையை மேலே வரச் சொல்லுங்க .நான் கீழே வந்து உங்களுக்கு சாப்பாடு பரிமாறுகிறேன்.. "என்று வானதி தேவி கூறினாள்.

கணபதி தன் மனைவியிடம் அதைக் கூற முணுமுணுத்துக் கொண்டே மேலே சென்ற வரலட்சுமி ,"இந்த ஆளு எங்கேயாவது செத்து தொலைந்து இருக்கலாம் .ஏன் தான் என் உசுர வாங்கறானோ தெரியல ..என்றவர் இப்போ இந்த கருவாடு காய வைக்கலன்னா என்ன..?" என்று திட்டிக்-கொண்டே அங்கே அமர்ந்தார்.

வானதி தேவி தன் மாமியாரின் இந்த பேச்சைக் கேட்டவள்,' இவங்க ஏன் தான் இப்படி பேசுறாங்களோ கொஞ்சம் கூட திருந்தவே மாட்டாங்-களா..?" என்று நினைத்தாள்.

வானதி தேவி கீழே வந்தவள் தன் மாமனருக்கும் உணவு பரிமாறி தானும் சாப்பிட்டு மீண்டும் மேலே சென்று கருவாடை பார்த்துக் கொண்டவள் தன் மாமியாரை கீழே அனுப்பி வைத்தாள்.

இப்படியே இரண்டு நாட்கள் சென்று இருக்க மூன்றாவது நாள் கணபதி மீண்டும் நெஞ்சு வலி வர வலியால் துடித்தார்.

உடனடியாக வானதி தேவி தன் அண்ணனுக்கு தகவல் கொடுக்க சங்கர் ராஜனும் ,வைஷ்ணவியும் ஆட்டோ பிடித்துக் கொண்டு வந்தனர்.

ஆட்டோவில் அமர வைத்து நேராக மருத்துவமனைக்கு அழைத்துச் செல்ல அங்கே அவரை பரிசோதித்தவர்கள்," இந்த கேஸ் கொஞ்சம் ரிஸ்க் .அதனால நீங்க இவரை வேற மருத்துவமனைக்கு அழைச்சிட்டு போங்க.." என்று அந்த ஊரின் பிரபலமான மருத்துவமனையின் பெயரை கூறினர்.

அந்த மருத்துவமனை என்றாலே பொதுவாக அனைவரும் பயப்படுவர் .அங்கே அவ்வளவு செலவு ஆகும் என்பது தான் காரணம்.. வேற வழியில்லாமல் அவரை அங்கே அழைத்துச் சென்றனர்.

கணபதி போகும் வழியிலேயே தன் மருமகளின் மீது சாய்ந்துவிட அப்போதே வானதி தேவிக்கு ஓரளவுக்கு நிதர்சனம் புரிய ஆரம்பித்தது .. அந்த மருத்துவமனைக்குச் சென்று உள்ளே வீல் சேரில் அழைத்துச் செல்லும் பொழுதே அவருக்கு இழுக்க ,"அச்சோ மாமாக்கு இழுக்குது அண்ணா இங்க பாரேன்.." என்று வானதி தேவி கத்த மற்றவர்கள் அவரை நெருங்குவதற்குள் மறுபடியும் இழுத்து அப்படியே அவர் உயிர் அடங்கியது ..

சங்கர் ராஜனுக்கு அவர் உயிர் பிரிந்து விட்டது நன்றாகவே தெரிந்தது.. காவல்துறையை சார்ந்தவன் அல்லவா ?அதனால் அவன் உடனே அதை கண்டுபிடித்தான்.. இருந்தும் சந்தேகத்திற்கு நாடியை பிடித்துப் பார்த்தவன் ,"மச்சான் மாமா தவறிட்டாரு மருத்துவமனைக்கு உள்ளே போனால் ஏகப்பட்ட பணம் செலவாகும்.. யோசிச்சு சொல்லு .."என்றான்.

கிருபராஜனுக்குமே தன் அப்பாவின் செயலில் அது புரிந்தாலும் ," மச்சான் எவ்வளவு செலவானாலும் பரவாயில்லை உள்ளே சென்று மருத்துவர் சொல்லும் வரை நாம எந்த முடிவும் எடுக்க வேண்டாம் .."என்றார்.

பிறகு அதன்படி உள்ளே அழைத்துச் செல்ல மருத்துவர்கள் அவரை பரிசோதித்தவர்கள் உயிர் போய்விட்டது என்றதும் ஆட்டோவில் மீண்டும் வீட்டிற்கு அழைத்து வந்தனர் .

வானதி தேவி தன் மாமனாரை மடியில் படுக்க வைத்துக் கொண்டிருந்தாள். கணபதியை படுக்க வைக்க பெஞ்ச் இல்லாததால் வீடு வீடாக கேட்டுக் கொண்டிருந்தனர்.இரவு நேரம் என்பதால் ஒரு சிலர் கொடுக்கத் தயங்கினர்.

இப்படியே இரண்டு மணி நேரம் ஆகிவிட்டது ...அவ்வளவு நேரமும் தன் மாமனாரை தன் மடியில் படுக்க வைத்திருந்தார் வானதி தேவி .ஆனால் மனைவியான வரலட்சுமி இங்கிருந்து உள்ளே சென்றவர் ரேடியோவையும் ஒரு சில பொருட்களையும் பத்திரப்படுத்தினார் ..

இதை கேள்விப்பட்ட வானதி தேவிக்கு அவரின் மீது கோபம் தான் அதிகமாகியது.உள்ளே சென்று கட்டிலில் அமர்ந்தவர் தான் அழவும் இல்லை ..எப்பொழுதும் போல நார்மலாக இருந்தார் வரலட்சுமி .அவரைப் பார்த்து அனைவருக்குமே அவர் மீது வெறுப்பு தான் வந்தது..

பிறகு உறவினர்கள் அனைவரும் வர வரலட்சுமி வீட்டில் உள்ள அனைவரும் வந்தனர் .அவர்கள் வந்த உடனே அப்போதுதான் வரலட்சுமி வெளியே வந்து தன் அக்காவையும் ,தன் அக்கா மகன்களையும் கட்டிக்-

கொண்டு அழுதார்.

அது மட்டுமல்லாமல் ஒரு மனைவி செய்ய வேண்டிய எந்த சடங்கையும் அவர் செய்து கொள்ள மாட்டேன் என்று அடம் பிடித்தார்.

கிருப ராஜன்," அம்மா தயவு செய்து அவங்க சொல்ற எல்லாத்தையும் செய்..என் மானத்தை வாங்காத .."என்று சத்தம் போட விருப்பமே இல்லாமல் அதையும் செய்தார் வரலட்சுமி.

கண்ணனின் அப்பா கண்ணனின் அம்மா இறந்தவுடன் திருமணம் செய்துக் கொண்டவர் தான் .அதன் பிறகு கண்ணன் எப்படி இருக்கிறான் என்று எட்டி கூட பார்க்இவில்லை

இப்பொழுது தன் மாமனார் இறந்த நிலையில் வீட்டுக்கு வராமல் நேராக சுடுகாட்டிற்கு வந்து அவரை பார்த்துவிட்டு சென்றார்.

கண்ணன் சுடுகாட்டுக்கு செல்ல அங்கே வந்திருந்த கிருபராஜனின் நண்பன் ராமு கண்ணுக்கு அவனின் அப்பாவை அறிமுகப்படுத்தி வைத்தார். தன் அப்பாவை திரும்பியும் பாராமல் கண்ணன் வீட்டுக்கு வந்து சேர்ந்தான்.

அப்பா என்ற முறையில் இதுவரை தன் பிள்ளைக்கு எந்த கடமையும் செய்யாதவரை கண்ணன் எங்கிருந்து அப்பாவாக ஏற்றுக் கொள்வான்.

வர்ணம் -67

கணபதி இறந்தது அனைவருக்கும் வருத்தம்தான். இருந்தாலும் ஹரி அழுது கொண்டே இருந்தான்.அப்போது பத்தாம் வகுப்பு படித்துக் கொண்டிருந்தான் . பத்தாம் வகுப்பு வந்ததிலிருந்து கணபதி ,"அடுத்து என்ன செய்ய போறீங்க.. நம்ம வீட்ல எல்லாரையும் பத்தாவது முடித்தவுடன் பாலி டெக்னிக் சேர்த்துடுவோம். இவனையாவது பதினொன்றாம் வகுப்பு படிக்க வைக்கனும்..." என்று சொல்லிக் கொண்டே இருப்பார்.

கணபதி இறப்பதற்கு முந்தின நாள் இரவு ஹரி தன் தாத்தாவுடன் பேசிக் கொண்டிருந்தவன் அப்படியே உறங்கிவிட தன் பேரனை தூங்க வைப்பதற்காக பாயை விரித்துப் போட்டவர் அதில் அவனை படுக்க வைக்க முயற்சி செய்ய அப்பொழுது அவருக்கு உடம்பு ஒரு மாதிரியாக இருக்கவும் தன் மருமகளை அழைக்க வானதி தன் பிள்ளையை படுக்க வைத்தவள் தன் மாமனாரையும் படுக்க சொல்லி அனுப்பினாள்.

ஹரி அன்று இரவு தன் தாத்தாவை பார்த்தவன் தான் ..அவருக்கு நெஞ்சு வலி வந்ததும் பக்கத்தில் வீட்டில் உள்ளவரிடம் விஷயத்தை சொல்லிவிட்டு இவர்கள் மருத்துவமனைக்கு சென்றனர் .

மறுநாள் காலை தூக்கம் கலைந்து எழுந்த ஹரி தன் தாத்தாவை பெஞ்சில் படுக்க வைத்திருப்பதையும் அவர் கழுத்தில் மாலைபோட்டிருப்பதையும் பார்த்தவன் அதை நம்ப முடியாமல் கதறி அழுதான் .அவனால் அவரின் இழப்பை ஏற்றுக் கொள்ள முடியவில்லை.

அடுத்த நாள் ஹரி தொடர்ந்து அழுது கொண்டிருப்பதால் வினித் ராஜனின் வீட்டுக்கு அனுப்பி நான்கு நாட்கள் தங்க வைத்தாள் வானதி தேவி .அங்கே சங்கர் ராஜன் அவனை வெளியே அழைத்துச் சென்று அவனை இயல்பு நிலைக்கு கொண்டு வந்தார்.

அடுத்தடுத்து வந்த எந்த சடங்கையும் நான் செய்து கொள்ள மாட்டேன் என்று வரலட்சுமி அடம் பிடித்தார்.

பிறகு கசப்புத் தலைக்கு வரலட்சுமி குடும்பத்தில் உள்ள அனைவரும் திரும்ப வந்தனர் .அத்தனை பேருக்கும் வானதி தேவி சமைத்து போட வேண்டும். வரலட்சுமியின் அக்கா மகள்களும் ,சரி மற்றவர்களும் சரி வானதி தேவிக்கு உதவி செய்ய மாட்டார்கள்.

வான்மதி தேவி தன் பெரிய மகள் கிருத்திகா தேவி வீட்டுக்கு கணபதியின் காரியம் முடிந்து போகலாம் என்று முடிவு செய்தவர் தன் தங்கை வீட்டில் தங்கினார். அங்கே வந்திருக்கும் கூட்டத்தை பார்த்தவர் தன் தங்கைக்கு உதவியாக இருந்தார்.

வான்மதி தேவிக்கு கண்ணனுக்கு தன் மகள் அனிதாவை கட்டிக் கொடுக்க வேண்டும் என்று எண்ணம் இருந்தது.என்ன விருப்பம் இருந்து என்ன பயன் இன்னார்க்கு இன்னார் என்று கடவுள் எப்பொழுதோ எழுதி வைத்து விட்டானே என்ன செய்வது..?

வரலட்சுமியின் தங்கை பவானியுடன் கணபதி பேச்சுவார்த்தை இல்லாமல் இருந்தார்.இப்பொழுது அவரின் இறப்பிற்கு வந்தவர்கள் காரியத்துக்கு தன் குடும்பத்துடன் வந்து நிறைய நாள் தங்க முடிவு செய்தனர் .இதுவே கணபதி இருந்திருந்தால் கண்டிப்பாக இவர்கள் வந்து இருக்கவே மாட்டார்கள்.

வரலட்சுமி அக்கா மகன்கள் மட்டும் தன் மனைவிகளை அழைத்துக் கொண்டு காரியம் முடிந்ததும் ஊருக்கு கிளம்பினர் .அதில் ஒருவர் தன் தம்பி கிருப ராஜனை அழைத்தவர் ,"இங்க பாரு கிருபா இதுங்க எல்லாம் வில்லங்கம் பிடிச்சதுங்க ..யார் என்ன சொன்னாலும் நீ அதை காதில் வாங்காம இரு... உனக்கு நல்ல மாமியார் வீடு அமைந்து இருக்கு ..உன்னுடைய சகலனும் ,உன்னுடைய மச்சினர்களும் இப்படி பார்த்து பார்த்து செய்யறாங்க. இது எல்லாருக்கும் அமையாது. .."என்று சொல்லிவிட்டு சென்றார்.

காரியம் முடிந்து மறுநாள் வானதி தேவி தன் வீட்டில் கோலம் போட அவரின் பெரிய நாத்தனார் கனகா வரலட்சுமி, கிருபராசன் இருவரையும் அங்கே அழைத்து வந்தவள்..." இது என்ன அநியாயமா இருக்கு, இப்போ எதுக்காக இந்த பொண்ணு வாசல்ல கோலம் போடுது .."என்று கதை எடுக்க ஆரம்பித்தார்.

வானதி தேவி எதையும் கூறாமல் தன் வேலையை மட்டும் பார்த்தவள் நாத்தனார் ,மாமியார் இருவரும் உள்ளே சென்றதும் ," ஏங்க இங்க பாருங்க .. உங்க அக்காவை அவங்க மரியாதையை காப்பாத்திக்க சொல்லுங்க.. பெரிய மாமியார் பொண்ணுக்கு எல்லாம் செய்யணும்னு சொல்லி எனக்கு

தலை எழுத்து கிடையாது.. அவங்க வேலையை மட்டும் பார்க்க சொல்லுங்க ..எங்க அம்மா எனக்கு எப்போ எதை செய்யனும் என்று சொல்லிக் கொடுத்திருக்காங்க .."என்றாள்..

கிருபராஜன்," நான் உன்னை ஏதாவது சொன்னாதான் நீ கவலைப்படனும்.. அவங்களை பத்தி எல்லாம் உனக்கு என்ன கவலை ..அதெல்லாம் யோசிக்காத விடு.." என்று தன் மனைவியை சமாதானம் செய்தார்.

அதன் பிறகும் அவர்கள் பத்து நாட்கள் அங்கே தங்கி இருந்தனர். வானதி தேவி, வான்மதி தேவி இருவரும் சமைத்து சமைத்து சோர்ந்து போயினர்.

வரலட்சுமி , அவரின் அக்கா தங்கை அனைவரும் அந்த அறையை ஆக்கிரமித்துக் கொள்ள வரலட்சுமி தன் மகனிடம் ஒரு படத்தின் பெயரை கூறி , "கிருபா அந்த படத்தின் கேசட் வாங்கிட்டு வா நாங்கள் பார்க்கனும் .."என்றார்.

அதில் கோபம் கொண்ட கிருபராஜன் ,"அம்மா தயவு செய்து என்னை பேச வைக்காத இங்க இருந்து போய்டு ..நானே ஏற்கனவே அப்பாவுடைய காரியத்திற்கும் ,இறப்புக்கும் சேர்த்து 25 ஆயிரம் செலவாகி இருக்கு அதுக்கு என்ன பண்றதுன்னு யோசிச்சிட்டு இருக்கேன் .

அந்த பணத்தை என் அப்பாவுக்கு செலவு பண்ணி இருந்தா கூட எனக்கு மனசு ஆறி இருக்கும்.. அந்த மனுஷன் எந்த செலவும் வைக்காமல் போய் சேர்ந்துட்டாரு ..உனக்கு படம் கேட்குதா படம்.." என்று சத்தம் போட்டார் அத்துடன் வரலட்சுமி எதுவும் பேசாமல் உள்ளே சென்று விட்டார்.

பிறகு கசப்பு தலை அன்று சமைத்து அனைவருக்கும் உணவுப் பரிமாறினர் அக்கா , தங்கை இருவரும்.. அளவுக்கு அதிகமாக வேலை செய்ததால் வான்மதி தேவிக்கு உடல்நிலை சரியில்லாமல் போனது.

ஹரி பத்தாம் வகுப்பு பொதுத் தேர்வு எழுதி நல்ல மதிப்பெண்கள் பெற்றான் .பிறகு அடுத்து ரிசல்ட் வந்த நான்கு நாட்களில் அவனை பாலிடெக்னிக் சேர்த்து விடலாம் என்று முடிவு செய்தனர்.

ஹரி அதன்படி பாலிடெக்னிக் படத்து வந்தான்.

சரண்யா, மணிவண்ணன் இருவரும் எப்போதும் போல் ஒட்டுதல் இல்லாமல் வாழ்ந்து வந்தனர்.. இவர்களுக்கும் இரண்டும் ஆண் பிள்ளைகள் பெரியவன் மிகவும் அமைதியானவன் நன்றாக படித்து வந்தான் .சிறிய மகன் யாரிடமாவது சண்டை போட்டுக் கொண்டு சுற்றி வந்தான்.

அதனால் உறவினர்கள் அனைவரும் பெரியவனிடம் பேசுவதைப் போல் சிறியவனிடம் பேச மாட்டார்கள் .பேசினாலும் அவன் ஏடாகூடமாக தான் பேசுவான்.இந்தப் பிள்ளைகளின் படிப்பு செலவுகளை கூட பாக்கியலட்சுமி மகன்கள் தான் செய்து வந்தனர்.

சங்கர் ராஜன்,வைஷ்ணவி இருவரும் ஒன்றாக இருக்கும் பொழுது சேர்த்து வைத்தவர்கள் இப்பொழுது தனிக்குடித்தனம் வந்ததும் மிகவும் சிக்-

கனமாக இருந்து பிள்ளைகளை படிக்க வைத்தனர்.

வினித் ராஜன் பனிரெண்டாம் வகுப்பு முடித்ததும் பெரிய கல்லூரியில் பொறியியல் படித்து வந்தான்.

வினோதினி தேவி பனிரெண்டாம் வகுப்பு முடித்து அதே ஊரில் உள்ள பெண்கள் கல்லூரியில் B.com படித்து வந்தாள்.

அப்பொழுது பெண் பிள்ளைகளை அதிகமாக படிக்க வைக்க மாட்டார்கள் .அதனால் நன்றாக படித்து வந்த வினோதினி தேவியை சொந்த ஊரிலேயே படிக்க வைத்தனர் அவளின் பெற்றோர்.

வினித்ராஜன் ,வினோதினி தேவி இருவரும் விடுமுறை விட்டதும் தன் சித்தப்பா சரவணன ராஜனின் வீட்டிற்கு சென்று தங்கி விட்டு வருவார்கள்.

அவர்களுக்கு கார்த்திக் ராஜன் அபிஷேக் ராஜன் இருவரையும் ரொம்ப பிடிக்கும் .அதிலும் சிறுவயதில் தன் கூட இருந்த திவாகர் அங்கே இருக்க மிகவும் விருப்பமாக விடுமுறைக்கு அங்கு செல்வர்.

சர்வேஸ்வரி ஜீவராஜனை மூன்று வருடம் தன் அப்பா வீட்டில் படிக்க வைத்தாள். அதுவரை தன் கணவனுடன் வாழாமல் அங்கேயே இருந்தாள் சர்வேஸ்வரி.

திவாகர் சரவணனின் வீட்டில் தங்கி நான்கு வருடம் படித்தான். நான்கு வருடமும் அவன் எப்போது சிரிப்பான் ,எப்பொழுதும் முகத்தை தூக்கி வைத்துக் கொள்வான் என்று இருவருக்குமே புரியாமல் இருந்தது.

சர்வேஸ்வரி மீண்டும் தன் கணவனுடன் வாழ வந்தாள். அப்பொழுது தன் மகனிடம் பேசி அவனை கொஞ்சம் கொஞ்சமாக மாற்றி," இனி நான் சித்தப்பா வீட்டுக்கு செல்ல மாட்டேன் .."என்று சொல்ல வைத்தாள்.

திவாகர் இப்படி கூறியது சரவணராஜன் ,கிருத்திகா தேவிக்கு மிகுந்த மன வருத்தத்தை கொடுத்தது .. 'நாம் இத்தனை வருடம் இவனை நன்றாக பார்த்து வளர்த்து படிக்க வைத்தோம்..இவன் தன் அம்மாவை பார்த்ததும் இப்படி மாறி விட்டானே..' என்று நினைத்து வருத்தம் கொண்டனர்.

திவாகர் சரவண ராஜன் வீட்டிற்கு படிக்க சென்ற போது சரவணராஜன் பெற்ற தாயிடம் இருந்து பிள்ளையை பிரிக்க கூடாது என்று நினைத்தவன் விடுமுறை நாட்களில் திவாகரை சர்வேஸ்வரியிடம் அனுப்பி வைத்தான்.

திவாகர் தன் அம்மா உடன் இருந்து படிப்பதாக முடிவு செய்ய பெரியவர்களும் வேற வழி இல்லாமல் விட்டு விட்டனர்.

கணேஷ் ராஜனுக்கு இது பெரிய ஏமாற்றமாக இருந்தது ..தன்மகன் இப்படி செய்வான் என்று அவன் நினைக்கவே இல்லை.. அதனால் மனைவி ,பிள்ளையிடம் கோபமாக இருந்தான் கணேஷ் ராஜன்.

சங்கர் ராஜன் ,சரவணன் கிருத்திகா இருவரும் அந்த நிகழ்வால் வருத்தமாக இருக்கின்றனர் என்று கேள்விப்பட்டவர் ,"இங்க பாருங்க என்னதான் நாம பார்த்து பார்த்து வளர்த்தாலும் அவன் அவங்க அம்மாவை தேடி தான் போவான் ..அவன் தலை எழுத்து எப்படி அமையுதோ அப்படி அமையட்டும்

விட்டுட்டு உங்க வேலைய பாருங்க .."என்று சமாதானம் செய்தார்.

இதெல்லாம் போதாது என்று சர்வேஸ்வரி தன் மகனை அவர்கள் இருவரும் அடித்து கொடுமைப்படுத்தியதாக அனைவரிடமும் சொல்லி வந்தாளா.

நாம் நம் பிள்ளைகளுக்கு சொல்லிக் கொடுக்கும் போது அவர்களுக்கு புரியவில்லை என்றால் ஒரு சில நேரம் அடிப்பது சகஜம் தானே ?அதற்காக பிள்ளைகளை அடிக்காமலே வளர்க்க முடியுமா என்ன?

சரவணன் கிருத்திகா இருவரும் திவாகர் அவர்களை படுத்திய போதெல்லாம் அமைதியாக தான் இருந்து வந்தனர் ..ஆனாலும் படிக்கும் போது அவனை அதட்டி படிக்க வைத்தனர்.

இப்படித்தான் தன் மகன் கார்த்திக் ராஜனையும் படிக்க வைத்தனர். இதில் எங்கிருந்து கொடுமை வந்தது.

ஆக மொத்தம் அவனை படிக்க வைத்ததற்கு பிரயோஜனமே இல்லாததை போல தேவையில்லாத பழிகளை சுமத்தினாள் சர்வேஸ்வரி.

இந்த முறை தன் கணவனுடன் வாழ வந்து பல பிரச்சினைகள் செய்தாலும் ,ஆனால் கோபித்துக் கொண்டு தன் அம்மா வீட்டிற்கு செல்லாமல் இருந்தாள்.

கணேஷ் ராஜன் வேற வழி இல்லாமல் அடக்கிப்பார் ..இல்லை அடங்கிப் போ என்பதற்கு ஏற்ப அடங்கி போக ஆரம்பித்தார்.

சர்வேஸ்வரிக்கு சமைப்பது என்றாலே எட்டிக்காய் கசப்பாய் கசந்தது . அடிக்கடி ஹோட்டலில் உணவு வாங்கி வரச் சொல்லி கணேசனிடம் சண்டை போட்டுக் கொண்டே இருப்பாள்.

பிறகு விசேஷ நாட்கள் தீபாவளி ,பொங்கலுக்கு மட்டும் சர்வேஸ்வரி மாமியார் வீட்டிற்கு வந்து சென்றாள். அதுவும் அவள் மட்டும் வருவாளே தவிர பிள்ளைகளை அழைத்து வர மாட்டாள்.

வர்ணம்-68

வரதராஜன் குடும்பம் வசிக்கும் ஊர் கிராமம் என்பதால் அங்கே தீபாவளியை விட பொங்கல் தான் சிறப்பாக கொண்டாடப்படும். அன்று உறவினர்கள் அனைவரும் தங்கள் ஊருக்கு வருவர்.மாட்டுப் பொங்கல் அன்று பெரியவர்களின் பாதங்களை சிறியவர்கள் வணங்கி ஆசீர்வாதம் வாங்குவார்கள்...

சங்கேஸ்வரி அடிக்கடி கோபித்துக் கொண்டு தன் அம்மா வீட்டிற்கு செல்வதால் கணேஷ் ராஜன் தன் பிள்ளை திவாகருடன் மட்டும் பெரியார்கள் பாதங்களை வணங்கி ஆசீர்வாதம் வாங்குவான்.

அதைப் பார்த்த பெற்றோர்களுக்கு மட்டுமில்லாமல் கூடப் பிறந்தவர்களும் மனம் வருத்தம் அடைந்தனர்..'நாங்கள் அனைவரும் தம்பதியினராக ஆசீர்வாதம் வாங்க இவன் மட்டும் இப்படி இருக்கிறானே ..?'என்று அனைவரும் வருத்தப்பட்டனர்.

இந்த மாதிரியான நிகழ்வுகள் நடக்கும் போதெல்லாம் அனைவருக்கும் சங்கேஸ்வரி மீது தான் கோபம் வரும்.ஆனால் சர்வேஸ்வரி திரும்ப வந்த பிறகு திவாகரை மட்டும் அழைத்துக் கொண்டு பொங்கலுக்கு வருவாள்.

வருடம் செல்லச் செல்ல அவனையும் விட்டுவிட்டு தன் கணவனுடன் அவள் மட்டும் செல்ல ஆரம்பித்தாள்.

அதுவும் கொஞ்சம் காலம் போனதும் சங்கர் ராஜானுடன் சண்டை போட்டவள் பொங்கல், தீபாவளி என்று எதுக்குமே தன் மாமியார் வீட்டுக்கு செல்வதில்லை .கணேஷ் ராஜன் மட்டும் வந்துவிட்டு உடனடியாக கிளம்பி விடுவான்.

மகாதேவன் அவருக்கு இரண்டு திருமணம் முடிந்து ஒருவர் இறந்துவிட இரண்டாவது மனைவியை இவர் விவாகரத்து செய்தார்.

தன் மகனுக்கு மூன்றாவதாக ஆசிரியர் ஒருவரை திருமணம் செய்து வைத்தார் பாக்கியலட்சுமி . அவருடன் மட்டும் நன்றாக வாழ்ந்து வந்தார். காரணம் மகாதேவனின் மனைவி அம்சவள்ளி மிகவும் கண்டிப்பானவர்.

அம்சவள்ளியின் குடும்பம் மிகப் பெரிய குடும்பம் அவருக்கு எந்த வரனும் அமையாத பட்சத்தில் மகாதேவனுக்கு மூன்றாம் தரமாக கட்டிக் கொடுத்தனர்.

அம்சவள்ளி வந்து மகாதேவனை கொஞ்சம் மாற்ற முயற்சி செய்தார் .அதில் ஓரளவுக்கு வெற்றியும் கண்டார் என்று தான் சொல்ல வேண்டும். மகாதேவன் பழைய விஷயங்களை மறக்க முயற்சி செய்தார் . அம்சவள்ளி ,மகாதேவன் தம்பதியினருக்கு ஒரு பெண் குழந்தை ஒன்று பிறந்தது .அக்குழந்தைக்கு அநன்யா என்று பெயர் வைத்தனர்.

பாலன் மகள் வினயாவை பாக்கியலட்சுமி தன் அம்மாவின் பெயரான ராஜேஸ்வரி என்ற பெயரை வைத்து அழைத்து வந்தார்.

இப்பொழுது தன் பெரிய மகனுக்கு பிறந்த குழந்தை அநன்யாவை தன் பாட்டியின் பெயரான அன்னம்மாள் என்ற பெயரை வைத்து அழைத்து வந்தார்.

சரண்யா தன் அண்ணன் இருவருக்கும் குழந்தைகள் பிறந்ததும் குழந்தைகளை தானே வளர்ப்பதாக சொன்னாள்.

பாலன் மகள் வினயாவை ஏற்கனவே வளர்த்து வந்தாள்.பள்ளியில் பேரண்ட்ஸ் டீச்சர் மீட்டிங் சென்று வருவதும் வினயா எந்த நிகழ்ச்சியில் கலந்து கொண்டாலும் அதற்கும் சரண்யா தான் செல்வார்.

சரண்யாவுக்கு தன் கவலைகளை மறக்க இது பெரிய உதவியாக இருந்தது.பிரதிபாவும் ,வினயாவும் ஒரே வகுப்பில் படித்து வந்தனர்.

அதனால் நீண்ட நாட்கள் பிறகு பிரதிபாவின் மூலமாக வானதி தேவியையும் ,அவளின் குடும்பத்தையும் அடிக்கடி சந்தித்து வந்தாள் சரண்யா.

கண்ணனுக்கு திருமணம் வயது வந்ததால் அவனுக்கு பெண் பார்க்க ஆரம்பித்தனர் .அனிதாவை கண்ணனுக்கு கட்டிக் கொடுக்கலாம் என்ற

எண்ணத்தில் இருந்த வான்மதி தேவி பிறகு சந்திரனுக்கு அதில் விருப்பம் இல்லாததால் அத்துடன் அந்த எண்ணத்தை விட்டுவிட்டார்.வேற ஒருவருக்கு அனிதாவை திருமணம் செய்து வைத்தனர்.

கண்ணனுக்கு கிருப ராஜனின் நண்பனின் தங்கையை திருமணம் செய்து வைத்தனர்.கண்ணன் ஓசூரில் இருந்து தூத்துக்குடிக்கு மாற்றலாகி வந்திருந்தான் .அப்பொழுது தான் அவனுக்கு திருமண ஏற்பாடு நடந்தது.

கண்ணனை வளர்த்து படிக்க வைத்த கிருபராஜனும் ,வானதி தேவியும் அந்த திருமணத்திற்கு அனைத்து செலவையும் செய்தவர்கள் அந்த திருமணத்தை சிறப்பாக நடத்தி முடித்தனர்.

கண்ணன் திருமணம் முடிந்து தன் மனைவியை அழைத்துக்கொண்டு தூத்துக்குடிக்கு செல்ல தயாரானான்.வரலட்சுமி தானும் தூத்துக்குடிக்கு வருவதாக கூறினார் .

கண்ணன் என்ன சொல்வது என்று தெரியாமல் விழிக்க கிருப ராஜனும் வானதி தேவியும் ,"நீங்க அங்க போக தேவையில்லை ..அவங்களுக்கு இப்ப தான் திருமணம் முடிஞ்சிருக்கு ..சின்னஞ்சிறுசுக கொஞ்ச நாள் சந்தோஷமா இருக்கட்டும்..." என்றனர்.

"அதெல்லாம் முடியாது நான் போகத்தான் போறேன் .இனி என் பேரனை விட்டுட்டு என்னால் இருக்க முடியாது.. அது மட்டுமல்ல சுரேகா இவளுக்கு சமைக்க தெரியலஅங்க போனா நான் சமைக்க சொல்லிக் கொடுப்பேன்.."என்றார் வரலட்சுமி.

கிருபராஜன் ,"அம்மா உனக்கு ஒரு தடவை சொன்னா புரியாதா? நான் சொல்றத கேட்க கூடாதென்று முடிவு பண்ணி இருக்கியா..?"என்று சத்தம் போட்டார்.

கிருப ராஜன் வானதி தேவிக்கு பயம் என்னவென்றால் அந்த பெண் சிறிய பெண் ..இவர் வானதி தேவியை கொடுமை படுத்தியதைப் போல அந்த பெண்ணை ஏதாவது செய்தால் அதோடு அவரின் அண்ணனுக்கு யார் பதில் சொல்வது என்று பயந்தனர்.

"கிருபா நீ எதுக்கு என்னை போக வேண்டாம்னு சொல்ற.. நான் போவேன் என்னை நீ தடுக்காத என்றவர் கண்ணா இந்த பாட்டியை நீ அழைச்சிட்டு போக மாட்டியா ?நான் உங்க தாத்தாவும் இல்லாம இப்போ ரொம்ப மன வருத்தத்தில் இருக்கேன். நீயும் என்னை விட்டுட்டு போனா நான் என்ன செய்வது " என்று அழுதார் வரலட்சுமி.கிருப ராஜனுக்கு அதை பார்த்தவருக்கு கோபம் தான் வந்தது.

"அம்மா நீ என்ன பேசறன்னு தெரிஞ்சு தான் பேசுறியா.? உன்னை யாரோ கொடுமைப்படுத்துற மாதிரி இப்படி பேசறியே? நீ உன் மனசுல என்னதான் நினைச்சிட்டு இருக்க..?"என்று கோபத்துடன் கேட்டான் கிருப ராஜன்.

"அச்சோ ராஜா என்னடா இப்படி சொல்ற .அப்படி எல்லாம் எதுவும் இல்லடா எனக்கும் கொஞ்சம் இடம் மாற்றம் வேண்டும். அங்க போனா நான் அவங்களுக்கு உதவியா இருப்பேனே தவிர தொந்தரவா இருக்க மாட்டேன் என்னை நம்புடா.."

"என்னங்க அவங்க இஷ்டத்துக்கு விடுங்க நாம சொன்னாலும் அவங்க கேட்க போவதில்லை என்றவர் கண்ணா நீ என்னடா சொல்ற அவங்களை அழைச்சிட்டு போக உனக்கு சம்மதமா.. "என்றதும் அவன் தன் மனைவியை பார்க்க சுரேகா உனக்கு சம்மதம் அப்படின்னா சொல்லு மா .. இல்லனா அவங்க இங்கே இருக்கட்டும்.." என்று வானதி தேவி கேட்க..

சுரேகா ,'இந்த பாட்டி வந்தா நமக்கு உதவியா இருக்கும்.. நாம அதிகமா எந்த வேலையும் செய்ய வேணாம்..'என்று நினைத்தவள் ,"எனக்கு ஒன்னும் பிரச்சனை இல்ல மாமி .அவங்க வந்தா எனக்கு சந்தோஷம்தான். பாட்டி நீங்களும் கிளம்புங்க நாம போகலாம் .." என்றாள்.

கண்ணன் ,'அச்சோ இந்த பொண்ணு வில்லங்கத்தை விலை கொடுத்து வாங்கறாளே..? இதுங்க ரெண்டுத்தையும் ஒரே இடத்தில் வச்சிட்டு நான் என்ன பாடு பட போறேன் தெரியலையே..?' என்று மனதினில் புலம்பினான்.

இந்தப் பொண்ணு நினைக்கும் படி வரலட்சுமி இவர்களுக்கு உதவியாக இருக்கப்போவதில்லை .தொந்தரவாகத்தான் இருப்பார் என்பது அவளுக்கு தெரியவில்லையே..?

அனிதாவை திருமணம் செய்ய வேண்டும் என்று மாலதியின் மகன் பாலு விரும்பினான்.

பாலு படிக்காததால் அனிதாவுக்கு அவனை திருமணம் செய்ய விருப்பம் இல்லை. இது மட்டும் காரணம் அல்ல அனிதாவுக்கு தன் அத்தை மாலதியை பிடிக்கவே பிடிக்காது .காரணம் அவரின் செயல்.

மாலதி தன் மகனுக்கு பெண் பார்க்க வேண்டும் என்ற முடிவு செய்தவர் தன் தம்பியிடம் இதை பற்றி கேட்க சந்திரன்," அக்கா ஏற்கனவே ஒரு பெண்ணை நான் சொந்தத்தில் கொடுத்து இருக்கேன்.இனி சொந்தத்தில் கொடுக்க வேண்டாம் என்று எண்ணத்தில் இருக்கேன்..."என்று சொல்லிவிட்டார்.

மாலதி,"ஏண்டா இப்படி சொல்ற .என் பிள்ளையை நம்பி நீ பொண்ணு கொடுக்க மாட்டியா? அவன் பத்திரமா பாத்துப்பான் டா.."

"அக்கா பாலுவை பத்தி எனக்கு தெரியும் .அது இல்லை இப்போ பிரச்சனை. கிருத்திகா தேவிக்கு குழந்தை பிறக்கும் வரை எனக்கும் ,வான்மதிக்கும் நிம்மதியே இல்லை .சொந்தத்தில் திருமணம் செஞ்சா குழந்தைக்கு பல பிரச்சினைகள் வரும் சொல்றாங்க இல்லையா ?

சின்ன வயசில் சரவண ராஜனுக்கு தான் கிருத்திகா தேவி என்று பேசி முடிச்சாச்சு. அந்த காரணத்துக்காக தான் அவங்க ரெண்டு பேருக்கும் திருமணத்தை முடித்து வைத்தோம் .இனியும் சொந்தத்தில் வேணாம் அக்கா .நீ

அவனுக்கு வேற இடத்துல பொண்ணு பாரு.." என்று சொல்லிவிட்டார்.

பிறகு என்ன சொல்லுவார் என் மனைவிக்கும், என் பொண்ணுக்கும் உன் பிள்ளையை எங்க வீட்டு மருமகனா கொண்டு வர விருப்பமில்லை என்று தன் அக்காவிடம் சொல்ல முடியுமா என்ன?

பாலு தன் நண்பர்களிடம் தன் மாமா மகளை திருமணம் செய்ய விரும்புவதாக சொல்லி வைத்திருந்தான்.

ஒருமுறை சந்திரன் தன் அக்கா ஊருக்கு சென்றிருந்த பொழுது வைஷ்ணவியின் தம்பி சுந்தருடன் பேசிக்கொண்டிருந்தார்.

அப்போது அங்கு வந்த பாலுவின் நண்பர்கள் ,"சுந்தர் அண்ணா பாலு ஒரு விஷயம் சொன்னானே அது உண்மையா..?"

"என்ன விஷயம் டா சொன்னான்.."

"அதுவா அவனுக்கு ஒரு மாமன் பொண்ணு இருக்காமே ?அந்த பெண்ணை தான் அவன் கல்யாணம் பண்ணிக்க போறேனாம் . அது உண்மையா சொல்லுங்க.." என்றதும் சுந்தருக்கு அழுவதா சிரிப்பதா? என்று தெரிய வில்லை.

சுந்தர் சந்திரனை பார்க்க அவருக்கு இவர்கள் யாரைச் சொல்கிறார்கள் என்று நன்றாகவே தெரிந்தது.

சந்திரன் எதையும் கூறாமல் அமைதியாக இருக்க," டேய் அதெல்லாம் எதுவும் இல்லை போங்கடா .."என்றான் சுந்தர்.

அதில் ஒருவன் ,"ஏன் அண்ணா எங்க கிட்ட இருந்து மறைக்கிறீங்க .அவனுடைய சின்ன மாமாவோட மூணாவது பெண்ணை அவன் திருமணம் செய்ய விரும்பறான் .அவர் பெரிய பொண்ணுக்கு திருமணம் முடிஞ்சிடுச்சாம் சொந்தத்தில் கொடுத்து இருக்காங்களாம் .இரண்டாவது பொண்ணுக்கும் திருமணம் முடிஞ்சிடுச்சு.. அடுத்து மூன்றாவது பெண் படிச்சிட்டு இருக்கிறதால வெயிட் பண்றானாம்.

இதையெல்லாம் நீங்க எங்ககிட்ட சொல்லவே இல்லை அண்ணா ...'என்றதும் சுந்தர் தன் தலை மீது கை வைத்தவன்," டேய் நிலமை புரியாமல் பேசாதீங்க டா .."என்று அவர்களை அங்கிருந்து விரட்டி அடித்தான்.

சந்திரன் யோசனையில் ஆழ்ந்திருக்க "அண்ணா சின்ன பசங்க ஏதோ சொல்றாங்க அதை நினைத்து நீங்க குழம்பாதிங்க.."என்றான்.

" இல்ல சுந்தர் இந்தப் பையன் எதை வச்சு அனிதாவை கல்யாணம் பண்ண விரும்பறான்.

அவள் படிச்ச பொண்ணு இவன் பத்தாம் வகுப்பு தான் படிச்சிருக்கான். இந்த கல்யாணத்துக்கு வான்மதி தேவி சம்மதம் சொன்னாலும் அனிதா சொல்ல மாட்டாள் .. "என்றவர் ஊருக்கு கிளம்பினார்.

அனிதாவுக்கு பாலுவின் மீது எந்த அபிப்ராயமும் கிடையாது .அவனை அவள் அத்தை மகனாக கூட நினைத்துப் பார்த்ததில்லை. அதைவிட முக்கியமான காரணம் மாலதியின் குணம் அனிதாவுக்கு பிடிக்கவே பிடிக்காது.

வர்ணம்- 69

சந்திரன் சொன்னது போலவே சாடமடையாக அந்த பேச்சை சந்திரனும் வான்மதியும் எடுக்க அனிதா ,"உங்க அக்கா வீட்டில் போய் யார் வாழ்வா? அக்கா ஒரு வார்த்தையாவது பொறுமையா பேசுவாங்களா ? அவரை படிக்க வைக்கவும் இல்ல .சாமி என்னால முடியும் முடியாது ஆளை விடுங்க.."என்று கூறினாள்.

அத்துடன் சந்திரன் தன் அக்கா மகளுக்கு தன் பெண்களை கொடுக்க வேண்டும் என்று முடிவு செய்து வைத்திருந்தவர் இப்பொழுது அந்த முடிவை முற்றிலுமாக கைவிட்டான்..

ஒரு குட்டி ஃப்ளாஷ் பேக்

வைஷ்ணவியின் பெரிய தம்பி மணிகண்டனுக்கு மாலதியின் பெரிய மகள் சங்கீதாவை கட்டிக் கொடுக்க வேண்டும் என்ற மாலதியின் கணவனுக்கு விருப்பம் இருந்தது.

மாலதிக்கும் விருப்பம் இருந்தாலும் ,"அவங்க நம்ம வீட்ல பொண்ணு எடுக்க மாட்டாங்க .

அவங்க பணக்காரங்க அதுக்கு தகுந்த மாதிரி பெரிய இடமா தான் பார்ப்பாங்க .நீ கனவு காணாத.." என்று தன் கணவனை திட்டினார்.

மணிகண்டனுக்கும் தன் மாமன் மகளை திருமணம் செய்ய வேண்டும் என்ற எண்ணம் இருந்தாலும் ,அதற்கு தன் அம்மா சம்மதம் சொல்ல மாட்டார் என்று நினைத்தவன் எதையும் கூறாமல் மறைத்து விட்டான்.

சங்கீதா தன் அம்மா ,அப்பா சொல்பவரை திருமணம் செய்யும் எண்ணத்தில் இருந்தாள் பெண்ணவள்.

மணிகண்டனின் அம்மா கனகவள்ளிக்கு தன் தம்பி பெண்ணை திருமணம் செய்ய வேண்டும் என்ற எண்ணம் இருந்தாலும் ,மாலதியின் குணத்திற்காக வேண்டாம் என்று முடிவு செய்தார்..

அதே நேரம் சங்கீதா அமைதியான குணம் கொண்டவள் ..அவள் தன் வீட்டுக்கு மருமகளா வந்தால் தன் குடும்பத்தை நன்றாக எடுத்து நடத்துவாள் ,பொறுப்பாகவும் இருப்பாள் என்ற எண்ணமும் கனகவள்ளிக்கு இருந்தது .இதை தன் கணவன் சண்முகநாதனிடம் கூறினார்.

"கனகா எனக்கு ஒன்னும் பிரச்சனை இல்ல . உன்னுடைய ஆசையை நான் தப்பு சொல்ல மாட்டேன்.. ஆனால் ஸஉன் தம்பி கலிவரதனையும், அவன் பெண்ணைப் பத்தியும் பிரச்சனை இல்ல. அவங்க நாம சொல்றபடி கேட்டு நடந்துப்பாங்க ..ஆனா நீ சொல்ற மாதிரி உன் தம்பி மனைவி அடங்கவே மாட்டாள்.

ஏற்கனவே நம்ம கிட்ட அவ ஏதாவது சண்டை போட்டுட்டு இருக்கா .இந்த லட்சணத்துல அந்த பொண்ணு நம்ம வீட்டு மருமகளா வந்தா உன்

தம்பி மனைவி உன்னை கண்டிப்பா மூலையில் உட்கார வச்சிடுவா.. இதெல்லாம் யோசிச்சு செய் ..மத்தபடி உன்னோட முடிவு தான்..."என்றார்.

கனகவள்ளி யோசித்தவர் தன் மகனுக்கு ,'சங்கீதாவை திருமணம் செய்ய ஆசை இருக்குமோ ?'என்று அதையும் யோசித்தார்.

ஆனால் ஒரு நாளும் தன் மகன் தன்னிடம் வந்து எதையும் கூறவில்லையே . அதனால் மணிகண்டனின் மனதில் சங்கீதாவை திருமணம் செய்யும் எண்ணம் இருக்க வாய்ப்பில்லை என்று முடிவு செய்தவர் மணிகண்டனுக்கு வெளியே பெண் தேட ஆரம்பித்தார் .இதை கேள்விப்பட்ட கலிவரதனுக்கும், மாலதிக்கும் மிகுந்த வருத்தமாக இருந்தது.

கலிவரதன் கனகவள்ளி இவர்களின் அப்பா ரங்கநாதன் தன் மகள் வீட்டு பேரனுக்கு, மகன் வீட்டு பேத்தியை கொடுக்க வேண்டும் என்று நினைத்திருந்தவர் தன் மகளின் இந்த முடிவை நினைத்து வேதனை அடைந்தார்.

ஆனாலும் அந்த பெரியவர் நிதர்சனத்தை புரிந்து கொண்டார் .."கலிவரதா உன் அக்கா இப்படி ஒரு முடிவு எடுத்துட்டாளே சொல்லி நீ கவலைப்படாத ..அவள் உன் மனைவிக்காக தான் இப்படி ஒரு முடிவு எடுத்து இருப்புள் ..உன் மனைவியோட இந்த குணம் மாறலனா..

நம்ம சொந்தத்துல எங்கேயுமே பெண் கொடுக்க முடியாது ..அதை எப்போ தான் உன் மனைவி புரிஞ்சிக்க போறாளோ தெரியல.. நீ ஒன்னும் கவலைப்படாத என் பேத்தி அழகுக்கும், குணத்திற்கும் நல்ல பையனா கிடைப்பான் .."என்று தன் மகனை சமாதானம் செய்தார்.

கலிவரதனும் தன் அப்பாவின் கூற்றில் உண்மை இருப்பதை புரிந்து கொண்டவன் ,"ஆமாம் அப்பா நாம நினைப்பது எல்லாம் நடந்து விடுமா என்ன ?சரி விடுங்க பாத்துக்கலாம்... "என்றவன் சங்கீதாவுக்கு மாப்பிள்ளை தேட ஆரம்பித்தான்.

சங்கீதாவுக்கு நல்ல வரன் அமைந்ததால் மணிகண்டனுக்கு முன் சங்கீதாவுக்கு திருமணம் முடிந்தது.

பிறகு மணிகண்டனுக்கும் பெண் கிடைக்க அவனின் திருமணமும் அந்த ஊரே மெச்சும் அளவுக்கு கோலாகலமாக நடந்தது.மணிகண்டனுக்கு ஆண் குழந்தை பிறந்து கொஞ்ச நாட்களில் கனகவள்ளி புற்றுநோயால் பாதிக்கப்பட்டவர் இறந்து போனார்.

கனகவள்ளிக்கு புற்றுநோய் வந்ததால் அவர் உயிருடன் இருக்கும் பொழுதே அவரின் சிறிய மகள் தீபாவுக்கு அவசர அவசரமாக மாப்பிள்ளை பார்த்து கட்டிக் கொடுத்தனர்.

கனகவலள்ளி இருக்கும் நிலைமையில் கிருத்திகா தேவியின் திருமணத்திற்கும் தீபிகாவின் திருமணத்திற்கும் செல்ல இயலவில்லை.

தீபாவுக்கு திருமணம் முடிந்து இரண்டு மாதத்தில் கிருத்திகாவுக்கு திருமணம் முடிந்தது. அடுத்த நான்கு மாதத்தில் தீபிகாவுக்கும் திருமணம் முடிந்-

தது.

கிருத்திகா ,தீபிகா திருமணத்திற்கு செல்ல வேண்டும் என்ற ஆவலாக இருந்த கனகவள்ளிக்கு உடல்நிலை ஒத்துழைக்காததால், "என்னால கிருத்திகா தேவியின் திருமணத்திற்கு தான் போக முடியல .ஆனால் எனக்கு கொஞ்சம் உடல் நிலை தேறியதும் தீபிகாவின் திருமணத்திற்கு கண்டிப்பா போவேன் .."என்று சொல்லிக் கொண்டிருந்தார்.

ஆனால் தீபிகாவின் திருமணத்திற்கும் செல்ல முடியாத நிலையில் தீபிகாவின் திருமணம் முடிந்த கொஞ்ச நாட்களிலேயே இறந்து போனார் கனகவள்ளி.

மணிகண்டனின் மனைவி சாந்தினி இரண்டாவது பிள்ளையை சுமந்து இருந்தார்... சாந்தினி மிகவும் பருமனாக இருந்தவர் பிள்ளையை சுமந்து இருக்க மருத்துவர்கள் மிகவும் கவனமாக இருக்கும் படி கூறினர்.. அந்த நிலையில் பிரசவ வலி வர சாந்தினி பக்கத்து டவுனுக்கு பிரசவத்திற்காக அழைத்து செல்லப்பட்டார்.

வைஷ்ணவிக்கு தகவல் தெரிவிக்க வைஷ்ணவியும், சங்கர்ராஜனும் அங்கே விரைந்தனர் .நீண்ட நேரம் சாந்தினி பிரசவ வலியால் அவதிப்பட்டார்.

கிருத்திகா தேவி இரண்டாவது உண்டாகி இருக்க அதை உறுதி செய்ய பக்கத்துத்து ஊருக்கு வந்தவர்கள் அங்கே சாந்தினி பிரசவ வலியால் மருத்துவமனையில் அனுமதிக்கப்பட்டிருப்பதாக தகவல் வர டாக்டரை பார்த்துவிட்டு அவரை போய் பார்க்கலாம் என்று முடிவு செய்து இருந்தனர்.

இருவரும் ஒரே ஊரில் ஒரே மருத்துவமனையில் தான் இருக்கின்றனர்.

ஆனால் அதற்குள் சாந்தினியின் வாழ்க்கையில் விதி விளையாடியது. பிரசவ வலி தாங்க முடியாமல் அவதிப்பட்டவருக்கு குழந்தை இறந்தே பிறந்தது.. அதைப் பார்த்த சாந்தினிக்கு அதிர்ச்சியில் மூச்சு விட சிரமமாகியது... மூச்சு விட சிரமப்பட்டவரை உடனடியாக மருத்துவர்கள் சாந்தினி மிகவும் அபாய கட்டத்தில் இருப்பதால் நகரத்தில் உள்ள பெரிய மருத்துவமனைக்கு அழைத்துச் செல்லும்படி கூறினர்.சாந்தினி உடனடியாக ஆம்புலன்ஸில் அழைத்துச் செல்லப்பட்டார்.

சாந்தினியை ஆம்புலன்ஸில் அழைத்துச் செல்ல சாந்தினி தன் நாத்தனார் வைஷ்ணவியின் தோளில் சாய்ந்திருந்தவளின் உயிர் பிரிந்தது.இந்த செய்தி அனைவருக்கும் இடியாய் தலையில் வந்து இறங்கியது.

இதில் மணிகண்டனின் நிலைமையை சொல்லித்தான் தெரிய வேண்டுமா என்ன? ஏற்கனவே குழந்தை இறந்த அதிர்ச்சியில் இருந்தவனுக்கு இப்போ மனைவியும் இறந்ததில் அந்த இடத்திலேயே கதறி அழுதான் மணிகண்டன்.

அந்த நிலையிலும் சங்கர் ராஜன் சாந்தினியின் மகன் பாலாஜியை எப்படி சமாளிப்பது என்று யோசித்துக் கொண்டிருந்தனர்..

கிருத்திகா தேவி தாய்மை அடைந்திருப்பதை உறுதி செய்ய மருத்துவரிடம் அமர்ந்திருக்க அவளை அமர வைத்துவிட்டு மருத்துவமனையில் சாந்தினியின் பெயரைச் சொல்லி," அந்த பொண்ணுக்கு குழந்தை பிறந்திடுச்சா..?" என்று விசாரித்தான் சரவண ராஜன்.

"இல்லங்க அந்த பொண்ணுக்கு கொஞ்சம் சீரியஸ் .அதனால பக்கத்தில் உள்ள பெரிய மருத்துவமனைக்கு அழைச்சிட்டு போயிருக்காங்க.." எனவும் அதில் அதிர்ச்சி அடைந்தவன் .. தன் மனைவியின் பக்கத்தில் சென்று அமர அவளோ தன் கணவனின் முகத்தை பார்த்தவள்," என்ன ஆச்சு மாமா? ஏன் ஒரு மாதிரி இருக்கீங்க சாந்தினி சித்தி நல்லா தானே இருக்காங்க .. குழந்தை பிறந்திடுச்சா..?என்று தொடர்ந்து கேட்டுக் கொண்டே இருந்தாள்.

கிருத்திகா இப்போது இருக்கும் நிலையில் எதுவும் சொல்ல வேண்டாம் என்று முடிவு எடுத்தவன் ,"ஒன்னும் இல்ல நீ பயப்படாத.. அவளுக்கு வலி தாங்க முடியலையாம். அதனால பெரிய ஹாஸ்பிடல் கூட்டிட்டு போயிருக்காங்க.. நீ அமைதியா இரு .."என்று சமாதானம் படுத்தினாலும் அவனால் அங்கு இருக்க முடியவில்லை.

"நான் வெளியே போயிட்டு வரேன். நீ டெஸ்ட்க்கு கொடுத்துட்டு வெயிட் பண்ணு கிருத்திகா.." என்றவன் பெரிய மருத்துவமனைக்கு செல்லலாம் என்று வெளியே வந்தான்.

சரவண ராஜனுக்கு அதிர்ச்சி காத்திருந்தது . ஆம்புலன்ஸ் அந்த மருத்துவமனைக்கு வர அதிலிருந்து இறங்கிய தன் அண்ணனை பார்த்தவன் ஓடிச்சென்று," அண்ணா என்ன ஆச்சு ஹாஸ்பிடல்ல என்னென்னமோ சொல்றாங்க .நம்ம சாந்தினி நல்லா தானே இருக்கா அண்ணா..?" என்று பதறியபடி கேட்டான்.

"சரவணா நம்ம சாந்தினி நம்ம எல்லாரையும் விட்டுட்டு போயிட்டாடா .." என்று சங்கர் ராஜன் கதறி அழுதான்.

அதில் அதிர்ச்சி அடைந்த சரவணராஜன் அனைவரையும் தேற்ற முயற்சி செய்தவன்," நீங்க அவளை ஊருக்கு அழைச்சிட்டு போங்க ..நான் அம்மா, அப்பாவுக்கு தகவல் கொடுத்துட்டு வரேன் ..."என்றவன் தன் மனைவியை காண வேகவேகமாக மருத்துவமனைக்குள் நுழைந்தான்.

கிருத்திகா தேவி அவளுக்கு சாந்தினி என்றால் மிகவும் பிடிக்கும்.. கிருத்திகா சிறுநீரக பரிசோதனை செய்வதற்காக செல்ல சரவணன் நேராக தன் மனைவியை தேடி சென்றவன் கிருத்திகா என்று கத்தியவனை திரும்பி பார்த்தாள் கிருத்திகா.

சரவண ராஜன் அழுது கொண்டிருக்க," மாமா என்ன ஆச்சு என்று இவளும் கத்த சீக்கிரமா கிளம்புடி சாந்தினி இறந்து போயிட்டா .."என்றதும் அதிர்ச்சியில் நின்றவளை சரவண ராஜன் நெருங்க தன் கணவனை கட்டிக் கொண்டு அழுதவள் ,"என்ன மாமா இப்படி சொல்றீங்க எப்படி மாமா

ஆச்சு..?"என்று கதறியழுதவளை சமாதானம் செய்து ஊருக்கு அழைத்துச் சென்றவன் அனைவரையும் அழைத்துக் கொண்டு வைஷ்ணவியின் அம்மா ஊருக்கு சென்றான்.

அங்கே ஊரே திரண்டு இருக்க ஏற்கனவே அவர்கள் பெரிய குடும்பம் என்பதால் கனகவள்ளிக்கு நிறைய கூட்டம் வந்திருந்தது. ஆனால் சாந்தினி சிறுவயதில் இறந்து விட்டதால் அங்கே கூட்டம் மிக அதிகமாக இருந்தது .

சாந்தினியை படுக்க வைத்து அவளின் இரண்டு கால்களுக்கும் நடுவில் குழந்தையை வைத்திருந்தனர் .முதலில் ஆண் குழந்தை பிறந்த சாந்தினிக்கு இப்பொழுது இரண்டாவது பெண் குழந்தை பிறந்திருந்தது.

சாந்தினி அம்மா அவள் ஆசை ஆசையாக வாங்கிய நகையை அவள் கழுத்தில் போட்டு அதையும் அவளையும் மாற்றி மாற்றி பார்த்து அழுது கொண்டே இருந்தார்.அவரை சமாதானம் செய்ய யாராலும் முடியவில்லை.

சாந்தினி இறந்ததால் கிருத்திகா தேவி மீண்டும் அந்த மருத்துவமனைக்கு பரிசோதனைக்கு செல்ல மாட்டேன் என்று கூறிவிட்டாள்.

சாந்தினியின் மகன் பாலாஜி தன் அம்மாவை கட்டிக்கொண்டு அழுத காட்சி அங்கிருந்த அனைவரையும் உலுக்கி எடுத்தது.

சங்கர்ராஜன் அப்பொழுது ஒரு முடிவை எடுத்தார். ஆனால் தன் முடிவுக்கு தன் மாமனாரும் ,மச்சினனும் சம்மதம் சொல்வார்களோ என்னவோ? என்று யோசிக்கவும் செய்தார்.

வர்ணம்-70

சாந்தினியின் உடல் அடக்கம் செய்து அவருக்கு செய்ய வேண்டிய சடங்குகள் அனைத்தும் முடிந்தன .சங்கர் ராஜன் தான் எடுத்த முடிவை அனைவரின் முன்னிலையும் கூறினான்.

"மாமா நீங்க பாலாஜியை பத்தி கவலைப்படாதீங்க .நாங்க அவனை அழைச்சிட்டு போய் படிக்க வைக்கிறோம்.. இதில் உங்க முடிவு என்ன சொல்லுங்க.."என்றவன்...மணிகண்டா நீயும் சொல்லுடா

உனக்கு விருப்பம் இருந்தா உன் பிள்ளையை நாங்க எங்க பிள்ளையா நினைச்சு படிக்க வைக்கிறோம் .."என்றான்.

சங்கர்ராஜனின் இந்த முடிவு அனைவருக்கும் மகிழ்ச்சியை கொடுத்தது..

மணிகண்டனும் இதைத்தான் யோசித்துக் கொண்டிருந்தான்...தன் மனைவி இல்லாத இந்த நேரம் தன் மகனை தான் எப்படி பார்த்துக் கொள்ளப் போகிறோம்.. சுந்தரின் மனைவி பிரியாவும் பார்த்துக் கொள்ள மாட்டாளே என்ன செய்வது ..?என்று யோசித்தவனுக்கு தன் மாமா இப்படி கூறியதும் ஓடி சென்று தன் மாமாவை அனைத்துக் கொண்டான்.

"மாமா உங்களுக்கு நான் என்ன கைமாறு செய்யப் போறேன்னு தெரியல.. எங்க அம்மா புற்றுநோயால் அவதிப்பட்டு இருக்கும்போது அவங்க

சொந்த பிள்ளையை போல அவங்கள கூடவே இருந்து கவனமா பாத்துக்கிட்டிங்க ..என் மனைவி பிரசவ வலியில் துடிக்க ஆரம்பித்ததிலிருந்து என் கூடவே இருந்தீங்க..ஆனா அதை விடவும் இப்ப நீங்க சொல்ற வார்த்தை இருக்கு பாருங்க ..இதுக்காக நான் ஏழு ஏழு ஜென்மத்துக்கும் உங்களுக்கு கடமைப்பட்டிருக்கேன் .."என்று அழுதான்.

"மணிகண்டா என்னடா பேசுற.. நீ யாருடா என்னுடைய மச்சான் .என்னுடைய தம்பியை போல் தான் நான் உன்னை நினைக்கிறேன். உனக்கு செய்யாமல் வேற யாருக்கு செய்யப் போறேன் அழாத.." என்று அவனை சமாதானப்படுத்தினான் சங்கர் ராஜன்.

சண்முகநாதனும் மாப்பிள்ளை ,"அவன் சொல்றதில் ஒன்னும் தப்பு இல்ல மாப்பிள்ளை .நீங்க எடுத்து இருக்க இந்த முடிவு எனக்கு சந்தோசம் தான் .என் பேரன் நன்றாக படித்து நல்ல நிலைமைக்கு வந்தால் அதுவே எனக்கு போதும் ."என்றார்.

அதைப்போலவே பாலாஜியை தன் வீட்டிற்கு அழைத்துச் சென்றார் சங்கர் ராஜன். அவர் செய்த செயலால் வைஷ்ணவி தன் கணவன் மீது மேலும் மேலும் அன்பு வைக்க ஆரம்பித்தார் .தன் குடும்பத்திற்காக தன் கணவன் இப்படி செய்கிறாரே என்று நெகிழ்ந்து போனாள்.

பாலாஜியின் கவலையை போக்குவதற்காக வினித்ராஜனும் ,வினோதினி தேவியும் மிகவும் சிரமப்பட்டனர் .அவனை நன்றாக படிக்க வைத்தனர் ..அவனுக்கு தேவையான அனைத்தையும் செய்து கொடுத்தனர் .அவனை தன் கூட பிறந்த தம்பியை போல் பார்த்துக் கொண்டனர் .

வினோதினி தேவி திவாகர் மீது பாசமாக இருந்தாள்..ஆனால் சர்வேஸ்வரி தனிக்குடித்தனம் சென்றதிலிருந்து இவர்களிடத்தில் திவாகரை விடவே இல்லை.. அந்த ஏக்கம் அவளுக்கு இருந்து கொண்டே இருந்தது.. அந்த ஏக்கம் இப்பொழுது தன் மாமன் மகன் பாலாஜி வந்ததும் தீர்ந்தது என்று தான் சொல்ல வேண்டும்.

சங்கர் ராஜன் ,"பாலாஜி உனக்கு விருப்பம் இருந்தா, நீ என்னையும் ,உன் அத்தையையும் அம்மா ,அப்பா என்று கூப்பிடு டா.." என்றான்.

"மாமா அத்தையை அம்மானு கூப்பிடறதுல எனக்கு பிரச்சனை கிடையாது.. ஆனாலும் அப்பா இருக்கும்போது உங்களை அப்பானு கூப்பிட்டா அவருக்கு மனசு கஷ்டமாகும் மாமா .அதனால நான் அத்தை ,மாமா.." என்றே கூப்பிடறேன் என்றான்.

வரதராஜனும், சரோஜா தேவியும் தன் பெரிய மகன் வீட்டுக்கு போகும் போதெல்லாம் தன் பேரன் பேத்திகளுக்கு வாங்கி செல்வது போலவே திண்பண்டங்களை பாலாஜிக்கும் அவனுக்கு பிடித்த மாதிரி வாங்கிச் சென்றனர்.

பாலாஜி வரதராஜனையும் ,சரோஜாதேவியையும் தன் சொந்த தாத்தா ,பாட்டியை பார்ப்பது போலவே பார்த்து வந்தவன் அவர்களுக்கு வயதானவர்கள் என்று ஒவ்வொன்றையும் பார்த்து பார்த்து செய்தான்.

வரதராஜன் தன் வீட்டில் அனைவரிடமும் இதைக் கூறியவர் ,"என்னுடைய சொந்த பேரன் திவாகரை என் மருமக எங்ககிட்ட ஒன்று விடவும் இல்ல ,அவன் வந்தாலும் தான் உண்டு தன் வேலை உண்டுன்னு இருந்துட்டு போறான்.

திவாகரை வளர்த்து விட்டது நாம் தான்..ஆனா அந்த பையன் அதை ஒரு நாளும் நினைச்சு கூட பார்க்க மாட்டேங்குது... ஆனா இந்த பையனை பாரு எவ்வளவு பாசமா இருக்கான் தெரியுமா..? அவனை நாம எல்லாருமே பத்திரமா பாத்துக்கனும் .அவனுக்கு அவனுடைய அம்மாவோட நினைப்பு வராத அளவுக்கு கவனிச்சுக்கனும் .."என்றார் .அனைவரும் அதை ஆமோதித்தனர்.

கிருத்திகா தேவி அடிக்கடி ஃபோன் செய்து பாலாஜியை விசாரித்து வந்தாள்..அவனும் அக்கா அக்கா என்று கிருத்திகா தேவியிடம் நன்றாக பேசி வந்தான்.

சண்முகநாதன் தன்மகன் மணிகண்டனுக்கு இரண்டாவது திருமணம் செய்து வைக்க முடிவு செய்தார். ஊரில் உள்ள பெரியோர்களும் அந்த பெண் இறந்து ஒரு வருடத்திற்குள் திருமணம் செய்து வைக்கலாம் என்று கூறினர்.

சண்முகநாதன் இந்த முடிவை தன் மருமகனிடம் கூற ,"சங்கர் ராஜன் உங்க இஷ்டம் மாமா .அவனும் சின்ன பையன். இன்னும் எத்தனை காலத்துக்கு தான் தனியா இருப்பான் .பெண் பார்க்க ஆரம்பிக்கலாம் .நானும் தெரிந்தவர்கள் எல்லோரிடமும் சொல்லி வைக்கிறேன்.." என்றான்.

இரண்டாம் தாரம் என்பதால் முதலில் சொந்தத்தில் யாராவது பெண் இருக்கிறார்களா என்று யோசிக்க ஆரம்பித்தனர் .அப்பொழுது உறவினர் ஒருவர்," எதுக்காக வெளியில பெண் தேடறீங்க. அதுதான் உன் மச்சானோட சின்ன பொண்ணு இருக்காளே ..அவளை முடிச்சு விடு.. அந்த பொண்ணு பொறுப்பானவள் இதே ஊரை சேர்ந்தவளும் தானே ?அதனால உங்க வீட்டுல என்ன நடந்திருக்கு எல்லாம் அவளுக்கும் தெரியுமே ..."என்றார்.

சண்முகநாதனுக்கு அவ்வளவாக அதில் விருப்பமில்லை காரணம் உங்களுக்கே தெரிந்திருக்குமே மாலதியின் குணம் தான் .இருந்தாலும் இதை தன் மருமகனிடம் கூறலாம் என்று சங்கர் ராஜனிடம் இதைப் பத்தி கூறினார்.

சங்கர் ராஜன்," மாமா நீங்க எங்க சித்தியை பத்தி கவலைப்படாதீங்க .வினிதா ரொம்ப நல்ல பொண்ணு. நாம அவங்க கிட்ட பேசி பார்ப்போம். எல்லாருக்கும் சம்மதம் சொன்னா முக்கியமா வினிதாவுக்கும் சம்மதம் சொன்னா அடுத்து நடக்க வேண்டியதை பார்க்கலாம்.." என்றான்.

அதன்படி சண்முகநாதன் தன் மச்சான் கலிவரதனை அழைத்தவர் ,"கலிவரதா நான் ஒரு விஷயம் கேட்பேன். உனக்கு விருப்பம் இருந்தால் சொல்லு.." என்றார்.

"என்ன மாமா இப்படி கேக்கறீங்க .எதுவா இருந்தாலும் சொல்லுங்க. என்னால முடிஞ்சா நான் கண்டிப்பா செய்றேன்.."என்றார் கலிவரதன்.

"உன் சின்ன பொண்ணு வினிதாவை மணிகண்டனுக்கு திருமணம் செய்து வைக்கணும் நினைக்கிறேன் அதில் உனக்கு சம்மதமா ..?"என்றதும் கலிவரதன் நம்ப முடியாமல் தன் மாமாவை பார்த்தார்.

"என்னடா அப்படி பாக்கற .உனக்கு விருப்பம் இல்லையா..?"

"அச்சோ எனக்கு முழு சம்மதம் மாமா .

அதுவும் மணிகண்டனுக்கு என் பெண்ணை கொடுப்பதற்கு எனக்கு என்ன கசக்குமா..? ஆனா என் மனைவியையும், பெண்ணையும் கேட்டுட்டு நான் சொல்றேன் மாமா.."என்றார்.

"சரிடா பேசிட்டு உன் முடிவை சொல்லு ,நானும் மணிகண்டனை கேட்கிறேன்..."

"சரிங்க மாமா" என்றவர் மாலதியிடம் விஷயத்தை கூறினார்

"என்ன உங்க மாமாவுக்கு இப்ப மட்டும் நம்ம வீட்ல பொண்ணு எடுக்க எப்படி தோணுச்சாம். நம்ம பெரிய பொண்ண மணிகண்டனுக்கு திருமணம் செய்து வைக்கலாம்னு நினைச்சோம்

அப்போ பொண்டாட்டி பேச்சை கேட்டுட்டு வேணாம்னு சொன்னவர் தானே அவர்.. இப்போ என் பெண்ணை இரண்டாம் தாரமா தன் மகனுக்கு கேட்க அவருக்கு எப்படி மனசு வந்துச்சு. அதெல்லாம் ஒன்னும் வேணாம் விடு.."என்றாள்.

"அடியே அறிவு கெட்டவளே மணிகண்டனை பத்தி உனக்கு தெரியாதா ?நாம கஷ்டத்தில் இருக்கும்போது அவன் தான் நமக்கு உதவினான்..நீ இரண்டாம் தாரம் அது ,இதுன்னு பேசிட்டு இருந்தேனா கடைசி வரை இப்படியே இருக்க வேண்டியதுதான். நம்ம பொண்ணு நம்ம வீட்டுக்கு எதிர் வீட்டிலேயே வாழ போறா ..அவளுக்கு எந்த பிரச்சனை வந்தாலும் நாம உடனே என்னன்னு பார்க்கலாம்.

எங்க அக்கா இருந்தாலும் ஏதாவது சொல்லுவாங்க .இப்போ அவங்களும் இல்ல ..மாமா அவர் உண்டு அவர் வேலை உண்டுன்னு இருப்பார் .மணிகண்டனும் நல்லா பார்த்துப்பான். சொல்றத எல்லாம் சொல்லிட்டேன் அப்புறம் உன் இஷ்டம்..." என்றார் கலிவரதன்.

கலிவரதன் விவசாயம் செயதாலும் எவ்வளவு பணம் வந்தாலும் வீட்டில் மக்கள் அதிகம் என்பதால் எப்பொழுதும் கஷ்டம் இருந்து கொண்டே இருந்தது.

அதிலும் பெரிய பெண்கள் மூவருக்கும் திருமணம் செய்து வைத்த பிறகு வீட்டில் அளவுக்கு அதிகமான கஷ்டம் தாண்டவம் ஆடியது .அப்பொழுதெல்லாம் அவரின் கஷ்டம் அறிந்து மணிகண்டன் பணம் கொடுத்து உதவினான்.

மாலதி தன் கணவர் கூறியதை யோசித்தவள் வினிதாவிடம் விஷயத்தை கூறினாள்.

வினிதா," என்னமா விளையாடறியா ?நான் இரண்டாம் தாரமா கல்யாணம் பண்ணிக்க மாட்டேன் .அதிலும் உன்னுடைய நாத்தனார் வீட்டுக்கு மருமகளா போகவே மாட்டேன். ஏன் உன் நாத்தனார் வீட்டுக்காரருக்கு மத்த மூன்று பெண்களில் யாரையாவது முதல் தாரமா தன் மகனுக்கு கல்யாணம் பண்ணிவைக்க மனசு இல்ல ..இப்போ வேற வழி இல்லாம என்னை பெண் கேட்கிறாரா ..?என்னால முடியாது நீ கரெக்டா இதை அவர் கிட்ட சொல்லிடு.." என்றாள்.

"அடியே நான் சொல்றதை கேளுடி .மணிகண்டன் நம்ம குடும்பத்து மேல ரொம்ப பாசம் வச்சிருக்கான். அவன் உன் அப்பா என்ன சொன்னாலும் கேட்பான் .

நீ திருமணம் செஞ்சுகிட்டா அவன் நமக்கு எவ்ளோ உதவியா இருப்பான்.. அவன் ரொம்ப நல்லவன் ... இரண்டாம் தாரம் அதெல்லாம் நீ பார்க்காத..

உனக்கு செய்ய வேண்டியதை அவங்க சரியா செய்வாங்க. அந்த பையன் பாலாஜியை மட்டும் நீ நல்லா பாத்துக்கோ ..அவனும் இங்க இருக்க போறதில்ல .வைஷ்ணவி தான் அவனை வளர்த்துக்கிட்டு இருக்கா .அவனுக்கு என்ன செய்வாங்களோ .அதே தான் உனக்கு பிறக்கப் போற பிள்ளைகளுக்கும் செய்வாங்க புரியுதா நீ அதை நினைச்சு தான் இந்த கல்யாணம் வேண்டாம் சொல்றியா..?"

"அம்மா லூசாமா நீ .நான் எதைப் பத்தி பேசிகிட்டு இருக்கேன்.

நீ எதை பத்தி பேசற. பணம், காசு வாழ்க்கையில் முக்கியம் இல்லன்னு சொல்லி தானே எங்களை வளர்த்த நீ.. அப்புறம் நான் எப்படி அந்த மாதிரி நினைப்பேன்.. சரி நான் யோசிச்சு சொல்றேன் .இப்போ என்னை தொந்தரவு பண்ணாத .."என்றாள் வினிதா.

மாலதி இதை தன் பெரிய மகள் சங்கீதாவிடம் கூற சங்கீதா உடனடியாக ஊருக்கு கிளம்பி வந்தவள் தன் தங்கைக்கு எடுத்துக் கூறி புரிய வைத்தாள்.அனைவரும் வினிதாவின் பதிலுக்காக காத்திருந்தனர்.

வர்ணம்-71

சங்கீதா," வினிதா நான் சொல்றதை கேளு. மணிகண்டன் மாமா ரொம்ப நல்லவர். சண்முகநாதன் மாமாவும் நீ மருமகளா சரிய நடந்துகிட்டா அவர் உன்னை மதிச்சு நடத்துவார். அவர் கோபப்படுவாரே தவிர மனசளவுல குழந்தை மாதிரி ..நீ இரண்டாம் தாரமா நாம அந்த வீட்டுக்கு மருமகளா போறோமேன்னு வருத்தப்படாத ,எப்படி சந்தோஷமா வாழ போற அதை மட்டும் பாரு.. அம்மா வீடு எதிர்த்த வீடு தானே.? நீ பஸ் ஏறி வரனும் சொல்லி அவசியம் இல்ல.. நாங்க யார் அம்மா வீட்டுக்கு வந்தாலும் உடனே உன்னை வந்து பாப்போம் .நீயும் எங்களை வந்து பார்க்கலாம்

நம்ம நர்மதாவை (மாலதியின் இரண்டாவது மகள்)நல்ல இடம் சொல்லி தானே கட்டிக் கொடுத்தாங்க ஆனா பாரு மாப்பிள்ளை ரொம்ப நல்லவர்-தான்.ஆனா பொருளாதார ரீதியா எப்படி கஷ்டப்படறா ... நான் ஓரளவுக்கு நல்லா இருக்கேன் .கீதாவின் (மாலதியின் மூன்றாவது மகள்) மாமியார் அவளுக்கு சரியா அமையல .ஆனாலும் அவர் கணவர் அவளை நல்லா பாத்துக்கறார்.

என்னுடைய ஆசை எல்லாம் நீ எங்க எல்லாரையும் விடவும் எல்லா விஷயத்திலும் நல்லா இருக்கனும்னு நினைக்கிறேன். நீ யோசித்து உன் முடிவை சொல்லு .."என்றாள்..

வினிதாவுக்கு சங்கீதா சொல்வது எதுவும் தெரியாமல் இல்லை . ஆனா-லும் அவள் யோசித்தது எல்லாம்,' தன் அத்தை குடும்பத்தினர் பணம் இருக்க ஒரே காரணத்தால் தானே தன் அக்காவை வேண்டாம் என்று சொல்லினர்... இப்பொழுது தன்னை இரண்டாம் தாரமா கேட்கின்றனர் .அந்த அளவுக்கு நம் தரம் தாழ்ந்து விட்டதா..? 'என்று யோசித்தாள்.

அதே நேரம் மணிகண்டனை பற்றி அனைவரும் நல்ல விதமாக கூற வேற வழியில்லாமல் தன் சம்மதத்தை கூறினாள். வினிதா ,"சரி நான் இந்த திருமணத்திற்கு சம்மதம் சொல்றேன். ஏதாவது பிரச்சனை நடந்துச்சுன்னா எதுவும் பண்ண மாட்டேன். இங்க வந்து உட்கார்ந்துடுவேன். அதுக்கு சம்ம-தம் சொன்னா சொல்லுங்க .என்னை அங்க தேவையில்லாம யாரும் எதுவும் சொல்லக்கூடாது புரிஞ்சுதா..?"

"சரிடி நீ அந்த வீட்ல மகாராணி மாதிரி வாழலாம். உன் மாமனாரை கவனமா பாத்துக்கோ அது போதும் ..சுந்தரும் தன் மனைவியோட தனி குடித்தனம் போயிட்டான். நீ உன் மாமனார் மணிகண்டன் மட்டும் தான் இருப்பீங்க .."என்றாள் மாலதி.

கலிவரதன் இதில் மிகுந்த மகிழ்ச்சி அடைந்தவர் தன் மாமாவிடம் தன் மகள் விருப்பம் சொல்லியதை கூறினார்.

சண்முகநாதன்," ரொம்ப சந்தோஷம் கலிவரதா .மணிகண்டனும் உன் பொண்ணுக்கு முழு விருப்பம் இருந்தா அவனுக்கும் ஒன்னும் பிரச்சனை இல்ல சொல்லிட்டான் .."என்றார்.

உடனடியாக சங்கர் ராஜனுக்கு விஷயம் தெரிவிக்கப்பட அவர் தன் மனைவியுடன் வந்து சேர்ந்தார்.

சங்கர் ராஜன் ,"என்னடா மணிகண்டா உடனே சம்மதம் சொல்லிட்ட நீ.எங்க நீ சம்மதம் சொல்ல மாட்டியோன்னு நான் யோசிச்சிட்டு இருந்-தேன்.."

"என்ன பண்ண சொல்றீங்க மாமா உங்க மாமனார் ஒரே புலம்பல். நான் உயிரோடு இருக்கும்போதே உனக்கு கல்யாணம் பண்ணி வச்சிடனும்டா .அப்போதான் என்னுடைய ஆத்மா சாந்தியடையும் சொல்லி எனக்கு பொண்ணு பாக்கறேன் சொன்னார் ..உடனே யாரோ சொன்னாங்கன்னு

சொல்லி வினிதாவை திருமணம் செய்ய உனக்கு சம்மதமா கேட்டார்..."

"சரி அதுக்கு நீ உடனே சம்மதம் சொல்லிட்டியா..?"

"நான் என்ன மாமா சொல்றது .என் மாமாப் பெண்ணை கல்யாணம் பண்ணிக்கிறதுல எனக்கு பிரச்சனை கிடையாது .இருந்தாலும் அந்த பொண்ணு சின்ன பொண்ணு அவளோட முழு சம்மதம் இருந்தால் நான் அவளை கல்யாணம் பண்ணிக்கிறேன்னு சொன்னேன்.

அது மட்டும் இல்லாம அந்த பொண்ணு நம்ம பாலாஜியை நல்லா பாத்-துப்பான்னு எனக்கு நம்பிக்கை இருக்கு ..மாலதி மாமியும் கத்துவாங்களே தவிர அவங்களும் நல்ல குணம் கொண்டவங்க தானே மாமா.

எங்க அம்மாவோடகுணத்துக்கும் ,அவங்க குணத்துக்கும் சரி வரல அவ்-வளவுதான் .மத்தபடி அவங்க என் பிள்ளைகிட்ட இருந்து என்னை பிரிக்-கனும் என்று நினைக்க மாட்டாங்க

வெளியில் பெண்ணெடுத்து என்னையும் ,என் பிள்ளையையும் பிரித்து வைக்கும் படி ஏதாவது நடந்தால் என்னால தாங்க முடியாது .இந்த பொண்ணு சொந்தம் சொல்றதால எது நடந்தாலும் நாம பெத்தவங்க கிட்ட நேரடியா பேசலாம் .அந்த பொண்ணும் கொஞ்சம் புரிஞ்சுக்கும்..."என்றான்.

"அட வைஷ்ணவி உன் தம்பி எப்படி எல்லாம் யோசிச்சு இருக்கான் பாரேன். நீ ரொம்ப புத்திசாலி டா மச்சான் பிழைச்சிப்ப போ.."

வைஷ்ணவி,"என் தம்பி எப்பவும் புத்திசாலிதாங்க. நீங்க என்னமோ புதுசா சொல்ற மாதிரி சொல்றீங்க.."

"அப்படி சொல்லுக்கா மாமாவுக்கு எப்போதும் கேலி தான் .சரி அதை விடு அக்கா நீ சொல்லு உனக்கு நம்ம மாமாவோட பொண்ணு நம்ம வீட்டு மருமகளா வரப் போவதில் சம்மதமா..?"

"எனக்கு ஒன்னும் பிரச்சனை இல்ல டா. வரப்போறவ உன்னை புரிந்து நடந்துக்கிட்டா போதும் .பாலாஜி அவனுக்கு திருமணம் நடக்கிற வரைக்கும் எங்க கூட தான் இருப்பான் . விடுமுறைக்கு மட்டும்தான் உங்க வீட்டுக்கு வருவான் .அதனால அவள் அதைப் பற்றி யோசிக்கவும் வேண்டாம்.."

"என்ன பேசற வைஷ்ணவி நீ..பாலாஜியை அவள் தன் சொந்த மகன் போல நினைக்க ஆரம்பிச்சுடுவா என்ற நம்பிக்கை எனக்கு இருக்கு ,என் சித்தி பொண்ணுங்க என் சொந்த தங்கச்சிங்கள போலவே தான் எல்லா விஷயத்திலும் இருப்பாங்க .நீ ஒன்னும் கவலைப்படாத.." என்றார் சங்கர் ராஜன்.

பிறகு அனைவருக்கும் விருப்பம் என தெரிய வர ஒரு சம்பிரதாயத்துக்-காக வினிதாவை அனைவரும் குடும்பத்துடன் பெண் பார்க்க சென்றனர்.

வைஷ்ணவி தங்கை தீபாவின் மாமனார் சங்கர்லிங்கம்,"இப்போ எதுக்காக மணிகண்டனுக்கு இப்படி ஒரு இடத்திலிருந்து பொண்ணு எடுக்கறீங்க..உங்க அந்தஸ்துக்கு தகுந்த மாதிரி நீங்க பொண்ணு எடுக்க வேண்டியதுதானே..? இந்த பெண்ணை மருமகளா கொண்டு வரீங்களா? இல்ல வேலைக்காரியா

கொண்டு வரீங்களா..?" என்று கேட்டார்.

சங்கர் ராஜன் அதில் கொதித்து எழுந்தவன் ,"இங்க பாருங்க கொஞ்சம் பார்த்து பேசுங்க. அவ என்னுடைய சித்தி பொண்ணு

நீங்க எப்படி அவளை இப்படி ஒரு வார்த்தை பேசலாம் .கல்யாணம் பண்ணி வாழ தான் அந்த பொண்ண அழைச்சிட்டு வராங்க .இந்த வீட்ல வேலைக்கு ஆள் இல்லாமல் இல்லை நிறைய பேர் இருக்காங்க.

நீங்க சொல்றபடி பார்த்தாலும் ஒரு வீட்ல தன் வீட்டு வேலையை செய்யும் பெண்கள் வேலைக்காரி அப்படின்னா ஒவ்வொரு வீட்லயும் எல்லா பெண்களும் வேலைக்காரி தான் ஏன் உங்க வீட்டு வேலையை செய்ற நீங்களும் வேலைக்காரன் தான் .இனிமே இந்த வார்த்தையை பேசாதீங்க .."எனவும் அவர் அத்துடன் அமைதியாக இருந்து விட்டார்.

சங்கர்ராஜனிடம் மேலும் வாயை கொடுத்து தன் மரியாதையை கெடுத்துக் கொள்ள அவர் விரும்பவில்லை .சங்கர் ராஜன் அப்படித்தான் பெரியவர்களுக்கு மிகவும் மரியாதை கொடுப்பான்.

ஆனால் இப்படி ஏடாகூடமாக பேசினால் அது யாராக இருந்தாலும் ,பெரியவர்களாகவே இருந்தாலும் அதற்குரிய பதிலடி கொடுப்பான்.

பிறகு மணிகண்டன் ,வினிதாவின் திருமணம் பெரியோர்களின் ஆசியுடன் கோவில் ஒன்றில் சிறப்பாக நடைபெற்றது.

கண்ணன் வரலட்சுமியை அழைத்துக்கொண்டு தான் பணிபுரியும் ஊருக்கு தன் மனைவியுடன் சென்றானே என்ன நடந்தது பார்க்கலாம் வாங்க.

வரலட்சுமி தன் மருமகளுக்கு ஒரு வேலையும் செய்யாதவர் அங்கே தன் பேரனின் மனைவி சுரேகா அவளுக்கு சமைக்க தெரியாது என்றதும் அனைத்து வேலைகளையும் அவரே செய்தார்.

சுரேகாவுக்கு யாரும் தன் விஷயத்தில் தலையிடுவது பிடிக்காது ஆனால் வரலட்சுமி கண்ணனும், சுரேகாவும் சாதாரணமாக பேசிக்கொண்டிருந்தால் கூட அதில் தலையிட்டு எதையாவது சொல்லிக் கொண்டிருந்தார்.

வரலட்சுமியின் இந்த செயல் சுரேகாவுக்கு சுத்தமாக பிடிக்கவில்லை. சுரேகாவுக்கு சாப்பிடுவது என்றாலே கஷ்டம் தான்... வரலட்சுமி சமைத்து வைத்தவர் ,"சுரேகா சாப்பிடு நேரமாகுது பாரு .."என்று தினமும் சொல்லிக் கொண்டே இருந்தார்.

சுரேகா பொருத்து பொருத்து போனவள் ,"உங்க வேலைய பாருங்க . நீங்க சமைச்சிட்டீங்க அதுக்காக எல்லாம் நான் சாப்பிட முடியாது .எனக்கு எப்போ பசிக்குதோ அப்போ நான் சாப்பிடறேன்.." என்றாள்.

வரலட்சுமி ," ஏன்மா இப்போ நான் உன்னை என்ன சொன்னேன். சாப்பிட தானே சொன்னேன் அதுக்கு எதுக்கு இப்படி கத்தற.."

"இங்க பாருங்க எனக்கு எப்போ எதை செய்யனும் தெரியும். நீங்க என் விஷயத்தில் தலையிடாதீங்க .சமைச்சு வச்சுட்டு உங்க வேலைய பாருங்க.."

வரலட்சுமி ,"என்ன இருந்தாலும் உனக்கு இவ்வளவு கோபம் கூடாது. பெரியவங்க கிட்ட இப்படியா மரியாதை இல்லாம பேசுவ.. நீ எப்போ பசிக்குதோ அப்ப சாப்பிட்டுக்கோ . எனக்கு என்ன? .."என்றவர் தனது அறைக்கு சென்று விட்டார்.

பிறகு கண்ணன் வந்ததும் அவனின் குரல் கேட்டதும் வேகமாக வெளியே வந்த வரலட்சுமி," இங்க பாருடா சமைச்சு வச்சுட்டு சாப்பிட சொன்னேன் .அதுக்கு உன் பொண்டாட்டி அப்படி கத்தறா .சமைச்சிட்டு சாப்பிடுன்னு சொன்னது ஒரு குத்தமாடா.. வயசான காலத்துல என்னால முடியாட்டியும் நான் சமைச்சு வைக்கிறேன்.."என்று வருத்தத்துடன் கூறினார்.

கண்ணன் தன் மனைவியை பார்க்க அவளோ எதுவும் கூறாமல் வரலட்சுமியை முறைத்துக் கொண்டு நின்றிருந்தாள்.

'அச்சோ இவள் பார்வையே சரியில்லையே?டேய் கண்ணா இன்றிலிருந்து உனக்கு ஏழரை ஸ்டார்ட் ஆகுது டா.. இரண்டும் ஆரம்பிச்சுடுச்சு..' என்று மனசீகமாக தன் தலையில் அடித்துக் கொண்டான்.

"இங்க பாரு பாட்டி சமைச்சு வச்சுட்ட தானே? அவளுக்கு எப்போ பசிக்குதோ அப்போ போட்டு சாப்பிடட்டும் .நீ கவலைய விடு. சரி நீ சாப்பிட்டியா எனக்கும் போடு நாம சாப்பிடலாம் வா.."

"என்னடா பேசுற நீ .நாம ரெண்டு பேரும் மட்டும் சாப்பிட்டா போதுமா ..?அவங்க வீட்ல நம்மை நம்பி தானே இந்த பெண்ணை அனுப்பி இருக்காங்க .இந்த பொண்ணு சாப்பிடாம இருந்து ஏதாவது உடம்புக்கு முடியலன்னா அவங்களுக்கு யார் பதில் சொல்றது.."

"சரி பாட்டி உன் கவலை எனக்கு புரியுது .நான் அவளுக்கு சொல்லி புரிய வைக்கிறேன் என்றவன் சுரேகா வா நீயும் வந்து சாப்பிடு .." என்றான்.

"எனக்கு பசிக்கல"

"ஏன் உனக்கு பசிக்கல.."

"இங்க பாருங்க பசிக்காததுக்கு எல்லாம் காரணம் சொல்ல முடியாது .எனக்கு பசிக்கும் போது சாப்பிடறேன் .நீங்க ரெண்டு பேரும் சாப்பிடுங்க என்னை தொந்தரவு செய்யாதீங்க.."என்றவள் வரலட்சுமியை முறைத்து விட்டு தன் அறைக்கு சென்றாள்.

"பாருடா கண்ணா பாரு உன் எதிரிலேயே என்னை எப்படி முறைச்சுட்டு போற இந்த பொண்ணு ..இவ ஏன்டா இப்படி இருக்கா எதுக்கு எடுத்தாலும் கோபம் வருது .ஒன்னு மட்டும் சொல்றேன் டா .இன்னும் இவளை வச்சுட்டு நீ என்ன அவஸ்தைப்பட போறியோ தெரியல...?"

"அச்சோ பாட்டி கொஞ்சம் சும்மா இரு .அவள் காதில் விழுந்து தொலைய போகுது.." என்று கத்தினான் கண்ணன்.

"என்ன என் காதில் விழுந்து தொலைய போகுதுன்னு சொல்றீங்க .அப்படி என்ன சொன்னாங்க உங்க பாட்டி" என்று கேட்டுக் கொண்டே சுரேகா வர 'அச்சோ நேரம் பார்த்து சரியா வராளே.. இவளை எப்படி சமாளிக்கிறது

..?'என்று விழித்துக் கொண்டிருந்தான் கண்ணன்.

வர்ணம்- 72

சுரேகா ,"என்ன என் காதில் விழப் போகுது சொல்றீங்க .என்ன சொல்றாங்க உங்க பாட்டி .."கண்ணன்,"அம்மா தாயே எதுவுமே இல்ல வா வந்து நீயும் சாப்பிட்டு போய் தூங்கு.."

"நீங்க என்கிட்ட இருந்து எதையோ மறைக்கிறீங்க தானே .என்ன சொன்னாங்க சொல்ல போறீங்களா இல்லையா..?"

"ஏய் என்னடி நினச்சிட்டு இருக்க ,அது தான் வயசான காலத்துல சும்மா இல்லாம எதையாவது தேவையில்லாம செய்திட்டு இருக்கு ,நீயும் இப்படி பண்ணா நான் என்ன பண்றது ..வேலைக்கு போய் வந்த மனுஷனுக்கு வீட்டுக்கு வந்தவுடன் ஒரு காபி போட்டு கொடுக்க ரெண்டு பேரால முடியல

ஆனா ஒருத்தர மாத்தி ஒருத்தர் குறை சொல்றீங்க.."

"ஓஹோ உங்களுக்கு நான் காபி போட்டு கொடுக்கலன்னு கோபமா ?ஏன் இப்படி என்கிட்ட கத்தறீங்க. நீங்க உங்க பாட்டிகிட்ட கேட்க வேண்டியதுதானே?எனக்கு எங்க அம்மா ,அப்பா நியாபகமா இருக்கு ,என்னால எதிலும் கவனம் செலுத்த முடியல .அது உங்களுக்கு புரியலையா..?' என்று அழுதவளை சமாதானம் செய்தான்.

வரலட்சுமி இதை பார்த்தவருக்கு இந்த பெண்ணை பார்க்கும்போது நம்ம மருமகள் 100% ரொம்ப நல்லவளா இருந்திருக்கா. பொண்ணா இது எதுக்கெடுத்தாலும் அழுகுது, இல்ல கத்துது.. 'என்று நினைத்து அவர்களை பார்த்துக் கொண்டிருக்க ,"என்ன பாட்டி என்ன அப்படி பாக்கற, போ போய் சாப்பாடு எடுத்து வை .."என்று கண்ணன் சத்தம் போட்டான்.

"டேய் என்னடா விளையாடறியா அதிகாரம் தூள் பறக்குது. அவள் அழுத உடனே துரைக்கு தாங்கலையோ? நான் என்ன வேலைக்காரியா நீங்க சொல்ற வேலையெல்லாம் செய்யறதுக்கு ?நான் என் மருமகள் கிட்ட உட்கார்ந்து இடத்தில் சாப்பிட்டு ராணி மாதிரி இருந்தேன் .பாவம் இந்த பொண்ணுக்கு சமைக்க தெரியலையேன்னு இங்க வந்தா ரெண்டு பேரும் எப்படி எல்லாம் பேசறீங்க .."என்று அவரும் அழுது கொண்டே தன் அறைக்கு சென்று விட்டார்.

கண்ணனுக்கு என்ன செய்வது என்று தெரியாமல் தலையில் கை வைத்து அமர்ந்தவனை கண்டுகொள்ளாத சுரேகா," இந்த கிழவி சும்மாவே இருக்க மாட்டேங்குது.. இது இங்கு இருந்தா நாம நிம்மதியா இருக்க முடியாது.இதை மறுபடியும் உங்க மாமா வீட்டுக்கு அனுப்பிடுங்க.." என்றவள் அவளும் அறைக்குள் சென்று அடைந்தாள்

கண்ணன் தலையெழுத்தே என்று இருவரையும் சமாதானப்படுத்தி அழைத்து வந்தவன் இருவரையும் சாப்பிட வைத்து பிறகு தானும் சாப்பிட்டு

படுக்கச் சென்றான்.

கண்ணன் திருமணம் தன் சொந்த ஊரில் நடந்ததால் தான் பணி புரியும் இடத்தில் ரிசப்ஷன் வைத்திருந்தான்

அதனால் கிருப ராஜன் தன் குடும்பத்துடன் சென்று கலந்து கொண்டவர் ஹரியை மட்டும் அழைத்துக் கொண்டு வீடு திரும்பினார்.

பிரதிபாவுக்கு விடுமுறை என்பதால் வானதி தேவியும் ,பிரதிபாவும் அங்கேயே தங்கினர்.

வானதி தேவி வந்ததும் கண்ணன் மிகவும் நிம்மதியாக வலம் வந்தான்.வரலட்சுமி ,சுரேகாவும் எந்த வேலையும் இல்லாமல் அமர்ந்திருந்தனர் .அனைத்து வேலையும் வானதி தேவி செய்து முடித்தாள். அங்கு இருந்த பத்து நாளும் அவர்களுக்கு விதவிதமாக சமைத்து போட்டாள் வானதி தேவி.மறுநாள் அலுவலகம் சென்றவன் மாலை வரும்போது நல்ல செய்தியுடன் வந்தான்.

பாட்டி ,சுரேகா ரெண்டு பேரும் நான்கு நாட்களுக்கு தேவையான துணியை எல்லாம் எடுத்து வச்சுக்கோங்க .மாமி நீங்களும் தான் உங்களுக்கும் பாப்பாவுக்கும் எல்லாத்தையும் எடுத்து வச்சுக்கோங்க.." என்றான்.

"என்னடா என்ன விஷயம் நான்கு நாட்கள் நாம எங்க போக போறோம் .."என்று கேட்டாள் வானதி தேவி.

"மாமி கொடைக்கானல் டூருக்கு போகலாம் சொல்லி லீவு கேட்டிருந்தேன் .இப்போ எனக்கு லீவு கொடுத்து இருக்காங்க .அதனால நாம போயிட்டு வரலாம்.."

சுரேகா ,"என்னங்க என்கிட்ட இதைப்பத்தி எதுவுமே சொல்லவே இல்ல.."

"அது இல்லடி முன்கூட்டியே சொல்லிட்டு பிறகு லீவு கிடைக்கலன்னா நீயும் ,என் பாட்டியும் மூஞ்சியை தூக்கி வச்சிட்டு உட்கார்ந்திருப்பீங்க .அதனால்தான் லீவு கிடைச்ச உடனே சொல்லலாம் நினைச்சேன்.."

"சரிடா சரி நான் போய் எல்லாத்தையும் எடுத்து வைக்கிறேன் ..."என்று துள்ளலுடன் சென்று தனக்கு தேவையான பொருட்களை எடுத்து வைத்துக் கொண்டார் வரலட்சுமி.

வானதி தேவி,"கண்ணா நான் சொல்றதை கேளு. நானும் ,பிரதிபாவும் ,பாட்டியும் இங்கே இருக்கோம்.. நீயும் சுரேகாவும் மட்டும் போயிட்டு வந்திடுங்க.."

"இல்ல மாமி அதெல்லாம் சரி வராது .உங்களை தனியா இங்கே விட்டுட்டு என்னால போக முடியாது நீங்களும் கிளம்புங்க

ஒன்னும் பிரச்சனை இல்லை.." என்றவன் தன் மனைவியை அழைத்துக்கொண்டு அறைக்குச் சென்றான்.

அறைக்குச் சென்றதும் சுரேகா முகத்தை தூக்கி வைத்துக்கொண்டு உட்கார்ந்து கொண்டாள்.

"சுரேகா என்னடி ஆச்சு இவ்வளவு நேரம் நல்லா தானே இருந்த நீ?.."

"வா ராசா வா கேள்வியா கேட்கிற கேள்வி கொடைக்கானல் எதுக்கு நாம போறோம்.."

"என்னடி கேள்வி இது ஹனிமூனுக்கு தான் போறோம்.."என்று கண்ணடித்துக் கூறியவனை முறைத்தவள்..

"இதை வெளியே போய் சொல்லிடாத ,நான்கு பேர் கேட்டா சிரிப்பாங்க.நாம இரண்டு பேர் மட்டும் கொடைக்கானல் போனா போதாதா

இப்போ எதுக்கு உங்க பாட்டியையும் ,உங்க மாமியையும் கூடவே அழைச்சிட்டு போகனும் சொல்லி நினைக்கற.நீ .உங்க மாமி தான் நம்ம ரெண்டு பேரையும் மட்டும் போயிட்டு வர சொன்னாங்களே..."

" சுரேகா மாமி அப்படி சொல்றது அவங்களுடைய பெருந்தன்மையை காட்டுது ..ஆனாலும் இதுவரை மாமி எங்கேயும் போனது இல்லடி.இங்க அவங்க வந்த நேரம் எனக்கு லீவு கிடைத்தது.அதனால இப்படி ஒரு முடிவு எடுத்தேன் .அவங்கள தனியா விட்டுட்டு போக முடியுமா சொல்லு அதுவும் தெரியாத ஊர்ல.."

"சரி சரி எதையாவது சொல்லி சமாளிங்க.

அதுவரைக்கும் இப்போதாவது அழைச்சிட்டு போகனும் எண்ணம் வந்துச்சே அதுவரை சந்தோஷம்.. "என்று சலித்துக் கொண்டவள் தனக்கு தேவையான பொருட்களை எல்லாம் எடுத்து வைத்துக் கொண்டாள்.

அன்று இரவு சாப்பிட்டு தூங்கியவர்கள் மறுநாள் காலை அனைவரும் கொடைக்கானலுக்கு கிளம்பினர்.

சரவண ராஜன், கிருத்திகா தேவி அவர்களும் தன் பிள்ளைகளுடன் தன் அம்மா, அப்பா அதாவது வரதராஜன் சரோஜா தேவியும் அழைத்துக் கொண்டு கொடைக்கானல் சென்றனர்.

வானதி தேவி கொடைக்கானல் போகலாம் என்று கண்ணன் சொன்னதும் சரவணராஜனுக்கு அழைத்து விஷயத்தை சொன்னாள். அப்போதுதான் அவர்கள் பேருந்தில் வந்து கொண்டிருந்தனர்.

" என்ன சொல்ற வானதி நீங்களும் வரீங்களா? ரொம்ப சந்தோஷம். நானே உன்னையும் அக்காவையும் கூப்பிட்டேன். நீங்க ரெண்டு பேரும் வரலைன்னு சொல்லிட்டீங்க .பரவாயில்ல நாம அங்க வந்து மீட் பண்ணலாம் .."என்றான்.

சரவண ராஜன் அனைவரிடமும் இதைக் கூற கிருத்திகா தேவி ,"என்ன சொல்றீங்க மாமா வானதி சித்தியும் ,பிரதிபாவும் வராங்களா ?அச்சோ இது தெரிஞ்சிருந்தா அம்மா, அப்பாவை வம்பு பண்ணி வர சொல்லி இருப்பேனே.சரி விடுங்க இன்னொரு தடவை நாம எல்லாரையும் அழைச்சிட்டு வரலாம் .இப்போ சித்தி,பிரதிபா ரெண்டு பேரையும் நாம தங்க போற இடத்திற்கு வர சொல்லலாம் .."என்றாள்.

வரதராஜன் சரோஜாதேவியும் தன்மகள் கண்ணனுடன் கொடைக்கானல் வருகிறாள் என்று அவர்களும் மகிழ்ச்சி அடைந்தனர்.

கார்த்திக் ராஜன் ,அபிஷேக் ராஜனும் தன் அத்தையும் தன் சித்தி பிரதிபாவும் வருகிறார்கள் என்று கேள்விப்பட்டதும் துள்ளி குதித்தவர்கள் பிரதிபாவை பார்க்க ஆவலுடன் காத்திருந்தனர்.

அதன்படி கொடைக்கானல் சென்று அனைவரும் அறையில் சிறிது நேரம் ஓய்வெடுத்து பிறகு வெளியே செல்லலாம் என்று முடிவு செய்தனர்.

பிறகு சரவண ராஜன் கண்ணனுக்கு அழைத்து விஷயத்தை கூற ,'நாங்களும் கிளம்பிட்டோம் மாமா .இன்னும் கொஞ்ச நேரத்தில் வந்துடுவோம் கொடைக்கானல் ஏரி அங்க தான் முதலில் வருவோம் .நீங்களும் அங்கே வந்துடுங்க.." என்றான்.

சரவண ராஜன் தன் குடும்பத்துடன் கடைவீதியில் இருக்கும் பொருட்களை பார்த்துக்கொண்டு நடந்து சென்று கொண்டிருக்க அங்கே எதிரில் வானதி தேவியும் ,பிரதிபாவும் வர கிருத்திகா தேவி முதலில் அவர்களை பார்த்தவள்," மாமா அங்க பாருங்க என்று கத்தியதும் கார்த்திக் ராஜா அபிஷேக் ராஜன் ஓடிச் சென்று தன் அத்தையை கட்டிக் கொள்ள அவளும் தன் தம்பி மகன்களை கொஞ்சியவள் தன் அம்மா அப்பாவை நலம் விசாரித்தவள் ,"நான் இதை எதிர்பார்க்கவே இல்லமா.

பாப்பாக்கு முழு ஆண்டு விடுமுறை என்பதால் உங்க மருமகன் எங்க ரெண்டு பேரையும் இங்க தங்க சொன்னார்.. கண்ணன் திடீர்னு கொடைக்கானல் போறோம் சொன்னான். நீங்க ரெண்டு பேரும் மட்டும் போயிட்டு வாங்கன்னு நான் எவ்வளவோ சொல்லியும் அவன் கேட்கலமா. நீங்களும் இங்கதான் வரீங்கன்னு அவன்கிட்ட சொல்லிட்டு தம்பிக்கு ஃபோன் பண்ணேன் .."

சரோஜாதேவி,"சரி மா எப்போ எது நடக்குமோ அது நல்லாவே நடக்கும் .சரி உங்க மாமியாரும் அவங்க ரெண்டு பேரும் எங்க .."

"அதை ஏன் கேக்கறீங்க வந்த இடத்தில் எங்க மாமியாரால பிரச்சனை ..அவங்க இப்போ என்னால முடியலன்னு சொல்லி ரூம்ல இருக்காங்க.."

கண்ணனும் ,சுரேகாவும் குதிரை சவாரி செய்யறாங்க .நான் நீங்க இங்க இருப்பீங்கன்னு சொன்னதால அப்படியே நடந்து வந்துட்டு இருந்தேன்.."

"என்ன ஆச்சு வந்த இடத்தில் என்ன பிரச்சனை பண்ணுச்சு அந்த அம்மா .அது இருக்கிற இடத்தில் பிரச்சனை இல்லாம இருந்தா தான் சந்தேகம் ஏன் தான் அது அப்படி பண்ணுதோ தெரியல ..?"என்று வரதராஜன் திட்டினார்

"அது வந்துங்கப்பா ரெண்டு ரூம் எடுத்தோம் .எங்க ரூம்ல படுக்க சொன்னா எங்க மாமியார் கண்ணனுடைய ரூம்ல தான் படுப்பேன்னு சொல்லிட்டாங்க.."என்று தயங்கி தயங்கி கூறினாள் வானதி தேவி.

"என்ன ஜென்மமோ அது .அவன் ஹனிமூன் வந்திருக்கான் .அப்போதும் உங்க எல்லாரையும் அழைச்சிட்டு தான் வந்து இருக்கான் .அதுவே பெரிய விஷயம் .

ஏன் அந்த அம்மா அதை நினைச்சு பார்க்க மாட்டேங்குது .

அதுதான் ரெண்டு ரூம் எடுத்து இருக்கானே ..உங்க கூட தங்காம எதுக்கு அவங்க ரூம்ல போய் தங்கனும் சொல்லுது .கொஞ்சம் கூட நாகரிகமே கிடையாது அந்த அம்மாவுக்கு...

எப்படித்தான் இத்தனை வருஷம் அந்த அம்மாவை வைத்து உன் மாமனார் வாழ்ந்தாரோ தெரியல.."என்றார் வரதராஜன்.

சரவண ராஜன்," அப்பா விடுங்கப்பா .நமக்கு தான் அவங்களை பற்றி தெரியுமே? அது அவங்க குடும்ப விஷயம் .நாம போகலாம் வாங்க .."என்று அழைத்துச் சென்றவன் தன் அம்மா ,அப்பா, அக்காக்கு என்ன வேண்டும் என்று வாங்கிக் கொடுக்க கிருத்திகா தேவி தனக்கும் ,தன் தங்கைக்கும் ஒரே மாதிரி உடை எடுத்தாள்.

பிறகு கண்ணனும் சுரேகாவும் அங்கே வர அனைவரும் சேர்ந்து உணவு உண்டவர்கள் தனது அறைக்கு சென்றனர்..

அதன் பிறகு வானதி தேவி இவர்களை சந்திக்க வாய்ப்பு இல்லாமல் போனது. கிளம்பும் பொழுது கண்ணன் வானதிதேவி ,பிரதிபா இருவரையும் சரவண ராஜன் தங்கியிருக்கும் இடத்தில் அழைத்துக் கொண்டு வந்து விட்டவன் தானும் ஊருக்கு கிளம்பினான்.

வரணம்-73

வானதி தேவி தன் அம்மா குடும்பத்துடன் ஊருக்கு திரும்பினார். கொடைக்கானலில் இருந்து கார் ஒன்று வைத்தவர்கள் மலை இறங்கி அதன் பிறகு ரயிலில் தன் ஊருக்கு பயணம் செய்தனர்.

சரோஜாதேவி," என்ன வானதி நீ திரும்பவும் தூத்துக்குடி போகலையா ஏன் ஏதாவது பிரச்சனையா..?"

"அதை ஏன்மா கேக்கறீங்க ..எங்க மாமியார் சும்மாவே இருக்க மாட்டேங்கறாங்க.. அந்த பொண்ணு கிட்ட எதையாவது பேசிக்கிட்டே இருக்காங்க.. அவளுக்கு அதிகமா கோபம் வருது மா.வயசானவங்க தானே சொல்லி அவளும் பொறுத்துப் போக மாட்டேங்கறா .

இந்த கொடைக்கானலில் இருந்த மூன்று நாளும் ஒரே பிரச்சனை தான் பாவம் அந்த கண்ணன் மாட்டிகிட்டு முழிக்கிறான்..."என்று வருத்தத்துடன் கூறினாள் வானதி தேவி.

சரோஜாதேவி,"உங்க மாமியார் யார் கிட்ட தான் ஒழுங்கா நடந்து இருக்காங்க .. அவ சின்ன பொண்ணு.. விவரம் தெரியாதவ தானே?எல்லாரும் உன்னை மாதிரி அனுசரிச்சு போவாங்களா என்ன..?"

"அது என்னமோ உண்மைதான் .அதிலும் அவங்க அந்த ரூம் விஷயத்-துல பண்ணது அந்த பொண்ணுக்கு சுத்தமா பிடிக்கவே இல்லமா ..எனக்கே அசிங்கமா போச்சு . கண்ணனும் கோபப்பட்டு பேசிட்டான்.."

"கண்ணன் கோபப்பட்டதில் தப்பில்லையே வானதி. அதுங்க ரெண்டும் சின்ன சிறுசுங்க. அவங்கள தனியா விடாம உங்க மாமியார் ஏன் இப்படி குழந்தை மாதிரி அடம் பிடிக்குது..."

"கண்ணன் எங்க மாமியாரை சத்தம் போடலன்னா எப்படியும் அந்த பொண்ணு ஏதாவது சொல்லி இருப்பா ..அவள் எங்க மாமியாரையும் ,கண்-ணனையும் முறைச்சிக்கிட்டே தான் இருந்தா.. எனக்கே பயமாயிடுச்சு மா.." என்று சிரித்தாள் வானதி தேவி.

"உங்க மாமியாரு எப்போ தான் திருந்த போதோ தெரியல போ.."

"அம்மா அது போகட்டும் அண்ணா ஊட்டிக்கு குடும்பத்தோட போயி-ருக்கு போல ஏதாவது ஃபோன் பண்ணுச்சா..."

"நாங்க கொடைக்கானல் வந்துட்டு இருக்கும்பொழுது தம்பி ஃபோன் பண்ணி கேட்டான் வானதி . ஊட்டி கிட்ட போய்ட்டு இருக்கோம் சொன்-னானாம் உங்க அண்ணன்.."

"ஓஹோ அப்படியா ?ஏன்மா ஒரு வார்த்தையாவது நீங்க வரிங்களா ன்னு கேட்டுச்சா அண்ணா.."

"இல்லம்மா எதுவும் கேட்கல .நாங்களும் கொடைக்கானல் போறோம் என்று சரவண ராஜன் சொன்ன பிறகு என்கிட்ட போனை கொடுக்க சொன்-னவன் அம்மா சரவணன் ராஜனுக்கு டூருக்கு போற இடத்துல தங்குவதற்கு அவங்களே ரூம் கொடுத்துடுவாங்க..

ஆனா என் கூட வந்தீங்கனா நாம தனித்தனியா ரூம் எடுக்கனும் .இரண்டாவது அப்பாவும் அவளோ சீக்கிரம் வரேன்னு சொல்ல மாட்டார் அதனாலதான் நான் உங்களையும், அப்பாவையும் ஊட்டிக்கு வர சொல்லி கூப்பிடலமான்னு சொல்லி சமாளிச்சுட்டான் மா. நானும் அவனிடமிருந்து எதையும் எதிர்பார்க்கலையே? அவன் மாறிட்டான் அதுதான் நமக்கு எப்-போதோ தெரியுமே? விடுமா அவன் குடும்பத்தோட நல்லா இருந்தா சரி.."

"ஏன் தான் அண்ணன் இப்படி இருக்கோ ..அண்ணன் கிட்ட நிறைய மாற்றம் இருக்குமா. சரி விடுங்க அவர் குடும்பத்தோட மட்டும் போகணும் நினைச்சிருப்பார்.."

"எல்லாம் பண போதை தான் மா .பணம்தான் அவனை இப்படி எல்லாம் மாத்தி இருக்கு, பெத்தவங்களுக்கு கூட செலவு பண்ணக்கூடா-துன்னு நினைக்கிற அளவுக்கு மாறி இருக்கான் . இதுக்கு உன் அண்ணியும் காரணம் அதுவும் நமக்கு தெரியாம இல்ல .தெரிஞ்சு மட்டும் என்ன பண்ண போறோம் சொல்லு பாக்கலாம்.. ரெண்டு பேரும் இப்படி மாறிட்டாங்களே

அதுதான் எனக்கு வேதனையா இருக்கு வானதி.."

"சரி விடுமா ஒருத்தவன் இல்லனா இன்னொருவன் செய்வான் .அதுதான் தம்பி நம்ம எல்லாருக்கும் செய்ய வேண்டியது எல்லாம் சரியா செய்யறானே? "

"ஆமா வானதி சரவண ராஜன் சின்ன பையனா இருந்தாலும் அவனுடைய பொறுப்பை எப்பொழுதும் தட்டிக் கழிப்பதில்லை. நான் என் மாமியார் ,மாமனருக்கு பார்த்து பார்த்து செஞ்சேன் .இப்போ என் பிள்ளைகளில் ஒருவனாவது எங்களுக்கு செய்றான். அதுவே போதுமா.."என்றார் சரோஜாதேவி.

சரவண ராஜன் பணிபுரிந்த நிறுவனத்தில் வருடத்திற்கு ஒரு முறை சுற்றுலா செல்வதற்கு எழுதிக் கொடுத்தால் சீனியாரிட்டி முறைப்படி அவர்கள் பெயர்களை தேர்ந்தெடுப்பார்கள்.

அப்படி செல்லும் பொழுது ஊட்டி ,கொடைக்கானல் இந்த இரண்டு ஊரில் மட்டும் அவர்கள் தங்குவதற்கு இடம் இலவசம் .அந்த செலவை அந்த நிறுவனமே ஏற்றுக் கொள்ளும்.

ஹரிக்கு தன் அண்ணன் வீட்டுக்கு செல்ல வேண்டும் என்று ஆசை இருக்கத்தான் செய்தது . ஆனால் அவனுக்கு விடுமுறை கிடைக்கவில்லையே என்ன செய்வது?கண்ணன் தூத்துக்குடிக்கு மாற்றலாகி வந்த புதிதில் வானதி தேவி தன் குடும்பத்துடன் சென்று அந்த வீட்டில் நான்கு நாட்கள் தங்கி விட்டு வந்தார் .அப்பொழுது கண்ணனுக்கு திருமணம் ஆகவில்லை.

கொடைக்கானல் சென்று வந்து இரண்டு நாட்கள் கழித்து கண்ணனிடம் இருந்து வானதி தேவிக்கு அழைப்பு வந்தது.

"மாமி என்னால இவங்க ரெண்டு பேரையும் வச்சுட்டு சமாளிக்க முடியல .கொடைக்கானல் போய் வந்ததில் இருந்தே ரெண்டு பேருக்குள்ளம் பயங்கர சண்டை .எனக்கு என்ன பண்றதுன்னு தெரியல ..பாட்டியை அங்கே அழைத்து வந்து விடலாம்ன்னு பார்த்தா அது நான் இங்கிருந்து போக மாட்டேன்னு சொல்லுது.."

"இதை நான் எதிர்பார்த்ததுதான்டா .உங்க பாட்டி யாரையும் நிம்மதியா வாழ விட மாட்டாங்க..சரி இங்க வராம வேற எங்க போக போறாங்களாம்.."

"அந்தக் கொடுமையை ஏன் கேக்கறீங்க அதுக்கு தனியா வீடு எடுத்துக் கொடுக்க சொல்லுது.."

"என்னடா சொல்ற ஏன் தான் உங்க பாட்டி இப்படி பண்றாங்களோ தெரியல ?அதுசரி நீ என்ன முடிவு பண்ணி இருக்க..?"

"மாமாகிட்ட கேட்டு முடிவு பண்ணலாம் இருக்கேன். நீங்க என்ன சொல்றீங்க மாமி.."

"வேணாம்டா எனக்கு தெரிஞ்சு நீ அவங்களை இங்க அழைச்சிட்டு வந்து விட்றது தான் நல்லது..அவங்களை தனியா வச்சா உனக்கு தான் செலவு இதெல்லாம் தேவையா.?"

"நீங்க சொல்றது எனக்கு புரியுது மாமி .நீ வா ஊருக்கு போகலாம்னு சொன்னாலும் என்னடா எனக்கு செலவு பண்றதுக்கு கணக்கு பாக்கறியா.?

உன் பொண்டாட்டி வந்ததும் மாறிட்டியான்னு கேட்டு அழறாங்க.."

"சரிடா உன் மாமா கிட்ட கொடுக்கிறேன். அவர் என்ன சொல்றாருன்னு கேளு.."

கிருப ராஜன் ,"சொல்லுடா இப்போ என்ன பிரச்சனை.." என்றதும் கண்ணன் நடந்த அனைத்தையும் கூறினான் .

"அந்த அம்மா திருந்தவே திருந்தாதுடா .எங்க அப்பன் உயிரோடு இருக்கும்போது அவர் உயிரை வாங்குச்சு. இப்போ நம்ம ரெண்டு பேரையும் நிம்மதியா இருக்க விடாம அது இஷ்டத்துக்கும் ஆடுது.. அதை அழைச்சிட்டு வந்து இங்க விட்டுட்டு போடா.."

"இல்ல மாமா எனக்கு வேற வழி தெரியல. அங்க விட்டாலும் ஃபோன் பண்ணி எதையாவது பேசி என் உசுர வாங்குவாங்களே தவிர என்னை நிம்மதியா வாழ விட மாட்டாங்க .அதனால நான் அவங்களுக்கு தனி வீடு பார்க்கலாம் என்று நினைக்கிறேன்

அவங்களுக்கு வேலை செய்றதுனா கஷ்டமாச்சே. எத்தன நாளைக்கு செய்றாங்க என்று பார்ப்போம் அதன்பிறகு அவங்களா வழிக்கு வருவாங்க.."

"சரிடா உன் இஷ்டம் உனக்கு என்ன செய்யணும் தோணுதோ செய்.."

கண்ணன் தன் நண்பர்கள் உதவியுடன் தன் பாட்டிக்கு வீடு பார்த்து அங்கே அவரை தனியே குடி வைத்தான் .இப்பொழுது கண்ணனுக்கு செலவுகள் இரட்டிப்பானது..

சுரேகா தாய்மை அடைந்துள்ளதாக செய்தி வர உடனடியாக கிருப ராஜன் தன் மனைவியை அழைத்துக்கொண்டு தூத்துக்குடி சென்று அவளை பார்த்துவிட்டு வந்தனர்.

வரலட்சுமிக்கு நான் தங்கியிருந்த வீடு பிடிக்காததால் வேறு வீடு பார்க்கும் படி தன் பேரனிடம் கூற அவனும் வேற வழியில்லாமல் வேறு வீடு பார்த்து அங்கே அவரை தங்க வைத்தான்.மீண்டும் பிரச்சனை வர வரலட்சுமி அழுது கொண்டே தன் மருமகள் வீட்டிற்கு வந்துவிட்டார்.

சுரேகாவின் குடும்பத்தில் உள்ள அனைவரும் தூத்துக்குடி சென்று நான்கு நாட்கள் தங்கி இருக்க அதை கேள்விப்பட்ட வரலட்சுமி

"என் பேரன் வீட்டில் யார் யாரோ போய் உட்கார்ந்து சாப்பிடறாங்க .."என்று இங்கே அமர்க்களம் பண்ண ஆரம்பித்தார் வரலட்சுமி.

வரலட்சுமி சுரேகாவின் அம்மா வீட்டில் உள்ளவர்கள் தன் பேரன் வீட்டில் தங்கி இருப்பதற்கு இங்கே கதை எடுக்க ஆரம்பித்தார்..அதில் கோபம் கொண்ட வானதி தேவி," என்ன பேசுறிங்க நீங்க ..அவங்க யாரு அவளுடைய குடும்பம். அவங்கள அங்கே போகக்கூடாது நீங்க எப்படி சொல்லலாம்.."

"அதெல்லாம் முடியாது நான் இப்பவே அங்கே போகனும் .."என்று தன் பேரனுக்கு போன் செய்து வரலட்சுமி அழ கண்ணன் கிளம்பி வந்து தன் பாட்டியை அழைத்துச் சென்றவன் மீண்டும் அவரை தனி குடித்தனம் வைத்-

தான்.

இந்த நிலையில் சுரேகாவுக்கு குழந்தை பிறந்து இருக்க அதே நேரம் அனிதாவுக்கும் வலி வர மருத்துவமனையில் சேர்த்தனர்.

வான்மதி தேவி," வானதி நீ இங்க வந்து அனிதாவை பார்த்துட்டு போடி எனக்கு பயமா இருக்கு ..",என்றதும்

இவளும் அங்கே சென்று தன் அக்கா மகளை பார்க்க ,"இன்னும் பிரசவ வலி வரவில்லை .அதற்கு நாட்கள் இருக்கு.." என்று மருத்துவர் கூறியதும் அதன் பிறகு தூத்துக்குடி சென்று தன் மருமகளை பார்க்க சென்றனர் கணவன் ,மனைவி இருவரும்.

அங்கே குழந்தையை பார்த்து விட்டு அங்கே இருக்கும் வேலைகளை முடித்து அனைவருக்கும் சமைத்து போட்டு அவர்களும் சாப்பிட்டுவிட்டு ஊர் திரும்பினார்.

சுரேகாவின் அம்மாவும் அங்கே வந்திருக்க ஆனால் வீட்டில் போட்டது போட்டபடி அப்படி அப்படியே இருந்தது. மனம் கேளாத வானதி தேவி அனைத்தையும் எடுத்து ஏற கட்டியவள் அனைவருக்கும் சமைக்க ஆரம்பித்தாள்..கண்ணன் தன் மாமியை பார்த்ததும் அசைவம் சமைக்கலாம் என்று அசைவம் வாங்கிக் கொண்டு வந்து கொடுத்தான் .

வானதி தேவி அனைவருக்கும் பரிமாறினாள்.. உடனே பிள்ளைகள் அங்கே தனியாக இருப்பார்கள் என்று தன் மருமகள் சுரேகாவுக்கு எப்படி நடந்து கொள்ள வேண்டும் என்று அறிவுரை கூறியவள் ஊருக்கு கிளம்பினாள்.

இவர்கள் ஊருக்கு வந்து மறுநாள் வரலட்சுமி தன் மருமகளுக்கு அழைத்தவர், " வானதி அந்த பொண்ணு அவ புத்திய காண்பிச்சிட்டாமா.. உன்னை பத்தி அவ என்ன சொல்லி இருக்கா தெரியுமா? நீ அவங்க அம்மாவுக்கு வெறும் குழம்பு மட்டும்தான் ஊத்தினியாம்.. அசைவம் எதுவும் வைக்கலை சொல்லி கண்ணன்கிட்ட சண்டை போட்டு இருக்கா"

"என்ன அத்தை சொல்றீங்க நான் அவங்களுக்கு பார்த்து பார்த்து பரிமாறினேன்.."

"அட உன்னைப்பற்றி எங்களுக்கு தெரியாதா? நானும் தான் பார்த்தேன் அந்த அம்மா நல்லா தான் சாப்பிட்டுச்சு, இவள் வேண்டும் என்று இப்படி சொல்றா.."

"இது உங்களுக்கு எப்படி தெரியும் கண்ணன் வந்து சொன்னானா.?"

"ஆமா கண்ணன் தான் வந்து சொன்னான்.."

" அதுக்கு நீங்க என்ன சொன்னீங்க"

"நான் என்ன சொல்றது அவள் பொய் சொல்றான்னு சொன்னேன்.. கண்ணனும் ஆமாம் பாட்டி அவளுக்கு ஏனோ மாமியை பிடிக்கல.எங்க மாமியை பத்தி அப்படி சொன்னா உனக்கு நல்லதே நடக்காதுடி. அவங்க யாருன்னு தெரியாதவங்களுக்கு கூட வயிறு நிறைய சாப்பாடு போட்டு

அனுப்புவாங்க ..அப்படி இருக்கும்போது உங்க அம்மா என்னோட மாமியார் அவங்கள கவனிக்காம இருப்பாங்களா என்று திட்டிட்டேன்னு சொன்னான் வானதி .." என்றார் வரலட்சுமி.

வர்ணம்-74

வானதி ,"சரிங்க அத்தை அந்த பொண்ணுடைய குணம் அப்படித்தான் நீங்க அதே நினைச்சுட்டு இருக்காதீங்க"என்று வானதி தேவி கூறினாலும் அவள் அதையே நினைத்துக் கொண்டு இருந்தவள் கணவனிடம் வரலட்சுமி கூறி-யதை வருத்தத்துடன் சொன்னாள்.

"என்னடி சொல்ற எதுக்காக இந்த பொண்ணு இப்படி எல்லாம் பேசுது .நாம அங்க போறது அதுக்கு பிடிக்கல போல .. சரி விடு நாம இனி அங்க போக வேண்டாம் .அவனை வளர்த்து நல்லபடியா கல்யாணம் பண்ணி கொடுத்தாச்சு .அவன் வாழ்க்கையை அவனே பார்த்து கட்டும்.." என்றான் கிருபராஜன்.

வானதி தேவிக்கும் அதுவே சரியென பட இனி கண்ணன் வீட்டுக்கு போகக்கூடாது என்று முடிவு செய்தாள்.

ஹரி தூத்துக்குடி போக வேண்டும் என்று ஆசைப்பட அவனுக்கு விடு-முறை விட்டதும் தன் குடும்பத்துடன் சென்று தன் மாமியார் வீட்டில் தங்கி-னாள் வானதி தேவி.

கண்ணன் தன் வீட்டுக்கு வரும்படி சொல்ல " அதெல்லாம் வேண்-டாம்.நான் இங்கே இருந்துட்டு கிளம்புறேன்.." என்று கூறிவிட்டார்.

"மாமி எனக்காக நீங்க வரக்கூடாதா..?"

"வேணாம் கண்ணா உன் மனைவிக்கு ஏதோ என் மேல கோபம் .அப்படி இருக்கும் போது நான் அங்கே வந்தா என்னால கொஞ்ச நேரம் கூட நிம்-மதியா இருக்க முடியாது.."

"சரிங்க மாமி ஹரி ,பிரதீபாவை அனுப்பி வைங்களேன்.."

"கண்ணா வேணாம்டா புரிஞ்சுக்கோ நாங்க இங்க வரோம். எங்களை நீ இங்கே வந்து பாத்துட்டு போ அது போதும்.."என்றவள் தன் மாமியாருடன் ஒரு வாரம் தங்கியவள் பிறகு தன் பிள்ளையை அழைத்துக் கொண்டு தன் ஊருக்கு சென்றாள்.

ஹரி தனது படிப்பை முடிக்க அவனுக்கும் ஒரு கம்பெனியில் வேலை கிடைக்க ஹரிக்கு திருமணம் முடிந்தது.

அவனுடைய கதை பெரிய கதை அதையும் நாம் பார்க்கலாம்.

வரலட்சுமி இப்படி தனி குடித்தனம் நடத்திக் கொண்டு இருக்க அவர் தன் சோம்பேறித்தனத்தால் சமைத்து சாப்பிடாமல் இருந்தார்.

கண்ணன் மனது கேட்காமல் தன் வீட்டில் சமைக்கும் போதெல்லாம் தன் பாட்டிக்கு என்று ஒரு டப்பாவில் தனியாக எடுத்து வைப்பவன் .தன் மனை-

வியிடம்," நான் இதை ஆபீஸ்க்கு எடுத்துட்டு போறேன் .."என்று கூறுபவன் தினமும் ஆபீஸ் போகும்போது தன் பாட்டிக்கு சாப்பிட கொடுத்துவிட்டு செல்வான்.

கண்ணன் நன்றாக சமைப்பான்

சுரேகாவுக்கு இரண்டு குழந்தை பிறந்த பிறகும் சரியாக சமைக்க வரவில்லை என்று காரணம் சொல்லிக் கொண்டே தான் இருப்பாள்..அதனால் கண்ணன் தான் அதிகமாக சமைப்பான்.

இது இப்படியே தொடர நல்ல உள்ளம் கொண்ட ஒருவர் இதை சுரேகாவிடம் சொல்லிவிட்டார்.

சுரேகா உடனே தன் வேலையை காண்பிக்க ஆரம்பித்தாள்," நீ எப்படி அவங்களுக்கு சாப்பாடு எடுத்துட்டு போய் கொடுக்கலாம் .இனி நீ சாப்பாடு எடுத்துட்டு போய் கொடுக்கக் கூடாது.." என்று கூறிவிட்டாள்.

பிறகு வரலட்சுமி அக்கம்பக்கத்தில் வீட்டில் உள்ளவர்கள் சாப்பாடு கொடுக்க அதை உண்டு கொண்டிருந்தவருக்கு அதற்கு மேல் தாங்க முடியாதவராய் தன் மருமகளுக்கு போன் செய்து," என்னால் இங்க தங்க முடியல வானதி .அந்த பொண்ணு எனக்கு சாப்பாடு கொடுக்க கூடாதுன்னு சொல்லிட்டா ..எனக்கு மனசே சரியில்ல நான் கிளம்பி அங்கே வந்துவிடவா .."என்றார்.

"என்ன அத்தை கேள்வி இது? உங்க பிள்ளையோட வீடு .நீங்க கிளம்பி வாங்க .."என்றதும் கிளம்பி தன் பிள்ளை வீட்டிற்கு வந்தார் வரலட்சுமி.

கண்ணன் மூலம் அங்கு நடக்கும் அனைத்தையும் கேள்விப்பட்ட வானதி தன் கணவனிடம்," உங்க அம்மாவுக்கு என்ன தலையெழுத்தா?இங்க உட்கார்ந்த இடத்திலேயே சாப்பிட்டு கை கழுவுவாங்க ஏன் தான் இப்படி இருக்காங்களோ..?" என்று புலம்பிக்கொண்டே இருந்தாள்.

கண்ணன் தன் பாட்டிக்கு வாங்கி போட்ட இரண்டு சவரன் செயினையும் தன் தாத்தா தன் பாட்டுக்கு வாங்கி போட்ட தோடு அதையும் கழட்டிக்கொண்டு கவரிங் தோடை போட்டுவிட்டு அனுப்பினான்.

கண்ணனுக்கு பணம் மட்டும்தான் முக்கியம்.இத்தனை வருடம் தன்னை வளர்த்த கிருப ராஜனின் மகள் பிரதிபாவுக்கு வருடத்திற்கு ஒரு முறை உடை எடுத்துக் கொடுக்க கூட அவனுக்கு மனம் வராது.

அந்த தோட்டை தன் பேத்தி பிரதிபாவுக்கு கொடுக்கப் போவதாக சொல்லிக் கொண்டிருந்தார் வரலட்சுமி .ஆனால் தன் பேரன் கேட்டதும் கழட்டி கொடுத்துவிட்டு வந்தார்.

இங்கே வந்த பிறகும் தன் பேரனின் நினைவாகவே இருந்தார் வரலட்சுமி.

ஹரி பாலிடெக்னிக் படித்துக் கொண்டிருந்தவன் தன்னுடன் படித்த சங்கவி என்ற பெண்ணை விரும்ப ஆரம்பித்தான்.பாலிடெக்னிக் படிக்கும் பொழுது ஹரி தன்னை விரும்புகிறான் என்று கேள்விப்பட்ட சங்கவி அவனின் காதலை ஏற்காமல் இருந்தாள்.

ஹரி சங்கவியை விரும்புவது சங்கவியின் அப்பாவுக்கு தெரிந்து விட்டது.. சங்கவியின் அப்பா கிருஷ்ணமூர்த்தி ,'இங்க பாரு பாப்பா நம்ம குடும்பத்துக்கு அதெல்லாம் சரிப்பட்டு வராது .நீ அந்த பையன விரும்புறியோ இல்லையோ? ஆனால் அவன் மனசுல இனி அந்த எண்ணம் வராத அளவுக்கு பாத்துக்கோ.." என்று கூறினார்.

சங்கவிக்கு தன் அப்பா என்றால் அவ்வளவு உயிர்.. ஹரியின் தொடர் முயற்சியில் சங்கவியின் மனம் ஹரியின் மீது சாய ஆரம்பித்தது .அதே நேரம் கல்லூரி முழுவதும் இவர்கள் விஷயம் பரவ ஆரம்பித்தது.

இப்படித்தான் சங்கவியின் அப்பாவுக்கு விஷயம் தெரியவந்தது. தன் அப்பா இப்படி கூறியதும் ,"அப்பா நான் உங்க பொண்ணு

நீங்க சொல்றபடி நான் நடந்துப்பேன் .எக்காரணத்தைக் கொண்டும் நான் உங்க பெயர் கெட்டும் போகும்படி நடந்து கொள்ள மாட்டேன்.."என்றவள் அன்றிலிருந்து ஹரியை திரும்பி பார்க்காமல் தன் மனதை கட்டுப்படுத்திக் கொண்டவள் தான் உண்டு ,தான் வேலை உண்டு என்று இருக்க முயற்சி செய்தாள்.

ஹரி அவள் தன்னிடம் காதலை சொல்லவில்லை என்றாலும் அவளின் பார்வையிலே ,'அவள் தன்னை விரும்புகிறாள்' என்று நினைத்தவனுக்கு அவளின் தற்போதைய செயல் குழப்பத்தை தான் கொடுத்தது.

ஹரி இப்படி இருக்கையில் நண்பர்கள் அவனை அழைத்துக் கொண்டு ஒரு இடத்திற்கு சென்றனர்.

ஹரியின் நண்பன் கலைச்செல்வன் ,"அவ உனக்கு கிடைக்கலைன்னா என்னடா பண்ணுவ மச்சான் .அதுக்காக உயிரை விட்டுட முடியுமா என்ன ?"என்றதும் ஒரு நொடி கூட தாமதிக்காமல் ஹரி முட்டாள்தனமான முடிவை எடுத்தான்.

ஆம் அவர்கள் கிணற்றுக்குப் பக்கத்தில் உட்கார்ந்து பேசிக் கொண்டிருக்க ஹரி ஓடிச் சென்று கிணற்றில் குதித்து விட்டான்..அதைப் பார்த்த அவனின் நண்பர்கள் பதறினர். நீச்சல் தெரிந்த மூன்று நண்பர்கள் தண்ணீரில் குதித்து அவனை காப்பாற்றினார்.

அவன் செய்த முட்டாள் தனத்தை பார்த்த அவனின் உயிர் நண்பன் பிருத்வி அவனை ஓங்கி அறைந்தான் .

பிருத்வி,"நீ என்னடா முட்டாளா? அம்மா, அப்பா உன்னை எப்படி கஷ்டப்பட்டு படிக்க வைக்கிறாங்க .உன்னால எப்படி இப்படி எல்லாம் யோசிக்க முடிஞ்சது..இன்னைக்கு வந்த பொண்ணுக்காக நீ உயிரை விட துணிச்சிட்டியா ?இனி இப்படி ஒரு காரியத்தை பண்ணா நானே உன்னை கொன்னு போட்டுடுவேன் பாத்துக்கோ.. "என்றவனை கட்டிக்கொண்டு அழுதான் ஹரி.

பிருத்வி அவனை சமாதானம் செய்தான்.ஹரி ,"என்னடா பண்றது இந்த காதல் எல்லார் மீதும் வந்திடாதே டா.. நான் அவ மேல ரொம்ப அன்பு

வச்சுட்டேன்..அவ கிடைக்கலன்னா அந்த தோல்வியை என்னால தாங்கிக்க முடியாது..."

பிருத்வி,"அது எப்படிடா இப்போ வந்தவ மேல இவ்வளவு அன்பு வைக்கிறீங்க.."

கலைச்செல்வன் ,"டேய் நீ கொஞ்ச நேரம் சும்மா இருடா என்றவன் ஹரி நாங்க தான் தப்பு பண்ணிட்டோம் .

நீ இதை சொல்லும் போதே ஆரம்பத்திலேயே நாங்கள் தடுத்து நிறுத்தி இருக்கனும் .சரி நீ ஆசைப்படறியே அவளும் நல்ல பொண்ணா இருக்காளே சொல்லி நாங்களும் உனக்கு சப்போர்ட் பண்ணது தப்பா போச்சு .

சரி விடு அவ தான் உனக்கு என்று விதி இருந்தால் அது நடக்கும். இப்போ நமக்கு கல்லூரி முடிய போகுது.. நாம எல்லாரும் பிரிய போற நேரம் வந்துடுச்சு .

நீ ஒரு இடத்துக்கு போய்டுவ, அவ ஒரு இடத்துக்கு போய்டு வா. நீ அடுத்து படிச்சு முடிக்கிற வரைக்கும் உன் மனசுல அவ இருந்தா அதன் பிறகு அவ கிட்ட போய் பேசு .."என்றான்.

இவனுக்கும் அதுவே சரியென பட பாலிடெக்னிக் முடித்த ஹரி இன்ஜினியரிங் காலேஜ் அடி எடுத்து வைத்தவன் கல்லூரிக்குள் நுழைய அவன் சென்று நான்கு நாட்களில் அவனுக்கு ஒரு அதிர்ச்சி காத்திருந்தது.

நியூ அட்மிஷன் என்று ஒரு பெண் உள்ளே வர அந்த பெண்ணை பார்த்த ஹரியின் நண்பர்கள் ஆச்சரியமடைந்தனர். ஹரியும் அந்த பெண்ணை அதாவது தன் காதலி சங்கவியை அங்கே பார்த்தவன் மகிழ்ச்சியில் எழுந்தே நின்று விட்டான்.

சங்கவி நன்றாக படிக்கக்கூடிய பெண் அவளை வெளியூரில் அனுப்பி படிக்க வைக்கலாம் என்று கிருஷ்ணமூர்த்தி முடிவு செய்தார் .ஆனால் அவர்களின் நேரமோ என்னவோ எந்த கல்லூரியிலும் அவளுக்கு இடம் கிடைக்கவில்லை .அதனால் அவளை தன்னுடைய ஊருக்கு பக்கத்து ஊரில் உள்ள கல்லூரியில் சேர்த்தனர்.

சங்கவி ஹரி அவனின் வானர கூட்டத்தையும் அங்கே பார்த்தவர்களுக்கு அதிர்ச்சி தான் 'என்ன இது இவங்க எல்லாம் இங்க தான் படிக்கிறாங்களா? இப்போ என்ன பண்றது .."என்று யோசித்தவள் தன் அப்பாவிடம் எதையும் மறைக்காமல் விஷயத்தை கூறினாள்.

கிருஷ்ணமூர்த்தி ஹரியையும் அழைத்துக் கொண்டு கேன்டீன் சென்றார். ஹரிக்கு இவரின் செயல் ஆச்சரியத்தை கொடுத்தாலும் அவருக்கு காபி வாங்கி கொடுத்தான்..

"நீ எதுக்குப்பா தம்பி வாங்கி கொடுக்கிற .பெரியவன் நான் தான் வாங்கி கொடுக்கணும் உட்காருங்க .."என்றார்.

"அப்பா அப்படியெல்லாம் ஒன்னும் கிடையாது .நீங்க எங்க வீட்டுக்கு வந்தீங்கன்னா நாங்கதானே காபி போட்டுக் கொடுப்போம். அதுபோலத்தான்

நீங்க எங்களுடைய காலேஜுக்கு வந்து இருக்கீங்க .

அப்போ நான் வாங்கி கொடுக்கறதுல ஒண்ணும் தவறில்ல ப்ளீஸ் குடிங்கப்பா.." என்று சமர்த்து பிள்ளையாய் பேசினான் ஹரி.

ஹரியின் இந்த இயல்பான அணுகுமுறை கிருஷ்ணமூர்த்தியை மிகவும் ஈர்த்தது.."இரண்டு பேரும் நல்லா படிங்க

வேற எதையும் தேவையில்லாம யோசிக்காதீங்க .."என்றவர் வீட்டிற்கு கிளம்பினார்.

கிருஷ்ணமூர்த்தி ஏன் இப்படி செய்தார் என்று இப்பொழுது யோசித்துப் பார்த்தாலும் சங்கவிக்கும் ,ஹரிக்கும் அதற்கான விடை கிடைக்கவில்லை.

ஆனால் இருவருக்கும் ஆச்சரியம் என்னவென்றால் இப்படி ஒரு நிகழ்வு நடந்ததிலிருந்து,' கடவுளின் செயல் இதுதானோ?. இந்த ஜென்மத்தில் நாம் இருவரும் தான் ஒன்று சேரப்போறோமோ..?' என்று யோசிக்க ஆரம்பித்தனர்.

ஹரி மீண்டும் மீண்டும் அவளின் எதிரில் நிற்க அவளால் ஓரளவுக்கு மேல் தன் மனதில் உள்ளதை மறைக்க முடியாமல் போனது. அவளும் தன் காதலை சொல்லிவிட இரண்டு பட்டாம்பூச்சிகளும் சுதந்திரமாக பறந்து வந்தன.

ஹரி மிகவும் அமைதியானவன் .ஆனால் சங்கவியின் விஷயத்தில் தன்னை மறந்து சுத்தினான் என்று தான் சொல்ல வேண்டும்.ஹரியின் மாற்றத்தை பார்த்த வானதி தேவிக்கு தன் மகனின் செயலில் சந்தேகம் வர ஆரம்பித்தது.

அதற்கு தகுந்தாற் போல் ஒருநாள் ஹரிக்கு ஃபோன் வர மிகவும் பொறுமையாக பேசியவன் அழைப்பை துண்டித்தான்.

கல்லூரி விடுமுறை என்பதால் ஹரி பகலில் ஒரு நாள் தூங்கிக் கொண்டிருந்தான்.. வானதி தேவி ,"பகலில் தூங்காதடா "என்று எவ்வளவோ சொல்லியும் ,"அம்மா நாளைக்கு காலேஜ் போகனும் அம்மா .இன்னைக்கு ஒரு நாள் தூங்க விடுங்க .."என்றவன் அசந்து தூங்கி விட்டான்.

தன் மகன் தூங்குவதால் வானதி தேவி அவனின் ஃபோனை வெளியே எடுத்து வந்தார். அந்த நேரம் பார்த்து அவனுக்கு போன் வர வான்மதி தேவி ஹலோ என்பதற்கு முன்னே அந்த பக்கம் சங்கவி," ஹலோ ஹரி என்ன பண்ற நாளைக்கு காலேஜுக்கு சீக்கிரமா வந்துடு. உன்கிட்ட ஒரு முக்கியமான விஷயம் பேசனும்.." என்றாள்.

இதை கேட்ட வானதி தேவிக்கு ஒரு நிமிடம் இதயமே நின்றது போல் ஆகிவிட்டது

ஹரிக்கு போன் செய்பவர்கள் எல்லாம் ஆண் நண்பர்கள் மட்டுமே இருக்க இப்பொழுது ஒரு பெண் பேசவும் பயந்து தான் போனாள் வானதி தேவி. குழப்பத்திலிருந்த வானதி யோசித்து ஒரு முடிவு செய்தாள் .அது என்னவாக இருக்கும் பார்க்கலாம்.

வர்ணம் _75

வானதி தன் மகனின் ஃபோனுக்கு ஒரு பெண் பேசியதை கேட்டதும் அதிர்ச்சி அடைந்தவள் இது பற்றி அவனிடம் பேசித்தான் ஆக வேண்டும் என்று முடிவெடுத்தவள் தன் கணவன் கிருபராஜனிடம் இதைப் பற்றி கூறினாள்.

கிருப ராஜன் இரவு பணிக்கு சென்று வந்தவர் அசந்து உறங்கிக் கொண்டிருக்க," இவருக்கு எங்க இருந்து தான் இப்படி தூக்கம் வருதோ தெரியல என்று திட்டியவள் என்னங்க எந்திரிங்க .."என்று தன் கணவனை எழுப்பினாள்.

"என்னடி இப்போ எதுக்கு என்னை எழுப்புற நீ.."

"ஒரு முக்கியமான விஷயம் பேசணும் எந்திரிங்க..எத்தனை தடவை எழுப்பினாலும் கண்ணை திறக்காமலே கேள்வி மட்டும் கேளுங்க .."என்று தலையில் அடித்து கொண்டாள் வானதி.

"எதுவா இருந்தா என்னடி இப்படி தூங்கும் போது தொந்தரவு பண்ணாத எழுந்து போடி.."

"அச்சோ என் நிலைமை தெரியாம இந்த மனுஷன் வேற படுத்தறாரே .இப்போ நீங்க எந்திரிக்க போறீங்களா இல்லையா..?"

"அடியே இப்ப எதுக்குடி இந்த கத்து கத்தற ..இப்பதான் தூங்கின மாதிரி இருக்கு அதுக்குள்ள விடிஞ்சிடுச்சா என்ன ?சரி சொல்லு மணி என்ன?"

"என்ன கனவு கண்டுக்கிட்டு இருக்கீங்களா? இது ஃநைட் இல்ல .நீங்க மதியம் தூங்கிட்டு இருக்கீங்க எந்திரிங்க.."

"ஓஹோ அப்படியா எதுவா இருந்தா என்னடி. மனுஷனுக்கு தூக்கம் வந்தா தூங்கனும் . அதுவும் ஃநைட் ஷிப்ட் போயிட்டு வந்த மனுஷனை இப்படி தூங்க விடாம படுத்தறியேடி ..சரி சொல்லு என்ன விஷயம்..?"

"பாரேன் இப்போதான் ஃநைட் ஷிப்ட் போய் வந்தது உங்களுக்கு ஞாபகம் இருக்கா. இவ்வளவு நேரம் இரவு நேரம் நினைத்து தூங்கி இருக்கீங்க அது ஞாபகம் இருக்கா..?"

"அடியே ஒரு நாள் ஃநைட் தூக்கம் இல்லனா எனக்கு தலை வலிக்குது ,மயக்கம் வருது சொல்லி எவ்வளவு புலம்பற நீ. அப்போ ஃநைட் ஷிப்ட் போயிட்டு வந்த எனக்கு பகலும் இரவா தான் தெரியும் போடி.. சரி சரி சொல்லு என்ன விஷயம்..?"

"அச்சோ சாமி ஆளை விடுங்க. உங்க கிட்ட பேசி ஜெயிக்க முடியுமா என்றவள் நான் சொல்றேன் ஆனா நான் சொல்றதை கேட்டு நீங்க கோபப்படக் கூடாது.."

" என்னடி பீடிகை எல்லாம் பலமா இருக்கு சரி சொல்லு .."

"நம்ம ஹரி இருக்கானே கொஞ்ச நாளா அவனுடைய நடவடிக்கையில் மாற்றம் இருந்துட்டு இருந்துச்சு நீங்க அதை கவனிச்சீங்களா..?"

"அப்படியா அப்படி எதுவும் எனக்கு தெரியலையே ..?"

"ஆமா நீங்க அப்படியே ஒழுங்கா கவனிச்சுட்டாலும் ,அவனை திட்ட மட்டும் தான் உங்களுக்கு தெரியும் .வேற என்ன தெரியும் உங்களுக்கு சொல்லுங்க.."

"அச்சோ கடவுளே ஏன்டி இப்படி சுப்ரபாதம் பாடற ..சரி என்ன விஷயம் சொல்லு.."

"இப்போ கொஞ்ச நேரம் முன்னாடி அவனுக்கு ஃபோன் வந்துச்சுங்க..."

"சரி அவனுக்கு போன் வந்தா அவன் எடுத்து பேச போறான். அதில் உனக்கு என்னடி பிரச்சனை.."

"ஏங்க நான் சொல்றத முழுசா கேளுங்க. என்னை கடுப்பேத்தாதீங்க அவன் தூங்கிட்டு இருந்தான் ..அதனால ஃபோன் நான் தான் எடுத்தேன்..."

"சரி அவ்வளவு தானே அதுக்கு என்ன அவங்க ஃப்ரண்ட்ஸ் யாராவது பண்ணி இருப்பாங்க .அதுக்கு எதுக்குடி இப்ப புலம்பற..."

"அச்சோ அச்சோ இந்த மனுஷனை வச்சுக்கிட்டு என்னால முடி-யலையே ?ஏங்க பேசினது ஒரு பொண்ணுங்க..."என்றதும் படார் என்று எழுந்து உட்கார்ந்த கிருப ராஜன்," எனன சொன்ன என்ன சொன்ன மறுப-டியும் சொல்லு.."

"உங்களுக்கு என்ன காது கேட்காதா ? பேசினது ஒரு பொண்ணு அது-வும் எவ்ளோ பொறுமையா பேசினா தெரியுமா..?"

"சரிடி அந்த பொண்ணு அவனுடைய ஃப்ரண்டா இருக்கும் .அதுக்கு நீ ஏன் இப்போ இந்த தவி தவிக்கிற..."

"அச்சோ ஏங்க ஃப்ரண்டா இருந்தா நல்லா சத்தமா தைரியமா பேசுவா .ஏற்கனவே ஒரு பொண்ணு அவன் ஃப்ரண்ட் நல்லா பேசிகிட்டு இருப்பா... அதுவும் எங்கிட்ட தான் அதிக நேரம் பேசுவா.. ஆனா இந்த பொண்ணு ரொம்ப பொறுமையா பேசுதுங்க ..

அது மட்டும் இல்லாம ரொம்ப நாளா இவனுக்கு அடிக்கடி ஃபோன் வந்ததும் ஃபோனை எடுத்துட்டு வெளிய போயிட்டு பொறுமையா ரகசியம் பேசிட்டு உள்ள வருவான் ..மத்தபடி பசங்க ஃபோன் பண்ணா என் எதிரி-யிலேயே உட்கார்ந்து பேசுவான். எனக்கு என்னமோ அவன் அவன் அந்த பொண்ணை விரும்பறானோ என்று பயமா இருக்குங்க.."

"சரி விடுடி அப்படியே இருந்தாலும் நாம என்ன பண்ண முடியும் .இது அவனுடைய வாழ்க்கை ..நல்ல பெண்ணா இருந்தா பிரச்சனை கிடை-யாது ..நமக்கு பொண்ணு பாக்கற வேலையை மிச்சம் பண்ணிட்டான் உன் பையன்..." என்றார் கிருபராஜன்.

"அச்சோ ராமா வரவர நீங்க நடந்துக்கறத பார்த்தா பழைய கிருப ராஜனாகவே இருந்திருக்கலாம் போல , வர வர உங்களுக்கு எப்போ தான்

காமெடி பண்றதுன்னே தெரியல.மொக்க போடாதீங்க போங்க..."

"சரிடி சரி டென்ஷனாகாதா?"

"இப்போ நீங்க அவனை அழைச்சிட்டு போய் கேட்க போறிங்களா இல்லையா..?"

"நானா நான் என்னடி கேட்கிறது நான் கேட்டா அவன் சொல்லுவானா..?"

"அதெல்லாம் சொல்லுவான். நான் கேட்டா என்னை ஏமாத்திடுவான். ஆனா உங்ககிட்ட சொல்லுவான் .."

"நான் சொல்றதை கேளு.. முதல்ல நீ பேசு.. அதன் பிறகு நான் விசாரிக்கிறேன் .

அதுவும் இப்போ விசாரிக்காத நான் வேலைக்கு போன பிறகு அவங்கிட்ட பேசி பார்..."என்றவர் எழுந்து கிளம்பி அலுவலகம் சென்றார்.

ஹரி தூங்கி எழுந்தவன் ,"அம்மா தலை வலிக்குதுமா சூடா ஒரு காபி போட்டு கொடுங்க.."

"ஹரி இங்க வா உன் கிட்ட நான் முக்கியமான விஷயம் பேசனும் .."

"என்னமா சொல்லுங்க"

"உனக்கு ஒரு ஃபோன் வந்துச்சு"

"சரிமா நீங்க எடுத்து பேச வேண்டியதுதானே ?பசங்க யாராவது பண்ணி இருப்பாங்க..."

"அது பசங்க இல்லடா பொண்ணு .."என்றதும் அவனின் முகம் மாற அதை சமாளித்தவன் "யாருமா அர்பிதா வா..?"

"அர்பிதா கிடையாது ..இது வேற ஒரு பொண்ணு டா..."

சங்கவியா இருப்பாளோ என்று நினைத்தவன் ,"யாருமா எனக்கு தெரியலையே..நீங்க யார் என்று கேட்க வேண்டியது தானே?"

"அவள் சொல்ல வேண்டியதை சொல்லிட்டு வச்சிட்டாளே டா. நான் கேட்கிற கேள்விக்கு பதில் சொல்லு ,அந்த பொண்ணு பேரு என்ன. நீ அந்த பொண்ணு விரும்பறியோனு எனக்கு சந்தேகமா இருக்கு, உண்மைய சொல்லு டா.."

"என்னமா நீங்க அதெல்லாம் எதுவும் இல்ல.." என்று இவன் திணறி செல்ல..

"உன் பதட்டத்திலேயே தெரியுதுடா ..யார் அந்த பொண்ணு உண்மைய சொல்லு ,என் கோபத்தை கிளப்பாத..."

"அம்மா அது வந்து அது வந்து அவ பேரு சங்கவி .அதான் அன்னைக்கு நம்ம வீட்டுக்கு வந்து விளக்கு ஏற்றினாலே அந்த பொண்ணு தான் மா.."

"நினைச்சேன் டா நெனச்சேன் .வந்த பெண் புள்ளைங்க எல்லாம் அமைதியா இருக்கும்போது இந்த பொண்ணு வந்து என்கூட வேலை செய்ததோட மட்டும் இல்லாம நான் விளக்கு ஏத்தறேன் ஆன்ட்டி .நீங்க மத்த

வேலையை பாருங்கன்னு சொல்லும்போதே எனக்கு சந்தேகம் வந்துச்சு.. ஆனா உன்கிட்ட இருந்து நான் இதை எதிர்பார்க்கல டா .ஏன்டா இப்படி பண்ண ..நாலு பேருக்கு தெரிஞ்சா என்ன பேசுவாங்க தெரியுமா..?"

"அம்மா ப்ளீஸ்மா எனக்கு அந்த பெண்ணை ரொம்ப பிடிச்சிருக்குமா அவளுக்கும் என்ன பிடிச்சிருக்கு . நாங்க படிச்சு முடிச்சதும் மத்ததை பத்தி பேசிக்கலாம். இப்போதைக்கு நீங்க எதுவும் மனச போட்டு குடிப்பிக்காதிங்கம்மா.."

"அது எப்படி டா நான் அமைதியா இருக்கணும்னு நினைக்கிற நீ. என்னால் அது முடியாதுடா. வேணாம் டா நம்ம குடும்பத்துக்கு இதெல்லாம் சரிவராது.. இதை இப்படியே விட்டு விடுடா..."

"சரிமா சரி விடறேன்" என்றவன் முகத்தை தூக்கி வைத்து க்கொண்டு சென்றான்.

கிருப ராஜன் வேலை முடிந்ததும் வீட்டிற்கு திரும்பியவர் தன் மகன், மனைவி இருவரின் முகமும் சரியில்லாமல் இருப்பதையும், தன் மகன் படுத்துக் கொண்டிருப்பதையும் பார்த்தவன் வானதி ,"என்ன உன் அருமை புதல்வன் இன்னும் தூங்கி எந்திரிக்கலையா..?"

"அதெல்லாம் எழுந்துட்டாங்க .. எழுந்துட்டு மறுபடியும் போய் படுத்துட்டான்.."

"இந்த மாதிரி படுக்க மாட்டானே ? இன்னைக்கு காலேஜ் ஸ்டார்ட் பண்றாங்க தானே அவன் கிளம்பலையா..? சரி என்ன ஆச்சு அவன்கிட்ட கேட்டியா..?"

"நான் தான் சொன்னேனே. அவன் அந்த பொண்ணை விரும்பறாங்க.."

"அச்சோ என்னடி சொல்ற .நீ ஏதோ தவறா புரிஞ்சிட்டு இருக்கன்னு நினைச்ச நான்..இப்போ என்ன பண்ணலாம்.."

"ஆமா எல்லாத்தையும் என்ன வந்து கேளுங்க .நீங்க அவனுக்கு அப்பா தானே போங்க போய் அவன் கிட்ட பேசுங்க.."

"சரிடி சரி கத்தாத என்றவர் தன் மகனிடம் சென்றவர் ,"ஹரி எழுந்திரிடா..."

"சொல்லுங்கப்பா.." என்றவன் பயத்துடன் தன் தகப்பனை பார்க்க" உன் அம்மா சொன்னது உண்மையா..?"

"அப்பா அப்பா நான் நான் உண்மைய சொன்னா நீங்க என்ன அடிக்க மாட்டிங்க தானே..?"

"ஹரி உன்னை நான் தேவையில்லாம அடிச்சிருக்கேனா சொல்லு அம்மா சொன்னது உண்மையா..?"

"ஆமாம் ஆமாம் அப்பா உண்மைதான்.."

"சரி அந்த பொண்ணை உனக்கு எப்படி தெரியும் அவங்க குடும்பத்தை பத்தி சொல்லு..."என்றார் கிருப ராஜன்.

ஹரி சங்கவியை சந்தித்த முதல் நடந்ததை பொதுவாக கூறியவன் அவளின் குடும்பத்தை பற்றியும் கூறினான்.

"ஓஹோ பக்கத்து ஊரு தானா. சரி நீ படிச்சு முடி அதன் பிறகு அதைப் பற்றி பேசலாம் சரியா.."

"சரிங்க அப்பா"

"சரி நீ எழுந்து காலேஜுக்கு கிளம்பு மூஞ்ச இப்படியே தூக்கி வச்சிட்டு போகாத. சிரிச்ச முகமா போ புரியுதா..?"

"ஓகே அப்பா" என்றவன் கல்லூரிக்கு கிளம்பினான்.

வானதி தேவி தன் கணவர் பேசியதை கேட்டவர் தன் மகன் சென்றதும்," நீங்க என்ன பண்றீங்க உங்களுக்கு தெரியுதா?அவனை கண்டிக்கச் சொன்னா என்ன இப்படி பேசறீங்க ..படிச்சு முடிச்சிட்டு அந்த பொண்ணு தான் வேணும்னு சொன்னா திருமணம் செய்து வைப்பீங்களா என்ன? "

"நீ என்னடி பிற்போக்கு வாதியாவே பேசற.. எதுக்காக யோசிக்கிற

இப்போ இருக்க பசங்க எல்லாம் நாடு விட்டு நாடு மாறி கல்யாணம் பண்றாங்க .நீ உன் மனதில் இருந்து அந்த எண்ணத்தை எடுத்துடு..."

"அச்சோ அது இல்லைங்க இப்போ பிரச்சனை. நம்ம குடும்பத்துக்கு காதல் அவசியம் தானா? எத்தனை பேர் என்ன சொல்லுவாங்க உங்களுக்கு தெரியாதா?"

"ஏண்டி லூசா நீ இது அவனுடைய வாழ்க்கை .வாழப் போறவன் அவன் தான் .எனக்கு தெரியும் அவன் வாழ்க்கையில நல்லா இருப்பான். நீ கவலைப்படாத. இதைப்பற்றி நினைத்து நினைத்து நீ குழம்பிக்காமல் இருந்தால் போதும். நாம ஓரளவுக்கு மேல மத்தவங்களுக்காக வாழ கூடாது.

யாரும் நாம் கஷ்டப்படும் போது நம்மை தாங்க போவதில்லை.நம் கஷ்டத்தை நாம் தான் அனுபவிக்கனும்.

மத்தவங்களுக்காக பார்த்து அவன் மனச கஷ்டப்படுத்தாத நான் அவ்வளவுதான் சொல்லுவேன்.."என்றான் கிருப ராஜன்.

கிருபராஜன் என்ன கூறினாலும் வானதி தேவியால் அதை ஏற்க முடியவில்லை.

ஹரி கல்லூரி முடிந்து வந்ததும் வானதி தேவி அவனிடம் சரியாக பேசாமல் இருக்க இவனோ தன் அம்மாவிடம் சென்று," அம்மா ப்ளீஸ்மா இப்படி இருக்காதீங்க .

நீங்க இப்படி இருக்கிறது என்னால தாங்க முடியல அம்மா .காலையிலும் நீங்க என்கிட்ட பேசவே இல்ல.."என்று அழுது கொண்டே பேசினான்.

"நீ செய்து வச்சிருக்க வேலைக்கு நான் என்னடா பண்றது. போடா போ என்கிட்ட பேசாத.."

"சரி மா சொல்லுங்க நான் என்ன பண்ணா நீங்க என்கிட்ட பழையபடி பேசுவீங்க.."

வானதி தேவி தன் மகன் இப்படி கேட்டதும் ஒரு காரியத்தை செய்ய அதிர்ந்து தான் போனான் ஹரி.

வர்ணம்-76

வானதி தேவி தன் மகனின் கையை எடுத்து தன் தலையில் வைத்தவள் ,"என் தலை மேல அடித்து சத்தியம் பண்ணி சொல்லு ,நீ அந்த பெண்ணை இனி திரும்பியும் பார்க்க கூடாது .அவளை கல்யாணம் பண்ணிக்கனும் என்ற எண்ணத்தை இதோட விடனும்.." என்றாள்

ஹரி தன் அம்மா மீது உயிரையே வைத்திருந்தவன் வேற வழி இல்லாமல் ,"சரி மா நீங்க சொல்றபடி செய்யறேன்.. உங்களுக்கு இப்போ திருப்தி தானே .?"என்று கேட்டான் தன் மனதை கல்லாக்கியவனாக...

வானதி தேவி ,"இது போதும்டா எனக்கு என் மகன் என் பேச்சை மீற மாட்டான் என்ற நம்பிக்கை எனக்கு இருந்துச்சு அதை காப்பாத்திட்ட நீ.." என்று கூறி மகிழ்ச்சியடைந்தாள்.

ஹரி மறுநாள் கல்லூரி சென்றவன் சங்கவியிடம் பேசாமல் இருந்தான்.. சங்கவி நன்றாக படிக்க கூடியவள் தேர்வு வருவதால் ஹரியின் இந்த செயலை அவள் கவனிக்கவில்லை.

ஆனால் ஹரியின் நண்பர்கள் இதை கவனித்தவர்கள் என்னவென்று விசாரிக்க ஹரி நடந்த அனைத்தையும் கூறினான்.

"டேய் உனக்கு ஏதாவது அறிவு இருக்கா? நீ தான டா அவளை விரும்பின..

இப்போ அம்மா சொல்றாங்க என்ற ஒரே காரணத்துக்காக வேணாம்னு சொன்னா .. அந்த பொண்ணுடைய நிலைமை என்ன ஆகும் யோசிச்சு பாரு. நம்ம ஆண்பிள்ளைகள் எப்படி இருந்தாலும் இந்த சமூகம் ஏற்றுக்கொள்ளும் டா..

ஆனால் பெண் பிள்ளை ஒருவனை காதலிச்சிட்டு இன்னொருவனை திருமணம் பண்ணா அவளோட வாழ்க்கையே கேள்விக்குறிதான்..

அவளை கல்யாணம் பண்றவன் அவளை புரிஞ்சுகிட்டா பிரச்சனை இல்ல. அதுவே அவன் சந்தேகப்படறவனா இருந்தா அச்சோ நினைச்சே பார்க்க முடியல..அதனால ஒழுங்கு மரியாதையா அம்மாக்கு எடுத்துக் கூறி புரியவை அவ்ளோதான் சொல்லுவேன் .."என்றான் பிருத்வி.

ஹரி மிகவும் குழம்பியவனாக வீட்டிற்கு திரும்பினான்.அங்கே வானதி தேவி .கோவிலுக்கு சென்று இருக்க தன் அப்பா அமர்ந்திருப்பதை கூட கவனிக்காமல் உள்ளே சென்று படுத்துக் கொண்டான்.

கிருபராஜன் தன் மகன் தன்னை கவனிக்காமல் சென்றதை பார்த்தவன்," என்ன ஆச்சு இவனுக்கு ஏன் இப்படி இருக்கான் .ஒருவேளை தலைவலியா இருக்குமோ ?'என்று யோசித்தவன் தன் மகனைக் காண உள்ளே சென்றார்.

"ஹரி என்ன டா ஆச்சு .தலை வலிக்குதா தைலம் தேய்ச்சு விடவா...!"

"அதெல்லாம் ஒன்னும் இல்லை அப்பா "என்று எழுந்து அமர்ந்தவனின் கண்கள் கலங்கி இருக்க ,"டேய் என்னடா என்ன ஆச்சு இப்போ எதுக்கு அழுற.."

"அப்பா நான் நான் தப்பு பண்ணிட்டேன் .அம்மா மனசை கஷ்டப்படுத்திட்டேன். இப்போ என்னால இன்னொரு பெண்ணும் கஷ்டப்பட போறா.. என்னால தான்பா இவ்வளவு பிரச்சனை நான் என் காதலை அவகிட்ட சொல்லி இருக்கவே கூடாது.." என்று சொல்லி அழுதான்.

"டேய் இப்போ என்ன ஆச்சு ?நான் தான் ஏற்கனவே சொன்னேனே முதல்ல படிச்சு முடி டா அப்புறம் மற்றதை பற்றி பேசலாம்..."

"அச்சோ அப்பா இப்போ அது இல்ல பிரச்சனை.

அம்மா நேத்து என்கிட்ட அந்த பெண்ணை மறந்திடனும் சொல்லி சத்தியம் வாங்கிட்டாங்க.. நானும் அம்மாவுக்காக சரின்னு சொல்லிட்டேன். ஆனா காலேஜ் போனா என்னால நிம்மதியாக இருக்க முடியலப்பா.. குற்ற உணர்ச்சியா இருக்கு.." என்றான்.

"ஓஹோ இது வேற நடந்து இருக்கா ?அவள் ஏதோ கோபத்தில் சொல்லி இருப்பாடா .நான் சொல்றதை கேளு .நீ படிச்சு முடிச்சுட்டு வேலைக்கு போ. அப்புறம் நாம பெண் கேட்டு அவங்க வீட்டுக்கு போகலாம்..

உனக்கு அந்த பெண்ணு தான் இந்த ஜென்மத்தில் மனைவியா வரனும் என்று எழுதி இருந்தா அது மாறப்போறது இல்லடா .ஆனா அந்த பெண் உன்னை விரும்பறாளா? அது உனக்கு நல்லா தெரியுமா..?"

"ஆமாப்பா அவளும் என்னை விரும்பறா.. அதனால் தான் என்னால அவளை விட்டுக் கொடுக்க முடியல .அதிலும் அவள் கூட்டு குடும்பத்தில் வாழ்பவள்.. எங்க விஷயம் தெரிஞ்சு அவங்க வீட்ல அவளை ஏதாவது தவறு பேசினா அவளோட நிலமை என்ன ஆகும் சொல்லுங்க.."

"நீ சொல்றதும் சரி தான் டா. பெரிய மனிதன் மாதிரி தான் பேசற .

சரி இருக்கட்டும் விடு .இப்போ நீ அம்மாகிட்ட எதுவும் சொல்லிடாத மத்தபடி நீ எப்பவும் இருக்கிற போல இரு ..காலம் வரும்போது அம்மாவுக்கு தன்னால புரிய வரும் சரியா..?"

"சரிங்க அப்பா இருந்தாலும் அம்மாக்கு சத்தியம் பண்ணிட்டு நான் எப்படி அப்பா அந்த பொண்ணு கூட எப்பவும் போல பேசுறது..."

"ஓ அப்படியா சரி பேசாத விடு கல்யாணம் பண்ற வரைக்கும் ரெண்டு பேரும் பேசாமலே இருங்க அவ்வளவுதான்.."

"அப்பா என்னப்பா நீங்க."

"டேய் அறைஞ்சேனா பாரு உங்க அம்மா கேட்கும் போது அவளுக்கு எடுத்து சொல்லி புரிய வச்சிருக்கனும் .

அதை விட்டுட்டு இப்போ வந்து குத்துதே ,குடையுதேன்னு சொன்னா நான் என்ன பண்ண முடியும்.நான் சொல்றபடி செய்.இப்போதைக்கு படிப்பில்

கவனம் வை அவ்வளவுதான் ..."

"சரிங்க அப்பா "என்றவன் அன்றிலிருந்து சங்கவியிடம் பேசினாலும் ,அதிலும் இடைவெளியை கடைப்பிடித்தான் இவர்கள் இருவரையும் பார்த்த நண்பர்கள்," அடேய் இதுங்க ரெண்டும் லவ்வர்ஸ் மாதிரியே தெரியல டா .தேறவே தேறாதுங்க போல.." என்று அவர்களை கிண்டல் செய்தனர்.

சங்கவி," இப்போ உங்களுக்கு என்னடா பிரச்சனை .லவ்வர்ஸ் எப்படி இருக்கனும் காதலை சொன்னோமா !படிச்சோமா ?வேலைக்கு போனோமா அதன் பிறகு பெரியவங்களிடம் சொல்லி அவங்க சம்மதத்தோட திருமணம் செய்தோமா இருக்கனும் ..இதுதான் எனக்கு பிடிக்கும். நீங்க எதிர்பார்க்கிற மாதிரி ஊர் சுத்திக்கிட்டு, தொட்டு பேசிகிட்டு தேவையில்லாத விஷயத்தை எல்லாம் பண்ணிக்கிட்டு இருக்க கூடாது. என்னை பொறுத்தவரை காதல் என்பது மனதளவில் தான் இருக்கனும்.. என்னோட ஹரியும் அப்படித்தான் இருப்பான்

நானும் அப்படித்தான் இருக்க விரும்பறேன்.." என்று படபட பட்டாசாக வெடித்தவள் அங்கிருந்து கிளம்பினாள்.

ஹரி சங்கவியை பெருமையுடன் பார்த்துக் கொண்டிருக்க ,"கலைச்செல்வன் பரவாயில்லடா சங்கவி பேசிட்டு போறது எனக்கு ரொம்ப பிடிச்சிருக்கு.

நல்ல பொண்ணுடா நீயும் அவளும் சந்தோஷமா வாழனும் .அதுக்கு முதல்ல ரெண்டு பேரும் படிச்சிட்டு வேலைக்கு போற வழிய பாருங்க.."

"ஆமாண்டா அவகிட்ட எனக்கு பிடிச்சது அது தான் .எதிலும் கண்ணியத்தோட இருப்பா.. அப்புறம் எனக்கு இது வாங்கி கொடு, அது வாங்கி கொடு என்று சொல்லி இதுவரை என்கிட்ட கேட்டதே கிடையாது.. நீ சொல்றபடி கண்டிப்பா நாங்க லைஃப்ல செட்டில் ஆனபிறகு தான் திருமணத்தைப் பற்றி பேச ஆரம்பிக்கனும். ஆனால் அம்மாவை நினைச்சா தான் பயமாயிருக்கு.."

"டேய் அம்மா எல்லாருமே அப்படித்தான் இருப்பாங்க .அம்மா ஏதோ ஒரு வேகத்துல உன் கிட்ட சத்தியம் வாங்கிட்டாங்க .அதுக்காக அவங்க சத்தியத்தை மீறி விட்டோமே அம்மாவுக்கு ஏதாவது ஆகுமோ அப்படின்னு மனசை போட்டு குழப்பிக்காத..

நீ உனக்கு பிடிச்ச பெண்ணோட நல்லா வாழ்ந்தா அதை பார்த்து சந்தோஷப்படற முதல் ஜீவன் அம்மாவா தான் இருப்பாங்க.." என்றான் பிருத்வி.

"சரிடா எனக்கு புரியுது ..ஆனா அவசரப்பட்டு சத்தியம் பண்ணிட்டேன் அதுதான் உறுத்தலா இருக்கு .."

கலைச்செல்வன்," அடச்சே வாய மூடு. சும்மா அதையே பேசிட்டு இருக்காத,சத்தியம் பண்றதுக்கு முன்னாடி அறிவு இருந்திருக்கனும் ..சரி விடு விடு பாத்துக்கலாம்.."என்றான்.

இப்படியே நாட்கள் செல்ல நண்பர்கள் அனைவரும் படிப்பை முடித்தனர். சங்கவி மேற்கொண்ட M.E படிக்க சென்னையில் உள்ள பிரபலமான கல்லூரியில் சேர்ந்தாள்.

ஹரி சென்னையில் ஒரு கம்பெனிக்கு நேர்முக தேர்வுக்கு சென்றவன் அங்கே தேர்வாகி அந்த கம்பெனியில் பணிபுரிய ஆரம்பித்தான்.

இந்த நிலையில் பொறியியல் படித்துவிட்டு வெளிநாட்டில் பணிபுரிந்து வந்த வினித் ராஜனுக்கு திருமணம் ஏற்பாடு செய்தனர்.

இதில் வீட்டில் உள்ள சிறியவர்கள் அனைவருக்கும் மிகுந்த மகிழ்ச்சிதான். அனிதாவும் ,வினோதினி தேவியும் இருவருக்கும் ஒரே மாதத்தில் நாள் கணக்கு வித்தியாசத்தில் பெண் குழந்தைகள் பிறந்தன.

வினித் ராஜன் அயல்நாட்டில் இருப்பதால் அவன் இல்லாமல் இங்கே நிச்சயம் நடந்தது .வீடியோ காலில் தன் வருங்கால மனைவியிடம் பேசினான் வினித் ராஜன்.

வினித் ராஜன் தாயகம் திரும்பினான் .அவனின் திருமணத்தை கோலாகலமாக அந்த ஊரே மெச்சும் அளவிற்கு நடத்தினார் சங்கர் ராஜன்.

வினித் ராஜனின் மனைவி சீதா இவள் ஹரி சங்கவி படித்த கல்லூரியில் தான் படித்தாள். அதனால் அவர்கள் இருவரையும் சீதாவுக்கு தெரியும். அதுவும் ஹரியும் சீதாவும் ஒரே பேருந்தில் அதாவது கல்லூரியின் பேருந்தில் வீட்டிற்கு திரும்புவதால் ஹரியை மிகவும் தெரியும்.

பெண் பார்க்கச் சென்று வந்தவர்கள் ஹரியிடம் பெண்ணின் விபரத்தை கூற," அம்மா என்ன சொல்றீங்க... அந்த பொண்ணு எங்க காலேஜ்ல தான் படிச்சா.." என்று பேசிக் கொண்டிருக்கும்போதே சங்கர் ராஜன் வீட்டுக்கு வந்தார்.

"வாங்க மாமா நீங்க வினித்துக்கு பார்த்திருக்க பொண்ணு எங்க கூட தான் படிச்சா மாமா.."

"ஆமாண்டா ஹரி அந்த பொண்ணு உங்க காலேஜ் தான் .இங்க பாரு இவ தான் அந்த பொண்ணு .."

"இவளே தான் மாமா .இந்த பொண்ணு ரொம்ப அமைதியா இருக்கும்.. பஸ்ல ஏறுனா எல்லாரும் சத்தம் போடுவாங்க .ஆனா இந்த பொண்ணு மட்டும் வாயே திறக்காது .."

"ஓஹோ அப்படியா சரி டா .அப்போ நீ ஒன்னு பண்ணு .நம்ம பிரதிபா பெண்ணை பார்க்கணும்னு சொன்னா.நீ இவளை அழைச்சிட்டு போய் பாத்துட்டு வந்துடு ..நான் அவங்களுக்கு ஃபோனில் விபரம் சொல்லிடறேன்.."

"சரிங்க மாமா சந்தோஷம்" என்ற ஹரி வினித்துக்கு அழைத்து நடந்ததைச் சொல்ல,"வாவ்... சூப்பர் டா அப்போ அந்த பொண்ணு உனக்கு தெரிஞ்ச பொண்ணு தான். சரி சரி விடு நான் நேர்ல வந்து பார்த்துக்கறேன்..."

"சரிடா மச்சான் பெண் பார்க்க நேர்ல வரல.. நிச்சயத்துக்கும் நீ வரமாட்டியாம்.கல்யாணத்துக்காவது வருவியா டா.."

"டேய் அறிவு கெட்டவனே கல்யாணத்துக்கு வராம என்னடா பண்றது .என்னடா பண்ண சொல்ற இங்க இருந்து நம்ம நாட்டுக்கு வருவது பெரிய விஷயம் அல்ல. ஆனாலும் எனக்கு விடுமுறை கிடைக்கனுமே ?இந்த விடுமுறை எல்லாத்தையும் சேர்த்து வச்சா திருமணத்து அப்போ ரொம்ப நாள் லீவு எடுக்கலாம்.சரி விடுடா நீ நாளைக்கு அந்த பெண்ணை போய் பாத்துட்டு வந்து எனக்கு போன் பண்ணு.."

"ஓகே டா கண்டிப்பா பண்றேன் .."என்றான் ஹரி.

சங்கர் ராஜன் தன் மகனுக்கு பெண் பார்த்தவர் கணவன் ,மனைவி இருவருக்குமே இந்தப் பெண் சீதாவை பிடித்து விட அவள் பணிபுரியும் இடத்தில் நேரடியாக சென்று பார்க்கும் படி சென்னையில் வசித்து வந்த தனது மகள் வினோதினி தேவியிடம் கூறினார்.

" சரிங்க அப்பா கண்டிப்பா போய் பார்க்கிறேன் .ஆனால் வினித் ராஜனுக்கு பெண்ணை பிடித்து இருக்கு தானே.?"

" ஆமாம் வினோதினி அவனுக்கு பிடிக்கவே தான் உன்னையும் ஒரு முறை பார்க்கச் சொன்னேன்.' என்றார் .சரி என்ற வினோதினி தேவியும் தன் கணவனோடு சென்றாள்.

வர்ணம்_77

சீதாவுக்கு வினித் ராஜனை போட்டோவில் பார்த்ததும் மிகவும் பிடித்து விட்டது. .சீதாவை அவள் பணிபுரியும் அலுவலகத்திற்கு நேரில் சென்று பார்க்க வினோதினி தேவியும் அவள் கணவன் விஷ்ணு இருவரும் சென்றனர்.சீதா அவர்களை அமர வைத்தவள் சிறிது நேரம் பேசிக்கொண்டிருந்தாள் அவளின் இயல்பான பேச்சு, வினோதினி தேவிக்கு மிகவும் பிடித்து போனது..

சீதா ,"என்ன நான் செலக்ட்டா? இல்ல ரிஜெக்ட்டா என்று சிரித்துக் கொண்டே கேட்க," உங்களை பிடிக்காம இருக்குமா என்ன ?கண்டிப்பா நீங்க செலக்ட் தான் கூடிய சீக்கிரம் எங்க வீட்டுக்கு வர தயாரா இருங்க.."என்றாள் வினோதினி தேவி.

"பாரேன் சூப்பர் தான் போங்க சரி உங்க அண்ணனுக்கு என்னை பிடிச்சிருக்கா..?"

"நீங்க நேரடியா எல்லாத்தையும் கேக்கறீங்க .எனக்கு உங்ககிட்ட அந்த குணம் பிடிச்சிருக்கு.. என்ற வினோதினி தேவி எங்க அண்ணாவுக்கு உங்களை போட்டோவில் பார்த்ததும் பிடிச்சு போச்சு .அதனாலதான் நான் இப்போ பார்க்க வந்தேன் இப்போ எங்களுக்கும் பிடிச்சு போச்சு .நான் அப்பாகிட்ட சொல்லிடறேன் ரொம்ப சந்தோஷம் .."என்றவள் தன் கணவரை

அழைத்துக் கொண்டு கிளம்பினாள்.

வினோதினி தேவி சங்கர் ராஜனுக்கு அழைத்தவள்," அப்பா எனக்கு பெண்ணை ரொம்ப பிடிச்சிருக்கு , நீங்க அடுத்து நடக்க வேண்டியதை பாருங்க.." என்றாள்.

சங்கர் ராஜன் தன் மகளுக்கு அழைத்து சீதாவை பார்த்துவிட்டு வர சொல்வதற்கு முன் தனது மனைவிக்கும் தனக்கும் பெண்ணை பிடித்ததுமே தன் தங்கை இருவருக்கும் போன் செய்தவன்," உடனடியாக கிளம்பி நான் சொல்லும் இடத்திற்கு வாங்க. வினித் ராஜனுக்கு பெண் பார்த்தாச்சு .உங்களுக்கும் பிடித்திருந்தால் திருமணம் முடித்து விடலாம்.." என்றார்.

திடீரென்று தன் அண்ணன் இப்படி கூறவும் 'பெண் பார்த்துக் கொண்டிருக்கிறார்கள் என்று தெரியும் .

ஆனால் நீங்க வந்து முடிவு சொல்லுங்க சொல்றாரே .இப்போ என்ன அவ்வளவு அவசரம். பொண்ணு எப்படி இருப்பாளோ.. நம்ம வினித்துக்கு பொருத்தமான ஜோடியா இருப்பாளோ தெரியலையே சரி போய் பார்ப்போம்.'. என்று அங்கே செல்ல அவர்களுக்கும் பெண்ணை பார்த்ததும் மிகவும் பிடித்து போனது.

அக்கா, தங்கை இருவரும் தன் சம்மதத்தை சொல்ல இன்னொரு நாள் தன் தம்பி,அவர் மனைவி ,அம்மா, அப்பா அனைவரையும் அழைத்துக் கொண்டு வந்தார் சங்கர் ராஜன் .

பெண் பிடித்து விட்டது அவளை தான் தன் மகனுக்கு திருமணம் செய்ய வேண்டும் என்று முடிவு செய்தாலும் தன் அம்மா அப்பாவுடன் சென்று ஒரு முறை பார்த்துவிட்டு பூ வைத்து விட்டு வரலாம் என்று சென்றார் சங்கர் ராஜன்.

வரதராஜன் ,சரோஜாதேவிக்கும் பெண்ணை பிடித்து விட ,சரோஜாதேவி பூவை தன் பேரனுக்கு மனைவியாய் வரப்போறவளுக்கு வைத்து அவளை மனதார ஆசீர்வதித்தவர்," அடுத்து நிச்சயதார்த்தம் என்னைக்கு வைக்கனும் அதெல்லாம் பார்க்கலாம் சங்கர் ராஜா.." என்றார்.

நிச்சயம் நன்முறையில் நடைபெற்றது ,வினித் ராஜன் தாயகம் திரும்பியவன் தன் வருங்கால மனைவியை காண நேரில் சென்றான்.

சீதா எவ்வளவு தான் தைரியமாக இருக்க முயற்சி செய்தாலும், தன் மனதில் புகுந்து விட்டவனை பார்க்க போகிறோம் என்ற மகிழ்ச்சியில் இருந்தவளுக்கு வெட்கம் தானாய் புகுந்து கொள்ள ,அவனை எப்படி எதிர்கொள்வது என்று பயமும் சேர்ந்து கொண்டது.

வினித் ராஜன் அங்கே சென்றதும் அனைவரும் அவர்களை தனியாக பேச விட்டனர்..இவனோ நேரடியாக ,"சொல்லுங்க சீதா எப்படி இருக்கீங்க. உங்களுக்கு என்னை பிடிச்சு தானே இந்த கல்யாணத்துக்கு ஓகே சொன்னீங்க .யாரும் உங்களை கட்டாயப்படுத்தலையே..?"என்று கேட்டான்.

"நான் நான் நல்லா இருக்கேன் என்னை யாரும் கட்டாயப்படுத்தல எனக்கு எனக்கு உங்கள பிடிச்சு தான் திருமணத்திற்கு சம்மதம் சொன்னேன்.."என்று தயங்கி தயங்கி தன் பதிலை கூறினாள் சீதா.

"ஓஹோ அப்படியா சரி கீழே ஏதாவது விழுந்துடுச்சா . நான் தேடித் தரவா .."என்று அவன் நாற்காலியில் இருந்து எழுந்தான்.

சீதா கீழே குனிந்திருந்தவள் அவன் எழுந்து தன்னை நெருங்குவதை பார்த்தவள் நிமிர்ந்து அவனைப் பார்த்து," என்ன என்ன சொல்றீங்க..?"என்று கேட்டாள்.

"தரையை பாத்துட்டு இருக்கீங்களே? தரையில் என்ன ஆராய்ச்சி பண்றீங்க .. ஏதாவது காணாம போச்சா நான் தேடி தரவா கேட்டேன் .." என்றதும் அதில் சிரித்தவள் "அதெல்லாம் ஒன்னும் இல்ல ..சரி நீங்க சொல்லுங்க எப்படி இருக்கீங்க.."

"அட பாரேன் இப்போதாவது கேட்க தோணுச்சே.. நான் நல்லா இருக்கேன்சரி நான் கிளம்பறேன்.

நாம திருமணம் முடிந்ததும் எவ்வளவு வேணாலும் பேசலாம் சரியா.. நல்லா ரெஸ்ட் எடுங்க. சொந்த பந்தம் வந்துகிட்டே தான் இருப்பாங்க .சரியான தூக்கம் இருந்தா தான் கல்யாணத்துல ஃப்ரஷா இருக்க முடியும் .. கல்யாணத்துக்கு இன்னும் இரண்டு நாட்கள் தான் இருக்கு ஞாபகம் இருக்கா இல்லையா..?"

"ம்ம் இருக்கு.."

"ஓகே குட் நான் கிளம்பறேன் .."என்றவன் அனைவரிடமும் விடை பெற்று சென்றான். மாப்பிள்ளையை நேரில் பார்த்த பெண் வீட்டினர் அனைவருக்கும் மிகவும் பிடித்துப் போனது.

வினித் ராஜன் ,சீதா திருமணம் இனிதே நடைபெற்றது .திருமணம் முடிந்து தன் மனைவியை இங்கே விட்டுவிட்டு அயல்நாடு சென்றவன் ஒரு மாதத்தில் திரும்ப வந்து சீதாவை அழைத்துச் சென்றான்.

ஹரி சென்னையில் பணிபுரிந்து கொண்டிருந்தவனுக்கு வெளிநாட்டில் வேலை கிடைக்க அவனும் வெளிநாடு சென்றான்.

ஹரியை இதுவரை பிரியாமல் இருந்த வானதி விமான நிலையத்தில் அவனை விட்டு பிரிய முடியாமல் அழுது கொண்டே இருந்தாள்.

அவளை சமாதானம் செய்து அழைத்து வருவதற்குள் உடன் இருந்தவர்களுக்கு போதும் போதும் என்று ஆகிவிட்டது.

தன் தம்பியின் மீது உயிராய் இருந்த கிருத்திகா தேவியும் அழுது கொண்டே இருந்தாள்.

ஹரி வெளிநாடு சென்று தான் பத்திரமாக வந்துவிட்டதாக தகவல் கூறிய பிறகு தான் வானதி தேவி கொஞ்சம் நிம்மதி அடைந்தார்.

அவனுக்கு ஆரம்பத்தில் அங்கே எதுவும் ஒட்டாத நிலையில் போகப் போக எல்லாம் பழகிவிட்டது.

ஹரி ஒரு நாள் தன் அக்கா கிருத்திகா தேவிக்கு போன் செய்தவன்," அக்கா நான் ஒரு விஷயம் சொல்லுவேன் .அதை நீ கேட்டு அதிர்ச்சியாக கூடாது .."என்றான்.

"என்னடா அப்படி சொல்ல போற. சரி சொல்லு என்ன விஷயம் . நீ சொல்றத பார்த்தாலே பயமா இருக்கேடா.."

"பாரு இப்பவே ஆரம்பிக்கற பாத்தியா .நான் சொல்றேன் என்றவன் அக்கா நான் பாலிடெக்னிக் படிக்கும்போதிலிருந்தே ஒரு பெண்ணை விரும்பறேன். அவளைத் தான் நான் திருமணம் செய்து கொள்ள ஆசைப்படறேன்.."என்றான்.

"அடேய் என்னடா சொல்ற, இப்படி சாதரணமா சொல்றியே ?எனக்கு பயமா இருக்குடா. ஏன்டா இப்படி ஒரு காரியத்தை செய்திருக்க நீ.."

"அச்சோ அக்கா நீ மட்டும் ஏன் இப்படி பயந்து சாகற. மத்தவங்க எல்லாம் இதைக் கேட்கும் போது எவ்வளவு தைரியமா இருந்தாங்க தெரியுமா..?"

"என்னடா சொல்ற வேற யாருக்கெல்லாம் இது தெரியும்.."

"யாருக்குத் தெரியாதுன்னு கேளு ஈசியா சொல்றேன்."

"எஏதே நீ சொல்றதை பார்த்தா நம்ம குடும்பத்தில் உள்ள நிறைய பேருக்கு தெரியும் போலவே..?"

"ஆமா முதல்ல வினோதினி தேவிக்கு ,வினித் ராஜனுக்கு தான் தெரியும் .அப்புறம் நான் வேலைக்கு போன பிறகு தீபிகா அக்காகிட்ட சொன்னேன் .அப்புறம் அனிதா அக்கா கிட்ட சொன்னேன் .உன்கிட்ட மட்டும்தான் கடைசியா சொல்றேன்.

ஏன்னா நீ அம்மாகிட்ட சொல்லிடுவ . அப்படி இல்லன்னா இப்படி பயந்துட்டு இருப்ப அதனால்தான்.."

"வினோதினி தேவிக்கு தெரியுமா ?டேய் நீ இந்த விஷயத்தை சொன்ன உடனே சங்கர் ராஜன் மாமா என்ன சொல்ல போறாருன்னு தான்டா நான் முதல்ல நினைச்சேன்..."

"அட நீ வேற அக்கா அவரை சமாளிக்கிறது பெரிய விஷயம் இல்ல . வினித் ராஜன் சங்கவிகிட்ட ஃபோன்ல பேசும்போது எங்க அப்பாவை நான் சமாளிச்சிக்கறேன். நீங்க கவலைப்படாதீங்கன்னு சொல்லி இருக்கான்.."

"என்னடா இது அந்த பொண்ணு வினித் கூட ஃபோன்ல பேசினாளா? அவ கூட மட்டுமா இல்ல இந்த வினோதினி, தீபிகா ,அனிதா எல்லார் கூடவும் பேசுவாளா.?"

"ஹா ஹா ஹா உன்னைத் தவிர எல்லாரும் கூடவும் பேசுவா..?"

"அட கூட்டு களவாணிகளா? என்கிட்ட மட்டும் ஏன்டா இத்தனை நாள் சொல்லாமல் மறைச்ச நீ.. அக்கா நீ தான் எனக்கு ரொம்ப முக்கியம் . எல்லாரையும் விடவும் உன் மீது தான் நான் பாசம் அதிகமா வச்சிருக்கேன் . அப்படின்னு சொன்னது எல்லாம் நடிப்பா ..?

எல்லாரும் ஒண்ணா சேர்ந்து இத்தனை வருஷமா இந்த விஷயத்தை என்கிட்ட இருந்து மறைச்சுட்டீங்க தானே .போடா என் கிட்ட பேசாத.."என்று குழந்தையாய் சிணுங்கியவளை நினைத்து சிரித்தவன்..

"அக்கா ப்ளீஸ் நான் சொல்றதை கேளு. நான் அவளை விரும்ப ஆரம்பித்ததும் எங்க காலேஜுக்கு பக்கத்து காலேஜ்ல தானே நம்ம வினோதினி தேவி படிச்சா? அதனால்தான் அவளுக்கு நான் சங்கவியை முதல்ல அறிமுகப்படுத்தி வைத்தேன். அது கூட என்னுடைய ஃப்ரண்ட் என்று சொல்லி தான் அறிமுகப்படுத்தினேன்.

கொஞ்ச நாள் சென்ற பிறகு தான் நான் அந்த பொண்ணு விரும்பறேன் பொண்ணு எப்படி இருக்கா அப்படின்னு கேட்டேன்.."

"ஓஹோ இது வேற வா.. சரி அதுக்கு என்ன சொன்னா உன் மாமன் மகள் வினோதினி.?"

"டேய் பொண்ணு செம சூப்பரா இருக்கா டா. நீ படிச்சு முடி அடுத்து நடக்க வேண்டியதை பார்த்துக்கலாம் கவலைப்படாத அப்படின்னு சொல்லுச்சு வினோதினி தேவி .அதனால எனக்கும் கொஞ்சம் தைரியம் வந்துச்சு அக்கா..."

"அட போடா டேய் நீங்க காலேஜ் படிக்கும் போது வினோதினி தேவியே சின்ன பொண்ணு தான்.அவ தைரியம் சொன்னாளாம் .இவருக்கு தைரியம் வந்துச்சாம். இப்போ வீட்ல விஷயத்தை சொல்லணும் அப்போ யாரு வந்து சொல்லுவா..?"

"அட அதுக்கு தான் நீ இருக்கியே .என் அக்கா இருக்கும் போது எனக்கு என்ன கவலை.."

"அடேய் என்னை பார்த்தா உனக்கு எப்படிடா தெரியுது இவர் என்கிட்ட விஷயத்தை கடைசியா சொல்வாராம் சொன்னவுடனே நான் வீட்ல பேசணுமாம். என்னடா விளையாடறியா ?அதோட வானதி தேவி என்னை வீட்டுக்குள்ளே சேர்க்காது..."

"அட அக்கா நீ வேற அம்மாவுக்கு எல்லா விஷயமும் தெரியும் .அப்பாவுக்கும் தெரியும் .. அதுமட்டுமில்லாம நான் தான் உன்கிட்ட ஏன் இவ்வளவு தாமதமா சொன்னேன் அதையும் சொன்னேனே அக்கா .கோச்சுக்காத அக்கா..."என்றவன் நடந்த அனைத்தையும் கூறினான்.

"என்னடா அப்போ எல்லாருக்கும் தெரியும் .எனக்கும் என் புருஷனுக்கும் மட்டும்தான் எதுவும் தெரியாதா?"

"ஆமா அக்கா நீ அம்மா, அப்பாகிட்ட கல்யாணம் பண்ணி வைக்கிறது பத்தி பேசு .இனியும் என்னால அவளை விட்டுட்டு இருக்க முடியாது..

நான் வெளிநாடு வந்த பிறகு அவங்க அப்பா இறந்துட்டாரு .அதனால அவ அழுதுட்டே இருக்கா .நான் அவளை நேர்ல பார்க்கும்போது நல்ல செய்தியோட தான் பாக்கனும். ப்ளீஸ் நீ தான் எனக்கு உதவி செய்யனும் அக்கா.."என்றான் ஹரி.

"இப்போ மட்டும் எதுக்குடா என்ன உதவிக்கு கூப்பிடற.. இத்தனை நாள் விஷயம் தெரிஞ்சும் ஒண்ணுமே தெரியாது மாதிரி இருந்துச்சுங்க இல்ல அந்த நான்கு பிசாசுங்க அதுங்க கிட்ட கேட்க வேண்டியதுதானே..?"

"அச்சோ அக்கா நீயும், மாமாவும் சொன்னா அப்பா ,அம்மா கேட்பாங்க. மத்தபடி அவங்க யார் சொன்னாலும் அவ்வளவு சுலபத்தில் கேட்கவே மாட்டாங்க .ப்ளீஸ் அக்கா உன் தம்பி வாழ்க்கை இது எனக்காக இதை கூட செய்ய மாட்டியா..?"

"ஆமா உனக்கு இந்த பேச்சுக்கு ஒன்னும் குறைச்சல் இல்லடா .சரி சரி சொல்றேன் டா.அதுக்கு முன்னாடி நான் சொல்றத நீ செய் .."என்றாள் கிருத்திகா.

வர்ணம்-78

கிருத்திகா,' நான் சொல்றபடி செய் இன்னும் கொஞ்ச நாள் வெய்ட் பண்ணுடா . அதன் பிறகு கல்யாணத்தை பத்தி பேசலாம் உனக்கு கல்யாணம் பண்ற வயசு இன்னும் வரலடா..."

"ஓ மை காட் .அக்கா என்ன பேசுற நீ .எனக்கு 23 வயசு ஆகுது .சம்பாதிக்கவும் ஆரம்பிச்சிட்டேன். கல்யாணம் பண்ணி வாழ்க்கையில் செட்டில் ஆகலாம் என்று பார்த்தா நீ என்ன இப்படி சொல்ற ..?"

"என்னடா நீ இப்படி எல்லாம் பேசுவியா சரி விடு. நான் மாமா கிட்ட பேசிட்டு அம்மா, அப்பா கிட்ட பேசறேன்.."

"ஹே சூப்பர் சூப்பர் என் செல்ல அக்கா என்றவன் அக்கா நான் அவளோட ஃபோன் நம்பர் கொடுக்கறேன் நீ அவகிட்ட பேசு.."என்றான்.

"அடேய் நல்லவனே எதுக்குடா இந்த தேவையில்லாத வேலை விடுடா நேர்ல பாக்கும்போது பேசிக்கலாம்.."

"இல்லக்கா அவள் எல்லார்கிட்டயும் பேசிட்டா.. உன்கிட்ட மட்டும்தான் பேசல, நீ பேசி பாரேன் . நல்லா பேசுவா.. நானும் உன்னை பத்தி நிறைய சொல்லி வச்சிருக்கேன்.."

"பார்றா அப்படி என்ன சொல்லி வச்சிருக்கடா.."

"அதெல்லாம் அவ கிட்டயே கேளு சொல்லுவா.."

"அட போடா டேய் இதெல்லாம் போய் அவகிட்ட கேட்கனுமா.சரி அவ நம்பர் கொடு பேசி பார்க்கிறேன்.."

"சரிக்கா நான் உனக்கு வாட்ஸ்அப் பண்றேன் .ரொம்ப நேரம் ஆகுது நான் போனை வைக்கிறேன் ..அவகிட்ட பேசிட்டு எனக்கு சொல்லு அக்கா.."

"ஓகே டா.."

கிருத்திகா தேவிக்கு சங்கவி என்ன தான் தன்னைவிட சின்ன பெண்ணாக இருந்தாலும் அவளிடம் எப்படி பேசுவது என்று தயக்கமாக இருந்தது.

ஆனாலும் தன் தம்பிக்காக அவளுக்கு அழைத்தாள்.

"ஹலோ சங்கவி தானே..?"

"ஆமாங்க நீங்க யாரு.."

"நான் ஹரி அக்கா கிருத்திகா தேவி பேசறேன்.."என்றதும் அடுத்த நொடியே சங்கவி

"அண்ணி சொல்லுங்க அண்ணி எப்படி இருக்கீங்க? அண்ணா ,பிள்ளைங்க எல்லோரும் எப்படி இருக்காங்க...?" என்று அவள் அடுக்கிக் கொண்டே செல்ல அவளின் அழைப்பை கேட்ட கிருத்திகா தேவி' 'பரவாயில்லையே இந்த பொண்ணு பிழைச்சுப்பா 'என்று அவளை மனதில் பாராட்டியவள்...

"நான் நல்லா இருக்கேன் மா. அண்ணன், பசங்க எல்லாரும் நல்லா இருக்காங்க..நீ எப்படி இருக்க..?"

"நான் நல்லா இருக்கேன் அண்ணி.."

" எனக்கு இப்போ தான் ஹரி நடந்த எல்லாத்தையும் சொன்னான் .நீ ஒன்னும் கவலைப்படாத. நீங்க ரெண்டு பேரும் உங்க காதல் விஷயத்தில் ஸ்ட்ராங்கா இருந்தீங்கன்னா எல்லாம் நல்லவிதமா நடக்கும் ஓகேவா.."

"சரிங்க அண்ணி எனக்கு உங்க கிட்ட பேசினதுல ரொம்ப சந்தோஷம் .ஆனால் ஹரி உங்ககிட்ட கொஞ்ச நாள் பிறகு தான் சொல்ல போறதா சொன்னான்.உங்களுக்கு தெரிஞ்சா அவன் அம்மாகிட்ட சொல்லிடுவீங்க ..அதனால இன்னும் கொஞ்ச நாள் போகட்டும் சொல்லி இருந்தான்.."

"ஆமா ஆமா அவரு ரொம்ப பயந்தவர் தான் .சரி விடுமா நான் சித்தி கிட்ட பேசறேன். நீங்க கவலைப்படாதீங்க. நீ உங்க சைட்ல சம்மதம் வாங்கற வழிய பாரு.. நான் இன்னொரு நாள் பேசுறேன் .." என்று அழைப்பை துண்டித்தாள் கிருத்திகா தேவி.

இவளும் தன் கணவனிடம் விஷயத்தை கூற சரவணராஜன் ,"என்னடி சொல்ற நம்ம ஹரியா இப்படி பண்ணியிருக்கான்.. என்னால இதை நம்பவே முடியல .ஒன்னும் தெரியாத பிள்ளை மாதிரி இருந்துட்டு அந்த பையன் இப்படியெல்லாம் பண்றானா.. இதெல்லாம் நம்ம குடும்பத்துக்கு சரிவராதுன்னு நீ சொன்னியா இல்லையா..?"

"அச்சோ மாமா நான் சொல்லாம இருப்பேனா ..அவன் எட்டு வருஷமா அந்த பெண்ணை விருமபறானாம்.. அதனால் அவளை மட்டும் தான் திருமணம் செய்வேன்னு சொல்லி பிடிவாதமா இருக்கான்.."

"எட்டு வருஷமா ரெண்டு பேரும் வெயிட் பண்றாங்களா..? பரவால்ல இந்த காலத்துல இப்படி இருக்காங்க இருந்தாலும் வானதியும், மாமாவும் என்ன சொல்லுவாங்க யோசித்து பார்த்தியாடி..?""

"ஹலோ மாமா கடுப்பேத்தாதீங்க. உங்க அக்காவுக்கும் ,மாமாவுக்கும் எப்பவோ விஷயம் தெரியும் .சித்தப்பாக்கு இதுல சம்மநம் தான் .சித்தி தான் சம்மதம் சொல்லாமல் அவனை பாடாய் படுத்தறா .."

"வானதி செய்வதில் தவறில்லை..நீ உன் பிள்ளை இப்படி செய்தா சம்மதம் சொல்வியா டி....?"

"இதென்ன கேள்வி புருஷா .. கண்டிப்பா சொல்வேன்.."என்று சிரித்துக் கொண்டே கூறியவளை..

"அடிங்க அப்படி ஏதாவது நடக்கட்டும் .அம்மா, பிள்ளை இரண்டு பேரையும் தொலைச்சிடுவேன் பாத்துக்க.."

"அட காமெடி பண்ணாதீங்க போங்க மாமா.எங்களை தொலைச்சிட்டு சார் என்ன செய்ய போறாராம்..சரி அதை விடுங்க என்ன செய்யலாம் சொல்லுங்க மாமா..."

"நான் என்ன பண்ணனும் சொல்லுடி.."

"உங்க அக்கா,மாமா கிட்ட பேசி அவனுக்கு கல்யாணம் ஏற்பாடு செய்யணும் அந்த பொண்ணு வீட்ல போய் பொண்ணு கேக்கனும்.."

"அடடா இது மிகப்பெரிய டாஸ்க் ஆச்சே. சரி விடு நான் பேசறேன் ..வேற யார் யாருக்கெல்லாம் இந்த விஷயம் தெரியுமா..?"

"அதை ஏன் கேக்கறீங்க முதல்ல உங்க அண்ணன் பொண்ணு வினோதினி தேவிக்கு தான் தெரியுமாம்..அவதான் தைரியம் சொல்லி இருக்கா.. அடுத்து வினித் ராஜனுக்கு, அதுக்கப்புறம் அனிதாவுக்கு, அதுக்கு அப்புறம் தீபிகாவுக்கு ,கடைசியா தான் எனக்கு தெரியும் மாமா..எனக்கு ரொம்ப பிடிச்ச அக்கான்னு என்னை சொல்லி சொல்லி அவன் என்கிட்ட எப்போ சொல்றான் பாருங்க.."

"ஆமாண்டி அதுதான் இப்போ முக்கியம். சரி விடு நான் அவங்க ரெண்டு பேருக்கிட்டயும் பேசறேன்..."என்றான் சரவணராஜன்.கிருத்திகா தேவி தன் அம்மாக்கு அழைத்து அனைத்தையும் சொன்னாள்..

உடனே இதைக் கேட்ட வான்மதி தேவிக்கு தன் தம்பி கணேஷ் ராஜன் தான் ஞாபகத்தில் வந்தான்..

கணேஷ் ராஜன் ஒரு பெண்ணை காதலித்தான்..அவளை திருமணம் செய்ய விரும்பினான். சரோஜாதேவி இதை கேள்விப்பட்டவர் ,"முடியவே முடியாது நம் குடும்பத்துக்கு காதல் இதெல்லாம் சரிவராது .." என்று கூறியதால் கணேஷ் ராஜன் தன் அம்மாவின் பேச்சை மீறவில்லை .அந்த பெண்ணும் புரிந்துகொண்டு விலகி விட்டாள்.

"வான்மதி தேவி ,"அதேபோல் இந்த தலைமுறையினர் இருப்பாங்களா என்ன?" என்று நினைத்தவர்," அடியே என்னடி சொல்ற. நம்ம வீட்டுக்கு இதெல்லாம் சரிப்பட்டு வராது .கணேஷ் ராஜனுக்கு நடந்தது உனக்கு தெரியுமா தெரியாதா.?"

"அட ஏன்மா நீ வேற காமெடி பண்ணிக்கிட்டு .அந்த காலம் எல்லாம் இப்போ மலை ஏறிப்போச்சு.. உன்னோட மகன் அந்த பெண்ணை தான் கல்யாணம் பண்ணுவேன் சொல்லி பிடிவாதமா இருக்கான்.. அது மட்டும் இல்ல இந்த விஷயம் சித்திக்கும் ,சித்தப்பாக்கும் தெரியும்..."

"அட கடவுளே இது வேற வா..சரி விடு நான் உன் சித்தி கிட்ட பேச-றேன்.."என்ற வான்மதி தேவி ,'வரதராஜனுக்கும் ,சங்கர் ராஜனுக்கும் இந்த விஷயம் தெரிந்தால் என்ன சொல்வார்களோ ..?'என்று பயந்து கொண்டே இருந்தாள்.

சரவண ராஜன் தன் அக்கா வானதிக்கு போன் செய்து இதைப்பற்றி கேட்க ,"நான் எந்த விஷயத்தையும் உங்கிட்ட இருந்து மறச்சது இல்-லடா.எனக்கு வேற வழி தெரியல .அவன் இப்போ அந்தப் பெண்ணை விரும்பறது இல்லன்னு நினைச்சேன்.

ஆனா இன்னும் விரும்பிட்டு இருக்கான்னு நீ சொல்லி தான் எனக்கே தெரியுது... நான் அவன்கிட்ட என் தலையில் அடித்து சத்தியம் வாங்கி இருக்கேன் ..அதையும் மீறி அவன் அந்த பெண்ணை விரும்பறான் சொன்னா என்னால என் பிள்ளையா இப்படி செய்தான்னு நம்பவே முடியல..."

"சரி விடு வானதி இனி இதை பற்றி பேசி என்ன பண்றது ..உன் வீட்டுக்காரர் தான் அவனுக்கு நம்பிக்கை கொடுத்து இருக்கார் .அவனுக்கு இரண்டு வருடம் கழித்து திருமணம் செய்து வைக்கலாம் நான் நினைக்கி-றேன் நீ என்ன நினைக்கிற.."

"இல்லடா நீ நேர்ல வா இதை பத்தி நாம மாமா கிட்ட பேசுவோம். அவர் என்ன சொல்றார் என்று பார்ப்போம்.."என்றாள் வானதி தேவி.

அனைவரும் ஒருநாள் வானதி தேவி வீட்டுக்கு சென்றனர்..

அப்பொழுது ஹரி கிருத்திகாதேவிக்கு அழைத்தவன் ,"அக்கா சங்கவி எனக்கு ஃபோன் செய்து அழறா ..அவங்களுடைய மாமா பையனுக்கு அவளை கல்யாணம் பண்ணி வைக்க முடிவு செய்றாங்களாம் .எனக்கு பயமா இருக்கு அக்கா .அவ இல்லாமல் என்னால் வாழ முடியாது ..நீ சீக்கிரமா அம்மா ,அப்பா கிட்ட பேசி ஒரு நல்ல முடிவை சொல்லு ..."என்றான்.

"என்னடா நீ இப்படி சொல்ற, சரி நாங்க உங்க வீட்டுக்கு தான் வந்து இருக்கோம் .பேசிட்டு உனக்கு கூப்பிடறேன்.."

"சரிக்கா சீக்கிரமா போன் பண்ணு.."

உள்ளே சென்றதும் கிருத்திகா தேவி ஹரி கூறியதை கூற கிருப ராஜன் ,"நானும் அதை தான் சொல்றேன்.. அவன் அந்த பெண்ணை ரொம்ப விரும்பறான்..அதனால் நாம அந்த பொண்ணு வீட்டுக்கு போய் பேசி இந்த கல்யாணத்தை நடத்துற வழியை பார்ப்போம் .."என்றார்.

சரவண ராஜனுக்கு அவர் பேசியது ஆச்சரியமாக இருந்தது .'

என்ன இவர் உடனே இப்படி பேசறார் . யோசித்து தான் பேச-றாரா..?அது சரி இவர்தான் அவனுக்கு நம்பிக்கை கொடுத்து இருக்கிறாரே ..?எதை வைத்து இவர் இப்படி நடந்துக்கறார் என்று தெரியலையே ?'என்று நினைத்தான்.

வானதி தேவி ,"நீங்க என்கிட்ட இருந்து இந்த உண்மையை மறைச்சது தப்புங்க.. நான் அவன்கிட்ட சத்தியம் வாங்கி இருந்தேன் .ஆனா நீங்க அவனுக்கு தைரியம் சொல்லி இருக்கீங்க ..என்ன நினைச்சுட்டு இப்படி நீங்க பேசினீங்க .அதனால தான் அவன் இவ்வளவு தைரியமா இத்தனை வருஷமா அந்த பெண்ணை விரும்பி இருக்கான்.."

"வானதி அவனுக்கு அந்த பெண்ணை தான் பிடிச்சிருக்கு என்ற போது நீ வலுக்கட்டாயமா வேற பெண்ணை திருமணம் செய்து வச்சா அவனுடைய வாழ்க்கை நல்லா இருக்குமா ..?உதாரணத்திற்கு உன் அண்ணன் கணேஷ் ராஜனை எடுத்துக்கோ அவன் என்ன சந்தோஷமாகவா வாழறான்.."

"நீங்க சொல்றது எனக்கு புரியுதுங்க இருந்தாலும் எனக்கு பயமா இருக்கு.."

"நீ தேவை இல்லாம பயப்படற.. அந்த பொண்ணு நல்ல குடும்பத்து பெண் தான் அது நமக்கும் தெரியும்.. அப்போ எதுக்கு இவ்வளவு யோசிக்கிற நீ..."

"வானதி நீ கொஞ்சம் அமைதியா இரு என்ற வான்மதி தேவி நீங்க சொல்லுங்க அந்த பெண்ணை நீங்க பார்த்து இருக்கீங்களா ..?அவங்க குடும்பம் பத்தி உங்களுக்கு எல்லாம் தெரியுமா..?"என்று கிருபராஜனிடம் கேட்டாள்.

"அந்த பெண்ணை நான் நேரில் பார்த்ததில்லை. ஆனா அவங்க குடும்பத்தை பற்றி ஓரளவுக்கு தெரியும் .

ஹரி ஃப்ரெண்ட் பிருத்வியை வரச் சொல்லி இருக்கேன் அவன் வந்து எல்லாத்தையும் சொல்லுவான்.."

ஹரி அவன் நண்பன் பிருத்வி இருவரும் பள்ளி ,கல்லூரியில் ஒன்றாக படித்தவர்கள் .ஆரம்பத்தில் இவர்கள் இருவரும் விரும்புவது பிருத்திவிக்கு பிடிக்கவில்லை . சங்கவி ஹரிக்கு சரியான ஜோடி கிடையாது என்று அவன் நினைத்தான் .காரணம் சங்கவி கொஞ்சம் கோபப்படுவாள். ஹரி மிகவும் அமைதியானவன்.ஆனால் அவர்களின் உன்னதமான காதலை பார்த்தவன் அவர்களின் காதலுக்கு ஆதரவு கரம் நீட்டினான்.

பிறகு எங்கே சென்றாலும் இவர்கள் மூவரும் ஒன்றாக சென்றனர்.

வர்ணம்-79

ஹரி வெளிநாடு செல்லும் போது கூட ,"நீ கவலைப்படாம போயிட்டு வாடா.. அவ இங்க பத்திரமா இருப்பா நாங்க அடிக்கடி அவளை போய் பார்த்துட்டு வரோம் .."என்றான் பிருத்வி.

பிருத்வி சங்கவி வீட்டுக்கு அடிக்கடி சென்று வருவான் . அவர்கள் வீட்டில் இருக்கும் அனைவருக்கும் அவனைத் தெரியும் ..சங்கவியின் அம்மா , அப்பா இருவரும் பிருத்வியிடம் நன்றாக பேசி அவனை தன் மகன்

போலவே பாவித்து வந்தனர் ..

பிருத்வி ஹரியின் வீட்டுக்கு வந்ததும் அவனை அனைவரும் சேர்ந்து கேள்வி மேல் கேள்வி கேட்டனர்.

"எல்லாருக்கும் நான் பதில் சொல்றேன். ப்ளீஸ் கொஞ்சம் அமைதியா இருங்க என்றவன் ..சங்கவிக்கு அவங்க மாமா பையனை திருமணம் செஞ்சு வைக்கணும்னு சொல்லி அவங்க அம்மா அவசரப்படறாங்க .. அவள் ஹரியை காதலிக்கிறதால அவங்க வீட்ல இருக்கவங்க ஏதாவது தப்பா பேசு-வாங்களோ என்று பயப்படறாங்க.."

சந்திரன்," சரி பிருத்வி இந்த விஷயம் அவங்க அக்கா ,மாமாவுக்கு தெரியுமா..?"

பிருத்வி,"தெரியும் பெரியப்பா .அவங்க சங்கவியோட விருப்பம் தான் முக்கியம்.அவள் விரும்புற பையன திருமணம் செய்து வைக்கலாம் சொல்-றாங்க ..ஆனால் அதிலும் ஒரு சிக்கல் இருக்கு பெரியப்பா.."

"என்னடா சிக்கல் நாம அவங்க அக்கா மாமாகிட்ட பேசி பார்த்தா என்ன..?"

"அது அவ்வளவு சுலபம் இல்ல பெரியப்பா .அவங்க சங்கவியோட அம்மா ஓகே சொன்னா மட்டும்தான் திருமணத்திற்கு சம்மதம் சொல்லுவாங்க ..நான் எவ்வளவு சொல்லியும் அவங்க இந்த திருமணத்திற்கு சம்மதம் சொல்லவே இல்லை.

ஆனா சங்கவி அவங்க அம்மாவ சம்மதிக்க வைக்கணும் நினைச்சா சீக்கிரமா சம்மதிக்க வச்சுடுவா.ஆனா அவங்க மேல கோபமா இருக்கிறதால எதுவும் பேச மாட்டேங்கறா..."

கிருப ராஜன்,"இந்த நேரத்தில் கோபப்பட்டா எல்லாம் சரியா வருமா ? நமக்கு இப்போ காரியம் தான் முக்கியம்..அந்த பெண்ணை அவங்க கிட்ட பேச சொல்லுடா.."

"நான் அவளை நேரில் பார்த்து சொல்லிட்டு தான் அப்பா வந்து இருக்-கேன் ..இவ்ளோ நேரம் பேசி இருப்பா ..அவ கண்டிப்பா நினைச்சதை சாதிப்பா நீங்க கவலைப்படாதீங்க..."

சந்திரன்,""சரி அவங்க அம்மா கிட்ட ஏன் அவ ஆரம்பத்திலேயே சம்-மதம் வாங்காம இருந்தாள்.."

பிருத்வி,"பெரியப்பா அவங்க அம்மா கொஞ்சம் உடம்பு முடியாதவங்க ...அதனால பிரச்சனை ஏதாவது வரும்போது பாத்துக்கலாம்னு சொல்லி விட்-டுட்டா .இப்போ அவளை அவங்க தம்பி பையனுக்கு கட்டிக் கொடுக்-கணும்னு நினைக்கிறாங்க.. அது கூட சொந்தம் விட்டு போகக்கூடாது சொல்லி தான் செய்றாங்க ..நாம நேர்ல போய் பார்த்து பேசி புரிய வச்சா புரிஞ்சுபாங்க.." என்றான்.

ஹரி அப்பொழுது கிருத்திகா தேவிக்கு அழைத்தவன் ,'அக்கா நான் சொல்றதை கேளு ..சங்கவி உன்கிட்ட பேசணும் சொல்றா. இப்ப நீ ஃப்ரீயா

இருக்கியா..?"

"டேய் இப்போ பேசிகிட்டு இருக்காங்க .நல்ல முடிவு எடுப்பாங்க நினைக்கிறேன்..ஃப்ரீ தான் சொல்லுடா.."

"அதுக்கு தான் நான் போன் பண்ணேன் .அவ உனக்கு நேரடியா போன் பண்ணா வேற யாராவது ஃபோன் எடுத்துட்டா பயந்துடு வா .. அதனால-தான் எனக்கு ஃபோன் பண்ணி உன்கிட்ட பேசனும் சொன்னா அக்கா. நீ பேசி முடிச்சிட்டியா? என்ன சொல்றாங்க அம்மா அப்பா..?"

"அதான் தெரியலடா அவங்க அம்மா வீட்டுக்கு போய் பேசலாமா ? அவங்க அக்கா, மாமா வீட்டுக்கு போய் பேசலாமான்னு பேசிட்டு இருக்-கோம்.. நீ அவகிட்ட எனக்கு ஃபோன் பண்ண சொல்லு நான் பாத்துக்கறேன் நீ டென்ஷன் ஆகாத..."

"சரி அக்கா "என்றவன் சங்கவிக்கு ஃபோன் செய்து விஷயத்தையும் கூறினான்.

சங்கவி," கிருத்திகா தேவிக்கு அழைத்தவள் ,"அண்ணி நான் சொல்றத கொஞ்சம் கேளுங்க. எங்க அம்மா கிட்ட பேசி பிரயோஜனம் கிடையாது .அத்தை ,மாமாவையும் கூடவே பெரியவங்க யாராயாவது அழைச்சிட்டு எங்க அக்கா ,மாமா வீட்டுக்கு போயிட்டு பேசுங்க.. அவங்க கிட்ட பேசினா மட்டும் தான் இதுக்கு ஒரு முடிவு வரும்... நான் ஏற்கனவே எங்க அக்கா கிட்ட முடிஞ்ச அளவுக்கு சொல்லி வச்சிருக்கேன் ..

அவங்களுக்கு என் பிடிவாதத்தை பற்றி தெரியும். எனக்கு கல்யாணம் ஒன்று நடந்தால் அது ஹரி கூட தான்..இல்லனா கல்யாணம் வேணாம்னு சொல்லி இருக்கேன் ..அதனால எங்க அக்கா கொஞ்சம் பயந்து போய் தான் இருக்கா.. நீங்க நான் சொன்னதை அத்தை ,மாமா கிட்ட கொஞ்சம் சொல்-லிடுங்க.."

"அடேங்கப்பா சரியான ஆளா இருப்ப போல நீ. எதுக்கு உங்க அக்-காவை இப்படி மிரட்டி வச்சிருக்க ..

சரி விடு நீ சொல்றபடி நான் உங்க அத்தை, மாமா கிட்ட சொல்றேன் சரியா..?"

"சரிங்க அண்ணி நான் வைக்கிறேன்.."என்றவள் அழைப்பை துண்டித்-தாள்.

கிருத்திகா தேவி சங்கவி கூறியதை கூற அனைவருக்கும் அதுவே சரி-யெனப் பட்டது.. சந்திரன்," நானும் அதை தானே சொல்றேன் ..அவங்க அக்கா ,மாமா கிட்ட போய் பேசுவோம் .என்றவர் பிருத்வி அவங்க மாமா நம்பர் கொடுடா.."என்றார்.

அவனும் நம்பர் கொடுக்க சந்திரன் ,"ஹலோ நான் ஹரியோட பெரி-யப்பா பேசறேன் . உங்களுக்கு விஷயம் தெரிந்திருக்கும் நினைக்கிறேன். நாங்க உங்களை நேரில் பார்த்து பேசணும்னு ஆசைப்படறோம்.. உங்க வீட்டு அட்ரஸ் கொஞ்சம் சொல்றீங்களா.. நாங்க இன்னும் இரண்டு நாளில் அங்கே

கிளம்பி வருவோம்.."என்றார்.

"ஓ அப்படியா ரொம்ப சந்தோஷம் சார்

.நாங்களும் என்ன பண்றதுன்னு சொல்லி யோசிச்சிட்டு இருக்கோம் ..எங்க பொண்ணு பிடிவாதமா இருக்கா .சரி நீங்க வாங்க .."என்றவர் விலாசத்தை கொடுத்தார் சங்கவியின் மாமா சங்கர்.

ஏற்கனவே பேசி வைத்ததின்படி இரண்டு நாட்கள் பிறகு சந்திரன் ,வான்மதி தேவி, வானதி தேவி கிருப ராஜன் நால்வரும்.. சங்கவியின் அக்கா வீட்டுக்கு சென்றனர்.சங்கவியின் அக்கா சுபத்ரா ,அவளின் மாமா சங்கர் இவர்களை வரவேற்று அமர வைத்தனர்.

அவர்களின் அணுகுமுறை இயல்பாக இருந்ததால் இவர்களிடம் ஈசியாக பேசி புரிய வைத்துவிடலாம் என்று சந்திரன் கிருபராஜனிடம் கூறினார்.

சந்திரன் ," சங்கர் உங்களுக்கு எல்லா விஷயமும் தெரியும் .. நம்ம பசங்க விரும்பறாங்க ..நாம அவங்களுக்கு திருமணம் செய்து வைக்கலாம் ..ஒரு சில பிள்ளைங்க செய்ற மாதிரி அவங்க ஓடிப்போய் கல்யாணம் பண்ணிக்கல...எட்டு வருஷமா விரும்பறாங்க ..இருந்தாலும் பெத்தவங்களோட சம்மதம் வேணும்னு சொல்லி காத்து இருக்காங்க.. இதுதான் அவங்க நமக்கு கொடுக்கிற மரியாதை ..

நீங்க உங்க அக்காவுக்கு கொஞ்சம் எடுத்து சொல்லி புரிய வைங்க

ஹரிக்கும் வேலை கிடைச்சிடுச்சு ..அவனும் வெளிநாட்டில் நல்லா சம்பாதிக்கிறான்.. பாப்பாவும் படிச்சு முடிக்க போறா ..பிறகு என்ன நல்லா யோசிச்சு உங்க முடிவை சொல்லுங்க.".

"நீங்க இப்படி நேரடியா பேசுறது எனக்கு ரொம்ப பிடிச்சிருக்கு சார் ..எங்களுக்கு ஒன்னும் பிரச்சனை இல்ல. நாங்க ஹரியோட போட்டோவை ஏற்கனவே பார்த்துட்டோம் ..அவனைப் பற்றி நிறைய கேள்விப்பட்டு இருக்கோம் ..

ஆனால் எங்க அக்கா அவங்க பங்காளி வீட்ல இருக்கவங்க யாராவது ஏதாவது சொல்லுவாங்களோன்னு பயப்படறாங்க. வேற எதுவும் இல்ல நான் அவங்களுக்கு சொல்லி புரிய வைக்கிறேன்.."என்றார் சங்கர்.

"அப்போ உங்களுக்கு இந்த கல்யாணத்தில் முழு சம்மதம் அப்படித்தானே..?" என்று கிருப ராஜன் கேட்க

"வேற என்னங்க பண்ண முடியும் .எங்க வீட்டு பொண்ணு ரொம்ப உறுதியா இருக்காளே .அதனால எதுவும் பண்ண முடியாது ச.ம்மதம் சொல்றதுதான் நல்லதுன்னு தோணுது..."

"அப்போ சரி சங்கர் சந்தோசம் என்ற சந்திரன் நீங்க என்னமா சொல்நீங்க உங்களுக்கு சம்மதம் தானே..?" என்று சுபத்ராவை பார்த்து கேட்டா சந்திரன்.

சுபத்ரா,"எனக்கு சம்மதம்தான் அவளோட விருப்பத்தை நிறைவேத்துவது தான் எங்களுடைய கடமை..எங்க அப்பாவுக்கு அப்புறம் அவளுக்கு எல்-

லாத்தையும் பார்த்து பார்த்து செய்யறது என் கணவர் தான் .அவரும் சம்மதம் சொல்லிட்டார் ...இனி நான் வேண்டாம் சொல்லி என்னங்க பண்ண போறேன் ..எங்க அம்மாவ நாங்க சமாளிச்சுக்கறோம் ..நீங்க கவலைப்படா-தீங்க.."

வானதி தேவி," ரொம்ப சந்தோஷம் ..இந்த திருமணம் நல்லபடியா நடக்-கும் .நீங்க கவலைப்படாதீங்க உங்க வீட்டு பெரியவங்க கிட்ட நாங்க பேச-றோம்.."

சுபத்ரா,"சரிங்க அத்தை எங்களுக்கு இத்தனை நாள் அந்த பெண்ணை பத்தி கவலையா இருந்துச்சு ,இப்போ ஏதாவது நல்லது நடந்தா சந்தோஷம் தான்.."

"பாரேன் பிறகு என்ன நீங்கள் என் மனைவியை அத்தை என்று சொல்-லிட்டீங்க.. உங்களுக்கு இதில் முழு விருப்பம் என்று எனக்கு தெரியுது.. சரி நாங்க கிளம்பறோம்.."என்றார் கிருபராஜன்.

"ரொம்ப சந்தோஷம் நீங்க கிளம்புங்க .நான் அக்கா கிட்ட பேசி சம்மதம் வாங்கறேன் . இந்த கல்யாணம் நல்லபடியா நடக்கும் .."என்றார் சங்கர்.

வானதி தேவி அங்கிருந்து கிளம்பி பேருந்தில் வந்து கொண்டிருக்கும் பொழுதே கிருத்திகா தேவிக்கு அழைத்து விஷயத்தை கூற அதில் மகிழ்ந்த-வள்," ரொம்ப சந்தோஷம் சித்தி.."என்றவள் தன் தம்பிக்கு அழைத்து விஷ-யத்தை கூறினாள்.

ஹரி,"அச்சோ அக்கா நீ வேற அவங்க அக்கா, மாமாவை சமாளிக்கிறது பெரிய விஷயம் இல்ல .அவங்க வீட்ல ஒரு ஹிட்லர் இருக்காங்க .

அவங்க யார் தெரியுமா ?சங்கவி அம்மா தி கிரேட் ராஜலட்சுமி

அவங்க கிட்ட சம்மதம் வாங்கனும் அதுதான் முக்கியம்..."

"டேய் என்னடா இப்படி சொல்ற .இப்பதான் ஒரு விஷயம் முடிஞ்ச-துன்னு சந்தோஷப்பட்டேன்

.சரி விடுடா அவங்க அக்கா, மாமாவே பேசுறேன்னு சொல்லிட்டாங்க அது அவங்க கவலை.. கண்டிப்பா உன் கல்யாணம் நடக்கும்.."

"கல்யாணம் நடக்காம விட்ருவேனா என்ன? அவங்க சம்மதம் சொல்-லாம போனா பெண்ணை தூக்கிட மாட்டேனா..?"

"அடேய் என்னடா இப்படி சொல்ற அடி வாங்க போற பாரு."

"அக்கா நான் அவளை யாரோட சம்மதமே இல்லாம கல்யாணம் பண்-ணனும் நினைச்சிருந்தா ..எப்பவோ எனக்கு கல்யாணம் நடந்திருக்கும்.

நாங்க ரெண்டு பேரும் அவ்வளவு கட்டுப்பாடா பெரியவங்களோட சம்ம-தத்தோட தான் இந்த கல்யாணம் நடக்கணும்னு சொல்லி இருந்தோம் .

அதனால்தான் அவளும் படிக்க போனா. நானும் வெளிநாட்டுக்கு வந்-தேன் .சரி விடு பாத்துக்கலாம் இப்போ எங்க கல்யாணம் நடக்க போதுன்னா அதுக்கு காரணம் நீ தான் ..நீ எப்போதுமே என் வாழ்க்கையில் பெஸ்ட் தான் கா.."என்றான் ஹரி.

"போதும்டா சாமி ஏற்கனவே எனக்கு ஜலதோஷம்..நீ ரொம்ப ஐஸ் வைக்காத.ஆளை விடு .நம்ம அம்மா வானதி தேவி அவ்வளவு சீக்கிரம் சம்மதம் சொல்லல . அது கிட்ட சம்மதம் வாங்குறதுக்குள்ள சாமி முடியல டா டேய்."

"ஹா ஹா ஹா வானதி தேவி சரியான டெரர் சரி விடு அக்கா . அடுத்து என்ன நடக்குதுன்னு அப்பப்போ சொல்லு அதுக்கு தகுந்த மாதிரி தான் நான் இங்கு லீவு சொல்ல முடியும்..."

"அடேய் அடங்குடா டேய் .இன்னும் உங்க மாமியார் வீட்ல பேசி முடிக்கல ஞாபகம் இருக்கட்டும்..."

"அதெல்லாம் என் சகலன் சம்மதம் வாங்கிடுவார் அக்கா.."

"பாரேன் அவர் மேல் அவ்வளவு நம்பிக்கை உனக்கு சரி சரி நல்லது நடந்தால் சரிதான்.. நீ சந்தோஷமா இருடா.. எனக்கு அது போதும்..."

"அக்கா எனக்கு சந்தோஷமே அவ கூட வாழ போற வாழ்க்கையில் தான் இருக்கு.. அவங்க மாமா பத்தி அவ அடிக்கடி சொல்லி இருக்கா..அவரை பொறுத்தவரை சங்கவி அவருடைய முதல் குழந்தை. அதனால அவ ஆசைப்பட்டதை கண்டிப்பா அவர் செய்வார்..."

"ஓகே ஓகே டா நானும் கேள்விப்பட்டேன் .அவரும் உங்க மாமா மாதிரி அக்கா பெண்ணை தான் கல்யாணம் பண்ணி இருக்காராமே ..?"

"ஆமா அக்கா என்னோட அக்கா நீயும் ,அவளோட அக்காவும் சொந்தத்தில் கல்யாணம் பண்ணி இருக்கீங்க ..அந்த ஒற்றுமையும் இருக்கு பாரு.. மாமா எப்படி நம்ம குடும்பத்தை புரிந்து நடந்துப்பாரோ அதேபோலத்தான் அவங்க மாமாவும் செய்வாராம்.."

"ஓகேடா சரி உன் ஹிட்லர் மாமியார் என்ன சொல்றாங்க பார்க்கலாம்..."

"சரிக்கா பார்க்கலாம் .."என்றவன் அழைப்பைத் துண்டித்தான்.

வர்ணம்-80

சங்கர் ,சுபத்ரா இருவரும் ராஜலட்சுமியின் சம்மதத்தை வாங்க அவரின் வீட்டிற்கு சென்றனர்.

ராஜலட்சுமி ,"என்ன திடீர்னு வந்து இருக்கீங்க .வரேன்னு ஒரு வார்த்தை கூட சொல்லிட்டு வரல. இன்னும் இரண்டு நாள்ல சனி ,ஞாயிறு வருதே அப்போ வந்திருந்தா பிள்ளைகளையும் சேர்த்து அழைச்சிட்டு வந்திருக்கலாமே..?"

"அம்மா உன் பேரன் ரெண்டு பேருக்கும் பரீட்சை வருது .அதனால தான் அவங்க ஸ்கூலுக்கு போன பிறகு நாங்க கிளம்பி வந்தோம். ஏன் பிள்ளைங்க வந்தா தான் எங்க ரெண்டு பேரையும் வீட்டுக்குள்ள விடுவியா என்ன..?"

"அடியே இது உன் வீடு .நீ எப்போ வேணாலும் வரலாம் .சரி திடீர்னு வந்து இருக்கீங்களே என்ன விஷயம். ஏதாவது முக்கியமான விஷயமா.?"

சங்கர்,ஆமா அக்கா முக்கியமான விஷயம் தான். நம்ப சங்கவியோட வாழ்க்கையை பத்தி பேசனும் அக்கா.."

"என்ன பேச போறீங்க அதுதான் என்னுடைய தம்பி மகனுக்கு அவளை கல்யாணம் பண்ணி வைக்கலாம்னு நான் முடிவு பண்ணி இருக்கேனே. அவனும் அவளை ஆசைப்படறான் பிறகு என்ன முடித்து வைக்க வேண்டியது தான்.."

"அக்கா நீ என்ன பேசற. உனக்கு அவன் தம்பி பையன் சொன்ன எனக்கும் அண்ணன் பையன்...அவனுக்கு மட்டும் விருப்பம் இருந்தா போதுமா ?நம்ம பொண்ணுக்கு விருப்பம் இருக்க வேண்டாமா..?"

"இங்க பாரு சங்கர் என் பெரிய பெண்ணை அவ சம்மதம் கேட்டு தான் உனக்கு கட்டிக் கொடுத்தேனா .?நீங்க ரெண்டு பேரும் சந்தோஷமா வாழலையா? என்ன இருந்தாலும் சொந்தத்தில் கொடுத்தா ஒரு பிரச்சனையும் இல்ல.. வெளியில கொடுத்துட்டு என்னால அலைய முடியாது..."

"அக்கா அவ அந்த பையன எட்டு வருஷமா விரும்பறா.. நீ எதுவும் அலைய வேண்டாம் . எதுவா இருந்தாலும் நான் பார்த்துக்கறேன் .அவங்க திருமணத்திற்கு மட்டும் நீ சம்மதம் சொல்லு அது போதும்.."

"என்னடா விளையாடறியா நீ? ஏன் இவ்வளவு பிடிவாதமா அதை பற்றியே பேசிட்டு இருக்க என்ன நடந்தது சொல்லு..."

"அக்கா அந்த பையனோட அம்மா ,அப்பா,பெரியம்மா ,பெரியப்பா நம்ம வீட்டுக்கு வந்தாங்க அவங்க கிட்ட நானும் பேசி பார்த்தேன் .ரொம்ப நல்ல மாதிரியா இருக்காங்க அவங்க வீட்டுக்கு மருமகளா போனா நம்ம பொண்ணு ரொம்ப சந்தோஷமா வாழ்வா? அதுவும் இல்லாம பையனும் வெளிநாட்டுல நல்லா சம்பாதிக்கிறான் .

உனக்கு இதுக்கு மேல என்ன வேணும். நீ ஏன் இந்த கல்யாணம் நடக்க கூடாதுன்னு சொல்லி இவ்ளோ பிடிவாதமா இருக்கியோ தெரியல அக்கா..."

"இங்க பார் சங்கர் எனக்கு அவள் சந்தோஷமா வாழனும் அவ்வளவுதான். உன் மனைவி ரொம்ப அமைதியானவள்..ஆனா அவ அப்படி கிடையாது .

கோபம் வந்தால் ஏதாவது பேசிடுவா.. நான் அவளை என் தம்பி மகனுக்கு கட்டிக் கொடுத்தா என் தம்பியும், தம்பி மனைவியும் நம்ம சொந்தக்கார பொண்ணுன்னு சொல்லி அனுசரிச்சு போவாங்க.. அதுவே வெளியில கட்டி கொடுத்தா சண்டை ,வீண் பிரச்சனைதான் .இதெல்லாம் தேவையா சொல்லு.."

"அக்கா அது அவளோட வாழ்க்கை. அவதான் முடிவு பண்ணனும்.

அவ ஹரியை தான் கல்யாணம் பண்ணனும் சொல்லி முடிவு பண்ணிட்டா..அவ வாழ்க்கைல எந்த பிரச்சனை வந்தாலும் அதை அவதான்

ஃபேஸ் பண்ணனும் நீ தேவை இல்லாம போட்டு குழப்பிக்காத..

அவ தான் கரெக்டா சொல்லிட்டாளே .கல்யாணம் பண்ணாம இருந்தாலும் இருப்பேனே தவிர உன் தம்பி மகனை கல்யாணம் பண்ணிக்க மாட்டேன்னு பிறகு எதுக்கு நீயும் அடம்பிடிக்கிற..."

"ஏண்டா அவளுக்கே அவ்வளவு திமிர் இருந்தா அவளை பெத்த எனக்கு எவ்வளவு இருக்கனும். எல்லாம் அந்த மனுஷனை சொல்லனும் ..அதுக்கு செல்லம் கொடுத்து வளர்த்துட்டு போய் சேர்ந்துட்டாரு ..இப்போ அந்த அடங்காப்பிடாரியை வச்சிட்டு என்னால சமாளிக்க முடியல.."

அம்மா," நீ ஏன்மா இப்படி புலம்பிக்கிட்டே இருக்க.. நான் சொல்றதை கேளு .அவளை ஹரிக்கு கல்யாணம் பண்ணி கொடுக்கலாம் .அந்தப் பையன் அவளை ரொம்ப விரும்புறான். அது மட்டும் இல்லாம ரெண்டு பேரும் ரொம்ப புரிதலோட இருப்பாங்க .அவங்க மாமியார் ,மாமனார் எல்லாமே நல்லா விதமா இருக்காங்க .எனக்கு ரொம்ப பிடிச்சிருக்கு.. உன் பிடிவாதத்தால நம்ம பொண்ணு வாழ்க்கையை வீணாக்காத.."

"என்னடா ரெண்டு பேரும் மாத்தி மாத்தி அதையே சொல்லிட்டு இருக்கீங்க... சரி நாம உங்க மாமா கூட பிறந்தவங்க எல்லார்கிட்டயும் பேசிட்டு முடிவு பண்ணலாம்.."

"அம்மா அவ உன்னோட பொண்ணு. நீ தான் முடிவு பண்ணனும். முடிவு பண்ணிட்டு இந்த மாதிரி விஷயம் அப்படின்னு சொல்லனுமே தவிர அவங்ககிட்ட முடிவை விட்டுட்டு நம்ம பெண்ணுடைய வாழ்க்கையில் விளையாடாத.. நான் சொல்வதை சொல்லிட்டேன். இதுக்கு மேல உன்கிட்ட பேச முடியாது.."

"சரிடி சரி நீங்க இருக்கும் போதே நான் அவங்ககிட்ட பேசுறேன் .."என்ற ராஜலட்சுமி தன் கணவனின் உடன் பிறந்த அனைவரையும் வரவழைத்தார்.

அனைவரிடமும் சங்கர் விஷயத்தை கூற அதில் சங்கவியின் மூன்றாவது சித்தப்பா ,"இது எங்களுக்கு தெரிந்த விஷயம் தானே? அந்தப் பொண்ணு இதெல்லாம் வேணாம் சொன்னா அடங்கவா போகுது ..உங்க இஷ்டத்துக்கு செய்யுங்க ..யார் கேட்க போறா.." என்றார் சம்பத்.

அவர் வேற யாரும் இல்லை ராஜலட்சுமியின் சொந்த தங்கையின் கணவர்தான் .. அதனால் ராஜலட்சுமி அவரிடம் எவ்வளவு பொறுமையா போக வேண்டுமோ அவ்வளவு பொறுமையா போவார்..

சங்கருக்கும் அவர் அக்கா கணவர் ,"மாமா ஏன் இப்படி பேசுறீங்க .நீங்கதான் ரொம்ப பொறுப்பா இருக்கனும்.

சங்கவிக்கு அப்பா இல்லாததால் அந்த ஸ்தானத்திலிருந்து நீங்கதான் செய்யனும் .ஆனா நீங்க எதுக்கு இப்படி பேசுறீங்க..."

சம்பத்,"ஆமாண்டா நான் என்ன சொன்னாலும் நீ முதல்ல குற்றம் சொல்ல வந்திடு.."என்று சங்கரை திட்டினார்.

ராஜலட்சுமியின் தங்கை வாசுகி ,"என்னங்க எப்போ எப்படி பேசணும்னு உங்களுக்கு தெரியாதா? அவளும் நம்ம பொண்ணுதான்

அவளோட வாழ்க்கை நன்றாக அமையனும் சொன்னா அதுக்கு தேவையானதை செய்து தான் ஆகனும்..

உங்களுக்கு தான் அதில் ரொம்ப பெரிய பொறுப்பு இருக்கு, நான் சொல்றத சொல்லிட்டேன் பாத்துக்கோங்க.." என்றார்.

இதற்கு அர்த்தம் என்னவென்றால் நான் சொன்னதை மீறி செய்தால் என்னை மனுசியாகவே பார்க்க முடியாது இது தாங்கோ ??

"ஆமாண்டி உன் அக்காவும் ,உன் அக்கா பொண்ணுங்களும் என்னை மதிச்சிட்டு தான் மறு வேலை பார்க்கிறாங்க.. அட போடி என்னை ஏதாவது கேட்டு செய்தால் தானே? எல்லாம் அவங்க இஷ்டத்துக்கும் முடிவு எடுப்பாங்க..இப்போ சின்னது அதுவே மாப்பிள்ளை பாத்துட்டு வந்து நிக்குது.. இதெல்லாம் சொன்னா நான் ஆகாதவன் ,பொல்லாதவன் அப்படித்தானே...?"

'ஆமா இவரைக் கேட்டு செஞ்சிட்டா மட்டும் இவர் அவங்களுக்கு நல்லது நினைச்சுட்டு தான் மறுவேலை பார்ப்பாரு ... கொஞ்சம் கூட நல்ல எண்ணம் கிடையாது, ஆணவமும் திமிரும் தான் அதிகமா இருக்கு. ஆனா பேச்சை மட்டும் பாரு..' என்று வாசுகி தன் கணவரை உள்ளுக்குள் வறுத்தெடுத்தார்.????

"அண்ணா இப்போ எதுக்கு தேவையில்லாம பேசிகிட்டு இருக்கீங்க .இப்போ நம்ப அண்ணா உயிரோட இல்ல.

அவருடைய ஸ்தானத்திலிருந்து நாம தான் அவங்களுக்கு கல்யாணம் பண்ணி வைக்கனும் ..."என்றார் .சங்கவியின் நான்காவது சித்தப்பா சர்வேஸ்வரன் இவர் சங்கவி படித்த கல்லூரியில் தான் பணிபுரிந்து வந்தார்.

"அதானே பார்த்தேன் இன்னும் நீ வாயை திறக்கலையேன்னு நினைச்சேன். எல்லாரும் ஒன்று சேர்ந்துட்டீங்களா?இனி இங்கே எனக்கு என்ன வேலை .நீங்க எந்த முடிவாவது எடுங்க..."என்றவர் அங்கிருந்து வெளியேறினார்.

இவர்கள் பேசிக் கொண்டிருக்க சங்கவி அங்கே வந்தாள்..

சங்கவியை பார்த்த அவளின் இரண்டாவது சித்தப்பா ராதாகிருஷ்ணன்," என்ன சங்கவி நான் கேள்விப்பட்டது எல்லாம் உண்மையா? இதை நான் உன்கிட்ட இருந்து எதிர்பார்க்கல.."என்றார்.

ராதா கிருஷ்ணனுக்கு சங்கவி என்றால் மிகவும் பிடிக்கும் .அதிலும் தன் அண்ணன் இறந்ததிலிருந்து சங்கவியின் மீது அதீத பாசம் வைத்திருந்தார் .அவருக்கு சங்கவி ஹரியை விரும்புவது தெரியாது..

"சித்தப்பா ப்ளீஸ் எனக்கு ஹரியை ரொம்ப பிடிச்சிருக்கு ..அது மட்டும் இல்லாம அப்பாவுக்கும் அவர் உயிரோடு இருக்கும் போதே எங்க விஷயம் தெரியும். அவரும் ஒரு நாள் ஹரி கிட்ட நல்ல விதமா பேசினார்..."

"சரிமா உனக்கு அந்த பையனை பிடிச்சிருக்கு, பையனும் நல்ல குடும்பத்து பையன் தான் சொல்லி உங்க அக்கா ,மாமா சொல்றாங்க . இனி நான் சொல்லி என்ன ஆகப்போகுது ?நல்லா யோசிச்சுக்கோ .நாளை பின்னே உங்க ரெண்டு பேருக்குள்ள எந்த பிரச்சனையும் வரக்கூடாது .."என்றார் ராதாகிருஷ்ணன்.

" சித்தப்பா அப்படி எதுவும் நடக்காது .உங்கள் எல்லோரோட சம்மதமும் ,ஆசீர்வாதமும் எனக்கு கண்டிப்பா வேணும் ..அப்போ தான் என் வாழ்க்கை நல்லா இருக்கும் .அது மட்டும் இல்லாம என்னோட அப்பா ஸ்தானத்திலிருந்து நீங்க என்னை திருமணம் செய்து கொடுக்கனும் என்னுடைய ஆசை அதுதான் .."என்று அழுதாள் சங்கவி.

அவர் அழுவதை பார்த்து பொறுக்க முடியாத ராதாகிருஷ்ணன் ,சர்வேஸ்வரன் இருவரும் சங்கவியை சமாதானம் செய்தவர்கள்," உன் இஷ்டப்படி உன்னுடைய வாழ்க்கை அமையும் கவலைப்படாத.."என்றனர்.

சுபத்ராவுக்கும் தன் அப்பாவின் ஞாபகம் வர அவளும் அழுது கொண்டிருந்தாள் .

அவளையும் சமாதானம் செய்தவர் கள்," சரி மாப்பிள்ளை வீட்டுக்கு சொல்லி விடுங்கள். நாம் ஒருநாள் போய் அவங்கள பாத்துட்டு வரலாம் .."என்றார் ராதாகிருஷ்ணன்.

சங்கர் கிருப ராஜனுக்கு அழைத்து நடந்த விஷயத்தை கூறினார்.

"ரொம்ப சந்தோஷம் சங்கர். நீங்க சொல்றதை கேட்கும் போது எனக்கு இப்போதான் நிம்மதியா இருக்கு, சரி நாங்க முதல்ல உங்க வீட்டுக்கு ஒரு நாள் வரோம் ..அதன் பிறகு நீங்க வாங்க.." என்றார்.

ஹரிக்கு இந்த விஷயத்தை கிருபராஜனே ஃபோன் போட்டு சொல்ல அதில் துள்ளி குதித்தவன் ,"அப்பா எனக்கு ரொம்ப சந்தோஷமா இருக்கு, நீங்க நடக்க வேண்டிய மத்தத பாருங்க

நான் எப்போ வரணும் சொல்லுங்க அப்போ வரேன் .."என்றான் ஹரி.

சங்கர் கிருப ராஜன் கூறியதை தன் குடும்பத்தில் உள்ள அனைவரிடமும் கூறினான். கிருப ராஜன் ,வானதி தேவி, வான்மதி தேவி ,சந்திரன் ,பிரதிபா சங்கவியை பெண்பார்க்க சென்றனர்.

ஹரியின் குடும்பத்தை பார்த்த சங்கவியின் உறவினர்கள் அனைவருக்கும் அவர்களின் அணுகுமுறை மிகவும் பிடித்துப் போனது...

சங்கவி மகிழ்ச்சியின் உச்சத்தில் இருந்தவள் ஹரிக்கு ஃபோன் செய்து தன் மகிழ்ச்சியை பகிர்ந்து கொண்டாள்...காதல் ஜோடிகள் அன்றிலிருந்து எதையோ சாதித்து விட்ட எண்ணத்தில் நேரம் போவது கூட தெரியாமல் ஃபோனில் பேசிக் கொண்டிருந்தனர்.

"ஹரி எனக்கு ரொம்ப சந்தோஷமா இருக்கு டா..ஆனா இந்த நேரத்தில் நான் என்னுடைய அப்பாவை ரொம்ப மிஸ் பண்றேன் ஹரி .நீ என்கூட இருந்தா கூட எனக்கு தெரியாது நீ எப்போ வருவ ஹரி.."என்று அழுதாள்

சங்கவி.

"அழாத சங்கவி அப்பா எப்போதும் நமக்கு துணையா தான் இருப்பார் .திருமணம் தேதி முடிவானதும் நான் வரேன் .நீ அழாத.." என்றான் ஹரி.

சங்கவியின் அப்பா எப்படி காலமானார் பார்க்கலாம்.

வர்ணம்-81

சங்கவி B.E முடித்தவள் சென்னைக்கு M.Eபடிக்க செல்ல முடிவு செய்தபோது அவளின் அப்பாவுக்கு உடல்நிலை பாதிக்கப்பட ஆரம்பித்தது. அவருக்கு ஏற்கனவே உடலில் சர்க்கரை நோய் அதிகமாக மருத்துவர் மிக கவனமாக இருக்கும்படி கூறினர் .

நாட்கள் செல்ல செல்ல அவரின் உடல்நிலை மிகவும் மோசமானதால் அவர் மிகவும் முடியாத நிலையில் மருத்துவமனையில் அனுமதிக்கப்பட்டார் .. சக்கரை நோய் மட்டுமல்லாமல் அப்பொழுது அவருக்கு வேறு ஏதோ உடலில் பிரச்சனை இருந்தது தெரிய வர அதற்கான சிகிச்சை போய்க்கொண்டிருந்தது... ஆனால் சிகிச்சை பலனின்றி சங்கவியின் அப்பா இறந்துவிட்டார்.

அவரை அப்பொழுதே சென்னைக்கு அழைத்துச் சென்றிருந்தால் குணமாக வாய்ப்பு இருந்திருக்கும் என்று சங்கவி இப்பொழுதும் குழம்பிக் கொண்டிருக்கிறாள்.

சங்கவியும் ,அவளின் அக்காவும் என்னதான் படித்திருந்தாலும் வெளியூருக்கு மருத்துவம் பார்க்க கோபாலகிருஷ்ணனை அழைத்துச் செல்ல பயந்தனர் .பக்கத்து ஊரிலேயே அவருக்கு மருத்துவம் பார்த்து வந்தனர்.

அப்போது ஹரி வெளிநாட்டில் இருந்ததால் பிருத்வி அவனுக்கு செய்தியைச் சொல்ல அவனும் சங்கவிக்கு எத்தனையோ முறை அழைத்துப் பார்த்தும் சங்கவி அழைப்பை ஏற்கவில்லை.

இதற்கிடையில் அடுத்த ஒரு வாரத்தில் உடல்நிலை மிக மிக மோசமான நிலையில் கோபாலகிருஷ்ணன் காலமானார்.

சங்கவி தன் தந்தையின் மீது உயிரே வைத்திருந்தவள் அழுது புலம்பியவள் எப்பொழுதும் அழுது கொண்டே இருந்தாள். ஹரி இதை கேள்விப்பட்டவன் அவளுக்கு அழைத்துக் கொண்டே இருக்க மீண்டும் அவள் அழைப்பை ஏற்கவே இல்லை.

அடுத்து வந்த நாட்களில் அழைப்பை ஏற்றவள் அழுது கொண்டே இருந்தாளேத் தவிர எந்த வார்த்தையும் பேசவில்லை .

ஹரி மட்டும் பேச செய்தான்.அவள் அழுது கொண்டிருப்பாள் .அல்லது "ம் "என்று என்பாள். இதைத் தவிர வேறு எதுவும் சொல்லாமல் இருந்தாள்.

இந்த நிலையில் பிருத்வி அடிக்கடி சென்று சங்கவியை பார்த்துவிட்டு வந்தான் .அவள் இப்படியே இருந்தால் அழுது அழுது அவளின் உடல்நிலை

பாதிக்கப்படும் என்று உறவினர்கள் கூற அவளை சென்னைக்கு அனுப்பி வைத்தனர். அங்கே சென்றதும் தோழிகளுடன் வலம் வந்தவளுக்கு கொஞ்சம் மனம் ஆறுதலாக இருந்தது.

அதன் பிறகு ஹரியுடன் எப்பொழுதும் போல் பேச ஆரம்பித்தவள் அவனின் ஆதரவான பேச்சில் கொஞ்சம் கொஞ்சமாக அந்த நிகழ்வில் இருந்து வெளிவர ஆரம்பித்தாள். ஆனாலும் அவளின் அப்பாவின் இறப்பு அவளுக்கு பெரிய இழப்பாகவே இருந்தது.

சரிங்க இவர்கள் திருமணத்திற்கு அனைவரும் சம்மதம் சொல்லிவிட்டனர் அடுத்து நடப்பதை பார்க்கலாம் .

சங்கவியின் சித்தப்பா குடும்பத்தில் உள்ள அனைவரும் அங்கே ஹரியின் வீட்டுக்கு மாப்பிள்ளை வீடு பார்க்க சென்றனர்..

வீட்டில் உள்ள அனைவரும் அங்கே ஒன்று கூடி இருந்தனர்.ஆனால் கிருத்திகா தேவி ,சரவணராஜன் இவர்களின் பிள்ளைகளும் மட்டும் அங்கே சூழ்நிலை காரணமாக வரவில்லை.

காரணம் பிள்ளைகளுக்கு இந்தி பரீட்சை இருந்ததால் அவர்கள் வரவில்லை ..மற்றபடி அங்கே வந்த அனைவரும் நீண்ட நாட்கள் பழகியது போல் பேசினர்.. பிறகு நிச்சயதார்த்த தேதியை குறித்தனர்.

கிருத்திகா தேவிக்கு தன்னால் செல்ல முடியவில்லை என்று வருத்தம் இருந்தாலும் நிச்சயதார்த்தத்துக்கு சென்று விடலாம் என்று நினைத்து தன்னைத்தானே சமாதானம் செய்து கொண்டார்.

நிச்சயதார்த்தம் அன்று அனைவரும் சுபத்ராவின் வீட்டுக்கு சென்றனர் ஆம் நிச்சயம் சுபத்ராவின் வீட்டில் நடைபெற்றது .ஹரி நிச்சயத்திற்கு வரவில்லை

நிச்சயம் நன்முறையில் நடைபெற ஹரியும் ,சங்கவியும் மிகுந்த மகிழ்ச்சி அடைந்தனர்.

திருமணம் தேதி நிச்சயத்த பிறகு ஹரி திருமணத்திற்கு 20 நாட்கள் முன் தாயகம் திரும்பினான்..

அவனை விமான நிலையத்திலிருந்து அழைத்து வர கிருப ராஜன், வான்மதி தேவி, கிருத்திகா தேவி ,சரவண ராஜன் அவர்களின் பிள்ளைகள் கார்த்திக் ராஜன் ,அபிஷேக் ராஜன் ,பிரதிபா சென்றனர்.

ஒரு வருடம் கழித்து ஹரியை பார்த்த குடும்பத்தினர் ஓடிச்சென்று அவனை கட்டிக்கொண்டு தன் மகிழ்ச்சியை தெரிவித்தனர் .அதிலும் இரட்டை மகிழ்ச்சி அல்லவா அவனும் தன் அக்கா தங்கைகளை கட்டிக்கொண்டு பிறகு தன் அக்கா பிள்ளைகளை அனைத்து அவர்களை உச்சி முகர்ந்து அவர்களை சீண்டி விளையாடினான் .

பிறகு சரவணராஜனை நலம் விசாரித்தான்.

தன் அம்மா அப்பா இருவரிடம் வந்தவன்," என்ன ரெண்டு பேரும் எப்படி இருக்கீங்க. நான் இல்லாம சந்தோஷமா இருந்தீங்களா..?"

"டேய் என்னடா பேச்சு பேசற நீ .இத்தனை நாள் எங்களை விட்டுட்டு நீ சந்தோஷமா இருந்தியா என்ன ?"என்றார் கிருப ராஜன்.

"ஏண்டா இப்படி பேசற .ஒத்த பிள்ளைய பெத்து வச்சுட்டு உன்னை வெளிநாடு அனுப்பிட்டு நான் பட்ட கஷ்டம் எனக்கு தான்டா தெரியும் .."என்று கலங்கினாள் வானதி தேவி .

"அச்சோ வானதி அழாத . நான் விளையாட்டுக்கு தானே சொன்னேன் .."என்று தன் அம்மாவை சமாதானம் செய்தான் ஹரி.

"ஹலோ இங்க நாங்க எல்லாம் இருக்கோம் .ஞாபகம் இருக்கா இல்லையா ?என்று பிரதிபா கூற

ஹரி அவளின் காதை பிடித்து திருகியவன்," வாலு வாலு என்றவன் சரி சரி வாங்க எனக்கு ரொம்ப பசிக்குது போகலாம்.." என்றான்.

கிருத்திகா தேவி ,"ஏண்டி பிரதிபா வெளிநாடு போகும்போது ஒரு பையன் அழுதுகிட்டே போனானே அவனை பார்த்தியா நீ..?"

"இல்லக்கா இப்போ அந்த பையன் வாயெல்லாம் பல்லா இளிச்சிக்கிட்டு வந்து நிக்குது.."

"ஆமாண்டி ஆமா ஆமா அவன் ஊருக்கு போன உடனே நம்ம யாரையும் அவனுக்கு கண்ணுக்கே தெரியாது பாரேன்.."

"அதென்னமோ உண்மைதான் அக்கா .."என்ற பிரதிபாவை ஓங்கி தலையல் கொட்டிய கிருத்திகா தேவியின் இரண்டாவது:மகன் அபிஷேக் ராஜன்," என்ன அக்காவும் ,தங்கச்சியும் சேர்ந்துட்டு எங்க ஹரி மாமாவ கலாய்க்கிறீங்களா பிச்சிடுவேன் பிச்சு .."என்றவனை கிருத்திகா தேவி "அடேய் வாலு அவளை சொல்ற மாதிரி அம்மாவையும் பிச்சுருவேன்னு சொல்ற.."

"ஆமா எங்க மாமாவ சொன்னா நான் கேட்பேன் தான்."என்றவனை "ஓஹோ அப்படியா இப்போ நீ வாங்க போற பாரு .உன்னை யார் வந்து காப்பாத்துவா நான் பார்க்கிறேன் .."என்ற கிருத்திகா தேவி அவனை அடிக்க துரத்தினாள்.

கிருத்திகா தேவி இப்படித்தாங்க பிள்ளைங்க படிக்கிற விஷயத்தில் கண்டிப்பாக இருப்பாள். மற்றபடி விளையாடும் பொழுது குழந்தையோடு குழந்தையாக அவர்களுடன் ஆட்டம் போட ஆரம்பித்து விடுவாள்.

".அச்சோ ஹரி மாமா என்னை காப்பாத்து .."என்று அங்கிருந்து ஓடியவனை தூக்கிய ஹரி

"அடியே தங்க பிள்ளை நீ வாடி என் செல்லம் பேசுங்க பேசுங்க அக்காவும் ,தங்கச்சியும் எவ்வளவு பேச முடியுமோ பேசுங்க .எனக்கு என் மாப்பிள்ளை இரண்டு பேரும் இருக்காங்க..."

"அட பாரேன் இது எத்தனை நாளைக்கு நானும் பார்க்கிறேன் ."என்றாள் பிரதிபா.

"ஏய் என்னடி சும்மா சும்மா எங்க ஹரி மாமாவை எதிர்த்து பேசிட்டு இருக்க..?" என்று கார்த்திக் ராஜன் சொல்ல அவனை பிரதிபா," என்னடா டி சொல்ற.." என்று அவனை அடிக்கத் துரத்த அந்த இடமே ஒரே கலகலப்பாக மாறியது...

கிருப ராஜன் கார்த்தியை பிரதிபாவிடம் இருந்து காப்பாற்றினார். இது அடிக்கடி இவர்களுக்குள் நடப்பதுதாங்க. இதே கிருப ராஜன் அவர்கள் மூவருக்கும் சண்டை வந்தால் கார்த்திக், அபிஷேக் இருவரையும் பிடித்து பிரதிபாவிடம் ஒப்படைத்து விடுவார் .அவளும் அவர்களை கிள்ளி விடுவாள்.

அதற்காகவே இருவரும் அவளை சீண்டி விட்டு அங்கிருந்து ஓடி விடுவர்.

அனைவரும் அங்கிருந்து கிளம்பிய வர்கள் ஹோட்டலில் நிறுத்தி உணவை உண்டவர்கள் வீடு திரும்பினர்.

மறுநாள் சங்கவியை பார்க்க வேண்டும் என்று ஆசைப்பட்ட ஹரி கிருப ராஜன், வானதி தேவியின் அனுமதி வாங்கி அவளை தன் வீட்டுக்கே வரவழைத்து விட்டான்.

கிருத்திகா தேவி தன் பிள்ளைகளையும், பிரதிபாவையும் அழைத்துக் கொண்டு கடைக்குச் சென்று விட்டு வந்தாள்.

அவர்கள் சென்ற நேரம் சங்கவி ஹரியின் வீட்டிற்கு வந்திருந்தாள். அனைவரும் அவளிடம் பேசிக்கொண்டிருக்க கிருத்திகா தேவியும், பிள்ளைகளும் உள்ளே வந்தனர்.

ஹரி," அக்கா வா வா யார் வந்து இருக்கா பாரு ?என்றதும் கிருத்திகா தேவி அங்கிருந்த சங்கவியை பார்த்தவள் ஓடிச்சென்று அவளை அணைத்துக் கொண்டாள்.

கிருத்திகா தேவி இப்போது தான் சங்கவியை நேரில் பார்க்கிறாள்.. இதற்கு முன் ஹரி அனுப்பி வைத்த போட்டோவில் மட்டுமே பார்த்திருக்கிறாள்.

"சங்கவி எப்படிமா இருக்க நல்லா இருக்கியா .?அம்மா எப்படி இருக்காங்க..?"

"நல்லா இருக்காங்க அண்ணி .நீங்க எப்படி இருக்கீங்க .."என்று நலம் விசாரித்தவள் பிள்ளைகளிடம் நலம் விசாரித்து அவர்களுடன் பேசிக் கொண்டிருக்க கார்த்திக் ராஜனுக்கும், அபிஷேக் ராஜனுக்கும் தன் மாமி சங்கவியை மிகவும் பிடித்து போனது.

அதிலும் அபிஷேக் ராஜன் சங்கவி கூடவே சுற்றி வந்தான்.

பிறகு அனைவரும் அமர்ந்து பேசிக் கொண்டிருக்க ஹரி ஆசைப்பட்டதால் சங்கவியை சினிமா தியேட்டர் அழைத்து செல்ல வேண்டும் என்று கேட்க கிருபராஜன் தயங்கினார்.

கிருத்திகா தேவி ,"விடுங்க சித்தப்பா எதுக்காக தயங்கறீங்க .அவங்க போயிட்டு வரட்டும்.." என்றதும் அவரும் சம்மதம் சொல்ல இருவரும் சினிமா சென்று வந்தனர்.

வீட்டிற்கு வந்ததும் அவளை ஹரி பேருந்து ஏற்றி விட்டு வந்தான்.

ஹரி," அக்கா எனக்கு ரொம்ப சந்தோஷமா இருக்கு, இவ்வளவு சீக்கிரம் எங்க கல்யாணம் நடக்க போகுதுன்னா அதுக்கு காரணம் நீ மட்டும் தான் .ரொம்ப தேங்க்ஸ் அக்கா ..."என்றான்.

"அட போடா பெரிய மனுஷா பேசறான் பாரு.. நான் உனக்கு செய்யாம வேற யாருக்காக செய்யப் போறேன் .எனக்கு என் தம்பி ஆசைப்பட்ட வாழ்க்கை நல்லபடியா அமையனும். அது தான் என்னுடைய ஆசை. நீ சந்தோஷமா வாழந்தா அதுவே எனக்கு போதும்டா.."என்றாள் கிருத்திகா தேவி.

"சரிக்கா நாம நாளைக்கு ஜவுளி எடுக்க போறோம்னு அம்மா சொன்னாங்க. அதனால நீ அந்த வேலையை முடிச்சிட்டு அதன் பிறகு ஊருக்கு போ.."என்றான் ஹரி.

"ஓகேடா நாம போகலாம்.."என்றாள் கிருத்திகா.

அதன்படி மறுநாள் ஜவுளி எடுக்கச் சென்றார்கள்.

அதாவது ஹரிக்கு மட்டும் திருமணத்திற்கு தேவையான உடைகளை வாங்க சென்றனர்

மற்ற அனைவருக்கும் ஏற்கனவே எடுத்து முடித்து விட்டனர்.

தீபிகா, அனிதா இருவரும் தன் தம்பியின் திருமணம் எப்போது வரும் என்று ஆவலாக காத்துக் கொண்டிருந்தனர் ..

திருமணத்திற்கு முதல் நாள் பெண் அழைப்பு அன்று கிருத்திகா தேவி நேரில் சென்று தன் தம்பி மனைவி சங்கவியை அவளின் அம்மா வீட்டில் இருந்து அழைத்து வர தன் கணவனுடன் சென்றாள்.

அப்பொழுது அங்கே நடந்த நிகழ்வில் அனைவரின் மனமும் கனமாகி போனது.

வர்ணம் _82

கிருத்திகா தேவி தன் கணவனுடன் செல்ல சங்கவி அங்கிருந்து கிளம்பும்போது தன் அப்பாவின் படத்தை பார்த்து கதறி அழுதாள். அதைப் பார்த்த அவளின் சொந்தக்காரர்கள் அனைவரும் அழுதனர்.

கிருத்திகா தேவிக்கு சங்கவி அழுவதைப் பார்த்தவளுக்கு மனம் தாங்காமல் அவளும் தன்னையும் மீறி அழுதாள்..

அங்கிருந்த சங்கவியின் உறவினர்கள் அனைவருமே கிருத்திகா தேவி அழுவதை பார்த்தவர்கள் ,"பரவாயில்ல சங்கவியின் நாத்தனார் அவ மேல பாசமா இருக்காங்க.. அவ அழவும் இவங்களும் அழுதுட்டாங்க.." என்று பேசிக் கொண்டனர்.

சங்கவி அப்பா கோபாலகிருஷ்ணனை படத்தில் பார்த்ததும் கிருத்திகா தேவிக்கு ஏதோ பூர்வ ஜென்மம் பந்தம் இருப்பதை போல மனம் தவித்துக் கொண்டே இருந்தது .சங்கவி அழுததும் அவளும் அழுதுவிட்டாள்.

பிறகு சரவண ராஜன் தன் மனைவியை கேலி செய்ய அதில் தன்னிலை அடைந்தவள்," சும்மா இருங்க மாமா..ஏதாவது சொல்லிட்டே இருக்கா-தீங்க.." என்று கூறியவள் சங்கவியை அழைத்துக் கொண்டு அங்கிருந்து கிளம்பினர்.

பிறகு பெண் அழைப்பு நல்ல முறையில் நடைபெற்றது .அன்று இரவு வான்மதி தேவியின் பெரியம்மா மகள், அவரின் கணவர் இருவரையும் கணேஷ் ராஜனின் வீட்டில் தங்க வைக்கலாம் என்று முடிவு செய்த வான்மதி தேவி இதை கணேஷ் ராஜனிடம் கூறினாள்.

"சரிக்கா நான் அக்கா, மாமாவையும் என் கூடவே அழைச்சிட்டு போய் தங்க வச்சுட்டு, காலையில் வரும் போது அழைச்சிட்டு வரேன்.." என்றான் கணேஷ் ராஜன்.

ஆனால் சர்வேஸ்வரியோ ,"சித்தி அதெல்லாம் சரி வராது . அவங்க இங்கேயே தங்கட்டும்..அவங்க வர வேண்டாம்.." என்று வான்மதி தேவியின் பெரியம்மா மகள் எதிரிலேயே கூறினாள்.

" என்ன பேசற நீ வீட்டுக்கு வரேன்னு சொல்றவங்கள இப்படித்தான் சொல்லுவியா சர்வேஸ்வரி? கொஞ்சம் யோசிச்சு பேசு.."என்று வான்மதி தேவி சத்தம் போட்டாள்.

"ஏண்டி நீ திருந்தவே மாட்டியா ?அவங்க யாரு என்னுடைய பெரியம்மா பொண்ணு, அவங்க நம்ம வீட்டுக்கு வந்தா என்ன நீ குறைஞ்சு போயிடு-வியா ?ஏண்டி இப்படி இருக்க..?"என்று கணேஷ் ராஜனும் சத்தம் போட்-டான்.

"ஏங்க நம்ம வீட்ல எத்தனை பேர் தங்கறது சொல்லுங்க.. ஏற்கனவே அனிதாவையும், அவள் கணவரையும் அழைச்சிட்டு போய் அங்க தங்க வைக்க சொல்லி உங்க அக்கா சொன்னாங்க..

இப்போ இவங்களும் வந்தா தங்கறதுக்கு இடம் வேணாமா? அதனால தான் நான் அவர்களை வேண்டாம் என்று சொன்னேன்.." என்றாள்.

வான்மதி தேவியின் பெரியம்மா மகள் ," கணேசா விடுடா நாங்க இங்-கேயே தங்கறோம் .நாங்க அங்க வரதுல உன் பொண்டாட்டிக்கு விருப்பம் இல்ல போல ..?"என்றாள்.

கணேஷ்,"அக்கா அப்படி எல்லாம் எதுவும் இல்ல நீ கிளம்பு.."

"வேணாம் கணேசா நீ கிளம்பு .நாங்க இங்கே தங்கிக்கறோம் .."என்றார் வான்மதி தேவியின் மாமா.

இப்படியே மாத்தி மாத்தி பேச்சு வார்த்தை நடந்து கொண்டிருக்க இந்த விஷயம் திருமண மண்டபத்தில் இருந்த அனைவருக்கும் பரவியது. மண்ட-பத்தில் நெருங்கிய சொந்தங்கள் மட்டுமே தங்கி இருந்தனர்.

அனைவரும் சர்வேஸ்வரியை திட்டிக் கொண்டிருந்தனர்.

சர்வேஸ்வரி அனிதாவும், அவளின் கணவரும் தங்கள் வீட்டில் தங்க வேண்டும் என்று வான்மதி தேவி கேட்டுக் கொண்டதால் தான் அப்படி கூறினாள்.

அதற்கு எப்படி கூற வேண்டும் என்று ஒரு முறை இல்லையா ? சர்வேஸ்வரியின் வீடு அப்படி ஒன்னும் சிறிய வீடு இல்லை. பொதுவாக இருப்பது போல ஒரு பெட்ரூம் ,ஒரு ஹால், ஒரு கிச்சன் , கொண்ட வீடுதான்.. அதுவும் அப்படி ஒன்றும் சிறிய விடும் அல்ல.

பெட்ரூம் ,ஹால் இரண்டு இடத்திலும் படுத்துக் கொள்ளலாம் .அப்படி இருக்கும் பொழுது சர்வேஸ்வரி இப்படி கூறியது கணேஷ் ராஜனுக்கும் கோபம் வந்தது.

தன் மனைவி இப்படி அனைவரின் முன் இப்படி நடந்து கொண்டதை நினைத்து அவமானமாக உணர்ந்தவன் எதையும் கூறாமல் அங்கிருந்து வேகமாக தன் வீட்டிற்கு சென்றான்.

சர்வேஸ்வரிக்கு எண்ணம் என்னவென்றால் அவளுக்கு தன் வீட்டுக்கு யாரும் வரக்கூடாது. அப்படியே வந்தாலும் அவளின் சொந்தம் மட்டுமே வர வேண்டும் . அதாவது அவளின் அம்மா வீட்டினர் மட்டுமே...

இன்னொரு விஷயம் அவள் வேலை செய்ய பயப்படுபவள்

இவர்கள் வந்தால் காலையில் எழுந்து ஒரு தேநீராவது போட்டுக் கொடுக்க வேண்டுமே அதற்கு கூட சோம்பேறி தனம் படுவாள் சரவேஸ்வரி.

கணேஷ் ராஜன் கோபித்துக் கொண்டு செல்ல சர்வேஸ்வரி அவனின் பின்னே சென்றவள் ,"என்னங்க நில்லுங்க இப்போ எதுக்கு உங்களுக்கு இவ்வளவு கோபம் வருது .."

"இங்க பாருடி என்கிட்ட வீணா அடிவாங்காத ஓடிடு .. மேலும் என் கோபத்தை கிளறி அசிங்கப்படாத .."என்றதும் உடனே உள்ளே வந்து விட்டாள் சர்வேஸ்வரி.

அவளுக்கும் தெரியும் சாதுமிரண்டால் காடு கொள்ளாது என்பதற்கு ஏற்ப தன் கணவருக்கு கோபம் வந்தால் யார் இருக்கிறார்கள் என்று ஒரு சில நேரம் பார்க்காமல் ஒன்று திட்டி விடுவான். இல்லை அடித்து விடுவான் .

தன் அம்மாவை கொலைவெறிக் கொண்டு பார்த்த திவாகர் ,"நீ திருந்தவே மாட்ட இல்ல .எல்லார்கிட்டயும் கடைசி வரை இப்படித்தான் கெட்ட பேர் வாங்கிட்டு இருப்பியா..?" என்றவன் அவளை அழைத்துக் கொண்டு வீட்டிற்கு கிளம்பினான்.

கிருத்திகா தேவி தன் பெரியப்பா ,பெரியம்மாவை சமாதானம் படுத்த அனைவரும் அங்கேயே இரவு தங்கினர்.

மறுநாள் காலை ஹரி சங்கவியின் திருமணம் நன்முறையில் நடைபெற்றது .எதையோ சாதித்து விட்ட உணர்வில் இருவரும் மகிழ்ச்சியுடன் இருந்தனர்.

ஹரியின் திருமணத்தன்று நாத்தனார் விளக்கு பிடித்தது கிருத்திகா தேவி தான்.

ஹரியின் கூட பிறந்த தங்கை பிரதிபா இருக்கும்பொழுது கிருத்திகா தேவி தான் நாத்தனார் விளக்கை பிடிக்க வேண்டும் என்று முடிவெடுத்தனர். வானதி தேவியும் ,கிருபராஜனும் மட்டுமே...

வான்மதி தேவி," வானதி நான் சொல்றதை கேளு

நீ பிரதிபாவையே நாத்தனார் விளக்கை பிடிக்க சொல்லு ,இதனால் பிரச்சனை வரப்போகுது.."என்றாள்.

வானதி தேவி," என்ன அக்கா சொல்ற நீ. கிருத்திகா தேவி தான் என்னுடைய பெரிய மகள். வாய் வர்த்தையா மட்டும் அப்படி சொலறேன்னு நினைக்கிறியா ? நம்ம மகனுக்கு அவ தான் எல்லாத்தையும் கிட்ட இருந்து செய்யனும் ..நீ கொஞ்சம் அமைதியா இருக்கா ..மத்தவங்களுக்காக நீ யோசிக்காத. என் புருஷனும் ,பிள்ளைகளும் ஓகே சொல்லும் போது நீ ஏன் கண்டதை எல்லாம் யோசிக்கிற.."என்றாள்.

வானதி தேவி இதை ஹரி சிறுவயதில் இருக்கும் பொழுதே முடிவு செய்தது தான் .அவளின் இந்த முடிவுக்கு கிருப ராஜன், ஹரி, பிரதிபா மூன்று பேரும் மனதார சம்மதம் சொல்லினர்.

கிருத்திகா தேவி நாத்தனார் முடிச்சு போட மேடையின் மீது ஏறினாள். அதுவரை அமைதியாக இருந்த வரலட்சுமி ,அவரின் தங்கை இருவரும் மேடை ஏறியவர்கள் ,"வானதி தேவி நான் சொல்றத ஒரு முறை கேளு

நம்ம பிரதிபா இருக்கா தானே ?அப்படி இருக்கும்போது கிருத்திகா தேவி எதுக்கு நாத்தனார் முடிச்சு போடனும் சொல்ற .."என்றார் வரலட்சுமி.

"என்ன அத்தை உங்களுக்கு எதுவுமே தெரியாதா ?நிச்சயம் நடப்பதற்கு முன்னாடியே நான் உங்க கிட்டயும் சேர்த்து கிருத்திகா தேவி தான் நாத்தனார் முடிச்சு போடுவான்னு சொல்லிட்டேன் . இப்போ என்ன உங்களுக்கு திடீர்னு சந்தேகம் .இப்போ எதுக்காக உங்க தங்கச்சியை அழைச்சிட்டு வந்து கேள்வி கேக்கறீங்க..." என்று தன் மாமியாரை முறைத்தாள் வானதி தேவி.

கிருத்திகா தேவி இதை கேட்டவள் மனம் சங்கடமடைய கிருப ராஜன் ,"கிருத்திகா நீ போய் அங்கே நில்லுமா என்றவர் அம்மா நீ சும்மாவே இருக்க மாட்டியா !எங்களுக்கு பிரதிபா மாதிரி கிருத்திகாவும் பொண்ணுதான் .கிருத்திகா தான் இந்த வீட்டுக்கு பெரிய பொண்ணு. நீ கொஞ்சம் அமைதியா இரு.." என்று அவரை கீழே அனுப்பி வைத்தார்.

நிச்சயதார்த்தத்தில் நாத்தனார் பெண்ணை அழைத்து வரும்படி பெரியவர்கள் சொல்ல வானதி தேவி கிருத்திகா தேவியை பெண்ணை அழைத்து வரும்படி சொன்னாள்.

வரலட்சுமி வீட்டில் வந்து அதற்கு பிரச்சனை செய்ய ஆரம்பித்தவரை வானதி தேவியும், கிருப ராஜனும் அடக்கி வைத்தனர்.

பிரதிபா,"பாட்டி உனக்கு என்ன இப்போ பிரச்சனை ?நீ சும்மா இருக்க மாட்டியா ? அண்ணனைப் பொறுத்தவரை நானும், அக்காவும் ஒன்னு தான். நான் செய்ய வேண்டியதை அக்கா செய்றா அவ்வளவுதான் .உனக்கு எந்த விதத்தில் கஷ்டமா இருக்கு சொல்லு பார்க்கலாம்.."

"என்னடி சொல்ற நீ அது உனக்கான இடம் .அந்த இடத்தை நீ யாருக்-காகவும் விட்டுக் கொடுக்க கூடாது .உங்க அம்மாவுக்கும் ,அப்பாவுக்கும் தான் புத்தி பேதலிச்சு போச்சு. உனக்கு என்ன ஆச்சு.?"

"எங்களுக்கெல்லாம் புத்தி நல்லா தான் இருக்கு ,உனக்கு தான் ஏதோ ஆகி இருக்கு எங்க பெரியம்மா எங்களை ஒரு நாளாவது பிரிச்சு பார்த்து இருக்காங்களா.? அவங்களுக்கு எத்தனை பிள்ளைங்கன்னு யாராவது கேட்டா நான்கு பொண்ணு ,ஒரு பையன் தானே சொல்லி இருக்காங்க ..

எங்க அம்மாவும் அப்படித்தானே சொல்லிட்டு இருக்காங்க.. அப்படி இருக்கும் பொழுது வீட்டுக்கு பெரிய பொண்ணு கிருத்திகா அக்கா தான் .அவங்க தான் எல்லாத்தையும் செய்யனும் ..இதையும் சொல்றேன் நல்லா கேட்டுக்கோ கிருத்திகா அக்கா தான் மேடை ஏறி நாத்தனார் விளக்கு பிடித்து நாத்தனார் முடிச்சு போடுவாங்க ..அப்போ ஏதாவது கதை எடுத்து பாரு உன் மண்டைய பிளந்திடறேன்.." என்று அப்பொழுதே தன் பாட்டியை எச்சரித்து இருந்தாள் பிரதிபா.

யார் என்ன சொன்னாலும் அடங்கும் ரகமா வரலட்சுமி சொல்லுங்க பார்க்கலாம்?

திருமணம் முடிந்ததும் பக்கத்தில் உள்ள கோவிலுக்கும் ,அவர்களின் குலதெய்வம் கோவிலுக்கும் சென்று வர வேண்டும் என்று பெரியவர்கள் கூற கிருத்திகா தேவி ,சரவண ராஜன் ,சங்கவியின் சித்தப்பா, சித்தி என்று அனைவரும் சென்று வந்தனர்.

பிறகு வீட்டிற்கு சென்றதும் கிருத்திகா தேவி சங்கவியின் அம்மா வீட்-டுக்கு சென்று சுபத்ராவுடன் சேர்ந்து அன்று இரவு சடங்கிற்காக ஏற்பாடு செய்தாள்.

மறுநாள் அனைவரும் அதாவது சரவணராஜனின் குடும்பமும் ,சங்கர் குடும்பமும் ,ஹரியும் ,சங்கவியும் பக்கத்து ஊரில் உள்ள கோவிலுக்கும் ,கடற்கரைக்கும் சென்று வந்தனர்.

அங்கே இரண்டு நாள் தங்கி இருக்க சங்கர் ,சுபத்ரா, கிருத்திகா தேவி ,சரவணராஜா இவர்களுக்குள் நல்ல புரிதல் ஏற்பட்டது. இவர்களின் பிள்-ளைகளும் நண்பர்களாக மாறினார்.

ராஜலட்சுமி தன் மகளுக்காக இந்த திருமணத்திற்கு சம்மதம் சொன்னா-லும் ஹரியை நேரில் பார்த்தவருக்கு மிகவும் பிடித்துப் போனது. அது மட்-டுமல்லாமல் கிருத்திகாவையும் அவளின் குடும்பத்தையும் பிடித்து போக தன் மகள் நன்றாக வாழ்வாள் என்று நினைத்தார். காரணம் கிருத்திகா மட்டுமல்-லாமல் அவளின் தங்கைகளும் சங்கவியை தன் சொந்த தங்கை போலவே

நடத்தினர்.

கிருத்திகா தேவி பிள்ளைகளுக்கு பள்ளி இருப்பதால் அங்கிருந்து தன் ஊருக்கு வந்து விட்டாள்.

வர்ணம்-83

சங்கவி ஹரி திருமணம் முடிந்து பத்து நாட்கள் கடந்து இருக்க கிருத்திகா தேவி ஹரி ,சங்கவி இருவரையும் தன் வீட்டிற்கு விருந்துக்கு அழைத்தவள் ஆச்சரியப்படும் படியாக அனைத்து ஏற்பாடுகளையும் செய்து வைத்திருந்தாள்.

ஹரி, சத்யாவை அழைத்துக் கொண்டு தன் குடும்பத்துடன் சினிமா சென்று வந்தாள் கிருத்திகா தேவி.பிறகு அங்கிருந்த ஹோட்டல் சென்று சாப்பிட்டுவிட்டு வந்தனர்.

கார்த்திக் ராஜன் ஹரியையும் அபிஷேக் ராஜன் சங்கவியையும் சப்போர்ட் செய்ய இருவரும் இரு குழுவாக பிரிந்து விளையாடிக் கொண்டும், சண்டை போட்டுக் கொண்டும் இருந்தனர்.

இப்படியே பத்து நாட்கள் கடந்து இருக்க ,சங்கவியும் ஹரியும் வெளிநாடு கிளம்பினர்.

வானதி தேவி அழ ஆரம்பித்தார் .கிருத்திகா தேவி அவளும் அழுதாலும் தன் தம்பி தன் தம்பி மனைவியுடன் சந்தோஷமாக வாழ வேண்டும் என்று நினைத்தவள் தன் சித்தியை சமாதானம் செய்தாள்.

வெளிநாட்டில் இவர்கள் நான்கு மாதம் வாழ்ந்தனர். ஹரி திருமணத்திற்கு முன்பே அவன் ஏற்கனவே பணிபுரிந்து வந்த கம்பெனியை இழுத்து மூடினர்.

கிருப ராஜன் சங்கவியிடம்," சங்கவி நான் சொல்றதை கேளுமா .இன்னும் கொஞ்ச நாள் பிறகு நீங்க திருமணம் செய்துக்கோங்க..இப்போ ஹரி பணிபுரிந்து வந்த கம்பெனி இழுத்து மூடிய நிலையில் திருமணம் செய்தாலும் நீங்க வெளிநாடு போக முடியாது. அதனால அவனுக்கு நம்ம நாட்டில் வேலை கிடைத்ததும் திருமணத்தை வைத்துக் கொள்ளலாம் .."என்றார்.

"அச்சோ மாமா அவனுக்கு வேலை போயிடுச்சுன்னு எனக்கு தெரியும் .ஆனா இந்த நிலைமையில் நீங்க கல்யாணத்தை தள்ளி வைக்க சொன்னீங்கன்னா எங்க அம்மா எங்க மாமா பையனுக்கு என்னை கட்டி வச்சிடுவாங்க ..அதனால நாம இந்த விஷயத்தில் ரிஸ்க் எடுக்க வேண்டாம்

ஹரி என்கிட்ட சொல்லி இருக்கான் . திருமணம் முடிந்ததும் அவரோட ஃப்ரெண்ட் இவனை அவர் கம்பெனிக்கு வேலைக்கு வரச் சொல்லி இருக்கார் ..அதனால திருமணத்தை தள்ளிப் போடற எண்ணத்தை விட்டுடுங்க .."என்றாள்

ஹரி பணிபுரிந்து வந்த கம்பெனியை மூடும் சூழ்நிலை வந்ததால் கம்பெனியில் இரண்டு வருடம் எக்ஸ்பீரியன்ஸ் உள்ளவர்களை வேற கம்பெனிக்கு

மாற்றினர். அதற்கு குறைவான காலம் பணியில் உள்ளவர்களை வேலையில் இருந்து நிறுத்திவிட்டனர்.

திருமணம் நிச்சயம் முடிந்ததும் தான் இந்த விஷயம் ஹரிக்கு தெரிய வந்தது.

அவன் முதலில் இதை தன் வருங்கால மனைவி சங்கவியிடம் தான் கூறினான்.அப்பொழுது அவனுக்கு ஆதரவாக பேசினாள் சங்கவி.

கிருப ராஜன் சங்கவி சொல்வதை கேட்டவருக்கு இது சரிவரும் என்று தோன்றாததால் ,"நீ சொல்றது எனக்கு புரியுதும்மா. நான் உங்க அக்கா ,மாமா கிட்ட பேசறேன் ..." என்றார்.

"நான் அவங்க கிட்ட பேசிக்கிறேன் மாமா. ப்ளீஸ் எனக்காக இதை மட்டும் செய்யுங்க .."என்று மறுத்தவள் தன் அக்கா மாமாவிடம் மட்டும் உண்மையைச் சொல்லியவள் "இதைப் பற்றி நீங்கள் கவலைப்பட வேண்டாம் அவனுக்கு அங்கே வேற கம்பெனியில் வேலை கிடைக்கும் .."என்று அவர்களையும் சமாளித்து வைத்தாள்..

இந்த நிலையில் திருமணம் முடிந்த இவர்கள் வெளிநாடு செல்ல அங்கே ஹரியின் நண்பரின் கம்பெனியில் பணிக்கு சேர்ந்தான் ஹரி .ஏற்கனவே தான் படித்த படிப்புக்கு சம்பந்தமில்லாத பணியில் தான் இருந்தான் ஹரி .ஆனால் சம்பளம் அதிகம் வெளிநாட்டு வேலை என்பதால் ஹரியின் பெற்றோர்கள் அவனை அங்கே அனுப்பி வைத்தனர் ..

ஆனால் இப்பொழுது புதிதாக சேர்ந்திருந்த வேலையில் அவனுக்கு ஒட்டுதல் இல்லாமல் போக என்ன செய்வது என்று தெரியாமல் விழித்தவன் தன் மனைவியிடம் பேசி மீண்டும் தாயகம் திரும்ப முடிவு செய்தான்.

அவன் அங்கே அனுசரித்து தன் வேலையை தொடரலாம் என்று முடிவு செய்தாலும் பெண்களுக்கு அங்கே பாதுகாப்பு இல்லாத நிலையில் சங்கவியை வீட்டில் தனியே விட்டுவிட்டு பணிக்குச் செல்ல அவனுக்கு பயமாக இருந்தது என்பது தான் உண்மை.

அதனால் தன் மனைவியின் பாதுகாப்புக்காக அங்கிருந்த தாயகம் திரும்பினான் .

இவன் வெளிநாட்டில் பணியை விட்டுவிட்டு வரவேண்டும் என்று முடிவு செய்தவன் தன் பெற்றோரிடம் கூறினான். கிருப ராஜன் கொஞ்சம் தயங்கினாலும் வானதி தேவி ,"எனக்கு உங்க பாதுகாப்பு தான்டா முக்கியம்.நீ இப்படி சொல்லும் போது ஒரு பெண் பிள்ளையை அங்கே வச்சுட்டு ,நீயும் நிம்மதியா வேலைக்கு போக முடியாது . எங்களாலையும் நிம்மதியா இருக்கவும் முடியாது. நீ இங்க வந்து உன் படிப்புக்கு தகுந்த மாதிரி வேலை பார்த்துட்டு.. சம்பளம் கம்மியா இருந்தாலும் நிம்மதியா வாழ்ந்துட்டு போகலாம்.." என்று வானதி தேவி கூற உடனடியாக அங்கிருந்து கிளம்பினான் ஹரி.

அவளை மட்டும் ஊரில் விட்டுவிட்டு தான் மட்டும் இங்கே பணிபுரியலாம் என்று நினைத்தாலும் அதற்கும் சங்கவி சம்மதம் சொல்லவில்லை.

வேறு வழி இல்லாமல் இருவரும் தாயகம் திரும்பினர்.

இப்பொழுது அவர்களை அழைத்து வர சரவணன் ராஜன் , கிருப ராஜன் மட்டுமே விமான நிலையம் சென்றனர்.

அவர்கள் வந்ததும் ஆரத்தி எடுத்து உள்ளே அழைத்தார் வானதி தேவி.

ஹரிக்கு நிரந்தர பணி கிடைக்காததால் அதில் மிகவும் சோர்ந்து தான் போனான் .ஆனால் சங்கவி ஒரு கல்லூரியில் விரிவுரையாளராக பணிக்குச் சென்றாள்.

ஹரி ஏற்கனவே தன் சொந்தக்காரர் ஒருவரிடம் ஒரு கம்பெனியில் பணி-புரிந்து வந்தான்.

அவன் வெளிநாடு செல்கிறான் என்று அந்த வேலையை விடும்போதே அவர் ,"அவசரப்படாதே ஹரி. நீ இங்கேயே இரு.

இன்னும் கொஞ்ச நாள்ல உனக்கு ப்ரமோஷன் கிடைக்கும். நிரந்தரம் இல்லாத அந்த வேலையை நம்பி போகாத நான் சொல்றது கேளு.." என்று எவ்வளவோ கூறியும் ஹரியும் அவரின் பெற்றோர்களும் அதை கேட்க-வில்லை.

இப்போது வெளிநாட்டில் இருந்து வந்த பிறகு அவரிடம் வேலை கேட்க அவரும் ,"இனி வாய்ப்பு இல்லை கோச்சுக்காதீங்க.." என்று சொல்லிவிட்-டார்.

சங்கவி திரும்ப வந்து கொஞ்ச நாளில் தாய்மை அடைந்தாள். இதை அனைவரும் மகிழ்ச்சியாக கொண்டாடினர்.

ஹரிக்கு சரியான வேலை இல்லாததால் சங்கவி அவனை திட்ட ஆரம்-பித்தாள்.அதில் மிகவும் நொந்து போனான் ஹரி ."இங்க பாரு சங்கவி நான் வேண்டுமென்றே வேலை இல்லாம உட்கார்ந்து இருக்கேனா? என்னுடைய கெட்ட நேரம் எனக்கு தகுந்த வேலை கிடைக்க மாட்டேங்குது.. நான் என்ன செய்யறது இப்ப சொல்லு நான் மறுபடி வெளிநாட்டு போறேன்.

நீ மட்டும் இங்கே இருக்கியா..?"

"என்னடா விளையாடறியா என்ன விட்டுட்டு நீ எங்கேயும் போகக்-கூடாது .சரி விடு நீ உன்னால எவ்வளவு சம்பாதிக்க முடியுமோ சம்பாதி ..மீதியை நான் பார்த்துக்கிறேன்.." என்றாள் சங்கவி.

இவளின் இந்த பேச்சில் மீண்டும் உடைந்து போன ஹரி ,' கடவுள் ஏன் என்னை இப்படி சோதிக்கிறார்..' என்று வெந்து புழுங்கினான்.

பிறகு ஹார்டுவேர்ஸ் ஒன்றில் பணிபுரிந்து வந்தான் ஹரி. பொதுவாகவே சங்கவிக்கு சாப்பிடுவது என்றால் அவ்வளவு கஷ்டம் இப்பொழுது தாய்மை அடைந்த நிலையில் சாப்பிட முடியாமல் தவித்து வந்தாள் சங்கவி.

சங்கவி தாய்மை அடைந்திருந்ததால் பணியை விட்டு நின்றவளுக்கு தன் கணவனும் சரியாக வருமானம் இல்லாத நிலையில்,' தன் மாமனார் சம்பாத்-தியத்தில் உட்கார்ந்து சாப்பிடறோமே ..'என்று கவலை கொண்டவள் சரியாக சாப்பிடாமல் எப்பொழுதும் எதையோ பறிகொடுத்தவளை போல் இருந்தாள்.

கிருப ராஜன் அதை பார்த்து கோபம் கொண்டவர்," இப்போ உனக்கு என்னதான் பிரச்சனை.

நீ எப்பொழுதும் இப்படி சாப்பிடாம முகத்தை தூக்கி வைத்துக் கொண்டு இருந்தா குழந்தை தான் பாதிக்கப்படும் .படிச்ச பொண்ணு உனக்கு இது தெரியாதா ?ஏன்மா இப்படி இருக்க ஒழுங்கா சாப்பிடுமா.." என்றார்.

வானதி தேவி தன் மருமகளை சொந்த மகள் போலவே பார்த்துக் கொண்டாள். அவளுக்கு ஒவ்வொரு வேலையும் கொடுக்க வேண்டிய உணவை பார்த்து பார்த்து கொடுத்தாள். அது மட்டும் அல்லாமல் குடிக்க சத்துள்ள பானங்களையும் வேலைக்கு கொடுத்து வந்தாள்.

சங்கவி தாய்மை அடைந்த பிறகு அவளின் அம்மா வீட்டில் இருந்து அவளைப் பார்க்க வந்த அனைவருமே வானதிதேவியின் கவனிப்பை பார்த்து ஆச்சரியப்பட்டவர்கள் ,"உனக்கு இப்படி ஒரு மாமியார் கிடைக்க நீ கொடுத்து வச்சிருக்கனும். உன் புருஷன் சம்பாதிக்கல சொல்லி கவலைப்படாத..அவன் வேலைக்கே போகாம வீட்டுல உட்கார்ந்து இருக்கல ..வெளிநாட்டில் ஏசி ரூம்ல உட்கார்ந்து வேலை செய்தவன் இப்போ உனக்காக வண்டியை எடுத்துக்கொண்டு வெயிலில் அலைந்து கொண்டுதான் இருக்கான். அதை முதல்ல புரிந்துகொள்.." என்று கூறினார்கள். ஆனாலும் அந்த மரமண்டைக்கு அவர்கள் கூறிய எதுவுமே ஏறவில்லை என்பதுதான் உண்மை.

நாட்கள் இப்படியே சென்று கொண்டிருக்க ஹரி ,சங்கவி தம்பதியினருக்கு அழகிய பெண் குழந்தை பிறந்தது .அந்த குழந்தைக்கு அஷ்விகா என்று பெயர் வைத்தனர்.

மதுரையில் ஹரிக்கு வேலை கிடைக்க அங்கே சென்றான் .அங்கே சென்று அந்த வேலையின் நுணுக்கங்களை கற்றுக் கொண்டவன் இதை நாம் வியாபாரமாக செய்யலாம் என்று நினைத்து மீண்டும் ஊருக்கு வந்தான். இதை தன் அம்மா அப்பாவிடம் கூற சரவணராஜனிடம் பணம் வாங்கி கொடுத்தவர்கள் அவனை வியாபாரம் செய்ய சொன்னார்கள்.

ஹரி ஆரம்பத்தில் நல்ல முறையில் வியாபாரம் பார்க்க ஆரம்பித்தான் .ஆனால் நாட்கள் செல்ல செல்ல அதுவும் நஷ்டத்தில் போக பணம் விரயம் தான் ஏற்பட்டது..

சங்கவி எதற்கெடுத்தாலும் கதை எடுக்க ஆரம்பித்தவள் தன் அம்மா வீட்டுக்கு கோபித்துக் கொண்டு சென்று விட்டாள்.

ஹரி நன்றாக சம்பாதிக்கும் பொழுது அவன் மகிழ்ச்சியாக இருக்கும் பொழுது அவனுடன் இருக்க வேண்டும் என்று நினைத்தவள் இப்பொழுது அவன் கஷ்டத்தில் இருக்கும் பொழுது அவனை மேலும் மேலும் தன் வார்த்தைகளால் குத்தி கிழித்துக்கொண்டே இருந்தால் அவனும் என்னதான் செய்வான் சொல்லுங்க பார்க்கலாம்.

சங்கவியின் செயலைப் பார்த்த அனைவரும் இவர்கள் என்னதான் எட்டு வருடமாக காதலித்து கிழித்தார்களோ என்று பேசிக் கொண்டனர்.

அதிலும் சரவண ராஜன் மிகவும் கோபமடைந்தவன்," நீங்க ரெண்டு பேரும் என்னதான்டா நினைச்சுட்டு இருக்கீங்க .

அப்படி என்னதான் நீங்க காதலிச்சு கிழிச்சீங்க சொல்லு பார்க்கலாம் .அந்த பொண்ணு கொஞ்சம் கூட உன்னை புரிந்து கொண்ட மாதிரி தெரியல .நீ அவளை கொஞ்சம் கூட விட்டுக் கொடுத்து பேச மாட்டேங்கற ..

ஆனா அவ உன்னை எப்பொழுதும் திட்டிக் கொண்டும் உன்னை மற்றவர்களிடம் விட்டுக் கொடுத்தும் பேசிக்கிட்டு இருக்கா.. என்னடா உங்க காதல் கொஞ்சம் கூட புரிதல் இல்லாம இருக்கறவளை என்னதான் சொல்றதுன்னே தெரியல.."என்று அவனை கடிந்து கொண்டான் சரவண ராஜன்.

இந்த நிலையில் வானதி தேவி ஒரு முடிவை எடுத்தார்.

வர்ணம் -84

சங்கவியை மறுபடியும் வரவழைத்து சமாதானம் செய்து வாழ வைத்தார் வானதி தேவி.

ஹரி மதுரையில் வேலை செய்து கொண்டிருக்கும் பொழுது மீண்டும் சண்டை போட்டவள் தனியாக சமைக்க ஆரம்பித்தாள்..இதை பார்த்ததும் கிருப ராஜனும் ,வானதி தேவியும் கோபம் கொண்டவர்கள் தன் மகனிடம் இதை தெரிவித்தவர்கள் ராஜலட்சுமிக்கு போன் செய்து," உங்க பெண்ணை வந்து அழைச்சிட்டு போங்க .

அவ செய்றது எதுவும் சரியில்லை.."என்றவர்கள் நடந்த விஷயத்தை கூற அதில் தன் மகள் மீது கோபம் கொண்ட ராஜலட்சுமி தன் மகளை அழைத்துக் கொண்டு சென்றார்.

சங்கவிக்கு தன் வாழ்க்கையின் தோல்வியை ஏற்றுக் கொள்ள முடியவில்லை .தன் கணவன் வெளிநாட்டில் வேலை செய்கிறான் என்று இருந்தவள் இப்பொழுது அதுவும் இல்லை என்ற நிலையில் பணம் பற்றாக்குறை ஏற்பட அவளுக்கு மனம் உளைச்சல் ஏற்பட்டது.. அதனால் புத்திக்கெட்ட தனமாக நடந்து கொண்டாள்.

சங்கவி தன் அம்மா வீட்டில் கோபித்துக் கொண்டு அமர்ந்திருக்க இங்கே வானதி தேவி அதே மன உளைச்சலில் இருந்தாள். வரலட்சுமி தேவையில்லாமல் எதையாவது பேசிக் கொண்டே இருக்க அதில் கோபம் கொண்டவள்,"நீங்க ஏன் அத்தை சும்மாவே இருக்க மாட்டேங்கறீங்க .நானே ஏற்கனவே மனசு கஷ்டத்தில் இருக்கிறேன் .."என்று தன் மாமியாரை முதன்முதலாக முகத்தில் அடித்தது போல் பேசி விட்டாள் வானதி தேவி.

அன்று கிருஷ்ண ஜெயந்தி என்பதால் ஹரியை குழந்தையை அழைத்து வரச் சொல்லி கிருப ராஜன் கூறினார். ஹரியும் அதைத்தான் யோசித்துக்

கொண்டிருந்தவன் தன் அப்பா சொன்னதும் உடனடியாக கிளம்பினான். தன் மாமியார் வீட்டுக்கு சென்றவன் மனைவியிடம் குழந்தையை அனுப்பும்படி கூறினான்.

சங்கவி அனுப்ப மாட்டேன் என்று சொல்ல இவன் சண்டை போட பெரியவர்கள் சங்கவியை திட்டியவர்கள் குழந்தையை அனுப்பி வைத்தனர்.. கிருஷ்ண ஜெயந்தி முடிந்ததும் மீண்டும் பிள்ளையை அழைத்துக் கொண்டு விட்டு வந்தான் ஹரி.

வரலட்சுமி ஏற்கனவே புற்று நோயால் பாதிக்கப்பட்டவர் அதற்கு மருந்து உட்கொள்ள இப்பொழுது நன்றாக இருந்தவர். வானதி தேவி கிருஷ்ண ஜெயந்திக்காக சமைத்த உணவை சாப்பிட்டார்.

"வானதி தேவி எல்லாமே நல்லா இருக்குமா .."என்றதும் வானதி தேவி-யும் ஏற்கனவே தன் மாமியார் மீது கோபமாக இருந்தவள் அவரின் முகத்தை பார்க்காமல் "சரி "என்று மட்டும் சொல்லி விட்டாள்.

அன்று இரவு அனைவரும் தூங்கிக் கொண்டிருக்க 12 .30 மணி அளவில் வரலட்சுமி தன் மருமகளின் எதிரில் வந்து நின்றவர் "வானதி " என்று அவளை எழுப்பினார்.

வான்மதி தேவி எழுந்து உட்கார்ந்தவள்," என்னாச்சு அத்தை ஏதாவது வேணுமா ?ஏன் இந்த நேரத்தில் இங்க வந்து நிக்கறீங்க.."

" எனக்கு ரொம்ப தலை வலிக்குதுமா என்னால முடியல.." என்று வரலட்சுமி கூற உடனே கிருப ராஜன் ,பிரதிபா ஹரி என்று அனைவரும் எழுந்தவர்கள் வரலட்சுமியை கட்டிலில் படுக்க வைத்து கை ,காலை நன்றாக தேய்த்து விட்டனர்.

வரலட்சுமி ,"எனக்கு என்னமோ பண்ணுது .எனக்கு காலம் நெருங்கி-டுச்சு எனக்கு தலை ரொம்ப வலிக்குது.." என்று அழுதார் .

"அதெல்லாம் எதுவும் ஆகாது அத்தை மனச போட்டு குழப்பிக்காதீங்க என்ற வானதி தேவி நான் உங்களுக்கு தைலம் தேய்த்து விடறேன் எல்லாம் சரியா போகும்..." என்றாள்.

ஹரித் தன் பாட்டியை சமாதானம் செய்ய பிரதிபா,"பாட்டி உனக்கு ஒன்-னும் இல்ல அழாத .."என்றாள் .

வரலட்சுமி " வானதி எனக்கு தலைவலிக்குது மாத்திரை கொடும்மா .."என்றார்.

வானதி தேவி மாத்திரை கொடுத்து தைலம் தேய்த்து விட அடுத்த நொடி வரலட்சுமிக்கு வாய் கோணி நுரை தள்ளி கை ,கால் இழுத்துக் கொண்டது.

கிருப ராஜன் அம்மா என்று கத்த வானதி அத்தை என்று பதற ,ஹரி பாட்டி பாட்டி என்று அழ ஆரம்பிக்க பிரதிபா எழுந்திரு பாட்டி உனக்கு எதுவும் இல்லை என்று அவளுமே அழுது கொண்டிருந்தாள்.

ஹரி உடனடியாக தன் நண்பர்களுக்கு அழைத்து ஆட்டோ எடுத்துக்-கொண்டு வரச் சொன்னான் .உடனே அவர்களும் வர ஹரி தன் பாட்டியை

அப்படியே தூக்கியவன் ஆட்டோவில் அமர வைத்தான்.

அதற்குள் வானதி கணேஷ் ராஜனுக்கு அழைத்து விஷயத்தை கூற அவனும் வந்தான்.

வானதி அவரை தன் தோள் மீது சாய்த்து கொள்ள எவ்வளவு முயற்சி செய்தும் அவளால் அவரை இழுத்து உட்கார வைக்க முடியவில்லை . பக்கத்தில் உள்ள மருத்துவமனைக்கு செல்ல மருத்துவர் ஒருவர் வந்து பரிசோதித்தவர், இவங்களை வேற மருத்துவமனைக்கு உடனடியாக அழைத்துச் செல்லுங்கள்.." என்று அந்த மருத்துவமனையின் பெயரையும் கூறினார் ..

அந்த மருத்துவமனை ஏற்கனவே வானதி தேவியின் மாமனாரை அழைத்துக் கொண்டு சென்ற அதே மருத்துவமனை தான் .இவர்களுக்கு உடனே பயம் தோன்ற ஆரம்பித்தது .அங்கே சென்று தானே கணபதியும் இறந்து போனார் .

என்ன செய்வது என்று தெரியாமல் இவர்கள் யோசித்துக் கொண்டிருக்க கணேஷ் ராஜன்.,"வானதி தேவி நேரம் கடத்த வேண்டாம் .அந்த மருத்துவமனைக்கு போகலாம் ..."என்றதும் அனைவரும் அங்கே விரைந்தனர்.

அந்த மருத்துவமனையில் உள்ளே நுழைந்ததும் அவரச சிகிச்சை பிரிவில் அனுமதிக்கப்பட்டார் வரலட்சுமி .மருத்துவர் பரிசோதித்தவர் ஒரு கை ,கால் இழுத்துக்கொண்டது .மூளையில் ரத்தம் கசிந்து விட்டது . அதனால் கோமா ஸ்டேஜ் போய்ட்டாங்க ..."என்றனர்.

" அவர்கள் 85 % உயிரோட இருக்க வாய்ப்பு இல்லை. ஆனாலும் நீங்க பக்கத்து ஊரில் உள்ள மருத்துவமனைக்கு அழைத்துச் செல்லுங்கள்.." என்றனர் மருத்துவர்கள்.

கணேஷ் ராஜன் உடனடியாக தனது அண்ணன் சங்கர் ராஜனுக்கு அழைத்து விஷயத்தை கூறினார்.

சங்கராஜன் தன் தங்கைக்கு அழைத்தவர் ,"வானதிதேவி பணம் எவ்வளவு எடுத்துட்டு வரணும் சொல்லு.."என்று கேட்டார்.

"அண்ணா நான் அவர்கிட்ட கேட்டுட்டு சொல்லவா..?"

"என்ன வானதி எதையெல்லாம் அவர்கிட்ட கேட்கணும் உனக்கு தெரியாதா? சரி விடு நானே எடுத்துட்டு வரேன்.." என்ற சங்கர்ராஜன் தன் மனைவியை அழைத்துக்கொண்டு வீட்டிலிருந்து கிளம்பியவர் வரும்பொழுது ஆம்புலன்ஸ் டிரைவரிடம்," நான் ஃபோன் பண்ணா நீ இந்த மருத்துவமனைக்கு வந்துடுப்பா .." என்று சொல்லிவிட்டு வந்தார்.

வைஷ்ணவி அங்கே சென்றதும் வரலட்சுமியைப் பார்த்தவள்,"பாப்பா இங்க பாரு சுத்தமா அவங்களுக்கு எந்த உணர்வுமே இல்ல . டாக்டர் சொல்ற மாதிரி அவங்க கொஞ்ச நேரம் தான் உயிரோட இருப்பாங்க.. அந்த மருத்துவமனைக்கு அழைச்சிட்டு போக வேணாம் தோணுது..."என்றாள். சங்கர் ராஜனும் அதையே கூறினான்...

"அண்ணா ,அண்ணி நீங்க எதையும் சொல்லாதீங்க .நாம அழைச்சிட்டு போகலாம் .பிறகு வேறு ஏதாவது பிரச்சனை சொன்னா என் புருஷன் அப்படியே பழியை தூக்கி நம்ம மேல போடுவார் இது தேவையா..?" என்றாள்.

பிறகு வரலட்சுமியை அழைத்துக் கொண்டு பக்கத்து ஊரில் உள்ள மருத்துவமனைக்குச் செல்ல மருத்துவர்கள் வரலட்சுமியை பரிசோதித்தவர்கள் ,"அவர் இறந்து இருபது நிமிடம் ஆகிறது..." என்றனர் . மருத்துவமனைக்கு செல்லும் வழியிலேயே வரலட்சுமி உயிர் விட்டிருந்தார்.

பிறகு அவரை அழைத்துக் கொண்டு வீட்டிற்கு வந்தனர். பிரதிபா தனியாக வீட்டில் இருப்பதால் வான்மதி தேவி ஏற்கனவே அங்கே வந்திருந்தார் .

வானதி தேவி ஃபோன் செய்து விஷயத்தை சொல்லவும் வான்மதி தேவி தன் சொந்தங்கள் அனைவருக்கும் ஃபோன் செய்து வரலட்சுமி இறந்து விட்ட செய்தியை கூறினாள்

அனைவரும் அங்கு வந்து சேர்ந்தனர் அதேபோல வரலட்சுமியின் சொந்தங்கள் அனைவருக்கும் விஷயத்தை கூற அவர்களும் காலையில் வந்து சேர்ந்தனர்.

வரலட்சுமி மரணத்தை கேள்விப்பட்டவர்கள் ஒரு சிலர் அதிர்ச்சியாகினர் ஒரு சிலர் இதை எப்பவோ எதிர்பார்த்து தானே என்றும் நினைத்தனர்.

ஆனால் சங்கவியோ ,"இந்த கிழவி அவசரப்பட்டு இப்படி மண்டைய போட்டுடுச்சே என்ன பண்றது .."என்று புலம்பி கொண்டே இருந்தாள்.

சங்கவி கோபித்துக் கொண்டு தன் அம்மா வீட்டில் அமர்ந்திருந்தவள் ஹரியுடன் மீண்டும் சேர்ந்து வாழும்போது வரலட்சுமியை அழைத்துக்கொண்டு வந்து தன்னுடன் வைத்திருக்க வேண்டும் .அப்பொழுதுதான் அவர் தன் மகளைப் பார்த்துக் கொள்வார் ..'என்று முடிவு செய்தாள்.

அதுமட்டுமில்லாமல் நாம் சமைத்து வைத்துவிட்டு சென்றாள் போதும் ..சமைக்க மட்டும் தானே அவருக்கு சோம்பேறித்தனம் ..மத்தபடி அவர் டிவி பார்த்துக் கொண்டே தன் மகளை பார்த்துக் கொள்வார் என்று நினைத்தவளுக்கு அவர் இறந்தது ஏமாற்றமாக இருந்தது.

சங்கவி,"அம்மா அந்தக் கிழவி இறந்து போச்சு ..நான் சொல்றதை கேளு. நீ தான் என் பொண்ண பார்த்துக்கனும் ..நாங்க ரெண்டு பேரும் மறுபடி ஒண்ணா சேரும் போது நீ எங்க வீட்டிலேயே இருந்துக்கோ சரியா..?"என்றாள்.

"அம்மா தாயே ஆள விடு. உன்கிட்ட என்னால முடியவே முடியாது ..நீ வேணும்னா உன் பொண்ணை என்கிட்ட விட்டுட்டு போ.."

"ஏதே அதெல்லாம் முடியாது என் கூட வருவதை விட உனக்கு என்ன வேலை..?"

"இங்க பாரு சங்கவி இப்போ நடக்க வேண்டியதை மட்டும் பாரு.. அந்த வீட்டு மருமகளா நீ சீக்கிரமா அங்க போய் வாழற வழியை பாரு

.அதை விட்டுட்டு அந்த பிள்ளைய தனிக் குடித்தனம் கூப்பிடாத" என்று தன் மகளை அதட்டி அழைத்துச் சென்றார் ராஜலட்சுமி.

சங்கவி , இதுக்கு எல்லாம் அடங்கும் ரகமா என்ன?

"அம்மா இங்க பாரு என்னால ஹரி அம்மா கூட ஒரே வீட்ல இருக்க முடியாது. இந்த விஷயத்தில் நீ தலையிடாத உன் வேலையை மட்டும் பாரு..அவனா வந்து என்னை அழைச்சிட்டு போகும் வரை இங்கு தான் இருப்பேன். உனக்கு கஷ்டமா இருந்தா சொல்லு நான் என் பெண்ணை அழைச்சிட்டு வேற வீட்டுக்கு போயிடறேன்.."

"அடச்சே வாய மூடு எப்போ பாரு இதே சொல்லிக்கிட்டு இருக்க, உங்க மாமியார் எவ்வளவு நல்லவங்க அது எல்லாருக்கும் தெரியும் டி .ஏன் உங்க சித்தப்பா ,சித்திகளும் அதைத்தான் சொல்றாங்க அங்கேயே நீ வாழல சொன்னா வேற எங்க போய் வாழ்வேன்னு என்னை கேட்கிறாங்க.. எனக்கு எவ்ளோ வேதனையா இருக்கும் யோசிச்சு பாரு... அந்தப் பையனும் அமைதியான பையன் .

உனக்கு இப்படி ஒரு வாழ்க்கை கிடைச்சிருக்கு ..அதை நீ சரியா பயன்படுத்திக்க மாட்டேங்கற ... இப்பவே நல்ல முடிவாக எடு. கண் கேட்ட பிறகு சூரிய நமஸ்காரம் வேஸ்ட் அவ்வளவுதான் சொல்லிட்டேன். அதன் பிறகு உன் விருப்பம்.."

"சரி சரி கிழவி இதுக்கு மேல எனக்கு அட்வைஸ் பண்றேன் என்கிற பெயரில் என் உசுர வாங்காதே கிளம்பு .."என்றாள்.

சங்கவி எப்பொழுதும் உரிமை உள்ளவர்களை இப்படி கிழவி என்று அழைப்பாள்.

சங்கவியும் அவளின் அம்மாவும் அங்கே செல்ல வானதி தேவி எப்போதும் போல தன் மருமகளுக்கு தேவையானதை செய்து கொடுத்தார்.

அவள் மட்டும் இல்லாமல் கிருத்திகா தேவியை தன் தம்பி மனைவியையும் ,மகளையும் நன்றாக கவனித்துக் கொண்டாள்.

அங்கிருந்த உறவினர்கள் ஒரு சிலருக்கு சங்கவி ஹரியின் விஷயம் தெரிந்ததால் சங்கவி காட்சி பொருளாகவே காணப்பட்டாள்.

வர்ணம்-85

வானதி தன் மருமகளை கவனித்துக் கொள்வதை பார்த்த ராஜலட்சுமி ,"நல்லா பாத்துக்கோ டி . உங்க மாமியார் எப்படி உன்னை கவனிக்கிறாங்க பாரு ..நானா இருந்தா கூட இப்படி கண்டிப்பா செய்ய மாட்டேன் ..உனக்கு இதுதான் கடைசி வாய்ப்பு ஒழுங்கா அதை உபயோகப்படுத்திக்கோ இல்லன்னா நானே அந்தப் பையன் கிட்ட நீ வேற கல்யாணம் பண்ணிக்கோ அப்படின்னு சொல்லிடுவேன் பாத்துக்கோ.."

"இங்க பாரு கிழவி இதுக்கு மேல ஏதாவது பேசினா உன் கழுத்தை நெரித்து கொன்னுடுவேன் பாத்துக்கோ.. நீ எல்லாம் ஒரு அம்மாவா பொண்ணுக்கு சப்போர்ட் பண்ணாம சம்மந்திக்கு சப்போர்ட் பண்ற.."

"இதென்னடி வம்பா போச்சு .பொண்ணா இருந்தாலும் ஒரு நியாயம் வேணாமா? நீ என்ன பண்ணாலும் நான் அமைதியா இருக்க முடியுமா என்ன ?என்று பேசிக் கொண்டிருக்கும்போதே சுபத்ரா அங்கே வந்தவள் ,"என்ன அம்மாவுக்கும் ,பொண்ணுக்கும் வந்த இடத்தில் கூட வாக்குவாதம் என்ன விஷயம் சொல்லுமா..?"என்று கேட்டாள்.

"அதை ஏன் கேக்கற சுபத்ரா .."என்று ராஜலட்சுமி நடந்த விஷயத்தை கூறினார்.

"நீ என்ன சொன்னாலும் இந்த பொண்ணு கேட்கவே போறதில்லை விடுமா ஓரளவுக்கு மேல நாம எதுவும் சொல்லவும் முடியாது.. இப்போ வரும்பொழுது நான் ஹரியை பாத்துட்டு தான் உள்ள வரேன். அந்த பிள்ளைள நம்ம அஸ்விக்காவை கைக்கு கிடைக்காத பொக்கிஷம் கிடைத்த மாதிரி அனைச்சிட்டு கண்கலங்க உட்கார்ந்திருக்கு ..

நம்ம பாப்பாவும் அப்பா அப்பான்னு சொல்லி அவன் மார்ல சாய்ச்சிட்டு படுத்து இருக்கா .. குழந்தைக்கு அப்பா ஞாபகம் இருக்குமா இருக்காதா சொல்லு பார்க்கலாம். பெத்தவன் எத்தனை நாளைக்கு தான் பிள்ளையை பிரிந்து இருப்பான்..." என்று சங்கவியை முறைத்துக் கொண்டே கூறினாள் சுபத்ரா.

"இங்க பாரு சுபத்ரா அதெல்லாம் எனக்கு தெரியும். என்று இவள் பேசும்போது வானதி தேவியின் அம்மா சரோஜாதேவி," சங்கவி இங்க வா .நீயும் கண்ணன் மனைவியும் தான் இந்த வீட்டு மருமகள்.. அது உங்களுக்கு ஞாபகம் இருக்கா இல்லையா ?எல்லாத்தையும் வானதி தேவி தனியா செய்றானே கூட போய் செய்ய வேண்டியதை செய்யுங்கள்.

இதெல்லாம் சொல்லித்தான் தெரியனுமா? "என்றதும் கண்ணனின் மனைவி சுகந்தி உடனடியாக வானதி தேவிக்கு உதவி செய்தாள்.

சங்கவி," இவங்களுக்கு வேற வேலை இல்லை .உட்கார்ந்த இடத்திலிருந்து எதையாவது சொல்லிட்டு இருப்பாங்க ..என்றவள் உன்னை நான் வந்து கவனிக்கிறேன்" என்று தன் அக்காவை மிரட்டியவள் அவளும் அங்கே சென்றாள்.

சங்கவி நடந்து கொள்வதை பார்க்கும் போது சுபத்ரா அக்காவா சங்கவி அக்காவா ?என்று ஒரு சிலருக்கு குழப்பமே வந்துவிடும் .அப்படி தான் தன் அக்காவை மிரட்டுவாள் சங்கவி .அவள் செல்ல பெண் என்பதால் அவளை யாரும் எதுவும் கேட்க மாட்டார்கள்.

பிறகு அனைத்து சொந்த பந்தங்களும் வந்ததும் செய்ய வேண்டிய காரியங்கள் அனைத்தையும் முடித்தனர்.

வரலட்சுமியின் வாழ்க்கை இன்றோடு முடிவடைந்தது என்று உறவினர்கள் பேசிக் கொண்டவர்கள் அவர் வானதி தேவிக்கு செய்த கொடுமைகளையும் , அதற்கு வானதி தேவி எப்படி பொறுத்து போனாள் என்பதையும் அவர்கள் பேசிக் கொண்டிருக்க சங்கவிக்கும், சுகந்திக்கும் இது ஓரளவுக்கு தெரிந்தாலும் இப்பொழுது அங்குள்ள அனைவரும் சொல்வதை கேட்டவர்கள் வானதி தேவி எப்படித்தான் இவ்வளவு பொறுமையாக போனாரோ என்று அவரை தான் பார்த்துக் கொண்டிருந்தனர் இரு மருமகள்களும்..

ஆனால் வானதி தேவியோ தன் மாமியார் இறப்பதற்கு முன் தான் அவரிடம் சரியாக பேசவில்லையே என்று அதையே கூறி புலம்பியவள் அழுது கொண்டிருந்தாள்.

"சுகந்தி அக்கா இவங்க திருந்தவே மாட்டாங்க .இவ்வளவு கொடுமை பண்ண அந்த கிழவியை நினைச்சு எப்படி அழறாங்க பாருங்க.." என்றாள் சங்கவி.

"சங்கவி கொஞ்சம் அமைதியா இரு .இங்க சுத்தி நிக்கிறவங்க எல்லாரும் வரலட்சுமி பாட்டியோட சொந்தங்களும், வானதி தேவி அத்தையோட சொந்தங்களும் யாராவது ஒருத்தவங்க நீ பேசுவதை கேட்டால் கூட உனக்கு வாயாடி பட்டம் கட்டிடுவாங்க .உனக்கு இதெல்லாம் தேவையா ..?"

"அட சொன்னா சொல்லிட்டு போகட்டும் விடுங்க அக்கா .இப்போ நான் உள்ளே வரும்போது எத்தனை பேர் பார்வையாலே என்னை வசை பாடினாங்க ,எத்தனை பேர் என் காது படவே நான் என் அம்மா வீட்டுல வாழாம இருக்கேன் சொன்னாங்க தெரியுமா ?அதெல்லாம் நான் மனசில் போட்டுக்கிட்டு இருந்தா அழுதுட்டு ஒரு மூலையில் உட்கார வேண்டியதுதான்..."

"சரி சரி விடு அதெல்லாம் கண்டுக்காத. இப்போ நடக்கிற காரியத்தை பார்ப்போம் போய் குளிச்சிட்டு வா..."என்றதும் இருவரும் குளித்து விட்டு வந்தவர்கள் சுகந்தி தன் அம்மா வீட்டு உறவினர்களுடன் அமர்ந்து கொண்டாள்.

ஆனால் சங்கவியோ தன் மாமியாருடன் அடுத்து நடக்க வேண்டிய அனைத்தையும் செய்து முடித்தாள்.

சங்கவி வாய் பேசுவாளேத் தவிர தன்னுடைய வேலைகளை சரியாக செய்து முடிப்பாள்.

ஆனால் சுகந்தி வேலை செய்வது என்றாலே பயப்படுவாள்.

பிறகு நெருங்கிய உறவினர்களைத் தவிர மற்றவர்கள் ஊருக்கு கிளம்பி விட்டனர்.

வானதி தேவி சுபத்ரா, சங்கர் இருவரையும் ,"பொறுமையாக போகலாம் கொஞ்சம் காத்திருங்க .ஒரு முக்கியமான விஷயம் பேசணும்.." என்று அவர்களை நிறுத்திவிட்டாள்.

அவர்களுக்கு வானதி தேவி என்ன பேசப் போகிறாள் என்று தெரிந்து அவர்களும் தங்கி விட்டனர். எப்படியும் வானதி தேவி இப்படி ஒரு முடிவு

எடுப்பார் என்று யூகித்த சங்கர் ஊரில் இருந்து கிளம்பும்போதே இருவருக்கும் அங்கே தங்குவதற்கான உடைகளை எடுத்து வரும்படி தன் மனைவியிடம் கூறியிருந்தார்.

நெருங்கிய உறவினர்கள் மட்டும் இருக்க வானதி தேவி," ஹரி ,சங்கவி இங்க பாருங்க இனியும் நீங்க பிரிஞ்சி இருக்கிறது எனக்கு சரின்னு படல.. உங்க இஷ்டத்திற்கும் நீங்க ஆட்டம் போட்டதெல்லாம் போதும் ..இப்போ உங்களுக்கு ஒரு குழந்தை வந்துடுச்சு ..அந்த குழந்தைக்காக நீங்க ரெண்டு பேரும் ஒண்ணா வாழ்ந்து தான் ஆகணும்

நான் சொல்ல வேண்டியதை சொல்லிட்டேன் .இதுக்கு மேல உங்களுடைய விருப்பம்..."என்றாள்.

ஹரி அதுவரை தன் மகளை கொஞ்சிக் கொண்டு இருந்தவன் தன் அம்மா கூறியதை கேட்டதும் விரக்தி புன்னகையை சிந்தியவன் தன் மனைவியை பார்க்க அவளோ தன் கணவனையும், மகளையும் தான் மாத்தி மாத்தி பார்த்துக் கொண்டிருந்தாள்.

சங்கவியும், ராஜலட்சுமியும் வரலட்சுமி என் இறப்புக்கு வரும் போது சங்கவியின் கையில் இருந்த தனது மகளை வாங்கிய ஹரி அங்கே இருந்த சூழ்நிலையை மறந்து அவளை அள்ளி உச்சி முகர்ந்து ,அவளின் நெற்றியில் இதழ் பதித்து அவளை அனைத்து கொள்ள அவளும் "அப்பா "என்று தன் அப்பாவிடம் சரணடைய அதை பார்த்த அனைவரும் உள்ளம் நெகிழ்ந்து உணர்ச்சிவசப்பட்டவர்களாக நின்றிருந்தனர் .இந்த நிகழ்வு சங்கவியை ஆட்டுவித்தது என்று தான் சொல்ல வேண்டும்.

ராஜலட்சுமி ,"சம்மந்தி நாங்களும் சொல்ல வேண்டியதை சொல்லிட்டோம் .

என்னாலயும் அங்க வெளியே தலை காட்ட முடியல.எல்லா சொந்தங்களும் என்னை கேள்விக்கு மேல் கேள்வி கேட்கிறாங்க .இவளை நேரடியா கேட்டா இவ முகத்தில் அடித்தார் போல ஏதாவது சொல்லிடுவா என்று பயந்து என்னை கேட்கிறாங்க. எனக்கு என்ன செய்யறதுன்னு தெரியல .

இப்போ நீங்க எடுத்து இருக்க இந்த முடிவு நல்ல முடிவு.. ஆனா அவங்க விருப்பத்திற்கு விட்றது சரி வராது. இவளை இங்கேயே தங்க வச்சுக்கோங்க. பிள்ளைக்காக இரண்டு பேரும் மறுபடியும் ஒண்ணா வாழ ஆரம்பிக்கட்டும்..."

கிருப ராஜன் ,"இல்லங்க சம்மந்தி அவங்க இங்க இருக்கிறது இனியும் சரிவரும்னு எனக்கு தோணல .உங்க பொண்ணுக்கு தனி குடித்தனம் போகணும் தானே ஆசை. அதன்படியே நடக்கட்டும்.. அவங்க ரெண்டு பேரும் சந்தோஷமா வாழ்ந்தால் போதும் அதுக்கு எங்க கூட தான் இருக்கணும்னு சொல்லி எந்த அவசியமும் இல்லை.."

சங்கர்," என்னங்க நீங்க இப்படி சொல்றீங்க . கூட்டு குடும்பமா இருந்தா தான் அவளுக்கு இன்னும் பொறுப்பு வரும் அவசரப்படாதீங்க.."

கிருபராஜன்,"என்னங்க பேசுறீங்க நீங்க.. இதுவரை வராத பொறுப்பு இனி வந்திட போகுதா என்ன? அந்த பொண்ணு இன்னும் எத்தனை காலமானாலும் என் பிள்ளையை குறை சொல்லிட்டு தான் இருப்பாள். தனி குடித்தனம் போய் ரெண்டு பேரும் அடிப்பட்டு ,மிதிபட்டு வாழ்க்கை அப்படினா என்னன்னு தெரிஞ்சுக்கட்டும் .அதனால நீங்க வேற வீடு பாருங்க அதுவரை அவ உங்க வீட்டிலேயே இருக்கட்டும்..." என்று உறுதியாக சொல்லிவிட்டான்.

ஹரி இதில் அதிர்ச்சி அடைந்தவன் ,"அப்பா என்னப்பா பேசுறீங்க நீங்க .என்னால இந்த வீட்டை விட்டு போக முடியாது .."என்றதும் வானதி தேவி ,"வேற என்னடா பண்ண சொல்ற நீயும் அவளும் தனியா பிரிஞ்சு இருக்க போறீங்களா ..?உங்களால என் பேத்தியோட வாழ்க்கை கேள்விக்குறியா மாறணுமா? பெத்தவங்களா லட்சணமா பொறுப்பா இருக்க பாருங்க.. நீ உன் பொண்ணை பிரிந்து படற அவஸ்தையை என்னால கண் கொண்டு பார்க்க முடியலடா

ஒரு பெத்தவளா எனக்கு அது பெரும் வேதனையாய் இருக்கு.

போடா போய் வாடகைக்கு வீடு பாரு .உனக்கு எப்போ என்னை பாக்கணும் தோணுதோ அப்போ என் பேத்தியையும் அழைச்சிட்டு வா .உன் மனைவி விருப்பம் இருந்தா வரட்டும் இல்லையா அவளை தொந்தரவு பண்ணாத.."என்றாள் வானதி தேவி.

சரோஜாதேவி," இங்க பாருங்க ராஜலட்சுமி உங்க பொண்ணு செய்றது எதுவும் சரியில்ல. இதுவே வேற வீட்ல அவள் வாழப் போயிருந்தா கண்டிப்பா நிரந்தரமா உங்க வீட்ல வந்து உட்கார்ந்திருப்பா .என் பெண்ணும் ,என் மாப்பிள்ளையும் எவ்வளவோ பொறுத்து போறாங்க

அதைவிடவும் என் பேரன் ரொம்பவே பொறுத்து போயிட்டான் .தனி குடித்தனம் போன பிறகும் இவள் ஏதாவது பிரச்சனை பண்ணா அதுக்கு நாங்க பொறுப்பாக முடியாது .

என் மருமகள் சர்வேஸ்வரி எப்படி இருந்தாளோ ஒரு சில விஷயத்தில் உங்க பொண்ணு அப்படியே இருக்கா ?நீங்க எவ்ளோ அவளுக்கு புத்திமதி சொல்ல முடியுமோ சொல்லி அனுப்புங்க.என்றவர்

இங்க பாருமா சங்கவி பாட்டி நான் உன் நல்லதுக்கு தான் சொல்லுவேன் சர்வேஸ்வரி இன்னைய வரைக்கும் யாருகிட்டயும் நல்ல பேர் வாங்கல.

நீ அவளை மாதிரி அப்படியே இருக்கன்னு நான் சொல்ல வரல .உன் கிட்ட ஒரு சில நல்ல விஷயம் இருக்கு ,நீ அதை இன்னும் வெளியே கொண்டு வா.நீயும் என் பேரனும் சந்தோஷமா வாழனும் எனக்கு அதுவே போதும் .."என்றார் சரோஜாதேவி.

"சரிங்க பாட்டி "என்ற சங்கவி தன் முடிவை கூறினாள்.

வர்ணம்-86

சங்கவி சரோஜாதேவி கூறியதற்கு சரி என்றவள் ,"நான் ஹரி கூட மறுபடியும் வாழ சம்மதம் சொல்றேன் எனக்கு மட்டும் என்ன அவனை பிரிஞ்சு இருக்-கனும் ஆசையா! ஏதோ தவறான புரிதல் அவ்வளவுதான் .எனக்கு ஒன்னும் பிரச்சனை இல்ல அவனுடைய முடிவை கேளுங்கள்..." என்றாள்.

"என்னடி தனி குடித்தனம் போகணும் சொன்ன உடனே ஓகே சொல்ற .இதுக்கு நான் சம்மதம் சொல்ல மாட்டேன் உனக்கு வாழனும் எண்ணம் இருந்தா இங்கேயே நம்ம வீட்டிலேயே இரு

இல்லனா மறுபடியும் உங்க அம்மா வீட்டுக்கு போயிடு.. என்னை நீ உண்மையா நேசித்து இருந்தால் எனக்கு நெருங்கிய உறவுகளையும் நீ நேசித்து இருப்ப ,உனக்கு திமிருடி உன் இஷ்டத்துக்கும் என்னால ஆட முடியாது..."என்றான் ஹரி.

சங்கவி ,"பாத்தீங்களா நான் என்ன சொல்றேன் அவன் என்ன சொல்-றான்

இதே மாதிரி தான் ஒவ்வொரு தடவையும் பிரச்சனை பண்ணிக்கிட்டு இருக்கான் ..நான் இங்க இருக்க முடியாது சொன்னேன் தான்

காரணம் எனக்கு எப்போ சாப்பிடனும், எப்போ தூங்கனும் தெரியும் . அதை விட்டுட்டு அத்தை சீக்கிரம் சாப்பிடு, சீக்கிரம் படுன்னு இப்படி ஏதா-வது சொல்லிட்டே இருக்காங்க .எனக்கு இதெல்லாம் பிடிக்கல. அவங்க பாசம் என்கிற பேர்ல என்கிட்ட பண்றது எனக்கு டார்ச்சரா இருக்கு.." என்-றாள். சங்கவி.

"அடச்சே வாய மூடு எங்க அம்மா மாதிரி ஒரு மாமியார் கிடைக்க நீ கொடுத்து வச்சிருக்கனும் டி .ஆனா உனக்கு எங்கிருந்து தெரிய போகுது அவங்க அருமை.. வந்து சேர்ந்தீங்க பாருங்க இந்த வீட்டுக்கு ரெண்டு மரு-மகளும் .."என்று கூறியவன் சுகந்தியையும் சேர்த்து முறைத்தான் ஹரி.

சுகந்தியும் இப்படித்தானே வானதி தேவியையும் புரிந்து கொள்ளவில்லை. வரலட்சுமி சாப்பிடு என்று சொன்னதுக்கும் அவரிடமும் சண்டை போட்-டாளே அதை வைத்து தான் அப்படி சொன்னான் ஹரி.

சுகந்தி உடனே தன் கணவன் கண்ணனை முறைக்க

'அடேய் தம்பி நீ ஏன்டா இப்படி இருக்க கொஞ்சம் சும்மா இருடா.. இந்த பேய் கிட்ட யாருடா மாட்டிக்கிட்டு முழிக்கிறது ...'என்று உள்ளுக்குள் புலம்பியவன் ,' டேய் விடுடா இப்போ எதுக்கு தேவையில்லாததை பத்தி பேசனும்.

.. நான் சொல்றபடி கேளு கொஞ்ச நாள் தனி குடித்தனம் போடா.. அதன் பிறகு நீ மறுபடியும் அம்மா அப்பா கூட வந்துடு தட்ஸ் ஆல்.."

"அண்ணா நான் இப்படி சொல்றேன்னு தப்பா எடுத்துக்காத. என்னால உன்னை மாதிரி எல்லாம் இருக்க முடியாது .நான் அம்மா ,அப்பாவை விட்-

டுட்டு எங்கேயும் போக மாட்டேன்..."

"சரிடா உன் இஷ்டம் நீ என்ன செய்யனும்னு நினைக்கிறாயோ அதன்படி செய்.."என்றான் கண்ணன்.

வானதி தேவி," நான் சொல்றத கேட்க போறியா இல்லையாடா ?இன்னும் எத்தனை பழியை தான் நான் சுமக்க போறேனோ தெரியல. நேரத்துக்கு சாப்பிடு, நேரத்துக்கு தூங்குன்னு சொன்னது இங்க தப்பா போச்சு. நீ தயவு செய்து உன்னுடைய மனைவியை அழைச்சிட்டு தனி குடித்தனம் கிளம்பு டா. என்னால அது தான் சொல்ல முடியும் .."என்று வேதனையுடன் கூறினாள் வானதி தேவி.

"அம்மா ஏன்மா இப்படி.. அவ செய்ற தவறுக்கு என்னை ஏன்மா தண்டிக்கிறீங்க.."

"அப்படி எல்லாம் எதுவும் இல்லடா .காலம் மாறும் நான் சொல்றதை கேளு. ப்ளீஸ் நீயாவது என்னை புரிஞ்சுக்கோடா.."என்றாள் வானதி தேவி.

சங்கர்," ஹரி நான் சொல்றேன்னு நீங்க என்னை தப்பா எடுத்துக்காதீங்க கொஞ்ச நாள் தனி குடித்தனம் இருங்க .அதன் பிறகு நடப்பதை பற்றி யோசிக்கலாம்..."

"அண்ணா இதில் தப்பா எடுத்துக்க என்ன அண்ணா இருக்கு, எல்லாரும் ஒரே விஷயத்தை தான் சொல்றீங்க.

ஆனால் இவ இஷ்டத்துக்கும் நான் வளைந்து கொடுத்து போனா கடைசி வரைக்கும் இப்படியே இருக்க வேண்டியதுதான்..."

கிருபராஜன்," இல்லடா இந்த ஒரு தடவை அவளுக்கு வாய்ப்பு கொடுத்து பார்க்கலாம். நாங்க சொல்றதை கேளு.."என்றார்.

சரவண ராஜன் ,"இங்க பாரு ஹரி அந்த பொண்ணுக்கு ஏனோ இந்த வீட்ல இருக்க பிடிக்கல .எங்கள் எல்லோருக்கும் உங்களுடைய வாழ்க்கை தான் முக்கியம் .குழந்தைக்காக நீ யோசித்துப் பாரு டா.."என்று அவனும் கூற..

"சரி சரி எல்லாரும் என் மனசை மாத்தனும் நினைக்கிறீங்களே தவிர அவளை யாரும் ஒரு வார்த்தை கூட சொல்ல மாட்டிங்க அப்படித்தானே ?எல்லாம் என் தலை எழுத்து .கணேஷ் ராஜன் மாமா மாதிரி என் வாழ்க்கையும் போயிடும் போல ..எதையாவது பண்ணுங்க ..." என்றவன் அங்கிருந்து வேகமாக வெளியேறினான்.

அவன் எங்கே போவான் என்று வானதி தேவிக்கு தெரியும் . அதனால் பிருதிவிக்கு அழைத்து ஹரியை பார்த்துக் கொள்ளும்படி கூறினாள்.அதேபோல ஹரி நேராக பிருத்வி வீட்டிற்கு சென்றான் .பிருத்வி அவனை சமாதானம் செய்து வெளியே அழைத்துச் சென்றவன் ஒரு வீட்டுக்கு அழைத்துச் சென்றான்.

"டேய் இப்போ என்னை எதுக்காக இந்த வீட்டுக்கு அழைச்சிட்டு வந்து இருக்க, இந்த வீடு யாரோடது. ஓஹோ நாங்க தனிக்குடித்தனம் போறதுக்கு

வீடு பாக்கறீங்களோ.? நான் நிம்மதிக்காக தான் உங்க வீட்டுக்கு வந்தேன் ..ஏன்டா நீயும் என்னை இப்படி படுத்தற.."

"டேய் லூசு அப்பா நேத்தே ஃபோன் பண்ணி என்கிட்ட வீடு பார்க்க சொல்லிட்டாரு.. இது யார் வீடும் இல்ல .என்னோட சொந்தக்காரங்க வீடு-தான். நீ ஒன்னும் கவலைப்படாத. கொஞ்ச நாள் தனி குடித்தனம் இருந்து பாரேன்டா.

அப்போதான் அந்த பொண்ணுக்கு வாழ்க்கை என்றால் என்ன அப்பங்கறது புரியும்.ஆனா ஹரி இந்த பொண்ணு இப்படி மாறுவான்னு நான் கொஞ்சம் கூட எதிர்பார்க்கல டா ..சரி விடு தலை எழுத்தை யாரால மாற்ற முடியும்..."

"டேய் எத்தனை பேருடா தனிக்குடித்தனம் போறதை பத்தியே பேசுவீங்க.அதைக் கேட்டு கேட்டு எனக்கு காது புளிச்சு போச்சு டா..ட நான் ஏற்கனவே நொந்து போய் இருக்கேன். நீ வேற பேசி என்னை கொள்ளாத வந்து தொல வீட்டை பார்ப்போம்.."என்றான் ஹரி.

"அடங்கொய்யால நானும் அதை தானடா சொன்னேன் சரிவா பாக்கலாம்.."என்று இருவரும் வீட்டுக்குள் சென்றனர்.

நண்பர்கள் இருவருக்கும் வீட்டை பார்த்தவுடன் பிடித்து விட அட்வான்ஸ்,வாடகை மத்த விவரங்களை விசாரித்துவிட்டு வீட்டிற்கு கிளம்பினர்.

வீட்டுக்கு சென்றதும் ஹரி எதுவும் சொல்லாமல் தன் பெண்ணை தூக்கிக் கொண்டு உள்ளே சென்றான். அனைவரும் பிருத்வி முகத்தை பார்க்க பிருத்வி வீடு பார்த்துவிட்டு வந்த விஷயத்தை கூறினான்.அதில் மனதளவில் துள்ளி குதித்தாள் சங்கவி .

ராஜலட்சுமி என்னதான் தன் மகளை தனிக்குடித்தனம் போகாதே என்று கூறிக் கொண்டே இருந்தாலும் அவருக்கும் தன்மகள் தனி குடித்தனம் போகப் போகிறாள் என்ற செய்தி தித்திப்பாகவே இருந்தது.

ராஜலட்சுமி தனி ஆளாக தன் வீட்டில் இருப்பவருக்கு தன் மகள்களும் இல்லாத நிலையில் அக்கம் பக்கத்தில் இருப்பவர்கள் பேசிக்கொண்டு இருந்தாலும் தனிமையே உணர்ந்தார் .அதுவே ,'தன்மகள் தனி குடித்தனம் சென்றுவிட்டால் அடிக்கடி அவள் வீட்டுக்கு போகலாமே .மாமியார் வீட்டில் இருக்கும்பொழுது சம்மந்தி வீட்டில் எத்தனை நாள் வந்து தங்க முடியும் ..'என்று நினைத்தார்.

வானதி தேவி சங்கவியை அழைத்துக் கொண்டு அந்த வீட்டை காண்பித்து விட்டு வர சொல்ல சங்கவி அந்த வீட்டை பார்த்தவளுக்கு மிகவும் பிடித்த போனது...ஹரி சங்கவி இருவரையும் பெரியவர்கள் மனதார வாழ்த்தியவர்கள் அவர்களை தனிக் குடித்தனம் வைத்தனர்.

ஹரி சங்கவியிடம் பேசாமல் நாட்களைக் கடத்தினான். சங்கவி ,"என்னதான் நினைச்சுட்டு இருக்க ஹரி நீ .இந்த மாதிரி முகத்தை தூக்கி வச்சிட்டு இருக்கறதுக்கு நாம தனித்தனம் வந்து இருக்கவே வேண்டாம். நல்லா

யோசிச்சு பாரு நமக்கு கல்யாணம் ஆகி இன்னும் இரண்டு வருஷம் கூட ஆகல ..கல்யாணம் ஆனதிலிருந்து பிரச்சனை தான் .நான் நம்ம வாழ்க்கை எப்படி எல்லாம் இருக்கணும் என்று எவ்வளவு கனவு கண்டேன் தெரியுமா..?"

"இங்க பாரு இப்போ நடக்கற எல்லாத்துக்கும் காரணம் நீதான் .அதனால எதுவும் பேசாம வாய மூடிட்டு இரு ..நீ நினைச்ச உடனே ஸ்விட்ச் போட்ட மாதிரி உன்கிட்ட பழைய படி பேச என்னால முடியாது .

நீ பண்ண எதையும் என்னால மறக்க முடியல டி கொஞ்சம் எனக்கு டைம் கொடு .."என்றவன் தன் மகளை தூக்கிக் கொண்டு தன் அம்மாவின் வீட்டிற்கு சென்றான்.

சங்கவி ,:இவனுடன் இருந்தா கண்டிப்பா நமக்கு பைத்தியம் பிடிக்கும்..' என்று நினைத்தவள் தன் அம்மாவுக்கு அழைத்து," அம்மா நான் சொல்றதை கேளு ஒரு வாரம் எங்க வீட்ல வந்து தங்கிட்டு போமா.. பாப்பாவ பாத்துக்கோ.."என்றாள்.

"என்னடி என் வீட்டில் எனக்கு வேலை இல்லையா..?"

"அம்மா ஓவரா பேசாத .உனக்கு நானும் ,என் பொண்ணும் முக்கியம் சொன்னா வா அக்கா வீட்டுக்கு போய் தங்கும் போது உனக்கு வீட்ல வேலையே இல்லையா ..?அங்க தனியா தானே இருக்க இங்க வாம்மா.."

"சரிடி சரி வரேன் இன்னும் இரண்டு நாள்ல சுபத்ரா பிள்ளைகளுக்கு லீவு விடறதால் அவங்களை அழைச்சிட்டு வந்து விடறேன்னு சொல்லி இருக்கா . பிள்ளைங்க வந்ததும் அவங்களையும் அழைச்சிட்டு வரேன்.."

"ஹே சூப்பர் சூப்பர் நானும் பிள்ளைகளை பார்த்து ரொம்ப நாள் ஆகுதுமா சரி அழைச்சிட்டு வா.."என்றாள் சங்கவி.

அதேபோல இரண்டு நாள் கழித்து ராஜலக்ஷ்மி தன் பேரப்பிள்ளைகளுடன் அங்கே வந்தார்.

திடீரென்று அவரை அங்கு பார்க்கவும் ஹரி குழம்பித்தான் போனான்.." .வாங்க அம்மா எப்படி இருக்கீங்க .."

"நான் நல்லா இருக்கேன் பா. நீங்க எப்படி இருக்கீங்க.."

'உங்க பெண்ணை காதலிச்சு திருமணம் செய்த பாவத்துக்கு நிம்மதி இல்லாம சுத்திட்டு இருக்கேன்' என்று நினைத்தவன் "நல்லா இருக்கேன் மா உள்ள போங்க.."என்றவன்

"அடேய் வாலுங்களா என்னடா ஒரு வார்த்தை கூட வரேன்னு சொல்லவே இல்ல..சொல்லி இருந்தா சித்தப்பா உங்களுக்கு ஏதாவது வாங்கி வைத்திருப்பேன் தானே.."

"ஏன் சித்தப்பா இந்த சங்கவி உங்ககிட்ட எதுவும் சொல்லலையா. ?நாங்க வர்றது அவளுக்கு ரெண்டு நாளைக்கு முன்னமே தெரியுமே .என்று கேட்டான் ஹரிஷ் .

தன் சித்தியை போட்டுக் கொடுத்தான்.(ஹரிஷ் சுபத்ராவின் சிறிய மகன்)

'அட என் அக்கா பெத்த ரத்தினமே என்னை இப்படி போட்டுக் கொடுத்-துட்டு வேடிக்கை பாக்கறியேடா..' என்று நினைத்த சங்கவி ஹரியை பார்த்-தாள்.

"ஓஹோ அப்படியா எனக்கு தெரியாதுப்பா .சரி நீங்க உள்ள போய் பாப்பா கூட விளையாடிட்டு இருங்க .சித்தப்பா போய் உங்களுக்கு சாப்பிட வாங்கிட்டு வரேன்.." என்றவன் தன் மனைவியை முறைத்து விட்டு வெளியே சென்றான்.

ராஜலட்சுமி ,"ஏண்டி உனக்கு அறிவு இருக்கா இல்லையா ?எவ்வளவு கஷ்டப்பட்டு தனிக்குடித்தனம் வந்து இருக்க, ஞாபகம் இருக்கா ..?அந்த பிள்ளை கிட்ட ஒரு வார்த்தை நாங்க வரோம் சொன்னா என்ன குறைஞ்சு போயிடுவியா..?"

"அம்மா வீட்டுக்குள்ள வந்து பேசு .வெளியே நின்னுகிட்டு கிளாஸ் எடுக்காத ..அவங்கிட்ட எதுக்கு சொல்லனும் எங்கிட்ட அவன் இன்னமும் ஒரு வார்த்தை கூட சரியா பேசல திமிர் பிடிச்சவன்.."

"அடி கழுதை யாரை திமிர் பிடித்தவன் சொல்ற .அந்த பிள்ளை ரொம்ப பாவம் உன்னை கட்டிக்கிட்டு அவஸ்தை படறான்.. உனக்கு தான் உடம்பு முழுக்க திமிர்.." என்றார் ராஜலட்சுமி .

"நீ தாயா இல்ல பேயாமா எப்படி பேசற பாரு "என்ற சங்கவியை முறைத்த சபரீஷ் ,"ஏன் சங்கவி நீ இப்படி இருக்க சித்தப்பா பாவம் தானே அவரை எதுக்கு திட்டற .."(சபரீஷ் சுபத்ராவின் பெரிய மகன்)

"டேய் பிள்ளைகளாடா நீங்க ஒருத்தனாவது எனக்கு சப்போர்ட் பண்றீங்-களா ?என்னை பெத்தது ,எங்க அக்கா பெத்தது எல்லாம் அவனுக்குத்தான் பேசுறீங்க போங்கடா டேய் .."

சபரீஷ்,"அட பாரேன் உண்மைய சொன்னா உனக்கு எதுக்கு இவ்வளவு கோபம் வருது.."

"சபரீஷ் சின்ன பிள்ளையா லட்சணமா நடந்துக்கோ .அடிச்சிடுவேன் பாத்துக்க.. கார்த்திக் ராஜன் ,அபிஷேக் ராஜன் ரெண்டு பேரையும் பாக்கற தானே? ஒரு நாளாவது என்னை எதிர்த்து பேசி இருக்காங்களா ..?நீங்க மட்டும் ஏன்டா இப்படி இருக்கீங்க..?"

"அவங்க உன் கூடவே இருந்தா அவங்களும் அப்படித்தான் இருப்பாங்க போவியா.? என்ற சபரீஷை துரத்திக் கொண்டு ஓடினாள். சங்கவி.

வர்ணம்-87

சங்கவி ஹரியின் வாழ்க்கை இப்படியே சென்று கொண்டிருக்க ஹரியால் நிறைய நாட்கள் கோபத்தை பிடித்து வைக்க முடியவில்லை .சங்கவி

அவனை சீண்டிக் கொண்டும் ,அவனை சிரிக்க வைத்துக் கொண்டும் இருக்க கொஞ்சம் கொஞ்சமாக மாறினான் ஹரி.

தன் மகளுடன் நேரத்தை செலவழித்த ஹரி என்னதான் மாறினாலும் மனைவியிடம் தேவையில்லாமல் பேசுவதில்லை. தான் உண்டு தன் வேலை உண்டு என்று இருந்தான் .

சங்கவி சமைத்துக் கொடுத்தால் சாப்பிடுவான் இல்லையேல் தன் அம்மா வீட்டுக்கு சென்று விடுவான்.

சங்கவி காலை எழுபவளுக்கு எந்த வேலையும் சரியாக செய்ய முடி-யாது. காரணம் வேலைக்குச் செல்பவள் காலையில் 6:00 மணிக்காவது எழுந்திருக்க வேண்டும் இல்லையா ?ஆனால் சங்கவி ஏழு முப்பது மணி அளவில் தான் எழுந்து வருவாள் .அவளால் என்ன செய்ய முடியுமோ அவசர அவசரமாக செய்து டப்பாவில் அடைத்து அவனுக்கும் கொடுத்து-விட்டு தானும் எடுத்துச் செல்வாள் .

ஆனால் சிறு வயதில் இருந்தே அம்மாவின் கையால் ருசியாக சாப்பிட்டு பழகியவனுக்கு தன் மனைவியின் சமையல் பிடிக்கவில்லை.

ஹரி அதை சாப்பிட பிடிக்காமல் தன் அம்மா வீட்டில் எடுத்துக்கொண்டு வைத்துவிட்டு தன் அம்மா சமைத்து வைத்த உணவை எடுத்துச் செல்வான். நாட்கள் இப்படியே சென்று கொண்டிருக்க அஷ்விகாவை பள்ளியில் சேர்த்-தனர்.

சங்கவி தனி குடித்தனம் சென்றதில் மகிழ்ச்சியாக இருந்தவள் தன் மாமி-யார் வீட்டுக்கு அடிக்கடி வந்து போனாள். அப்படி போகும் பொழுது அவள் வேலை செய்யாமல் அமர்ந்திருப்பதை விடுமுறைக்கு வந்திருந்த ஹரிஷ் ,சபரீஷ் பார்த்தவர்கள்," ஏன் சங்கவி வானதி பாட்டி அவ்வளவு வேலை செய்றாங்களே ?நீ எதுவுமே செய்ய மாட்டியா ?அப்படியே உட்கார்ந்துட்டே இருக்க.." என்று சபரிஷ் கேட்க...

"அட என்னைக்கு தான்டா நம்ம சங்கவி வேலை செய்து இருக்கு ,இது சங்கவிக்கு மாமியார் வீடா ? அம்மாவிடம் தெரியல..?" என்றான் ஹரிஷ்.

சபரீஷ், ஹரீஷ் கூறியதை கேட்ட கார்த்திக் ராஜன், அபிஷேக் ராஜன்-இருவரும் தன்னையும் மீறி சிரித்தனர்.??

"அடேய் என்னடா ரொம்ப பேசறீங்க பிச்சிடுவேன் பாத்துக்கோங்க. .. எனக்கு எதிரி வெளியில இருந்து வர வேண்டாம். என் அக்கா பெத்த நீங்க ரெண்டு பேருமே போதும்டா..என்றவள் கார்த்தி, அபி எவ்வளவு அமைதியா உட்கார்ந்து இருக்காங்க ..நீங்க மட்டும் ஏன்டா இப்படி பண்றீங்க.."

சபரீஷ்,"ஆமா உண்மைய சொல்லிட கூடாதே உடனே உனக்கு கோபம் வந்திடுமே என்ற சபரிஷ் இவங்க ரெண்டு பேரும் மனசில் நாங்க சொன்-னதை தான் நினைப்பாங்க ஆனால் உன்கிட்ட காண்பிக்க மாட்டாங்க அவ்-வளவுதான்.." என்றவன் கார்த்திக் ராஜான், அபிஷேக் ராஜன், ஹரிஷை அழைத்துக் கொண்டு விளையாடச் சென்றான்.

சபரீஷ் சொன்னது உண்மைதான் . கார்த்திக், அபி இதை மனதில் நினைத்தது மட்டுமில்லாமல் எத்தனை தடவை தன் அம்மாவிடம் புலம்பியும் இருக்கின்றனர்.

சங்கவி வேலை செய்வாள் ஆனால் பூண்டு உரிப்பது, வெங்காயம் வெட்டுவது இதுவே அவளைப் பொறுத்தவரை பெரிய வேலைதான் . கிருத்திகா தேவி ,தீபிகா, அனிதா வந்துவிட்டாள் அவளுக்கு அந்த வேலையும் இருக்காது. ஒரு சில நேரம் தன் நாத்தனார்களுடன் சேர்ந்து சின்ன சின்ன வேலையை செய்வாள்.வானதி தேவி இதை எதையும் கண்டு கொள்ள மாட்டாள். தன் மருமகள் தன் மகனுடன் சந்தோஷமாக வாழ்ந்தால் போதும் என்று அமைதியாக இருப்பாள்.

கிருத்திகா தேவி விடுமுறைக்கு தன் பிள்ளைகளை அழைத்துக் கொண்டு தன் சித்தி வானதி வீட்டுக்கு வந்திருந்தாள். அப்பொழுது தான் சங்கவி வீட்டுக்கு விடுமுறைக்கு சபரீஷ் ,ஹரிஷ் இருவரும் வந்து இருந்தனர்.

வானதி தேவி அவர்களை தன் வீட்டிற்கு அழைத்து வரும்படி கூறினாள். அதனால் அனைவரும் ஒன்றாக அங்கே மூன்று நாட்கள் தங்கினர் .கார்த்திக் ராஜன், அபிஷேக ராஜன், ஹரிஷ் ,சபரீஷ் இவர்களின் நட்பு இந்த மூன்று நாட்களில் இன்னும் பலமாக மாறியது.

அபிஷேக் ராஜன் சங்கவியை ,"மாமி மாமி "என்று விடவே இல்லை. அவளின் கூடவே சுற்றி சுற்றி வந்தான் .அதைப் பார்த்த,' ஹரி டேய் என்னடா பண்ற நீ .எதுக்குடா என் பொண்டாட்டி பின்னாடியே சுத்தற.."

அபிஷேக் ராஜன்,"லூசு அண்ணா வாயை மூடு .அவங்க என்னோட மாமி .நான் அப்படித்தான் அவங்க கூட இருப்பேன். நீ உன் வேலையை பாரு போ .என்றான் அதைக் கேட்ட சங்கவி விழுந்து விழுந்து சிரித்தாள்.

"அடியே ரொம்ப சிரிக்காத இந்த வாலு என்னை இப்படி பேசினா. உன் அக்கா மகன்கள் உன் மானத்தை வாங்கும்படி பேசுவானுங்க . ஞாபகம் இருக்கு தானே?"

சங்கவி,"நீ ஏதாவது சொல்லாத ஹரி அவனுங்க என் பிள்ளைங்க எதுவும் பேச மாட்டானுங்க.. சின்ன வயசில் இருந்து அப்படியே என்கிட்ட விளையாடி பழகிட்டாங்க.."

"ஓஹோ அப்படியா இப்போ நான் அவங்களை கூப்பிட்டு கேட்கிறேன் என்ன சொல்றாங்க பாக்கலாமா..?"

"அடேய் சாமி ஆளை விடுடா அந்த வாண்டுங்க வந்துச்சு, நான் அவ்வளவுதான் .எங்க அக்கா பிள்ளையா பெத்து வச்சிருக்கா.."

"போதும்டி நிறுத்து பிள்ளைகளை திட்டாத ,அவங்க நியாயத்தை கேட்கறாங்க..அது உனக்கு பிடிக்கல.."

"ஆமா ஆமா பெரிய நியாயத்தை கேட்கறாங்க.. என்னை அவங்க அப்படி பேசுறது உனக்கு அவ்ளோ சந்தோஷம்.. என்ற சங்கவி அபி நீ வாடா

நாம போய் சாப்பிடலாம்."என்றாள்.

"வாங்க மாமி இந்த அண்ணனுக்கு வேற வேலையே இல்ல. எப்போ பாரு ஏதாவது சொல்லிட்டே இருக்கும் .."

என்றவனை ஹரி ,"அடேய் வந்தேனா அடிதான் வாங்குவ பாரு.."

அபிஷேக்," நீ முதல்ல எழுந்து வா நாங்க அதுக்குள்ள ஓடிடுவோம்.." என்ற அபிஷேக் ராஜன் மாமி வாங்க

மாமி சீக்கிரம் போகலாம்.." என்றதும் இருவரும் அங்கிருந்து ஓடி சென்று தன் அத்தை சமைத்து வைத்த உணவை ஒரு பிடி பிடித்தனர்.

கார்த்திக், அபிஷேக் இருவரும் ஹரி மாமா முறை இருந்தாலும் வினித் ராஜனை அண்ணா என்று கூப்பிடுவது போலவே இவனையும் அண்ணா என்று கூப்பிட்டு பழகிவிட்டனர்.

சங்கவி," கார்த்திக் நீ ஏன்டா அபி மாறி என்கிட்ட பேசவே மாட்டேங்கற.. மாமி கிட்ட பேச உனக்கு பிடிக்கலையா..?"

"அச்சோ அப்படியெல்லாம் எதுவும் இல்ல மாமி.." என்று வெட்கப்பட்டுக் கொண்டே தலைகுனிந்தான் கார்த்திக் ராஜன்.

கிருத்திகா தேவி," அவன் அப்படித்தான் சங்கவி .தேவையான நேரம் மட்டும்தான் பேசுவான்.."

"ஓஹோ அப்படியா அண்ணி. அதாவது அண்ணன் மாதிரி சொல்லுங்க. இந்த அபி இருக்கான்னே அப்படியே உங்கள மாதிரி பேசாதவங்களையும் பேச வச்சிடுவான்.."

கிருத்திகா தேவி,"ஆமா ஆமா என்ன பண்றது எல்லாரும் ஒரே மாதிரி இருக்க முடியுமா என்ன ?என்றவள் இங்க பாரு சங்கவி நீ இப்படி இருக்கிறது எனக்கு ரொம்ப சந்தோஷமா இருக்கு, நீயும் என் தம்பியும் கடைசிவரை இப்படியே சந்தோஷமாக வாழ்ந்தால் எனக்கு அதுவே போதும்.."என்றாள்.

சங்கவி,"சரிங்க அண்ணி கண்டிப்பா நான் இப்படியே இருக்க முயற்சி செய்றேன்..எனக்கும் எல்லாருடனும் சந்தோஷமா இருக்கனும் தான் ஆசை.என்ன பண்றது ஒரு சில நேரம் கோபம் வந்துடுது.."

"நீ அடிப்படையில் ரொம்ப நல்ல பொண்ணு உன் கோபத்தை கொஞ்சம் குறச்சுக்கோமா.."

"சரிங்க அண்ணி என்றவள் அண்ணி வீட்டுக்கு வாங்களேன்.."என்று கிருத்திகா தேவியை அழைத்தாள்.

"இல்லம்மா பசங்களுக்கு ஹிந்தி கிளாஸ் இருக்கு மூணு நாள் லீவு போட்டுட்டு தான் அழைச்சிட்டு வந்தேன்.."

"சரிங்க அண்ணி நானும் காலேஜ் போகணும்.. நாங்க இன்னைக்கு ஈவினிங் கிளம்பறோம்.."

"ஓகே மா பார்த்து கவனமா இருந்துக்கோ .சொல்றது ஞாபகம் இருக்கட்டும்.."

"சரிங்க அண்ணி "என்றவள் அன்று மாலை தன் அக்கா பிள்ளைகளையும் ,தன் கணவன், குழந்தையும் அழைத்துக் கொண்டு நன்வீட்டிற்கு திரும்பினாள்.

வானதி தேவி ,கிருப ராஜன், பிரதிபா இப்பொழுது இருப்பது மிகப் பெரிய வீடு . அவர்கள் மூன்று பேருக்கும் அவ்வளவு பெரிய வீடு தேவை இல்லை தான் .ஆனாலும் சங்கவி குழந்தை பிறந்து வந்ததும்," நான் வீட்டிலிருந்து டியூஷன் எடுக்க போறேன்.." என்று கூறியதால் கிருப ராஜன் மீண்டும் மீண்டும் அவளிடம் அதை உறுதிப்படுத்திக் கொண்டு இவ்வளவு பெரிய வீட்டை வாடகைக்கு எடுத்தார் .ஆனால் குழந்தை பிறந்தும் பிரச்சனை வந்து கொண்டிருக்க கடைசியில் சங்கவி தனிக்குடித்தனம் சென்றாள்.

ராஜலட்சுமியால் சங்கவியின் வீட்டுக்கு வந்து நிரந்தரமாக தங்க முடியாததால் வேற வழி இல்லாமல் அஸ்விகாவை பள்ளியில் சேர்க்கும் முன்பே தன் மாமியாரிடம் தன் மகளை விட்டுவிட்டு பணிக்குச் செல்ல ஆரம்பித்தாள் சங்கவி.

வானதி தேவிக்கு இதனால் வேலை பளு அதிகமானாலும் தன் பேத்தியை பார்த்துக் கொள்வதை சுகமாய் நினைத்தவள் தன் பேத்திக்கு பார்த்து பார்த்து ஒவ்வொன்றையும் செய்து வந்தாள்.

அஷ்விகாவை பள்ளியில் சேர்த்த பிறகு காலையில் தன் மனைவியை கல்லூரி பேருந்தில் ஏற்றி விட்டு ,அஸ்விகாவை அழைத்து வந்து தன் அம்மா வீட்டில் விடுவான் ஹரி.

வானதி தேவி தன் கணவனுக்கும் மகனுக்கும் ,மகளுக்கும் சமைத்த உணவை பாக்ஸில் அடைத்து முடித்தவள் தன் பேத்தியை குளிக்கவைத்து அவளுக்கு அனைத்தையும் செய்து பள்ளிக்கு அனுப்புவாள்..

மாலை ஹரி வேலை முடித்து வந்ததும் தன் பெண்ணை அழைத்துக் கொண்டு அம்மா வீட்டில் விடுவான். ஹரி வர முடியாத சூழ்நிலையில் வானதி தேவி தன் பேத்தியை வீட்டுக்கு அழைத்து வருவார். மனைவி வந்ததும் தன் மகளை அழைத்துக் கொண்டு மனைவியை பேருந்து நிலையத்திலிருந்து அழைத்துக் கொண்டு மூவரும் வீட்டுக்குச் செல்வர்.

ஹரி இப்படி பார்த்து பார்த்து தன் மனைவிக்கு செய்யும் பொழுதே அவள் தன் கணவனிடம் ஏதாவது குறை கண்டுபிடித்துக் கொண்டே இருப்பாள்.

சங்கவி அதன் பிறகு வேலைகளை முடித்து தன் குழந்தைக்கு சொல்லிக் கொடுப்பாள். ஆனால் அந்த வாண்டு அஷ்விகா அவளிடம் படிக்காமல் அவ்வளவு அமர்க்களம் செய்வாள். அதை சமாளிக்க முடியாதவளாய் சங்கவி ,"ஹரி பாரு ஹரி படிக்கவே மாட்டேங்கறா.." என்று தன் மகளின் மீது குற்றப் பத்திரிக்கை வாசிப்பாள்.

பிறகு அவன் அதட்டினால் ,"ஹரி பிள்ளையை திட்டாத விடு "என்பாள்.. அந்த நேரத்தில் ஒரு மனிதனுக்கு கோபம் வருமா வராதா சொல்-

லுங்க..

'சரியான லூசு இவ இவளை கட்டி கிட்டு நான் படறேன் பாரு எல்லாம் என் தலையெழுத்து ..'என்று தன்னையே நொந்து கொள்வான் ஹரி..

"அப்போ எதுக்குடி என்கிட்ட சொல்ற .நீயே கண்டிச்சு சொல்லிக் கொடுக்க வேண்டியது தானே..? "என்று கூறிய தன் தகப்பனை பார்த்த அஸ்விகா கூறுவதை கேட்டவர்கள் யாரும் சிரிக்காமல் இருக்க முடியாது.

வர்ணம்-88

ஹரி," அதுக்கு நீயே கண்டிச்சி சொல்லிக் கொடுக்க வேண்டியது தான டி என்கிட்ட எதுக்கு சொல்ற..." என்று சத்தம் போடுவான்.

"அட ஏன்டா நீ வேற .அவ என்னிடம் அடங்கி ஒழுங்கா படிச்சா. நான் ஏன் உங்கிட்ட சொல்றேன்.."

"ஆமாண்டி குழந்தையை கொஞ்சமாவது கண்டித்து வளர்க்கனும் ..ஆனா நீயும் உங்க வீட்ல இருக்கவங்களும் செல்லம் கொடுக்கிறேன் என்ற பெயரில் அவளை மத்தவங்க கண்டிச்சாலும் அவங்ககிட்ட வம்புக்கு போக வேண்டியது .அப்புறம் வந்து என்னை மதிக்கல .என் பேச்சைக் கேட்க மாட்றா சொன்னா.. நான் என்ன பண்ண முடியும் சொல்லு, அவ குழந்தை டி அவளுக்கு என்ன தெரியும் நாம என்ன செய்றோமோ அதைத்தான் அவளும் செய்வா.

நீ முதல்ல உன் அம்மா, அக்கா ரெண்டு பேரையும் மரியாதையா பேசு .அவளும் அதை பார்த்து அப்படியே கடைப்பிடிப்பா.. சபரீஷ் ,ஹரிஷ் இரண்டு பேரும் விளையாட்டா பேசினாலும் இப்படி பேசுறதுக்கு காரணமே நீ ,உங்க அக்கா, உங்க அம்மா மட்டும் தான் .

அதுவே அவனுங்க ரெண்டு பேரும் என்கிட்ட உங்க மாமா கிட்ட ,மத்த பெரியவங்க கிட்ட இப்படியா நடந்துக்கிறாங்க எவ்வளவு மரியாதையா நடந்துக்கறாங்க.. இதில் இருந்து உனக்கு புரியலையா.? பாவம் உங்க மாமா இத்தனை வருஷமா இதைத்தான் சொல்லிட்டு இருக்காராம் .அதையே நீங்க கேட்கல. இப்ப வந்த நான் சொல்றதை மட்டும் கேட்கவா போறீங்க.

ஆரம்பத்தில் கண்டித்து வளர்த்தால் குழந்தைங்க ஒழுங்கா தான் வளருவாங்க .அவங்க குழந்தையா இருக்கும்போது எது பேசினாலும் நமக்கு தெரியாது .. அதை ரசிக்கத்தான் செய்வோம்..அதுவே வளர வளர அவர்கள் மேல் நமக்கு கோபம் வரும் .அடிக்க செய்வோம். இதை நான் உனக்கு எத்தன முறை சொல்லிட்டேன்.

அவ திட்டினாலும் அடிச்சாலும் அப்படியே சிரிச்சுக்கிட்டே வாங்கிட்டு பிறகு குத்துதே குடையுதேன்னு சொன்னா எதுவும் செய்ய முடியாது..."என்றவனை முறைத்த சங்கவி ,'இவன்கிட்ட பொய் சொன்னேன் பாரு என்னை அடிக்கனும்..' என்று தன் தலையில் கை வைத்துக் கொண்டு அமர்ந்து விட தன் அப்பா பேசுவதை பார்த்துக் கொண்டிருந்த அஷ்விகா.

எழுந்து அவனிடம் ஓடியவள் அவனின் தாடையைப் பிடித்து கொஞ்சிக் கொண்டே ,"அப்பா அப்பா நீ டென்ஷன் ஆகாதப்பா . நீ ரொம்ப சமத்து தானே ? நல்ல பிள்ளை தானே?நான் சொன்னா நீ கேட்பதானே. விடுப்பா இந்த அம்மா இப்படித்தான் ஏதாவது சொல்லிக்கிட்டே இருப்பா. நீ வேலைய பாருப்பா.நான் சமத்தா படிச்சு முடிக்கிறேன் சரியா.? என்ற அந்த சுட்டி குழந்தை அம்மா சரி சரி வா வந்து சொல்லிக் கொடு உடனே அழாத..."என்பாள்.??

சங்கவி," எல்லாம் என் நேரம் டி நான் அங்க காலேஜ்ல பெரிய பெரிய பிள்ளைகளுக்கு எல்லாம் சொல்லிக் கொடுக்கறேன்.. அது கூட எனக்கு கஷ்டமா இல்ல .ஆனா உன் ஒரு ஆளுக்கு சொல்லிக் கொடுக்கிறதுக்குள்ள ஷப்பா முடியல .வாடி வந்து உட்காரு..." என்று சொல்லிக் கொடுக்க ஆரம்பிப்பாள்.

தன் மகள், தன் மனைவி இருவரும் செய்யும் செயல்களை பார்த்த ஹரிக்கு அடக்க முடியாமல் சிரிப்பு வந்தாலும் தன் மனைவி தன்னை தொலைத்து விடுவாள் என்று சிரிப்பை கட்டுப்படுத்தி தன் வேலையை கவனிப்பான்.

ஒரு சில நேரம் அஷ்விகா ,'அவள் அப்படித்தான் அப்பா ..'என்று தன் மனைவியை ஒருமையில் பேசும்போது ,"அஷ்விகா உனக்கு எத்தனை முறை சொல்லி இருக்கேன் .அவள் உன்னுடைய அம்மா தானே ? பெரியவங்கள இப்படித்தான் பேசுவாங்களா?வாங்க போங்கன்னு சொல்லு .."என்று அதட்டுவான்.

உடனே அந்த சுட்டி குழந்தை "சரிப்பா "என்றவள் "அம்மா வாங்க அம்மா

அம்மா எனக்கு தண்ணி வேணும் கொஞ்சம் எடுத்துட்டு வாங்க போங்க அம்மா .."என்பவளை பார்த்து ஹரி விழுந்து விழுந்து சிரிப்பவன் தன் குழந்தையை அள்ளி அவளை உச்சி முகர்வான் .அவன் வாழ்வின் வரமே அவனின் மகள்தான். தன் மனைவி இப்படி இருக்கும் பொழுது மகளின் இந்த சுட்டித்தனமான செயலும், அனைவரையும் கவரும் அவளின் அழகான பேச்சுமே அவனை உயிர்பித்து வைத்தது..

குழந்தைக்கு அம்மா என்கிற பயம் கொஞ்சமாவது இருக்கனும் இல்லையா? ஆனால் அஸ்விகா தன் அம்மாவையும் அம்மா வீட்டில் உள்ள அனைவரையும் பார்த்து துளி கூட பயப்பட மாட்டாள் .செல்லம் கொடுக்கிறோம் என்கின்ற பெயரில் அவள் சிறு சிறு தவறு செய்தாலும் அதை கண்டிக்க மாட்டார்கள் அவர்கள்..

என்னைப் பொறுத்தவரை பெண் குழந்தைகள் இருக்கும் வீடு கோவிலை போன்றது. அதிலும் அஸ்விகா போன்ற குழந்தைகள் இருக்கும் வீடு எப்பொழுதும் கலகலப்பாகவே இருக்கும்.

அஸ்விகா வீட்டில் மட்டுமல்ல பள்ளியிலும் சிறந்த மாணவி.

அவளின் அறிவான பேச்சால் அனைவரையும் ஈர்ப்பவளுக்கு ஆசிரியர்கள் அனைவரும் விசிறிகள் தான். அதிலும் பிரதிபாவின் அண்ணன் மகள் என்பதால் அவளுக்கு இன்னும் அங்கே சலுகைகள் கிடைத்தன .. ஆனால் படிப்பு விஷயத்திலும் சரி விளையாட்டு, நடனம் என்று அனைத்திலும் சிறப்பாக செய்தவளை ஒரு ஆசிரியர் கூட குறை கூறும் படி அவள் நடந்து கொள்ளவில்லை.

பிரதிபா எப்படி தாமதமாக பள்ளிக்கு கிளம்புவாளோ .அதே போல இந்த வாலும் தாமதமாக தான் பள்ளிக்கு கிளம்புவாள்.

"அஸ்விகா நேரம் ஆகுதுமா சீக்கிரமா வா .."என்ற ஹரியை "அப்பா இன்னும் நேரம் இருக்கு அப்பா .மணி அடிக்கிறதுக்கு முன்னாடி போயிடலாம் நீ ஏன் கவலைப்படற .."என்பாள்.

அஷ்விகா அவர்கள் வீட்டிலேயே சுட்டிப்பெண் மட்டுமல்லாமல் இதுவரை இவளை போன்று அறிவான குழந்தையே நம் வீட்டில் இல்லை என்று பெயர் எடுத்தாள். சிறு வயதிலேயே அதாவது இரண்டு வயதில் இருந்தே ஓரளவு பேச ஆரம்பித்தவள் ஸ்லோகம் முதற்கொண்டு அனைத்தையும் தன் மழலை பேச்சால் சொல்லுவாள்.

சங்கவி இதை அனைத்தையும் சொல்லிக் கொடுப்பாள்.அதே போல வானதி தேவியும் தன் பேத்திக்கு நிறைய ஸ்லோகங்களை சொல்லிக் கொடுப்பாள்.

குழந்தைகள் என்றாலே அனைவருக்கும் மிகவும் பிடிக்கும் தானே? அதிலும் அஸ்விகாவை சொந்தக்காரர்களுக்கும் ,நண்பர்களுக்கும் மிகவும் பிடித்துப் போனது .மூன்று வயது தாண்டியதும் அவர்களை உறவு வைத்து அழைக்க ஆரம்பித்தாள்..காரணம் வானதி தேவி அவளுக்கு யார் என்ன உறவு முறை என்று சொல்லிக் கொடுத்து வளர்த்தாள்.

மிகவும் செல்லமாகவும் ,அறிவாளியாகவும் இருந்த அஸ்விகா தன் பாட்டியும், அப்பாவும் திட்டினால் மட்டும் உடனே அழுது விடுவாள் .வானதி தேவி அவளை கொஞ்சம் கண்டித்து வளர்க்க வேண்டும் என்று நினைத்தார் .

சங்கவியின் அம்மா வீட்டில் அவளுக்கு அளவுக்கு அதிகமான செல்லம் கொடுப்பதால் அவர்களை ஒரு சில நேரம் மரியாதை இல்லாமல் பேசும் குழந்தையை பார்த்த ஹரிக்கு கவலை ஏற்பட அதை தன் அம்மாவிடம் கூறினான். அதனால் வானதி தேவி அவளை ஒரு சில நேரம் கண்டிப்பாள்.

அஸ்விகா அவளின் சித்தி ,மாமா அனைவரையும் பெயர் சொல்லி அழைப்பவளைப் பார்த்த வானதி ,"அந்த மாதிரி சொல்லக்கூடாது அது ரொம்ப தவறான செயல் டா.."என்று சொல்லியும் மீண்டும் மீண்டும் அவள் அதைய செய்தாள்.

❤?வானதி தேவி,'அஸ்விகா ஒரு முறை சொன்னால் கேட்டுக் கொள்வாளே? ஏன் இப்படி இருக்கிறாள்

என்று யோசித்தவள் அவளுக்கு அப்படியே சொல்லி பழகிவிட்டது .இதை சங்கவி மாற்றவில்லை என்று தன் மருமகளின் மீது கோபம் கொண்டவள் மீண்டும் ஒருமுறை அப்படி சொல்ல கூடாது .'என்றார்.

அஸ்விகா மறுபடியும் தன் அம்மாவை பற்றி பேசும் போது மரியாதை இல்லாமல் பேச வானதி தேவி அவளை ஒரு நாள் வாயில் அடித்தவள் ,"அஸ்விகா எத்தனை முறை நான் சொல்றேன்.. அப்படி பேச கூடாது..." என்றதும் தன் பாட்டியை பார்த்து அழுதாள் .

"நீ போ பாட்டி என்னை அடிச்சுக்கிட்டே இருக்க ராஜலட்சுமி பாட்டி என்னை அடிக்கவே மாட்டாங்க .."என்று தேம்பி தேம்பி அழுதாள்.

ஹரி இதையெல்லாம் கவனித்துக் கொண்டிருந்தவன் "அஷ்விகா இங்க வா "என்று அழைக்க தன் அப்பாவை ஓடிச் சென்று கட்டிக் கொண்டவள் அப்பா எனக்கு இங்க இருக்க பிடிக்கல வா நம்ம வீட்டுக்கு போலாம் எனக்கு அம்மாவை பாக்கனும்.." என்றாள்.

"அஷ்விகா அம்மா இன்னும் வீட்டுக்கு வந்து இருக்க மாட்டா உனக்கு தெரியாதா ?நாம போய் தானே அவளை அழிச்சிட்டு வரனும்.. நான் நம்ம வீட்டிலேயே சொன்னேன் தானே அம்மாவை வாடி போடி சொல்ல கூடாது அப்படின்னு.. நீ நான் சொல்ல மாட்டேன் சொல்லி ப்ராமிஸ் பண்ணியே.. மறுபடியும் ஏன் டா அப்படி சொல்ற வானதி பாட்டி உன் நல்லதுக்கு தான் சொல்றாங்க. புரிஞ்சுக்கோடா செல்லம்.."

"அப்பா நான் என்ன பண்றது எனக்கு சொல்லிச் சொல்லி அப்படியே பழகி போச்சு என்று மழலையாய் பேசியவளை வானதி தேவி தூக்கி கொஞ்சியவள் செல்லம் பாட்டி சொல்றத கொஞ்சம் கேளுடா. உன் நல்லதுக்கு தானே சொல்றேன் .."என்று குழந்தையை சமாதானம் செய்தாள்.

அஷ்விகா சமாதானம் ஆனவள்" சரி பாட்டி" என்றவள் தன் பாட்டியைக் கட்டிக்கொண்டு அவளுக்கு முத்தமழை பொழிந்தாள்..

சங்கவி ,ஹரி வாழ்க்கை இப்படியே தான் சென்று கொண்டிருந்தது .சங்கவி படிக்கும் விஷயத்தை தவிர மற்ற எந்த விஷயத்திலும் தன் மகளை கண்டிப்பதில்லை .

ராஜலட்சுமியயும் சுபத்ராவும் அவளை எப்பொழுதும் கொஞ்சிக் கொண்டிருந்தனே தவிர அவள் பேசுவது தவறு என்று சொல்லவும் இல்லை .

ஆனால் வானதி தேவி வீட்டில் உள்ள அனைவரும் அவள் பேசியது தவறு என்று அவளுக்கு கொஞ்சம் கொஞ்சமாக புரிய வைக்க முயற்சி செய்தனர்.

சரவண ராஜனுக்கு அஷ்விகா என்றால் மிகவும் பிடிக்கும். காரணம் அவளின் அறிவான பேச்சு.மாமா மாமா என்று எப்பொழுதும் தன்னிடம் பாசமாக இருப்பது என்று பல காரணங்கள் சொல்லலாம் .ஆனாலும் சரவணன் ராஜனுக்கு இப்படி அவள் பேசுவது தவறு என்று நினைத்தவன் அவளுக்கு கிருத்திகா தேவியுடன் சேர்ந்து கொஞ்சம் கொஞ்சமாக சொல்லி

புரிய வைத்தான் .

ஆனாலும் சிறு குழந்தை இல்லையா பிள்ளைக்கு மனதில் மீண்டும் மீண்டும் அதை சொல்ல வேண்டும் என்று தோன்றியதே தவிர அதை சொல்லக்கூடாது என்று கொஞ்சமும் தோன்றவில்லை .அது மட்டும் இல்லாமல் கார்த்திக் ராஜன் ,அபிஷேக் ராஜன், பிரதிபாவை பெயர் சொல்லி அழைக்க அதையும் சொல்லக்கூடாது என்று சரவணராஜனும் கிருத்திகா தேவியும் சொல்லிக் கொடுத்தனர்.

அப்போது அஷ்விகா கூறியதைக் கேட்டு இவளுக்கு எப்படி சொல்லி புரிய வைப்பது என்று குழம்பினான் சரவண ராஜன்.

வர்ணம் -89

சரவண ராஜன் அஷ்விகா கூறியதை கேட்டவன் அவளுக்கு எப்படி சொல்லி புரிய வைப்பது என்று குழம்பினான்..

குழந்தைக்கு பொதுவாகவே தன்னை கண்டிப்பவர்களை பார்த்தாலே கொஞ்சம் பயமும் ஒரு சில நேரம் வெறுப்பம் வருவது சகஜம் தானே ?இதை ஆரம்பத்திலேயே சங்கவியின் வீட்டில் உள்ளவர்கள் எடுத்து சொல்லி இருக்கலாம்.

அஷ்விகா,"போங்க மாமா நீங்க எப்ப பாரு ஏதாவது சொல்லிக்கிட்டே இருக்கீங்க .எங்க சங்கர் அப்பா எதுவுமே சொல்ல மாட்டாங்க .."என்றாள்.

சரவண ராஜன் இதைக் கேட்டவன் ,"வானதி பிள்ளைய ரொம்ப கெடுத்து வச்சு இருக்காங்க. நம்ம வீட்ல எந்த பிள்ளையும் இப்படி இல்லை .அதாவது எவ்வளவு அறிவாளியா இருக்காளோ அவ்வளவு அடமாகவும் இருக்கா ..கொஞ்சம் கொஞ்சமா சொல்லி மாத்து அடிக்காத .அடிச்சு பிரயோஜனம் இல்லை.. சின்ன குழந்தை தானே நம்ம கிட்ட எல்லாம் நாம சொல்லிக் கொடுக்கிற மாதிரி தான் நடந்துக்கறா.." என்றதும் வானதி தேவிக்கும் அதுவே சரியெனப் பட்டது.

அஷ்விகா தன்னைவிட வயது மூத்தவர்களான தன் அண்ணன் ஹரிஷ், சபரீஷை வாடா என்று சொல்லிக் கொண்டே இருக்க ஆனால் அப்படி சொல்லக்கூடாது என்று சுபத்ரா, சங்கவி ஒரு தடவையும் அவளுக்கு சொல்லிக் கொடுக்கவில்லை.

குழந்தைக்கு செல்லம் கொடுக்க வேண்டியதுதான் அதற்கும் ஒரு அளவு இல்லையா?

அஸ்விகா தன் அம்மா வீட்டு உறவினர்களை தவிர மற்ற அனைவருக்கும் அவ்வளவு மரியாதை கொடுத்து பேசினாள்.அவளை பார்த்த அனைவருமே இந்த குழந்தை எவ்ளோ அறிவா? எவ்வளவு மரியாதையா பேசுது என்று அவளை தூக்கி கொஞ்சினர் .அதற்குக் காரணம் வானதி தேவி மட்டுமே.

சங்கவியின் அம்மா வீட்டினரை குத்தம் சொல்லி பிரயோஜனமில்லை .சங்கர் சுபத்ராக்கு பெண் பிள்ளை இல்லாத நிலையில் சங்கவிக்கு பெண் பிள்ளை பிறந்ததும் அவர்கள் அவளை தூக்கி வைத்துக் கொண்டாடினர்... அவள் எதை பேசினாலும் அவர்களுக்கு மிகவும் பிடித்துப் போனது அவள் பேசும் ஒவ்வொரு வார்த்தைக்கும் அவளை கொஞ்சி கொண்டே இருந்தனர் .அதில் அவள் தன் அண்ணன்களையோ இல்லை அவர்களையோ ஒருமையில் அழைப்பதை அவ்வளவாக அவர்கள் பெரிதாக எடுத்துக் கொள்ளவில்லை. இது நிறைய வீட்டில் நடப்பது தானே?

ஒரு சிலர் வீட்டில் குழந்தையை அம்மா வீட்டு பக்கம் இருப்பவர்கள் செல்லம் கொஞ்சவதும் , மாமியார் வீட்டில் இருப்பவர்கள் கண்டிப்பதும் நடந்து தானே வருகிறது .அதனால் தான் நிறைய குழந்தைகளுக்கு பொதுவாகவே அம்மா வீட்டு உறவினர்களை மிகவும் பிடித்து போகுதோ? ??

அதே நேரம் சங்கவி தன் அம்மா வீட்டில் உள்ளவர்களை குழந்தை எது சொன்னாலும் சிரித்துக் கொண்டே கடந்து விடுவாள்.ஆனால் மாமியார் வீட்டில் உள்ளவர்களை விளையாட்டாக ஏதாவது பேசினாலும் அஷ்விகா அந்த மாதிரி சொல்ல கூடாதுமா என்று கண்டிக்கவும் செய்வாள். என்ன செய்வது குழந்தைக்கு அப்படி பிரித்துப் பார்க்க தெரியாதே அவளை பொறுத்தவரையில் எல்லாரும் ஒரே போல தான்...

வானதி தேவியும் ஹரியும் கொஞ்சம் கொஞ்சமாக குழந்தைக்கு சொல்லி புரிய வைத்தனர். அதிலும் அவள் மிகவும் புத்திசாலி குழந்தை என்பதால் சீக்கிரத்தில் புரிந்து கொண்டாள். சங்கவியின் அம்மா வீட்டிற்கு செல்ல தேவதை அவள் .சங்கவியின் சித்தப்பா வீட்டில் உள்ள அனைவருக்கும் அஸ்விகா என்றால் மிகவும் பிடிக்கும் காரணம் அவளின் பேச்சு..

நாட்கள் இப்படியே சென்று கொண்டிருக்க கார்த்திக் ராஜன் பத்தாம் வகுப்பை முடித்து பதினொன்றாம் வகுப்பில் அடி எடுத்து வைத்தான்.

கிருத்திகா தேவிக்கு தன் ஒரு பிள்ளையாவது தன் சொந்த ஊரில் படிக்க வேண்டும் என்று விரும்பினாள். காரணம் சங்கராஜன் , கணேஷ் ராஜன் ,வானதி தேவி இவர்களின் பிள்ளைகள் அதே ஊரில் படித்து வந்தனர் .ஏனென்றால் மூவரும் ஒரே ஊரில் வசித்து வந்தனர்..

ஆனால் சரவண ராஜன் குடும்பத்துடன் வேற ஊரில் வசிப்பதால் தன் பிள்ளைகளை அங்கேயே படிக்க வைத்தனர்.

கிருத்திகா தேவி கார்த்திக் ராஜன் பத்தாம் வகுப்பு முடித்ததும்அவனின் சம்மதத்துடன் தன் சித்தி வீட்டில் தங்க வைத்து பதினொன்றாம் வகுப்பு படிக்க வைத்தாள்.

கார்த்திக் ராஜனுக்கு தன் அம்மாவின் இந்த முடிவு மிகவும் பிடித்திருந்தது .அவனுமே அடிக்கடி ,"நம்ம மட்டும் ஏன் அம்மா இந்த ஊர்ல இருக்கோம் .அங்க பாருங்க எல்லோரும் பக்கத்து பக்கத்தில் இருக்காங்க .

ஸ்கூலுக்கு போயிட்டு வீட்டுக்கு வந்ததும் நினைச்ச நேரம் அத்தை வீட்-டுக்கும் ,பாட்டி வீட்டுக்கும் போயிட்டு வராங்க. ஆனால் எங்களால் அது முடியவே இல்ல .. நானும் அங்க படிச்சா நல்லா இருக்கும்.."என்று சொல்-லிக் கொண்டே இருப்பான்.

இப்பொழுது அம்மா, பிள்ளையின் ஆசை நிறைவேறியது.கார்த்திக் ராஜன் தன்:அத்தை வீட்டில் இருந்து படித்தவன் 11 ,12வது வகுப்பை நன்-முறையில் முடித்தான்.

அந்த இரண்டு வருடமும் அவன் மிகவும் மகிழ்ச்சியாக இருந்தான் என்-பது தான் உண்மை.அஷ்விகாவுடன் விளையாடிக் கொண்டும் ,பிரதிபாவிடம் சண்டை போட்டுக் கொண்டும் ,ஹரியை கேலி செய்து கொண்டும் அவனு-டன் அடிக்கடி வெளியே செல்வதுமாகவும் மாமியுடன் எப்போதும் பேசுவது போல் பேசிக்கொண்டும் இருந்தான்.

கார்த்திக் ராஜன் அங்கே தங்கி இருப்பதால் அஸ்விகாவுக்கு தன் கூடவே இருக்கும் அவன் மீது பாசம் அதிகமானது..

வானதி தேவி ,கிருப ராஜன் அவனை தன் வீட்டு பிள்ளையை போலவே நினைத்து பிரதிபாவுக்கு செய்வது போல அனைத்தையும் செய்தனர்.

ஏற்கனவே வானதி தேவி பிரதிபாக்கு விளையாட்டுப் பொருட்கள் ,படிப்-பதற்கு தேவையான எழுதுகோல் என்று எதை வாங்கினாலும் தன் தம்பி பிள்ளைகளுக்கும் சேர்த்தே வாங்குவாள்.

பன்னிரெண்டாம் வகுப்பு முடித்த நிலையில் கார்த்திக் ராஜனை சென்-னையில் உள்ள பிரபல கல்லூரியில் சேர்த்தனர் .

அவன் பொறியியல் தான் எடுக்க வேண்டும் என்று சங்கர் ராஜன் கூறி-னான். கிருத்திகா தேவி," இங்க பாருங்க மாமா . படிக்க போறது அவன் அதனால அவன் விருப்பப்படி விடுங்க.." என்றான்.

கார்த்திக் ராஜனும் தன் அப்பா சொல்வது போல பொறியியல் படிக்கலாம் என்று நினைத்தவன் திடீரென்று அது வேண்டாம் என்று முடிவு செய்தவன் BCA படிக்க வேண்டும் என்று முடிவு செய்தான்.

சரவண ராஜன் தன் மகனை சத்தம் போட கிருத்திகா அவனை சமா-தானம் செய்தாள்.

இந்த நிலையில் வரதராஜன் சரோஜாதேவிக்கு 80 ஆம் கல்யாணம் (சதாபிஷேகம்)செய்ய முடிவு செய்தனர்.

வினித் ராஜன் தன் குடும்பத்துடன் வெளிநாட்டில் இருந்து பொங்கலுக்கு வந்திருந்தான் .அப்பொழுதே வான்மதி தேவி , வானதி தேவி இருவரும் ஜோசியரிடம் அம்மா அப்பாவுக்கு 80 ஆம் கல்யாணம் எப்போ செய்யலாம் "'என்று கேட்டனர்.

"அவரோ இதுதான் சரியான நேரம் இப்போது செய்தால் ரொம்ப நல்-லது.."என்றார்.

வினித் ராஜன் வந்திருக்க வானதி தேவி, வான்மதி தேவி இருவரும் பொங்கலுக்கு வந்த தன் அண்ணன் குடும்பத்துடன் இதைப்பற்றி ஆலோசித்தனர்.

வினித் ராஜன் ,"நீங்க இப்போ சொன்னதை நான் ஊர்ல இருந்து கிளம்பும்போதே சொல்லி இருந்தா நான் ஊருக்கு வருவதை கேன்சல் பண்ணி இருப்பேன் .நேராக 80-ம் கல்யாணத்தப்போ வந்து இருப்பேன் ஏன் அத்தை இப்படி பண்றீங்க .."என்றான்.

"வினித் சொல்றதை கொஞ்சம் கேளுப்பா. இது திடீரென்று நடந்தது.. தாத்தாவுக்கு இப்போ 80 வயது .அதுக்காக நாங்க கேட்க போனோம்.

உடனே நடத்தணும் சொன்னதால சரி நீயும் இருக்கியே முடிச்சிடலாம் நினைச்சோம் இதை தள்ளி போடவும் முடியாது .."என்றாள் வான்மதி தேவி.

"சங்கர் ராஜன் சரி முடிந்தது முடிஞ்சு போச்சு அடுத்து நடக்க வேண்டியது பாருங்க .."என்றார்.

"சரி நாம ஐந்து பேர் இருக்கோம் .எவ்வளவு பணம் போடலாம் சொல்லுங்க .."என்று கணேஷ் ராஜன் கேட்க.

சங்கர்ராஜன் ,"ஐந்து பேரும் சமமா செலவு பண்ணலாம்..' என்று விட்டார்.

உடனே வான்மதி தேவியும் ,வானதி தேவியும் ஒருவரை ஒருவர் பார்த்தவர்கள் ,'"எங்களுக்கு இதில் முழு சம்மதம்

நாங்க பணத்தை கொடுத்து விடுவோம் .."என்றனர்.

தன் தங்கைகள் இருக்கும் நிலை தெரிந்தும் இவர் இப்படி கூறியது அனைவருக்கும் அதிர்ச்சியை கொடுத்தது.

கிருத்திகா தேவி மிகவும் கோபப்பட்டவள் தன் கணவரை பார்க்க சரவணன் எதையும் கூறாமல் அமைதியாக அமர்ந்திருந்தான்.

அனைவரும் எழுந்து சாப்பிடச் செல்ல கிருத்திகா தேவி தன் கணவனை தனியே அழைத்தவள் ,"என்ன மாமா பெரிய மாமா அப்படி சொல்றாங்க .நீங்க அமைதியா இருக்கீங்க.. அம்மாவும், சித்தியும் இப்போ இருக்கிற நிலைமையில பணத்துக்கு எங்கே போவாங்க.."

"என்னை என்ன செய்ய சொல்ற கிருத்திகா .அவர் வேண்டுமென்றே அப்படி செய்றார்.

அவர்கள் இரண்டு பேருக்கும் எங்க அப்பா கொஞ்சம் சொத்து எழுதி வச்சது அவருக்கு பிடிக்கல .அதனால் தான் சமமா செய்ய சொல்றார் .இதில் நான் பேசினால் மாமியாருக்கு சப்போர்ட் பண்ணி பேசறான் சொல்லி அதுக்கும் கதை எடுப்பார் . அப்புறம் வீண் பிரச்சனை தான் வரும் இது தேவையா சொல்லு...?"

"என்ன மாமா பேசறீங்க நீங்க .தாத்தா ஒன்னும் உங்க மூன்று பேருக்கும் சமமா பிரித்த மாதிரி அவங்களுக்கு சமமா பிரிக்கலையே ?நிலத்தில் கொஞ்சம் கொடுத்து இருக்கார் அவ்வளவு தானே..?"

"அது உனக்கும் ,எனக்கும் தெரியுது .அவருக்கு தெரியலையே என்ன பண்றது சரி விடு வானதிக்கும் ,உங்க அம்மாவுக்கும் நானே பணம் கொடுக்கிறேன் அவங்க கிட்ட சொல்லிடு.. "என்றான்.

"ஆமா அவர் குழந்தை அவருக்கு எதுவுமே தெரியாது பாருங்க..சரி விடுங்க.மேலும் இதை பத்தி பேச வேண்டாம் அவங்க எல்லாம் வந்துட போறாங்க.." என்றாள் கிருத்திகா தேவி.

அனைவரும் சாப்பிட்டுவிட்டு கொஞ்ச நேரம் வெளியே அமர்ந்திருந்தனர்.

கிருத்திகா தேவி," வினித் இப்போ நீ போயிட்டு எண்பதாம் கல்யாணத்துக்கு என்னைக்குடா வருவ.."என்று கேட்டாள்

"என்ன சித்தி விளையாடறியா ?ஆயிரம் கணக்கில் செலவு பண்ணி நான் மறுபடியும் வரனுமா?நான் வருவது சிரமம் தான் சித்தி என்ன எதிர்பாக்காதீங்க.." என்று விட்டான் வினித்.

அவனை சொல்லியும் குத்தமில்லை. ஒரு வாரம் முன்பு தான் தன் மச்சானுக்கு திருமணம் முடிந்து இருக்க அவர்களையும் அழைத்துக் கொண்டு தன் மனைவியுடன் சிம்லா சென்று வந்தான் .அங்கே அவனுக்கு ஏகப்பட்ட செலவானது.

இருந்தாலும் அவர்களிடத்தில் பணம் இல்லாமல் இல்லை ஆனால் எதற்கு மறுபடியும் செலவு என்று முடிவு செய்தான் வினித் ராஜன். சங்கராஜனும்," அவனை எதிர்பாக்காத கிருத்திகா நாம மட்டும் போய் வரலாம் .."என்று விட்டார்.

இதைப்பற்றி இனி பேசி பிரயோஜனம் இல்லை என்று நினைத்த கிருத்திகா தேவி தன் சித்தி ,அம்மாவிடம் தன் கணவன் கூறியதை கூற அவர்கள் வேண்டாம் என்று மறுத்தவர்கள் வேற ஒரு முடிவு எடுத்தனர்.

வர்ணம்-90

கிருத்திகா தேவி," அம்மா ,சித்தி நான் சொல்வதை கொஞ்சம் கேளுங்க நீங்க பணத்துக்காக அலைய வேண்டாம் மாமா அவரே பணம் தரேன்னு சொல்லி இருக்காரு.."

இதைக் கேட்ட அக்கா தங்கை இருவரும் ,"அதெல்லாம் வேண்டாம் கிருத்திகா .அவனும் எவ்வளவுதான் செய்வான் ..எங்களுக்கு செய்கிற ஒவ்வொன்னும் அவன் தான் பார்த்து பார்த்து செய்றான் .அப்படி இருக்கும்பொழுது மேலும் மேலும் அவனுக்கு நாங்க சுமையா இருக்க விரும்பல .கரும்பு நல்லா இருக்கு சொல்லி ரொம்ப கசக்கி பிழியக் கூடாது .." என்றனர்.

வான்மதி தேவி கடன் வாங்கியும் ,வானதி தேவி தன் தாலி செயினை அடகு வைத்தும் பணத்தை கொடுத்தனர். வான்மதி தேவியும், வானதி தேவியும் தான் எண்பதாம் திருமணத்திற்காக அனைத்து வேலைகளையும் செய்-

தனர்.

சந்திரன் திருக்கடையூர் நேரே சென்று தங்கும் விடுதிக்கு அட்வான்ஸ் கொடுத்து விட்டு அங்கே புரோகிதரிடமும் பேசி விட்டு வந்தார்.

நாட்கள் இப்படியே நெருங்க அனைவரும் திருக்கடையூருக்கு பயணமாக பேருந்து ஒன்றை வாடகைக்கு எடுத்தவர்கள் ஓரிடத்தில் அனைவரும் வருவதற்காக காத்துக் கொண்டிருந்தனர்.

கிருத்திகா தேவியின் அத்தை மாலதி அவர் குடும்பத்துடன் வந்தவர் தன் மகன், மகள்கள் வீட்டு பேரன் ,பேத்திகளையும் அழைத்து வந்திருந்தார். அதை கண்டு அனைவரும் மகிழ்ச்சி அடைந்தனர்.

அதற்காக மாலதி சொன்ன காரணம் ,"எண்பதாம் கல்யாணம் நம் வீட்டில் யாருக்கும் நடந்ததில்லை . என் அக்கா ,மாமாவுக்கு தான் முதலில் நடக்கிறது. என் பேரன் பேத்திகள் அனைவரும் ஆசிர்வாதம் வாங்கணும்னு நினைச்சேன் அதனால அழைத்து வந்தேன்.." என்றார் மாலதி.

கிருத்திகா தேவி தன் தோழிகளை அழைக்கலாம் என்று நினைத்திருந்தாள்.ஆனால் சங்கர் ராஜன் இவள் கேட்பதற்கு முன்பே ,"யாரும் அவங்க ஃபிரண்ட்ஸ் அழைச்சிட்டு வரக்கூடாது .நமக்கே இடம் பத்தாது அப்புறம் இன்னொரு பஸ் வைக்கும்படி ஆகும் ..."என்று கூறிவிட்டார் .

கிருத்திகா தேவியின் தோழிகள் எண்பதாம் கல்யாணம் நடக்க இருப்பதை கேள்விப்பட்டவர்கள் ,"என்ன கிருத்திகா சொந்தக்காரங்களுக்கு மட்டும் சொல்றீங்களா ?எங்களுக்கெல்லாம் சொல்ல மாட்டியா? இது எண்பதாம் கல்யாணம் யாராலும் அவ்வளவு சீக்கிரம் பார்க்க முடியாது..."என்றனர்.

கிருத்திகா தேவி தன் மூத்தார் கூறியதை சொல்ல ,"சரி அவர் சொல்றதும் சரிதான் .நாங்க இங்க இருந்து பஸ்ல வந்துடறோம் . கல்யாணத்தை பாத்துட்டு அப்படியே சாமியையும் பார்த்துட்டு கிளம்பறோம் .. "என்று தோழி ஒருவள் கூறியதைக் கேட்டவள் அமைதியாக இருக்க மற்றொரு தோழி ,"அவளை சங்கடப்படுத்தாத நீ.அவங்க வீட்டுல அவங்க மூத்தார் சொல்றத எல்லாரும் கேட்பாங்க விடு ..நாம பெரியவங்க இங்க வந்ததும் அவங்க காலில் விழுந்து ஆசீர்வாதம் வாங்கிக்கலாம் .."என்றாள் மற்றொருவர்.

கிருத்திகா தேவி அவங்க பேருந்தில் வரோம் என்று சொல்லியும் யோசிக்க காரணம் அங்கே வருபவர்களுக்கு உணவு அளித்து அனுப்ப வேண்டும் இல்லையா? எத்தனை பேர் வருகிறார்களோ அவர்களுக்கு மட்டும் தான் அங்கே உணவு ஆர்டர் செய்ய முடியும் .அதற்கு மேல் கேட்டால் உணவு கிடைக்காது .என்று ஏற்கனவே சந்திரன் கூறி இருந்தார். அவர் நேரில் சென்ற பொழுது எத்தனை பேருக்கு உணவு வேண்டும் என்று சொல்லிவிட்டு வந்திருந்தார்.

இவர்கள் வந்து அங்கே உணவு கிடைக்கவில்லை என்றால் சாப்பிடாமல் அனுப்ப முடியாதே அசிங்கமாகவிடும்.

ஹோட்டலில் வாங்கி கொடுத்தாலும் தன் மூத்தார் ஏதாவது பேசுவாரோ ? வந்த உறவினர்கள் அனைவரும் நல்ல குணம் கொண்டவர்களாக இருக்க மாட்டார்களே? யாராவது தேவையில்லாமல் எதையாவது சொல்லிவிட்டால் சங்கடமாக போய்விடும் .

பிறகு நல்ல விசேஷம் நடக்கின்ற வீட்டில் பிரச்சனை தான்..என்று பயந்து கிருத்திகா தேவி அமைதியாக இருந்தாள்.

கிருத்திகா தேவி ,"என்னை யாரும் தப்பா எடுத்துக்காதீங்க .எங்க மாமியார் ,மாமனார் வந்ததும் வீட்டுக்கு வாங்க வந்து ஆசீர்வாதம் வாங்கிட்டு போங்க.." எனவும் தோழிகள் புரிந்து கொண்டனர்.

அவர்களுக்குத் தெரியும் இதே மாதிரி விசேஷ நாட்களில் ஒரு சில வீட்டில் பிரச்சனை வருவதை தவிர்க்க முடியாமல் போய்விடும்.. கிருத்திகா தேவி வீட்டில் ஏற்கனவே அப்படி நடந்து இருக்கு என்பதை அவள் சொன்னதால் அனைவரும் அவளை புரிந்து கொண்டனர்.

கிருத்திகா தேவி தன் கணவனிடம் ,"மாமா என் ஃப்ரெண்ட்ஸ் எல்லாரும் வர ஆசைப்பட்டாங்க . பஸ்ல நாங்க நேரா வந்துடறோம் என்றும் சொன்னாங்க. உங்க அண்ணன் சொன்னதால நான் வேண்டாம்னு சொல்லிட்டேன் .எனக்கு எவ்வளவு கஷ்டமா இருக்கு தெரியுமா..?"என்று வருத்தமாக கூறினாள்.

"ஆமாண்டி என்னோட ஃப்ரண்ட்ஸ் ரெண்டு மூணு பேரு கோவிச்சுக்கிட்டாங்க .என்ன பண்றது எங்க அண்ணன் தான் இப்படி சொல்லிட்டாரே. நீ கவலைப்படாத நேர்ல வரும்போது ஆசிர்வாதம் வாங்கிக்கட்டும்.."என்று தன் மனைவியை சமாதானம் படுத்தினான்.

இது யாருக்கும் தெரியாதா இவரு அப்படியே அண்ணன் பேச்சை மீறவே மாட்டார்..??இது நானுங்கோ ..

அனைவரும் பேருந்தில் சங்கர் ராஜன் வீட்டுக்கு முனையில் அவர்கள் வருவதற்காக காத்திருந்தனர். அப்பொழுது வினோதினி தேவி தன் தோழியை குடும்பத்துடன் அழைத்து வந்தாள். அதைப் பார்த்த கிருத்திகா தேவிக்கு மட்டுமல்லாமல் சரவணராஜனுக்கும் கோபம் வந்தது .

மற்றவர்களை அழைத்து வர வேண்டாம் என்று சொல்லியவர் தன் மகளை ஏன் அப்படி சொல்லவில்லை என்று கோபம் கொண்டாள் கிருத்திகா தேவி.

கார்த்திக் ராஜன் வருபவர்கள் அனைவரையும் பார்த்துக் கொண்டு அமைதியாக உட்கார்ந்து இருந்தான். அபிஷேக் ராஜன் அனைவரையும் உறவுமுறை சொல்லி நன்றாக பேசினான். அப்பொழுது கார்த்திக் ராஜனின் முகம் திடீரென்று பிரகாசமாய் மாற அபிஷேக் ராஜன் சந்தேகத்துடன் அவன் பார்வை செல்லும் இடத்தை பார்த்தவன் தன் அண்ணனை ஆச்சரியத்துடன் பார்த்தான்.

கார்த்திக் ராஜன் அமைதியாக வருபவர்களை வேடிக்கை பார்த்துக் கொண்டிருந்தவன் அங்கே ஒரு ஆட்டோ வந்து நிற்க . எதேச்சையாக அங்கே பார்த்தவன் ஆட்டோவில் இருந்து இறங்கிய மங்கையவளை பார்த்ததும் கண்களை எடுக்கவும் மனம் இல்லாமல் அவளையே பார்த்துக் கொண்டிருந்தான்.

மின்னல் ஒரு கோடி எந்தன்

உயிர் தேடி வந்ததே

லட்சம் பல லட்சம் பூக்கள் ஒன்றாகி பூத்ததே

என்ற பாடல் அவன் மனதில் ஓடிக் கொண்டிருக்க அபிஷேக் ராஜன் தன் அண்ணனை கண்டு ஆச்சரியப்பட்டவன் .'இவன் ஏன் இப்படி பார்க்கிறான்' என்று தன் அண்ணனை முதுகில் தட்ட கார்த்திக் ராஜன் அவனின் கையை தட்டி விட்டான்.

"டேய் எரும நீ என்ன பண்ற தெரியுதா..?"என்ற தன் உடன் பிறப்பை முறைத்த கார்த்திக் ராஜன் ,"டேய் சும்மா இருடா "என்று மீண்டும் அவளை பார்த்தான்.

பாக்கியலட்சுமி அந்த ஆட்டோவில் இருந்து இறங்க அவரை பத்திரமாக பேருந்தில் ஏற்றினாள் பெண்ணவள்.

பாக்கியலட்சுமி பேருந்தில் ஏறி அனைவரிடமும் நலம் விசாரிக்க அவரை அமர வைத்து தானும் அமர்ந்தாள். அநன்யா மகாதேவனின் ஒரே மகள்.

அபிஷேக் ராஜனுக்கு ஆச்சரியம் என்னவென்றால் தன் அண்ணன் யாரையும் பாராதவன் ,'இந்த பெண்ணை எதுக்கு இப்படி பார்க்கிறான் என்று மனதில் நினைத்தவன் அது சரி இத்தனை நாள் மண்ணு மாதிரி இருந்தா.இப்ப என்னமோ அந்த பெண்ண பார்க்கறான்.. அதுக்கு பேரு என்னன்னு கேட்டா தெரியாதுன்னு சொல்லுவான்.. எப்படி இருந்தாலும் அந்த பொண்ணு நம்ம சொந்தக்கார பொண்ணு தானே ? இது எவ்வளவு தூரம் போகுது பார்க்கலாம்... 'என்று நினைத்தான்.

அபிஷேக் ராஜனுக்கு அந்தப் பெண் யாரென்று தெரியும். விசேஷங்களில் பார்த்திருக்கிறான்.ஆனால் கார்த்திக் ராஜனுக்கு தெரியாது .

கார்த்திக் ,"டேய் அபி அந்த பாட்டி கூட வந்து இருப்பவர்கள் யார் யார் என்று சொல்லேன் .."

'பயபுள்ள ஒரு முடிவோட தான் இருக்கான் போல 'என்று நினைத்த அபிஷேக் ."ஆஹா உனக்கு தெரியாது இல்ல எனக்கும் தெரியாது .உனக்கு தைரியம் இருந்தால் நம்ம அப்பாவை கேளு போ.."

"உனக்கு ஏன்டா இந்த கொலவெறி போடா லூசு .."என்றவன் தன் சித்தியை நெருங்கி," தீபிகா சித்தி அந்த பாட்டி கூட யார் யார் வந்திருக்காங்க எனக்கு யாருமே தெரியல கொஞ்சம் சொல்லேன்.."

"அட என்னடா சொந்தத்தை பற்றி இன்னும் தெரியாம இருக்க இப்பதான் நானும் உங்க அம்மா கிட்ட கேட்டேன்.."

"அப்போ உனக்கே தெரியலையா பிறகு எதுக்கு என்னை திட்டற.."

"அடேய் எனக்கு இவங்க யாரையும் அதிகம் தெரியாதுடா .அந்த பாட்டியையும் அவங்க பெண்ணையும் தெரியும் ..உங்க அம்மா சொந்தத்தில் கல்யாணம் பண்ணிக்கிட்டதால அவளுக்கு எல்லா உறவு முறையும் தெரியும். காரணம் இது அவளோட மாமியார் வீடு இல்லையா ? கண்டிப்பா அப்போ அவ தெரிஞ்சு தானே வச்சிருக்கனும்.."

"சித்தி எங்க அம்மா சொந்தத்தில் கல்யாணம் பண்ணலன்னாலும் இவங்க சொந்தக்காரங்க என்ற காரணத்தால கண்டிப்பா யார் யார் என்ன உறவு முறை என்று கேட்டு தெரிஞ்சு வச்சிருப்பாங்க..அது உனக்கும் தெரியும் .சரி உனக்கு தெரிஞ்சத இப்போ சொல்லு.." என்றான் கார்த்திக் ராஜன்.

"நீ சொல்றதும் சரி தான் டா .அவ சின்ன வயசுல இருந்தே எல்லார்கூடயும் நல்லா பழகுவா .தாத்தா, பாட்டிகிட்ட வளந்ததால இந்த சொந்தத்தை பற்றி எல்லாம் அவளுக்கு நல்லாவே தெரியும் என்ற தீபிகா எனக்கு அந்த பொண்ணு யாருன்னு தெரியல டா .அதனால உங்க அம்மாகிட்ட அவள் யார் என்று கேட்டேன். என்று தீபிகா கூறியதும் ஆர்வமானான் கார்த்திக்கிராஜன் .

"அவங்க பாக்கியலட்சுமி பாட்டி நம்ம தாத்தாவுடைய தங்கச்சி .அது தெரியுமா தெரியாதாடா..?"

"அவங்கள தெரியும் தெரிஞ்சதையே சொல்லி மொக்க போடாத சித்தி . பாக்கியலட்சுமி பாட்டி பொண்ணு நம்ப வக்கீல் பெரியப்பாவுடைய மனைவி அதுவும் தெரியும்.. எங்க அம்மா விசேஷ வீட்டுக்கு போகும்போதெல்லாம் சொல்லி இருக்காங்க..மத்தவங்களை சொல்லு.."

"அடேய் எல்லாம் என் நேரம்டா அப்புறம் என்னடா இன்னும் யாரை தெரியனும்.." என்ற தீபிகா கார்த்திக் ராஜனை சந்தேக பார்வை பார்த்தவள் 'ம்ஹூம் அதுக்கெல்லாம் இவன் சரிப்பட்டு வரமாட்டான்..' என்று நினைத்தவள்..

அவர் பாக்கியலட்சுமி பாட்டியோட இரண்டாவது மகன் பாலன் சித்தப்பா .அதுவும் உங்க அம்மா தான் சொன்னா. அந்த பொண்ணு யாருன்னு தான் தெரியாம இருந்துச்சு இப்போ அதுவும் தெரிஞ்சிடுச்சு. அந்த பொண்ணு மகாதேவன் சித்தப்பா இருக்காரே அதாண்டா நம்ம பாக்கிய லட்சுமி பாட்டியோட பெரிய மகன் உன் வானதி அத்தைக்கு கட்டிக் கொடுக்க ஆசைப்பட்டார்களே அவர்தான்.அவர் உனக்கு மாமா அவருடைய ஒரே பொண்ணு அநன்யா.." என்றாள்.

தனக்கு தேவையானதை சரியாக சொல்லிவிட்ட தன் சித்தியை மனதில் கொஞ்சியவன்

"ஓஹோ அப்படியா "என்றவன் நல்ல வேலை அந்த பொண்ணு நமக்கு முறை தான் என்று நினைத்த அவளையே ரசித்துக் கொண்டிருந்தான்.

இருந்தாலும் பேருந்தில் அமர்ந்திருப்பதால் யாராவது தன்னை பார்த்து விட்டால் தன் அப்பா,' தன்னை அடி பின்னி விடுவார்' என்று நினைத்தவன் முதன் முதலில் அவளை பார்த்த அந்த நொடி பொழுதை அவளின் அழகிய முகத்தை தன் மனப் பெட்டியில் சேமித்து வைத்தான் .

அதன் பிறகு அவன் பெண்ணை பார்க்கவும் இல்லை, அவளே எதேர்ச்சையாக பார்த்தாலும் பார்க்காததைப் போலவே இருந்தான்.

பாக்கியலட்சுமியின் மகன் பாலன் கார்த்திக் ,அபிஷேக் ராஜனிடம் பேசிக் கொண்டிருந்தவர் கூறியதை கேட்ட அபிஷேக் ராஜன் சிரித்துக் கொண்டிருக்க கார்த்திக் ராஜன் 'உங்களுக்கு ஏன் இந்த கொலைவெறி..' என்று அவரை பார்த்து முறைத்துக் கொண்டிருந்தான்.

வர்ணம்-91

பாக்கியலட்சுமி மகன் பாலன் கார்த்திக் அபிஷேக் ராஜனிடம் பேசிக் கொண்டிருந்தவர் ,"டேய் அங்க பாருங்க டா என் பொண்ணு எப்படி இருக்கா பாருங்க .."என்று தன் அண்ணன் மகள் அநன்யாவை பார்த்து சொன்னவர் கார்த்திக் ராஜனையும் அநன்யாவையும் மாற்றி மாற்றி பார்த்துக் கொண்டிருந்தவரின் மனது கணக்கு போட ஆரம்பித்தது.

கார்த்திக் ராஜன் ,'அச்சோ மாமா எதுக்கு என்னை இப்படி படுத்தறீங்க .நானே அந்த பக்கம் திரும்ப கூடாதுன்னு சொல்லி அமைதியாக உட்கார்ந்து இருக்கேன். உங்களுக்கு பேச வேற எதுவுமே இல்லையா?' என்று அவரை முறைத்துக் கொண்டிருந்தான்.

பாலனின் எண்ணம் என்ன என்று நம்மால் யூகிக்க முடிகிறது இல்லையா? அவருக்கு சரவணராஜனின் மகன் கார்த்திக் ராஜனுக்கு தன் மகளை திருமணம் செய்து வைக்க வேண்டும் என்று எண்ணம் இருந்தது. இந்த விஷயம் கார்த்திக் ராஜனுக்கும் தெரியும்.

சரிங்க இவர்கள் திருக்கடையூருக்கு பயணம் செய்து கொண்டிருக்கட்டும் நாம் அதற்குள் ஒரு குட்டி பிளாஷ்பேக் போயிட்டு வந்துடலாம் வாங்க..??

அனைவரும் உறவினர் விசேஷம் ஒன்றுக்கு சென்றிருந்தனர்.. அப்பொழுது சரவணராஜனும் தன் குடும்பத்துடன் சென்றிருந்தார். பாலனின் மகன் அவினாஷ் கார்த்திக் ராஜனிடம் வந்து பேச ஆரம்பித்தான்." நீங்க என்ன படிக்கிறீங்க ?எங்கே படிக்கிறீங்க "என்று கேட்டான்.

கார்த்திக் ராஜனுக்கு ,'இவன் என்ன லூசா? இவனுக்கு பேச வேறு எதுவுமே இல்லையோ? எதுக்கு இப்போ இதையெல்லாம் கேட்கிறான் 'என்று நினைத்தவன் அவன் கேட்ட கேள்விக்கு பதிலையும் கொடுத்தான்.

அவினாஷ் தனக்கு தேவையான பதில் கிடைத்ததும் எழுந்து தன் அம்மாவிடம் சென்றவன் அம்மா ,"என்ன இந்த பையன் இப்படி முறைச்சிக்கிட்டு இருக்கான். இவன் நம் அக்காவுக்கு சரியா இருப்பானா ?"என்று பேசியதை

கேட்ட கார்த்திக் ராஜனுக்கு அதிர்ச்சியாக இருந்தது.

பாலனின் மனைவி," டேய் நீ கொஞ்சம் சும்மா இருடா .யாருக் காதி-லாவது விழப் போகுது நடக்கும்போது பாத்துக்கலாம் .."என்று தன் மகனை அதட்டினார்..

கார்த்திக் ராஜனுக்கு இப்பொழுது அவன் ஏன் தன்னை வந்து விசாரித்து விட்டுப் போனான் என்று நினைத்தவனுக்கு சிரிப்புதான் வந்தது அவன் உடனடியாக அவினாஷின் அக்கா அதாவது பாலனின் மகளை பார்த்தான்.

'இவங்கள என்னதான் பண்றது இந்த பொண்ணு என்னை விட ஒரு வயது பெரியவ..அதுவே தெரியாம அம்மாவும், பிள்ளையும் பேசுறத பாரு ..'என்று நினைத்து சிரித்துக்கொண்டான்.

ஆம் பாலனின் மகள் வானதி தேவியின் மகள் பிரதிபா வயதை உடை-யவள் .பிரதிபா கார்த்திக் ராஜனை விட ஒரு வயது பெரியவள். பிரதிபாவும் பாலனின் மகளும் ஒரே வகுப்பில் தான் படித்து வந்தனர்.

பாலனின் மகளுக்கும் ,சரண்யாவின் பெரிய மகனுக்கும் திருமணத்தை முடித்து வைக்கலாம் என்று சிறுவயதிலேயே பேசி வைத்தனர். அந்த விஷ-யம் பாலனின் மகனுக்கும் ,சரண்யாவின் மகளுக்கும் சிறுவயதிலேயே தெரி-யும்.

சரண்யாவின் மகனுக்கு திருமணம் செய்ய முடிவு எடுத்தவர்கள் இவள் படித்து முடித்ததும் திருமணத்தை செய்து விடலாம் என்று அவளிடமே கேட்-டனர்..ஆனால் அந்தப் பெண்ணோ இந்த திருமணத்திற்கு சம்மதம் சொல்ல மாட்டேன் என்று விட்டாள்.

அவள் கூறியதைக் கேட்ட பாலன் ,சரண்யா, பாக்கியலட்சுமி மூவரும் அதிர்ச்சி அடைந்தனர். பாலன் அதில் கோபம் கொண்டவர் ,"என்ன நினைச்சுகிட்டு நீ இப்படி பேசுற உனக்கும் ,அவனுக்கும் திருமணம் செய்ய நாங்க ஆசைப்படறோம் என்று உனக்கு எப்பவோ தெரியும் இல்லையா? உனக்கு விருப்பம் இல்லன்னு சொன்னா நாங்க அடிக்கடி அதைப்பற்றி பேசும்பொழுதே நீ சொல்லி இருக்கலாமே? இத்தனை வருடத்துக்கு அப்புறம் இப்ப வந்து சொல்றியே .?"என்று சத்தம் போட்டார்.

"ஆமா அப்பா அப்போ நீங்க பேசுனீங்க .நான் இல்லைன்னு சொல்லல .எனக்கு அப்போ சொல்ற தைரியம் இல்ல .

ஆனா இப்ப சொல்றேன் எனக்கு நல்லா படிக்கனும். படிச்சு நல்ல வேலையில் அமரனும் .அதன் பிறகு தான் நான் திருமணத்தை பற்றி யோசிக்க பேச முடியும்..."

சரண்யா," சரிடா பாப்பா நீ படிச்சு முடிச்சுட்டு திருமணம் பண்ணிக்கோ அதுவரை மாமா வெயிட் பண்ணுவான்."

"இல்ல அத்தை கோச்சுக்காதீங்க நீங்க அவருக்கு வேற பெண்ண பாருங்க .எனக்கு அவரை திருமணம் செய்யும் எண்ணம் கிடையாது .."என்-றாள் .

பாலன் ,"என்ன உனக்கு திமிரா பெரியவங்களை எதிர்த்து பேச எங்க இருந்து கத்துகிட்ட ,உனக்கு யாரும் இப்பவே கல்யாணம் பண்ணி வைக்க போறதில்லையே ?நீ படிச்சு முடி அதன் பிறகு தான் இந்த திருமணம் நடக்கும் .."என்றார்.

"அப்பா எனக்கு விருப்பமில்லை தயவுசெய்து இதை அப்படியே விட்டுடுங்க என்றவள் பாக்கியலட்சுமியை பார்த்து பாட்டி நீங்க ஏன் அமைதியா இருக்கீங்க ? நீங்களாவது என்னை புரிஞ்சுக்கோங்க"என்றவளை பார்த்தவர்..

"பாலா அவ சொல்றபடி இனி இதைப்பற்றி நீங்க யாரும் பேசக்கூடாது .பார்த்து பார்த்து வளர்த்ததுக்கு உன் பொண்ணு நல்ல பாடம் கத்துக் கொடுத்துட்டா. இவ இப்படி செய்வான்னு சொல்லி நான் எதிர்பார்க்கவே இல்லடா .

என் பேரனுக்கு இவளை விட்டா வேற பொண்ணே கிடைக்காதா ?அவளை தயவு செய்து இங்கிருந்து போக சொல்லு இனி அவ என் முகத்திலே விழிக்க கூடாது.." என்று பாக்கியலட்சுமி கூறினார்.

பாலன் தன் அம்மா கூறியதைக் கேட்டவர் மனம் உடைந்து அமர தன் பாட்டியின் கூற்றை கேட்ட பெண்ணவள் அதிர்ச்சி அடைந்தவள் "பாட்டி என்ன இப்படி சொல்றீங்க .ப்ளீஸ் இப்படி எல்லாம் பேசாதீங்க .."என்று அழுது கொண்டே கூறியவளை முறைத்தவர்..

"இங்கே இருந்து போ என்னை மேலும் பேச வைக்காத .."என்ற பாக்கியலட்சுமி எழுந்து உள்ளே சென்று விட்டார்.

பாலன் தன் தங்கையை சமாதானப்படுத்தியவன் தன் மகளை அழைத்துக் கொண்டு வீட்டிற்கு சென்றார். அன்றிலிருந்து பாலன் தன் மகளிடம் பேசுவதை தவிர்த்தார்.

தன் மனைவியின் மீதும் கோபம் வந்தது அவருக்கு ,'தன்மகள் இப்படி பேசுகிறாள் என்றால் எப்படியும் தன் அம்மாவிடம் தன் மனதில் உள்ளதை கூறி இருப்பாளே? இவள் எதையும் என்னிடம் கூறாமல் மறைத்து விட்டாளே.. தன் மருமகன் அவள் மீது ஆசை வைத்திருந்தால் அவனின் நிலைமை என்ன ஆகும் .'என்று நினைத்து புழுங்கினார்.

இந்த விஷயம் வீட்டில் உள்ள அனைவருக்கும் தெரிய வர அனைவருக்கும் பாலனின் மகள் மீது கோபம் தான் வந்தது.. அனைவரின் எண்ணமும் இந்த பொண்ணு ஏற்கனவே சொல்லி இருக்கலாமே என்பது மட்டுமே..

வேலைக்கு சென்று இருந்த சரண்யாவின் பெரிய மகன் வருண் எப்போது வருவான் என்று அனைவரும் காத்துக் கொண்டிருந்தனர். அதே நேரம் அவனிடம் விஷயத்தை சொன்னால் அவன் அதை எப்படி எடுத்துக் கொள்வானோ என்று பயம் அனைவருக்கும் இருந்தது.

வருண் பாலனின் மனைவி புனிதாவை" மாமி மாமி 'என்று அடிக்கடி பேசிக் கொண்டிருக்க அதை பார்த்த வரதராஜன் ,"என்னடா பேராண்டி மாமியாரை இப்பவே விட மாட்டேங்கற... உனக்கு தான் அவங்க பொண்ணு

கொடுப்பாங்க கவலைப்படாத "என்று சிரித்துக் கொண்டே கூறுவார்.

வருண்," அதெல்லாம் எதுவும் இல்ல தாத்தா . பெண்ணை கொடுத்தாலும் கொடுக்கலனாலும் அவங்க என்னுடைய மாமி தானே. அந்த உரிமையில் தான் பேசுறேன் .?" என்று கூறுவான் வருண்.

புனிதாவிடம் அவளின் மகள்," எனக்கு வருணை திருமணம் செய்ய விருப்பமில்லை ."என்று சொல்லிவிட்டாள் ஆனாலும் புனிதா இதை யாரிடமும் சொல்லாமல் இருந்தால் சொல்லும் பொழுது அங்கே பெரிய பிரச்சினை வரும் என்று அவளுக்கு தெரியும்.

அதனால பயந்தவள் ,"இப்போ வந்து இதை சொல்றியேடி .உங்க பாட்டி திருமணத்தை பத்தி பேசினா நீயே அவங்க கிட்ட சொல்லிடு என்னை மாட்டி விடாத. அவங்க கிட்ட என்னால மாட்டிகிட்டு முழிக்க முடியாது. உன் வாழ்க்கை உன் இஷ்டம்.." என்று விட்டாள் புனிதா.

வருண் வந்தவனிடம் மகாதேவன் விஷயத்தை கூறினார்.

வருண் அதைக் கேட்டதும் அனைவரையும் பார்த்தான் .அனைவரும் மிகுந்த வருத்தத்தில் இருக்கிறார்கள் என்பதை புரிந்து கொண்டவன்,". ஏன் எல்லாரும் ஒரு மாதிரியா இருக்கீங்க அவளுடைய விருப்பத்தை அவ சொல்லி இருக்கா அதில் ஒன்னும் தவறு இல்லையே? அவ அவளுடைய விருப்பப்படி படிக்கட்டும். படிச்சு முடிச்சதும் அவளுக்கு பிடிச்ச மாப்பிள்ளையா பார்த்து கட்டி வைக்கலாம் அவ்வளவு தானே?"என்றவனை அனைவரும் ஆச்சரியமாக பார்த்தனர்.

பாக்கியலட்சுமி," டேய் நீ என்னடா சொல்ற. அவ அப்படி பேசுனதுல உனக்கு வருத்தமே இல்லையா? "என்று அழுதவரை ஓடிச்சென்று அணைத்துக் கொண்டவன்.

"பாட்டி இப்ப நீ எதுக்கு அழற. இதில் வருத்தப்பட என்ன இருக்கு ?.அவளுடைய வாழ்க்கை அவளோட இஷ்டம் .அவ்வளவுதான் .அவளை கட்டாயப்படுத்தி திருமணம் செய்து வைத்தாலும் என்னுடைய வாழ்க்கையும் ,அவளுடைய வாழ்க்கையும் நரகமா தான் இருக்குமே தவிர சந்தோஷமா நாங்க வாழ முடியாது.

அதை முதலில் நீங்கள் புரிஞ்சுக்கோங்க.." என்றான்.

அவனின் இந்த தெளிவான பேச்சைக் கேட்ட அனைவரும் கொஞ்சம் நிம்மதி அடைந்தனர். பாலன் தன் மருமகனை நெருங்கியவன் ,"வருண் என்னை மன்னிச்சிடுடா.." என்று கூற அவரை அணைத்துக் கொண்டவன் ..

"என்ன மாமா இப்படி பேறீங்க . நீங்க தயவு செய்து இப்படி எல்லாம் பேசாதீங்க.. அந்த பைத்தியக்காரி பண்ணதுக்கு நீங்க என்ன பண்ணுவீங்க.. அவ என்னை கல்யாணம் பண்ணினாலும் ,பண்ணாட்டியும் நீங்களும் ,நானும் மாமா மருமகன் தானே? அந்த அது மாறப்போகுதா என்ன?

சரி சரி இப்படியே அழுதுகிட்டு இருக்காம எனக்கு வேற பொண்ண பாருங்க போங்க போங்க.." என்று அனைவரையும் கலகலப்பாக முயற்சி செய்தான் வருண்.

மணிவண்ணன்," உனக்கு இதில் கொஞ்சம் கூட வருத்தமே இல்லையாடா ?இல்ல எங்களுக்காக சமாளிக்கிறியா? "என்று கேட்டார்.

"அப்பா ஏற்கனவே பாட்டிக்கு சொன்னது தான் உங்களுக்கும் இதில் வருத்தப்பட எதுவும் இல்லை .நான் அவ மேல எந்த ஆசையும் வைக்கல. உங்களுக்கும் ,மத்தவங்களுக்கும் இது பெரிய ஏமாற்றமா தான் இருக்கும் .அது எனக்கு நல்லாவே தெரியும் .

அதிலும் நீங்க அவ நம்ம வீட்டு மருமகளா வரணும்னு சொல்லி ரொம்ப ஆசைப்பட்டீங்க .

நீங்களும், அம்மாவும் அவளை வளர்த்து இருக்கீங்க .அவள் என் பக்கத்திலேயே இருந்ததாலோ என்னவோ நீங்க எல்லாம் எங்க ரெண்டு பேருக்கும் திருமணம் செய்து வைக்க வேண்டும் என்று சொன்னாலும் எனக்கு அந்த எண்ணம் வரல .. அதனால என் கூடவே வளர்ந்ததால அவளை தங்கச்சி அப்படியெல்லாம் நான் நினைக்கல என்று சிரித்தவன்

உங்கள் அனைவருக்காகவும் நான் அப்போ எதுவும் சொல்லாமல் இருந்தேன் .நல்ல வேலை நான் அவள் மீது ஆசை வைக்காமல் இருந்ததும் நல்லதா போச்சு.." என்றான் அவன் பேசியதைக் கேட்டு மற்றவர்கள் தெளிவடைந்தார்களோ இல்லையோ மணிவண்ணன் நிம்மதி அடைந்தார்.

மணிவண்ணன் இந்த விஷயத்தை கேள்வி பட்டதும்,' தன் மகன் அவளை விரும்பி இருந்தால் என்ன செய்வது ?தனக்கு நடந்தது போல தன் மகனுக்கும் நடந்து விடுமோ ?அவனுக்கும் விருப்பமில்லாத வாழ்க்கை அமைந்து விடுமோ ?என்று கலக்கம் கொண்டார் .இப்போது அது இல்லை என்பதும் நிம்மதி அடைந்தார்.

வர்ணம்-92

பாலாவின் மகள் சுப்ரியா வருணை திருமணம் செய்ய விருப்பமில்லை என்று கூறியதும் வருண் அதில் அவள் மீது கோபம் கொள்ளவில்லை என்றாலும் வருத்தம் கொண்டான் .காரணம் வருண் பணிபுரியும் இடத்தில் ஒரு பெண் அவனை காதலித்து வந்தாள்.

அப்பெண் ஒரு நாள் நேரடியாக அவனிடம் தன் காதலை சொல்ல என்ன கூறுவது என்று தெரியாமல் இருந்த வருண் ,"எனக்கு என் மாமா பெண்ணை திருமணம் செய்து வைக்கணும் சொல்லி பெரியவங்க முடிவு பண்ணி இருக்காங்க.அதனால நீங்க என்னை மன்னிச்சிடுங்க. உங்களுக்கு என்னை விட சிறந்தவன் ஒருவன் உங்க வாழ்நாளில் பொக்கிஷமா கிடைப்பான்.." என்று கூறி விட்டான்.

அதில் ஏமாற்றம் அடைந்த ஸ்ருதி ,"ஓகே வருண் நீங்க சொல்றது எனக்கு புரியுது .ஆனால் நாம் இரண்டு பேருடைய நட்பு இப்படியே தொட-ரனும் .அதுதான் என்னோட ஆசை. அதுக்கு உங்களுக்கு சம்மதம் தானே..? "என்றாள்.

"அதனால என்னங்க அதில் பிரச்சனை இல்லை. நாம எப்போதும் போல ப்ரெண்ட்ஸ் தான்.."

"ஓகே தேங்க்ஸ் வருண். ஒரு நாள் என்னை உங்க வீட்டுக்கு அழைச்-சிட்டு போறீங்களா?"

"போலாம் ஸ்ருதி இந்த ஞாயிற்றுக்கிழமை உங்களுக்கு ஓகேவா..?"

"எனக்கு ஓகே வருண் போகலாம் "என்றவளை ஞாயிற்றுக்கிழமை தன் வீட்டிற்கு அழைத்து சென்றான் .

சரண்யா அவனை கடை தெருவுக்கு அனுப்பி இருக்க ஸ்ருதி ," ஆன்ட்டி எனக்கு உங்க பையனை ரொம்ப பிடிச்சிருக்கு .நான் இப்படி சொல்றேனே சொல்லி தவறா எடுத்துக்காதீங்க. நான் என் காதலை அவர்-கிட்ட சொன்னேன் . உங்க அண்ணன் மகளுக்கும், அவருக்கும் திருமணம் செய்து வைக்க போறீங்கன்னு சொன்னாங்க.

உங்களுக்கு விருப்பம் இருந்தால் நான் உங்க வீட்டுக்கு மருமகளா வரணும்னு நினைக்கிறேன் .எனக்கு வருணை ரொம்ப பிடிக்கும் ஆன்ட்டி ...".என்றவளை ஆச்சரியமாக பார்த்த சரண்யா வெளியே நிழல் ஆடவும் அங்கே பார்த்தாள்.

அங்கே வருண் நின்று கொண்டிருக்க ,"ஸ்ருதி நீ சொல்றதை கேட்கும் போது எனக்கு என்ன சொல்றதுன்னு தெரியல நீ அவன் மேல ஆசையை வளர்த்துக்காதே . எங்க வீட்டு மருமக என் அண்ணன் மகள் தான். என்-றவள் வருண் நம்ம சுப்ரியாவோட போட்டோவ இந்த பாப்பாவுக்கு காட்டு.." என்று எழுந்து கிச்சனுக்கு சென்று விட்டாள்.

ஸ்ருதி வருணை திரும்பி பார்க்க அவனோ ஸ்ருதியை ஆச்சரிய பார்வை பார்த்துக் கொண்டே இருந்தான்.

ஸ்ருதிக்கு வருண் என்ன சொல்ல வருகிறான் என்று புரிந்தாலும்," சாரி வருண் நீங்க என்கிட்ட சொன்னீங்க இருந்தாலும் என்னால உங்களை விட்-டுக் கொடுக்க முடியல .அதனால தான் வீட்டுக்கு வந்து உங்க அம்மா கிட்ட நேரடியா பேசலாம்னு நினைச்சேன் .

ஆனா நான் நினைச்சது தவறு என்று இப்போதான் தெரியுது. பரவா-யில்ல வருண் நீங்க சந்தோஷமா இருந்தால் எனக்கு அதுவே போதும் என்-றவள் சாரி ஆன்ட்டி நான் ஏதாவது தப்பா பேசிருந்தா மன்னிச்சுடுங்க..." என்றாள்.

"அதெல்லாம் ஒன்னும் இல்லம்மா சின்ன வயசுல பேசுனதை மாற்ற முடியாது இல்லையா? மத்தபடி எதுவும் இல்லை உனக்கு வருணை விட நல்ல மாப்பிள்ளை வருவான் கவலைப்படாத.."என்று அவளை வாழ்த்தி

அனுப்பினாள் சரண்யா.

வருணுக்கு ஸ்ருதியின் செயல் ஆச்சரியமாக இருந்தது. 'தான் உண்மையை சொல்லியும் இப்பெண் தன் அம்மாவிடம் கேட்கிறாள் என்றால் தன் மீது அவ்வளவு காதலா இவளுக்கு ..'என்று நினைத்தவனுக்கு ஒருபுறம் மகிழ்ச்சியாகவும் ,ஒருபுறம் வேதனையாகவும் இருந்தது.

ஸ்ருதிக்கு அடுத்த ஒரு வருடத்திற்குள் திருமணம் நடந்தது.

வருண் தன் மாமன் மகள் படித்து முடிப்பதற்காக காத்துக் கொண்டிருந்தான்.வருணும் ,சரண்யாவும் இதை தான் இப்பொழுது நினைத்துக் கொண்டிருந்தனர் .

'சுப்ரியாவை நம்பி என் மகனை விரும்பிய பெண்ணை விட்டுட்டோமே ? அந்தப் பொண்ணு நேரடியா என்கிட்ட வந்து கேட்டும் நானும் அறிவு கெட்ட தனமா அப்படி பேசிட்டேனே.?அறிவு கெட்டவ அப்பவே சொல்லி இருந்தா அந்த பெண்ணுக்கும் ,என் மகனுக்கும் எப்பவோ திருமணம் நடந்து இருக்குமே ..?'என்று நினைத்து அழுது கொண்டிருந்தார்.

வருணுக்குமே பைத்தியக்காரி அதை ஏற்கனவே சொல்லி இருந்தா தன்னை விரும்பிய பெண்ணை நான் திருமணம் செய்து இருப்பேனே.. என்று நினைத்தான்.

ஸ்ருதி வருணிடம் காதலை சொன்னதும் அவன் அவ்வளவு மகிழ்ச்சி அடைந்தான் .தன்னை ஒருத்தி விரும்புகிறாள் என்று தெரிந்தால் யாருக்கு தான் மகிழ்ச்சியாக இருக்காது .ஆனால் அதை அனுபவிக்க முடியாதவனாய் உண்மையை கூறினான்..

இப்பொழுது அவளின் மனம் கசந்தது .'இந்த பைத்தியக்காரியை நம்பி தானே நம்ம வீட்ல இருக்கிறவங்க ஏமாந்து போனாங்க.. சரி இன்னார்க்கு இன்னார் என்று கடவுள் எப்பவோ எழுதி வைத்தது தானே நமக்கு என்று ஒருத்தி வருவா..' என்று மனதை தேற்றிக் கொண்டான்.

பாலன் தன் மகளிடம் பேசாமல் இருந்தாலும் அவளுக்கு நல்ல வாழ்க்கை அமைய வேண்டுமே என்று நினைத்தவன் அடுத்து சொந்தத்தில் யாருக்காவது தன் பெண்ணை கட்டிக் கொடுக்கலாம் என்று யோசித்தவன் தன் மனைவியிடம் அதைப் பற்றி பேசிக்கொண்டிருந்தார்..

அவரின் மனைவி ,"சரவணனின் பெரிய மகன் இருக்கானே நான் அந்த பையனை பார்த்திருக்கேன் .பையனும் நல்லா இருக்கான்.." என்று கூற அப்பொழுதுதான் பாலனுக்கும் அந்த ஞாபகம் வந்தது .

ஆனால் இவர்களுக்கு கார்த்திக் ராஜனை விட சுப்ரியா ஒரு வயது பெரியவள் என்று தெரியாது.

பாலன் வீட்டில் உள்ளவர்களிடம் கூற சரண்யா," அண்ணா என்ன பேசுற நீ கார்த்திக் ராஜனை விட நம்ம சுப்ரியா ஒரு வயது பெரியவள்..." என்றதும் பாலனுக்கு ஏமாற்றமாக இருந்தது.

"இது எனக்கு தெரியாது சரண்யா .."என்றவர் சரி அந்த கழுதைக்கு ஏற்கனவே ஒருவன் பிறந்துட்டு இருப்பான் பார்க்கலாம் என்றான்.

பாலனுக்கு தன் மாமா ,மாமி எண்பதாம் கல்யாணத்திற்கு வந்திருக்கும் பொழுது கார்த்திக் ராஜனை பார்த்தவருக்கு அந்த நினைப்பு வந்தது.' தன் வீட்டு மருமகனாக இவன் தான் வர வேண்டும் என்று நினைத்தோம் .அது-தான் நடக்கலையே ..'என்று உள்ளுக்குள் புலம்பிக்கொண்டார்.

அநன்யாவை பார்த்ததும் இவங்க இரண்டு பேருக்கும் திருமணம் செய்து வைத்தால் நல்லா இருக்குமே என்று நினைத்தார் பாலன்.அதனால் தான் கார்த்திக் ராஜன் ,அபிஷேக் ராஜன் இருவரிடமும் பொதுவாக அப்படி கூறி-னார்.

சரி நாம இப்போ நிகழ்காலத்துக்கு வரலாம்.

அனைவரும் சந்திரன் ஏற்கனவே ஏற்பாடு செய்திருந்த விடுதியில் முதல் நாள் தங்கியவர்கள் அன்று இரவு நடைபெற்ற ஹோமத்தில் கலந்து கொண்-டனர்.

பிறகு மறுநாள் கணேஷ் ராஜனின் மனைவி சர்வேஸ்வரி மட்டும் காரில் வந்து இறங்கினாள்..கணேஷ் ராஜன் முதல் நாள் அனைவருடனும் பேருந்-தில் வந்துவிட்டான்.

சர்வேஸ்வரி ,"என்னால் எங்கேயும் வந்து தங்க முடியாது.. நான் மறுநாள் வரேன்.." "என்று கூறியவள் அன்று வரவில்லை.

மறுநாள் அவள் மட்டும் வரவும் கணேஷ் ராஜன் டென்ஷனாகி குதிக்க ஆரம்பித்தார்.

கிருத்திகா தேவி," ஏன் மாமி பசங்களை அழைச்சிட்டு வரலையா..?"என்று கேட்டாள்.

"இல்ல டி அவங்க இரண்டு பேரும் வரமாட்டேன்னு சொல்லிட்டாங்க அவங்க தூங்கிட்டு இருக்காங்க.. ."என்றாள் சர்வேஸ்வரி.

அதைக் கேட்டு கோபம் கொண்ட கிருத்திகா தேவி ,"தூக்கம் ரொம்ப முக்கியமா ஏன் இப்படி இருக்கீங்க.. அவங்க ரெண்டு பேரும் யாரு இந்த வீட்டு வாரிசுங்க ..இவர்களுடைய பேரனுங்க.. எங்க அத்தை அவங்க பேரன் ,பேத்தி எல்லோரையும் அழைச்சிட்டு வந்திருக்காங்க ..

காரணம் எண்பதாம் கல்யாணம் அவ்வளவு சீக்கிரம் யாராலும் பார்க்க முடியாது .அது நம்ம வீட்ல இருக்க பெரியவங்களுக்கு நடக்குது அதனால் தன் குடும்பத்தில் உள்ள அனைவரையும் அழைச்சிட்டு வந்திருக்காங்க...

அதை நீங்க பிள்ளைகளுக்கு சொல்லி புரிய வைத்திருக்கலாம் .உங்க கிட்ட பேசி ஒரு பிரயோஜனமும் இல்லை போங்க .."என்றவள் அங்கிருந்து நகர்ந்தாள்.

கிருத்திகா தேவி பேசியது சங்கேஸ்வரிக்கு கோபம் வந்தாலும் எப்பொ-ழுதும் போல் ஒன்றும் தெரியாதவள் போல நடித்துக் கொண்டு அமர்ந்திருந்-தாள்..

சரவண ராஜன் குடும்பத்தில் உள்ளவர்கள் மட்டுமே அதாவது சரவண ராஜன் ,கிருத்திகா தேவி, கார்த்திக் ராஜன், அபிஷேக் ராஜன் மட்டுமே குடும்பத்துடன் எண்பதாம் திருமணத்தில் கலந்து கொண்டனர்.

வானதி தேவி வீட்டில் ஹரி மட்டும் வந்திருந்தான். சங்கவி தனக்கு விடுமுறை கிடைக்கவில்லை என்று வரவில்லை .சங்கர் ராஜன் வீட்டில் அவரின் மகன் வினித் ராஜன் வரவில்லை மகள் வினோதினி தேவி அவள் கணவன் பிள்ளையுடன் வந்திருந்தாள். சங்கர்ராஜனும் வைஷ்ணவியும் வந்திருந்தனர்.

சர்வேஸ்வரி மட்டுமே வந்திருக்க பிள்ளைகள் வரவில்லை

இதை பார்த்து அனைவருமே ,"உங்க பிள்ளைங்க கொடுத்து வச்சிருக்காங்க...நீங்க குடும்பத்துடன் வந்து இந்த விசேஷத்தில் கலந்துக்கறதே கடவுளோடு ஆசீர்வாதம் தான்.. நீ டென்ஷன் ஆகாத கிருத்திகா சர்வேஸ்வரிக்கு அந்த அருமை தெரியல .."என்று அவளை சமாதானம் செய்தனர்.

எண்பதாம் கல்யாணம் சிறப்பாக நடைபெற்றது.

பிறகு அனைவரும் ஊருக்கு திரும்பினர்.

கிருத்திகா தேவிக்கு அநன்யாவை பார்த்ததும் பிடித்து விட்டது.

அதன் பிறகு இரண்டு விசேஷங்களில் அநன்யா கிருத்திகா தேவியை பார்த்தவள் ,"மாமி மாமி "என்று நன்றாக பேசினாள். இவளும் இயல்பாக அதை எடுத்துக் கொண்டவள் அவளிடம் நன்றாக பேசிக் கொண்டுதான் இருந்தாள். அவளின் பக்கத்தில் உட்கார்ந்து கதை அளந்து கொண்டே இருந்த அநன்யா சரவண ராஜனிடமும் நன்றாக பேசினாள்.

நாட்கள் இப்படியே சென்று கொண்டிருக்க வான்மதி தேவி தன் பேரன் கார்த்திக் ராஜனின் நம்பரை மணிவண்ணனின் பெரிய மகன் வருணுக்கு கொடுத்தாள்

இருவரும் புலனம் (Wattsapp) மூலமாக அண்ணா ,தம்பி என்று பேசிக்கொண்டு வந்தனர்.

கொஞ்சம் கொஞ்சமாக கார்த்திக் ராஜனின் மனதில் அநன்யா இருக்கிறான் என்று வான்மதி தேவிக்கு புரிய ஆரம்பித்தது.

அவன் கல்லூரி படித்து கொண்டிருக்கும் போது கொரோனா வர அந்த விடுமுறைக்கு தனது பாட்டி வீட்டுக்கு சென்றான் கார்த்திக் ராஜன்.

அப்பொழுது வான்மதி தேவி தன் அத்தை பாக்கியலட்சுமியிடம் பேசிக் கொண்டிருந்தவர் அநன்யாவை பற்றி அடிக்கடி பேசுவார். சரண்யா அனன்யாவை வளர்த்ததால் சரண்யா வீட்டுக்கு பக்கத்திலேயே இருந்த பாக்கியலட்சுமி தன் பேத்தி செய்யும் செயல்களை சொல்லி தன் அண்ணன் மகளிடம் சிரித்துக் கொண்டிருப்பார் .அதே நேரம் சரண்யா தன் பேத்தியை எப்படி வளர்க்கிறாள் என்பதையும் சொல்லி பெருமைப்பட்டுக் கொள்வாள்.

அப்படி சொல்லும் போதெல்லாம் இவள் அதை கேட்டுக்கொண்டு அநன்யாவின் பெயரை சொல்ல அப்போதெல்லாம் கார்த்திக் ராஜனின்

முகத்தில் மாற்றம் ஏற்பட்டது .

அதை பார்த்த வான்மதி தேவிக்கு முதன்முதலாக தன் பேரனின் இந்த வித்தியாசமான செயல் குழப்பத்தை கொடுத்தது .

பிறகு யோசித்தவள் தன் அப்பாவும் ,தன் அத்தையும் அவளுக்கு இவனை கட்டிக் கொடுப்பதாக கூறியதை வைத்து ஆசையை வளர்த்துக் கொண்டானோ என்று மனம் பதறியது.

அவனின் பார்வையை வைத்தே கண்டுபிடித்தாள் வான்மதி தேவி . ஆனால் யாரிடமும் எதையும் சொல்லாமல் அமைதியாக இருந்து வந்தாள்.

பிறகு ஒரு விசேஷத்திற்கு செல்ல இவன் அந்த பெண்ணை பார்ப்பதும் பிறகு திரும்பிக் கொள்வதுமாக இருக்க அதை பார்த்தவருக்கு தனது சந்தேகம் ஊர்ஜிதம் ஆனது..

வர்ணம்-93

வான்மதி தேவி ,"அட கடவுளே இந்தப் பையன் இப்படி ஒரு எண்ணத்தை மனதில் வச்சிருக்கானே? இது சரவணன் ராஜனுக்கு தெரிந்தால் என்ன சொல்வானோ..?" என்று பயந்து கொண்டு இருந்தாள்.

ஆனாலும் அநன்யா தன் பேரனுக்கு மனைவியாக வந்தால் நன்றாக இருக்கும் என்று நினைத்தாள் வான்மதி தேவி .அநன்யாவை வான்மதி தேவிக்கு மிகவும் பிடிக்கும் .அவளும் பெரியம்மா பெரியம்மா என்று வான்மதி தேவியிடம் நன்றாக பேசுவாள்.

ஒரு நாள் பாக்கியலட்சுமி ,"எனக்கு ஒரு ஆசை வான்மதி தேவி. நான் நெனச்சது எதுவுமே நடக்கல இதாவது நடக்குதான் பாப்போம்..அதாவது சங்கர் ராஜனுக்கு என் மகள் சரண்யாவை கட்டிக் கொடுக்க நினைச்சேன் அது நடக்கல.

மகாதேவனுக்கு வானதி தேவியை கட்டிக் கொடுக்க நினைச்சைன் அதுவும் நடக்கல.ஆனா இப்போ ஒன்னு நினைக்கிறேன். அதாவது நடக்குமான்னு தெரியல.." என்றார் .

"என்ன அத்தை சொல்றீங்க எதுவா இருந்தாலும் தெளிவா சொல்லுங்க .."

"வான்மதி உன் பேரன் கார்த்திக் ராஜனுக்கு என் பேத்தி அநன்யாவை கட்டிக் கொடுக்கனும் ஆசைப்படறேன் .எனக்கு எங்க அண்ணன் வீட்டு சொந்தம் வேண்டும் .என் அண்ணன் சொந்தம் விட்டு போக கூடாதுன்னு நினைக்கிறேன். நான் நினைச்சது நடந்தால் சந்தோஷப்படுவேன்.."என்றார் பாக்கியலட்சுமி.

வான்மதி தேவி ,'என்ன இவங்க நேர்ல பார்த்த மாதிரி சொல்றாங்க .கார்த்திக் ராஜனும் அந்த பெண்ணை பார்ப்பதையும் , தவிர்ப்பதையும் நானும் பாத்துட்டு தானே இருக்கேன். அவனும் மன குழப்பத்தில் தான் இருக்கிறான் என்பது எனக்கும் நல்லா தெரியுது.

இவங்க இப்படி சொல்றது தெரிஞ்சா அவனுக்கு இடம் கொடுத்த மாதிரி ஆகிடுமே..'என்று நினைத்தவள்.

" அத்தை நீங்க நினைக்கிறது எதுவுமே நடக்கலன்னு நீங்களே சொல்-நீங்க . அப்படி இருக்கும் பொழுது ஏன் அத்தை உங்களுக்கு இந்த ஆசை .வேணாம் விட்டுடுங்க .கடவுள் அவங்க ரெண்டு பேருக்கும் முடிச்சு போட்டு இருந்தா கண்டிப்பா அது நடக்கும். ஆனா நாம எதுவும் இதை பத்தி பேச வேண்டாம் இரண்டு பேரும் முதலில் படித்து முடிக்கட்டும்..."என்றாள் வான்-மதி தேவி.

"சரி மா நீ சொல்றதும் சரிதான் அவங்க படிச்சு முடிச்சதும் அதை பத்தி பேசலாம்.." என்றார் பாக்கியலட்சுமி.

பாக்கியலட்சுமிக்கு இப்படி ஒரு எண்ணம் தோன்ற காரணம் எண்பதாம் திருமணத்திற்கு சென்றிருந்த பொழுது அநன்யா ஆட்டோவில் இருந்து இறங்கியதும் வரதராஜன் ,"வாமா பாக்கியலட்சுமி எப்படி இருக்க ஆமா யாரு இந்தப் பொண்ணு .."என்று அநன்யாவை பார்த்து கேட்டார்.

"நல்லா இருக்கேன் அண்ணா. இவ நம்ம மகாதேவனின் பொண்ணு .என் பேத்தி அநன்யா.."

"ஓஹோ அப்படியா . பேத்தி நல்லா அழகா இருக்காளே .. என்னம்மா படிக்கிற எப்படி இருக்க.." என்று நலம் விசாரித்தார்.

அநன்யா,"நல்லா இருக்கேன் தாத்தா ."என்ற அநன்யா பேருந்தில் உள்-ளவர்களை பார்த்துக் கொண்டு நின்றிருந்தாள்.

பாக்கியலட்சுமி ,"அண்ணா எனக்கு ஒரு ஆசை .."

"நானும் உன்கிட்ட ஒன்னு சொல்லணும் பாக்கியம். நீ முதல்ல சொல்லு.." என்றார் வரதராஜன்.

"அண்ணா என் பேத்தி அநன்யாவை உன் பேரன் கார்த்திக் ராஜனுக்கு கட்டி வைக்க னும் நினைக்கிறேன்
நீ என்ன சொல்ற.."

"ஆமாம் எனக்கும் அது தான் தோணுது பாக்கியம்..என் பேரன் கார்த்-திக்ராஜனுக்கு உன் பேத்தியை முடிச்சிடலாம்.." என்றார்.

" எனக்கு ரொம்ப சந்தோஷம் அண்ணா நாம் நினைச்சது இதாவது நடக்கட்டும்..."என்றார் பாக்கியலட்சுமி.

சங்கராஜன் ,கணேஷ் ராஜன் இதைக் கேட்டு ஒருவரை ஒருவர் பார்த்-தவர்கள்,' இவங்க ரெண்டு பேருக்கும் வேற வேலை இல்ல.. ஏற்கனவே நடந்ததெல்லாம் போதாதா? எத்தனை தடவை பட்டாலும் இவங்க மாறவே போறதில்ல.." என்று நினைத்துக் கொண்டனர் .

ஆனால் இது சரவணன் ராஜனுக்கும், கிருத்திகா தேவிக்கும் தெரியாது.

பாக்கியலட்சுமி அது மட்டுமில்லாமல் தன் பேரன் வருணிடம்," இங்க பாருடா நானே இறந்தாலும் கார்த்திக் ராஜனுக்கு தான் நம்ம அநன்யாவை கட்டிக் கொடுக்கனும் புரியுதா ?இதுதான் என்னுடைய ஆசை .."என்றார்.

பாக்கியலட்சுமி கூறியதை கேட்ட வருணுக்கு மிகவும் மகிழ்ச்சியாக இருந்தது. காரணம் கார்த்திக் ராஜனை அவனுக்கு மிகவும் பிடிக்கும் ..அதே நேரம் தங்கள் வீட்டு பெண்ணான தான் தங்கையாக பார்த்து வரும் அநன்யாவையும் மிகவும் பிடிக்கும் .

அவளுக்கு நல்ல வாழ்க்கை அமைய வேண்டும் என்று நினைத்தவன் அவளுக்கு தன் சித்தப்பா மகன் கார்த்திக் ராஜன் கணவனாக வந்தால் அவளின் வாழ்க்கை சிறப்பாக இருக்கும்.

தன் சித்தியும் சித்தப்பாவும் அவளை பத்திரமாக பார்த்துக் கொள்வது மட்டும் அல்லாமல் அவளின் எண்ணம் அறிந்து நடந்து கொள்வார்கள்.' என்று நம்பிக்கை கொண்டான்.

இந்த செய்தி கொஞ்சம் கொஞ்சமாக உறவினர்களுக்கும் பரவ ஆரம்பித்தது. அதிலும் பாக்கியலட்சுமி பிள்ளைகளுக்கும் ,பேரன்களுக்கும் தெரிய வர அனைவருக்கும் இதில் மகிழ்ச்சியே.

சரண்யாவின் இரண்டாவது மகன் தருண் ஒரு பெண்ணை காதலித்து வந்தான். தருண் வருண் குணத்திற்கு எதிரான குணத்தை கொண்டவன்.

வருண் இதம் தரும் தென்றல் என்றால் தருண் சூறாவளி. வருண் பெரியவர்கள் யாராக இருந்தாலும் சமமாக நடத்துவான் .அவர்களுக்கு மரியாதை கொடுப்பான். தருண் தன்னையும் தன் குடும்பத்தையும் யார் தேவையில்லாமல் வம்பு செய்கின்றனரோ அவர்கள் பெரியவர்களாகவே இருந்தாலும் பதிலடி கொடுப்பான்.

வருண் இருக்கும் இடமே தெரியாது .

தருண் இருக்க இடத்தில் எப்போதும் இரைச்சல் வந்து கொண்டே இருக்கும் .சுருங்கச் சொல்ல வேண்டும் ஆனால் தருண் சரண்யாவின் கடைசி தம்பி கந்தன் குணத்தைக் கொண்டவன்.

கந்தனும் ஒரு பெண்ணை காதலித்து திருமணம் செய்து கொண்டான். சங்கர் ராஜனின் நண்பரின் மகளை தான் கந்தன் காதலித்து கைப்பிடித்தான்.

மாமாவின் வழியை பின்பற்றிய தருண் அந்தப் பெண்ணை காதலித்து வந்தவன் அவளை விட்டு பிரிய முடியாமல் தன் பாட்டியிடம் தன் அண்ணனுக்கு திருமணம் நடப்பதற்கு முன்பே தனக்கு திருமணம் நடக்க வேண்டும் என்று அடம் பிடித்தான்.

பாக்கியலட்சுமி இதற்கு மறுப்பு தெரிவித்தார் .ஆனாலும் அவன் அடம் பிடித்து காரியத்தை சாதித்துக் கொண்டவன் அந்தப் பெண்ணை திருமணமும் செய்து கொண்டான் .இவன் காதலித்து திருமணம் செய்ததால் பாக்கியலட்சுமி தன் சொந்தக்காரர்கள் யாருக்குமே இந்த திருமணத்தைப் பற்றி சொல்லவே இல்லை.

உறவினர்கள் அனைவரும் அவனுக்கு திருமணம் முடிந்து விட்டதை கேள்விப்பட்டவர்கள் அதுவும் பெரியவன் இருக்கும் பொழுது சிறியவனுக்கு ஏன் திருமணம் செய்ய வேண்டும். காதலித்தால் என்ன பொறுத்திருந்து பெரி-

யவன் திருமணம் முடிந்த பிறகு சிறியவனுக்கு திருமணம் செய்து வைத்தால் என்ன ..?என்று பாக்கியலட்சுமியை திட்டிக் கொண்டிருந்தனர்.

தருணின் மனைவி சென்னையில் ஒரு வங்கியில் மேனேஜராக பணியில் இருந்தாள்.அதனால் தருண் சென்னைக்கு சென்றான் .அவர்கள் இருவரும் தன் வாழ்க்கையை ஆரம்பித்தனர். கொஞ்ச நாட்களில் அவர்களுக்கு ஆண் குழந்தை பிறந்தது.

இந்த நிலையில் வருணுக்கு பெண் பார்த்தனர். சோமேஸ்வரனின் இரண்டாவது மனைவி கண்ணகியின் அக்கா பேத்தி இந்து அவளுக்கும் ,வருணுக்கும் திருமணம் செய்து வைக்கலாம் என்று முடிவு செய்தனர்.

வருணை சங்கர் ராஜனுக்கு மிகவும் பிடிக்கும். அவனின் மரியாதையான செயல் அவரை மிகவும் ஈர்த்தது.. அதே நேரத்தில் படித்து முடித்து கல்லூரியில் பணிபுரிபவன் யாரையும் இதுவரை காதலிக்காமல் தன் பெற்றோர் பெண் பார்க்கும் வரை அமைதியாக இருந்தது சங்கர்ராஜனுக்கு மிகவும் பிடித்தது.

சங்கர் ராஜன் அதனால் அந்த பெண்ணை வருணுக்கு பேசி முடித்தார்.. கண்ணகியின் அக்கா மருமகன் அதாவது இந்துவின் அப்பா சொக்கலிங்கம் சங்கர் ராஜானின் நண்பன் .

சொக்கலிங்கம் தன் மகளுக்கு மாப்பிள்ளை பார்த்துக் கொண்டிருக்க சங்கர் ராஜன் ,"சொந்தத்தில் மாப்பிள்ளை இருக்கும் பொழுது நீங்க ஏன் வெளியே மாப்பிள்ளை பாக்கறீங்க.."என்று கேட்டார்.

"நீங்க யாரை சொல்றீங்க சங்கர் ராஜன் எனக்கு புரியலையே..?" என்றார் இந்துவின் அப்பா சொக்கலிங்கம்.

"மணிவண்ணன் அண்ணன் பையன் பெரியவன் இருக்கானே அவனுக்கு தான் உங்க பொண்ணை கொடுங்கன்னு சொல்றேன் .ரொம்ப நல்ல பையன் மரியாதையானவன் .படிச்சிட்டு கல்லூரி விரிவுரையாளராக பணியில் உள்ளான் ..முக்கியமா உங்க பெண்ண கண்கலங்காம பார்த்துப்பான்..."

சொக்கலிங்கம்,"அட போப்பா உங்க வீட்ல என் பொண்ணை கட்டி கொடுக்க சொல்ற .உங்க வீட்ல இருக்க எல்லா பசங்களுக்கும் கோபம் தானே முதலில் வரும்.."

"ஆமா மாமா யார் இல்லைன்னு சொன்னா ..ஆனா அவன் அப்படி கிடையாது .சின்னவன் கோபப்படுவான். ஆனால் பெரியவன் தேவையில்லாம கோபப்பட மாட்டான் கவலைப்படாதீங்க. என்னை நம்பி பெண்ணை கொடுங்க.."

உடனே சொக்கலிங்கமும் சங்கர் ராஜனின் பேச்சை ஏற்று அதற்கு சம்மதம் சொன்னார்.

இரு விட்டிலும் பெண் ,மாப்பிள்ளை பார்க்கும் படலம் முடிய வருணுக்கு திருமணம் முடிவாகிய நிலையில் அனைவருக்கும் பத்திரிக்கை வைத்து முடிக்க திருமண நாளும் வந்தது.

கார்த்திக் ராஜன் இந்த திருமணத்திற்கு வேஷ்டி சட்டையில் வந்தான் .தன் சொந்த அண்ணனின் திருமணத்தைப் போல அதில் கலந்து கொண்டு ஒரு சில வேலைகளையும் செய்தான் .அதைப் பார்த்த அநன்யாவின் வீட்டில் உள்ள அனைவருக்கும் அவனை இன்னும் பிடித்து போனது.

பாக்கியலட்சுமி கார்த்திக் ராஜனை அழைத்து வைத்து அவனுடன் தன் பேரனையும் நிற்க வைத்து போட்டோ எடுத்துக்கொண்டார்.பிறகு அபியை பார்த்தவர் அவன் ஏதாவது நினைத்துக் கொள்வான் என்று அவனையும் அழைத்து போட்டோ எடுத்தார் .

அனைவருமே இதை வித்தியாசமாக பார்த்துக் கொண்டிருந்தனர் .அதிலும் கண்ணகியின் பிள்ளைகள்," அத்தை ஏன் இப்படி பண்றாங்க .காரணம் இல்லாம எதையும் செய்ய மாட்டாங்க இதுக்கு என்ன காரணம் சொல்லி நாம கூடிய சீக்கிரம் கண்டுபிடிக்கனும் .."என்றனர்.

அவர்களுக்கு அப்பொழுது கார்த்திக் ராஜனுக்கும்,அநன்யாவுக்கும் திருமணம் செய்ய நினைக்கிறார்கள் என்பது தெரியாது.திருமணம் நன்முறையில் நடைபெற அனைவரும் வீட்டிற்கு கிளம்பினர் .

கார்த்திக் ராஜன் அனைவரிடமும் சொல்லிக் கொண்டு கிளம்பியவன் அங்கே அநன்யா இல்லாததால் திரும்பி திரும்பி பார்த்துக் கொண்டே சென்றவனுக்கு அங்கிருந்து செல்ல மனம் வரவில்லை.

பிரதிபா திருமணம் முடித்து கிளம்பும் பொழுது வருணிடம்," அண்ணா நாங்க கிளம்பறோம் .நீங்க அவங்களை அழைச்சிட்டு ஒரு நாள் விருந்துக்கு வாங்க..." என்றாள்.

கார்த்திக் ராஜன் ,"ஹே லூசு பிரதிபா அவர் உனக்கு அண்ணா இல்ல.

அவர் எங்களுக்கு தான் அண்ணா உனக்கு அவர் மாமா முறை.." என்றான்.

"டேய் எருமை வாய மூடுடா. இப்போ இது தான் ரொம்ப முக்கியம் .லூசு பயலே என்று அவனை திட்டியவள் அவன் கிடக்கிறான் நீங்க வாங்க அண்ணா .."என்றாள்.

"சரி மா கண்டிப்பா வரேன் ..என்றவன் டேய் விடுடா கார்த்திக் இனிமே அண்ணன் கூப்பிட்டா என்ன? மாமான்னு கூப்பிட்டா என்ன ?என்று சலிப்பாக கூறினான் வருண்.

அப்போது கார்த்திக், அபிக்கு இந்த சலிப்புக்கு காரணம் என்ன என்று தெரியவில்லை. அதன் பிறகு தான் வானதி தேவி அதற்கான காரணத்தை கூறினார்.

சரண்யாவுக்கு சுப்ரியா தன் மகனை திருமணம் செய்ய மாட்டேன் என்று கூறியதும் உடனடியாக தன் மகனுக்கு திருமணத்தை முடிக்க வேண்டும் என்று நினைத்தவருக்கு ஒரு யோசனை தோன்றியது

வர்ணம்-94

சரண்யா தன் மகனுக்கு திருமணம் செய்ய வேண்டும் என்று நினைத்தவர் சொந்தத்தில் ஏதாவது பெண் இருக்கிறாளா என்று யோசித்துக் கொண்டிருந்தவருக்கு திடீரென்று வானதி தேவியின் ஞாபகம் வந்தது .உடனே வானதி தேவிக்கு அழைத்தவர் ,"பாப்பா நான் உன்கிட்ட ஒன்னு கேட்பேன் எனக்காக செய்வியா ..?"என்றாள்.

வானதி தேவி ,"என்ன அண்ணி இப்படி கேக்கறீங்க.. எதுவா இருந்தாலும் சொல்லுங்க .என்னால முடிஞ்சா கண்டிப்பா செய்றேன்.." என்றாள்.

" உன் பெண் பிரதிபாவை என்னோட மகன் வருணனுக்கு கட்டிக் கொடுக்கறியா..?"

அதைக் கேட்டு அதிர்ந்த வானதி ,"அண்ணிஅது வந்து நாங்க இப்போ அவளுக்கு திருமணம் செய்து வைக்கிற எண்ணத்தில் இல்ல அண்ணி. அவள் படிச்சு முடிச்சு வேலைக்கு போன பிறகு தான் அதைப்பற்றி யோசிக்கனும்.." என்று சமாளித்தாள்.

"ஏன் பாப்பா இப்படி சொல்ற .அவள் தான் முதல் டிகிரி முடிச்சிட்டாளே. பிரதிபாவுக்கு என் பையனை பிடிச்சா கல்யாணம் பண்ணி வச்சிடலாம். நான் இங்க இருந்தே அவளை படிக்க வச்சுக்கிறேன் .ஒருவேளை நீ சுப்ரியா வுக்கு வருணை முடிக்கலாம் இருந்தோமே அதை நினைத்து யோசிக்கிறியா...?"

"அதெல்லாம் எதுவும் இல்ல அண்ணி..நான் அதை நினைத்து யோசிக்கல. உண்மையாவே நான் சொல்வது தான் காரணம்.. அது மட்டுமில்லாம பிரதிபாக்கு மூல நட்சத்திரம் அண்ணி .வருணுக்கும் ,பிரதிபாக்கும் ஜாதகம் பார்த்தா கூட அது சரி வராது.

". என்றதும் சரண்யா," சரி மா நான் ஒன்னு நினைச்சா .கடவுள் ஒன்னு நினைக்கிறான். அவன் விளையாட்டை யாரால் மாற்ற முடியும் .."என்றவள் அழைப்பைத் துண்டித்தாள்.

வானதி தேவிக்கும் வருண் போன்ற நல்ல பையனுக்கு தன் மகளை காட்டிக் கொடுக்க ஆசைதான் .ஆனால் என்ன செய்வது விதி வேற மாதிரி அல்லவா விளையாடிப் பார்க்கிறது..

பிரதிபா ஒரு பையனை விரும்பி வந்தாள். அவனை தான் திருமணம் செய்வேன் என்று வீட்டில் சொல்லிவிட்டாள் .அந்தப் பையன் படித்துவிட்டு வேலை தேடிக் கொண்டிருப்பதால் திருமணத்தைப் பற்றி எதுவும் பேசாமல் இருந்தனர் .

இரண்டு வீட்டில் உள்ளவர்களுக்கும் இருவரும் விரும்புவது தெரியும்.."

ஒரு நாள் துணிக்கடையில் பிரதிபாவையும் வானதிதேவியும் பார்த்த சரண்யா," பிரதீபா நீ எவ்ளோ அழகா இருக்க தெரியுமா ? என் பையனுக்கு உன்னை கட்டி கொடுக்கலாமுன்னு நினைச்சேன் .ஆனா நீ படிச்சிட்டு வேலைக்கு போகணும்னு சொன்னியாமே ?அது மட்டுமில்லாமல் உனக்கு

மூல நட்சத்திரம் சொல்லி உங்க அம்மா சொல்லிட்டாங்க .நீ எங்க வீட்டுக்கு மருமகளா வர நாங்க கொடுத்து வைக்கல .."என்றாள்.

வானதி தேவி அவள் கூறியதை கேட்டவள் தன் மகளை முறைத்தாள் .பிரதிபா சமாளிக்கும் விதமாக சிரித்து வைத்தாள்.

பிரதிபா சுதாகர் என்ற பயனை விரும்பி வந்தாள்.இது வீட்டில் உள்ள அனைத்து பிள்ளைகளுக்கும் தெரியும் .ஆனால் இந்த விஷயம் தெரிந்து வானதி தேவியும், கிருபராஜனும் அவளை அடித்தனர்.

அப்பொழுதும் அவள் தன் பிடிவாதத்தில் உறுதியாக இருந்தாள்.

வானதி தேவி மிகவும் நொந்து போனாள்.பிரதிபா என்ன செய்யலாம் என்று யோசித்தவள் தன் அண்ணன் காதலிக்கும் பொழுது கிருத்திகா தேவி அக்காவிடம் தானே உதவி கேட்டான் என்று நினைத்து அதே போல கிருத்திகா தேவி அவளிடம் தான் காதலிக்கும் விஷயத்தை கூற கிருத்திகா தேவி மிகுந்த அதிர்ச்சி அடைந்தாள்.

ஆண் பிள்ளை காதலிக்கிறேன் என்று சொன்னதற்கே பயந்து பயந்து தன் கணவனிடம் சொன்ன கிருத்திகா தேவி இதை இப்பொழுது எப்படி சொல்வது என்று நினைத்து தவித்தாள்.

கிருத்திகா தேவி," ஏண்டி ஏன் இப்படி பண்ற .அவன் காதலிச்சிட்டு இப்போ அனுபவிக்கிறது போதாதா. பார்த்து பார்த்து செய்கிற கல்யாணமே சரியா இல்லாமல் போகுது ..ஒரு சிலவங்க வாழ்க்கையே மாறிப்போகுது .ஆனால் ஏண்டி நீங்க எல்லாம் இப்படி பண்றீங்க.."

"அக்கா ப்ளீஸ் அக்கா நீ தான் அம்மா ,அப்பாக்கிட்ட சொல்லி புரிய வைக்கனும். நான் அவர் இல்லாமல் வாழ மாட்டேன். அவரும் என்னை ரொம்ப விரும்புறார். நாங்க ரெண்டு பேரும் ஐந்து வருடமாக விரும்புகிறோம்.." என்றாள் பிரதிபா.

"சரி டி நான் சொல்றேன் . என்ன நடந்தாலும் சமாளிச்சு தானே ஆகனும்.." என்ற கிருத்திகா தேவி தன் கணவனிடம் இதை பற்றி கூறினாள்.

உடனே கொதித்து எழுந்தவன் சரவணன்," சின்ன பொண்ணு சொல்லி செல்லம் கொடுத்து வளர்த்தா ஓவரா ஆட்டம் போட்றாளா..?எல்லாம் உன் தம்பி இருக்கான் பாரு அந்த தடிமாடு ஹரி அவனை சொல்லனும் ..அவன் காதலிக்கவும் , இதுக்கும் தைரியம் வந்துடுச்சு ..

அண்ணன் அவன் ஆரம்பித்து வைத்தான் இதுவும் அதையே செய்யுது. என் அக்கா என்ன பாவம் செய்துச்சோ இதுங்களை பெத்துட்டு அவமானப்படனும் என்று அது தலையில் எழுதி இருக்கு போல..."என்று சத்தம் போட்டான்.

கிருத்திகா தேவி அவனை சமாதானம் செய்தவள் தன் அம்மா வான்மதி தேவியிடம் கூறினாள்.

வான்மதி தேவி தங்கள் வீட்டு பெண் ஒருவனை காதலிக்கிறாள் என்று கேட்டதும்,"என்னடி சொல்ற அவளை கொலை பண்ணா. கூட தப்பில்ல.அந்த கழுதைக்கு என்ன அவ்வளவு திமிர் ..."என்று கத்த ஆரம்பித்தார்.

"அம்மா நீ கொஞ்சம் சும்மா இரும்மா .எனக்கே என்ன பண்றதுன்னு தெரியல. நான் சித்தி கிட்ட பேசறேன் .

நீ எதுவும் அவங்க கிட்ட உனக்கு தெரிஞ்ச மாதிரி காண்பிக்காத .." என்றவள் வானதி தேவிக்கு அழைத்தாள்.

"கிருத்திகா என்னை என்னடி பண்ண சொல்ற ..எனக்கு நிம்மதியே கிடையாது ..ஹரி என்ன செய்தானோ அதையே தான் இவளும் பண்றா .எவ்ளோ அடிச்சி பாத்துட்டோம். செத்துப் போன்னு கூட சொல்லி பாத்துட்டோம் .ஆனா அவனை தான் கல்யாணம் பண்ணுவேன்னு சொல்லி உறுதியாக இருக்கிறா.

உங்க கிட்ட சொல்லனும்னு நினைச்சேன் தான் .ஆனால் இன்னும் கொஞ்ச நாள் போகட்டும் பிறகு சொல்லிக்கலாம் என்று விட்டுட்டேன்.. பெண் பிள்ளையாச்சே, அதனால உடனே சொல்ல தோணல டி .மாமாவுக்கு தெரியுமா அவன் என்ன சொன்னான்..? "

"சித்தி சரி விடு இந்த காலகட்டத்தில் இதெல்லாம் சகஜமாகிட்டு வருது ,மாமாவுக்கு தெரியும் அவர் டென்ஷனாகி கத்திட்டு இருக்காரு நான் அவரை சமாளிச்சிக்கிறேன் .நீ அவளை அடிக்காத.." என்றாள் கிருத்திகா.

"இல்லடி அடிச்சு மட்டும் என்ன பிரயோஜனம். எல்லா விஷயத்திலும் என் பொண்ணு பர்ஃபெக்ட்டா இருக்கிறவ இந்த காதல் விஷயத்தில் மட்டும் அடம் பிடிக்கறா..நான் என்ன பண்றது. பையன் வீட்ல இருக்குறவங்களும் ஒன்னும் பிரச்சனை இல்ல.. பசங்க படிச்சு முடிக்கட்டும். திருமணம் செய்து வைக்கலாம் சொல்றாங்க ..இவளுக்கும் மூல நட்சத்திரம் அதை நினைச்சா தான் பயமா இருக்கு பாக்கலாம் ..."

"எந்த காலத்தில சித்தி நீ இருக்க ,அந்த பையனுக்கு வேலை கிடைக்கட்டும் .இவளும் படிச்சு முடிச்சு வேலைக்கு போகட்டும் .அதன் பிறகு நாம திருமணத்தை பத்தி பேசலாம்.

நீ மத்ததைப் பற்றி எல்லாம் யோசிக்காத.. அவன் நம்ம அமுலுவை (பிரதிபா)கண் கலங்காமல் பத்திரமா பாத்துக்கிட்டா நமக்கு அதுவே போதும் சித்தி.

"அதெல்லாம் அவன் அவளை உள்ளங்கையில் வைத்து தாங்குவான் டி ..நம்ம அமுலு அவனை கண் கலங்காம பார்த்துக்கிட்டா போதும்.. இவ என்ன சொன்னாலும் அவன் அதுக்கு தலையாட்டிட்டு போறான் பாத்துக்கோயேன்.."

"அப்படியா சொல்ற சித்தி பரவா இல்லையே சரி கல்யாணத்துக்கு பிறகு எப்படி இருக்காங்கன்னு பார்க்கலாம்.."

" நான் கேள்விப்பட்டவரைக்கும் அந்த பையன் இவள் மீது ரொம்ப பாசமா இருக்கான்னு சொல்லி பசங்களும் சொல்றாங்க .அவங்க அம்மாவும் சொல்றாங்க இருந்தாலும் பெண் பிள்ளையாச்சே, நாலு பேரு கேள்விப்பட்டா என்ன சொல்லுவாங்க நினைச்சாலே எனக்கு இப்பவே பயமா இருக்கு.."

கிருத்திகா தேவி,"சித்தி ஒரு பத்து நாளைக்கு பேசுவாங்களா?.அப்புறம் இது முடிந்து அடுத்த செய்தி கிடைச்சதும் இதை விட்டுடுவாங்க

எல்லாரும் அப்படித்தானே ..அவங்க ரெண்டும் பேரும் முதல்ல வாழ்க்கையில் செட்டில் ஆகட்டும் .அப்புறம் நாம திருமணத்தை பற்றி பேசிக்கலாம்.."என்று தன் சித்தியை சமாதானம் செய்தாள் கிருத்திகா தேவி.

வான்மதி தேவி இதை சரோஜாதேவியிடம் கூறினாள். "என்னடி இது நம்ம குடும்பத்தில் இப்படி எல்லாம் நடக்குது. ஹரி , திவாகர் காதலிச்சானுங்க...இந்த பொண்ணும் காதலிக்கிறாளா? பெண் பிள்ளைக்கு எதுக்கு இந்த வேலை .திமிர் பிடிச்சவளை என்ன பண்றது..?"

கிருத்திகா தேவி அதைக் கேட்டவள்," நீங்க என்ன சொல்றீங்க . காதல் என்பது ஒரு உணர்வுமா? அது பெண்களுக்கும் வரும் ஆண்களுக்கும் வரும் ஆண்கள் காதலிச்சா தப்பு இல்ல பெண்கள் காதலிச்சா கொலை குத்தமா என்ன?ஆண் பிள்ளையா இருந்தா என்ன வேணும்னா செய்யலாமா..?. அவன் ஒரு பெண்ணோட வாழ்க்கையை சீரழிச்சுட்டு வந்த நின்னாலும் எதுவும் சொல்ல மாட்டீங்களா என்ன?எந்த காலத்தில் இருக்கீங்க நீங்க. ஏதோ காதலிச்சிட்டா நல்ல பையனா இருக்கான். படிச்சு முடிக்கட்டும் திருமணத்தை செய்து வைக்கலாம் வேற எதுவும் நாம செய்ய முடியாது இதை இதோட விடுங்க.." என்றாள் கிருத்திகா தேவி.

சரோஜாதேவி ,"உண்மைய சொன்னா உனக்கு எதுக்குடி இவ்வளவு கோபம் வருது நீங்க எல்லாம் நாங்க பார்த்து வச்சு கல்யாணம் பண்ணிக்கிட்டிங்க. நல்லா தானே வாழ்ந்திட்டு இருக்கீங்க..அவளுக்கு மட்டும் எதுக்கு இந்த வேலை..."

"அம்மா சொல்றத புரிஞ்சுக்கோங்க பார்த்து வைத்த கல்யாணமா இருந்தாலும் சரி, காதல் திருமணமா இருந்தாலும் சரி பிரச்சனை வரணும்னு இருந்தா வந்தே தீரும் .

புரிதல் இல்லாம நாம பண்ற தப்புக்கு எதுவும் செய்ய முடியாது.. உங்க இரண்டாவது மகன் கணேஷ் ராஜன் நீங்க பார்த்து வச்ச பெண்ணை தானே திருமணம் செய்தார்

நிம்மதியா வாழ்ந்துட்டு இருக்காரா என்ன..? வேணாம் அம்மா விட்டுடுங்க காலம் மாறிக்கிட்டு இருக்கு அதற்கு தகுந்தாற் போல நாமும் மாறி தான் ஆகனும்..."

தன்மகள் கூறியது அனைத்தும் உண்மை தானே என்று நினைத்த வான்மதி தேவி தன் அம்மாவை சமாதானம் செய்ய சரோஜா தேவியும் அமைதியாக இருந்தார்.

தீபிகா ,அனிதா என்று அனைவருக்கும் இந்த விஷயம் தெரிய வர அனைவரும் அதிர்ச்சியில் இருந்தனர் ஆனால் சங்கர் ராஜன் குடும்பத்திற்கு மட்டும் இது தெரியாது.

சங்கேஸ்வரி ,கணேஷ் ராஜனுக்கும் இது தெரியவந்தது.திவாகர் காதலி மூலமாக இதை தெரிந்து கொண்டவன் அதை தன் அம்மாவிடமும் கூறி-னான்..

கணேஷ் ராஜன் இதை தன் தங்கையிடம் கேட்க,"உனக்கு எப்படி அண்ணா தெரியும் .."என்று கேட்டாள் வானதி தேவி.

"திவாகர் அவன் அம்மா கிட்ட சொன்னான். சங்கேஸ்வரி என்கிட்ட சொன்னான். சரி விடு வானதி நம்ம பிள்ளைங்க அவங்க இஷ்டபட்ட வாழ்க்கையை வாழட்டும் .."என்று தன் தங்கையை சமாதானம் செய்தான் கணேஷ் ராஜன்.

வர்ணம்-95

கார்த்திக் ராஜன் அபிஷேக் ராஜன் இருவரிடமும் பிரதிபா ,"டேய் தம்பிகளா எனக்காக ஒரே ஒரு உதவி செய்யுங்கடா சுதாகர் கிட்ட கொஞ்சம் பேசுங்-கடா.."

அபிஷேக் ராஜன் ,"என்ன பிரதிபா அதிசயமா இருக்கு இவ்வளவு கெஞ்சி கேட்கறியே ?சரி சரி விடு பேசிடலாம் அவரை எங்க சந்திக்கிறது அதை முதல்ல சொல்லு.."

"என்னடா பண்றது எனக்கு காரியம் ஆகனுமே. நான் அவரை வீட்டுக்கு வர சொல்றேன்..."

கார்த்திக் ராஜன் ,"அபி உனக்கு என்ன திமிரா அவ சொன்னா உடனே நீ அந்த அண்ணாட்ட பேசிடுவியா ..?அப்பாக்கு தெரிஞ்சா நம்ம நிலைமை என்ன ஆகும்னு யோசித்துப் பார்..? அடியே பைத்தியக்காரி உனக்கு எவ்வ-ளவு தைரியம் இருந்தால் அந்த அண்ணனை வீட்டுக்கு வர சொல்லுவ நீ. அத்தை, மாமாகிட்ட அவ்ளோ அடிவாங்கியும் உனக்கு பயமே இல்லையா?"

"டேய் இதில் என்னடா பயம் ஒரு செயலில் இறங்க கூடாது. இறங்-கிட்டா அதில் வரும் நல்லதா இருந்தாலும், கெட்டதா இருந்தாலும் இரண்-டையும் அனுபவிச்சு தான் ஆகனும் புரியுதா?.."

அபிஷேக்," டேய் பயந்தாங்கோலி அப்பாவை எப்பவோ அம்மா சமா-தானம் பண்ணிட்டாங்க .வேலைய பாருடா .."என்றவன் கார்த்திக் பின்னால் நின்று இவர்கள் பேசுவதை கேட்டுக் கொண்டிருந்த ஹரியை பார்த்ததும்," தம்பி எப்போ வந்த நீ வா வா முக்கியமான விஷயம் பேசுறோம். எங்க போன நீ .ஏய் பிரதிபா நம்ம தம்பி வந்துட்டாரு அவர் கிட்ட கேளு என்ன பதில் சொல்றாரு பார்ப்போம்..." என்றதும் கார்த்திக் ராஜனுக்கு திக்கென்றது.

ஹரி அபிஷேக்கின் காதை புடித்து திருகியவன்," நான் உனக்கு தம்பியா வர வர உனக்கு வாய் கொழுப்பு அதிகமாகிடுச்சுடா வாலு..என்றவன் கார்த்திக் ராஜனை பார்த்து என்னடா நல்லவனே ரொம்ப தான் பயப்படற மாதிரி நடிக்கிற ..நீங்களாம் பெரிய மனுஷங்கன்னு சொல்லி உங்க கிட்ட இந்த பைத்தியம் எதை எதை பேசக்கூடாதோ அதை எல்லாம் பேசுது பாரு..."என்று தன் தங்கையை முறைத்தான் ஹரி.

கார்த்திக் ராஜன்," இங்க பாரு தம்பி பயமா எனக்கா அப்படி என்றால் என்ன சொல்லு பாக்கலாம்...பயம் எல்லாம் கிடையாது .அதிலும் உன்னை பார்த்து நான் பயப்படுவேனா சொல்லு பாக்கலாம்.."

"ஓஹோ அப்போ தம்பி ரொம்ப தைரியசாலி அப்படித்தானே? சரி விடு என்றவன் மாமா இங்க வந்து பாருங்க உங்க பெரிய பிள்ளைக்கு பயம்னா என்னன்னே தெரியாதாம்..?"என்றவனை கொலை வெறி கொண்ட முறைத்த கார்த்திக் ராஜன்

"யோவ் அண்ணா நீ கொஞ்சம் வாய மூடு. இப்போ எதுக்கு ஜாலியா பேசிக்கிட்டு இருக்கும்போது அந்த டெரர் பீஸை கூப்பிடற நீ.."

"அப்படி சொல்லுடா என் அக்கா பெத்த ரத்தினமே. நீங்க சின்ன பசங்கடா. சின்ன பசங்க எப்படி நடக்கனுமோ அப்படியே நடந்துக்கோங்க.."

அபிஷேக் ராஜன்,"அண்ணா என்ன பேசுற நீ .நாங்க ரெண்டு பேரும் வளந்துட்டோம் தெரியும் இல்ல

சும்மா சின்ன பசங்கன்னு சொல்லி சொல்லி கடுப்பேத்தாத.."என்றவன் ஹே பிரதிபா இப்போ உன் கதையை தானே பேசிக்கிட்டு இருக்கோம். எதுக்கு நீ இப்படி மூஞ்சியை தூக்கி வச்சுட்டு இருக்க இவ்வளவு நேரம் நல்லா தானே இருந்த?

பிரதிபா," அண்ணா என்கிட்ட பேசறதே இல்லடா .நான் என்ன பண்றது சொல்லு.." என்றாள்.

ஹரி,"ஆமா இந்த பக்கி பண்றது எதுவும் சரி இல்ல. இதில் நான் பேசறது இல்லையாம் .. இங்க பாரு பிரதிபா என்னை பேச வைக்காத அடிச்சிடுவேன் பாத்துக்கோ.."

பிரதிபா,"என்ன என்ன என்னாங்கற ..அடிச்சிடுவியா நீ தான் தைரியமான ஆளாச்சே அடிச்சு தான் பாரேன்.."என்று எகிரி கொண்டு சென்றாள் தன் பாசமான அண்ணனிடம்...

கார்த்திக் ராஜன் ,"அடியே பிசாசே .அண்ணா செம கோவத்துல பேசுது. நீ என்ன காமெடி பண்ணிட்டு இருக்க.."

"ஏன்டா நீ வேற நானே ஏற்கனவே பல பிரச்சனைல இருக்கேன் .இதுல அண்ணா எனக்கு பக்கபலமா இல்லனா கூட பரவாயில்ல. எப்போதும் பேசுறது போல பேசலாம் தானே..?"என்றவளை முறைத்த ஹரி ஏதோ சொல்ல வர அபிஷேக் ஓடிவந்து ஹரியை கட்டிக் கொண்டவன் கார்த்திக் ராஜனை பார்த்து..

"அட போடா டேய் நீ தான் காமெடி பண்ற .. நம்ம ஹரி அண்ணாவுக்கு கோபம் வந்துடுமா என்ன..? அண்ணா கூல் அண்ணா கூல் . சரி வா இன்னைக்கு இந்த அத்தை பிரியாணி செய்ய சொன்னா மீன் குழம்பு வச்சி இருக்கு நாம பிரியாணி சாப்பிட்டுட்டு வரலாம்..?"என்று ஹரியை சகஜமாக்க முயற்சி செய்தான் அபிஷேக் ராஜன்.

"அடேய் இங்க என்ன நடக்குது இப்போ உனக்கு பிரியாணி வேணுமா கொஞ்சம் அமைதியா இருடா வாங்கி தரேன் ..என்ற ஹரி அமுலு நீ என்ன விளையாடறியா ?நீ என்ன காரியம் பண்ணியிருக்க ஒரு பையனை விரும்பிட்டு வந்து நான் அவனை தான் கல்யாணம் பண்ணிப்பேன்னு சொல்ற.. அதுக்கு ஒரு அண்ணனா நான் எதுவும் சொல்லாம அமைதியா இருக்கனுமா..? நான் தான் ஒரு பெண்ணை லவ் பண்ணி கல்யாணம் பண்ணிட்டு இப்போ அனுபவிச்சிட்டு இருக்கேன். இப்போ நீயும் அதையே செய்தால் என்ன அர்த்தம் சொல்லு பிரதிபா.. நம்ம அம்மா, அப்பாவை ஊர்ல இருக்கவங்க என்ன சொல்லுவாங்க..."

அபிஷேக் ராஜன்," அண்ணா நீ எந்த காலத்தில் இருக்க இப்போ இதெல்லாம் சகஜம் அண்ணா .ஊர்ல இருக்கிறவங்க ஆயிரம் பேசுவாங்க. நீ என்ன உங்க மாமா மாதிரியே பேசிகிட்டு இருக்க ,சரி வா வா நம்ம நாலு பேரும் வெளியே போயிட்டு வரலாம்..."என்று சமாதானம் செய்தவன் நால்வரும் வெளியே சென்றனர்.

பிரதிபா சுதாகரிடம் பேசும் படி கூற அவர்களும் பேசி பார்த்தவர்களுக்கு அவனை மிகவும் பிடித்து போனது பிறகு தன் பெற்றோர்களிடம் அபிஷேக் ,"அந்த அண்ணன் ரொம்ப நல்ல மாதிரியா தான் பேசறாங்க .தெரியாத யாருக்கோ கட்டிக் கொடுக்கறதைவிட அவள் விரும்பிய அவருக்கே கட்டிக் கொடுக்கிறது நல்லது .."என்று கூற சரவணன் அதில் கோபம் கொண்டவன் ..

"அடி செருப்பால வாய மூடு டா.உன் வேலை என்னவோ அதை மட்டும் பாரு .இன்னைக்கு இவ காதலிச்சிட்டு வந்து நிப்பா. வீட்டில் இருக்கிற பெண் பிள்ளைங்க எல்லாம் இதையே ஃபோலோ பண்ணா என்ன ஆகிறது.."என்று. திட்டி தீர்த்தார்.

அபிஷேக் ராஜன் ,"ஏன் டாடி அப்போ ஆண் பிள்ளைங்க காதலிச்சா தப்பில்லையா? "என்றவன் அடுத்த நொடி தன் தலையை தேய்த்துக் கொண்டு நின்றிருந்தான்.

கிருத்திகா தேவி தன் மகன் பேசுவதை கேட்டுக்கொண்டு அதுவரை அமைதியாக இருந்தவள் அவனை தலையில் ஓங்கி கொட்டினாள்.

"மம்மி ஓய் திஸ் கொலைவெறி.."

"அபிஷேக் வாய மூடு கொஞ்ச நேரம் அமைதியா இருடா ..என்ற கிருத்திகா தேவி மாமா நீங்க போங்க நான் அவனுக்கு சொல்லி புரிய வைக்கிறேன் .."என்றாள்.

"அபி இப்போ உங்க அம்மா உன்னை அடிச்சி என்கிட்ட இருந்து உன்னை காப்பாத்திட்டா...அதை முதல்ல புரிஞ்சிக்கோ.. இனி உன் வாயி-லிருந்து இந்த மாதிரி ஏதாவது கிறுக்குத்தனமா பேச்சு வந்தது கொன்னுடு-வேன் பாத்துக்கோ .."என்றவன் கோபத்துடன் அங்கிருந்து வெளியேறினார் சரவணா ராஜன்.

அபிஷேக் ராஜன் ,"அம்மா என்னம்மா இவர் இப்படி சத்தம் போடறார். இவர் எந்த காலத்துல இருக்கார்னு தெரியல. இப்போ காலம் மாறிக்கிட்டு இருக்கு, அவனவன் காதலிச்சிட்டு அம்மா அப்பாக்கு தெரியாம கல்யாணம் பண்ணிட்டு வந்து நிக்கிறான் .இவங்க பெத்தவங்களோட பர்மிஷன் கேட்க-றாங்க. அத நினைச்சு நாம சந்தோஷப்படனும் ."

தன் மகனின் இந்த பேச்சைக் கேட்ட கிருத்திகா தேவிக்கு தன் பிள்ளை-களும் வளர்ந்து கொண்டிருக்கின்றனர் என்று தோன்றாமல் இருக்கவில்லை.

கார்த்திக் ராஜன் ,"டேய் நீ சும்மாவே இருக்க மாட்டியா ?அவர் எவ்வ-ளவு திட்டினாலும் வாங்கிட்டு மறுபடியும் மறுபடியும் அவரை கோபப்படுத்துற-படி ஏதாவது பேசிட்டு இருக்காத விடுடா ..அத்தை, மாமாவே ஓகே சொல்-லிட்டாங்க பாத்துக்கலாம்.."

"அடேய் நல்லவனே நீ பேசாதடா பயந்தாங்கோலி .ஒன்னும் தெரியாத மாதிரி அமைதியா இருக்கறியே . உனக்கு ஒரு காரியம் ஆகணும்னா மட்-டும் முதல்ல பேசுவ அப்படித்தானே?"

"அடப் பக்கி அப்பாவ பத்தி நமக்கு தெரியாதா? அவர் சந்தோஷமா இருக்கும் போது இதைப்பற்றி பேசிக்கலாம். இப்போ என்ன அத்தை மாமா கிட்ட ஓகே சொல்லிட்டார். ஆனா பிரதிபா கிட்ட பேசுறது இல்ல அவ்வளவு தானே ?கூடிய சீக்கிரம் பேசுவார் . உன்னை மாதிரி என்னால எதையும் அவசரப்பட்டு பேச முடியாது போடா போய் வேலையை பாரு.."

கிருத்திகா தேவி ,"இரண்டு பேரும் அடங்குங்கடா டேய் விட்டா பேசிட்டே போவீங்க.." என்றதும் இருவரும் தன் வேலையை பார்க்க சென்-றனர்.

வானதி தேவி பிரதிபா பிடிவாதமாக "நான் அவரை மட்டும் தான் திரும-ணம் செய்வேன் .இல்லையென்றால் எனக்கு திருமணமே வேண்டாம்.." என்-றதும் அவர்கள் குடும்பத்தினரும் இதற்கு சம்மதம் சொன்னதால் சுதாகரும் நல்ல குணம் படைத்தவனாக இருந்ததால் தன் மகளுக்கு அவனை தான் திருமணம் செய்து வைக்க வேண்டும் என்று ஏற்கனவே முடிவு செய்தாள்.

வானதி தேவியின் இந்த மாற்றத்திற்கு வேறு ஒரு காரணமும் உண்டு. வான்மதி தேவியின் தெருவில் வசித்து வந்த ஒரு பெண் ஒருவனை மனதார காதலித்து வந்தாள்.ஆனால் அவளின் பெற்றோர்களோ அவனுக்கு தன் பெண்ணை திருமணம் செய்து வைக்க முடியாது என்று கூறிவிட்டனர் .இதனால் மணமுடைந்த அந்தப் பையன் தற்கொலை செய்து கொண்டு இறந்துவிட்டான்.

பிறகு இந்தப் பெண்ணிற்கு வலுக்கட்டாயமாக வேறு ஒருவனுடன் திருமணம் செய்து வைக்க இவளின் காதல் விவகாரம் தெரிந்த அவளின் கணவனோ அவளை எப்பொழுதும் டார்ச்சர் செய்து கொண்டே இருந்தான். அதில் பெண்ணவள் மனநிலை பாதிக்கப்பட்டாள்.

வானதி தேவி இதை யோசித்துப் பார்த்தவர் தன் மகளுக்கு இப்படி ஒரு நிலைமை வரக்கூடாது என்று முடிவு செய்து அவர்களின் காதலுக்கு பச்சை கொடி காட்டினார்.

பிரதிபா படித்துவிட்டு முதலில் தன் சொந்த ஊரிலேயே பணிக்கு சென்றாள்.கொஞ்ச நாட்களுக்கு பிறகு சென்னையில் உள்ள கம்பெனி ஒன்றுக்கு வேலைக்கு சென்றாள்.

கார்த்திக் ராஜன் இளங்கலை முடித்து சென்னையில் மிகப் பிரபலமான கல்லூரியில் முதுநிலை படித்து வருகிறான். அபிஷேக் ராஜன் பண்ணிரெண்டாம் வகுப்பு முடித்து இளங்கலை படித்து வருகிறான்.

கிருத்திகா தேவியின் தங்கை தீபிகாவின் மகன் விஷ்ணுவர்தனும் அபிஷேக் ராஜனும் ஒரே வயது உடையவர்கள். விஷ்ணுவர்தன் பண்ணிரெண்டாம் வகுப்பு முடித்தவன் கல்லூரியில் காலடி எடுத்து வைத்தான். தீபிகாவின் மகள்கள் சாருலதா, மதுமிதா பதினொன்றாவது படித்துக் கொண்டிருந்தனர் இவர்கள் இருவரும் இரட்டையர்கள்.

வர்ணம்-96

கார்த்திக் ராஜன் ,அபிஷேக் ராஜன் இருவரும் தன் தங்கைகள் மீது உயிரையே வைத்திருந்தனர் .

தங்களுக்கு உடன் பிறந்த சகோதரி இல்லையே என்று நினைத்தவர்களுக்கு சாரு லதா , மதுமிதா அனிதாவின் மகள் அபிநயா மூவரும் அண்ணா என்று அவர்களும் அவர்கள் மீது உயிரையே வைத்திருந்தனர்.

அனிதாவின் மகள் அபிநயா மிகவும் சுட்டி பெண்ணாகவும் பள்ளியிலேயே அனைத்திலும் முதல் மாணவியாகவும் திகழ்ந்தாள். அனிதாவின் மகன் மிதுன் அவனும் நன்றாக படித்து வந்தான் .சரவண ராஜனுக்கு மிதுன் என்றால் அவ்வளவு பிடிக்கும்.

கார்த்திக் ராஜன் தனது சித்தி அனிதா வீட்டில் தங்கி இருந்தவன் தன் தங்கை, தம்பியுடன் நன்றாக பொழுதை கழித்தான்.

அஷ்விகா நன்றாக படித்து வந்தவள் வானதி தேவி ஹரியின் முயற்சியால் கொஞ்சம் கொஞ்சமாக தன் அம்மா வீட்டில் உள்ளவர்களையும் மரியாதையாக அழைக்க ஆரம்பித்தாள்.

சங்கவியிடம் கொஞ்சம் கூட மாற்றமில்லை .எப்பொழுதும் போல இருந்தாள்.ஹரி தான் எப்போதும் போல அனுசரித்துச் சென்றான்.இந்த நிலையில் குடித்த குடித்து சீரழிந்து போய்க் கொண்டிருக்கும் மணிவண்ணன்(வரதரா-

ஜனின் அண்ணன் மகன்) எலி பாய்சன் சாப்பிட்டுவிட்டு உயிருக்கு போராடிக் கொண்டிருந்தவர் இறந்து போனார்.

அவர் எலி மருந்து சாப்பிட்டது அனைவருக்கும் அதிர்ச்சியை கொடுத்தது .அவரின் செயல் அனைவரையும் அவரை வெறுக்க வைத்தது. அவர் செய்த ஒவ்வொன்றுக்கும் சரண்யா நினைத்து இருந்தால் எப்பொழுதோ அந்த காரியத்தை செய்து இறந்து போயிருப்பாள்.ஆனால் அவள் தன் பிள்ளைகளுக்காக வாழ்ந்து கொண்டிருக்கிறாள்.

ஆனால் அவளுக்கு நிம்மதியே கொடுக்காத மணிவண்ணன் இப்படி ஒரு காரியத்தை செய்தது அனைவருக்கும் வருத்தத்தை கொடுத்தது.

மணிவண்ணனுக்கு மச்சான்கள் மூவரும் மாமியார் பாக்கியலட்சுமியும் பார்த்து பார்த்து பணம் கொடுத்து உதவி செய்தாலும் மணிவண்ணன் குடிக்க பணம் இல்லாத சமயத்தில் தன் நண்பர்களிடமும் ,உறவினர்களிடமும் பணம் வாங்கி வந்தார்..

அதை கேள்விப்பட்ட பாக்கியலட்சுமி சத்தம் போட்டுக் கொண்டிருந்தார் .இருந்தாலும் அவர் அவரின் இந்த செயலை நிறுத்தவில்லை..இப்படி எல்லாம் இருந்தவர் ஏன் எலி மருந்து சாப்பிட்டார் என்று அனைவருக்குமே குழப்பமாகவே இருந்தது.

அபிஷேக் ராஜன் கல்லூரியில் காலடி வைத்தவன் அனைவரிடமும் நன்றாக பழகி வந்தான். அதிலும் தன் தோழிகளுக்கு மிகவும் பாதுகாப்பாக இருந்து வந்தான். அவனுடன் இருப்பவர்கள் எப்பொழுதும் பாதுகாப்பை உணர்ந்தார்கள்.

அனிதா தன் அக்கா கிருத்திகா தேவியை அழைத்தவள்," கிருத்திகா நான் சொல்றதை கேளு .கார்த்திக் ராஜன் போன்ல அந்த அநன்யா பெண்ணோட போட்டோவை பார்த்தேன் .அவன் அவளை விரும்புறான்னு சந்தேகம் மட்டும்தான் இருந்தது .ஆனால் இப்பொழுது உறுதியாக சொல்றேன் .நம்ம பையன் அவளை விரும்பறான்..நாம் பார்த்து பக்குவமா தான் கையாளனும்..." என்றாள்.

"அட போடி அவன் அந்த பெண்ணை விரும்பறது எனக்கு தெரியுமே ..சரி விடு நான் பார்த்துக்கறேன் ."என்றாள் கிருத்திகா தேவி.

"ஏதே உனக்கு அவன் விரும்பறான்னு நிச்சயமா தெரியுமா? எங்கிட்ட சொல்லவே இல்ல.."

கிருத்திகா தேவி,"இப்போ தான் நீயே தெரிஞ்சிகிட்டியே அப்புறம் என்ன? அவனை பெத்த எனக்கு தெரியாதா?உன் பக்கத்திலே இருக்கான். நீ இவ்ளோ தாமதமா கண்டுபிடிக்கிற அதுக்கு நான் என்னடி பண்றது.."

"சரி சரி விடு உடனே என்னை ஓட்டாத.. எது நடந்தாலும் நல்லதுக்கு தான் நடக்குதுனு நினைப்போம் கிருத்திகா.."

"சரிடி பார்க்கலாம் நம்ம கையில் எதுவும் இல்ல .அந்த ஆண்டவன் என்ன முடிவு பண்ணி இருக்கானோ அதுதான் நடக்கப்போகுது புலம்பி மட்-

டும் என்ன பிரயோஜனம்.." என்றாள் கிருத்திகா தேவி.

கிருத்திகா தேவி கார்த்திக் ராஜன் விடுமுறைக்கு வந்ததும் அவனிடம் நேரடியாக ,"கார்த்திக் நான் ஒரு விஷயம் கேள்விப்பட்டேன். எனக்கு உண்மையை சொல்லுடா.." என்றாள்.

"என்னம்மா கேட்கப் போறீங்க கேளுங்க சொல்றேன்.."

"நீ உன் மனசில் அந்த அதன்யாவை நினைச்சுட்டு இருக்கியா ..?உன்னோட ஃபோன்ல அந்த பெண்ணோட படம் இருந்துச்சாமே..?"

"அச்சோ அம்மா வருண் அண்ணன் ஒருமுறை அவருடைய கேலரி ல இருக்குற எல்லா போட்டோசையும் எனக்கு அனுப்பினார்.

அதுல ஒரு போட்டோ தான் அவளுடைய போட்டோ.. நான் இப்போ அதை எதையும் என் போன்ல வச்சுக்க கிடையாது மா. டெலிட் பண்ணிட்டேன். நான் அவளை விரும்பினாலும் உங்க ரெண்டு பேரோட சம்மதம் இல்லாமல் திருமணம் செய்ய போறதில்லை.அதனால நீங்க கவலைப்படாம இருங்க.." என்றான்.

என்ன தெளிவா பேசுது பாருங்க இந்த பயபுள்ள .இது நானுங்கோ ??

"ஓஹோ எங்க ரெண்டு பேரும் சம்மதம் இல்லாம கல்யாணம் வேற பண்ணிப்பியா என்ன? காலை உடைச்சிடுவேன் மகனே பாத்துக்கோ.."

"அச்சோ அம்மா எப்படி பேசினாலும் இப்படி பண்ணா நான் என்ன பண்றது. சரி விடுங்க ஏன் உங்களுக்கு அவளை பிடிக்கலையா..?"

"அடேய் மகனே பேச்சை மாத்தாத .தேவையில்லாம உன் ஃபோன்ல அந்த பெண்ணோட போட்டோவை வைக்காதடா. உன் ஃப்ரண்ட்ஸ் நிறைய பேர் உன் போனை வாங்குவாங்க ..பெண் பிள்ளையோட போட்டோ உன் ஃபோன்ல இருக்க கூடாது.

நான் உனக்கு ஏற்கனவே உன் தங்கச்சிங்க போட்டோ கூட இருக்க கூடாதுன்னு சொல்லி இருக்கேன். அதனால கவனமா இரு. நீ அவளை காதலித்தாலும் அவளுக்கு விருப்பம் இல்லாத பட்சத்தில் நீ அவளை தொந்தரவு பண்ணக் கூடாது..

நான் அவளை காதலிக்கிறேன் அதனால அவளை தான் கல்யாணம் பண்ணிப்பேன் சொல்லி அடம்பிடித்து கல்யாணம் பண்ணனும் என்று கனவில் கூட நினைக்க கூடாது புரியுதா.. நீ மட்டும் ஆசைப்பட்டால் போதாது. அந்த பொண்ணு மனசுல நீ இருக்கனும் .அதை முதலில் ஞாபகம் வச்சுக்கோ .."என்றாள்.

தன் அன்னையின் நீண்ட உரையை கேட்ட கார்த்திக் ராஜன் மனம் தெளிந்தவனாக ," சரிம்மா நீங்க சொல்றபடி கேட்கிறேன்.."என்று சமத்து பிள்ளையாக கூறினான்.

உன் நல்லதுக்கு தான்டா சொல்றேன் .சரண்யா பெரியம்மாவை வேண்டாம்னு சங்கராஜன் பெரியப்பா சொன்னார் .

அதற்கு காரணமும் உனக்கு தெரியும் .இப்போ சங்கர் ராஜன் பெரியப்பா என்ன கெட்டுப் போயிட்டாரு .ரொம்ப சந்தோஷமா தானே வாழ்ந்துட்டு இருக்காரு . அதுவும் கடவுளின் செயல் தான் டா..

இந்த ஜென்மத்தில் உனக்கு யார் மனைவின்னு அமைந்து இருக்கோ அதன்படி நடக்கும்.கண்டிப்பா உனக்கு சந்தோஷமா வாழ்க்கை அமையும். அது அநன்யா தான் என்றாலும் யார் நினைத்தாலும் அதை மாற்ற முடியாது .மனச போட்டு தேவையில்லாமல் குழப்பிக்காத.. நான் உனக்கு துணை இருப்பேன். போ போய் படித்து வேலைக்கு போற வழியைப் பாரு.."என்றாள்.

"சரிமா சரி நீங்க சொல்றது எனக்கு எல்லாமே புரியுது. நான் உங்க நம்பிக்கையை கெடுக்க மாட்டேன் .என் செல்ல அம்மா இன்று எனக்கு நிறைய விஷயம் தெளிவு பண்ணி இருக்கீங்க லவ் யூ அம்மா..."என்றான் கார்த்திக் ராஜன்.

கிருத்திகா தேவி,"என் தங்கம் நீ புரிஞ்சிக்கிட்டதே போதும் டா .."

தீபிகா ஒரு நாள் கிருத்திகாவுக்கு அழைத்தவள் ," நம்ம கார்த்திக் அந்த பெண்ண விரும்பறது உண்மைதான்.."என்றாள்.

கிருத்திகா,"அடியே அதுதான் எனக்கும் தெரியுமே ..ஏண்டி அக்காவும் ,தங்கச்சியும் மாத்தி மாத்தி அதையே பேசி என் உயிர வாங்கறீங்க..."

"கிருத்திகா அது இல்லடி கார்த்தி சாருலதா ,மதுமிதாகிட்ட அந்த பெண்ணை விரும்புவதை சொல்லி இருக்கான் .இவளுங்க ரெண்டு பேருக்குமே அந்த பெண்ணை ரொம்ப பிடிச்சி போச்சு.. எங்க அண்ணனுக்கு ஏத்த ஜோடி அந்த பொண்ணு தான் சொல்லி ரெண்டு பேரும் சொல்லிட்டே இருக்காளுங்க..."

கிருத்திகா தேவி,"அட ராமா இது வேற நடந்து இருக்கா ?அந்த பையனை எதைக் கொண்டு அடிச்சாலும் தப்பில்ல... சின்ன பிள்ளைங்ககிட்ட சொல்லி வச்சிருக்கான் பாரேன்.."

தீபிகா,"ஆமா ஆமா பிரதிபா செஞ்சது தான். இவனும் செய்திருக்கான். சரி விடு அவ தான் நம்ம வீட்டு மருமகள் என்று இருந்தால் அதை யாராலும் மாத்த முடியாது.. நீ எப்போதும் போல இருந்துக்கோ.."என்றாள்.

கிருத்திகா தேவியும் கார்த்திக் ராஜனுடன் பேசியதை கூற," நல்ல வேலை நீ அவன்கிட்ட பேசியது தான் சரி கிருத்திகா. இவனும் படிச்சு முடிக்கட்டும் ,அவளும் படிச்சு முடிக்கட்டும் அப்போ நாம பாத்துக்கலாம்.."என்றாள் தீபிகா..

கிருத்திகா தேவி,"சரிடி எல்லாம் கடவுள் செயல் .நம்ம கிட்ட என்ன இருக்கு.."என்றவள் அழைப்பை துண்டித்தாள்.

ஒரு நாள் சரவணராஜன் சோமேஸ்வரனின் மகன் குமரன் மகளின் மஞ்சள் நீராட்டு விழாவுக்கு குடும்பத்துடன் சென்றிருந்தான். அங்கே சோமேஸ்வரனின் மகள் சுந்தரியும் அவளின் நாத்தனார் இருவரும் அங்கே வந்திருந்தனர்.

சுந்தரியின் பெரிய நாத்தனார் சித்ராவின் மகன் படித்து முடித்தவன் அநன்யாவை பார்த்தவனுக்கு மிகவும் பிடித்துப் போனது.."அம்மா எனக்கு அந்த பெண்ணை பிடிச்சிருக்கு அவளை திருமணம் செய்ய ஆசைப்படறேன் ..."என்றான்.

சுந்தரியின் நாத்தனார் சித்ராவுக்கும் அநன்யாவை பிடித்து போக வீட்டுக்குச் சென்றதும் அதை தன் அண்ணன் மனைவி சுந்தரியிடம் கூறினாள்.

சுந்தரி அதில் மகிழ்ச்சி அடைந்தவள் உடனே ,"ரொம்ப சந்தோஷம் அண்ணி அந்த பொண்ணு நம்ம வீட்டுக்கு மருமகளா வந்தா எனக்கும் சந்தோஷம் தான்..." என்றவள் பாக்கிய லட்சுமிக்கு ஃபோன் செய்தாள்.

"அத்தை எங்க நாத்தனார் மகன் படிச்சிட்டு வேலைக்கு போறான் .

அவனுக்கு நம்ம அநன்யாவை ரொம்ப பிடிச்சு இருக்கு சொல்றான். நீங்க அவனுக்கு நம்ம பாப்பாவை திருமணம் செய்து கொடுங்க .

.அவன் அவளை நல்லா பார்த்துப்பான் .ரொம்ப நல்ல பையனும் கூட மாமாகிட்ட பேசிட்டு சொல்லுங்க அத்தை .."என்றாள்.

"சுந்தரி அதெல்லாம் சரி வராதுமா .அவள் இப்போதான் 12 ஆம் வகுப்பு முடிச்சிருக்கா. அவ படிச்சு முடிச்ச அப்புறம் தான் திருமணத்தைப் பத்தி யோசிக்க முடியும் .."என்றார்.

"அத்தை அதைப்பத்தி நீங்க கவலைப்படாதீங்க . கல்யாணம் முடிந்து அவள் படிக்கட்டும் ..அதையும் என் நாத்தனார் மகன் சொல்லிட்டான்.

எங்கள் பெரிய நாத்தனார் எங்க ஊர்ல தானே இருக்காங்க.அடிக்கடி நான் அநன்யாவை போய் பாத்துட்டு வரேன்.."

"சுந்தரி புரிஞ்சுக்கோ படிக்கிற பெண்ணை கட்டிக்கொடுக்க முடியாது.

நான் என்னுடைய அண்ணன் பேரன் கார்த்திக் ராஜனுக்கு தான் என் பேத்தியை கட்டிக்கொடுக்க முடிவு பண்ணி இருக்கேன் அதனால இந்த பேச்சை இதோட விட்டுடு..." என்றார் பாக்கியலட்சுமி.

சுந்தரி அதில் வருத்தம் அடைந்தவள் "சரிங்க அத்தை அவங்க கேட்டாங்க . நானும் நம்ம வீட்டு பொண்ணு என் நாத்தனார் பையனுக்கு மனைவியா வந்தா நல்லா இருக்கும் நினைச்சேன் அதுக்கு தான் ஃபோன் பண்ணேன் ..."என்றவள் அழைப்பை துண்டித்தாள்.

பாக்கியலட்சுமி இதை வான்மதி தேவியிடம் கூறினாள்..

வர்ணம்-97

வான்மதி தேவி இதை கிருத்திகா தேவியிடம் கூற கிருத்திகா தேவி இதைக் கேட்டு கொண்டிருந்தவளின் முகம் மாற்றத்தை பார்த்த அபிஷேக் ராஜன்," என்ன ஆச்சு அம்மா.ஏன் உங்க முகம் இப்படி இருக்கு .." என்று கேட்க கிருத்திகா தேவி நடந்ததை கூறினாள்.

"என்னடா தம்பி இது புது தலைவலியா இருக்கு.. உங்க சுந்தரி அத்தை-யோட நாத்தனார் பையனுக்கு அநன்யாவை பார்த்ததும் பிடிச்சு போச்சாம். அவளை தான் திருமணம் செய்வேன் என்று சொன்னானாம் .சுந்தரி அத்தை பாக்கியலட்சுமி பாட்டிக்கு ஃபோன் பண்ணி கேட்டு இருக்காங்க .

பாக்கியலட்சுமி பாட்டி வாயை வச்சுட்டு சும்மா இருக்காம என் பேத்-தியை கார்த்திக் ராஜனுக்கு தான் கட்டிக் கொடுப்பேன் சொல்லியிருக்காங்க.. ஏன் தான் இந்த பாட்டி இப்படி பண்றாங்களோ தெரியல? எதுக்காக இப்படி எல்லார்கிட்டயும் சொல்லனும் எனக்கு கோபம் கோபமா வருது டா.."

'ஓஹோ இதுதான் விஷயமா..?' என்று நினைத்த அபிஷேக் ராஜன்,"சரி சரி விடுங்கம்மா அவங்க முடிவே பண்ணிட்டாங்க போல..ஆனால் நாம அவனுக்கு அந்தப் பொண்ணுதான் என்று விதி இருந்தால் அப்படியே நடக்-கட்டும் என்று சாதாரணமா போறோம் .. உங்க பையனும் அவளை விரும்-பறானே அதனால நாம எதுவும் சொல்ல முடியாது..என்றவன்

எனக்கு அப்பவே சந்தேகம் இருந்துச்சு அம்மா .."என்றான்.

"என்ன சந்தேகம் டா.. என்ன சொல்ற நீ தெளிவா சொல்லு.."

"அம்மா சுந்தரி அத்தையின் ரெண்டு பசங்களும் அநன்யாவை பார்த்-துக்கிட்டே இருந்தாங்க. எனக்கே என்னடா இவங்களுக்கு இந்த பொண்ணு தங்கச்சி முறை தானே?இப்படி பாக்கறாங்களே நம்ம கார்த்திக் இதை பார்த்-துட்டா அவன் என்ன நினைப்பானோ என்று பயந்துகிட்டே இருந்தேன் .

அது மட்டுமில்லாம நாங்க நான்கு பேரும் சின்ன வயசுல இருந்து மாமன் ,மச்சானா மட்டுமல்லாம ஃப்ரண்ட்ஸாகவும் பழகிட்டு இருக்கோம்...

இதனால் எங்களுக்குள் பிரிவு வரக்கூடாது இல்லையா ?அதான் என்னு-டைய பயம்.ஆனா தன் அத்தை மகனுக்கு இவளை கட்டிக் கொடுக்கத்தான் இப்படி பார்த்துகிட்டு இருந்தாங்களா?

அப்போ விசேஷ வீட்டிலேயே அவன் அத்தை மகன் இவனுங்ககிட்ட அநன்யாவை பிடிச்சிருக்குன்னு சொல்லி இருப்பான்.. சரி விடுங்க அதுதான் பாக்கியலட்சுமி பாட்டி வேணாம்னு சொல்லிட்டாங்களே ..."

"அட போடா எதுக்குடா இந்த பாக்கியலட்சுமி பாட்டி

இப்படி பண்றாங்க. இந்த மாதிரி சுந்தரி சித்தி கிட்ட சொல்லி இருக்கவே கூடாது. இதனால் நமக்கும் சுந்தரி சித்துக்குமான உறவு எப்படி மாறப்போ-குதோ தெரியல .இந்த பாக்கியலட்சுமி பாட்டி என்னைக்குமே இதையெல்-லாம் புரிந்து கொள்ளவே மாட்டாங்க டா.."

"சரி விடுங்கம்மா அவங்களுக்கு வயசாகி போச்சு ..அவங்கள நாம எது-வும் சொல்லவும் முடியாது .அவங்க ஆசைப்படறது நடந்தா சந்தோஷம் தான் .சுந்தரி அத்தை அதெல்லாம் எப்போதும் போல நம்ம கூட நல்ல உறவாக தான் இருப்பாங்க கவலைப்படாதீங்க..."என்றான்.

சுந்தரியின் நாத்தனார் மகனுக்கு வேறு ஒரு இடத்தில் பெண் பார்த்து திருமணம் செய்து வைத்தனர்.

கிருத்திகா தேவி பயந்தது போல சுந்தரியின் மகன்கள் எப்போதும் போல கார்த்திக் ,அபி இருவரிடமும் பேசுவதில்லை .சுந்தரி கிருத்திகா தேவிக்கு அடிக்கடி ஃபோன் செய்பவள் அதையும் செய்யாமல் இருந்தாள். இவர்களுக்கு அதற்கான காரணம் தெரிந்தாலும் இதற்கு நாம் பொறுப்பாக முடியாது என்று அமைதியாக விட்டுவிட்டனர்.

கார்த்திக் ராஜன் தன் அம்மாவின் ஆசைகளையும் நிறைவேற்ற ஆரம்பித்தான் .அதாவது பிள்ளைகளால் கைவிடப்பட்டவர்களுக்கு உதவி செய்ய வேண்டும் என்பது கிருத்திகாதேவியின் எண்ணம். அதை நிறைவேற்றும் வகையில் கார்த்திக் ராஜன் தான் கல்லூரிக்கு போகும் பொழுது ரயில் நிலையத்தில் அமர்ந்திருக்கும் பெரியவர்களுக்கு காலை உணவை வாங்கிக் கொடுத்துவிட்டு செல்வான். இது தொடர்ந்து கொண்டே இருக்க தன் நண்பனின் உதவியுடன் டிரஸ்ட் ஒன்றில் உதவி கேட்டு அவர்களுக்கு தேவையான உடைகளையும் வாங்கி கொடுக்க ஆரம்பித்தான்.

கார்த்திக் ராஜன் ஷார்ட் பிலிம் எடுத்துக்கொண்டும், youtube சேனல் ஒன்று ஆரம்பித்தும் இருந்தான் .இதெல்லாம் நன்றாக சென்று கொண்டிருந்தது. ஆனால் திடீரென்று இந்த கொரோனாவின் வரவால் பாதிக்கப்பட்டது .பிறகு இரண்டு வருடம் அவனால் எதுவும் செய்ய முடியவில்லை.

கார்த்திக் ராஜன் படிப்பது மட்டுமல்லாமல் இப்படி செய்வது கிருத்திகா தேவிக்கு மிகுந்த பெருமை தான் .ஆனால் சரவணராஜன் சராசரி தகப்பனாக," நீ முதலில் படிப்பில் கவனம் வை .மதிப்பெண் குறைந்தால் நான் சும்மா இருக்க மாட்டேன்.." என்று சத்தம் போட்டுக் கொண்டே இருந்தார்.

கார்த்திக் ராஜன்," நான் நல்லா தான் படிக்கிறேன் அப்பா.மார்க் குறைஞ்சா மட்டும் கேளுங்க.. இது என்னுடைய ஆசை அதை செய்ய விடுங்க அப்பா .."என்றவனுக்கு கொரோனா முடிந்து மீண்டும் பரபரப்பான வாழ்க்கை ஆரம்பித்தது.

எப்பொழுதும் youtube சேனல் , மற்றும் இல்லாதவர்களுக்கு உதவுவது என்று இவனின் காலில் இறக்கை கட்டிக் கொண்டு பறந்தான்.

வீட்டில் உள்ள அனைவருக்கும் கார்த்திக் ராஜன் படித்து முடிக்க போகிறான் என்றதும் பரபரப்பு அதிகமானது காரணம் அடுத்து அவன் பணிக்கு செல்ல வேண்டும். அதன் பிறகு அந்தப் பெண் படித்து முடித்ததும் இருவருக்கும் திருமணம் நடக்குமா நடக்காதா என்று குடும்பமே காத்துக் கொண்டிருந்தது.

சரவணராஜன், கிருத்திகா தேவி இருவரும் இரட்டை மனநிலையில் இருந்தனர். அந்த பெண் தங்கள் வீட்டுக்கு மருமகளாக வந்தாலும் பிரச்சனை இல்லை

வரவில்லை என்றாலும் பிரச்சனை இல்லை .ஆனால் அனைவருக்கும் இது தெரிந்து விட்டது .அவர்கள் படித்து முடிக்காமல் ஒவ்வொருவரும் இதைப் பற்றிய பேசிக் கொண்டிருந்தால் அவர்களின் கவனம் சிதறாதா

என்று யோசிக்க ஆரம்பித்தனர்.

பிரதிபாவின் காதல் இப்படியே வளர்ந்து கொண்டு இருந்தது .சுதாகரன் ஏற்கனவே பணிக்குச் சென்ற இடத்தில் பிரச்சனையின் காரணமாக அந்த பணியை விட்டுவிட்டு வீட்டுக்கு வந்து விட்டான்.

வானதி தேவி எப்பொழுதும் பிரச்சினையை பார்த்துக் கொண்டிருப்பவளுக்கு சுதாகரின் செயல் மேலும் வருத்தத்தை கொடுத்தது.

பிரதிபா ,"நீங்க ஏன் இப்படி பண்றீங்க .எங்க போனாலும் பிரச்சனை வரத்தான் செய்யும் ..நாம தான் கொஞ்சம் அனுசரிச்சு போகனும் .

எங்க வீட்ல இருக்கவங்க எல்லாரும் எனக்கு எப்போ கல்யாணம் பண்ண போறேன்னு எங்க அம்மாவ கேட்க ஆரம்பிச்சிட்டாங்க .இத்தனை வயது வரை எங்க வீட்டுல யாரும் கல்யாணம் பண்ணாம பெண்பிள்ளைகளை விட்டதே கிடையாது.

எங்க அம்மா என்னை திட்டிட்டு இருக்காங்க .நான் ஏற்கனவே என்ன பண்ணலாம்னு யோசிச்சிட்டு இருக்கேன் .இந்த நிலைமையில் நீ கிடைச்ச வேலையை விட்டுட்டு வந்து இருக்க.. இப்போ இருக்க காலகட்டத்தில் இரண்டு பேரும் சம்பாதிச்சா கூட குடும்பம் நடத்த பணம் போதாம இருக்கு, உனக்கு நான் சொல்றது புரியுதா இல்லையா..?"

"அடியே ஏண்டி நீயும் என்னை புரிஞ்சுக்க மாட்டேங்கற .ஏற்கனவே எங்க அம்மா என்னை டார்ச்சர் பண்றாங்க..நீ வேற ஏன் இப்படி கேள்வி மேல கேள்வி கேட்கிற.. எனக்கு மட்டும் என்ன அந்த வேலையை விட்டுட்டு வரணும்னு ஆசையா ?சம்பளம் ரொம்ப கம்மியா இருந்தாலும் பரவாயில்லை சொல்லி தானே வேலைக்கு போனேன்.

வேலை அதிகமா இருந்துட்டே இருக்கு டி..உழைப்பு கொடுத்து ரொம்ப கம்மியான சம்பளத்துக்கு வேலை செஞ்சிட்டு இருக்கேன்.

இதனால் உடம்பில் பிரச்சனை வருது..இதை ஆரம்பத்திலேயே யோசித்து நல்ல முடிவா எடுக்கணும்னு சொல்லி தான் நான் அந்த வேலையை விட்டுட்டேன் ..ரெண்டு மூணு இடத்துக்கு ரெஸ்யூம் (தற்குறிப்பு) அனுப்பி இருக்கேன் பார்க்கலாம்.

நீ புலம்பாத நீ சம்பாதிக்காமல் வீட்டிலேயே இருந்தாலும் நான் உன்னை வச்சு காப்பாத்தும் அளவுக்கு சம்பாதிப்பேன் டி .என் மேல நம்பிக்கை வைடி என் செல்ல பொண்டாட்டி.." என்றான் சுதாகர்.

"ஆமா இதுக்கு ஒன்னும் குறைச்சல் இல்ல .பொண்டாட்டியாம் பொண்டாட்டி ..சீக்கிரமா அடுத்த வேலையை தேடிக்கோ மாமா என்னால முடியல.. ஒரு விசேஷத்துக்கு போனா கூட கேள்வி மேல கேள்வி கேக்கறாங்க .. நாங்க எப்படி எல்லாம் சொல்லி சமாளிக்கிறோம் தெரியுமா..?"

சுதாகர்,"சரிடி சரி உன் நிலைமை எனக்கு புரியுது .இதே நிலைமையில் தான் என் மாமா பிரேமும் ,என் அக்கா இந்துவும் இருந்தாங்க. நான் அதை பார்த்து இருக்கேனே. அதனால கண்டிப்பா எனக்கு உன்னுடைய நிலைமை

புரியும்.."

"புரிந்தால் சரிதான் மாமா.."என்று அழைப்பை துண்டித்தாள் பிரதிபா.

சுதாகரின் அக்கா இந்து பிரேம் என்றவனை படிக்கும் காலத்தில் இருந்தே காதலித்து வந்தாள்.பிரேமுக்கு சரியான வேலை இல்லாததால் சுதாகரின் அம்மா தன் மகளை அவனுக்கு கட்டிக் கொடுக்க மாட்டேன் என்று கூறி விட்டார்.

பிரேம் வெளி மாநிலம் சென்று வேலை தேடிக் கொண்டவன் பிறகு தன் காதலியை பெண் கேட்டு வந்தான்.

அதன் பிறகு தான் சுதாகரின் அம்மா அவருக்கு தன் பெண்ணை கட்டிக் கொடுத்தார். கிட்டதட்ட ஏழு வருடமாக காதலித்து வந்த இருவரும் திருமண வாழ்க்கையில் அடியெடுத்து வைத்தனர் .ஆனால் பிரேமின் அம்மா திருமணம் முடியும் வரை நல்லபடியாக நடந்து கொண்டவர் திருமணம் முடிந்ததிலிருந்து அந்த பொண்ணை கொடுமை செய்ய ஆரம்பித்தார்.. அது மட்டும் இல்லாமல்

இந்து எதிரிலேயே பிரேமை மகன் என்ற உரிமையில் அளவுக்கு அதிகமாக திட்டவும் செய்தார்.

இந்து செய்த ஒவ்வொரு காரியத்திலும் குறைக்கண்டு கொண்டே இருந்தார் .மாமனார் ஆரம்பத்தில் ஒழுங்காக நடந்து கொண்டவர் அவரும் தன் மருமகளை குற்றம் சொல்லிக் கொண்டே இருந்தார். இந்துக்கு வாழ்க்கையை நரகமாக மாறியது .பிறகு அதற்கு மேல் பொறுக்க முடியாதவள் தன் அம்மா வீட்டிற்கு சென்று விட்டாள்.

சுதாகரின் அம்மா ஏற்கனவே தன் மகளின் கவலையில் இருந்தவருக்கு இப்பொழுது தன் மகனும் வேலையில்லாமல் வந்தது கோபத்தை வரவழைக்க அவனை எவ்வளவு முடியுமோ அவ்வளவு திட்டி தீர்த்தார்.

அவர்கள் மெஸ் ஒன்று வைத்து நடத்தினர் .பிறகு சுதாகர் தன் சொந்த மெஸ்ஸில் வேலை செய்தான் .அதில் கொஞ்சம் வருமானம் வந்தது.. பிறகு டவுனில் இதே போல மெஸ் தொடங்கலாம் என்று முடிவு செய்தான். அதைத்தன் காதலி பிரதிபாவிடம் கூறினான்.

பிரதிபா,"என்ன நினைச்சுட்டு இருக்க மாமா நீ .மெஸ் நடத்துவதற்கு நீ இவ்வளவு தூரம் படிச்சி இருக்கவே வேணாமே .படிக்கிற காலத்துல மெஸ் நடத்த ஆரம்பிச்சிருந்தா இந்நேரம் அது எவ்வளவோ வளர்ந்து இருக்குமே மாமா..நீ எதார்த்தத்தை புரிஞ்சுக்கவே மாட்டியா?

உங்க அம்மாவும் அப்பாவும் அந்த மெஸ் நடத்தட்டும் ..நீ வேலைக்கு போற வழியை பாரு .." என்றாள்.

"என்னடி வேலைக்கு போ.. வேலைக்கு போன்னு அதையே சொல்லிட்டு இருக்க நீ.வேலை கிடைச்சா போக மாட்டேனா ..? எனக்கு வேலை கிடைக்கலனா உன்னை வேறு யாருக்காவது திருமணம் செஞ்சு வச்சிடுவாங்களா.. அதுக்கு நீ சம்மதம் சொல்லிடுவியா என்ன ..?அதுக்கு முதல்ல

எனக்கு பதில் சொல்லுடி.."என்று கோபத்துடன் கேட்டான் சுதாகர்.

"அடேய் கூறு கெட்ட குக்கரே உன்னை விட்டுட்டு வேற ஒருத்தனை திருமணம் பண்றதுக்கா நான் இத்தனை வருஷமா இவ்ளோ போராட்டிட்டு இருக்கேன் .நீ என்னை புரிஞ்சிக்கவே போறது இல்ல .தயவு செய்து ஃபோனை வை என்கிட்ட பேசாத ..."என்றவள் அழைப்பை துண்டித்தாள்.

வர்ணம்-98

பிரதிபா சுதாகரிடம் அன்றிலிருந்து பேசாமல் இருந்தாள்.சுதாகர் பொறுத்து பொறுத்துப் பார்த்தவன் அவளுக்கு அழைத்துக்கொண்டே இருந்தான். அவள் அவனின் அழைப்பை ஏற்கவில்லை பிறகு சுதாகர் நேரடியாக கிளம்பி வானதி தேவியை பார்க்கச் சென்றான்.

வானதி தேவி மட்டும் இருப்பாள் என்று எதிர்பார்த்து போனவன் அங்கே கிருபராஜனை பார்த்ததும் 'அச்சோ இவர்இருக்காரே இவர் பொண்ணுக்கு மேல சரியான கிறுக்கு பிடித்தவர் ஆச்சே ..ஆன்ட்டி நான் சொல்றத புரிஞ்சுப்பாங்க.. ஆனா இவருக்கு புரியவே புரியாதே என்ன செய்றது ...'என்று யோசித்துக் கொண்டிருந்தான்.

வான்மதி தேவியும் ,கிருபராஜனும் அவனை வரவேற்று அமர வைத்தனர். வானதி தேவி அவனுக்கு காபி கொண்டு வந்து கொடுத்தவள் சுதாகரனின் முகம் மாற்றத்தை பார்த்து குழம்பியவளாக ,"என்ன ஆச்சு சுதா ..?என்ன விஷயம் ஏன் ஒரு மாதிரி இருக்க.. "என்று கேட்டார் வானதி தேவி.

சுதாகர் நடந்த விஷயத்தை கூறினான்.

கிருப ராஜன்," என் பொண்ணு சொல்றதுல என்ன தப்பு சொல்லுப் பார்க்கலாம்...உனக்கு நான் ஏற்கனவே அதைத்தான் சொல்லி இருக்கேன்.. நீ நல்ல வேலைக்கு போய் ஓரளவுக்கு சம்பாதிச்சா தான் இந்த கல்யாணம் கண்டிப்பா நடக்கும் ..."என்றார்.

வானதி தன் கணவனை முறைத்தவள் ,"நீங்க கொஞ்ச நேரம் வாய வச்சிட்டு அமைதியா இருக்கீங்களா ..?என்ன பேசனும் தெரிஞ்சுதான் பேசுறீங்களா..?"

"என்னடி என்ன பேசுறாங்க .உண்மையைத்தான் பேசுறேன். இதுக்கு மேல் என்னால் பொறுமையா போக முடியாது..." என்று சத்தம் போட்டார் கிருபராஜன்.

"என்ன பொறுமையா போக முடியாது .நீங்க எப்பவும் திருந்தவே மாட்டீங்க அப்படி தானே?எதுக்கெடுத்தாலும் கோபப்பட்டு முடிவெடுக்க வேண்டியது. எப்போதும் தெளிவான மனநிலையில் முடிவெடுக்க கத்துக்கோங்க.. அப்பதான் எல்லாம் சரியா இருக்கும்.

இப்போ இவனை நம்ம பொண்ணுக்கு கட்டி வைக்காம வேற யாருக்கு கட்டி வைப்பீங்க சொல்லுங்க பார்ப்போம்.

நீங்க கொஞ்ச நேரம் அமைதியா இருங்க நான் பார்த்துக்கிறேன் .."என்றவர்

"இங்க பாரு சுதா நானும் உன்கிட்ட ஏற்கனவே சொல்லிட்டேன் . அவளுக்கும் வயசு ஆகிட்டே போகுது ..நீ வேலைக்கு போனா தானே திருமணம் செய்ய முடியும் .நாங்களும் எங்க சொந்தக்காரங்ககிட்ட காதல் திருமணம் சொல்லும்போது நீ என்ன செய்றன்னு கேட்பாங்க இல்லையா ..?

அப்போ நீ நல்ல வேலையில் இருந்தா தானே நாங்களும் சொல்ல முடியும் .

உறவினர்களும் பரவாயில்லை .இந்த பொண்ணு காதலிச்சாலும் பையன் நல்லவனா இருக்கான். நல்லா சம்பாதிக்கிறான் சொல்லுவாங்க நான் சொல்றது உனக்கு புரியுதா பா..?"

"புரியுது ஆன்ட்டி புரியாமல் இல்ல. கண்டிப்பா நான் நல்ல வேலையை தேடிப்பேன் ..ஆனா என்னால் அவ இல்லாம வாழ முடியாது.. என் உயிரே அவதான் அவளை என்கிட்ட இருந்து பிரிக்கணும் நினைக்காதீங்க ப்ளீஸ் .இது என்னால தாங்கிக்கவே முடியாது..." என்றான்.

வானதி தேவிக்கு சுதாகரை பற்றி நன்றாக தெரியும் .ஆரம்பத்தில் இருந்தே அவன் மீது நல்ல அபிப்ராயம் கொண்டிருந்தவளுக்கு அவனை தன் மகன் போல நினைத்த வளுக்கு அவனின் வார்த்தைகள் அவளின் மனதை மிகவும் கலங்கடித்தது.

வானதி தேவி ,"அவர் ஏதோ கோபத்தில் சொல்றாரு சுதா. நீ எதுவும் கவலைப்படாத... மறுபடியும் வேலைக்கு முயற்சி செய்து கொண்டே இரு ..ஜோசியர் இன்னும் ஒரு வருடத்தில் கண்டிப்பாக கல்யாணம் பண்ணனும்னு சொல்லியிருக்கார். அதுக்குள்ள உனக்கு வேலை கிடைச்சிடும் நம்பிக்கையோடு இருப்பா..."என்றார்.

"ஆன்ட்டி அங்கிளோட கோபம் நியாயமானது தான்..நீங்க சொல்றது புரியுது.. எனக்கும் அந்த நம்பிக்கை இருக்கு ,நான் கிளம்பறேன் ஆன்ட்டி உங்க நம்பிக்கையை நான் கண்டிப்பா காப்பாத்துவேன்..." என்று கிளம்பினான்.

ஹரியின் நண்பன் பிருத்வி ஒரு வங்கியில் சுதாகருக்கு வேலை வாங்கி கொடுத்தான்.அங்கேயும் கொஞ்ச நாள் பணிபுரிந்த சுதாகர் அங்கே மேல் அதிகாரியுடன் பிரச்சனை வந்ததால் அந்த வேலையை விட்டு வெளியே வந்தான்.

சுதாகர் அடிப்படையில் மிகவும் பொறுமைசாலி..ஊருக்குள்ளே படித்துக் கொண்டிருந்தவனுக்கு வெளி உலகம் பற்றி சரியாக தெரியவில்லை .அதனால் யாரிடம் எப்படி நடந்து கொள்வது என்று தெரியாமல் இருந்தது..

மீண்டும் இந்த நிகழ்வால் பிரதிபா ,சுதாகரன் இருவருக்கும் பிரிவு ஏற்பட்டது .."இனி நீயும் பேச வேணாம் ..நானும் பேச வேணாம் .."என்று இருவரும் ஃபோனில் கூட பேசலாம் பிரிந்து இருந்தனர்.

வானதி தேவி தன் மகளிடம் பேசும் போதெல்லாம் அவளின் குரல் மாற்றத்தை கண்டவர் என்ன நடந்தது என்று கேட்க முதலில் மறைத்த பிரதிபா. வானதி தேவி திட்டியதும் நடந்த விஷயத்தை கூறினாள்.

"என்னடி இப்போ உனக்கு என்ன பிரச்சனை. ஏன் இப்படி பேசுற அவன் வேலையை தேடிக்கிட்டு தானே இருக்கான் ..கண்டிப்பா அவனுக்கு வேலை கிடைக்கும்.. நீ ஏன் இப்படி அவசர படற .. உனக்கும் உன் அண்ணிக்கும் வித்தியாசமே இல்லைன்னு தோணுது. அவள் அப்படித்தான் என் பிள்ளையோட உசுர வாங்கிட்டு இருக்கா

.நீயும் அந்த மாதிரி தான் சுதாகரின் உசுர வாங்கற..."

"என்னம்மா பேசறீங்க நீங்க .அவருக்கு வேலை கிடைக்கலையே சொல்லி என்கிட்ட புலம்பறீங்க..அப்புறம் நான் காதலிச்சது தப்பு சொல்லி திட்றீங்க... ஊர் உலகத்துல இருக்கவங்க உன் பொண்ணுக்கு கல்யாணம் பண்ணலையான்னு கேட்டா அதுக்கும் திட்றீங்க ... உங்களை என்னால புரிஞ்சுக்கவே முடியல மா..." என்றாள்.

வானதி தேவி,"ஆமாண்டி கோபம் வந்தா நாலு வார்த்தை சொல்ல தான் செய்வேன் .அதுக்காக நீ அவனை புரிஞ்சுக்காம கோபப்படுவியா..?"

"அம்மா நீங்இளே அவருக்காக அவ்வளவு யோசிக்கும் போது நான் எவ்வளவு யோசிப்பேன்.. நான் ஒருபோதும் உங்களை மாதிரி இருக்க மாட்டேன் மா.உங்க அளவு பொறுமையும் எனக்கு கிடையாது...

வரும் காலத்தில் எனக்கு அண்ணன் ,அண்ணி மாதிரி வாழ்க்கை அமைந்து விடக்கூடாதுன்னு தான் நான் இவ்ளோ கஷ்டப்பட்டு அவருக்கு புரிய வைக்கறேன் மா.

உங்களுக்கே தெரியும் பிருத்திவி அண்ணா கிட்ட சொல்லி நான் அவருக்கு அந்த வேலையை வாங்கினா அதையும் விட்டுட்டு வந்தா நான் என்ன செய்ய முடியும் சொல்லுங்க...என்னால நிம்மதியா இருக்கவே முடியல அம்மா .."என்றாள்.

"சரி சுதாகர் கூட பேச்சுவார்த்தை இல்லைன்னு முடிவு பண்ணிட்ட தானே? அப்போ நாங்க பார்க்கற பையனை கல்யாணம் பண்ணிக்கிட்டு ஒழுங்கா வாழற வழியை பாரு.. இதுக்கு மேல எங்களால சும்மா இருக்க முடியாது ..."என்றாள் வானதி தேவி.

"என்ன அம்மா நீங்க விளையாடறீங்களா ?இத்தனை வருஷமா ஒருத்தனை காதலிச்சிட்டு இன்னொருத்தனை கல்யாணம் பண்ண சொல்றீங்க..அது என்னால முடியாது எனக்கு திருமணமே வேண்டாம் .நான் கடைசி வரை இப்படியே இருந்துட்டு போறேன் .."என்று அழுதாள் பிரதிபா.

"சரி அழாத அழுலு என்ன பேச்சு பேசற நீ .தொலைச்சிடுவேன் பாத்துக்கோ கல்யாணம் பண்ணாம இப்படியே இருக்க போறியா..? இந்த ஜென்மத்தில் உனக்கு அவன் தான் புரியுதா? இன்னும் ஒரு வருஷம் இருக்கு அதுக்குள்ள எல்லாம் சரியா நடக்கும் நீ கவலைப்படாத.. ரெண்டு பேரும்

நல்லா சம்பாதித்து சந்தோஷமா வாழத்தான் போறீங்க. அந்த நாள் கூடிய சீக்கிரத்தில் வரும்.."

"சரி அம்மா நானும் அதைத்தான் நம்புறேன்.."என்றாள் பிரதிபா.

வானதி தேவிக்கு இவர்கள் இருவரும் பிரிந்து விட்டனர் என்று தெரிந்ததும் மனம் வேதனை அடைந்தவர் ,'எப்படியாவது இவர்கள் ஒன்று சேர வேண்டும். வேறு ஒருவனுக்கு பிரதிபாவை கட்டி வைத்தாலும் அவளின் வாழ்க்கை நன்றாக இருக்குமா என்பது கேள்விக்குறியே? ஒருவனை காதலித்துவிட்டு மற்றொருவனை தன் மகள் கண்டிப்பாக திருமணம் செய்ய மாட்டாளே..?' என்று நினைத்தவள் கிருத்திகா தேவியிடம் இதை சொல்லி புலம்பினாள்.

"என்ன சொல்றா சித்தி அவ.. ஒன்பது வருஷமா காதலிச்சிட்டு இப்போ பிரியனும் சொல்றாளே..? பைத்தியம் பிடிச்சிருக்கா அவளுக்கு சொல்லுங்க. சரி விடு சித்தி நான் பேசுறேன் .பசங்ககிட்டயும் சொல்லி அவங்க இரண்டு பேரிடமும் பேச சொல்றேன்.." என்றாள் கிருத்திகாதேவி.

அதன்படி கிருத்திகா தேவி பிரதிபாவிடம் பேசினாள்.

"அக்கா இந்த பேச்சை இதோட விடுக்கா..இனி எனக்கும் அவருக்கும் எதுவும் இல்லை .நானும் எவ்வளவொ போராடி பார்த்துட்டேன் ..இனியும் என்னாலும் அமைதியாக போக முடியாது.." என்றாள்.

"என்னடி லூசா நீ .காதலிக்கும் போது எந்த எதிர்பார்ப்பும் இல்லாமல் தானே காதலிச்சீங்க... சரி வாழனும்னா பணம் தேவை தான் .நான் இல்லைன்னு சொல்லலையே ..அதுக்காக இத்தனை வருஷம் காதலிச்சு இரண்டு பேரும் பிரிஞ்சீங்கன்னா அந்தக் காதலுக்கு என்ன அர்த்தம் சொல்லு டி..

எனக்கு புரியல உன் அண்ணன் எட்டு வருஷமா காதலிச்சு உன் அண்ணியை கைப்பிடிச்சான்.. ஆனா அதுங்க நிம்மதியான வாழ்க்கையே வாழல.. காரணம் இரண்டு பேருக்குள்ள சரியான புரிதல் இல்லை...நீங்களாவது கல்யாணம் பண்ணிக்கிட்டு சந்தோஷமா இருப்பீங்கன்னு நினைச்சேன். ஆனா நீயும் இப்படி நடந்துக்கற.. கொஞ்ச நாள் அவனுக்கு டைம் கொடுத்து பாருடி .அவனுக்கு மட்டும் என்ன வேலைக்கு போகாமல் வீட்டிலேயே உட்காரனும் சொல்லி ஆசையா சொல்லுடி..."

"அச்சோ அக்கா நான் கஷ்டப்பட்டு பிருத்வி அண்ணா கிட்ட சொல்லி அந்த வேலையை வாங்கி கொடுத்தேன். பிருத்வி அண்ணா ஆரம்பத்திலேயே கொஞ்சம் கஷ்டமா தான் இருக்கும் தம்பி பொறுத்துக்கிட்டு போ.அப்போதான் உன்னால் எதையும் சமாளிக்க முடியும் சொல்லுச்சு அக்கா.

அண்ணாவும் அப்படி இருந்து தானே ?இப்போ இந்த நிலைமைக்கு வந்து இருக்கு ,ஆனா இதை ஏன் அவர் புரிஞ்சுக்க மாட்டேங்கிறார் .வேணாம்க்கா என்னால எதுவும் செய்ய முடியாத நிலையில் இருக்கேன் விடுக்கா.."

"சரிடி நீ கொஞ்சம் அமைதியா இரு நான் கார்த்திக், அபி கிட்ட சொல்லி சுதா கிட்ட பேச சொல்றேன்.. அதை விட்டுட்டு இரண்டு பேரும் முட்டாள்தனமா எந்த முடிவும் எடுக்காதீங்க.."

"சரிக்கா பேச சொல்லு ..என்ன சொல்றாரு பார்க்கலாம்.. என்ன சொன்னாலும் அவர் மாறப்போவதில்ல.."

"சரிடி நான் பேச சொல்றேன் .நீ அதையே நினைச்சு மனசைப் போட்டு குழப்பிக்காத." என்றவள் தன் பிள்ளைகள் இருவரிடமும் நடந்த விஷயத்தை கூற இருவரும் அதில் அதிர்ச்சியாகினர்.

அபிஷேக் ராஜன் ,"என்னம்மா அதுங்க ரெண்டும் என்ன பைத்தியமா ..இவ்வளவு நாள் காதலிச்சுட்டு இப்போ பிரியறேன்னு சொல்லுதுங்க ..சரி அம்மா நான் சுதாகர் அண்ணா கிட்ட பேசறேன் ..."என்றான்

கார்த்திக் ராஜன்," பிரதீபா யோசிக்காமல் எந்த முடிவும் எடுக்க மாட்டாள் அம்மா .நான் அவங்க இரண்டு பேரிடமும் பேசறேன்..." என்றான்.

கார்த்திக் ,அபி இருவருக்குமே அவர்களின் நிலையை நினைத்து மிகவும் மனம் வருத்தமாக இருந்தது.

வர்ணம் -99

கார்த்திக் ,அபி இருவருமே சுதாகருக்கு அழைத்து பேசினர்.

கார்த்திக் ராஜன்,"அண்ணா என்ன ஆச்சு ஏன் திடீர்னு இப்படி ஒரு முடிவு எடுத்தீங்க .இத்தனை வருஷமா காதலிச்சுட்டு இப்போ பிரிஞ்சிங்கன்னா அது சரியா வருமா.. வேற ஒருத்தரை கல்யாணம் பண்ணிட்டு உங்களால் நிம்மதியா வாழ முடியுமா..?"

"என்னை என்னடா பண்ண சொல்ற .எப்போ பாரு ஏதாவது சொல்லி திட்டிக்கிட்டே இருக்கா ..எங்க அம்மா டார்ச்சர் எனக்கு அதிகமா இருக்குன்னு சொல்லி இவளுக்கு ஃபோன் பண்ணா இவளும் என்னை திட்டிட்டே இருக்கா ..எப்போதும் அதிகார தோரணையோடு தான் பேசறா.

நான் என்ன இவளிடம் வேலை பாக்கறவனா ? இல்ல காதலனா சொல்லு பார்க்கலாம் .நான் அவளை பொண்டாட்டியா பார்க்கிறேன்டா.

ஆனா அவள் என்னை நடத்துவதை பார்த்தால் ஒரு மனுஷனா கூட மதிக்க மாட்றாளோன்னு தோணுது..."

" அப்படியெல்லாம் இல்ல அண்ணா .அவள் கோபப்படுவாளே தவிர அப்படி எல்லாம் நினைக்க மாட்டா.. வேலை கிடைச்சதும் உங்க ரெண்டு பேருக்கும் கண்டிப்பாக கல்யாணம் நடக்கும்.. அதை விட்டுட்டு பிரிஞ்சு போகணும் அப்படி எல்லாம் நினைக்காதீங்க..." என்றான் அபிஷேக் ராஜன்.

"அண்ணா எந்த ஒரு பிரச்சனைக்கும் தீர்வு உண்டு.. நிதானமா ரெண்டு பேரும் யோசித்து முடிவு எடுங்க.. பிரதிபா உங்களை நீங்க சொல்ற மாதிரி நினைக்கவே மாட்டா... அவள் பொதுவாகவே எல்லாரையும் மதிச்சு தான்

நடப்பாள்.. விளையாட்டுக்கு கூட அவளுடன் பணி புரியும் நண்பர்களை-யும் ,மற்றவர்களையும் அப்படி நடத்தாதவள் உங்களை மட்டும் அந்த மாதிரி நடத்துவாளா புரிஞ்சுக்கோங்க அண்ணா .நீங்க கோபத்துல இருக்கிறதால அப்படி தோணுது .."என்றான் அபிஷேக் ராஜன்.

உடனே அண்ணன் தம்பி இருவரும் சுதாகருக்கு புரிய வைத்து ஃபோனை வைத்தவர்கள் உடனே பிரதிபாவுக்கு கான்ஃபரன்ஸ் கால் போட்டு பேசினர்.

"அட என்னங்கடா தடி பசங்களா ரெண்டு பேரும் ஒண்ணா லைன்ல வந்து இருக்கீங்க என்ன விஷயம்..?"

"அதுவா பிரதிபா பிரதிபா சொல்லி ஒரு கழுதை இருக்கு அதுக்கு செருப்படி வேணுமாம்..அதான் கொடுத்துட்டு போகலாம்னு வந்தோம்.." என்-றான் அபிஷேக் ராஜன்.

"அடிங்கொய்யால நீ என்ன நேர்லையா இருக்க செருப்படி கொடுப்ப-தற்கு நான் நேர்ல வந்தா மவனே நீ அவ்வளவுதான்.. ஏண்டா இவ்வளவு டென்ஷனா இருக்க சொல்லித் தொலையும்.."

"ஏண்டி அறிவு கெட்டவளே அவன் எதுக்கு இவ்வளவு டென்ஷனா இருக்கான் உனக்கு தெரியாதா ? உங்க இரண்டு பேருக்கும் என்ன வாழ்க்-கைனா விளையாட்டா இருக்கா.. உங்க இஷ்டத்துக்கு காதலிப்பீங்க உங்க இஷ்டத்துக்கும் பிரியனும் முடிவு எடுப்பீங்க. இந்த மாதிரி முட்டாள்தனமா முடிவெடுக்க உங்க இரண்டு பேரால மட்டும்தான் முடியும்.." என்று பொறிந்து தள்ளினான் கார்த்திக் ராஜன்.

"அட போடா டேய் நானே ஏற்கனவே நொந்து போயிருக்கேன் .நீங்க வேற ஏண்டா இப்படி பேசறீங்க .."

"வேற எப்படி பேசுவாங்கடி பைத்தியக்காரி .உனக்கு கொஞ்சமாவது அறிவு இருக்கா ?நீ அவருடைய தன்மானத்தை சீண்டும்படி நிறைய வார்த்-தைகள் பேசி இருக்க ,அவர் அதை எல்லாம் சொல்லி ரொம்ப ஃபீல் பண்-றார். நீயும் கொஞ்சம் யோசிச்சு பேசு பிரதிபா.." என்றான் அபிஷேக் ராஜன்.

"என்னை என்னடா பண்ண சொல்ற .அவருக்கு சரியான வேலை கிடைக்காமல் கல்யாணம் பண்ணவும் முடியாது .அதே நேரத்தில் நம்ம சொந்தக்காரங்க எந்த விசேஷத்துக்கு போனாலும் எப்போ உன் பொண்-ணுக்கு கல்யாணம் பண்ண போறேன்னு கேட்டுகிட்டே இருக்காங்க ..என்-னால அப்பா ,அம்மா அசிங்கப்படறது தேவையா சொல்லு.."

அபிஷேக் ராஜன்,"சரி பிரதிபா அதுக்காக இரண்டு பேரும் பிரிஞ்சு போயிட்டா எல்லாம் சரியாகிடுமா .சரி நான் சொல்றபடி கேளு. அண்ணாக்கு நீயே போன் போட்டு பேசு எல்லா பிரச்சனையும் முடிஞ்சிடும் பாரேன்..

"அதெல்லாம் முடியாது என்னால இப்போ பேச முடியாது. கொஞ்ச நாள் போகட்டும் டா.."

"அறிவு கெட்டவளே நீ எல்லாம் திருந்தவே போறது இல்லசரி சரி மனச போட்டு குழப்பிக்காத ஒரு வாரம் போனதும் நீயே போன் போட்டு பேசு ஓகேவா.." என்று சொன்னான் அபிஷேக் ராஜன்.

"நான் திருந்தாம இப்படியே இருக்கிறேன் விடுடா..ஏன் உங்க அண்ணன் ஃபோன் போட்டு பேச மாட்டாரா ?தப்பு நானா செஞ்சேன் .அவர் தானே செய்தார் .."

"செருப்படி வாங்க போற நாயே நீ. ஈகோ பார்க்காத பிரதிபா..ஈகோ நம்மளுடைய வாழ்க்கையை அழித்துவிடும் ."என்றாள் கிருத்திகா தேவி.

'அச்சோ அக்கா லைன்ல இருக்காளா இந்த ரெண்டு தடி பசங்களும் என்கிட்ட சொல்லவே இல்லையே ?ஏற்கனவே ஆடுவா இப்போ நான் பேசியதெல்லாம் கேட்டுக்கிட்டு இருந்தாளோ என்னவோ? இவனுங்கள அப்புறம் கவனிக்கிறேன் . என்று நினைத்தவள்,"அக்கா நீ எப்படி லைன்ல வந்த .."

"அடியே அவங்க ரெண்டு பேரும் இங்கதான் இருக்கானுங்க .நான் தான் உனக்கு போன் போட்டு பேச சொன்னேன்.நான் இப்போதான் அபி போனை வாங்கி பேசறேன். அவன் அம்மா கிட்ட போன கொடுக்கிறேன் சொல்றத கூட காதுல வாங்காம நீ மட்டும் பேசிட்டு இருக்க.."

"சரிக்கா சரி விடு நீயும் திட்டாத என்னால முடியல..."

"நான் சொல்றதை கேளு பிரதிபா

ஈகோ பார்க்காத நீ சுதாகருக்கு ஃபோன் போட்டு பேசு .இது உங்க ரெண்டு பேரோட வாழ்க்கை புரியுதா..? வேணும்னா நீ சொல்றபடி ஒரு வாரம் டைம் எடுத்துக்கோ அதுக்கு அப்புறம் பேசு..."என்றாள் கிருத்திகா தேவி.

"சரி அக்கா நீ சொல்ற படி செய்யறேன். நான் உங்க எல்லாருக்கும் ரொம்ப கஷ்டம் தரேன் அப்படித்தானே..?"

" அடியே லூசு .நீ எங்களுக்கு கஷ்டம் தரேன்னு நாங்க சொன்னோமா? போய் வேலையை பாரு என்ற கார்த்திக் ராஜன் ஒரு வாரம் பிறகு நீ அண்ணாக்கு பேசுற. இல்ல நேர்ல வந்து ஒரே மிதிதான் தெரிஞ்சுக்கோ .."என்று மிரட்டியவன் அழைப்பை துண்டித்தான்.

பிரதிபா இதுக்கெல்லாம் பயப்பட மாட்டாள் என்று அவர்கள் மூவருக்குமே தெரியும் .ஆனாலும் எப்போதும் அவர்கள் இவளிடம் இப்படித்தான் பேசுவார்கள்.

பிரதிபா தனக்கு கிடைத்திருக்கும் உறவுகளை நினைத்து பெருமை பட்டவள் அதேபோல ஒரு வாரம் சென்றதும் இவள் சுதாகருக்கு ஃபோன் செய்யலாம் என்று நினைத்துக் கொண்டிருந்தாள்.

ஆனால் சுதாகர் அதற்குமேல் இவளிடம் பேசாமல் இருக்க முடியாதவனாய் இவளுக்கு அழைத்து இருந்தான்.

சுதாகரின் அழைப்பை பார்த்த பிரதிபா கண்கலங்கியவள் அழைப்பை ஏற்றாள்.

"ஹலோ "

"ஹே அம்மு"

"சொல்லுங்க என்ன விஷயம்?"

"என்ன விஷயமா ?ஏன் ஏதாவது விஷயம் இருந்தால் தான் உன்கிட்ட பேசனுமா?

"அப்படின்னு நான் சொன்னேனா..?"

"நீ கேட்டதற்கு என்ன அர்த்தம்.?"

"சார் என்கிட்ட கோச்சிக்கிட்டு பேசாம இருந்தீங்க ஞாபகம் இருக்கா..?"

"மேடம் அதே தான் செய்தீங்க உங்களுக்கு ஞாபகம் இருக்கா மகாராணி அவர்களே."

"ஹலோ மிஸ்டர் இங்கே யாரும் மகாராணி இல்ல ஓகேவா.."

"என்னை பொறுத்தவரை என்னுடைய மகாராணி ,என்னுடைய ஆசை பொண்டாட்டி, எல்லாமே என் அம்மு குட்டி பிரதிபா தான்.."

"பாரேன் எதை செய்றியோ இல்லையோ ?எப்படி நல்லா பேச கத்து வச்சிருக்க.. நான் உன் பொண்டாட்டியும் இல்ல.. அம்மு குட்டியும் இல்ல.எப்போ நான் கோபத்துல பேசாம இருந்து நீயும் பேசாம இருந்தியோ ?அப்பவே என் மேல உனக்கு அன்பு இல்லன்னு எனக்கு புரிஞ்சிடுச்சு..."

"அடியே ராட்சசி எதுக்குடி என்னை இப்படி கொல்ற.

உனக்கு கோபம் வர மாதிரி எனக்கும் வராதா...? நான் இருக்கும் நிலையை கொஞ்சமாவது யோசிச்சு பாருடி.."

"என்ன பெரிய நிலைமை என் நிலைமை உனக்கு தெரியுதா? நீ ஆண் பிள்ளை ஓரளவுக்கு மேல உன்னை யாரும் எதுவும் கேட்க மாட்டாங்க. ஆனா என்னை எத்தனை பேர் எப்படி எல்லாம் பேசுறாங்க..சந்தேகத்தோட பார்க்கறாங்க தெரியுமா? நான் எவ்வளவு நாள் ஏதாவது சொல்லி சமாளிக்கிறது நீ இப்படியே பொறுப்பு இல்லாம இருந்தா நானும் என்ன செய்யறது சொல்லு மாமா.."

"போதும் போதும் ஆரம்பிக்காத இப்போ நான் உனக்கு ஒரு சந்தோஷமான விஷயம் சொல்ல தான் ஃபோன் பண்ணேன்..."

"என்ன சந்தோஷமான விஷயம் சொல்லுங்க.."

"அதை கொஞ்சம் சிரிச்சுக்கிட்டே கேளுடி.."

"ஏன் நான் ஃபோன்ல எப்படி பேசுறேன்னு உனக்கு தெரியுதா ?வாய மூடிட்டு கேட்கிற கேள்விக்கு பதில் சொல்லு..."

"என்னோட டார்லிங் எப்படி பேசுவா எனக்கு தெரியாதா? உன்னுடைய குரலில் இப்போ சோகம் இழைந்து ஓடுது.

உன்னுடைய குரல் எப்பொழுதும் இனிமையா இருக்கும் டி. கேட்க கேட்க என் மனதில் இருக்க கஷ்டம் எல்லாம் பறந்து போகும் ..ஆனால் என் அம்மு குட்டி இப்போ அந்த மாதிரி இல்ல .

இப்ப நான் சொல்ல போற விஷயத்தை கேட்டா என் அம்மு குட்டி பழைய பொக்கிஷமா எனக்கு திரும்ப கிடைப்பா தெரியுமா..?"

"போதும்டா சாமி ஓவரா அளந்துக்கிட்டே போகாத. என்ன சந்தோஷ-மான விஷயம் சொல்லும் சொல்லி தொலையும்.."

"என்னது டா வா என்னடி இப்படி இறங்கிட்ட நீ.."

"ஆமாண்டா டால்டா பதில் சொல்லி தொலை எனக்கு ஆபீஸ்க்கு டைம் ஆகுது.."

"என்னடி ரொம்ப மரியாதை தேயுது .."

"கர்மா இஸ் பூமராங் மேன்"

"திமிருடி உனக்கு என்றவன் சரி சரி சொல்றேன்..நான் மட்டும் என்ன வெட்டியாக இருக்கேன். நானும் தான் ஆபீஸ் போகணும்."

"தெரியுது இல்ல சொல்லு என்றவள் என்ன சொன்ன சொல்லு சொல்லு கம் அகெய்ன்.."என்று நம்ப முடியாதவளாய் கேட்க..

"நானும் வேலைக்கு போகனும் சொன்னேன் டி. என் அம்மு குட்டி.."

"ஏய் என்ன சொல்ற

நீ .உனக்கு வேலை கிடைச்சிடுச்சா.."

"ஆமாண்டி கிடைச்சிடுச்சு அதுக்காக தான் ஃபோன் பண்ணேன்.."

"இதை முதல்ல சொல்ல மாட்டியா அறிவு கெட்ட மாக்கா சொல்லு சொல்ல என்ன வேலை.."

"என்னடி இப்படி எல்லாம் திட்டற.."

"அதுதான் இப்ப முக்கியமா சீக்கிரம் சொல்லு மாமா.."

"சரி சரி சொல்றேன்.." என்றவன் தான் பணி புரியும் இடத்தைப் பற்றி விவரமாக கூறினான்.

"இது போதும் மாமா. எனக்கு இப்போதான் நிம்மதியா இருக்கு, இப்ப-டியே நீ கொஞ்சம் கொஞ்சமா முன்னுக்கு வரனும் .அதுதான் என்னுடைய ஆசை மாமா.."

"உன் ஆசை கண்டிப்பா நிறைவேறும் டி சரி நீ வேலைக்கு போயிட்டு இருக்கியே அது ரொம்ப கஷ்டமா இருக்குன்னு கார்த்தி அபிகிட்ட சொன்-னியாமே? வெயில்ல சுத்துற வேலை உனக்கு தேவையா யோசிச்சு பாரு . ஏண்டி இப்படி கஷ்டப்படற..நான் வேலை செய்ற கம்பெனியோட பிரான்ஜ்ல வேலை இருக்கு நீ அங்கே வந்து ஜோயின்ட் பண்ணிக்கோ.."என்றான்.

பிரதிபாவின் பதில் என்னவாக இருக்கும் பார்க்கலாம்.

வர்ணம் - 100

"சரி மாமா கண்டிப்பா கொஞ்ச நாள் பாக்கறேன்.. அவங்க இன்னும் கொஞ்ச நாள்ல எனக்கு ப்ரமோஷன் கிடைக்கும் சொல்லி இருக்காங்க ..அம்மாவும் என்ன ரொம்ப திட்டிட்டே இருக்காங்க... இந்த வேலைக்கு போக ஆரம்-

பிச்சதுல இருந்து நான் ரொம்ப கருத்து போயிட்டேன். முகத்தில் பழைய பொலிவே இல்லன்னு சொந்தக்காரர்கள் எல்லாம் திட்டறாங்களாம். .

அம்மா அதை சொல்லி சொல்லியே தினமும் என்கிட்ட ஃபோன்ல அழறாங்க.. நானும் அதான் யோசிச்சிட்டு இருக்கேன். அம்மாக்காக வேற வேலையை பார்த்து தான் ஆகனும் ..ஏன் மாமா நான் ரொம்ப கருத்து போயிட்டேனே ..சரி என் அழகுல ஏதாவது குறைஞ்சி இருக்கா உனக்கு தெரியுதா மாமா?"

"அம்மு குட்டி நீ கருத்து போய் இருக்கன்னு ஆன்ட்டி சொல்றது சரி-தான்..தேவதை மாதிரி இருந்த நீ முகம் கருத்து போய் முகம் பொலிவு இல்-லாமல் இருந்தா எல்லாரும் கேட்கத்தான் செய்வாங்க ..எனக்கு நீ எப்பவும் போல தான்டி இருக்க ,உன்னுடைய இந்த முகம் மாற்றம் எனக்கு பெருசா எதுவும் தெரியல.. கட்டிக்க போறவன் நானே கவலை படல. நீ ஏண்டி கவலை படற என் தங்க கட்டி.." என்று அவளை சமாதானம் செய்தான்.

"நீ இப்படித்தான் சொல்லுவ ,எனக்கு தெரியும் மாமா .உன்னை தவிர யாராலும் இப்படி பேச முடியாது..சரி விடு நான் இன்னும் கொஞ்ச நாள் பார்த்துட்டு நீ சொல்ற இடத்துக்கு வேலைக்கு போறேன் சரியா..?"

"ஆமாண்டி நான் சொல்றத செய் .இன்னும் ஒரு வருஷம் அப்புறம் நாம ரெண்டு பேரும் கல்யாணம் பண்ணிக்கலாம் .நாம ரெண்டு பேரும் ஒரே வேலையில் இருக்கிறதும் நல்லது தான் ஓகேவா."

"சரி மாமா மணி ஆச்சு .நான் வைக்கிறேன்.." என்று அழைப்பை துண்-டித்தாள் பிரதிபா.

பிரதிபா அதேபோல கொஞ்ச நாள் பார்த்தவள் வீட்டில் உள்ள அனை-வரும் அந்த வேலையை விடும்படி கூற வேற வழி இல்லாமல் குடும்பத்திற்-காக அந்தப் பணியை விடுத்தாள்.

சுதாகர் சொல்லியிருந்த கம்பெனிக்கு நேர்காணல் சென்றாள்.

பிறகு அங்கே வேலை கிடைத்துவிட மனம் திருப்தியுடன் அந்த வேலையை பெண்ணவள் செய்து வந்தாள்.

கிருத்திகா தேவிக்கு அடிக்கடி உடல்நிலையில் ஏதாவது பிரச்சனை இருந்து கொண்டே இருந்தது .அவளுக்கு மார்பில் கட்டி ஒன்று வர மருத்-துவர் அறுவை சிகிச்சை செய்ய வேண்டும் என்றதும் மருத்துவமனையில் அனுமதிக்கப்பட்டாள்.

தன் அம்மாவுக்கு அறுவை சிகிச்சை என்று அறிந்த கார்த்திக் , அபி-ஷேக் இருவரும் ,"நாங்கள் இப்போதே கிளம்பி வரோம் .."என்று கிருத்தி-காதேவியிடம் அடம் பிடித்தனர்.

"டேய் பசங்களா இது சின்ன ஆபரேஷன் தான்.. பயப்படற அளவுக்கு எதுவும் இல்ல .அதனால கவலைப்படாம இருங்க.. இதோ இன்னும் ஒரு வாரத்தில் தீபாவளி வருது அப்போ நீங்க வரும்போது என்னை பாருங்க சரியா .."என்றாள் கிருத்திகா தேவி.

அவர்களும் தன் அம்மா சொல்வதற்காக மனது இல்லாமல் சம்மதம் சொல்லினர்.

வான்மதி தேவியும், சந்திரனும் கிருத்திகா தேவியை பார்த்துக் கொள்வதற்காக அவளின் ஊருக்கு சென்றனர்.

சரவணராஜன் தன் மனைவியின் அறுவை சிகிச்சைக்காக அன்று ஒரு நாள் விடுப்பு எடுத்தவன் தன் மாமனார், மாமியார் வந்ததும் அடுத்த நாளிலிருந்து எப்பொழுதும் போல பணிக்குச் சென்றார்.

அறுவை சிகிச்சை முடிந்து ஒரு வாரம் அவளை ஹாஸ்பிடலில் வைத்திருந்தவர்கள் டிஸ்ஜார்ஜ் செய்தனர்.

மருத்துவமனையில் இருந்து நேராக கிருத்திகா தேவி தீபாவளிக்காக மாமியார் வீட்டிற்கு அழைத்துச் செல்லப்பட்டாள்.அன்று இரவு கார்த்திக், அபிஷேக் இருவரும் சென்னையிலிருந்து ரயிலில் ஊருக்கு வந்து சேர்ந்தனர்.

கிருத்திகா இரண்டு நாட்கள் ஓய்வெடுத்தாள். பாக்கியலட்சுமி பேரன் வருண் அவனுக்கு பெண் குழந்தை பிறந்திருக்க அந்த குழந்தையை பார்க்க அனைவரும் குடும்பத்துடன் அவர்கள் வீட்டுக்கு சென்றனர்.

அபிஷேக ராஜன் தான் வரவில்லை என்று சொல்லிவிட்டான் .கார்த்திக்கிராஜன் மிகுந்த உற்சாகத்துடன் வருண் வீட்டிற்கு கிளம்பினான்.

பாக்கியலட்சுமி தன்மகள் சரண்யாவை தன் வீட்டிற்கு பக்கத்து வீட்டிலேயே குடித்தனம் வைத்திருந்தார்.

வரதராஜன் ,சரோஜாதேவி ,வான்மதி தேவி, சந்திரன் ,கிருத்திகா ,சரவண ராஜன், வானதி தேவி ,கார்த்திக் ராஜான் ,அஷ்விகா அனைவரும் அங்கே சென்றிருக்க பாக்கியலட்சுமி ,சரண்யா ,வருண் அவன் மனைவி இந்து, தருண் என்று அனைவரும் இவர்களை வரவேற்று பேசிக் கொண்டிருந்தனர்.

வான்மதி தேவி பாக்கியலட்சுமி கூறியதற்காக கேசரியும், வானதி தேவி பஜ்ஜியும் செய்ய அனைவரும் அதன் ருசியில் மெய் மறந்து போயினர்.

அதிலும் தருண் அவன் அம்மா சரண்யாவிடம் ," அம்மா நீயும் கேசரி செய்றியே எங்க பெரிய அத்தை எவ்வளவு ருசியா செய்திருக்காங்க பாரு ..அவங்க கிட்ட செய்ய கத்துக்கோ என்றவன் அத்தை ரொம்ப ருசியா இருக்கு .எங்க அம்மா செஞ்சா கட்டி கட்டியா கேசரி நிக்கும் .நல்லாவே இருக்காது. எங்க அம்மாவுக்கு கொஞ்சம் சொல்லிக் கொடுத்துட்டு போங்க .."என்றான்.

கிருத்திகா தேவி," ஏண்டா இப்படி சொல்ற .எங்க மாமி செஞ்சா நல்லாத்தான் இருக்கும் .கட்டியா இருந்தா என்ன நீ உடைத்து விட்டு சாப்பிட வேண்டியது தானே..?"

"ஏதே உடைத்து விட்டு சாப்பிடனுமா சித்தி அந்த கொடுமையை நீ அனுபவிச்சா உனக்கு தெரியும் ஏன் பேச மாட்ட..அது சரி ஒரு வேலை

நீயும் அப்படித்தான் செய்வியோ..?"

"கிருத்திகா அம்மா எதை செஞ்சாலும் வான்மதி வானதி அத்தைங்க போல ருசியா தான் செய்வாங்களாம் .கார்த்திக் எனக்கு சொல்லி இருக்கான் அப்படித்தானே கார்த்திக் .."என்றான் வருண்.

கார்த்திக் ராஜன் சிரித்துக் கொண்டே' ஆமாம்' என்று தலையாட்டினான்.

சரோஜாதேவி ,"தருண் உன் சித்தி கிருத்திகா செய்யும் கேசரி சூப்பரா இருக்கும் . உன் அத்தை வான்மதி தேவி நெய் அதிகமா ஊத்துவா.. ஆனா கிருத்திகா தேவி திட்டமா ஊத்தினாலும் ருசி சூப்பரா இருக்கும் டா.."என்றார்.

"ஓஹோ அப்படியா பாட்டி அம்மாவின் கைப்பக்குவம் பொண்ணுக்கு இருக்கத்தானே செய்யும் என்ற தருண் பாக்கியலட்சுமியை வம்பு இழுக்கும் விதமாக ஏன் அம்மம்மா அம்மாவோட சமையல் ஒரு சிலது

ருசி இல்லாம இருக்கே? அதுக்கு காரணம் நீதானோ ?நீயும் சரியா சமைக்க மாட்டியோ? அதனால்தான் அம்மா சமையல் அப்படி இருக்கா..?"

"அடி செருப்பால நாயே உங்கம்மா ஒரு சில நேரம் ஏதோ கடமைக்கு செய்வாடா. அவள் படாத கஷ்டமே கிடையாது .எப்போதும் நிம்மதி இல்லாமல் இருப்பவளுக்கு எதிலுமே கவனம் செலுத்த முடியாது டா. உன் அம்மா சமைச்சத சாப்பிட்டுட்டு தான் இப்போ நீ வளர்ந்து நிற்கிற ஞாபகம் வச்சுக்கோ..நான் என் அண்ணன் பொண்ணுங்க மாதிரி நல்லா சமைப்பேன் டா கிறுக்கு பயலே .."என்று தன் பேரனை திட்டினார்.

வரதராஜன்," பாக்கியம் அவன் ஏதோ விளையாட்டுக்கு சொல்றான் .சந்தோஷமா பேசிட்டு இருக்கும்போது எதுக்கு தேவையில்லாம பேசுற

விடு ..சரண்யா இப்போதான் ஏதோ சந்தோஷமா இருக்கா என்றவர் தருண் என் தங்கச்சி நல்லா சமைப்பாடா .நீ என் தங்கச்சி செஞ்சு சாப்பிட்டதே இல்லையா..?"

"இல்லையே தாத்தா சாப்பிட்டு இருந்தா நான் ஏன் கேட்க போறேன் .எனக்கு கருத்து தெரிஞ்சு எங்க அம்மா சமைச்சு தருவாங்க நாங்க எடுத்துட்டு போய் பாட்டிக்கு கொடுத்துட்டு வருவோம்..அதுதானே நடந்துட்டு இருக்கு..."என்றான் தருண்.

"சரிடா என் தங்கச்சிக்கு வயசு ஆச்சு இல்ல அதுதான் விடு..."

"சரோஜாதேவி பாட்டிக்கு கூட தான் வயசாச்சு. பாட்டி எந்த வேலையும் செய்யலையா என்ன? நீங்க உங்க தங்கச்சிக்கு ஓவரா சப்போர்ட் பண்றீங்க தாத்தா..

என்றவனை முறைத்த சரண்யா பேச்சை மாற்றும் விதமாக ,"கிருத்திகா நீ பிரண்டை துவையல் செய்வியாமே எப்படி அரைக்கணும் சொல்லுமா .."என்று கேட்டாள்..

❤?ஹலோ வாசகர்களே நிறைய பேருக்கு பிரண்டையின் உள்ள மருத்துவ குணம் தெரிவதில்லை. பிரண்டையில் அதிகமாக கால்சியம் சத்து

இருக்கிறது. இப்பொழுது இருக்கும் காலகட்டத்தில் நம்மில் பலருக்கு ஆர்த்தோ ப்ராப்ளம் வருகிறது .கை ,கால் ,கழுத்து ,இடுப்பு ,முட்டி என்று அனைத்து பாகங்களும் தேய்மானத்தால் வலி எடுக்க ஆரம்பிக்கிறது

இது சிறியவர்கள் ,பெரியவர்கள் பாராமல் அனைவருக்கும் இந்த பிரச்சனைகள் இருக்கிறது .இவர்கள் அனைவரும் வாரம் இரண்டு முறை பிரண்டை துவையல் செய்து சாப்பிட்டு வரலாம். நீங்கள் எந்த மருந்து எடுத்து வந்தாலும் சரி அதனுடன் பிரண்டை சாப்பிடுவதால் கொஞ்சம் கொஞ்சமாக அந்த பிரச்சனை சரியாகும்..

பிரண்டை துவையல் செய்வது எப்படி பார்க்கலாம் வாங்க.

பிரண்டை துவையல் ,ஊறுகாய் செய்வதை விடவும் அதை சுத்தம் செய்வது என்பது மிகவும் கடினம்.

கையில் தேங்காய் எண்ணெய் அல்லது நல்லெண்ணையை நன்றாக தேய்த்துக் கொள்ளவும். அப்படி இல்லை என்றால் பாலீதீன் கிளவுஸ் அணிந்து கொள்ளலாம்.

பிரண்டையை இரண்டு பக்கமும் லேசாக கத்தியால் தோல் சீவி எடுத்து சின்ன சின்னதாக கட் பண்ணி எடுத்துக் கொள்ளவும். அதை நன்றாக தண்ணீரில் சுத்தம் செய்து வடித்து எடுத்துக் கொள்ளவும்.

பிரண்டை இப்படித்தான் இருக்கும் தெரியாதவர்கள் பார்த்துக் கொள்ளலாம்.

வாணலியில் நல்லெண்ணெய் ஊற்றி அதில் பிரண்டையை நன்றாக போட்டு வதக்க வேண்டும் .பிரண்டை கொஞ்சம் கடினமாக இருக்கும் அதை நாம் வதக்கும் பொழுது பிரண்டை மிகவும் மெது மெது என்று மாறும் அதாவது சாஃப்ட்டாக மாறிவிடும். நன்றாக அதன் நிறம் மாறும் வரை வதக்கி எடுத்தால்தான் அதன் நமைக்கும் தன்மை அதாவது அரிக்கும் தன்மை இருக்காது. சரியாக வதக்காமல் விட்டு விட்டால் சாப்பிட்ட பிறகு தொண்டையில் ஏதோ அரிப்பது போல் இருந்து கொண்டே இருக்கும்.

அதை ஒரு பாத்திரத்தில் எண்ணெயில்லாமல் எடுத்துவிட்டு அதே எண்ணெயில் வடகம், உளுந்தம் பருப்பு, இஞ்சி ,காய்ந்த மிளகாய் போட்ட சிவந்ததும் அதில் ஒரு சிறு நெல்லிக்காய் அளவு புளி சேர்த்து அதையும் வதக்கி அனைத்தும் ஆறியதும் மிக்ஸியில் போட்டு அரைக்க வேண்டும் .தேவைப்பட்டால் அதில் சிறிது தேங்காய் பூ சேர்த்தும் கொள்ளலாம் .

அரைத்து முடித்ததும் வாணலியில் நல்லெண்ணெய் ஊற்றி அரைத்ததை அதில் மாற்றி அந்த விழுது கொஞ்சம் சூடானதும் நிறுத்தி விட வேண்டும் .அதிகமாக வதங்க வேண்டாம். ஏனென்றால் ஏற்கனவே நாம் பிரண்டையை அரைப்பதற்கு முன் வதக்கி இருக்கிறோம். அரைத்த பிறகு அதை கொதிக்க வைத்தால் அதனின் மருத்துவ குணம் நமக்கு முழுமையாக கிடைக்காது.

(புளி உங்கள் சுவைக்கு ஏற்ப நீங்கள் சேர்த்துக் கொள்ளலாம்.. வடகம் இல்லாதவர்கள் சாம்பார் காரக்குழம்புக்கு தாளிப்பது போல கடுகு, வெந்தயம்

,சீரகம் , சிறிதளவு தாளித்து பிறகு உளுந்து மற்ற சாமான்களை போட்டு வறுத்து எடுக்கலாம்)

இதை நாம் தொடர்ந்து செய்து வந்தால் அதாவது வாரத்திற்கு இருமுறை எடுத்து வந்தால் நமக்கு ஆர்த்தோ பிரச்சனையால் வரும் வலிகள் குணமாகும். பிரண்டையை வைத்து நாம் ஊறுகாய் செய்யலாம் .அதே போல இட்லி பொடியும் அரைத்துக் கொள்ளலாம்.

முட்டி வலி அதிகமாக இருப்பவர்கள் பிரண்டை வதக்கிய நல்லெண்ணையை வடிகட்டி ஒரு பாத்திரத்தில் ஊற்றி வைத்து அதை தினமும் இரவில் படுக்கும் பொழுது முட்டியில் தடவி மசாஜ் போல செய்து வந்தால் வலி குணமாகும்.

கிருத்திகா தேவி இதை அனைத்தையும் சொல்லி முடிக்க பாக்கியலட்சுமி ,"அடியே வான்மதி தேவி உன் பொண்ணு உன்னை மிஞ்சிடுவா போல .நீ எல்லா பலகாரமும் நல்லா செய்வ...உன் பொண்ணு உடம்புக்கு ஆரோக்கியமான அனைத்தையும் செய்வா போல..அடிக்கடி எங்க அண்ணி சொல்லுவாங்க ஆனா அவ சொல்றதை கேட்கும் போதே சாப்பிடும் போல தோணுது... "என்றார் பாக்கியலட்சுமி.

"ஆமா அத்தை இந்த மாதிரி உடல் ஆரோக்கியத்துக்கு தேவையானதை எல்லாம் நல்லா செய்வா கிருத்திகா ..நாங்க தான் பிரண்டை செய்ய கொஞ்சம் யோசிப்போம் ...அது கிளீன் பண்ணும் போது கை எல்லாம் அரிக்கும் ..ஆனா அவள் சர்வ சாதாரணம் அதை செய்து முடிச்சிடுவா.." என்றால் வானதி தேவி.

"ஆமா அத்தை எனக்கு பிரண்டையை கிளீன் பண்ணாளோ ஒரு வாரத்திற்கு கை அரிக்கும் .ஆனா கிருத்திகா அதையெல்லாம் பார்க்கவே மாட்டா பிரண்டை ஊறுகாய் போட்டு அனிதா வீட்டுக்கு பிரதிபாவுக்கு கொடுத்து விடுவாள்..

நான் ஊறுகாய் செய்தால் கிருத்திகாவுக்கும் ,தீபிகாவுக்கும் கொடுத்து விடுவேன் .ஆனால் பிரண்டையை அவள் வந்தால் தான் சுத்தம் செய்து கொடுப்பாள். ."என்றார் வான்மதி தேவி.

"அத்தை அவள் தூதுவளை துவையலும் செய்வா .அதுவும் நல்லா இருக்கும்.." என்று சரவணன் சொல்ல அதையும் ஆவலாக கேட்டனர் பாக்கியலட்சுமி குடும்பத்தினர்.

சரிங்க நாம அடுத்த பகுதியில் தூதுவளை துவையல் எப்படி செய்யலாம் பார்க்கலாம்.

வர்ணம்-101

தூதுவளை துவையல்

தூதுவளையை காம்பு பகுதி மற்றும் முள் நீக்கி அலசி எடுத்துக் கொள்ளவும். முதலில் வாணலியில் எண்ணெய் ஊற்றி தூதுவளையை வதக்கி எடுத்துக்கொண்டு பிறகு வடகம் ,உளுந்தம் பருப்பு, காய்ந்த மிளகாய் ,இஞ்சி போட்டு வதக்கி அதனுடன் சுவைக்கு ஏற்ப புளியும் தேங்காய் துருவலும் சேர்த்துக்கொண்டு அனைத்தையும் மைய அரைத்து அதே வாணலியில் நல்லெண்ணெய் ஊற்றி இந்த விழுதை அதில் மாற்றி ஒரு வதக்கு வதக்கி எடுத்தால் தூதுவளை துகையல் ரெடி.

சரவண ராஜன் கிருத்திகா தேவி ,"தூதுவளை துகையல் செய்வாள் அதுவும் நல்லா இருக்கும் .."என்று கூறினான்.

பாக்கியலட்சுமி ,"என் பேத்தி எது எல்லாம் கஷ்டமா இருக்குமோ அதெல்லாம் செய்வா போல இருக்கே ..?அதை எப்படி செய்யனும் சொல்லுமா .."என்றதும் அவளும் செய்முறை விளக்கம் கொடுத்தாள்.

கிருத்திகா தேவி செய்யும் தூதுவளை துவையலை சரவண ராஜன் உடன் பணிபுரியும் நண்பர்கள் ஒரு சிலர் விரும்பி சாப்பிடுவர் . அதிலும் ஒருவர்," தங்கச்சி அந்த துவையல் செய்து கொடுத்து அனுப்புமா .?"என்று கேட்க இவளும் அடிக்கடி செய்து கொடுத்து அனுப்புவாள்.

அனைவரும் அமர்ந்து பேசிக் கொண்டிருந்தனர்.. கிருத்திகா தேவிக்கு தீபிகா போன் செய்ததால் தன் தங்கையிடம் பேசிக் கொண்டிருந்தாள் கிருத்திகா

அப்பொழுது அநன்யா கல்லூரி முடித்து வந்தவள் கிருத்திகா தேவியை "மாமி வாங்க" என்று அழைக்க அவளோ பேசும் சுவாரஸ்யத்தில் அதை கவனிக்கவில்லை. பிறகு கார்த்திக் ராஜனை "வாங்க அண்ணா "என்றவள் உள்ளே சென்றாள்.

கிருத்திகா தேவி அநன்யா தன்னை அழைத்ததை கவனிக்கவில்லை .ஆனால் தன் மகன் கார்த்திக் ராஜனை வாங்க அண்ணா என்று சத்தமாக அழைக்க அதில் கிருத்திகா தேவி திரும்பி பார்க்க அவளோ அதற்குள் உள்ளே சென்றிருந்தாள்

கிருத்திகா தேவி,'என்ன இவ அண்ணான் கூப்பிடறாளே..' என்று குழம்பியவள் கார்த்திக் ராஜனின் முகத்தை பார்க்க கார்த்திக் ராஜனும் பேய் அறைந்தது போல் அமர்ந்திருந்தான். தன் மகனின் இந்த செயலை பார்த்தவளுக்கு சிரிப்பு வந்தாலும் எதையும் கூறாமல் அமைதியாக இருந்தாள் கிருத்திகா தேவி.

சரண்யா ,"அநன்யா கிருத்திகா மாமியை கூப்பிட்டியா என்றவர் கார்த்தி பாப்பாவை பாத்தியாப்பா என்றதும் கார்த்திக் பார்த்தேன் பெரியம்மா என்று தலை குனிந்து கொள்ள அப்பொழுதுதான் கிருத்திகா தேவி அநன்யாவை பார்த்தவள் புன்னகை செய்ய அவளும் பதிலுக்கு சிரித்துக் கொண்டே நின்று இருந்தாள்.

கிருத்திகாதேவி," மாமி நான் அவளை வந்த உடனே பார்க்கல . அவள் என்னை கடந்து உள்ளே போகும்போதுதான் பார்த்தேன் என்றவள் அநன்யா நல்லா இருக்கியா ?எப்படி இருக்க நல்லா படிக்கிறியா ?என்று எப்பொழுதும் போல் விசாரித்தாள் கிருத்திகா தேவி.

"நல்லா இருக்கேன் மாமி .."என்றவள் மீண்டும் சிரித்துவிட்டு தன் பாட்டி பாக்கியலட்சுமி வீட்டிற்கு சென்று அங்கே பெரியவர்களுடன் பேசிக் கொண்டிருந்தாள் அநன்யா.

கிருத்திகா தேவி, கார்த்திக் ராஜன் வருண், தருண் அமர்ந்து பேசிக் கொண்டிருந்தனர் .

வானதி தேவி பஜ்ஜி செய்வதற்காக காய்கறிகளை நறுக்கிக் கொண்டே அவரும் இவர்களுடன் பேசிக் கொண்டிருந்தார்.

வானதி தேவி சமையலறைக்குள் சென்றுவிட வருண் தருண் ,கிருத்திகா தேவி பாக்கியலட்சுமி வீட்டிற்குச் சென்று பெரியவர்களுடன் பேசிக் கொண்டிருந்தனர்.

இந்து உள்ளே குழந்தையை வைத்துக்கொண்டு அமர்ந்திருக்க தன் அண்ணியையும் ,குழந்தையும் பார்க்க அறைக்குள் சென்றான் கார்த்திக் ராஜன்.

"வா கார்த்திக் உட்கார்.. எப்படி இருக்க, அபிஷேக் எப்படி இருக்கான். நீ நல்லா படிக்கிறியா..?"என்று நலம் விசாரித்தாள் இந்து.

"அபி நல்லா இருக்கான் அண்ணி

நானும் நல்லா படிக்கிறேன். என்ன அண்ணி அவ என்னை அண்ணா சொல்லி கூப்பிடறா... என்ன நெனச்சிட்டு இருக்கா அவ . எனக்கு அப்படியே ஷாக் ஆகிடுச்சு அண்ணி..."என்றான் கார்த்திக் ராஜன்.

இந்து ,"என்ன கார்த்திக் சொல்ற .அவள் அப்படியா கூப்பிட்டா அவ வேண்டுமென்றே உன்னை அப்படி கூப்பிடறா.உன்கிட்ட விளையாடறா நினைக்கிறேன். அவளுக்கு எல்லா விஷயமும் தெரியும். நீ கவலைப்படாத நான் அவளை கண்டிக்கிறேன் .."என்றாள் இந்து.

அநன்யா உள்ளே சென்றவள் குழந்தையை கொஞ்சிக் கொண்டு இருக்க அப்பொழுது வருண் அறைக்குள் வந்தான்.

இந்து," என்னங்க அநன்யா என்ன நெனச்சிகிட்டு இருக்கா

எதுக்காக கார்த்திக் ராஜனை அண்ணா சொல்லி கூப்பிடறா .

என்றவள் இங்க பாரு டி அவன் உனக்கு மாமா மாமான்னு சொல்லி கூப்பிடு இல்லையா வாங்க போங்கன்னு சொல்லு எதுக்காக அண்ணன் கூப்பிடற.." என்று சத்தம் போட்டாள்.

அநன்யா அமைதியாக ஒன்றும் தெரியாத பெண் போல சிரித்துக் கொண்டு நின்றிருந்தாள்.

வருண் தன் மனைவி நேரடியாக இரண்டு பேரையும் வைத்துக்கொண்டு இப்படி பேசுவாள் என்று எதிர்பாராதவன் திரு திரு என்று விழித்துக்

கொண்டே தன் மனைவியை பார்த்தான்.

அவளோ ,"என்ன பாக்கறீங்க சொல்லுங்க அவகிட்ட இனி அண்ணன் சொன்னா அடி தான் வாங்குவா பாத்துக்கோங்க.." என்றாள்.

வருண்," சரி டி சரி கத்தாத"என்றவன் "பாப்பா இனி அவனை அண்ணா சொல்லாத அண்ணி சொல்றபடி செய் புரியுதா ."என்றான்.

"சரி அண்ணா இனி சொல்ல மாட்டேன் என்றவள் சிரித்துக் கொண்டே நான் கிளாசுக்கு கிளம்பறேன் .."என்று கூறினாள் .

அப்போது கிருத்திகா தேவி அறைக்குள் நுழைய," மாமி நான் போயிட்டு வரேன் மாமி என்றவள் கார்த்திக் ராஜனை பார்த்து நான் போயிட்டு வரேன் .."என்று கூறி அங்கிருந்து கிளம்பினாள்.

வெளியே சரவண ராஜன் அமர்ந்திருக்க," மாமா நான் போயிட்டு வரேன் மாமா "என்றதும்" சரிமா போயிட்டு வா

நல்லா இருக்கியா ?எப்படி படிக்கிற என்ன படிக்கிற? என்று விசாரித்தார் சரவண ராஜன்.

"நான் நல்லா இருக்கேன் மாமா BCA படிக்கிறேன்."

"உனக்கு அது தான் படிக்கணும்னு ஆசையா இல்ல யாராவது சொல்லி படிக்கிறியா.."

"வருண் அண்ணா படிக்க சொன்னாங்க மாமா .அதனால படிக்கிறேன்.."

"சரிமா என்றவன் வருண் அவளை சென்னையில் சேர்க்காம எதுக்காக நம்ம ஊரிலே கல்லூரியில் சேர்த்து விட்டீங்க.."

அநன்யா,"நல்லா கேளுங்க மாமா நானும் அதை தான் கேட்கிறேன் .."என்றவளை முறைத்த வருண்

வருண்," பாப்பா அடி வாங்க போற அமைதியா இரு என்றவன் ஏன் சித்தப்பா எங்க படிச்சா என்ன நம்ம வீட்டில் உள்ள பெண் பிள்ளைகள் எல்லாம் அங்க தானே படிச்சாங்க நம்ம ஊரில் படிக்கிறது தானே அவங்களுக்கு பாதுகாப்பு.."

கிருத்திகா தேவி ,"டேய் வருண் அடுத்த டிகிரியும் இங்கதான் படிக்க வைக்க போறீங்களா ?சென்னையில் சேர்க்கலாம் தானே?"

"வேண்டாம் கிருத்திகா அம்மா அவள் இங்கே படிக்கட்டும். என்று வருண் கூற அநன்யா ,"இல்ல மாமி நான் வெளியே போய் படிக்கலாம் இருக்கேன் "என்று நாக்கை துறுத்தி கொண்டே வேண்டும் என்றே வருணை கேலி செய்யும் விதமாக கூற அநன்யா அடி வாங்காத பிச்சிடுவேன் பிச்சு.. என்று மிரட்டினான் .

"அண்ணா நான் விளையாட்டுக்கு தான் சொன்னேன். சரி வா நேரம் ஆகுது கிளம்பலாம்.." என்று அனைவரிடமும் சொல்லிக்கொண்டு கிளம்பினாள் அநன்யா.

பிறகு வருணின் குழந்தையை பார்த்துவிட்டு அனைவரும் வீட்டிற்கு திரும்பினர். தீபாவளி நன்முறையில் கொண்டாடினர்.

கிருத்திகா தேவி வீட்டிற்கு வந்தவள் கார்த்திக் ராஜனை அழைத்து ,"என்னடா அந்த பொண்ணு உன்னை அண்ணன் சொல்லி கூப்பிட்டா போல.." என்று சிரித்துக் கொண்டே கேட்டாள்.

"அம்மா உங்களுக்கு என்ன சிரிப்பு வருதா ?நானே கடுப்பில் இருக்கேன் . அவள் வேண்டுமென்றே அப்படி கூப்பிட்டு இருக்கா போல.." என்றான்.

"அடேய் வேண்டும் என்றே ஏன்டா கூப்பிட போறா.. அவளுக்கு என்ன கூப்பிட தோணுதோ அப்படி கூப்பிட்டு இருக்கா .அதுக்கு எதுக்கு நீ இப்படி கோபப்படற.."

"நீங்க வேற அம்மா ..அது சரியான வாலா இருக்கும் போல..."என்றவன் இந்து சொன்ன அனைத்தையும் கூறினான்.

அபிஷேக் ராஜனும் அதைக் கேட்டுக் கொண்டிருந்தவன் ,"டேய் என்ன சொல்ற. அப்போ அந்த பொண்ணுக்கு விஷயம் தெரிஞ்சு போச்சா ..சரி சரி விடு இனி உன் காட்டில் மழை தான் அனுபவி ராஜா அனுபவி.."என்றான்.

"அடச்சே வாய மூடு ..என்னத்த அனுபவிப்பாங்க ..அவளே என்ன அண்ணன் சொல்லிட்டாளேன்னு நான் கோபத்தில் இருக்கேன் நீ வேற..."

"அடேய் தம்பி இதெல்லாம் வாழ்க்கையில் சகஜம் டா ..விடுடா விடுடா பாத்துக்கலாம் ..எத்தனை படம் பார்த்திருக்கோம் .. அண்ணான்னு கூப்பிடறதே இந்த பெண்களுக்கு வேலையா போச்சு.."என்றான் அபிஷேக் ராஜன்.

கார்த்திக் ராஜன்,"அதுவும் சரி தான் டா.. அண்ணான்னு சொல்லிட்டு சிரிக்கிறா பாரு அவளை என்ன செய்யலாம் சொல்லு.."

"அடேய் அடங்குங்கடா ரெண்டு பேரும் ஒரு பெத்த தாயை பக்கத்தில் வச்சுட்டு என்னென்ன பேசறீங்க..?"

அபிஷேக் ராஜன்,"அம்மா அவன் என்ன தெரியாம கல்யாணம் பண்ணிட்டா வந்துட்டான்

.நீங்க எங்களுக்கு அம்மா மட்டுமல்ல ஃப்ரண்டும் தானே ?நாங்க இதை அப்பா எதிர்க்க பேச முடியுமா சொல்லுங்க.."

"அடேய் உங்களுக்கு செல்லம் கொடுத்து வளர்த்தது தப்பா போச்சு ரெண்டு பேரும் ரொம்ப திமிர் ல ஆடறீங்க ..போதும் போதும் இந்த பேச்சை விடுங்க .."என்று சொல்லிக் கொண்டிருக்கும்போதே வானதி தேவி உள்ளே வந்தார். உடனே மூவரும் அமைதியாக இருந்தனர்.

வான்மதி தேவி ,"என்ன பேசிட்டு இருந்தீங்க ..நான் வந்தவுடன் அமைதியா இருக்கீங்க..."

அபிஷேக் ராஜன்," அதெல்லாம் எதுவும் இல்லம உங்ககிட்ட மறைக்க என்ன இருக்கு ,இப்போ நீங்க போய் வந்தீங்களே அந்த கதைதான். உங்க பேரனை அந்த பொண்ணு அண்ணான்னு சொல்லுச்சாம்.."என்று சிரித்துக் கொண்டே கூறினான்.

"ஏதே அண்ணா சொன்னாளா..?என்ன சொல்ற அபி உண்மையாவா சொல்றான் கார்த்திக் தம்பி. ."

கார்த்திக் ராஜன்,"ஆமாம் அம்மு அம்மா. அவ அப்படித்தான் கூப்பிட்டா.."

கிருத்திகா தேவி ,"ஆமாம்மா நானும் என் காதில் கேட்டேன் .அந்த பொண்ணு அண்ணான்னு கூப்பிட்டுச்சு.." என்றாள்.

கார்த்திக் ராஜன் இந்து பேசிய அனைத்தையும் கூறினான்.

இவர்கள் பேசிக் கொண்டிருக்கும்போதே சரவண ராஜன் அறைக்குள் வர கிருத்திகா தேவியை தவிர மற்ற மூவரும் வெளியே சென்று விட்டனர்.

சரவணராஜன் ,"என்ன கிருத்திகா என்னமோ பேசிட்டு இருந்தீங்க என்னை பார்த்தவுடன் அமைதியா எல்லாரும் எழுந்து போய்ட்டாங்க..."

"என்ன பண்றது மாமா நீங்க தான் சரியான டெரர் பீஸா இருக்கீங்களே? அதான் நீங்க திட்டுவீங்களோ நினைச்சு எழுந்து போயிட்டாங்க..."என்று முகத்தை வேண்டுமென்றே சோகமாய் வைத்துக்கொண்டு கூறியவளை முறைத்தவன்...

சரவண ராஜன் ,"ஆமாண்டி டெரர் பீஸா இருந்தவனை தான் மாத்திட்டியே சரி சொல்லு என்ன விஷயம்..?"

"ஆமா ஆமா ஐயா அப்படியே மாறிட்டாலும் ..ஆனாலும் நீங்க இன்னும் கொஞ்சம் மாறனும் மாமா.." என்று சிரித்துக் கொண்டே கூறியவள் வருண் வீட்டில் நடந்த விஷயத்தை கூறினாள்.

"அட என்னடி சொல்ற எவ்ளோ பெரிய விஷயம் நடந்திருக்கு ,அப்போ அந்த பொண்ணுக்கு விஷயம் தெரியும் அப்படித்தானே?"

"அச்சோ மாமா நான் மட்டும் என்ன இவ்வளவு நேரம் ஆங்கிலத்திலா சொல்லிட்டு இருந்தேன் .அவளுக்கும் விஷயம் தெரியும் போதுமா..?பார்க்கலாம் இதுங்க ரெண்டும் படிச்சு முடிச்சு வேலைக்கு போகட்டும். பிறகு திருமணம் செய்து வைக்கலாம்..."

"ஆமாண்டி அவங்க படிச்சு முடிக்கட்டும் நம்ம கையில என்ன இருக்கு ,எல்லாம் அந்த கடவுளின் செயல் .."என்றான் சரவண ராஜன்.

சரவணராஜனுக்கு தன் மனைவி கிருத்திகா தேவிக்கு உடலில் ஏதாவதது பிரச்சனை வந்து கொண்டே இருப்பதை நினைத்து கவலை பட்டான்.

கிருத்திகா தேவி தன் கணவனின் மனநிலையை புரிந்து கொண்டவளாக ,"மாமா இப்போ எதுக்கு நீங்க இப்படி இருக்கீங்க .நாமும் பசங்களும் ஒண்ணா இருப்பது எப்பொழுதாவது ஒரு தடவைதான் .இப்போ பிள்ளைங்க கூட சந்தோஷமா பொழுதை கழிக்காம எதுக்காக இப்படி சோகமா இருக்கீங்க.." என்று சத்தம் போட்டாள்.

'அதெல்லாம் எதுவும் இல்ல கிருத்திகா நான் எப்பவும் போல தான் இருக்கேன்.."

"மாமா உங்களைப் பத்தி எனக்கு தெரியாதா?"

"இல்ல கிருத்திகா உனக்கு இப்படி ஏதாவது வந்துகிட்டே இருக்கா . அதான் எனக்கு பயமா இருக்குடி.."

"என்ன மாமா நீங்க இப்போ நிறைய பேருக்கு இந்த பிரச்சனை இருக்கு ,இதில் பயப்பட என்ன இருக்கு சொல்லுங்க ..ஏன் நான் உங்களை எல்லாம் விட்டுட்டு சீக்கிரமா இறந்துடுவேன்னு பயப்படறீங்களா..?"

"அடியே வாய மூடுடி என்ன பேச்சு பேசுற நீ .இனி ஒரு வார்த்தை இப்படி பேசினா அவ்வளவுதான்.."

"சரி மாமா சரி இனி இப்படி பேச மாட்டேன் கோபப்படாதீங்க ..இனி இப்படி மூஞ்சியை தூக்கி வச்சுக்காதீங்க இப்படி இருந்தா உங்களுக்கு நல்லாவே இல்ல.."

"சரி கிருத்திகா நீ உன் உடம்பில் கவனம் வை. அஜாக்கிரதையாக இருக்காத புரிகிறதா..?"

"புரியுது மாமா புரியுது.."என்ற கிருத்திகாவுக்கு,' ஏன் இப்போதெல்லாம் தனக்கு உடல்நிலையில் பிரச்சனை வந்து கொண்டே இருக்கிறது..' என்று பயம் இருக்கத்தான் செய்தது.

தீபாவளி முடிந்ததும் சரவணனும் கிருத்திகா தேவி ஊருக்கு செல்ல கார்த்திக் ராஜன், அபிஷேக் ராஜன் சென்னைக்கு சென்றனர்.

இந்த நிலையில் வரதராஜன், சந்திரன், சரவண ராஜன், வானதி தேவி ,தீபிகா ,அனிதா இவர்கள் குடும்பத்தில் உள்ள அனைவருமே கிறிஸ்துமஸ் விடுமுறைக்கு பிரபலமான கோவில் ஒன்றுக்கு சென்றனர்.

வர்ணம் -102

கிருத்திகா தேவிக்கு தெரிந்த ஜோசியர் ஒருவர் வான்மதி தேவிக்கு அடிக்கடி உடல்நிலை சரியில்லாமல் போவதால் ஒரு ஆயுள் ஓமம் செய்யும்படி கூறினார் .அதன்படி வான்மதி தேவியின் பெண்கள் மூவரும், வானதி தேவியின் பிள்ளைகள் இருவரும் ,வரதராஜனும் ,சரோஜா தேவியும் அனைவரும் ஆயுள் ஓமம் செய்ய திருக்கடையூர் கோவிலுக்கு சென்றனர்.

அனைவரும் முதல் நாளே சரோஜாதேவியின் வீட்டிற்கு வந்து விட ஒன்றாக சேர்ந்து பேருந்து ஒன்று வைத்த அதில் அனைவரும் கோவிலுக்கு சென்றனர் .அன்றைய நாள் ஆயில் ஓமம் நல்லபடியாக முடிந்ததும் அனைவரும் மீண்டும் வீட்டிற்கு திரும்பினார்.

நாட்கள் இப்படியே சென்று கொண்டிருக்க கார்த்திக் ராஜன் தனது படிப்பை முடித்தான் .பிரதிபாவும் சுதாகரும் இருவரும் நன்றாக சம்பாதித்து வர இருவருக்கும் திருமணம் செய்ய ஏற்பாடு செய்தனர்.

திருமண நாளும் வந்துவிட அனைவரும் மிகவும் கோலாகலமாக இந்த திருமணம் நடக்க வேண்டும் என்று நினைத்துக் கொண்டிருந்தனர்.

வானதி தேவியின் அண்ணன் சங்கர் ராஜனுக்கு பிரதிபா காதலித்து வந்த விஷயம் ஏற்கனவே தெரியும் .ஆனாலும் அவர் இத்தனை நாள் தெரியாது போல் இருந்தவர் இன்று தங்கை கூறியதும் ,"எனக்கு இது ஏற்கனவே தெரி-

யும் வானதி .என்னைத் தவிர வீட்ல இருக்த எல்லாருக்கும் தெரிஞ்சிருக்கு ஆனா எனக்கு மட்டும் நீ இப்பதான் சொல்ற... எதுக்காக என்கிட்ட இருந்து மறைச்ச நீ சொல்லாட்டி எனக்கு தெரியாது நினைச்சியா..?"என்று கதை எடுக்க ஆரம்பித்தார்.

"அண்ணா நான் ஏற்கனவே நொந்து போயிருக்கேன். என் பிள்ளையும் காதல் திருமணம் ,என் பெண்ணும் காதலிச்சிட்டா அதுக்காக அவளை என்ன வெட்டி போட முடியுமா சொல்லு

..?உனக்கு தெரியக்கூடாதுன்னு இல்ல தம்பிக்கு தெரிஞ்சே அவ்வளவு சத்தம் போட்டான் ..உனக்கு தெரிஞ்சா சத்தம் போடுவ இல்ல அவனுக்கு அவளை கட்டி கொடுக்கக் கூடாதுன்னு சொல்லுவ.. நீ அப்படி சொன்னா இந்த விஷயத்தில் நான் உன் பேச்சை கேட்க முடியாது அண்ணா.

என் பொண்ணு ஒருத்தனை காதலிச்சிட்டு இன்னொருத்தனை கல்யா-ணம் பண்ண மாட்டேன்னு சொல்றா. அவகிட்ட நீ தேவையில்லாம ஏதாவது பேசினா அவ ஏதாவது முடிவு எடுத்துட்டா என்ன பண்றது.. எனக்கு என்-னுடைய பொண்ணோட வாழ்க்கை தான் முக்கியம் ..கோச்சுக்காத அண்ணா நல்லபடியா வந்து இந்த கல்யாணத்தை முடித்துக் கொடு .."என்றாள் வானதி தேவி.

வானதி தேவியிடம் இந்த செயலை எதிர்பாராத சங்கர் ராஜன்.. தன் தங்கை தன்னை எதிர்த்து பேசிவிட்டு சென்றதாக நினைத்தவர் தங்கையின் மீது கோபமாக இருந்தார் .

சங்கர் ராஜன் தன் அம்மாவுக்கு அழைத்தவர் ,"என்ன அம்மா உங்க-ளுக்கும் இந்த விஷயம் ஏற்கனவே தெரியுமா

தெரிஞ்சும் என்கிட்ட உங்களுக்கு சொல்லணும் தோணலையா? அந்தப் பொண்ணு செய்திருக்க செயலால் நம்ம வீட்டு மானம் போகாதா..?"

"ஏன்டா காதல் திருமணம் செய்றது சகஜமா போச்சு. இப்போ உனக்கு என்ன டா பிரச்சனை. ஏன் சூர்யா விரும்பலையா? திவாகர் விரும்பலையா ..?அதேபோல தான் இதுவும் விடுடா

.பெத்தவங்களே ஓகே சொல்லிட்டாங்க .நல்ல விதமா வந்து இந்த கல்-யாணத்தை நடத்திக் கொடு .நீ ஒரு ஆள் கோச்சிக்கிட்டு இருக்கிறதால இந்த கல்யாணம் நடக்காம இருக்க போறது இல்ல .ஆனாலும் நீ இந்த கல்யாணத்துக்கு வரணும் அதுதான் என்னுடைய ஆசை.." என்றார் சரோ-ஜாதேவி.

"என்னம்மா நீங்க இப்படி பேசுறீங்க ஆண் பிள்ளையும் ,பெண் பிள்ளை-யும் ஒண்ணா என்ன?"

"என்னடா பேசுற நீ நாங்க இந்த வயசான காலத்துல பேச வேண்டியது நீ பேசற..வீண் விதண்டாவாதம் செய்யாத சங்கர் ..கல்யாணத்துக்கு வந்து அந்தப் பொண்ணை மனசார வாழ்த்திட்டு போ.. உன் தங்கச்சிக்கு இது-வரைக்கும் நீ எவ்ளோ பார்த்து பார்த்து செய்திருக்க இப்போ அவளோட

பொண்ணோட கல்யாணத்தையும் நீ கிட்ட இருந்து நடத்திக் கொடு..

மறுபடியும் சொல்றேன் நீ வரலைன்னாலும் அந்த கல்யாணம் நடக்க தான் போகுது இருந்தாலும் ,நீ ஒரு ஆளு வரலனா பாக்கறவங்க என்ன நினைப்பாங்க.. மத்தவங்க எல்லாம் அதை ஏத்துக்கிட்டு இந்த கல்யாணத்துக்கு வந்து இருக்காங்க...சங்கருக்கு மட்டும் என்ன கல்யாணத்துக்கு வர வேண்டியதுதானே என்ற கேள்வி வரும். நான் சொல்ல வேண்டியதை எல்லாம் சொல்லிட்டேன். அதன் பிறகு உன் இஷ்டம் .."என்று சரோஜா தேவி தன் மகனின் மனம் அறிந்து பேசினார்..

சங்கர் ராஜனும் யோசித்துப் பார்த்தவர் ,'எல்லாரும் இந்த திருமணத்திற்கு போக தான் போறாங்க.நாம மட்டும் போகாமல் ஏன் கெட்ட பெயர் வாங்கனும் ..'என்று நினைத்தவர் அவரும் திருமணத்திற்கு வந்தார்.

ஆனால் அவர் எப்பொழுதும் போல யாரிடமும் பேசவில்லை கடமைக்கு என்று வந்து திருமணம் முடிந்ததும் அங்கிருந்து சென்று விட்டார்.

பிரதிபா, சுதாகர் மகிழ்ச்சிக்கு எல்லை இல்லாமல் போனது.

ஒன்பது வருடம் காதல் இன்று திருமணத்தில் முடிகிறது என்றால் யாருக்குத்தான் மகிழ்ச்சியாக இருக்காது.

முப்பத்து முக்கோடி தேவர்களின் சாட்சியாகவும் சபையில் நிறைந்திருந்த பெரியோர்களின் ஆசியுடனும் சுதாகரன் தான் 9 வருடமாக உயிருக்கு உயிராய் வந்த தன் அம்முக்குட்டியின் கழுத்தில் மங்கள நாணை பூட்டினான்.

பிரதிபா தைரியமான பெண் என்பது நம் அனைவருக்கும் தெரியும். யார் எதைச் சொன்னாலும் அதில் காதில் வாங்கிக் கொள்ள மாட்டாள்.

ஆனால் தன் அம்மாவோ அல்லது தான் உயிருக்கு உயிராய் நேசிக்கும் சுதாகரனோ ஏதாவது சொன்னால் உடனடியாக அவள் மனம் உடைந்துவிடும்.

அனைவர் முன்னிலையிலும் சுதாகர் தன்னை மனைவியாக ஏற்றுக் கொண்டதை நினைத்து மகிழ்ச்சி அடைந்தவளுக்கு கண்களில் ஆனந்த கண்ணீர் பெருகியது.

இது கலப்புத் திருமணம் என்பதால் இருவரின் முறைப்படியும் திருமணம் நல்ல முறையில் நடைபெற்றது .

கண்கள் கலங்கி அமர்ந்திருந்த தன் காதலியும், மனைவியுமான பிரதிபாவின் கண்களை துடைத்த சுதாகரன் அவளின் நெற்றியில் இதழ் பதித்தான்.

அதைக் கண்டு அனைவரும் ஆரவாரம் செய்ய அங்கிருந்து அனைவருக்கும் இது புதியதாக இருந்தது .'என்னடா கதைகளில் மட்டும்தானே இப்படி காமிப்பாங்க

இப்போ இந்த பையன் இப்படி பண்றானே ..?'என்று அனைவரும் அதிர்ச்சியும் ,ஆச்சரியமாக தம்பதியினரை பார்த்தனர்.

பிரதிபா அவனின் செயலில் சொல்லா வண்ணம் வெட்கம் கொண்டவள் "என்ன பண்ற மாமா நீ கொஞ்சம் அமைதியா இரு. எல்லோரும் எப்படி

பார்க்கிறாங்க பாரு .."என்று தலை குனிந்தாள்.

"அட போடி அவங்களுக்கு எல்லாம் பொறாமை. என் பொண்டாட்டிக்கு நான் முத்தம் கொடுக்கிறேன்.

இதை கேட்க யாருக்கும் உரிமை இல்லை.

இத்தனை வருஷம் காதலிச்சோமே நான் என்னைக்காவது உன் விரலைக் கூட தொட்டு இருப்பேனா சொல்லு பார்க்கலாம்.. இனி நீ எனக்கு எந்த தடையும் விதிக்க முடியாது...

திருமணத்திற்கு முன்னாடியே நீ எனக்கு பொண்டாட்டி தான் இல்லன்னு சொல்லல ..ஆனாலும் முறைப்படி இப்போ நீ என்னுடைய மனைவியாகிட்ட ..இனி நீ எனக்கு முழுக்க முழுக்க சொந்தம்.. இன்றைய நாள் என்னால் மறக்கவே முடியாதுடி

..நான் ரொம்ப சந்தோஷமா இருக்கேன்.

என் தேவதை ,என் அம்மு குட்டி என் வாழ்க்கையில் இணைந்து வரப்போறா.. நீ ஒன்றும் கவலைப்படாத இத்தனை நாள் நீ பட்ட கஷ்டம் எல்லாம் போதும் டி. கடைசி வரைக்கும் நீயும் ,நானும் ஒத்துமையா வாழப் போறோம்.

உங்க அண்ணன் ,அண்ணி மாதிரி புரியுதல் இல்லாமல் வாழ்க்கை வாழ மாட்டோம் .உங்க அண்ணனை பற்றி எனக்கு தெரியும் டி .அவர் உங்க அண்ணியை ரொம்ப விரும்பறார் .அதே நேரம் அவங்களை ரொம்ப புரிஞ்சுகிட்டு தான் வாழறார்.

உங்க அண்ணி தான் ஒரு சில நேரம் புரிந்து கொள்ள மாட்றாங்க

அவங்க கிட்டயும் மாற்றம் இருக்குன்னு நீ சொல்ற

. அவங்களும் நல்லபடியா வாழ்வாங்க.. இதையெல்லாம் ஏன் இப்போ சொல்றேன்னு உனக்கு சந்தேகமா இருக்கா? உன் மனதில் எப்போதும் உன் அண்ணன் பற்றிய கவலை தான் இருக்குன்னு எனக்கு தெரியும். இனி நான் உனக்கு துணையாய் இருந்து உன் கவலையை எல்லாம் போக்குவது தான் என்னுடைய வேலை. அதுக்காக தான் சொல்றேன் புரியுதா..?" என்றான்.

பிரதிபா இவன் கூறிய அனைத்தையும் கேட்டவள் கண் கலங்கியவள்,"லவ் யூ மாமா .."என்றாள்.

"லவ் யூ டி என் செல்ல பொண்டாட்டி.." என்று மீண்டும் அவளின் கைபிடிக்க

புரோகிதர்," மாப்பிள்ளை தம்பி அப்புறம் பேசலாம் .அடுத்த சடங்கை கவனிப்போம் .."என்றதும் அங்கிருந்து அனைவரும் சிரிக்க மற்ற சடங்குகள் நடந்து அனைவரும் வீட்டிற்கு கிளம்பினர்.

பிரதிபா சுதாகரனுக்கு வாழ்த்து தெரிவித்த கார்த்திக் ,அபிஷேக் மகிழ்ச்சி வெள்ளத்தில் திளைத்தனர் .இவர்கள் திருமணம் நடக்க வேண்டும் என்று மிகவும் ஆர்வத்துடன் இருந்தது அவர்கள் இருவர் தானே.

ஹரி அவனுக்கும் தன் தங்கையின் காதல் திருமணத்தில் முடிந்தது மகிழ்ச்சிதான்.ஹரியின் நண்பர்கள் அனைவரும் ஹரியின் தங்கையான பிர-திபாவை தன் தங்கையாக நினைத்து எப்போதும் அவள் கூட பழகியவர்கள் இப்பொழுது திருமணத்திற்கு வந்திருந்தவர்கள் மணமக்களுக்கு மனதார வாழ்த்து சொல்லினர்.

அவர்கள் பிரதிபாவின் திருமணத்தில் ஆளுக்கு ஒரு வேலை செய்தனர்.

இதை பார்த்த பிரதிபாவுக்கு தன் சொந்த அண்ணன் போல மற்றவர்க-ளும் செய்தது மகிழ்ச்சிதான்

பிரதிபா அவர்கள் அனைவரையும் எப்பொழுது மனதார அண்ணன் என்று அழைத்து வருவாள் .

அவர்களும் இவளை பாப்பா பாப்பா என்று அழைத்து இவள் மீது பாச-மாக இருப்பார்கள் . பிரதிபாவின் திருமணத்திற்காக வெளிநாட்டிலிருந்து தன் மனைவியுடன் வந்திருந்தான் பிருத்வி.அவனுக்கு பிரதிபா என்றால் அவ்வ-ளவு பிடிக்கும் . பிரதிபாவுக்குமே ஹரியின் நண்பர்களில் பிருத்வியைத் தான் மிகவும் பிடிக்கும்.

திருமணம் முடிந்ததும் இருவரும் பணிக்கு செல்ல அவர்கள் இயல்பான வாழ்க்கைக்கு திரும்பினர்.

வானதி தேவிக்கு தன் இரு பிள்ளைகளும் காதல் திருமணம் என்றாலும் தன் மருமகள் சங்கவியும் தன் மகனை புரிந்து கொண்டு மாறியது.தன் பேத்தி அஸ்விகா மிகவும் புத்திசாலியாக இருப்பது ,அனைவரிடமும் அன்-பாக இருப்பது ,.

ஹரியைப் போன்ற மகன் தனக்கும் இருந்தால் நன்றாக இருக்கும் என்று மத்த பெற்றவர்கள் கூறுவது,

பிரதிபா 9 வருடமாக ஒருவனை காதலித்தாலும் அவனையே கைபிடித்து விட்டாள் என்று உறவினர்கள் கூறியது இவை அனைத்தும் மகிழ்ச்சியை கொடுக்க நீண்ட வருடம் பிறகு வானதி தேவி மிகவும் மகிழ்ச்சியாக இருந்-தாள்.

கிருப ராஜனுக்கும் தன் மகளின் திருமணம் முடிந்தது அவருக்கும் எல்-லையில்லா மகிழ்ச்சிதான்.

கிருபராஜனுக்கு ஒரு பயம் இருந்து கொண்டே இருந்தது .தன் வீட்டில் இரு பிள்ளைகளும் காதல் திருமணம் செய்து கொண்டார்களே என்று உறவி-னர்கள் கேவலமாக பேசுவார்களோ என்று நினைத்தார்.

அனைவரும் இந்த திருமணத்தை ஆதரித்து முன் நின்று செய்து வைத்-தது அவருக்கு பெருமையாக இருந்தது ..ஆனாலும் தன் பெரிய மச்சான் சங்கர் ராஜன் இன்னமும் தங்களிடம்

முறைத்துக் கொண்டு இருக்கிறார் என்று தெரிந்தாலும் அவரும் காலப்-போக்கில் மாறிவிடுவார் என்று நம்பிக்கையாக இருந்தார் கிருபராஜன்.

வானதி தேவி ,"சரவணா நீ அண்ணன் போல கோபப்படாம நம்ம பிரதிபா கல்யாணத்துக்கு கிட்ட இருந்து எல்லாமே செஞ்சியே எனக்கு ரொம்ப சந்தோஷமா இருக்குதுடா.."என்றாள்.

"என்ன வானதி சொல்ற நீ அவரும் நானும் ஒண்ணா.

அவர் தான் எப்பவோ மாறிட்டாரே ?நீ கவலைப்படாத நானும் ,கிருத்திகாவும் என்னைக்கும் உன்னையும் ,உன் பிள்ளைகளையும் விட்டுக் கொடுக்க மாட்டோம் .."என்றான் சரவண ராஜன்

வர்ணம்-103

வானதி தேவி,' நீ என் பிள்ளைகளை விட்டுக் கொடுக்க மாட்ட அது எனக்கு தெரியும்டா. கிருத்திகா தேவியும் என் பிள்ளைகளுக்கு ஆதரவா தான் இருப்பாள். எனக்கு என்ன பயம் சொன்னா ஹரிக்கு அடுத்த குழந்தை பிறக்கவே இல்ல..அஷ்விகா தன்னந்தனியா இருப்பாளோன்னு எனக்கு பயமா இருக்குடா..

நீ ,கிருத்திகா ,கார்த்திக் அபிஷேக தான் அவளுக்கு துணையாய் இருக்கனும் ..அதே போல பிரதிபாவுக்கு பிறக்கும் பிள்ளைகளுக்கும் நீங்க துணையாய் இருப்பீங்கன்னு எனக்கு தெரியும் ..."என்றாள்.

"சரி வானதி நீ நினைப்பது எல்லாமே நடக்கும் . மனசை போட்டு தேவையில்லாம குழப்பிக்காத .."என்றான் சரவண ராஜன்.

கணேஷ் ராஜனுக்கு தன் தங்கையின் மகளுக்கு திருமணம் முடிந்தது மிகவும் மகிழ்ச்சியாக இருந்தது .பிரதிபாவுக்கும் காதல் திருமணம் என்பதால் தன் அண்ணன் சம்மதம் சொல்ல மாட்டாரே என்று பயந்தவருக்கு அவர் அமைதியாக போனது இன்றைய வரைக்கும் ஆச்சரியமாக தான் இருந்தது .

இதோ அடுத்து தன் மகனின் திருமணத்திற்கான ஏற்பாடுகளை செய்ய ஆரம்பித்தார் கணேஷ் ராஜன்.

அதற்கு முதலில் திவாகர் விரும்பும் பெண் வீட்டில் சம்மதம் வாங்க வேண்டாமா ?இதோ என்ன செய்கிறார்கள் பார்க்கலாம் வாங்க..??

"கணேஷ் ராஜன் தன் மனைவியையும் ,தன் தங்கை வானதி தேவியையும் அழைத்துக் கொண்டு திவாகர் விரும்பும் பெண்ணின் வீட்டிற்கு சென்றார்.

கணேஷ் ராஜனை ஏற்கனவே தெரியும் என்பதால் அந்தப் பெண்ணின் அம்மா அவர்களை வரவழைத்து உள்ளே உட்கார வைத்தவருக்கு,' இவங்க எதுக்கு நம்ம வீட்டுக்கு வந்து இருக்காங்க ..'என்று சந்தேகம் இல்லாமல் இல்லை ..

அந்தப் பெண்ணின் அப்பா,' தன் மனைவிக்கு தெரிந்தவர்கள் போல அதனால் தான் அவள் இவர்களை வரவேற்று உட்கார வைத்திருக்கிறாள் .'என்று நினைத்துக் கொண்டு அவரும் சகஜமாக பேச ஆரம்பித்தார்.

கணேஷ் ராஜன் எப்படி விஷயத்தை ஆரம்பிப்பது என்று யோசித்துக் கொண்டிருந்தார்..வானதி தேவி மெதுவாக ,"நான் ஒரு விஷயம் சொல்றேன் .நீங்க கொஞ்சம் பொறுமையா கேளுங்க என்றவர் திவாகரும் உங்க பொண்ணு வினயாவும் ஒருத்தரை ஒருத்தர் விரும்பறாங்க ..நாம பெரியவங்க

அவங்களுக்கு திருமணம் செய்து வச்சிட்டா நல்லா இருக்கும் சொல்லி தோணுது.. நீங்க உங்க விருப்பத்தை சொல்லுங்க..."என்றாள்.

"என்ன சொல்றீங்க நீங்க எங்களுக்கு ஒண்ணுமே புரியல. எங்க பொண்ணு ஒருத்தனை விரும்பறாளா..?" என்று அவரின் அம்மா ஆச்சரியப்பட்டார்.

வினயாவின் அப்பா தன் மனைவியிடம் ,"என்னம்மா இதெல்லாம் .நான் இவங்களை உனக்கு தெரிஞ்சவங்க நினைச்சேன்.. இவங்க என்னென்னமோ சொல்றாங்க .."என்றார்.

"என்னங்க எனக்கும் ஒன்னும் புரியல இவரை எனக்குத் தெரியும் . ஒரு முறை நாங்க கிரகப்பிரவேசத்துக்கு போகும்போது இவர் தான் வழி சொன்னார் . கூடவே அவர் வீட்டுக்கும் அழைச்சிட்டு போய் பேசிட்டு இருந்தார்.. என் தோழிக்கு இவரும் ,இவர் மனைவியும் தெரிஞ்சவங்களாம்.

இவர் எங்களை அவர் வீட்டுக்கு அழைச்சிட்டு போகவும் நான் யாரு என்றே தெரியாதவங்க வீட்டுக்கு எப்படி போறது என்று தயங்கி நின்றேன் .அப்போ என்னுடைய தோழி எனக்கு தெரிஞ்சவங்க தான் வான்னு சொல்லி இவங்க வீட்டுக்கு அழைச்சிட்டு போனாள்..

நானும் அவளுக்கு இவரை தெரியுமே .அதனால் தான் வீட்டுக்கு கூப்பிடறாரு சொல்லி போனேன்.அது போன மாசம் தானே நடந்தது .அதனால் எனக்கு ஞாபகம் இருக்கு மத்தபடி எனக்கு எதுவும் தெரியலைங்க இருங்க அவங்க கிட்டயே கேட்போம்..."என்றார்.

கணேஷ் ராஜன்," ஆமாங்க என்னை உங்களுக்கு தெரியும் . ஆமா உங்க பொண்ணும், எங்க பையனும் விரும்பறாங்க.. என் பையன் வெளிநாட்டு வேலைக்கு போறதா இருந்தான். உங்க பொண்ணு வேண்டாம் சொன்னதால அவன் இங்கேயே சென்னையில் வேலை பார்த்துக் கொண்டிருக்கான் .இரண்டு பேருக்கும் வேலை கிடைச்சிடுச்சு நல்லா சம்பாதிக்கிறாங்க...

நம்முடைய சம்மதத்தோட தான் கல்யாணம் பண்ணனும்னு சொல்லி இருக்காங்க சார்.. அவங்க நம்ம எண்ணத்திற்கு மதிப்பு கொடுக்கிற படி நாமும் அவங்கள புரிஞ்சுக்கனும் சார் .யோசிச்சு நல்ல முடிவா சொல்லுங்க.."என்றார்.

"சார் சொல்றேன்னு தப்பா எடுத்துக்காதீங்க ..திடீர்னு நீங்க வந்து இப்படி கேட்டா நாங்க என்ன சொல்றது ..அது மட்டும் இல்லாம நாங்க வெளி ஆளுங்களுக்கு யாருக்கும் பெண் கொடுக்க மாட்டோம்.." என்றார் வினயாவின் அப்பா.

"சார் நீங்க சொல்றது சரிதான்.. நாங்களும் அப்படித்தான்.." என்றவர் ஒரு சில விஷயங்களை கூற அதில் கொஞ்சம் திருப்தி அடைந்தார் வினயாவின் அப்பா.

"ஓஹோ அப்படியா சரிங்க நான் என் பெண்ணுகிட்ட பேசிட்டு வரேன் .."என்றார் வினயாவின் அப்பா.

வினயா ,"அப்பா நான் நீங்க பேசிய அனைத்தையும் கேட்டுட்டு தான் இருந்தேன் .

அங்கிள் சொன்னது எல்லாம் உண்மைதான் .நானும் ,திவாகரும் எட்டு வருடமாக காதலித்து வரோம் .அவங்க எப்பவோ பெண் கேட்டு வந்திருப்பாங்க. நான் தான் படிச்சு முடிச்சு நான் வேலைக்கு போனதும் திருமணத்தைப் பற்றி எங்கள் வீட்டுக்கு வந்து பேசுங்கன்னு சொல்லிட்டேன்.

திவாகர் ரொம்ப நல்லவர் அப்பா .இவங்க குடும்பமும் நம்ம குடும்பம் மாதிரி பெரிய குடும்பம் எல்லாரும் ஒற்றுமையா இருப்பாங்க நீங்க விசாரிச்சு பாருங்க .."என்றாள் வினயா.

சர்வேஸ்வரி," சார் எங்க பையனுக்கு உங்க பெண்ணை நம்பி கட்டி கொடுங்க ..நாங்க சந்தோஷமா பார்த்துப்போம்.." என்றாள்.

சர்வேஸ்வரி அங்கே வந்து எதுவும் ஏடாகூடமாக பேசக்கூடாது என்று நினைத்த கணேஷ் ராஜன்," உன் பிள்ளைக்கு திருமணம் நடக்கணும் நினைச்சா .அங்க வந்து வாய வச்சுக்கிட்டு சும்மா இரு .நானும் வானதி தேவியும் பேசிப்போம் புரியுதா ."என்று சொல்லி வைத்திருந்தான்.

சர்வேஸ்வரிக்கும் வியாவை ரொம்ப பிடிக்கும். வினயாவுக்கும் சர்வேஸ்வரியை ரொம்ப பிடிக்கும். திருமணத்திற்கு பின் மாமியார் ,மருமகள் எப்படி இருப்பாங்க தெரியலையே ???

வினயா இப்படியும் பேசுவாளா என்று பெற்றோர் அவளை ஆச்சரியமாக பார்த்துக் கொண்டிருந்தார்.கணேஷ் ராஜனுக்கு தெரிந்த நண்பர் ஒருவர் அங்கே வந்திருந்தார்.. அவர் யாருமில்லை வினயா அம்மாவின் தோழியின் கணவர் கதிரவன் தான்.

கதிரவன் தன் மனைவியுடன் உள்ளே வந்தவர் ,"சுந்தரம் இவங்க பெரிய குடும்பம் உன் பொண்ணு சொன்னது கரெக்ட் தான் .."என்று அனைத்து விவரங்களையும் கூற வினயாவின் பெற்றோருக்கும் அனைத்தும் திருப்திகரமாக இருந்தது.

கதிரவன் மனைவியும் ,"அண்ணா இவங்க ரெண்டு பேரும் விரும்புவார்கள் என்று நான் எதிர்பார்க்கவே இல்லை. இந்த கல்யாணம் நடந்தால் நான் ரொம்ப சந்தோஷப்படுவேன்.." என்றாள்.

சுந்தரம்," எனக்கு உங்க குடும்பத்தை ரொம்ப பிடிச்சிருக்கு .என் பொண்ணு தவறான முடிவு எடுத்திருக்க மாட்டாள் சொல்லி நாங்க நம்பறோம்.

நான் உறவினர்களிடம் பேசிட்டு சொல்றேன்.." என்றார்.

கணேஷ் ராஜன் ,"சார் பேசிட்டு சொல்றேன்னு சொன்னா என்ன அர்த்தம் .உங்க பெண்ணை எங்க வீட்டு மருமகளா அனுப்ப உங்களுக்கு விருப்பம் தானே..?"

சுந்தரம் ,"விருப்பம் தான் சார் எங்க வீட்ல பேசிட்டு நல்ல நாளா பார்த்துட்டு உங்களுக்கு சொல்றேன் .."என்றார் .

இதில் மகிழ்ச்சி அடைந்த வினயா ஓடிச் சென்று தன் தந்தையை கட்டிக் கொண்டவள் பெரியோர்களிடம் ஆசிர்வாதம் வாங்கினாள்.

கணேஷ் ராஜன் மிகுந்த மகிழ்ச்சியுடன் தன் வீட்டிற்கு சென்றவன் திவாகரனிடம் விஷயத்தை கூறினான். அதற்குள் வினயா ஃபோன் பண்ணி அங்கே நடந்ததை கூறியிருக்க மிகவும் மகிழ்ச்சியாக இருந்தான் திவாகர்.

கணேஷ் ராஜனும், சங்கேஸ்வரியும் விஷயத்தை தன் வீட்டில் உள்ளவர்களுக்கு போன் செய்து கூற அனைவரும் மகிழ்ச்சி அடைந்தனர் .இத்தனை வருடமாக இவர்களின் காதலுக்கு வினயாவின் வீட்டில் இருப்பவர்கள் சம்மதம் சொல்வார்களா என்று அனைவருமே பயந்து கொண்டு தான் இருந்தனர்.

இரண்டு நாட்களுக்கு பிறகு சுந்தரம் கணேஷ் ராஜனுக்கு ஃபோன் செய்தவர் திருமணத்திற்கு முழு சம்மதம் தெரிவித்தவர் நிச்சயதார்த்த தேதியை குறிக்கலாம் என்றார்.

அனைத்து ஏற்பாடுகளும் நடைபெற இரு விட்டாருக்கும் அனைவரையும் பிடித்து விட திருமணம் ஏற்பாடு செய்தனர் நிச்சயம் நன்முறையில் நடைபெற்றது.

பிரதிபா திருமணம் நல்லபடியாக நடக்க இப்பொழுது திவாகரின் திருமணம் என்றதும் கார்த்திக் ராஜான், அபிஷேக் ராஜன் மிகவும் குஷியாக இருந்தனர். தன் அக்கா திருமண முடிந்த உடனே அண்ணன் திருமணம் என்றால் யாருக்குத்தான் மகிழ்ச்சியாக இருக்காது.

கார்த்திக் ராஜன் கல்லூரி முடிந்த நிலையில் பிரதிபாவுக்கு திருமணத்திற்கான அனைத்து வேலைகளையும் செய்தவன் இப்போது திவாகருக்கும் செய்து வந்தான்.

இதனால் திவாகர் கார்த்திக்ராஜன் உறவு மீண்டும் பலப்பப்பட்டது . திவாகர் ,வினயாவின் திருமணம் நன்முறையில் நடைபெற்றது.

சர்வேஸ்வரி கொஞ்சம் மாறி இருந்தாள். திமிர்த்தனம் மாறி கணவனுடன் கொஞ்சம் அனுசரித்து வாழ்ந்து வந்தாள்.அவளுக்கு உள்ளுக்குள் தான் இப்படியே இருந்தால் வரும் மருமகள் தன்னை மதிக்க மாட்டாளோ என்று பயமும் இருந்தது.

என்ன தான் மாறி இருந்தாலும் அவளின் திமிர்த்தனம் முழுமையாக அடங்கவில்லை என்று தான் சொல்ல வேண்டும். இப்பொழுதும் அனைவரையும் அதிகாரம் செய்து கொண்டு தான் இருக்கிறாள் சர்வேஸ்வரி.

சர்வேஸ்வரியின் திமிர்த்தனம் அவள் அப்பா இறந்த உடனே குறைந்-துவிட்டது ஆனாலும் எப்பொழுதும் போல் ஆட்டம் போட்டுக் கொண்டி-ருந்தவளுக்கு பிள்ளைகள் வளர வளர தன் கணவனின் அணுகுமுறையால் கொஞ்சம் கொஞ்சமாக மாறினாள் என்பது தான் உண்மை.

என்ன இந்த அம்மா மாறுவதற்கு இத்தனை வருஷம் ஆனது. தன் திருமணத்திலிருந்தே பிரச்சினை செய்து கொண்டிருந்தவள் இப்பொழுது தன் பிள்ளைகளுக்கு திருமண வயது வந்ததும் கொஞ்சம் மாறி இருக்கிறார் அவ்-வளவுதான்.

திவாகரனும் தன் மனைவியுடன் சென்னையில் தங்கி தன் திருமண வாழ்க்கையை நல்ல முறையில் மகிழ்ச்சியாக அனுபவித்து வந்தான்.

இந்த நிலையில் அநன்யா இரண்டாவது வருடம் படித்துக் கொண்டிருக்க கார்த்திக் ராஜன் படித்துவிட்டு அவனுக்கும் வேலை கிடைத்து விட்டது.

அநன்யாவிடம் நேரடியாக சரண்யா ,வருண், பாக்கியலட்சுமி விஷ-யத்தை கூறினார்.

அந்த குட்டி பிசாசுக்கு தான் ஏற்கனவே விஷயம் தெரியுமே என்ன சொல்றா வாங்க பார்க்கலாம்.

சரண்யா,"அநன்யா உனக்கு சரவண ராஜன் கிருத்திகா தேவியின் பெரிய மகன் கார்த்திக் ராஜனை திருமணம் செய்து வைக்கலாம் என்று நாங்க முடிவு பண்ணி இருக்கோம். அது உனக்குத் தெரியும் என்று எங்களுக்கும் தெரியும் .நீ என்ன சொல்ற உனக்கு இந்த திருமணத்தில் சம்மதம் தானே..?"

"என்ன சரண்யா அம்மா இப்படி நேரடியா என்கிட்ட கேக்கறீங்க.. நீங்க என்ன முடிவு எடுத்தாலும் எனக்கு சந்தோஷம்தான். அம்மா, அப்பாவுக்கு இந்த திருமணத்தில் சம்மதம் தானே..?"என்று கேட்டாள் அநன்யா.

"உங்க அம்மா ,அப்பாக்கு சம்மதம்தான் .உங்க அப்பாவுக்கு கார்த்திக் ராஜனை ரொம்ப பிடிக்கும்.

இப்போ அது இல்ல பிரச்சனை .உனக்கு திருமணத்திற்கு சம்மதம் தானே. அவன் உன்னை விரும்பறான் அது உனக்கு தெரியுமா தெரியாதா ..?"என்று கேட்டார் பாக்கியலட்சுமி.

"அது வந்து அது வந்து பாட்டி.." என்று அவளோ தயங்க..

"இங்க பாரு எங்க அண்ணனோட எண்பதாம் கல்யாணத்திற்கு சென்ற பொழுதுதான் நாங்க உனக்கும் ,அவனுக்கும் திருமணம் செய்து வைக்கலாம் என்று பேசினோம் .ஆனால் அன்று உன்னை முதன்முதலில் பார்த்த உடனே அவனுக்கு பிடிச்சு போச்சுன்னு சொல்லி நான் கேள்விப்பட்டேன் .இருந்தா-லும் உனக்கும் அவனை பிடிக்கணும் அப்பதான் இந்த கல்யாணம் நடக்கும் என்று கிருத்திகா தேவியும் சரவண ராஜனும் சொல்றாங்க..

உனக்கு அவனை பிடிச்சிருக்கு தானே. என்ன கேட்டா உன்கிட்ட கேட்-காமலே நான் கல்யாணம் பண்ணி வச்சிடுவேன் .நான் உன் நல்லதுக்கு தான் செய்வேன்னு உனக்கும் தெரியும் .ஆனாலும் அவங்க விருப்பத்துக்காக கேட்-

கிறேன் நீ என்ன சொல்ற..." என்று கேட்டார் பாக்கியலட்சுமி.

"நீங்க என்ன முடிவு எடுக்கறீங்களோ அந்த முடிவு எனக்கு சந்தோசம் பாட்டி .ஆனால் நான் மேற்கொண்டு படிக்கணும். படிச்சு முடிச்சதும் எனக்கு நீங்க திருமணம் செஞ்சு வச்சீங்கன்னா எனக்கு எந்த பிரச்சனையும் இல்ல.."என்றாள் அநன்யா.

வருண் ,"ரொம்ப சந்தோசம் அநன்யா கார்த்திக் உன்னை விரும்புவது எனக்கு எப்பவோ தெரியும். ஆனாலும் உன்னுடைய விருப்பமும் முக்கியம் சொல்லி சித்தி ,சித்தப்பா மட்டுமல்ல காரத்திக்கும் சொல்லிட்டான். அதிலும் சித்தி கண்டிப்பா அந்த பெண்ணோட விருப்பம் முக்கியம். அவளுக்கு பிடிக்கலைன்னா இந்த திருமணம் நடக்காதுன்னு சொல்லிட்டாங்க அவன் உன்னை பத்திரமா பாத்துப்பான் டா.

நம்ம ஒருத்தவங்களை விரும்புவதை விடவும் நம்மை விரும்புறவங்களை நாம திருமணம் செஞ்சுக்கிட்டா நம்ம திருமணம் வாழ்க்கை நல்லா இருக்கும்.நீ கேள்விப்பட்டு இருக்கியா இல்லையா..?

கார்த்திக் ராஜன் உன்னை உள்ளங்கையில் வைத்து தாங்குவான் .சரவணன் சித்தப்பாவும் ,கிருத்திகா தேவி அம்மாவும் உன்னை கண்ணும் கருத்துமா பார்த்துப்பாங்க .அவங்களுக்கு பெண் பிள்ளை இல்லாத குறையை நீ தான் தீர்த்து வைக்கனும் .அவங்க உன் மேல பாசமா இருக்காங்க .நீ எதையும் கெடுத்துக்காத அளவுக்கு நல்லபடியா நடந்துக்கனும் புரியுதா..?"

'அண்ணா நீ சொல்றது எனக்கு எல்லாம் புரியுது .நான் முதல்ல படிச்சு முடிக்கிறேன் சொல்றேன். அது உனக்கு முதலில் புரியுதா..?"

"எனக்கு புரியுது வாலு .."என்று அவளின் காதை பிடித்து திருகினான் வருண்.

"டேய் விடுடா பிள்ளைக்கு வலிக்க போகுது என்ற சரண்யா நீ இன்னும் சரியான பதில் சொல்லவே இல்ல அநன்யா..உன்னுடைய சம்மதம் முக்கியம் என்று அவங்க சொல்லி இருக்காங்க. நீ ஒழுங்கா சொல்லு உனக்கு கார்த்திக் ராஜனை பிடிச்சிருக்கு தானே..? நான் உன் நல்லதுக்கு தான் செய்வேன்னு உனக்கு தெரியும்..என்னுடைய வளர்ப்பு உன்னை எதையும் சரியா யோசிச்சு முடிவு எடுக்க வைக்கும் அது எனக்கு தெரியும்.இருந்தாலும் கேட்கிறேன் . உன் மனசுல வேற யாரும் கிடையாது தானே..?"

பாக்கியலட்சுமி ,"சரண்யா என்ன பேச்சு பேசுற நீ .என் பேத்தியை பற்றி உனக்கு தெரியாதா..?" என்றதும் "அம்மா சும்மா நிறுத்துமா.. நான் நீ சொன்னது எல்லாம் கேட்டு தலையாட்டிட்டு அமைதியா போனேன்.. அதே மாதிரி அவளும் செய்யணும் சொல்லி அவசியமில்லை.. கார்த்திக் ராஜன் கண்டிப்பா என் கணவன் மாதிரி இருக்க மாட்டான். அது எனக்கு தெரியும்.. இருந்தாலும் இவளின் சம்மதமும் ரொம்ப முக்கியம்..

என் மேல நீ உன் விருப்பத்தை திணிச்ச மாதிரி இவள் மேலயும் திணிக்கனும் நினைக்காத. காலம் மாறி போச்சு புரிஞ்சுக்கோ அம்மா .அவளை

நான் என் பொண்ணு போல வளர்த்து இருக்கேன் . அவளுடைய விருப்பம் எனக்கு ரொம்ப முக்கியம் நீ கொஞ்சம் அமைதியா இரு மா.." என்று இத்தனை வருடமாக தன் மனதில் உள்ள வருத்தத்தை போட்டு உடைத்தார் சரண்யா.

பாக்கியலட்சுமிக்கு தன் மகளின் வருத்தம் புரிந்தாலும் ,'இத்தனை நாள் இல்லாமல் இப்போ சொல்லி இருக்காளே ?என்று அவருக்கு கஷ்டமாக இருந்தாலும் தன் மீது தானே தவறு..' என்று புரிந்தவர் அமைதியாக இருந்தார்.

வருண்,' இப்போதாவது இந்த அம்மாவுக்கு இப்படி பேச தோணுச்சே பரவாயில்லை 'என்று நினைத்தவன் "பாட்டி அம்மா கேட்கட்டும் நீங்க சும்மா இருங்க என்றவன் சொல்லு உனக்கு கார்த்திகை பிடிச்சிருக்கா தானே உன் மனசுல யாரும் இல்ல தானே..?" என்று அவனும் கேட்டான்.

இதற்கு அநன்யாவின் பதில் என்னவாக இருக்கும் அடுத்த பகுதியில் பார்க்கலாம்.

வர்ணம் 104

அநன்யா வருண் சரண்யா கேட்டதை கேட்டு சிரித்தவள் ,"என் மனசுல யாரும் இல்ல . நான் அவரை திருமணம் செய்ய என்னுடைய முழு சம்மதத்தையும் சொல்றேன் ஓகே வா.

நான் மறுபடியும் கேட்கிறேன் என்னுடைய அம்மாவுக்கு இதில் சம்மதம் தானே..?" என்றதும் மகாதேவன் தன் மனைவியுடன் உள்ளே வந்தவர்..

" உனக்கு எதுக்கு பாப்பா சந்தேகம் .எனக்கும் ,உங்க அம்மாவுக்கும் இந்த திருமணத்தில் முழு சம்மதம்..உனக்கு அவன் தான் மாப்பிள்ளை சொல்லி நான் ஐந்து வருடத்திற்கு முன்னாடியே அவன் தான் உனக்கு கணவன் சொல்லி முடிவு பண்ணிட்டேன்.

என் பொண்ணு எனக்கு ஏமாற்றத்தை கொடுக்க மாட்டான்னு எனக்கு தெரியும்.. உனக்கும் அவனை பிடிச்சிருக்குன்னு நீயே இப்போ சொல்லிட்டியே எனக்கு அதுவே போதும்.." என்றவர் தன் மனைவி ஜமுனாவை பார்த்தார்.

ஜமுனா அமைதியாக இருக்க பாக்கியலட்சுமி ,"என்ன ஜமுனா ஏன் அமைதியா இருக்க இப்போ உனக்கு என்ன ஆச்சு ? என் அண்ணன் பேரன் கார்த்திக் ராஜனை உன் பொண்ணுக்கு திருமணம் செய்து வைப்பதில் உனக்கு விருப்பம் இல்லையா..? நான் நான்கு வருடங்களுக்கு முன்னாடியே உங்கிட்ட இதை பற்றி சொல்லி இருக்கேனே ?

உனக்கு ஞாபகம் இல்லையா? இல்ல விருப்பம் இல்லையா ?எதுவாயிருந்தாலும் சொல்லு அவனுக்கும் இவளை பிடிச்சிருக்கு இவளுக்கும் அவனை பிடிச்சிருக்குன்னு வருணும் ,இந்துவும் சொல்றாங்க . உன் பொண்-

ணுக்கு யாரோ வலுக்கட்டாயமா கார்த்திக் ராஜனை திருமணம் செய்து வைக்கிற மாதிரி ஏன் முகத்தை இப்படி தூக்கி வச்சிட்டு இருக்க.."என்று கேட்டார்.

ஜமுனா தன் மாமியார் கூறியதை கேட்டவள் அதிர்ச்சியுடன் தன் மகளை பார்க்க அநன்யாவும் வருணை பார்த்து முறைத்தவள் ஜமுனாவை பார்த்ததும் கீழே குனிந்து கொண்டாள்.

"நான் சம்மதம் சொல்ல என்ன அத்தை இருக்கு ,என் பொண்ணுக்கு பிடிச்சிருந்தா சரிதான் .திருமணத்திற்கான ஏற்பாடு செய்யுங்க.. பாலு மாமாக்கு சொல்லி அனுப்ப வேண்டியது தானே? அவர் தானே அநன்யாவை அவர் பொண்ணு மாதிரி பார்த்தாரு.. அது மட்டும் இல்லாம அந்த பையனுக்கு நம்ம பொண்ண கட்டி கொடுக்கணும் என்று அவருக்கும் ஆசை இருக்குன்னு எனக்கும் தெரியும் அத்தை.. சரி நடக்குற காரியத்தை பாருங்க.. எனக்கு என் பொண்ணு சந்தோஷமாக இருந்தால் அதுவே போதும்.." என்றார் ஜமுனா.

சரண்யா, "என்ன அண்ணி என்னமோ விருப்பம் இல்லாத மாதிரியே பேசறீங்க.. கிருத்திகா தேவியும் ,சரவண ராஜன் தம்பியும் ரொம்ப நல்லா நம்ம பொண்ண பார்த்துப்பாங்க

அவளை வளர்த்தது நான் தான் .அவளுக்கு நல்ல வாழ்க்கை அமைத்துக் கொடுக்க தான் நான் இவ்வளவும் பாடுபடறேன் .

என் மீதும் அம்மா மீதும் நம்பிக்கை இருந்தால் நீங்க ஓகே சொல்லுங்க.."என்றார்.

வருண்,' இந்த அம்மா காரியத்தையே கெடுத்துடும் போல இருக்கே..'என்று நினைத்தவன் "அம்மா மாமி என்ன சொல்ல போறாங்க .நாம இத்தனை பேர் சொல்லும்போது அவங்க வேண்டாம் என்றா சொல்லுவாங்க .

அதுவும் இல்லாம நம்ம பாப்பாவுக்கும் அவனை பிடிச்சிருக்கு ,அவன் நம்ம பாப்பா மீது உயிரையே வச்சிருக்கான் .அது எனக்கும் தெரியுமே

நான் சொல்லியும் மாமி நம்பாமல் இருப்பாங்களா என்ன?அப்படி இருக்கும்போது நீ எதுக்கு மாமியை இவ்வளவு கேள்வி கேட்கிற..மாமி உங்களுக்கும் கார்த்திக் ராஜனை பிடிக்கும் தானே மாமி. அவன் உங்களுக்கு ஒரு நல்ல மருமகனா மட்டும் இல்ல மகனாகவும் இருப்பான் மாமி .அதை நான் உறுதியாக சொல்வேன்.." என்றான் வருண்.

"நான்தான் என் சம்மதத்தை சொல்லிட்டேனேடா .உன் பாட்டியும் ,உன் அம்மாவும் மாற்றி மாற்றி என்னை நம்பாமல் கேள்வி கேட்டா நான் என்ன செய்ய முடியும்..எனக்கு இதில் முழு சம்மதம் தான் ஓகேவா.. அடுத்து நடக்க வேண்டிய வேலையை பார்ப்போம்.."என்று மீண்டும் சொன்னார் ஜமுனா.

பாலனுக்கு விஷயம் தெரிய வர உடனே தன் அம்மா வீட்டுக்கு வந்தார் .தன் பெரிய மகள் அதாவது தன் பெத்த மகளுக்கு திருமணம் முடிந்து ஒரு வருடம் முடியாத நிலையில் தன் அடுத்த மகளுக்கும் திருமணம் என்று மகிழ்ச்சியில் வந்தார்.

''அம்மா அம்மா எப்போ நிச்சயம் எப்போ கல்யாணம் .."என்ற பாலுவை பார்த்த சிரித்த வருண் ,"பாலு மாமா இப்ப தானே பேச ஆரம்பிச்சிருக்கோம் .அதுக்குள்ள என்ன அவசரம் அது மட்டும் இல்லாமல் இப்போ கல்யாணம் இல்ல. கல்யாணம் இன்னும் இரண்டு ,மூன்று வருடம் கழித்து தான்..."என்றான்.

அநன்யாவுக்கு உடனடியாக திருமணம் செய்து வைத்துவிடலாம் என்று மகிழ்ச்சியாக வந்த பாலு திருமணம் இப்பொழுது இல்லை என்றதும் ஒன்றும் புரியாமல் குழம்பி நின்றார்.

பாலன் ,"என்னம்மா இந்த வருண் ஏதோ உளறிக்கிட்டு இருக்கான்..அம்மா இப்போதாவது கல்யாணம் பண்ணலாம் என்று முடிவு பண்ணிங்களே...சரி சொல்லுங்க எப்போ நிச்சயதார்த்தம் வைக்கலாம் கல்யாண தேதியை முடிவு பண்ணலாமா ..?"என்று பாலன் அடுக்கிக்கொண்டே போக ..

"அடேய் அடேய் கொஞ்சம் பொறுடா .இப்போ இவளுக்கு கல்யாணம் கிடையாது .எங்க அண்ணன் வீட்ல இருந்து எல்லாரும் கிளம்பி வந்துகிட்டு இருக்காங்க .கொஞ்சம் அமைதியா இரு உனக்கு விஷயம் தெரிய வரும்.."என்றார் பாக்கியலட்சுமி.

"அப்போ இப்ப கல்யாணம் கிடையாதா என்னம்மா நீங்க.."

வருண்," யோவ் மாமா நானும் ,பாட்டியும் இதைத்தானே சொல்றோம் உனக்கு புரியவே புரியாதா ?

பாலன்,"அட போடா டேய் நான் ஆசை ஆசையா ஓடி வந்தேன் .என் சின்ன பொண்ணுக்கு சீக்கிரமா கல்யாணம் பணணிடலாம் சொல்லி இப்படி பண்றீங்களேடா..?"

அநன்யா," பாலு அப்பா அக்கா மட்டும் மேற்கொண்டு படிச்சா இல்ல. நான் படிக்க வேணாமா? நான் படிச்சு முடிச்ச பிறகு தான் கல்யாணம் போங்க.. நீங்க ஏன் இப்படி அவசரப்படறீங்க.."

பாலன்,"அடேய் பாப்பா அவளுக்கு படிச்சு முடிச்ச உடனே மாப்பிள்ளை பார்த்தோம். உனக்கு மாப்பிள்ளை ரெடியா இருக்கான்டா .முதல் டிகிரி முடித்த உடனே கல்யாணம் பண்ணிக்கோடா..?"

"போங்க பாலு அப்பா நான் இன்னும் ஒரு டிகிரி முடிச்சா தான் கல்யாணம் பண்ணிப்பேன்.."என்றாள் அநன்யா.

"சரி சரி உன் இஷ்டப்படி நடக்கட்டும் விடுமா.." என்ற பாலன் பேசிக்கொண்டிருக்க ,"டேய் என் பேத்தியோட விருப்பமில்லாமல் ஏதாவது நடக்குமா என்ன..?" என்று வரதராஜன் முதலில் வீட்டிற்குள் நுழைந்தார்.

பாக்கியலட்சுமி ஓடிச்சென்று தன் அண்ணனை வரவேற்று அணைத்து கொண்டவர் ,"அண்ணா இத்தனை வருடம் நாம நினைச்சுட்டு இருந்தது நடக்க போகுது அண்ணா .எனக்கு ரொம்ப சந்தோஷமா இருக்கு .."என்று கண் கலங்கினார்.

பாக்யலட்சுமி எப்போதும் இப்படித்தாங்க தான் மிகவும் மகிழ்ச்சியாக இருக்கும் நேரத்தில் அவருக்கு தன் வயது கூட மறந்து விடும். அதிலும் தன் அண்ணனை பார்த்தால் குழந்தையாகவே மாறிவிடுவார் பாக்கியலட்சுமி.. ஓட்டமும் ,நடையுமாகவே இருப்பார்.

அண்ணனைப் பார்த்ததும் ஓடறத பாரு என்று பேரன் ,பேத்திகள் கிண்டல் செய்வார்கள்.

வரதராஜன் தன் தங்கையின் கண்ணீரை துடைத்து விட்டவர்," நீ கவலைப்படாத பாக்கியம்..நாம ஆசைப்பட்டதெல்லாம் இந்த இரண்டு பிள்ளைகளை மூலமா நடக்கட்டும் பாக்கியம் .உன் ஆசையும் என் ஆசையும் நிறைவேற போகுது .. அதை நினைச்சா எனக்கு சந்தோஷமா இருக்கு

. சரி என் பேத்தி சம்மதம் சொல்லிட்டா தானே?"

"ஆமா அண்ணா நீ சொல்றது உண்மைதான் .அவ சம்மதம் சொல்லாம எங்க போக போறா.. நம்ம வீட்டுப் பொண்ணுங்க நாம சொல்ற மாப்பிள்ளையை தானே கல்யாணம் பண்ணிப்பாங்க ..என்ன கிருத்திகாவும், சரவணனும் அவளுக்கும் இந்த திருமணத்தில் முழு சம்மதம் இருக்கணும் சொன்னதால நான் அவகிட்ட கேட்டேன்... நம்ம வீட்டுப் பிள்ளைகளுக்கு நாம எதை செய்தாலும் அவங்க நல்லதுக்கு தான் செய்வோம் என்று தெரியாதா என்ன..?"

கார்த்திக் ராஜன்," என்ன பாட்டி நீங்க இப்படி சொல்றீங்க. வீட்டில் பிறந்த ஆண் பிள்ளைகளிடம் மட்டும் பெண்ணை பிடிச்சிருக்கா என்று கேட்டால் போதாது..பெண் பிள்ளைகளின் சம்மதத்தையும் கேட்கனும்..இனி இந்த நிலை மாறனும்.

பெண் பிள்ளைகளுக்கு விருப்பமில்லாமல் ஆண் பிள்ளைகளின் விருப்பத்தை மட்டும் கேட்டு திருமணம் செய்யணும் என்ற எண்ணம் இருக்கவே கூடாது .. ஆணா இருந்தாலும் ,பெண்ணா இருந்தாலும் தன் வாழ்க்கைத் துணையை தேர்ந்தெடுக்க முழு உரிமை இருவருக்கும் உண்டு.."என்றான் கார்த்திக் ராஜன்.

கார்த்திக் ராஜன் வந்ததும் அநன்யா அவன் பேசியதை கேட்டு விட்டு மனம் மகிழ்ந்தவள் அவனை ஒரு முறை பார்த்துவிட்டு வேகமாக உள்ளே சென்று விட்டாள்.கார்த்திக் ராஜன் பேசியதை கேட்டு அனைவரும் ஆமோதிக்க கிருத்திகா தேவிக்கு தன் மகனின் இந்த செயல் மிகுந்த பெருமையை கொடுத்தது.

"அச்சோ என் பேத்திக்கு வெட்கத்தை பாரேன் என்ற சரோஜாதேவி உள்ளே சென்று அவளை அணைத்து நெற்றியில் இதழ் பதித்து அவளுக்கு

பூ வைத்து விட்டார் .

கிருத்திகா தேவியும் உள்ளே சென்றவள் கண்கள் கலங்க அநன்யாவை அணைத்தாள்..அநன்யாவுக்கு இது வித்தியாசமாக இருந்தது .இத்தனை நாள் கிருத்திகா தேவியிடம் இருந்த மாற்றம் இப்பொழுது இல்லாமல் போக அவளை ஆச்சரியமாக பார்த்துக் கொண்டிருந்தாள் அநன்யா.

"என்ன அநன்யா அப்படி பாக்கற.. மாமி நம்மகிட்ட கொஞ்ச நாள் பேசாம இருந்தாங்களே.? இப்போ இப்படி நடத்துகறாங்களே சொல்லி உனக்கு சந்தேகமா இருக்கா...?"

அநன்யா,"ஆமா மாமி நாம பழக ஆரம்பிச்ச புதுசுல நீங்க எப்படி இருப்பீங்க.. ஒரு ஃப்ரண்ட் கிட்ட பேசுற மாதிரி என்கிட்ட பேசுவீங்க ஜாலியா இருப்பீங்க. ஆனா கொஞ்ச நாள்ல மாறி போய்ட்டீங்களா ..எனக்கு கொஞ்சம் கஷ்டமா தான் இருந்துச்சு.."

"இல்லடா அப்போ நீ என்னுடைய பாட்டியோட பேத்தி அந்த உறவு மட்டும் தான் இருந்தது .அதன் பிறகு கார்த்திக்கை உனக்கு கல்யாணம் பண்ணி வைக்க பெரியவங்க ஆசைப்படுறாங்கன்னு சொன்னதும் எனக்குள்ள கொஞ்சம் பயம் .நீ எப்படி இருப்பியோன்னு என்னென்னமோ தோன்ற ஆரம்பிச்சிடுச்சு ..நீயும் தான் என்கிட்டயும் மாமா கிட்டயும் நல்லா பேசிட்டு இருந்த, அதுக்கப்புறம் பேசவே இல்ல .

நான் ஏதாவது பேச போய் நீங்க ரெண்டு பேரும் அளவுக்கு அதிகமாக ஆசையை வளர்த்துக்கிட்டா என்ன பண்றது அதையும் யோசிச்சேன். அதனால் உன் மேல பாசம் இருந்தும் கொஞ்சம் ஒதுங்கி இருந்தேன் . அதற்குக் காரணம் உனக்கு தெரியும் நினைக்கிறேன் .பாக்கியலட்சுமி பாட்டி ஆசைப்பட்டது எதுவும் நடக்கல .இதுவும் நடக்காமல் போனால் உங்க ரெண்டு பேரோட எதிர்காலம் எப்படி இருக்கும் நினைச்சு பயமா இருந்தது அவ்வளவுதான்.

இனி அப்படி இல்லையே உனக்கும் ,அவனுக்கும் திருமணம் நிச்சயம் பண்ண போறோம். நீ கண்டிப்பா அவனை பிடிச்சிருக்குன்னு சொல்லுவன்னு எனக்கு தெரியும். என் பிள்ளையை பிடிக்காமல இருக்குமா என்ன..?" என்றதும் வெட்கப்பட்டு தலை குனிந்தாள் அநன்யா.

வான்மதி தேவி," என்னடி குழந்தையை மிரட்டிட்டு இருக்கியா ..?என்று உள்ளே வர ,"அச்சோ பெரியம்மா அப்படி எல்லாம் கிடையாது. மாமி சும்மா பேசிட்டு தான் இருந்தாங்க ..என்றவள் இருந்தாலும் நான் கொஞ்சம் பயந்துட்டேன் மாமி. இப்பதான் நீங்க விஷயத்தை சொல்லிட்டீங்களே இனி ஒன்னும் பிரச்சனை இல்லை.."என்றாள்.

"சரிடா உனக்கு இந்த திருமணத்தில் முழு சம்மதம் தானே? உன் சம்மதம் இருந்தால் மட்டும்தான் இந்த திருமணம் சொல்லி இருந்தோம் உனக்கு அது தெரியுமா..?"என்று கேட்டாள் கிருத்திகா தேவி.

"தெரியும் மாமி பாட்டி சொன்னாங்க .எனக்கு அந்த விஷயத்தில் உங்களையும் ,மாமாவையும் நினைச்சா ரொம்ப பெருமையா இருக்கு, எனக்கு இந்த திருமணத்தில் சம்மதம் தான் .ஆனால் படித்து முடித்து பிறகு தான் திருமணம் சொல்லிட்டேன்.."

"நாங்கள் அதையும் தானே சொன்னோம் .நீ அடுத்த டிகிரி படிச்சு முடிச்சதும் தான் கல்யாணம் ஓகேவா."

"சரி மாமி எனக்கு ரொம்ப சந்தோஷமா இருக்கு .."என்றவளை மீண்டும் அணைத்துக் கொண்டாள் கிருத்திகா தேவி.

கார்த்திக் ராஜன்," இங்கே பயந்து கொண்டே உட்கார்ந்து இருந்தான் .'அம்மா பழையபடி அவளிடம் பேசுவதில்லையே .?உள்ள போனவங்க என்ன பேசுவாங்களோ தெரியலையே.?' என்று இருந்தவனை அபிஷேக் ராஜன் தன் அண்ணனின் மனதை புரிந்து கொண்டவனாய்

" டேய் லூசு நீ என்ன நினைக்கிறன்னு எனக்கு தெரியும் . அம்மா அநன்யாவிடம் நல்ல விதமா தான் பேசுவாங்க .ஓகேவா சந்தோஷமா இரு.."

வருண்," ஆமாண்டா கார்த்தி அபிஷேக் சொல்றது தான் உண்மை .நீ ஏன் இப்படி பதட்டமா இருக்க கிருத்திகா அம்மாவை பற்றி நமக்கு தெரியாதா.?"

அபிஷேக் ராஜன்,"அண்ணா நான் அவனிடம் பேசினது உங்களுக்கு எப்படி தெரியும் ..."

"அடேய் நீ பொறுமையா பேசறேன்னு நினைச்சுட்டு சத்தமா பேசின.." என்றதும் அங்கிருந்து அனைவரும் சிரித்தனர்.

சரவண ராஜன் "கிருத்திகா போதும் பாப்பாவ வெளியே அழைச்சிட்டு வா .நாங்களும் கொஞ்ச நேரம் பேசுறோம் .."என்றதும் கிருத்திகா தேவி சிரித்துக் கொண்டே," உங்க மாமா உன்னை பார்க்க ரொம்ப அவசரப்படறாரு. வாடா போகலாம்.." என்று அவளை அழைத்து வெளியே வந்தாள் கிருத்திகா.

அதன்யா வானதி தேவியை எப்பொழுதும் அம்மா என்றுதான் அழைப்பாள் .

வானதிதேவியும் அவளை அணைத்துக்கொள்ள," அம்மா எப்படி இருக்கீங்க ?பிரதிபா அக்கா, அண்ணா எப்படி இருக்காங்க? என்று நலம் விசாரித்தாள். ஆனால் மறந்தும் கார்த்திகராஜனை திரும்பியும் பார்க்கவில்லை.."அநன்யா.

"திமிர் பிடித்தவள் பார்க்கறாளா பாத்தியாடா.." என்று தன் தம்பியிடம் கூறியவன் அவளை ரசித்துக் கொண்டிருந்தான் கார்த்திக் ராஜன்.

"போதும் போதும் டா சாமி தொடச்சிக்கோ ஜொல்லு வழியுது .."என்று அபிஷேக ராஜன் கிண்டல் செய்தான்.

கார்த்திக் ராஜன் தன் தம்பி கூறியதை கேட்டு அசடு வழிந்தாலும் தன் பணியை செவ்வனே செய்து கொண்டிருந்தான் .அதுதாங்க தன் வருங்கால

மனைவியை ரசித்துக்கொண்டிருந்தான்.

அனைவரும் பேசி முடித்தவர்கள் அநன்யா படித்து முடித்ததும் அவர்களுக்கு திருமணம் என்று முடிவு செய்தனர்.

வர்ணம்-105

ஐந்து வருடம் கழித்து அந்த வீடே விழாக்கோலம் கொண்டு கோலாகலமாக காட்சி அளித்தது .மாவிலை தோரணங்கள் வாசற்படியில் கட்டி இருந்தனர் .வெளியே அழகாக மாக்கோலம் போட்டு வண்ணப் பொடிகளால் அழகுபடுத்தப்படுத்தி. இருந்தனர். படிகள் முழுவதிலும் மாக்கோலம் போட்டிருக்க வீட்டில் உள்ள பெண்கள் பல வண்ண உடைகளில் அங்கும் இங்கும் ஓடி தன் பணிகளைச் செய்ய அவர்களின் கொலுசின் சத்தத்திலும் அந்த வீடு பிரமாண்டமாய் காட்சி அளித்தது.

ஆண்கள் ஒவ்வொருவரும் தன் பணியை செய்து கொண்டிருந்தவர்கள் மண்டபத்திற்கும் ,வீட்டிற்கும் அலைந்து கொண்டிருந்தனர்...

மணமகன் கார்த்திக் ராஜன் தன் அறையில் தன் தம்பி ,தங்கைகளுடன் பேசிக் கொண்டிருந்தான்.மிதுன் ராஜ் (அனிதாவின் மகன்)," கார்த்திக் அண்ணா எனக்கு கல்யாணத்துக்கு வாட்ச் வாங்கி தரேன்னு சொன்னாங்க அம்மா .

வாங்கி தரவே இல்ல .இப்போ நீ வாங்கி தரியா ..?"

"அப்படியா செல்லம் அம்மா உனக்கு வாட்ச் வாங்கி தரலையா..?" என்றவன் சித்தி என்று அனிதாவை அழைத்தான்.

அனிதா,"என்ன கார்த்திக் என்ன பண்ற கொஞ்ச நேரம் தூங்க மாட்டியா..? ஹே வாலுங்களா எழுந்து வெளில வாங்க

அண்ணன் கொஞ்ச நேரம் தூங்கினா தான் அவன் முகம் கல்யாணத்துல பொலிவுடன் இருக்கும்.."என்றாள் அனிதா.

"சித்தி அவன் ஏற்கனவே அழகாத்தான் இருக்கான். அதை விடு பிள்ளைக்கு நீ ஏன் வாட்ச் வாங்கி தரல. சரி நானும் கார்த்திக் ராஜனும் போய் அவனுக்கு வாட்ச் வாங்கிட்டு வரோம்.."என்றான் அபிஷேக் ராஜன்.

"ஆமா சித்தி நாங்க போயிட்டு வரோம்.." என்ற கார்த்திக் ராஜனையும் அபிஷேக் ராஜனையும் முறைத்த அனிதா ,"உங்க இரண்டு பேருக்கும் அறிவு இருக்கா டா.

கல்யாண மாப்பிள்ளை எங்கேயும் போகக்கூடாது .இந்த வாண்டுக்கு வேற வேலை இல்ல.. எத்தனை வாட்ச் வாங்கி கொடுத்தாலும் உருப்படியா வைக்கிறது இல்ல... போய் வேலையை பாருங்கடா டேய்.."

விஷ்ணுவரதன் (தீபிகாவின் மகன்),"சித்தி என்ன சித்தி இப்படி சொல்றீங்க. பிள்ளை பாவம் தானே சரி விடுங்க கார்த்திக் அண்ணா வீட்டில் இருக்கட்டும் .நானும் அபிஷேக் இரண்டு பேரும் போயிட்டு வரோம்.."என்-

றான்.

அனிதா," வேணாம் விஷ்ணு நீயாவது நான் சொல்றதை கேளுடா.. அவன் அடம் பிடிச்சாலும் சரி நான் வாங்கித் தரதா இல்ல .எந்த பொருளையும் ஒழுங்கா உருப்படியா வைக்கிறது கிடையாது .."என்றவள் சமையலறைக்குள் செல்ல மிதுன் ராஜ் அழுது கொண்டு நின்றிருந்தான்.

கார்த்திக் ராஜன்," சித்தி அப்படித்தான்டா சொல்லும் நான் ஹரி மாமாக்கு ஃபோன் பண்ணி வாங்கிட்டு வர சொல்லுறேன் என்று ஹரிக்கு ஃபோன் செய்து விஷயத்தை சொன்னான்.

ஹரி மண்டபத்தில் வேலை இருந்ததால் பிரதிபாவுக்கு ஃபோன் செய்து மிதுனுக்கு வாட்ச் வாங்கி கொடுக்கும்படி கூறினான்.

பிரதிபா அநன்யாவை அழைத்துக் கொண்டு பியூட்டி பார்லர் சென்று வந்தவள் அவளை வீட்டில் விட்டுவிட்டு மிதுனுக்கு வாட்ச் வாங்கிக் கொண்டு வந்தாள்.

ஹரிக்கு தன் பெண் அஷ்விகாவுக்கு மிதுன் ராஜனை திருமணம் செய்து வைக்க வேண்டும் என்று ஆசை இருக்கிறது. ஆனால் அது நடக்குமா கடவுளின் செயல் தானே பார்க்கலாம் ??

பிரதிபா வீட்டுக்குள் நுழைய மிதுன் முகத்தை தூக்கி வைத்துக்கொண்டு படுத்திருக்க கார்த்திக் ராஜன் அபிஷேக் ராஜன், விஷ்ணுவர்தன் மூவரும் அவனை சமாதானம் செய்து கொண்டிருந்தனர்.

பிரதிபா ," என்னாச்சு என் செல்லத்துக்கு ஏன் இப்படி இருக்கான். மூன்று பேரும் என் தங்கத்தை அடிச்சீங்களாடா? என்றவள் மிதுன் குட்டி இங்க பாருங்க சித்திய பாருங்க சித்தி உங்களுக்கு என்ன வாங்கிட்டு வந்திருக்கேன் பாருங்க..."என்றாள்.

"எனக்கு எதுவும் வேணாம் சித்தி போங்க..."

"உங்களுக்கு வேணாமா சரி நான் தம்பிக்கு கொடுத்திடவா.. அடடா ஆனா அவனுக்கு மணி பார்க்க தெரியாதே என்ன செய்யலாம் .."என்றதும் கண் திறந்து தன் சித்தியை பார்த்தவன் அவளின் கையில் இருந்த வாட்சைப் பார்த்ததும் அதை வாங்கி கையில் கட்டிக் கொண்டவன் தன் சித்தியை அணைத்துக் கொண்டு நன்றி கூறினான்.

"வாலுப் பயலே இப்போ சந்தோஷமா?

இதுக்கு போய் யாராவது முகத்தை தூக்கி வச்சிப்பாங்களா செல்லம் .சரி நாம கொஞ்சம் வெளியே போகலாம் கார்த்திக் அண்ணா கொஞ்சம் தூங்கட்டும் சரியா என்றவள் கார்த்திக் கொஞ்ச நேரம் படுடா..." என்று அனைவரையும் அழைத்துக் கொண்டு வெளியே வந்தாள்.

அநன்யா படுத்தவளுக்கு தூக்கம் வராமல் புரண்டு கொண்டிருந்தாள் . அழகு கலை நிபுணர் அவளுக்கு ஐஸ் முகத்தில் மசாஜ் செய்து சிறிதுநேரம் தூங்கும்படியும் கூற, அவளும் தூங்க முயற்சி செய்தாள். ஆனால் தூக்கம் தான் வரவில்லை.

என்னங்க என்ன நடக்கிறது என்று உங்களுக்கு புரியுது தானே?ஆம் கார்த்திக் ராஜன் அநன்யாவுக்கு திருமணம்.

அநன்யா BCA முடித்தவள் MCA வெற்றிகரமாக படித்து முடித்தாள். அவள் படித்து முடிக்கும் வரை பாக்கியலட்சுமியும், வரதராஜனும் பயந்து கொண்டே இருந்தனர் .காரணம் அவர்களுக்கு வயது ஆனதால் எங்கே தன் பேரன், பேத்தி திருமணத்தை பார்க்க முடியாதோ என்று பயந்தனர்.

ஆனால் கடவுளின் அருளால் அவர்கள் இருவரும் இப்பொழுது தன் பேரன், பேத்தி திருமணத்தை கண் குளிர பார்க்க போகின்றனர்.

இதோ கொஞ்ச நேரத்தில் அவர்களின் ஆசை நிறைவேற போகிறது.

அனைவரும் மண்டபத்துக்குச் செல்ல இங்கே திருமண மண்டபமே கோலாகலமாக காட்சி அளித்தது .அவர்களின் சொந்த ஊரில் இருக்கும் மிகப்பெரிய மண்டபத்தில் திருமணத்தை வைத்திருந்தார் சரவணராஜன்.

சரவண ராஜன் , கார்த்திக் ராஜன் , அபிஷேக் ராஜன் நண்பர்கள் அனைவரும் திருமணத்திற்கு வந்திருந்தனர்.

கிருத்திகா தேவி தன் உடன்பிறவா சகோதர சகோதரிகளுக்கு திருமண அழைப்பிதழ் அனுப்பினாள். அனைவரும் சென்னை ,சேலம் ,பெங்களூர் ,நாமக்கல் ,கோயம்புத்தூர் ,ஈரோடு, திருப்பூர் ,கரூர் என்று பல ஊர்களில் இருந்து வந்திருந்தனர்.

கிருத்திகா தேவி ஆன்லைன் பிசினஸ் செய்தாள்.அதன் மூலமாக இவளுக்கு அறிமுகமானவர்கள் தான் அவர்கள் அனைவரும். முகநூல் உறவு என்றாலே பயந்து கொண்டு இருந்தவளுக்கு இப்பொழுது நேரில் பார்க்காதவர்கள் அனைவரும் அக்கா ,தங்கை ,தம்பி, அண்ணனாக மாறி இருந்தனர்.

கார்த்திக் ,அபிஷேக் ராஜன் அவர்கள் அனைவரையும் சித்தி, பெரியம்மா மாமா என்று தான் அழைப்பார்கள்.

அனைவரும் ஒன்று கூடி இருக்க முப்பத்து முக்கோடி தேவர்களின் ஆசியுடனும் பெரியோர்களின் ஆசியுடனும் கார்த்திக் ராஜன் இத்தனை வருடம் தான் மனதார விரும்பிய வானில் பிறந்த ஒற்றை நிலைவாய் மிளிர்பவளின் தங்க கழுத்தில் மங்கள நாணை பூட்டினான்.

அனைவருக்குமே திருமணம் என்றால் மகிழ்ச்சி தான் .அதிலும் குடும்பத்தில் உள்ள அனைவரின் எதிர்பார்ப்பையும் மட்டுமல்லாமல் கிருத்திகா தேவியும் தன் ஆன்லைன் உறவுகளான சகோதர சகோதரிகளிடம் கார்த்திக் ராஜனின் விஷயத்தை பகிர்ந்திருக்க அவர்களின் எதிர்பார்ப்பும் ..இவர்கள் நண்பர்களின் எதிர்பார்ப்பும் இன்று நிறைவேறியது என்று தான் சொல்ல வேண்டும்.

பாக்கியலட்சுமி மற்றும் வரதராஜனின் மகிழ்ச்சிக்கு எல்லை தான் உண்டோ..?பாக்கியலட்சுமியும், வரதராஜனும் தன் பேரன் பேத்தியின் திருமணத்தை பார்த்தவர்கள் கண்களில் கண்ணீர் வழிய நின்று கொண்டிருந்தனர்.

வான்மதி தேவி அவர்களை சமாதானம் செய்ய சரண்யாவும் சமாதானம் செய்தாள் .அனைவரின் கண்களிலும் ஆனந்த கண்ணீர்.

இந்த திருமணம் நடக்குமா நடக்காதா என்று அனைவரும் இத்தனை வருடம் பயந்து கொண்டே இருந்தனர் .ஆனால் இப்பொழுது இந்த திருமணம் நன்முறையில் நடைபெற்றது.

மணமக்கள் அனைவரிடமும் ஆசீர்வாதம் வாங்க கிருத்திகா தேவியும் கண்கலங்க நின்றிருந்தவள் தன் மகனின் திருமணம் நன்முறையில் நடைபெற்றதை நினைத்து மகிழ்ச்சி வெள்ளத்தில் திளைத்தாள்.

எல்லாரும் மகிழ்ச்சியா தான் இருக்காங்க. சரி மணமக்கள் என்ன செய்றாங்க பார்க்கலாமா வாங்க.

திருமணம் முடிந்ததும் எப்பொழுதும் பெண்கள் தான் அழுவார்கள் என்று நாம் கேள்விப்பட்டிருக்கிறோம் பார்க்கவும் செய்திருக்கிறோம். ஆனால் இன்று தன் உயிரானவளின் கழுத்தில் மங்கள நாணை பூட்டிய கார்த்திக் ராஜன் தன்னையும் மீறி கண்கலங்கியவன் அநன்யாவை உணர்ச்சிவசப்பட்டவனாக அணைத்துக் கொண்டான் .அனைவரின் முன்னிலையும் இவனின் செயலில் அவள் தவித்து தான் போனாள்.

அநன்யாவுக்கு அவனின் மனநிலை தெள்ளத் தெளிவாக புரிந்தது.. அவளை அணைத்த கார்த்திக் ராஜன் அவளின் காதோரத்தில் இதழ் பதித்தவன் ,"லவ் யூ டி லவ் யூ சோ மச் டி பொண்டாட்டி.."என்று மேலும் அவளை இறுக்கினான்.

அநன்யா அவனின் இச்செயலில் உடல் நடுங்கி மெய் சிலிர்த்தவள் இதனால் வரை அவனின் வாய்மொழியால் சொல்லப்படாத காதலை இன்று கேட்டவள் தன் கண்களில் கண்ணீர் தானாய் வழிய அவளும் அவனை அணைத்துக் கொண்டு விசும்பினாள்.

தன்னவளின் விசும்பலில் தன்னிலை அடைந்த ஆடவனோ அவளை விடுவித்து அவளின் முகத்தை தன் கைகளில் ஏந்தி அவளின் கண்களைத் துடைத்தவன்

கண்ணே நீ கலங்காதடி
உன் மை விழி சிந்தும்
ஒவ்வொரு கண்ணீர் துளியும்
எனை கொன்று குவிக்கும்
அதை மட்டும் நீ
நினைவில் கொள்ளடி
என் மண்ணில் வந்த தாரகையே...!!

என்று கவிஞனாய் மாறி வார்த்தைகளை கோர்த்து முத்துமாலையாய் அவளுக்கு அணிவித்தான்.

சபையில் கூடி இருந்த பெரியவர்கள் ,சிறியவர்கள் அனைவருக்கும் இந்த நிகழ்வு வித்தியாசமாகத்தான் காணப்பட்டது .அனைவரும் மெய்சி-

லிர்க்க அந்த காட்சியை பார்த்துக் கொண்டிருந்தனர்.

எதற்கும் கலங்காத சரவணராஜனே கண்கலங்கியவர் தன் மகனை தட்டிக் கொடுத்து அவனின் காதில் ,'மகனே போதும்டா அழாதே. நீ அழறதால அந்த பிள்ளையும் அழறா பாரு.அடுத்து நடக்க வேண்டியத பார்க்கலாம் .."என்றார்.

கார்த்திக் ராஜன் தன் கண்களை துடைத்து தன்னவளின் கண்களை மீண்டும் துடைத்தவன் அவளின் கையை அழுத்தம் கொடுக்க அவளோ நிலைமையை புரிந்து கொண்டவளாக சிரித்த முகமாக கீழே இருந்த தன் உறவினர்களை பார்த்தாள். அங்கே ஒரு பாசப் போராட்டமே நடந்து கொண்டிருந்தது.

அதாங்க மணமக்களின் செயலில் அவர்களும் ஒருவரை ஒருவர் பார்த்துக் கொண்டவர்கள் தங்கள் பிள்ளைகள் எவ்வளவு உயிராய் இருக்கின்றனர் என்று நினைத்து அவர்களும் கண்கலங்கி நின்றிருந்தனர்.

பாக்கியலட்சுமி இத்தனை வருடமாக திருமணம் யார் யாருக்கு எல்லாம் செய்து வைக்க வேண்டும் என்று நினைத்தாரோ அவர்களுக்கெல்லாம் திருமணம் வேறு ஒருவருடன் நடந்துவிட மன வருத்தத்தில் இருந்தவரின் எண்ணம் இப்பொழுதாவது நிறைவேறியதே அதை நினைத்து குடும்பத்தில் உள்ள அனைவருக்கும் சொல்ல முடியா மகிழ்ச்சி தான்.

கிருத்திகா தேவி பாக்கியலட்சுமியிடம் சென்றவள் ,"என்ன பாட்டி உங்களுக்கு சந்தோஷம் தானே ?நீங்க நினைச்சது நிறைவேறிடுச்சு இல்லையா..?"

பாக்கியலட்சுமி கிருத்திகா தேவியை கட்டிக்கொண்டு ஓவென்று அழுதவர்

"கிருத்திகா நான் என்ன சொல்றதுன்னு எனக்கு தெரியலடி .இந்த விஷயத்திலாவது நான் ஜெயிச்சுட்டேன்டி .உயிர் போற பிரச்சனையில் இத்தனை வருஷமா நான் இருந்தேன். ஆனா இப்போதான் எனக்கு மனசு திருப்தியா இருக்கு ,நான் இந்த ஜென்மத்தில் நினைச்சது ஒன்று கூட நடக்கலையே சொல்லி எவ்வளவு நாள் புழுங்கி வாழ்ந்திருப்பேன் தெரியுமா..?"

கிருத்திகா தேவி,"பாட்டி அழாதீங்க ஏன் இப்படி பண்றீங்க. இப்ப நீங்க சந்தோஷமா இருக்க வேண்டியது தருணம். நீங்க ஜெயிச்சு இருக்கீங்க. நீங்க மட்டும் இல்ல நாம எல்லாருமே ஜெயிச்சி இருக்கோம். அவங்களும் மனசுக்கு பிடிச்சவங்களை தான் கல்யாணம் பண்ணி இருக்காங்க .

நம்ம பெரியவங்க வற்புறுத்தி திருமணம் செய்து வச்சா அவங்க நல்லா வாழ்ந்திருப்பாங்களா சொல்லுங்க.. ? அவங்க மனசுக்கு பிடிச்சு ஒருத்தர ஒருத்தரை விரும்பி திருமணம் செய்து இருக்காங்க... இனி நாம அவங்க சந்தோஷமா வாழறதை தான் பார்க்க போறோம் பாட்டி.."

"சரி மா சரி எனக்கு நல்லாவே புரியுது.நான் ரொம்ப சந்தோஷமா இருக்கேன்.." என்றார் பாக்கியலட்சுமி.

வரதராஜன் கண்கலங்கி இருக்க கிருத்திகா தேவி தன் தாத்தாவை அணைத்துக் கொண்டவள்," என்ன கிழவா உன் ஆசை நிறைவேறிடுச்சா..?"

"நிறைவேறிடுச்சு கிருத்திகா. ஆனால் கார்த்திக் ராஜன் மூலமா எங்கள் ஆசை நிறைவேறும் சொல்லி நாங்கள் நினைக்கவே இல்ல. என் செல்லப் பேரன் எங்கள் ஆசையை நிறைவேத்தி வச்சிருக்கான் .இதைவிட எனக்கு வேற என்ன வேணும்

நான் இனி சந்தோஷமா கண் மூடுவேன்..." என்றார்.

"தாத்தா நல்ல விஷயம் நடக்கும் போது ஏன் இப்படி பேசுறீங்க நீங்க உங்களுடைய கொள்ளு பேரனை பார்க்க வேண்டாமா..?"

"பார்க்கணும் ஆசையாகத்தான் இருக்கு என் பேரன் திருமணம் முடியும் வரை எனக்கு ஆயுளை கொடுப்பா சொல்லி கடவுளை வேண்டிக்கிட்டு இருந்தேன். .இப்போ அவன் பிள்ளையையும் பார்க்கணும் தான் தோணுது .ஆசை யாரை விட்டது .."என்று சிரித்தார் வரதராஜன்.

"கண்டிப்பா பேரனோட விளையாடுவீங்க தாத்தா சரி வாங்க மேடைக்கு போகலாம் .."என்றவள் அவர்களை மேடைக்கு அழைத்துச் செல்ல பாக்கியலட்சுமி கார்த்திக் ராஜனை கட்டிக்கொண்டு அழுதவர் அவர்களுக்கு முத்தம் மழை பொழிந்து அவர்களை மனதார வாழ்த்தினார் .

கார்த்திக் ராஜன் ," பாட்டி என்ன உங்க ஆசை நிறைவேறிடுச்சா .?"

"என்னடா பேராண்டி எனக்கு மட்டும்தான் ஆசையா .நீ என் பேத்திய விரும்பலையா என்ன?"

"விரும்பினேன் தான் யார் இல்லன்னு சொன்னா .ஆனாலும் அதற்கு பிள்ளையார் சுழி போட்டு இந்த அளவுக்கு கொண்டு வந்தது நீங்களும் உங்க அண்ணனும் தானே ?உங்களுக்கு தானே அந்த பெருமை சேரும் . எங்களுக்கு பிறக்கிற பிள்ளைக்கு உங்கள் இரண்டு பேரோட பெயரை வைக்கிறோம் சரியா பாட்டி.."

"அண்ணா நம்ம பேரன் என்ன சொல்றான்னு பாத்தீங்களா . நம்ம ரெண்டு பேரும் இதுங்க ரெண்டுத்துக்கும் கல்யாணம் செய்து வைக்கலாம் சொல்றதுக்கு முன்னாடியே இவனுக்கு அவளைப் பார்த்ததும் பிடிச்சு போச்சு .ஆனா இவன் பெரிய தியாகம் செஞ்ச மாதிரி சொல்றான் பாருங்க அண்ணா..."

"பாக்கியம் அவன் யாரு நம்ம பேரன் நமக்கு இந்த விஷயம் எல்லாம் தெரியாது சொல்லி அவன் நினைச்சுட்டு இருக்கான் .ஆனா நமக்கு தான் எல்லாமே தெரியுமே அப்படி தானடா வருண்.."என்று பேசிக்கொண்டே வருணை தன்னையும் அறியாமல் கோர்த்து விட்டார் வரதராஜன்.

கார்த்திக் ராஜன் வருணை முறைக்க அவனோ ,'இந்த தாத்தா இப்படி கோர்த்து விட்டுட்டாரே..?' என்று நினைத்தவன் ,"இந்து வாடி சாப்பிட போலாம் பசிக்குது.." என்று அங்கிருந்து எஸ்கேப் ஆனான்.

கார்த்திக் ராஜன் தன் தாத்தாவை கட்டிக் கொண்டவன்," என்ன பாஸ் ரொம்ப சந்தோஷமா இருக்கீங்க போல சரி சரி எங்க கல்யாணத்துக்கு உங்களுடைய கிப்ட் எங்க.."

"அட போடா படவா என் பேத்தியை உனக்கு கட்டிக் கொடுத்து இருக்கேன் அது போதாதா..?" என்றார் வரதராஜன்.

"ஏதே இதெல்லாம் போங்கு மிஸ்டர் வரது என்றவன் தாத்தா எங்களுக்கு உங்க ஆசீர்வாதம் போதும் .."என்று மீண்டும் அவர்களின் காலில் விழுந்து ஆசீர்வாதம் வாங்கினார்கள் மணமக்கள்.

சரோஜாதேவி மணமக்களை மனதார வாழ்த்தியவர் உறவினர்களை கவனிக்க கீழே சென்றார்.

வருண்," கார்த்திக் சீக்கிரம் வாடா பசிக்குது சாப்பிடலாம் .உங்க அண்ணி நீங்க ரெண்டு பேரும் வராம சாப்பிட மாட்டாளாம்..."

"யோவ் அண்ணா நீங்க பண்ணி வச்சிருக்கும் வேலைக்கு சாப்பாடு மட்டும்தான் குறைச்சல் .யார்கிட்டயும் எதையும் சொல்ல மாட்டேன்னு சொல்லி எல்லாத்தையும் சொல்லி வச்சிருக்கீங்க வர முடியாது போங்க.."

"டேய் இப்பதான் கல்யாணமே முடிஞ்சு போச்சு இப்போ என்னடா உனக்கு பிரச்சனை .நீ வர வேண்டாம் போடா அநன்யா நீ வாடா நாம சாப்பிடலாம்.."

"நீங்க என்ன குழந்தை பிள்ளையா நான் வராம அவள் மட்டும் வந்துடுவாளா என்ன எங்க மறுபடியும் கூப்பிட்டு பாருங்க.."

"வருவா வெயிட் பண்ணு டா என்றவன் அநன்யா வாடா சாப்பிட போலாம் .".என்று அழைத்தும் அவளும் எதையும் கூறாமல் கார்த்திக் ராஜனை பார்த்தவள் அவனின் பார்வையில் தலை குனிந்து நின்றாள்.

"அடேய் அப்படி என்னடா மேஜிக் பண்ண. என் தங்கச்சியை இப்படி கவுத்துட்டியே..?"

"அதெல்லாம் உங்களுக்கு சொல்ல முடியாது .முதல்ல முறைய மாத்துங்க நான் தம்பி அவள் தங்கையா?"

"அடேய் இருந்துட்டு போகட்டும் விடுடா அவள் எனக்கு தங்கை மட்டுமல்ல .எனக்கு என் குழந்தையும் அவள் தான் உனக்கு என்னடா இப்போ அதில் பொறாமை.. நீயும் ,அபியும் கூட தான் ஹரி மாமாவ மாமான்னு கூப்பிடாம ,அண்ணானு கூப்பிடறீங்க .நான் ஏதாவது கேட்டேனா? வேலைய பாருடா டேய்.." என்றான் வருண்.

கார்த்திக் ராஜன்,"சரி சரி ஏதாவது பண்ணுங்க..நாங்க ரெண்டு பேரும் பேசிட்டு வரோம் நீங்க கொஞ்சம் கிளம்புங்க.."என்றான் .

"டேய் போதும்டா எவ்வளவு நேரம் இப்படியே நிக்கிறது .நீயும் ,அவளும் அப்புறமாக பொறுமையா பேசுங்க இப்போ வா போலாம்.."

"என்ன பேச்சு பேசறீங்க நீங்க புருஷன் ,பொண்டாட்டி ஏதாவது பேசுவாங்க உங்களுக்கு என்ன இங்க வேலை நீங்க கிளம்புங்க.." என்று அங்கே

வந்தாள் இந்து.

"ஆமா இவனை ஒரு வார்த்தை சொல்ல கூடாது வந்துடுவா இவ.." என்று வருண் புலம்பி கொண்டு இருக்க சந்திரன் மேடைக்கு வந்தவர் ,"அடேய் அடேய் உங்க விளையாட்டுத்தனத்தை கொஞ்ச நேரம் மூட்டை கட்டி வைங்கடா .."என்றவர் தன் பேரன் கார்த்திக்கை அணைத்து கொண்டு கண்ணீர் சிந்தினார் . அவரும் இத்தனை நாள் இந்த நிகழ்வுக்காக தானே காத்துக் கொண்டிருந்தார்.

கார்த்திக் ராஜனும் தன் தாத்தாவை அணைத்துக் கொண்டான்.

அபிஷேக் ராஜன் தன் அண்ணன் திருமணத்தில் தன் நண்பர்களுடன் இணைந்து எல்லா வேலையும் செய்த வனுக்கு உடல் சோர்வு இருந்தாலும் தன் அண்ணன் இத்தனை நாள் ஆசைப்பட்ட பொண்ணை திருமணம் செய்து விட்டான் என்று மகிழ்ச்சியாக இருந்தவன் அவன் தாலி கட்டியதும் அடுத்து நடந்த நிகழ்வுகள் அனைத்தையும் கண்ணீருடன் பார்த்துக் கொண்டு நின்றிருந்தவன் அனைவரும் மேடையில் இருந்து கீழே இறங்கியதும் தனது தங்கைகளுடன் மேடை ஏறினான் அபிஷேக் ராஜன்.

தங்கைகள் தன் அண்ணனுக்கு வாழ்த்து சொல்ல விஷ்ணுவர்தனும் வாழ்த்து சொல்ல அபிஷேக் ராஜன் இருவருக்கும் வாழ்த்து சொல்லியவன், "அநன்யா இனி நான் உங்களை அண்ணி என்று தான் கூப்பிடுவேன் சரியா.?"என்றான்.

"இல்லை அண்ணா நீங்க பெயர் சொல்லியே கூப்பிடுங்க ஒன்னும் பிரச்சனை இல்லை.." என்றவளை பார்த்து சிரித்தவன்...

"அநன்யா இத்தனை நாள் நீங்க என்னை அண்ணா சொன்னீங்க இப்பவும் அப்படியே கூப்பிடுங்க அதில் ஒன்றும் பிரச்சனை இல்லை .ஆனால் நான் உங்களை பெயர் சொல்லி கூப்பிட்டா உங்க புருஷன் என்னை அடிக்க வருவான் .அதனால் வேண்டாம் என்ன விஷ்ணு நான் சொல்றது சரிதானே..?"

"ஆமாம் அபி நாம அநன்யாவை அண்ணி சொல்லியே கூப்பிடுவோம்.." என்று விஷ்ணுவர்தனும் கூறினான்.

கார்த்திக் ராஜன்,"டேய் போதும்டா நிறுத்துங்க.எனக்கு கிப்ட் எங்கடா வெறும் கையோட வந்து இருக்கீங்க.."

"அதான் பாசமான பெண்ணை கட்டிக் கொடுத்திருக்குமே அது போதாதா ..?"என்ற அபிஷேக்ராஜனை முறைத்தவன்.

"அட ஏமாத்துக்காரா என்னடா உண்மையாவே எதுவும் வாங்கலையா..?"

"அடச்சே அலையாத "என்ற அபிஷேக் ராஜன் இருவருக்கும் கைச்செயினும் விஷ்ணுவர்தன் இருவருக்கும் மோதிரமும் கொடுத்து இருவரையும் மாற்றி மாற்றி போட்டு விடச் சொல்லி அழகு பார்த்தனர் சகோதரர்கள்.

தன் தம்பிகளின் பரிசைப் பர்த்த கார்த்திக் ராஜன் இருவரையும் அணைத்துக் கொண்டவன்," நான் ஒரு பேச்சுக்கு கேட்டேன் டா.உண்மை-

யாவே வாங்கி இருக்கீங்களா..?"

"ப்ரோ உனக்கு வாங்கி கொடுக்காம வேற யாருக்கு வாங்கி கொடுப்பேன் .அதுவும் கல்யாணம் ஜென்மத்தில் ஒரு தடவைதான்

உனக்கு வாங்கித் தர மாட்டேனா என்ன அனுபவி ராஜா அனுபவி.."என்றான் அபிஷேக் ராஜன்.

பிரதிபா தன் குடும்பத்துடன் ஒரு வாரம் முன் திருமணத்திற்கு வந்துவிட்டாள். தன் ஆசை தம்பியின் திருமணம் ஆச்சே . அதுவும் விரும்பியவளை கைப்பிடித்திருக்கானே..?

வான்மதி தேவி, வானதி தேவி இருவரும் மணமக்களுக்கு உணவு எடுத்து வந்து அங்கேயே தன் கையால் ஊட்டி விட்டனர்.

பிறகு இருவரும் இரண்டு பேரையும் அணைத்துக் கொண்டனர் .

வான்மதி தேவியும், வானதி தேவியும் சேர்ந்துதானே கார்த்திக் ராஜனை வளர்த்தனர். வான்மதி தேவி அவனுக்கு பாட்டி என்றால் வானதி தேவி அவனுக்கு அத்தை இருவருமே அவன் மீது உயிராகவே இருந்தனர்.

சங்கராராஜனும் எதையும் மனதில் வைத்துக் கொள்ளாமல் தன் குடும்பத்துடன் வந்திருந்தார் சங்கரஜனின் மகள் வினோதினி தேவி தான் நாத்தனார் முறைக்கு அனைத்தையும் செய்தாள். தன் தம்பியின் வாழ்வு ஒளிமயமாக இருக்க வேண்டும் என்று நினைத்தவள் தீபத்தை கையில் ஏந்தி நின்றிருந்தாள்.

போட்டோகிராபர் அனைவரும் ஒன்றாக நிற்கும்படி கூற கார்த்திக் ராஜன் ,அநன்யா ,கிருத்திகா தேவி ,,சரவண ராஜன் ,வரதராஜன் சரோஜாதேவி ,,பாக்கியலட்சுமி வான்மதி தேவி ,, சந்திரன், வானதிதேவி ,கிருபராஜன், ,மகாதேவன் ,ஜமுனா ,சங்கர் ராஜன் , வைஷ்ணவி ,வினித்ராஜன் அவன் மனைவி .வினோதினி தேவி அவள் கணவன் .திவாகர் அவனின் மனைவி வினயா. ஜீவ ராஜன். பிரதிபா அவனின் கணவன் சுதாகர் , வருண் ,இந்து, தருண் அவனின் மனைவி என்று பெரியவர்களும்..

கீழே அபிஷேக் ராஜன் தீபிகாவின் பிள்ளைகள் மூவரும் ,அனிதா பிள்ளைகள் இருவரும் வினோதினியின் பிள்ளைகள் இருவரும் , வினித்ராஜனின் பிள்ளைகள் இருவரும் ,திவாகரின் பெண்ணும், பிரதிபா பிள்ளையும் ,தருணின் பிள்ளையும் ,வருணின் பெண்ணும் அமர போட்டோகிராபர் அந்த அழகான தருணத்தை சேமிப்பாய் படம்பிடித்தார். திருமணத்திற்கு வந்திருந்த அனைவரும் மணமக்களோடு இவர்களையும் சேர்த்து வாழ்த்தினர்.

நாம் ஒன்று நினைத்தால் தெய்வம் ஒன்று நினைக்கும் என்று பெரியவர்கள் செல்லுக்கு ஏற்றார் போல பாக்கியலட்சுமி யாருக்கெல்லாம் யாரை திருமணம் செய்து வைக்க வேண்டும் என்று நினைத்தாரோ அது எதுவும் இதுவரை நடக்கவில்லை என்றாலும் இப்பொழுது கடைசியாக அவரின் கனவு நிறைவேறியது.

பாக்கியலட்சுமி அந்தத் தருணத்தில் அடைந்திருந்த மகிழ்ச்சிக்கு அளவே கிடையாது என்று தான் சொல்ல வேண்டும் .

நாம் ஒருவரை மனதார விரும்பி அவர்கள் நம் வாழ்வில் கிடைக்கவில்லை என்றால் அடுத்த வேற யாரையாவது திருமணம் செய்து கொண்டாலும் எங்கோ ஒரு மூலையில் மனதில் அந்த பழைய நினைவுகள் இருந்து கொண்டு தானே இருக்கும் .அது நிறைய நேரம் அதிக வலிகளை கொடுக்கும் என்பது மறுக்கவும் முடியாது..

இந்த கதையில் அப்படி நீங்கள் நிறைய நபர்களை பார்த்திருக்கலாம். ஆனால் கார்த்திக் ராஜன், அநன்யா இருவரும் அந்த விஷயத்தில் கொடுத்து வைத்தவர்களே இன்று தங்கள் காதலை அடைந்து பெரியவர்களையும் ஜெயிக்க வைத்திருக்கின்றனர்.

.இதோ அந்த நபர்கள் அனைவருமே தாங்கள் வாழ்க்கையில் நாம் அனுபவிக்காத மகிழ்ச்சி அனைத்தையும் கார்த்திக் ராஜன் ,அநன்யா அனுபவிக்க வேண்டும் என்று மனதார வாழ்த்தினர்..

நாமும் மணமக்களையும் ,அவர்களின் குடும்பத்தையும் மனதார வாழ்த்தி விடை பெறுவோம்.

சுபம்

1-எந்தன் கனவே நீ கலையாதே!

2_என்னுள் பாதியானவளே !

3-என்னுள் பாதியானவளே கதையின் இரண்டாம் பாகம் என்னுள் நிறைந்த மாயவனே!

4_என் நெஞ்சத்தில் உறைந்தவனே பாகம் -1

5_என் நெஞ்சத்தில் உறைந்தவனே பாகம் -2

6-நுகரா அனிச்ச மலரே!

7_என் விழியில் கலந்தவளே!

8 திக் திக் திக் நிமிடங்கள்

9_நகரா நொடிகள் இக்கதையுடன் விதையின் பிரதிப்பலன் கதையும் இருக்கும்

10_காஞ்சனாவின் சிறுகதைகள் இதில் மழைத்தூறல் , ஈரநெஞ்சங்கள் என்று இரண்டு கதைகள் இருக்கும்...

11-நிலையற்ற ஓவியம்

12-நதியின் அலைகள்.

13-காஞ்சனையின் கவிதைகள் இவை அனைத்தும் அமேசானில் இருக்-கும் கதைகள்.

புத்தகமாக வெளிவந்த நூல்கள்

1-எந்தன் கனவே நீ கலையாதே!-நோஷஷன் பிரஸ்

2-என் நெஞ்சத்தில் உறைந்தவனே!-பிரியா நிலையம்

3-எந்தன் சித்திரமே நில்லடி.-சுபம் பப்ளிகேஷன்